D1770875

இஸ்தான்புல்

ஒரு நகரத்தின் நினைவுகள்

இஸ்தான்புல்
ஒரு நகரத்தின் நினைவுகள்

ஓரான் பாமுக்

தமிழில்: ஜி. குப்புசாமி (பி. 1962)

அயல் மொழி இலக்கிய மொழிபெயர்ப்பில் ஈடுபட்டுவரும் இவர் முக்கியமான சமகால எழுத்தாளர்கள் பலரின் எழுத்துக்களைத் தொடர்ந்து தமிழாக்கம் செய்துவருகிறார்.

'என் பெயர் சிவப்பு' மொழிபெயர்ப்புக்காக கனடா இலக்கியத் தோட்டம் விருதும், எஸ்.ஆர்.எம். பல்கலைக்கழகத்தின் தமிழ்ப்பேராய விருதும் (2012) பெற்றுள்ளார். மேலும் 'கடல்' நாவல் மொழிபெயர்ப்புக்காக அயர்லாந்து அரசின் இலக்கிய நல்கையும் 2018ஆம் ஆண்டிற்கான தமிழக அரசின் சிறந்த மொழிபெயர்ப்பாளர் விருதையும் பெற்றுள்ளார்.

முகவரி : 74/26, பிள்ளையார் கோவில் தெரு
ஆரணிப் பாளையம், ஆரணி
திருவண்ணாமலை மாவட்டம் 632 301

தொலைபேசி: 9791561654, 9443305456

மின்னஞ்சல் : gkuppuswamy62@yahoo.com

ஜி. குப்புசாமியின் மொழிபெயர்ப்பில் வெளிவந்திருக்கும் பிற நூல்கள்

- சேகுவேராவின் தென்அமெரிக்க பயணக் குறிப்புகள்
  – அல்பர்டோ கிரனாடோ (2003)
- பேர் லாகர்க்விஸ்ட் சிறுகதைகள் (2005)
- நூறு சதவீதப் பொருத்தமான ஒரு யுவதியை ஓர் அழகிய ஏப்ரல் காலையில் பார்த்தபோது – ஹாருகி முரகாமி (2006)
- நாளை வெகுதூரம் (2007)
- என் பெயர் சிவப்பு – ஓரான் பாமுக் (2009)
- கடல் – ஜான் பான்வில் (2010)
- அயல்மகரந்தச்சேர்க்கை (2011)
- கனவுகளுடன் பகடையாடுபவர் (2011)
- சின்ன விஷயங்களின் கடவுள் – அருந்ததி ராய் (2012)
- பனி – ஓரான் பாமுக் (2013)
- வெண்ணிறக் கோட்டை – ஓரான் பாமுக் (2015)
- உடைந்த குடை – தாக் ஸூல்ஸ்தாத் (2017)
- பெருமகிழ்வின் பேரவை – அருந்ததி ராய் (2021)

ஓரான் பாமுக்

இஸ்தான்புல்
ஒரு நகரத்தின் நினைவுகள்

தமிழில்
ஜி. குப்புசாமி

காலச்சுவடு பதிப்பகம்

ÏSTANBUL
COPYRIGHT © 2002, ILETISIM YAYINCILIK A.S.
ALL RIGHTS RESERVED

இஸ்தான்புல் ஒரு நகரத்தின் நினைவுகள் ❖ ஆசிரியர்: ஓரான் பாமுக் ❖ தமிழில்: ஜி. குப்புசாமி ❖ முதல் பதிப்பு: டிசம்பர் 2014, திருத்தப்பட்ட இரண்டாம் பதிப்பு: ஜூலை 2015, ஏழாம் (குறும்) பதிப்பு: ஜூலை 2022 ❖ வெளியீடு: காலச்சுவடு பப்ளிகேஷன்ஸ் (பி) லிட்., 669, கே. பி. சாலை, நாகர்கோவில் 629001

Istanbul Memories and the City ❖ Tamil Translation of 'Istanbul' by Orhan Pamuk ❖ Translated by: G. Kuppuswamy ❖ Language: Tamil ❖ First Edition: December 2014, Revised Second Edition: July 2015, Seventh (Short) Edition: July 2022 ❖ Size: Royal ❖ Paper: 18.6 kg maplitho ❖ Pages: 424

Published by Kalachuvadu Publications Pvt. Ltd., 669, K.P. Road, Nagercoil 629001, India ❖ Phone: 91-4652-278525 ❖ e-mail: publications@kalachuvadu.com ❖ Printed at Adyar Students xerox Pvt. Ltd., No. 9, Sunkuraman street, Parrys, Chennai 600001

ISBN: 978-93-84641-03-0

07/2022/S.No. 637, kcp 3714,18.6 (7) uss

என் தந்தை குந்துஸ் பாமுக்கிற்கு
(1925 – 2002)

பொருளடக்கம்

1.	இன்னொரு ஓரான்	13
2.	இருண்ட அருங்காட்சியக இல்லத்தில் புகைப்படங்கள்	21
3.	நான்	32
4.	பாஷா மாளிகைகளின் சிதைவு: ஒரு சோக வீதியுலா	41
5.	கருப்பு வெள்ளை	50
6.	பாஸ்ஃபரஸ் உலா	63
7.	மெல்லிங்கின் பாஸ்ஃபரஸ்	78
8.	அம்மாவும் அவ்வப்போது காணாமற்போய்விடுகிற அப்பாவும்	95
9.	இன்னொரு வீடு: சிஹாங்கிர்	103
10.	*ஹுசுன்*	111
11.	தனிமை விரும்பிகளான நான்கு துயர எழுத்தாளர்கள்	130
12.	என் பாட்டி	139
13.	பள்ளியின் சந்தோஷமும் சலிப்பும்	145
14.	ர்தீபாப்து ல்சிச்ள துய்செவுயத	153
15.	அகமெத் ரஸீமும் நகரத்தின் மற்ற பத்தியாளர்களும்	157
16.	வாயைப் பிளந்தபடி தெருவில் நடக்காதீர்கள்	164
17.	படம் வரைதலின் சந்தோஷங்கள்	171
18.	இஸ்தான்புல் கலைக்களஞ்சியம்: ரெஷாத் எக்ரம் கோச்சு தொகுத்த வினோத உ ண்மைகள்	176
19.	வெற்றியா, வீழ்ச்சியா? கான்ஸ்டான்டிநோப்பிள் துருக்கி மயமாதல்	198
20.	மதம்	205
21.	செல்வர்கள்	218

22. பாஸ்ஃபரஸைக் கடந்துசெல்லும் கப்பல்கள்,
    பெரும் தீ விபத்துகள், குடிபெயர்தல், சில பேரழிவுகள் ... 231
23. இஸ்தான்புல்லில் நேர்வால்: பேயோலு உலா 252
24. நகரின் ஏழ்மைப் பகுதியில் கோத்தியெவின் துயர உலாக்கள் 258
25. மேற்கத்தியரின் பார்வையில் 269
26. இடிபாடுகளின் *ஹுசுன்*: நகரின் வறிய பகுதிகளில்
    தம்பினாரும் யாஹியா கெமாலும் 281
27. ஒதுக்கமான, கண்கவர் நகர்ப்பகுதிகள் 291
28. இஸ்தான்புல்லை வரைதல் 302
29. ஓவியமும் குடும்ப சந்தோஷமும் 311
30. பாஸ்ஃபரஸ் கப்பல்களிலிருந்து எழும் புகை 317
31. இஸ்தான்புல்லில் ஃபிளாபெர்ட்:
    கிழக்கும் மேற்கும் ஸிஃபிலிஸ்ஸும் 324
32. அண்ணனோடு நான் போட்ட சண்டைகள் 332
33. வெளிநாட்டுப் பள்ளிக்கூடத்தில் ஒரு வெளிநாட்டவன் 341
34. சந்தோஷமற்று இருப்பதென்பது
    தன்னையும் தன் நகரத்தையும் வெறுத்துக்கொண்டிருப்பது 358
35. முதற் காதல் 367
36. கோல்டன் ஹார்னில் சென்ற கப்பற் பயணம் 388
37. அம்மாவுடன் வாக்குவாதம்: பேஷன்ஸ், எச்சரிக்கை, கலை 403
    பின்னுரை: பாழ்நகரில் பாழுக்குடன் ஓர் உலா 419
    About the Photographs 421

இஸ்தான்புல்

ஒரு நகரத்தின் நினைவுகள்

"ஒரு நிலப்பரப்பின் சௌந்தர்யம் அதன் துயரத்தில் அமைந்திருக்கிறது"
அகமத் ரஸிம்

1

இன்னொரு ஓரான்

மிகவும் சின்ன வயதில், என்னெதிரே இருக்கும் இந்த உலகத்தில் எனக்குத் தெரியாமல் வேறு ஏதோவொன்றும் இருக்கிறது என்ற சந்தேகம் எனக்கு இருந்தது. இந்த இஸ்தான்புல்லில் உள்ள ஏதோ ஒரு தெருவில், எங்களுடையதைப் போன்றே தோற்றமளிக்கும் ஒரு வீட்டில், என்னைப் போலவே இருக்கும் இன்னொரு ஓரானும் வாழ்ந்து வருகிறான் என்ற சந்தேகம். என்னுடைய இரட்டை போல, என்னுடைய மறுபிரதியாக. இந்த எண்ணம் எனக்கு எங்கிருந்து, எப்படி வந்ததென்று நினைவில் இல்லை. காதில் விழுந்த பலவிதமான வதந்திகள், கருத்து பேதங்கள், பிரமைகள், அச்சங்கள் உண்டாக்கிய கலவையிலிருந்து அது உருவாகியிருக்கக்கூடும். ஆனால் எனது ஆரம்ப ஞாபகங்கள் ஒன்றில் எனது மறு ஆவியுருவைப் பற்றி எனக்கு எப்படித் தெரியவந்தது என்பது நினைவில் இருக்கிறது.

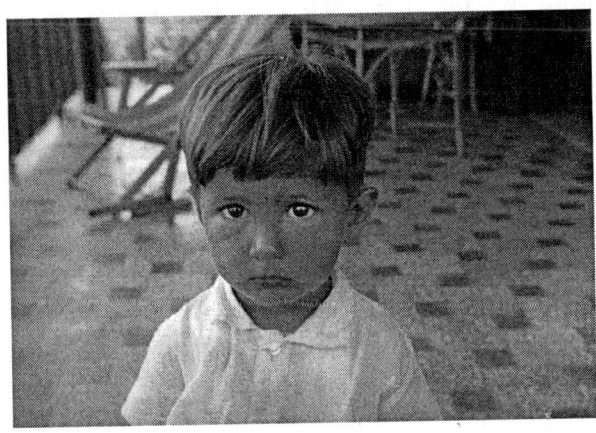

எனக்கு ஐந்து வயதாக இருக்கும்போது கொஞ்ச நாட்களுக்கு வேறொரு வீட்டில் தங்குவதற்காக

இஸ்தான்புல்

அனுப்பப்பட்டேன். என் அம்மாவுக்கும் அப்பாவுக்குமிடையே தொடர்ந்து நடந்துகொண்டிருந்த பூசல்களின் காரணமாகச் சிறிது காலத்திற்கு இருவரும் பிரிந்திருப்பது என்ற வழக்கமான உடன்படிக்கை ஒன்றின் இறுதியில் அவர்களை பாரீஸ் நகரத்தில் சந்திக்கவைத்து சமாதான முயற்சி நடத்தப்பட்டது. அதன் விளைவாக என் அண்ணனும் நானும் இஸ்தான்புல்லில் வெவ்வேறு இடங்களில் தங்கவைக்கப்பட வேண்டுமென முடிவெடுக்கப்பட்டது. என் அண்ணன் நகரின் மையப்பகுதியான நிஷாந்தஷியில் என் பாட்டி வீடான 'பாமுக் அபார்ட்மென்ட்ஸ்'ஸிலேயே இருக்க, நான் சிஹாங்கிர் பகுதியில் அத்தை வீட்டுக்கு அனுப்பப்பட்டேன். இந்த வீட்டில் என்னை மிகவும் அன்பாகக் கவனித்துக்கொண்டார்கள். அந்த வீட்டின் சுவரில் ஒரு குழந்தையின் படம் மாட்டப்பட்டிருந்தது. அத்தையும் மாமாவும் அவ்வப்போது அந்தக் குழந்தையைச் சுட்டிக் காட்டி, "இது யார் தெரிகிறதா? நீதான்!" என்று புன்னகைப்பார்கள்.

அந்த வெள்ளை பிரேமிட்ட படத்திலிருந்த அந்த மான் விழி சிறுவன் சற்று என்னைப் போலவே இருந்தான் என்பதென்னவோ உண்மைதான். நான் சில நேரங்களில் அணிகின்ற தொப்பியைக்கூட அவன் அணிந்திருந்தான். ('அழகான குழந்தை' என்று தெரிய வேண்டுமென்பதற்காக

ஓரான் பாமுக்

அபத்தமாக வரையப்பட்டிருந்த அந்தப் படத்தை ஐரோப்பாவிலிருந்து யாரோ வாங்கி வந்திருந்தார்கள்.) அந்தப் படத்தில் இருப்பது நான் அல்ல என்று எனக்குத் தெரிந்திருந்தது. இருந்தாலும் எனக்குள் அந்தக் கேள்வி எழுந்துகொண்டே இருந்தது. அந்த இன்னொரு வீட்டில் இருக்கும் மற்றொரு ஓரான் இவன் தானோ?

நானும் இப்போது வேறொரு வீட்டில்தான் இருக்கிறேன். நான் இங்கே அனுப்பப்பட்டிருப்பதே எனது இரட்டையை சந்திக்க வேண்டும் என்பதற்காகத்தானா? எனக்கு என் சொந்த வீட்டுக்கு உடனே திரும்ப வேண்டும் போலிருந்தது. அந்த மற்றவனை சந்திப்பது என்பது எந்த விதத்திலும் மகிழ்ச்சியளிக்கக் கூடியதாக இருக்குமென்று எனக்குத் தோன்றவில்லை. என் மாமாவும் அத்தையும் அந்தப் படத்திலிருக்கும் பையனைக் காட்டி கிண்டல் செய்யும் போதெல்லாம் என் மனதின் சிக்கல்கள் அவிழ்ந்துக்கொள்வதைப் போல உணர்ந்தேன்: என்னைப் பற்றிய சுய எண்ணங்களும் என் வீடும் என் புகைப்படமும் என்னை ஒத்திருக்கும் அந்தப் படமும் என்னுடைய ஜாடையில் இருக்கும் அச்சிறுவனும் அந்த மற்றொரு வீடும் குழப்பமாக ஒன்றுகலந்து அலைக்கழிக்க, எனக்கு உடனே என் வீட்டுக்குப் போக வேண்டும், என் குடும்பத்தார் சூழ இருக்க வேண்டும் என்ற ஏக்கம் அதிகரித்தது.

விரைவிலேயே என் விருப்பம் நிறைவேறியது. ஆனால் இஸ்தான்புல்லில் எங்கேயோ ஒரு வீட்டில் வசிக்கும் அந்த இன்னொரு ஓரான் பற்றிய பிரமை எப்போதுமே என்னை விட்டு விலகவில்லை. என் பிள்ளைப் பருவம் முழுக்க ஆக்கிரமித்து, வாலிப வயதிலும் அவன் என் எண்ணங்களைப் பீடித்திருந்தான். குளிர்கால மாலை நேரங்களில் நகர வீதிகளில் நடந்து செல்கையில் வழியில் இருக்கும் வீடுகளின் மங்கலான ஆரஞ்சு வெளிச்சத்தில் மகிழ்ச்சியும் அமைதியும் நிறைந்த சுகமான வாழ்க்கை வாழ்ந்து வரும் குடும்பங்களைக் கூர்ந்து பார்த்தபடி நடப்பேன். இந்த வீடுகள் ஏதாவது ஒன்றில்தான் அந்த ஓரான் இருக்கக்கூடும் என்ற எண்ணம் என்னைத் துணுக்குறச் செய்யும். வயதாக ஆக, இந்த பிரமை ஒரு கற்பனையாக மாறி, அந்தக் கற்பனை அதன்பின் தொடர்ந்து என்னை அச்சுறுத்தி வந்த துர்க்கனவாக மாறியது. அந்தக் கனவுகளில் இந்த ஓரான் வரும்போதெல்லாம் – அவன் எப்போதுமே அந்த இன்னொரு வீட்டில்தான் இருந்தான் – பயத்தில் வீறிட்டு அலறுவேன்; சில கனவுகளில் நானும் அவனும் மௌனமாக ஒருவரையொருவர் முறைத்துக்கொண்டே நிற்போம். தூக்கத்திற்கும் விழிப்பிற்கும் இடையே சொப்பனாவஸ்தையில் ஊசலாடிக்கொண்டு, என் தலையணைக்குள் என் வீடும் என் தெருவும் உலகத்தில் எனக்கான இடமும் பொதிந்திருப்பதைப் போல முகத்தைப் புதைத்துக்கொண்டு படுக்கையில் சுருண்டுகொள்வேன். எப்போதெல்லாம் வருத்தத்தில் ஆழ்கிறேனோ அப்போதெல்லாம் அந்த இன்னொரு வீட்டுக்கு, அந்த இன்னொரு வாழ்க்கைக்கு, அந்த இன்னொரு ஓரான் இருக்கும் இடத்திற்குப் போய்விடுவதைப் போலக் கற்பனை செய்துகொள்வேன். என்னதான் இருந்தாலும் அவன் என்பது நானேதான் என்று என்னை நானே அரைகுறையாகச் சமாதானப்படுத்திக்கொண்டு, அவன் அவ்வளவு மகிழ்ச்சியோடு இருப்பது குறித்து சந்தோஷப்பட்டுக்கொள்வேன். அந்த சந்தோஷத்தில் எனக்கு என் நகரத்தின் கற்பனைப் பகுதியிலிருந்த அந்த மற்றொரு வீட்டைத் தேடிப் போக வேண்டிய அவசியம் இல்லையென்று தோன்றிவிடும்.

இங்கே ஆதாரமான ஒரு விஷயத்தைச் சொல்ல வேண்டும்: நான் இஸ்தான்புல்லை விட்டு வெளியே சென்றதே கிடையாது. என் சிறுபிராயத்தின் வீடுகளை, வீதிகளை, என் சுற்றுப்புறங்களை விட்டு வெளியே சென்றதேயில்லை. பல்வேறு காலகட்டங்களில் இந்நகரின் வெவ்வேறு பகுதிகளில் வாழ நேர்ந்திருந்தாலும் ஐம்பது வருடங்கள் கழித்து, என்னை முதன்முதலாகப் புகைப்படம் எடுத்த, என் அம்மா என்னை இரு கைகளால் தூக்கி வெளியுலகத்தை எனக்குக் காட்டிய அதே பாமுக் அபார்ட்மென்ட்ஸில்தான் இப்போதும் இருக்கிறேன். இந்த ஸ்திரத்தன்மைக்கு ஏதோ ஒரு விதத்தில் என் கற்பனை நண்பனும் எங்களுக்கிடையேயிருந்த பந்தத்தில் நான் அடைந்த ஆறுதலும்கூட காரணமாக இருக்கக்கூடுமென்று நினைக்கிறேன். ஆனாலும் நாம் இப்போது வாழ்வது கூட்டுக் குடிப்பெயர்வுகளும் படைப்பாக்கக் குடியேறிகளும் நிறைந்த காலத்தில் என்பதால், நான் ஏன் ஒரே இடத்தில், அதுவும் ஒரே கட்டிடத்தில் வசித்துவருகிறேன் என்று சில சமயங்களில் என்னிடம் வற்புறுத்திக் கேட்கப்படும்போது பதிலளிக்கத் திணறிப் போகிறேன். என் அம்மாவின் துயரம் தோய்ந்த குரலும் கூடவே கேட்கிறது: “நீ ஏன்

வெளியே எங்குமே போக மாட்டேனென்கிறாய்? ஒரு மாறுதலுக்காக எங்காவது சுற்றுப்பயணம் சென்று வரலாமே . .?”

கான்ராட், நபக்கோவ், நைபால் – இவர்களெல்லாம் மொழிகளையும் கலாச்சாரங்களையும் நாடுகளையும் கண்டங்களையும் நாகரிகங்களையும்கூட பெயர்ந்து வர முடிந்தவர்களாக இருக்கிறார்கள். நாடுகடத்தலால் அவர்களின் கற்பனைகள் செறிவூட்டப்பட்டிருக்கின்றன. வேர்களின் வழியாக அல்ல, வேர்களற்ற நிலையினால் ஊட்டப்பட்ட செறிவு அவர்களுடையது. ஆனால் என்னைச் செறிவூட்டிக்கொள்ள அதே நகரத்தில், அதே தெருவில், அதே வீட்டில், அதே சாளரக் காட்சிகளைப் பார்த்துக்கொண்டிருக்க வேண்டியிருக்கிறது. இஸ்தான்புல்லிற்கான விதி, எனக்கான விதி: இந்த நகரத்தோடு நான் ஏன் பிணைக்கப்பட்டிருக்கிறேனென்றால், இதுதான் இப்போது நான் எதுவாக இருக்கிறேனோ அதுவாக என்னை உருவாக்கியிருக்கிறது.

நான் பிறப்பதற்கு நூற்றி இரண்டு வருடங்களுக்கு முன் இஸ்தான்புல்லிற்கு வருகை புரிந்த ஃபிளாபெர்ட், நிரம்பி வழியும் இந்நகரின் வீதிகளில் பிரவாகமாகச் செல்லும் பல்வகைப்பட்ட மக்களால் கவரப்பட்டு, இன்னும் நூறாண்டுகள் கழித்து இஸ்தான்புல்தான் உலகத்தின் தலைநகரமாக இருக்கும் என்று ஒரு கடிதத்தில் குறிப்பிட்டிருந்தார். ஆனால் அதற்கு எதிர்மாறாகத்தான் நடந்தது. ஆட்டமன் சாம்ராஜ்யம் வீழ்ந்ததற்குப் பிறகு, இஸ்தான்புல் என்றொரு நகரம் இருந்ததையே உலகம் மறந்துபோயிற்று. நான் பிறந்த நகரம் வறியதாக, அலங்கோலமானதாக, அதன் இரண்டாயிரம் வருட சரித்திரத்தில் எப்போதும் இல்லாதபடி ஒதுக்கி வைக்கப்பட்டதாக மாறிப்போனது. என்னைப் பொறுத்தவரை இது அழிபாடுகளின் நகரம். முடிவுக்கு வந்த சாம்ராஜ்ஜியத்தின் துயரத்தில்

எப்போதும் அமிழ்ந்திருக்கும் ஒரு வாழ்ந்து கெட்ட நகரம். என் வாழ்க்கை முழுக்க இந்தத் துயரத்தோடு போராடிக்கொண்டிருப்பவனாக, (மற்ற இஸ்தான்புல் வாசிகள் எல்லோரைப் போலவும்) இதனை என் சொந்தத் துயரமாக மாற்றிக்கொண்டிருப்பவனாகவே இருந்து வந்திருக்கிறேன்.

வாழ்நாளில் குறைந்தபட்சம் ஒருமுறையாவது நமது பிறப்புச் சூழ்நிலையைப் பற்றி சுயபிரதிபலிப்பு செய்துகொள்கிறோம். உலகின் இக்குறிப்பிட்ட மூலையில், இக்குறிப்பிட்ட தினத்தில் எதற்காகப் பிறந்திருக்கிறோம்? நாம் பிறந்திருக்கும் இந்தக் குடும்பங்கள், வாழ்க்கை எனும் சூதாட்டத்தில் நமக்குக் கிடைத்திருக்கும் இந்த நாடுகள், இந்த நகரங்கள் – அவர்கள் நம்மிடமிருந்து நேசத்தை எதிர்பார்க்கிறார்கள்; முடிவில் நாம் அவர்களை மனதார நேசிக்கவும் செய்கிறோம் – ஆனால் இவையெல்லாம் நமக்கு இதைவிடச் சிறந்ததாகக் கிடைத்திருக்கலாமோ? அழிக்கப்பட்ட சாம்ராஜ்ஜியத்தின் சாம்பலுக்குள் புதைந்து கிடக்கும் ஒரு புராதன, வறிய நகரத்தில் பிறக்க நேர்ந்தது எனது துரதிருஷ்டம் என்று சில நேரங்களில் நினைத்திருக்கிறேன். ஆனால் எனக்குள்ளிருக்கும் குரல் இது உண்மையில் பேரதிருஷ்டம் என்றே அழுத்தமாகச் சொல்லி வருகிறது. பணம்தான் பிரச்சனையென்றால், நகரமே அடிமட்ட ஏழ்மையில் உழன்று கொண்டிருக்கையில் (சிலர் இதற்கு நேர் எதிரிடையாகத் திறம்படவே வாதிட்டிருக்கிறார்கள்) ஒரு வசதியான குடும்பத்தில் பிறந்திருக்கிறேன் என்பதால் நிச்சயமாக என்னை அதிருஷ்டசாலியென்றே கருதிக்கொள்ள வேண்டும். பெரும்பாலும் இதைப்பற்றி நான் குறைப்பட்டுக்கொள்வதில்லை. (நான் இன்னும் சற்று அழகானவனாக, இன்னும் சற்று திடகாத்திரமானவனாக இருந்திருக்கலாம் என்று தோன்றினாலும்) எனக்கென வழங்கப்பட்டிருக்கும் இவ்வுடலை நான் ஏற்றுக்கொண்டிருப்பதைப் போலவே, (ஒரு பெண்ணாகப் பிறந்திருந்தால் நன்றாக இருந்திருக்குமோவென்று இப்போதும் அப்பாவித் தனமாக என்னை நானே கேட்டுக்கொண்டிருந்தாலும்) என் பாலினத்தை நான் ஏற்றுக்கொண்டிருப்பதைப் போலவே, நான் பிறந்த இந்நகரத்தையும் ஏற்றுக்கொண்டிருக்கிறேன். இதுதான் என் விதி. இதனோடு வாதிட்டுக் கொண்டிப்பதில் பொருளில்லை. இந்தப் புத்தகம் விதியைப் பற்றியது . . .

மோடாவில் உள்ள ஒரு சிறிய தனியார் மருத்துவமனையில் 1952ஆம் வருடம் ஜூன் 7ஆம் தேதி நள்ளிரவில் நான் பிறந்தேன். அன்றிரவு மருத்துவமனையின் தாழ்வாரங்கள் அமைதியாக இருந்ததாம். உலகமும்தான். இரண்டு நாட்களுக்கு முன் ஸ்ட்ராம்போலினி எரிமலை திடீரென வெடித்துப் பிழம்புகளையும் சாம்பலையும் உமிழ்ந்ததைத் தவிர நமது கிரகத்தில் விசேஷமாக எதுவும் நடந்ததாகத் தெரியவில்லை. செய்தித்தாள்களில் அற்பச் செய்திகள் நிறைந்திருந்தன – கொரியாவில் சண்டையிடும் துருக்கிய ராணுவத்தைப் பற்றி, வடகொரியர்கள் உயிரியல் ஆயுதங்களைப் பயன்படுத்தத் தயாராகிக்கொண்டிருக்கிறார்கள் என்று அமெரிக்காவால் பரப்பப்பட்ட வதந்திகளைப் பற்றிச் சிற்சில செய்திகள். நான் பிறப்பதற்குச் சில மணிநேரங்களுக்கு முன்பு என் அம்மா அப்போது பரபரப்பாகப் பேசப்பட்டுவந்த உள்ளூர் செய்தி ஒன்றை படித்துக்கொண்டிருந்தாராம். இரண்டு நாட்களுக்கு முன்பு லங்காவில்

உள்ள ஒரு வீட்டின் பின்பக்க குளியலறை சன்னல் வழியே பயங்கரத் தோற்றம் கொண்ட ஒரு முகமூடி மனிதன் நுழைய முயற்சிப்பதை கோன்யா மாணவர் மையத்தைச் சேர்ந்த சிலர் கவனித்திருக்கிறார்கள். அந்த 'மாவீரர்கள்' அவனை விரட்டிக்கொண்டுவர, அவன் மர இழைப்பகக் கழிவுகள் கொட்டப்பட்டிருந்த கிடங்கு ஒன்றிற்குள் புகுந்து ஒளிந்துகொண்டிருக்கிறான். அந்த இடத்தைச் சுற்றிலும் விரட்டி வந்தவர்கள் முற்றுகையிட்டுவிட்டதால் அந்தத் திருடன் காவல் துறையை வாய்க்கு வந்தபடி திட்டிவிட்டு, தற்கொலை செய்துகொண்டிருக்கிறான். அதன் பிறகு அவன் உடலைப் பார்த்து அடையாளம் கண்டுகொண்ட ஒரு மர வியாபாரி, அதற்கு முந்தைய வருடம் பட்டப்பகலில் அவரது கடைக்குள் புகுந்து துப்பாக்கி முனையில் கொள்ளையடித்துச் சென்றவன் அவன்தான் என்று சாட்சி சொன்னாராம். இந்தச் சுவாரஸ்யமான செய்தியை என் அம்மா படித்துக்கொண்டிருந்தபோது அறையில் தனியாகத்தான் இருந்ததாக வருத்தமும் எரிச்சலும் கலந்து என்னிடம் பலவருடங்கள் கழித்துச் சொன்னார். அப்பா அதன்பிறகு அம்மாவை மருத்துவமனையில் சேர்த்திருக்கிறார். பிரசவம் ஆகாமல் வலி மட்டும் வெகுநேரத்திற்கு நீடித்துக்கொண்டிருந்ததால் அப்பா பொறுமையிழந்து அவர் நண்பர்களைப் பார்க்கப் போய்விட்டாராம். பிரசவம் ஆனபோது பக்கத்தில் அத்தை மட்டும்தான் இருந்திருக்கிறார். மருத்துவமனைக் கதவுகள் சாத்தப்பட்டுவிட்டதால் அத்தை சுற்றுச்சுவர் மீது ஏறி உள்ளே குதித்து வந்தாராம். அம்மா கண் விழித்து என்னை முதன்முதலாகப் பார்த்தபோது, என் அண்ணன் பிறந்தபோது இருந்ததைவிட நான் ஒல்லியாகத் தெரிந்ததாகச் சொல்வார்.

'சொன்னார்களாம்' 'பார்த்தார்களாம்' என்றே எழுத வேண்டிய கட்டாயம் எனக்கு இருக்கிறது. துருக்கிய மொழியில் இதுபோலக் கேள்விப்பட்ட தகவல்களைச் சொல்வதற்கென்று தனி வினைவடிவம் ஒன்று உண்டு. கண்ணால் பார்க்காத விஷயங்களைச் சொல்லவும் நாம் பார்த்திருக்க வாய்ப்பில்லாத கனவுகள், தேவதைக் கதைகள், பழைய சம்பவங்கள் போன்றவற்றை இந்த வினைவடிவத்தைப் பயன்படுத்திச் சொல்வோம். நமது குழந்தைப் பருவ அனுபவங்களை, நமது தொட்டில் சம்பவங்களை, நம்மைக் கூட்டிச்சென்ற குழந்தை வண்டிகளை, நமது முதல் காலடிகளை நம் பெற்றோர்கள் நம்மிடம் வர்ணிக்கும்போது, அவற்றை வேறு யாருக்கோ நடந்த சுவாரஸ்யமான கதைகளைப் போல ஆர்வத்தோடு உன்னிப்பாகக் கேட்டுக்கொண்டு, பின்னர் அவற்றை நினைவுகூரும் போது பயன்படுவது இந்த விசேஷமான வினை வடிவம். கனவுகளில் நம்மை நாமே பார்த்துக்கொள்வதைப் போன்ற இனிமையான உணர்வு இது. ஆனால் அதற்காகப் பெரும் விலை ஒன்றை நாம் கொடுக்க வேண்டியிருக்கிறது. நாம் என்னவெல்லாம் செய்தோம் என்று மற்றவர்கள் சொல்வது நம் மனங்களில் ஆழப் பதிந்து, அவை நம்மைப் பற்றி நம் ஞாபகத்தில் இருக்கும் விஷயங்களைவிட அதிக முக்கியத்துவம் வாய்ந்ததாக மாறிவிடுகிறது. நமது வாழ்க்கையைப் பற்றி மற்றவர்களிடமிருந்து அறிந்து கொள்வதைப் போலவே, நாம் வாழும் நகரத்தைப் பற்றிய புரிதல்களையும் மற்றவர்கள் உருவாக்கி வழங்க அனுமதித்துக்கொள்கிறோம்.

எனது நகரத்தைப் பற்றியும் என்னைப் பற்றியும் நான் கேள்விப்பட்ட கதைகளை எனது சொந்த ஞாபகமாகவே ஒப்புக்கொள்ளும் சில அரிதான தருணங்களில் என் கதையை இந்த ரீதியில் சொல்வதற்கு இச்சையாக இருக்கும். "முன்னொரு காலத்தில் நான் ஓவியம் வரைந்துகொண்டிருந்தேன். இஸ்தான்புல் நகரத்தில் நான் பிறந்ததாக அறிகிறேன். எதையும் ஆர்வத்தோடு அவதானிக்கும் குழந்தையாக இருந்திருக்கிறேன் என்று நினைக்கிறேன். பிறகு என் இருபத்தி இரண்டு வயதில் ஏனென்றே தெரியாமல் திடீரென்று நாவல்கள் எழுதத் தொடங்கிவிட்டிருந்தேன்." எனது மொத்த கதையையும் இதே நடையில் – என் வாழ்க்கை என்பது வேறு யாருக்கோ நடந்ததைப் போல, என் குரல் மங்கித் தேய, மெய்மறந்து விரியும் ஒரு கனவைப் போல – எழுதியிருக்கலாம். அழகாகத்தான் இருந்திருக்கும். ஆனால் நமது முதல் வாழ்க்கையைப் பற்றி நாம் சொல்கின்ற தோன்மங்கள், நாம் விழித்திருக்கும்போது தொடங்குவதாக இருக்கும் நமது நம்பத் தகுந்த, பொலிவும் தெளிவும் வாய்ந்த இரண்டாவது வாழ்க்கைக்கு நம்மை ஆயத்தமாக்குமென்று என்னால் ஒப்புக்கொள்ள முடியாதென்பதால் ஒரு காப்பியத்திற்குப் பொருத்தமான மொழியாக அது இருக்க முடியாது என்று முடிவுசெய்தேன். ஏனென்றால், என்னைப் போன்ற ஆசாமிகளுக்கு இந்த இரண்டாவது வாழ்க்கை என்பது உங்கள் கையில் இருக்கும் புத்தகத்தைத் தவிர வேறு கிடையாது. ஆதலினால் அன்பு வாசகரே, தயவுசெய்து கூர்ந்துகவனியுங்கள். உங்களிடம் வெளிப்படையாக, நேராகப் பேசப் போகிறேன். அதற்குக் கைம்மாறாக இப்புத்தகத்தைப் பரிவோடு அணுக வேண்டுமென்று உங்களிடம் வேண்டிக்கொள்கிறேன்.

2

இருண்ட அருங்காட்சியக இல்லத்தில் புகைப்படங்கள்

என் அம்மா, என் அப்பா, என் அண்ணா, என் பாட்டி, என் மாமாக்கள், அத்தைகள் என எல்லோரும் அந்த ஐந்து மாடி அடுக்ககத்தின் வெவ்வேறு தளங்களில் வசித்து வந்தோம். நான் பிறப்பதற்கு ஒரு வருடத்திற்கு முன்பு வரை (ஆட்டமன் வம்ச பெரும்குடும்பங்கள் பலவற்றைப் போலவும்) எங்கள் குடும்பத்தின் பங்காளிகள் எல்லோரும் ஒரு மாபெரும் கருங்கல் மாளிகையில் ஒன்றாக வசித்துவந்திருக்கிறார்கள்; 1951இல் அக்கட்டடத்தை ஒரு தனியார் தொடக்கப் பள்ளிக்கு வாடகைக்கு விட்டுவிட்டு, அதனை ஒட்டியிருந்த காலியிடத்தில் நவீனமான கட்டிடத்தைக் கட்டி அதற்கு இடம்பெயர்ந்தார்கள். நான் பிறந்து, வளர்ந்து என் வீடு என்று அறிந்துகொண்ட இக்கட்டடத்தின் முகப்பில் அக்காலத்தைய மோஸ்தரின் படி 'பாமுக் அபார்ட்மென்ட்ஸ்' என்று பெயர்ப் பலகையைப் பெருமையாகப் பதித்துவைத்திருந்தனர். நாங்கள் நான்காம் தளத்தில் வசித்துவந்தோம். அம்மாவின் இடுப்பிலிருந்து கீழே இறங்கி ஓடும் வயது வந்தப் பிறகு இந்தக் கட்டடம் முழுவதையும் நான் ஆக்கிரமித்துக்கொண்டேன். எல்லாத் தளங்களிலும் உள்ள வீடுகள் அனைத்தும் எனக்கு சொந்தமாகிவிட்டன. ஒவ்வொரு தளத்திலும் குறைந்தது ஒரு பியானோ வாத்தியமாவது இருந்தது ஞாபகத்தில் இருக்கிறது. நாள் முழுக்க செய்தித்தாள்களைப் படித்தபடி காலம் தள்ளிக் கொண்டிருந்த என் சித்தப்பா ஒரு வழியாக பேப்பரைக் கீழே வைத்துவிட்டு திருமணம் செய்துகொண்டபோது, அவருடைய புதுமனைவி பியானோவையும் தன் கையோடு எடுத்துவந்தார். முதல் தளத்தில் அடுத்த அரை நூற்றாண்டு காலத்திற்குச் சன்னலுக்கு வெளியே பார்வையை வெறித்தபடி அமர்ந்திருந்த அவர் பியோனோ வாசித்து நான் பார்க்கவேயில்லை. இந்த பியானோவை மட்டுமல்ல, அங்கிருந்த எந்தவொரு பியானோவையும் யார் ஒருவருவரும் வாசித்ததேயில்லை.

பியானோக்களைப் பார்க்கும்போது எனக்குச் சோகம் மேலிடுவதற்கு இதுதான் காரணமாக இருக்கக்கூடும்.

இசைக்கப்படாதவை பியானோக்கள் மட்டுமல்ல; ஒவ்வொரு அபார்ட்மென்ட்டிலும் பூட்டப்பட்ட கண்ணாடி அலமாரிகளுக்குள் இதுவரை யாருடைய விரல் நுனிகளும் தீண்டியிருக்காத சீனப் பீங்கான் கலன்களும் தேநீர்க் கோப்பைகளும் வெள்ளிப் பாத்திரங்களும் சர்க்கரைக் கிண்ணங்களும் மூக்குப்பொடி டப்பாக்களும் கிரிஸ்டல் கிளாஸ்களும் பன்னீர் சொம்புகளும் தட்டுகளும் தூபகலசங்களும் அடுக்கப்பட்டிருக்கும். நான் விளையாடும் குட்டிக்கார் பொம்மைகளையும் சில நேரங்களில் இவற்றிற்கு நடுவில் ஒளித்துவைப்பேன். ராஜமுத்து பதித்த இழுப்பறைகளின் தலைப்பாகை அறை தலைப்பாகைகள் இல்லாமல் வெற்றாக இருக்கும். எதையோ ரகசியமாக மூடிவைத்திருப்பதைப் போல இருக்கும் ஜப்பானிய, பிரெஞ்சு ஓவியத் திரைகளை விலக்கிப் பார்த்தால் எதுவும் இருக்காது. நூலகத்தில், கண்ணாடிக் கதவுகளுக்குப் பின்னால் அலமாரிகளில் என் டாக்டர் சித்தப்பாவின் மருத்துவ நூல்கள் புழுதியேறிக் கிடக்கும். இருபது வருடங்களுக்குமுன் அமெரிக்காவுக்கு அவர் குடிபெயர்ந்து சென்ற பிறகு இந்தப் புத்தகங்களின் மேல் வேறொரு மனிதனின் விரல் பட்டதில்லை. இந்த அறைகள் எல்லாம் உயிரோடிருப்பவர்களுக்காக அல்ல, இறந்தவர்களுக்கானவை என்று எனது குழந்தை மனதிற்குத் தோன்றும். (திடீர் திடீரென்று ஒரு காபி டேபிளோ அல்லது மர அலமாரியோ ஒரு அறையிலிருந்து காணாமற் போய், வேறொரு அறையில் அமர்ந்திருக்கும்.)

எங்கள் பாட்டியின் வெள்ளி இழை பின்னிய நாற்காலிகளில் நாங்கள் யாராவது ஒழுங்கான விதத்தில் உட்காராமல் இருந்தால், அவர்

உடனே, "நேராக உட்கார்!" என்று அதட்டுவார். அமர்வுக்கூடம் என்பது சௌகரியமாக உட்காருவதற்கான இடம் அல்ல. வந்திருக்கும் மானசீக விருந்தினருக்கு அந்த வீட்டில் இருப்பவர்கள் மேலை நாகரிகத்தை ஒழுகுபவர்கள் என்று காட்டுவதற்கான ஓர் அருங்காட்சியகம். ரம்ஜான் நோன்பை அனுசரிக்காத ஒருவன் குஷன்களும் திவான் மெத்தைகளும் நிறைந்த அறை ஒன்றில் குறுக்குக்கால் போட்டு அமர்ந்திருக்கும்போது உண்டாகும் குற்றவுணர்ச்சியை விட அவனுக்கு இந்தக் கண்ணாடி அலமாரிகளுக்கும் ஊமை பியானோக்களுக்குமிடையில் இருக்கும்போது குறைச்சலாகவே உறுத்தல் ஏற்படக்கூடும். மேலை நாகரிகம் என்பதை இஸ்லாமிய சட்டங்களிலிருந்து விடுபட்ட சுதந்திரம் என்றே எல்லோரும் நினைத்து வந்தாலும் இந்த மேலை நாகரிகத்தால் உபயோககரமாக வேறு என்ன பலன் கிடைக்கிறது என்று யாருக்கும் உறுதியாகத் தெரியாமலேயே இருந்து வந்தது. எனவே, இதுபோன்ற அமர்வுக்கூட அருங்காட்சியகங்கள் இஸ்தான்புல்லின் செல்வச் செழிப்பான வீடுகளில் மட்டும்தான் இருந்ததாக நினைத்துக்கொள்ள வேண்டாம், இவ்வாறாக மேலைத் தாக்கத்தைத் தாறுமாறாகப் பறைசாற்றும் இருளடைந்த, (சில சமயங்களில் கவித்துவமான) அமர்வுக்கூடங்களை அடுத்த ஐம்பது வருடங்களில் துருக்கி முழுக்கப் பார்க்க முடிந்தது. 1970களில் தொலைக்காட்சியின் வருகைக்குப் பின்னரே இவற்றின் மவுசு குறையத் தொடங்கியது. வீட்டில் உள்ள அனைவரும் ஒன்றாக அமர்ந்து இரவுச் செய்திகளைப் பார்ப்பதில் உள்ள சந்தோஷம் தெரியத் தொடங்கியதும் இந்த அமர்வுக்கூடங்கள் அருங்காட்சியகத்திலிருந்து சினிமா தியேட்டர்களாக உருமாறத் தொடங்கின. ஆனால் இப்போதும் சில பழைய, சனாதன குடும்பங்களில் தொலைக்காட்சிப் பெட்டியை நடுக்கூடத்தில் வைத்துவிட்டு அருங்காட்சியக அமர்வுக்கூடத்தைப் பூட்டிவைத்திருப்பதைப் பார்க்கலாம். யாராவது முக்கிய விருந்தாளிகள் வரும்போதும் விடுமுறை நாட்களிலும் அதைத் திறந்துவைப்பார்கள்.

ஆட்டமன் மாளிகையைப் போல எங்கள் நவீன அபார்ட்மென்ட்ஸிலும் எல்லாத் தளங்களுக்குமிடையே இடைவிடாத போக்குவரத்து இருந்ததால் எல்லா வீட்டுக் கதவுகளும் எப்போதும் திறந்தே இருந்தன. என் அண்ணன் பள்ளிக்குச் செல்லத் தொடங்கிய பிறகு, மாடி வீடுகளுக்கு நான் தனியாகச் செல்வதற்கு அனுமதி கிடைத்தது. என் அப்பாவழிப் பாட்டி படுத்த படுக்கையாக இருந்தார். அவரைப் பார்க்கப் போகும்போது அம்மாவும் கூட வருவார். பாட்டியின் அறைச் சன்னல்களின் வலைத்துகில் திரைச் சீலைகள் எப்போதும் மூடியேயிருக்கும். அடுத்து இருந்த கட்டடம் மிக நெருக்கத்தில் இருந்ததால் சன்னலைத் திறந்து வைத்திருந்தாலும்கூட அந்த அறை, குறிப்பாகக் காலை நேரங்களில், இருட்டாகவே இருந்தது. எனவே அந்த வீட்டின் கனமான தரை விரிப்புகளின் மேல் உட்கார்ந்துகொண்டு புதிதாக ஏதாவது ஒரு விளையாட்டைக் கண்டுபிடித்து விளையாடிக் கொண்டிருப்பேன். ஐரோப்பாவிலிருந்து எனக்கு யாரோ வாங்கிவந்து கொடுத்திருந்த குட்டிக்கார் பொம்மைகளைத் துல்லியமான நேர்க்கோட்டில் நிற்க வைத்து ஒன்றன் பின் ஒன்றாக என் மானசீக நிறுத்தகத்திற்குள் ஓட்டிச்சென்று நிறுத்துவேன். பின், தரை விரிப்புகளைக் கடல்களாகவும் மேஜை நாற்காலிகளைத் தீவுகளாகவும் கற்பனை செய்துகொண்டு,

(கால்வினோவின் பேரன் தரையைத் தொடாமல் மரத்தை விட்டு மரம் தாவிக்கொண்டிருப்பதைப் போல) தண்ணீரைத் தொட்டுவிடாமல் நாற்காலி விட்டு நாற்காலிக்கும் மேஜைக்கும் தாவிக்கொண்டிருப்பேன். இந்த அந்தரத்தில் தாவும் சாகசமும் சோபாக்களின் கைகளில் குதிரை மேல் சவாரி செய்வதைப் போல கற்பனை செய்துகொண்டு உட்கார்ந்து ஆடுவதும் (ஹேபெலியாடாவின் குதிரை வண்டிகள் இந்தக் கற்பனைக்கு ஆதாரமாக இருந்திருக்கக்கூடும்) சலிப்படைந்துவிட்டால் இன்னொரு விளையாட்டில் ஈடுபடுவேன். இந்த விளையாட்டு நான் வளர்ந்து பெரியவனான பின்பும் தொடர்ந்து வந்தது. நான் உட்கார்ந்திருக்கும் அறை, படுக்கையறையாகவோ வகுப்பறையாகவோ படைவீரர் வளாகமாகவோ மருத்துவமனை அறையாகவோ அரசு அலுவலகமாகவோ இருந்தாலும் அந்த இடம் வேறு ஏதோவோர் இடமாக, வேறு ஏதோ ஓரிடத்தில் இருப்பதாகக் கற்பனை செய்துகொள்வேன். இந்தப் பகற்கனவில் சக்தி செலவழிந்துவிட்ட பிறகு, எல்லா மேஜைகளிலும் டெஸ்க்குகளிலும் சுவரிலும் நீக்கமற நிறைந்து இருக்கின்ற புகைப்படங்களில் மூழ்கிவிடுவேன்.

வேறு எதற்கும் உபயோகப்படுத்திப் பார்க்காததால், பியானோக்கள் என்பவை புகைப்படங்களை நிறுத்திவைப்பதற்கான ஸ்டேண்டுகள் என்றே நினைத்துவந்தேன். பாட்டியின் அறையில் வெவ்வேறு அளவுகளில் சிறியதும் பெரியதுமாகப் புகைப்படங்கள் மாட்டியிருக்காத இடமே ஒன்றுகூடக் கிடையாது. இருப்பதிலேயே மிகவும் கம்பீரமானவை என் பாட்டி, தாத்தாவினுடைய இரண்டு உருவப்படங்கள். தாத்தா 1934இல் காலமாகிவிட்டவர். இந்த இரண்டு படங்களும் அறைக்குள்ளே நுழையும்போது உடனே கண்ணில் படும்படி இதுவரை ஒருபோதும் பயன்படுத்தியிராத கணப்புக்கு மேல் எதிர் சுவரில் மாட்டப்பட்டிருக்கும். இப்போதும்கூட தபால் தலைகளில் அச்சிடப்படும் ஐரோப்பிய ராஜா ராணிகளைப் போல ஒருவரை நோக்கி ஒருவர் சற்றே ஒருக்களித்து பார்த்துக்கொண்டிருப்பதைப் போல வரையப்பட்டிருக்கும் அவர்களின் செருக்கான தோற்றத்தைப் பார்க்கின்ற எவருக்கும், இந்தக் குடும்பத்தின் கதை இவர்களிடமிருந்துதான் ஆரம்பிக்கிறது என்று உடனே புரிந்துபோகும்.

அவர்கள் இருவரும் மனீஸாவுக்கருகிலிருந்த கோர்தெஸ் என்ற நகரத்தைச் சேர்ந்தவர்கள். அவர்களுடைய வெளுப்பான தேகம், வெள்ளை நிறக் கேசத்தின் காரணமாக அவர்கள் குடும்பம் பாமுக் (பருத்தி) என்று அழைக்கப்பட்டது. என் அப்பாவழி பாட்டி சர்கேஸிய இனத்தவர் (சர்கேஸிய பெண்கள் உயரமாக, அழகாக இருப்பதால் ஆட்டமன் அந்தப்புரங்களில் பிரசித்தி பெற்றவர்கள்). என் பாட்டியின் அப்பா 1887–88இல் ரஷிய ஆட்டமன் யுத்த சமயத்தில் அனடோலியாவுக்கு குடிபெயர்ந்திருந்தார். அவர் முதலில் குடியமைத்த இஸ்மீரில் இப்போதுகூட எங்களுக்குச் சொந்தமான ஒரு வீடு காலியாக இருப்பதாக அவ்வப்போது பேச்சு எழும். அங்கிருந்து பின்னர் இஸ்தான்புல்லில் குடியேறினார். என் தாத்தா சிவில் இன்ஜினீயரிங் படித்தது இங்குதான். 1930களில் புதிய துருக்கிய குடியரசு இருப்புப் பாதைகள் பதிப்பதிலும் கட்டுமானப் பணிகளிலும் பெருமளவு முதலீடு செய்த காலகட்டத்தில் அவர் அபரிமிதமாகச் சம்பாதித்திருக்கிறார். பாஸ்ஃபரஸ்ஸில் கலக்கின்ற

சிற்றாறுகளில் ஒன்றான கூக்ஸு நதிக்கரையில் அவர் நிர்மாணித்த தொழிற்சாலையில் வடக்கயிற்றிலிருந்து புகையிலை உலர்த்தும் கொடி நூல் வரை தயாரிக்கப்பட்டதாம். 1934இல் அவர் தனது ஐம்பத்தி இரண்டாம் வயதில் காலமான போது விட்டுச் சென்றிருந்த திரளான சொத்தை என் அப்பாவும் அவர் சகோதரரும் வியாபாரம் செய்வதாக இறங்கி எவ்வளவுதான் முயன்றாலும் முழுசாக அழிக்க முடியவில்லை.

நூலகத்திற்கு நகர்ந்தால் அங்கே புதிய தலைமுறையினரின் மாபெரும் உருவப் படங்கள் சுவரில் ஒழுங்கான வரிசையில் அமைக்கப்பட்டு நம்மை வரவேற்கும். அவற்றின் உலர்பசை வண்ணத்திலிருந்து அவை ஒரே புகைப்படக்காரரின் கைவண்ணம் என்று தெரிந்துகொள்ளலாம். கடைசிச் சுவரில், என் கட்டுமஸ்தான சித்தப்பா ஊஸானின் புகைப்படம் இருக்கும். துருக்கியில் கட்டாய ராணுவப்பயிற்சி எடுத்துக்கொள்ளாமலேயே அமெரிக்காவிற்கு மருத்துவம் படிக்கச் சென்றுவிட்டதால் அவரால் தாய்நாட்டுக்குத் திரும்பவே முடியவில்லை. இதற்காக, பாட்டி தனது ஆயுள் முடியும்வரை சோகமாகவே முகத்தை வைத்துக்கொண்டிருந்தார். இன்னொரு கண்ணாடிக்கார சித்தப்பா அய்தின் தரைத்தளத்தில் வசித்துவந்தார். என் அப்பாவைப் போலவே அவரும் சிவில் இன்ஜினீயரிங் படித்துவிட்டு பல்வேறு தொழில்களை ஆரம்பித்து நடத்தினார்; எதுவும் தேறவில்லை. நான்காவது சுவரில் என் அப்பாவின் சகோதரி புகைப்படம் இருக்கும். பாரீஸில் பியானோ கற்றுக்கொண்டவர். அவருடைய கணவர் சட்டத்துறையில் உதவியாளராகப் பணிபுரிந்தார். அவர்கள் வசித்துவந்த பென்ட் ஹவுஸ் அபார்ட்மென்டுக்குத்தான் பலவருடங்கள் கழித்து நான் குடிபுகுந்தேன். இப்போது இந்தப் புத்தகத்தை எழுதிக்கொண்டிருப்பதும் இங்குதான்.

நூலகத்திலிருந்து வெளியே வந்து அருங்காட்சியகத்தின் பிரதான அறைக்குள் நுழைவதற்குமுன், இருட்டை மேலும் அதிகரித்துக் காட்டும் கிரிஸ்டல் விளக்குகளை நின்று பார்த்துவிட்டு நகர்ந்தால் எதிர்ப்படுவது தூசுபடிந்த கருப்பு வெள்ளை புகைப்படக் கூட்டம். வாழ்க்கை வேகமாக ஓடுவதைக் காட்டும் புகைப்படங்கள். இவற்றில் குழந்தைகள் எல்லோரும் திருமண நிச்சயதார்த்தங்களில், திருமணங்களில், அவர்கள் வாழ்வின் இதர மகத்தான தருணங்களில் காமிராக்களுக்கு போஸ் கொடுத்துக் கொண்டிருப்பார்கள். சித்தப்பா அமெரிக்காவிலிருந்து அனுப்பிய முதல் வண்ணப் புகைப்படங்களுக்கு அடுத்ததாக, நகரின் பல்வேறு பூங்காக்களில், டாக்ஸிம் சதுக்கத்தில், பாஸ்ஃபரஸ் கரையில் குடும்பத்தோடு குதூகலிக்கும் காட்சிகளைச் சிறைப்படுத்திய படங்கள். நானும் என் அண்ணனும் என் பெற்றோர்களோடு ஒரு திருமண நிகழ்ச்சியில் இருக்கும் படத்திற்குப் பக்கத்தில், பழைய வீட்டின் தோட்டத்தில் தனது புதிய காரோடு இருக்கும் தாத்தாவின் படம். அடுத்து, இன்னொரு சித்தப்பா அவரது புதிய காரோடு பாமுக் அபார்ட்மென்ட்ஸின் வாசலில் நிற்கும் புகைப்படம். அமெரிக்க சித்தப்பா அவருடைய முதல் மனைவியோடு எடுத்துக்கொண்ட படத்தை பாட்டி அகற்றிவிட்டு சித்தப்பாவின் இரண்டாவது மனைவி படத்தை மாட்டியது போன்ற அசாதாரண சம்பவங்களைத் தவிர, அருங்காட்சியகத்தில் மாட்டப்பட்ட படங்கள் அவற்றின் இடத்திலிருந்து

நகர்த்தப்படக் கூடாது என்ற பழைய விதி மீறப்பட்டதேயில்லை. ஒவ்வொரு படத்தையும் நான் நூற்றுக்கணக்கான முறைகள் பார்த்திருந்தாலும் அந்தக் குப்பைக்கூள அறைக்குள் போகும்போதெல்லாம் அந்தப் படங்கள் ஒவ்வொன்றையும் புதிது போல ஆராய்ந்து பார்க்காமல் ஒருமுறைகூட வெளியே வந்ததில்லை.

இந்தப் புகைப்படங்களைத் தொடர்ந்து பார்த்துக்கொண்டேயிருந்த பழக்கம், வாழ்வின் சில தருணங்களை நிரந்தரமாகப் பாதுகாத்து வைப்பதன் முக்கியத்துவத்தை உணரவைத்தது. காலம் முன்செல்லச் செல்ல, இந்தச் சட்டமிடப்பட்ட காட்சிகள் நமது தினசரி வாழ்க்கையில் எவ்வளவு வலுவான தாக்கத்தை ஏற்படுத்துகின்றன என்பதையும் கண்டுகொண்டேன். சித்தப்பா என் அண்ணனுக்குக் கணக்குப் பாடம் சொல்லித்தரும் படத்திற்குப் பக்கத்திலேயே முப்பத்தி இரண்டு வருடங்களுக்குமுன் எடுத்த சித்தப்பாவின் படத்தைப் பார்க்கும்போதும் என் அப்பா செய்தித்தாளை விரித்துவைத்துக்கொண்டு, கூட்டமான அறையில் எழுகின்ற சிரிப்பில் கலந்துகொள்ள முயற்சிக்கும் படத்துக்குப் பக்கத்தில் அவர் ஐந்து வயதில் பெண்ணைப் போல நீளமாகப் பின்னப்பட்ட முடியோடு இருக்கும் படத்தைப் பார்க்கும் போதும் பாட்டி இந்தத் தருணங்களைச் சிறைப் பிடித்து, சட்டமிட்டு வைத்திருப்பதன் காரணம், இவற்றை நாங்கள் நிகழ்காலத்தோடு பின்னிப் பிணைத்துக்கொள்ள வேண்டும் என்பதற்காகத்தான் என்று தெளிவாகப் புரிந்துபோகும். ஒரு புதிய தேசத்தை உருவாக்குவதைப் பற்றிப் பேச்சுவார்த்தை நடத்தும்போது பயன்படுத்தும் தொனியில் பாட்டி நடுத்தர வயதிலேயே காலமாகிவிட்ட தாத்தாவைப் பற்றிப் பேசிக்கொண்டு மேஜையிலும் சுவரிலும் இருக்கின்ற புகைப்படங்களைக் காட்டும்போது, என்னைப் போலவே அவரும் இந்த வாழ்க்கையை நிகழ்காலத்தில்

வாழ்ந்துகொண்டே அதே நேரத்தில் பரிபூரணத்துவத் தருணத்தைச் சிறைப் பிடிக்கும் ஏக்கத்திலும் சாதாரணமானவற்றை ஏற்றுக்கொண்டே, உன்னதமானவற்றை கௌரவப்படுத்தும் பெருமிதத்திலும் எதிரெதிர் திசைகளில் இழுபட்டுக்கொண்டிருக்கிறார் என்று தோன்றும். இந்தத் தடுமாற்றங்களைப் பற்றி யோசிக்கும் வேளையில் – வாழ்க்கையின் ஒரு விசேஷ தருணத்தைத் தேர்ந்தெடுத்து படம் பிடித்து வைத்துவிட்டால், மரணத்தை, வீழ்ச்சியை, கால ஓட்டத்தை வெல்வதாக அர்த்தமா? – சலிப்பு என்னை ஆட்கொள்ளும்.

ஒவ்வொரு வருடமும் தவறாமல் நடக்கின்ற பண்டிகை விருந்துகள், முடிவின்றி நீளும் மாலைநேரக் கொண்டாட்டங்கள், புத்தாண்டு விருந்துகள் எனக் குடும்பத்தில் உள்ள அனைவரும் ஒன்றுகூடி நடத்தும் கேளிக்கைகள் எனக்குச் சகிக்கமுடியாமல் இருந்தன. ஒவ்வொரு வருடமும் இதுதான் கடைசி என்று நினைத்துக்கொள்வேன்; அடுத்த வருடமும் தவறாமல் நடக்கும், நானும் விருந்தில் கலந்துகொள்ள வேண்டியிருக்கும். இந்த வழக்கத்தை என்னால் மீறவே முடியாதிருந்தது. சிறுவயதில் அந்த விருந்துகளில் பரிமாறப்படும் உணவுகளை நன்றாகவே ரசித்து சாப்பிட்டிருக்கிறேன். சாப்பாட்டு மேஜை நிறைந்திருக்கும்; (வோட்கா அல்லது ராக்கியின் பாதிப்பில்) சித்தப்பாக்கள் உரக்கச் சிரிப்பார்கள்; (தனக்குத்தானே சலுகை அளித்துக்கொண்டு குட்டிக் கோப்பைகளில் அருந்தும் பீரின் பாதிப்பில்) பாட்டி சாஸ்வதமாகப் புன்னகைத்துக்கொண்டிருப்பார். இவற்றைப் பார்க்கையில் புகைப்படங்களுக்கு வெளியே வாழ்க்கையில் எவ்வளவு சந்தோஷம் இருக்கின்றது எனத்தோன்றும். ஒரு மிகப்பெரிய, சந்தோஷமான குடும்பத்தைச் சேர்ந்தவன் என்ற பாதுகாப்புணர்வும் இவ்வுலகத்தில் மகிழ்ச்சியோடு வாழ்வதற்காகவே பிறந்திருக்கிறோம் என்ற பிரமையும் உள்ளுக்கும் பரவும் நேரத்திலேயே, இங்கே வாய்விட்டு சிரித்து, வேடிக்கைக் கதை பேசி உற்சாகமாக விருந்துண்டிருக்கும் இந்த உறவினர்கள் எல்லோரும் மறுபக்கத்தில் பணத்திற்காகவும் சொத்துக்காகவும் எந்தளவுக்கு விட்டுக் கொடுக்காமல் சச்சரவிட்டுக்கொண்டிருக்கிறார்கள் என்ற உண்மை உறைக்கும். வீட்டில் நாங்கள் தனியாக இருக்கையில் என்னிடமும் என் அண்ணனிடமும் அம்மா 'உங்கள் சித்தப்பா', 'உங்கள் பாட்டி' எவ்வளவு கொடுமைக்காரர்கள், ஈவிரக்கமில்லாதவர்கள் தெரியுமா என்று எப்போதும் குறை சொல்லிக்கொண்டிருப்பார். யாருக்கு எது சொந்தம், கயிறு தொழிற்சாலையில் யாருக்கு எவ்வளவு பங்கு, அபார்ட்மென்ட்டில் யாருக்கு எந்தத் தளம் என எல்லாவற்றிலும் மனஸ் தாபங்களும் பூசல்களும் இருக்கும். இவை எதற்கும் தீர்வு என்பதே எப்போதும் கிடைக்காது என்பது மட்டுமே ஒரே நிச்சயம். இந்தப் பூசல்கள் பண்டிகை விருந்துகளில் கண்ணில்படாமல் மறைந்துகொண்டாலும் இந்தக் கொண்டாட்டங்களுக்குப் பின்னால் மலையெனக் குவிந்திருக்கும் தீர்க்கப்படாத பிரச்சனைகளும் கடலளவு குற்றச்சாட்டுகளும் எனக்குத் தெரிந்தே இருந்தன.

எங்கள் மிகப்பெரிய குடும்பத்தின் ஒவ்வொரு கிளைக்கும் வேலைக்காரி ஒருத்தி இருப்பாள். அவளுடைய முக்கியக் கடமைகளில் ஒன்று சண்டைகளின்போது முதலாளி வீட்டுக்குச் சார்ந்திருப்பது.

இஸ்தான்புல்

எங்கள் வீட்டில் வேலை பார்த்த எஸ்மா ஹனிம், சித்தி வீட்டில் வேலைசெய்யும் இக்பாலைப் போய்ப் பார்ப்பாள்.

பின்னர் காலை உணவின்போது அம்மா அப்பாவிடம், "ஏடின் என்ன சொல்கிறாளாம் தெரியுமா?" என்று ஆரம்பிப்பார்.

அப்பா ஆர்வமாகவே கேட்டுக்கொள்வார். கதை முடிந்ததும் சுருக்கமாக, "சரி விடு, அதற்காக மண்டையை உடைத்துக்கொண்டிருக்காதே," என்று சொல்லிவிட்டு செய்தித்தாளில் மூழ்கிவிடுவார்.

இந்தப் பூசல்களுக்குப் பின்னால் இருக்கும் காரணங்களை முழுவதுமாகப் புரிந்துகொள்ளும் வயது எனக்கு இருக்காவிட்டாலும் ஆட்டமன் மாளிகையில் வசித்து வந்தபோது எவ்வளவு ஆடம்பரமாக இருந்தார்களோ அதேயளவுக்கு இப்போதும் ஊதாரித்தனமாக வாழ்க்கையை நடத்தும் எங்கள் குடும்பம் மெதுவாக மூழ்கிக்கொண்டு வருகிறது என்ற நிதரிசனத்தை (என் அப்பாவின் திவால் நோட்டீஸ்கள், அவ்வப்போது அவர் காணாமற் போய்விடுவது) நான் உணராமல் இல்லை. என்னையும் என் அண்ணனையும் ஷிஷ்லியில் உள்ள பாட்டி வீட்டுக்கு அம்மா கூட்டிச் செல்லும்போது, விவகாரங்கள் எவ்வளவு மோசமாக இருக்கின்றனவென்பது அவர்கள் பேச்சின் மூலம் தெரியும். நானும் என் அண்ணனும் விளையாடிக்கொண்டிருக்கும்போது பாட்டி அம்மாவைச் சமாதானப்படுத்துவதும், பொறுமையாக இருக்கும்படிச் சொல்வதும் கேட்கும். அம்மா எங்கள் வீட்டைத் துறந்துவிட்டு இந்தத் தூசு மண்டிய தாய் வீட்டுக்கே வந்துவிடுவாரோ என்ற பயம் பாட்டிக்கு இருந்திருக்கும். அந்த வீடு எங்களுக்கெல்லாம் எவ்வளவு அசௌகரியமாக இருக்கும் என்றும் அம்மாவும் நாங்களும் இங்கே இருந்தால் எவ்வளவு சிரமப்படுவோம் என்றும் ஓயாமல் சொல்லிக்கொண்டே இருப்பார்.

எப்போதாவது வெளிப்படுத்தும் கோபத்தைத் தவிர அப்பாவுக்கு வாழ்க்கை குறித்து எந்தப் புகாரும் இருந்ததில்லை. அவரது அழகான தோற்றம் குறித்தும் அறிவைக் குறித்தும் அவரது வசதி, அதிருஷ்டம் குறித்தும் குழந்தைத்தனமான மகிழ்ச்சியும் பெருமிதமும் அவருக்கு இருந்தது. வீட்டுக்குள்ளே இருக்கும்போது எப்போதும் உற்சாகமாக சீழ்க்கையடித்துக்கொண்டிருப்பார், கண்ணாடியில் தன் அழகிய பிம்பத்தை அடிக்கடிப் பார்த்துக்கொள்வார். எலுமிச்சையைப் பாதியாக வெட்டி கேசத்தில் பிரில்லியன்டைன் தைலம் போலத் தேய்த்துக் கொள்வார். அவருக்கு ஜோக்குகள், வார்த்தை விளையாட்டுகள், திடீர் ஆச்சரியங்கள் பிடிக்கும். கவிதை வாசிப்பும் தனது அறிவுக் கூர்மையை வெளிப்படுத்தும் வித்தைகளும் அவருக்கு அபிமானமானவை. அவ்வப்போது விமானம் ஏறி தூரதேசங்களுக்குப் போய்விடுவது எல்லாவற்றையும்விட அதிகம் பிடித்தமான பொழுதுபோக்கு. அவர் ஒருபோதும் திட்டுகிற, அதட்டுகிற, தண்டிக்கிற தகப்பனாக எங்களுக்கு இருந்ததில்லை. எங்களை வெளியில் கூட்டிச் செல்லும்போது நகரம் முழுக்கச் சுற்றுவோம். செல்லும் இடத்திலெல்லாம் புதிய நண்பர்களை ஏற்படுத்திக்கொள்வதை அவர்தான் கற்றுத்தந்தார். உலகம் என்பது சந்தோஷத்தை அனுபவிப்பதற்காக

உருவக்கப்பட்ட இடம் என்று அப்பாவோடு வெளியில் சென்ற பொழுதுகளில்தான் நினைக்கத் தொடங்கினேன்.

ஏதாவது பிரச்சனையோ கெடுதலோ சலிப்போ ஏற்பட்டால் அப்பாவின் உடனடியான எதிர்வினை அதனிடமிருந்து தலையைத் திருப்பிக் கொண்டு மௌனமாகி விடுவதுதான். அம்மாதான் அதிகார மையம். கட்டளைகள் இடுவது அவர்தான். புருவத்தை உயர்த்தி, வாழ்க்கையின் இருண்ட பகுதியை எடுத்துச்சொல்லி எங்களை எச்சரிப்பதும் அம்மாதான். அவரோடு இருக்கும்போது குதூகலமாக இருக்காது. ஆனாலும் சந்தர்ப்பம் கிடைக்கும் போதெல்லாம் வீட்டை விட்டுத் தப்பி ஓடிக்கொண்டிருந்த அப்பாவைவிட அம்மா எங்களுக்காகச் செலவழிக்கும் நேரமும் அன்பும் ஆதரவும் அதிகமாக இருந்ததால் நாங்கள் அம்மாவைத்தான் அதிகமாகச் சார்ந்திருந்தோம். வாழ்க்கையில் நான் கற்றுக்கொண்ட மிகக் கடுப்பான பாடம் என் அம்மாவின் அன்பைப் பெறுவதற்கு என் அண்ணன் எனக்குப் போட்டியாக இருக்கிறான் என்பதுதான்.

அப்பாவின் கண்டிப்பு இல்லாததாலோ என்னவோ என் அண்ணனுடன் எனக்கிருந்த போட்டி உக்கிரமடைந்துவிட்டது. உளவியல் ரீதியாக எதுவும் எங்களுக்குத் தெரிந்திருக்காவிட்டாலும் எனக்கும் என் அண்ணனுக்கும் இடையே உண்டாகிவந்த போர், ஒரு விளையாட்டைப் போலவே தோற்றம்கொண்டிருந்தது. எங்கள் சண்டையில் நாங்கள் இருவருமே வேறு யாரோ என்பதுபோலக் கற்பனை செய்துகொள்வோம். சண்டை ஓரானுக்கும் ஷெவ்கெத்துக்கும் அல்ல; கால்பந்து விளையாட்டில் என் அபிமான வீரனுக்கும் என் அண்ணனுக்குப் பிடித்தமான வீரனுக்கும் இடையில்தான். எங்கள் நாயகர்களே நாங்களாகிவிட்ட பிறகு சண்டையில் தீப்பிடிக்கும். சண்டை ரத்தத்திலும் அழுகையிலும் முடியும்போது நாங்கள்

இஸ்தான்புல்

இருவரும் சகோதரர்கள் என்பது மறந்து கோபமும் பொறாமையும் மட்டுமே எஞ்சியிருக்கும்.

எப்போதெல்லாம் சோர்வு ஏற்படுகிறதோ கஷ்டமோ சலிப்போ உண்டாகிறதோ யாரிடமும் ஒரு வார்த்தை சொல்லாமல் கீழ்த்தளத்தில் சித்தியின் மகனுடன் விளையாடவோ அல்லது பெரும்பாலும் மாடியில் பாட்டி வீட்டுக்கோ ஓடிவிடுவேன். ஒரே கடையிலிருந்து வாங்கிய நாற்காலிகள், உணவு மேஜைகள், கிண்ணங்கள், சாம்பல் குடுவைகள் என்று எல்லா அபார்ட்மென்ட்டுகளும் ஒன்றுபோலவே இருந்தாலும் ஒவ்வொரு அபார்ட்மென்டும் ஒரு தனி உலகமாக, வேறுபட்ட தேசமாகவே தோன்றின. என் பாட்டியின் அடைசலான அறையில், காபி மேஜைகள், கண்ணாடி அலமாரிகள், அவற்றின் பூச்சாடிகள், புகைப்படங்களின் மத்தியில் நான் வேறெங்கோ இருப்பதாகக் கற்பனை செய்துகொள்வேன்.

மாலைவேளைகளில் இந்த அறையில் எல்லோரும் குடும்பமாகக் கூடியிருக்கும்போது, பாட்டியின் அபார்ட்மெண்ட் ஒரு மிகப்பெரிய கப்பலின் மாலுமி அறையாக என் கற்பனையில் மாறிவிடும். இந்தக் கற்பனைக்கு முக்கியக் காரணம், பாஸ்ஃபரஸ் ஜலசந்தியின் போக்குவரத்து; அந்தக் கப்பல்களின் துக்ககரமான ஹார்ன் சத்தங்கள் என் கனவில்கூட நுழைந்து இருக்கின்றன. புயலுக்கு நடுவே என் கற்பனைக் கப்பலை நான் சாதுரியமாகச் செலுத்திக்கொண்டு செல்ல, என் சக ஊழியர்களும் பயணிகளும் உயர்ந்தெழும் அலைகளைக் கண்டு குலைநடுங்கியிருக்க, எனக்கு இந்தக் கப்பலும் எங்கள் குடும்பமும் எங்கள் விதியும் என் கையில்தான் இருக்கின்றன என்ற கேப்டனின் பெருமிதம் ததும்பும்.

இந்தக் கற்பனைக்கு என் அண்ணனின் சாகச காமிக்ஸுகள் உந்துதலாக இருந்திருக்கலாம் என்றாலும் கடவுள் குறித்த என் அபிப்பிராயங்களையும் தூண்டியிருக்கிறது. இந்நகரத்தை முடக்கிக்கொண்டு வரும் கொடிய

விதியின் கரங்கள் என் குடும்பத்தைத் தீண்டாது என்று நம்பி வந்தேன். ஏனென்றால் நாங்கள் பணக்காரர்கள் என்ற எண்ணம். ஆனால் என் அப்பாவும் சித்தப்பாவும் ஒருவர் மாற்றி ஒருவர் திவாலாகிக்கொண்டு, சொத்து கரைய, குடும்பம் சிதற, பணத்தை வைத்து பூசல்கள் வலுவடைய, என் பாட்டி வீட்டுக்குச் செல்லும் ஒவ்வொரு முறையும் எனக்குப் பெரும் துக்கத்தை அளித்ததோடு நிதரிசனத்தை ஒரு அடி கிட்டச் சென்று பார்க்கும் சந்தர்ப்பத்தையும் அளித்துவந்தது: ஆட்டமன் சாம்ராஜ்ஜியத்திற்கு நேர்ந்த வீழ்ச்சி இஸ்தான்புல் முழுக்கவும் பரவி, சுற்று வழியில் வந்ததால் கொஞ்சம் தாமதமாக என் குடும்பத்தையும் இறுதியில் விழுங்கிவிட்டது என்பதுதான் அந்த நிதரிசனம்.

3

நான்

எனக்கு நான்கு வயதாகும் போது ஆறு வயதான என் அண்ணனைப் பள்ளியில் சேர்ந்தார்கள். இரண்டு வருடங்களாக எங்களிடையே உக்கிரமாக வளர்ந்துவிட்டிருந்த இருமுகப் போக்கும் எதிர்ப்புணர்வும் இப்போது மங்கத் தொடங்கியன. எங்களுக்கிடையேயிருந்த போட்டி விலகி, அதிக பலம் கொண்டவன் என்பதால் என்னை அடக்கியாண்டு கொண்டிருந்ததும் முடிவுக்கு வந்தது. பாமுக் அபார்ட்மென்ட்ஸ் முழுவதும் என் ஆதிக்கத்தின் கீழ்வந்தது. அம்மாவின் முழுநேரக் கவனிப்பும் பங்கு போடப்படாமல் முழுமையாகக் கிடைக்கத் தொடங்கியது. தனிமையின் சந்தோஷங்களை அறிய முடிந்தது. மகிழ்ச்சியாக வளர்ந்தேன்.

அண்ணன் பள்ளியில் இருக்கும்போது அவனது வீரசாகச காமிக்ஸ் புத்தகங்களை எடுத்துப்புரட்டி, அவன் படித்துக்காட்டி கதை சொன்னவற்றை ஞாபகப்படுத்திக்கொண்டு நானே ‘படிக்க’ முயல்வேன். ஒரு கதகதப்பான இனிய பிற்பகல் நேரத்தில் அம்மா என்னைப் படுக்கவைததுவிட்டுச் சென்றதும் தூக்கம் வராமல் *Tom Mix* இதழ் ஒன்றை எடுத்து புரட்டிக்கொண்டிருந்தேன். திடீரென என் அம்மா ‘பிபி’ என்று சொல்லும் என் உறுப்பு விறைக்கத்தொடங்கியது. அப்போது ‘சிவப்புத் தோலன்’ என்ற அரை நிர்வாண வட அமெரிக்கப் பழங்குடி ஒருவனின் படத்தைப் பார்த்துக்கொண்டிருந்தேன். இடையில் மெல்லிசாக ஒரு கயிற்றில் கொடிபோல ஒரு சின்ன துணியை மாட்டியிருந்தான். துணியின் நடுவில் ஒரு வட்டம் வரையப்பட்டிருந்தது.

இன்னொரு பிற்பகல் நேரத்தில் படுக்கையில் போர்த்திக்கொண்டு என் கரடி பொம்மையிடம் பேசிக் கொண்டிருந்தபோது பைஜாமாக்குள் அதே இறுக்கத்தை உணர்ந்தேன். இந்த விநோதமான, மாய நிகழ்வு கரடியிடம் “நான் உன்னைத் தின்னப்போகிறேன்!” என்று சொன்னபோதுதான் நிகழ்ந்தது. இந்த உணர்வு பரவசமளிக்கக் கூடியதாக இருந்தாலும் இதை வெளியில் சொல்லக்

கூடாது என்றும் தோன்றியது. அந்தக் கரடியின் மேல் விசேஷமான பற்றுதல் ஒன்றும் எனக்கு இருந்ததில்லை, ஆனால் அந்தக் கரடியிடம் அதன்பிறகு ஒவ்வொருமுறை அப்படி மிரட்டும் போதும் இந்த உணர்ச்சி வந்துகொண்டேயிருந்தது. "நான் உன்னைத் தின்னப்போகிறேன்!" என்ற அவ்வார்த்தைகள் அம்மா சொல்லும் கதைகளிலிருந்து பெற்றவை. அது வெறுமனே விழுங்கிவிடுவது என்றில்லாமல் நிர்மூலமக அழிப்பது என்பதாக எனக்குள் ஆழ்ந்த பாதிப்பை உண்டாக்கியிருக்கிறதென்று உணர்ந்தேன். இன்னொன்றும் பின்னர் எனக்குத் தெரிந்தது. பாரசீக செவ்வியல் இலக்கியங்களில் 'திவ்ஸ்' என்ற வாலோடு கூடிய அரக்கன் பாத்திரங்கள் வரும். பல நுண்ணோவியர்கள் இவற்றைச் சைத்தான்களாகவும் ஜின்களாகவும் உருமாற்றி வரைந்திருக்கிறார்கள். இவை இஸ்தான்புல் வட்டார துருக்கிய பாஷையில் சொல்லப்படும் கதைகளில் பூதங்களாக மாற்றம் செய்யப்பட்டு சொல்லப்படும். இப்படிப்பட்ட ஒரு பூதத்தின் படத்தை *Dede Korkut* என்ற புகழ்பெற்ற துருக்கியக் காப்பியத்தின் சுருக்கப்பட்ட பதிப்பு ஒன்றின் அட்டையில் முதன்முதலாகப் பார்த்தேன். அந்தச் சிவப்புத் தோலனைப் போலவே இந்தப் பூதமும் அரை நிர்வாணமாக இருந்தது. இந்த உலகம் முழுவதையும் ஆள்பவன் அவன்தான் என்று அதைப் பார்க்கும்போது நினைத்தேன்.

இந்தக் காலகட்டத்தில்தான் என் சித்தப்பா ஒரு சிறிய ஃபிலிம் புரொஜெக்டர் வாங்கியிருந்தார். விடுமுறை நாட்களில் சார்லி சாப்ஸின், வால்ட் டிஸ்னி, லாரல் ஹார்டி குறும்படங்களை வாடகைக்கு எடுத்து

வருவார். தாத்தா பாட்டியின் மாபெரும் உருவப்படங்களை ஒரு விஸ்தாரமான சடங்கைப் போல அவர் கழற்றி எடுத்துவிட்டு, கணப்பு அடுப்பிற்கு மேல் சுவரில் படங்களைத் திரையிடுவார். சித்தப்பாவின் திரைப்பட சேகரிப்பில் ஒரு டிஸ்னி திரைப்படத்தை இரண்டே இரண்டுமுறை மட்டும்தான் திரையிட்டார். அதற்குக் காரணம் நான்தான். இந்தப் படத்தில் உயரமான கட்டடம் அளவுக்கு பூதாகரமான ஒரு அரக்கன் வருவான். மிக்கி மௌஸை அவன் துரத்திக்கொண்டு வர, அது ஒரு கிணற்றுக்குள் ஒளிந்துகொள்ளும். அந்த அரக்கன் ஒரே அடியில் கிணற்றை அடித்துப் பிளந்து தண்ணீரைக் குடிக்க, மிக்கி மௌஸ் அவன் வாய்க்குள் விழுந்துவிடும். நான் பெருங்குரலெடுத்து அழுவேன். பிராதோவில் *Saturn Devouring one of His Children* என்ற கோயாவின் ஓவியம் ஒன்று உண்டு. தன் குழந்தைகளில் ஒன்றை ரோமானிய வேளாண்மை தெய்வம் சாட்டர்ன் கடித்துத் தின்கிற அந்தப் படத்தை இப்போது பார்த்தாலும் எனக்குக் குலை நடுங்கும்.

ஒரு நாள் பிற்பகல், என் கரடியை வழக்கம்போலப் பயமுறுத்திக் கொண்டே ஒரு வினோதமான பாசத்தோடு அதற்கு மானசீக உணவூட்டிக் கொண்டிருந்தபோது கதவைத் திறந்து அப்பா நுழைந்தார். நான் பைஜாமா இல்லாமல் இருந்தேன். என் 'பிபி' விறைத்திருந்ததை அப்பா பார்த்துவிட்டார். திறந்த கதவை மென்மையாகச் சாத்திக்கொண்டு சற்று மரியாதையோடு (அப்படித்தான் எனக்குப்பட்டது) வெளியேறினார். அதுவரை அப்பா சாப்பாட்டுக்கோ ஓய்வெடுப்பதற்கோ வீட்டுக்கு வந்தவுடன் நேராக என்னைத் தூக்கி முத்தம் கொடுத்துவிட்டுச் செல்வது வழக்கமாக இருந்தது. இப்போது தப்பாக எதையோ நான் செய்துவிட்டதால் இனி அப்பா கொஞ்சவேமாட்டாரோ என்று கவலையாக இருந்தது. இன்பமாக இருக்கிறதென்று நான் செய்த ஒரு காரியம் இப்போது கலைந்து ஒரு பாவச் செயலாகத் தோன்றத் தொடங்கியது.

என் பெற்றோர்களின் தொடர்நேர்த்தியான சண்டைகள் ஒன்றிற்குப் பிறகு, எனது இந்தச் சந்தேகம் ஊர்ஜிதம் செய்யப்பட்டது. அம்மா கோபித்துக்கொண்டு வீட்டை விட்டுச் சென்றுவிட்டதால் என்னைக் கவனித்துக்கொள்ள அமர்த்தப்பட்டிருந்த ஆயா என்னைக் குளிப்பாட்டி விடும்போது ஒரு நாள், சற்றும் அன்பில்லாத குரலில் 'நாயைப் போல' இந்த வயசிலேயே நான் இருப்பதாகத் திட்டினார்.

என் உடம்பின் மறுவினைகளை என்னால் கட்டுப்படுத்த இயலாதிருந்தது: ஆறேழு வருடங்களுக்குப் பிறகு ஆண்கள் மட்டும் படிக்கும் பள்ளியில் என்னைச் சேர்ந்தபோதுதான் இந்த விஷயம் எனக்கு மட்டும் உரித்தானதல்ல என்பதைக் கண்டுபிடித்தேன்.

அதுவரை, இந்த ஒழுக்கக்கேடான, மர்மத் திறமை எனக்கு மட்டும்தான் இருப்பதாக நினைத்துக்கொண்டிருந்ததை இயல்பாக எடுத்துக்கொண்டு சந்தோஷக் கற்பனைகளும் துர்நினைவுகளும் ஆட்சி செலுத்தும் எனது மற்றோர் உலகத்தில் இதை ஒளித்து வைத்துக்கொள்ள வேண்டுமென்ற முதிர்ச்சி அப்போதுதான் ஏற்பட்டது. இந்த மற்றோர் உலகம் என்பது எனக்கு எப்போதெல்லாம் 'போர்' அடிக்கிறதோ அப்போதெல்லாம் என்னை

வேறு யாரோவாக, வேறு எங்கோ இருப்பதாகக் கற்பனை செய்துகொண்டு பிரவேசிக்கின்ற உலகம். என்னைச் சுற்றியிருப்பவர்களுக்குத் தெரியாமல் சுலபமாகத் தப்பித்துச் சென்றுவிடுகிற உலகம். என் பாட்டியின் உள்அறையில் இருக்கும்போது ஒரு நீர்மூழ்கிக் கப்பலுக்குள் இருப்பதாகப் பாவனை செய்துகொள்வேன். ஜுல்ஸ் வெர்னின் *Twenty Thousand Leagues under the Sea*யைத் தழுவி எடுத்திருந்த திரைப்படத்தை அப்போதுதான் எங்கள் ஊரின் புழுதி மண்டிய 'பேலஸ் சினிமா' அரங்கில் பார்த்திருந்தேன். நான் பார்த்த முதல் சினிமா அது. அந்தப் படத்தில் வரும் நீர்மூழ்கிக் கப்பலின் உட்பகுதிகள் பாதி இருட்டில், அச்சமூட்டும்படி ஒதுக்கிடமாகத் தெரிந்து பயமுறுத்தியபோது அது என் வீட்டை ஒத்திருப்பதாகத் தோன்றியது. படத்தில் கீழே ஓடிக்கொண்டிருந்த சப் – டைட்டில்களைப் படித்துத் தெரிந்துகொள்கிற வயது இல்லாவிட்டாலும் என் மனம் போனபடி கற்பனைகளை நிரப்பி, காட்சிகளை அர்த்தப்படுத்திக்கொண்டேன். (புத்தகத்தை நன்றாகப் படித்துப் புரிந்துகொள்கிற வயது வந்த பிறகும்கூட, அதில் இருப்பவற்றை அப்படியே 'புரிந்து'கொள்வது என்பது எனக்கு வழக்கமாகவே இருந்ததில்லை. என் மனதுக்குத் தோன்றும் கற்பனைகளை அதனோடு ஒட்ட வைத்துக்கொள்வதே எனக்கு உகந்ததாக இருந்தது.)

"இதைப்போல காலை ஆட்டிக்கொண்டிருக்காதே, எனக்குத் தலை சுற்றுகிறது." நான் பகற்கனவுகளில் ஆழ்ந்திருக்கும்போது என் பாட்டி வழக்கமாகச் சொல்வது இதுதான்.

காலாட்டிக்கொண்டிருப்பதை நிறுத்திக்கொண்டாலும் பாட்டி புகைத்துக்கொண்டிருக்கும் கெலின்சிக் சிகரெட்டிலிருந்து எழும் புகை என் பகற்கனவில் நான் ஓட்டிச் செல்லும் விமானத்தைச் சூழ்வதாக மாறிவிடும். அந்த மானசீக நெருப்பிலிருந்து வளைத்துத் திருப்பி விமானத்தை வெளியே கொண்டு வந்துவிடுவேன். பின், தரை விரிப்பில் இருக்கும் வடிவங்கள் முயல்களாக, இலைகளாக, பாம்புகளாக, சிங்கங்களாக உருமாற காட்டுக்குள் பிரவேசிப்பேன். என் காமிக்ஸ் புத்தகத்திலிருந்து உருவி எடுத்த சாகசக் கற்பனையில் குதிரை மீதேறுவேன், தீ மூட்டுவேன், எதிரிகளைக் கொல்வேன். பணியாளர் இஸ்மாயில் வருவதற்கு அறிகுறியாக லிஃப்ட் கதவை மூடுகிற சத்தம் கேட்கிறதா என்று ஒருபுறம் கவனமாக இருந்துகொண்டே அரை நிர்வாண சிவப்புத் தோலர்களின் கனவுக்குத் திரும்புவேன். வீடுகளுக்குத் தீ வைப்பதும் எரியும் வீடுகளின் மேல் துப்பாக்கிச் சூடு நடத்துவதும் எரியும் வீடுகளிலிருந்து நானே கைகளால் சுரங்கம் தோண்டி தப்பிப்பதும் சன்னல் கண்ணாடிக்கும் திரைச்சீலைக்குமிடையே சிக்கிய ஈக்களைக் கொல்வதும் (அந்த ஈக்கள் கொள்ளையர்கள்; அவர்களுக்கு நான் வழங்கும் தண்டனை நசுக்கிக்கொல்வது) எனக்குப் பிடித்தமான விளையாட்டுகளாக இருந்தன. நாற்பத்தி ஐந்து வயது வரை இதைப் போன்ற தூக்கத்திற்கும் விழிப்பிற்கும் இடையிலான இனிய புகை மண்டலத்தில் மிதந்துகொண்டிருப்பது என் வழக்கமாக இருந்தது. கற்பனையில் மனிதர்களைக் கொல்வதில் எனக்கிருந்த சந்தோஷத்திற்காக என் நெருங்கிய உறவினர்களிடமும் (அவற்றில் சிலர் என் சகோதரனைப் போல மிகவும் நெருக்கமானவர்களே), பல அரசியல்வாதிகளிடமும் சில இலக்கியவாதிகளிடமும் வியாபாரிகளிடமும் நானே கற்பனையில்

உருவகித்துக்கொண்ட பாத்திரங்களிடமும் நான் மன்னிப்பு கோர வேண்டும். சிறுவயதில் நான் அடிக்கடி செய்துவந்த இன்னொரு மாபாதகச் செயல் என் பூனையின் மீதானது. அதை மிக அன்பாகக் கொஞ்சிக் குலவிவிட்டு, திடீரென்று வெறுப்பில் அதை பலமாக அடித்துவிட்டு குரூரச் சிரிப்பு சிரிப்பேன்; பின் அவமானமுற்று அந்தப் பரிதாப ஜீவனை மீண்டும் தூக்கி வைத்துக்கொண்டு முன்பைவிட அதிகமாகக் கொஞ்சுவேன். இருபத்தைந்து வருடங்கள் கழித்து எனது கட்டாய ராணுவச் சேவையின்போது ஒரு நாள் மதிய நேரம் எங்கள் படைப் பிரிவினர் அத்தனை பேரும் உணவை முடித்துவிட்டு பேசிக்கொண்டு, புகைத்துக்கொண்டு, சிரித்துக்கொண்டிருக்கையில், ஒரே மாதிரியாக உடையணிந்து காணப்பட்ட அந்த 750 வீரர்களின் தலைகளும் தனியாக வெட்டப்பட்டு வீழ்ந்திருப்பதைப் போலவும் அவர்கள் கழுத்திலிருந்து குருதி பெருக்கெடுப்பதைப் போலவும் சமையலறைப் புகை நீலமாக விரவியிருந்த ஹாலில் கற்பனை செய்துகொண்டிருந்தபோது, பக்கத்திலிருந்த படைவீர நண்பன், "இப்படி காலை ஆட்டிக்கொண்டிருக்காதே மகனே, எனக்கு வெறுப்பாக இருக்கிறது," என்றான்.

என் ரகசியக் கற்பனை உலகத்தைப் பற்றி அறிந்துவைத்திருந்த ஒரே நபர் என் அப்பாதான் என்று நினைக்கிறேன்.

திடீர் கோபத்தில் என் கரடி பொம்மையின் ஒரே கண்ணையும் பிடுங்கிவிட்டு, உள்ளே அடைத்திருக்கும் பஞ்சையும் மார்பைக் கிழித்து பிய்த்தெடுத்து விடுவதால் நாளுக்கு நாள் இளைத்துக்கொண்டே வந்த அதைப் பற்றி நினைத்துக்கொண்டிருக்கலாம், அல்லது தலையில் உள்ள பட்டனை அழுத்தினால் எட்டி உதைக்கும் விரல் அளவு கால்பந்து வீரனைப் பற்றி நினைத்துக்கொண்டிருக்கலாம் (இந்த பொம்மை மூன்றாவது.

முதல் இரண்டையும் ஆர்வ மிகுதியில் உடைத்துவிட்டு, இப்போது இதையும் உடைத்திருக்கிறேன்). இந்தப் பொம்மைகள் எல்லாம் அவற்றின் மறைவிடங்களில் மெதுவாக உயிரை விட்டுக்கொண்டிருக்குமோ என்று யோசித்துக்கொண்டிருப்பேன். அல்லது வேலைக்காரி எஸ்மா ஹனிம் பக்கத்து வீட்டுக் கூரையில் பார்த்ததாக – கடவுளைப் பற்றிப் பேசும்போது பயன்படுத்தும் அதே குரலில் – சொல்கின்ற கீரிப்பிள்ளையைப் பற்றிப் பயத்தோடு நினைத்துக்கொண்டிருக்கலாம். திடீரென்று அப்பாவின் குரல் என்னைக் கலைக்கும்: "அடேய், உன் தலைக்குள் என்னதான் ஓடிக்கொண்டிருக்கிறது? எனக்கும் சொல்லேன், இருபத்தைந்து குருஸ் தருகிறேன்!"

உண்மையை அப்படியே சொல்லிவிடுவதா அல்லது கொஞ்சம் மாற்றிச் சொல்வதா அல்லது முழுதாகப் பொய் சொல்லிவிடுவதா என்று குழம்பி எதுவுமே சொல்லமாட்டேன். கொஞ்ச நேரம் கழித்து அவர் புன்னகையோடு, "இவ்வளவு நேரம் கழித்து எதையும் சொல்ல வேண்டாம் – சொல்வதாக இருந்தால் உடனே சொல்லியிருக்க வேண்டும்," என்பார்.

அப்பாவும் இந்த மற்றோர் உலகத்தில் உலவிக் கொண்டிருப்பவர்தானா? பல வருடங்கள் கழிந்த பிறகுதான் எனது அபிமான பொழுதுபோக்கு 'பகற்கனவு' என்று அழைக்கப்படுவதை அறிந்துகொண்டேன். எனவே அப்பாவின் கேள்வி எப்போதுமே பீதியைத் தூண்டிவிடுவதால், அலைக்கழிக்கும் எண்ணங்களைத் தவிர்ப்பதற்காக அவருக்குப் பதிலளிக்காமல் என் மனதிலிருந்து அகற்றிவிடுவதிலேயே முனைப்பாக இருந்தேன்.

இந்த இரண்டாம் உலக ரகசியத்தை மனதிற்குள்ளேயே வைத்துக்கொள்வதும் அதை விரும்பியபோது வெளியே விட்டு, பின் உள்ளே அழைத்துக்கொள்வதும் சுலபமாக இருந்தது. பாட்டிக்கு எதிரே உட்கார்ந்திருக்கும்போது திரைச்சீலைகளின் வழியே உள்ளே நுழையும் ஒளிக்கதிர்கள், இரவில் பாஸ்ஃபரஸ்ஸைக் கடந்துசெல்லும் கப்பல்களின் ஸர்ச்லைட்டுகள் போலத்தோன்றும். கொஞ்சம் உன்னிப்பாகப் பார்க்கும்போது வரிசையாகச் செந்நிற விண்கலங்கள் என்னைத் தாண்டி மிதந்து செல்லும். அறையிலிருந்து வெளியே செல்பவர் விளக்கை அணைத்துவிட்டுப் போனதும் என் கற்பனை அறுந்து என் படைத்தொகுதியை உள்ளே அழைத்துக்கொள்வேன். (என் பிள்ளைப் பருவம் முழுக்கவும் என்னிடம் நிஜஉலகில் காலூன்றி நிற்கச் சொல்லி யாராவது எப்போதும் அறிவுரைத்துக்கொண்டே இருந்தார்கள்.)

இன்னொரு வீட்டிலிருக்கும் இன்னொரு ஓரானின் இடத்திற்கு மாறிச்சென்று விடலாமென்று நான் கனவு கண்டுகொண்டிருந்ததற்கும் இந்த அருங்காட்சியக அறைகளையும் தாழ்வாரங்களையும் வெறுப்பூட்டும் தரை விரிப்புகளையும் குறுக்கெழுத்துப் புதிர்களில் ஆழ்ந்திருக்கும் புத்திஜீவி ஆசாமிகளையும் தாண்டி வெளியேயுள்ள ஒரு வாழ்க்கைக்காக ஏங்கிக்கொண்டிருந்ததற்கும் ஆன்மீகம், அன்பு, கலை, இலக்கியம், ஏன் தொன்மக் கதைகளின் வாசனையைக்கூட உள்ளே அனுமதிக்காத (என் குடும்பத்தார் பிற்பாடு இதை மறுத்தாலும்) இந்தத் தாறுமாறான இருட்டு

வீடு என் தொண்டையை அழுத்திப் பிடிப்பதைப் போல உணர்ந்ததற்கும் எனது இரண்டாம் உலகிற்கு அவ்வப்போது அடைக்கலம் தேடி நழுவிக் கொண்டிருந்ததற்கும் காரணம் நான் மகிழ்ச்சியற்று இருந்ததால் அல்ல. உண்மையைச் சொல்லப்போனால், நான்கிலிருந்து ஆறு வயது வரை அந்த வருடங்களில் மிக மிகக் குதூகலமாகவே இருந்தேன். புத்திசாலிக் குழந்தை, ஒழுங்கான குழந்தை என்று எல்லோரும் இடைவிடாமல் கொஞ்சிக்கொண்டு, முத்தம் தந்துகொண்டிருந்தார்கள். ஒரு மடியிலிருந்து இன்னொரு மடிக்கு மாற்றிக்கொண்டே இருப்பார்கள். தரையில் விடவேமாட்டார்கள். அவர்கள் எனக்களிக்கும் செக்கச்செவேலென்ற ஆப்பிள்களையும் ("அதை நன்றாகக் கழுவிய பிறகுதான் சாப்பிட வேண்டும்" – அம்மா), காபிக் கடைக்காரர் தரும் மிட்டாய்களையும் ("சாப்பிட்ட பிறகுதான் இனிப்பைச் சாப்பிட வேண்டும்"), தெருவில்

பார்க்கும்போதெல்லாம் அத்தை தரும் இனிப்புகளையும் ("தேங்க்யூ சொல்ல வேண்டும்") குறைவில்லாமல் பெற்றுக்கொண்டிருந்த குழந்தை நான்.

எனக்கு இருந்த ஒரே மனக்குறை சுவர்களின் ஊடாகப் பார்க்க முடியாமல் இருந்ததுதான்; சன்னலுக்கு வெளியே எட்டிப் பார்க்கும்போது அடுத்த வீட்டின் நெடிதுயர்ந்த சுவர்தான் கண்ணில் தெரியும். அந்தக் கட்டடத்தின் உள்ளே என்ன இருக்கிறதென்றோ கீழே தெருவில் என்ன நடக்கிறது என்பதோ கண்ணுக்குத் தெரியாது. சுவருக்கு மேலே ஒரு சிறிய துண்டு வானம் மட்டும்தான் தெரியும். வீட்டுக்கு எதிரே இருந்த இறைச்சிக் கடைக்குச் சென்றால் (அந்தக் கடையின் பிரத்தியேக நாற்றம் சில்லிட்ட தெருவில் இறங்கி கடைக்கு முன்னால் நிற்கும் வரை ஞாபகத்தில் இருக்காது; பின் கடைக்கெதிரே வந்தவுடன் திடீரென அடிக்கும்) மாமிசம் வெட்டுபவர் கத்தியை எடுத்து (ஒவ்வொரு கத்தியும் கால் அளவுக்குப் பெரிதாக இருக்கும்) மரப்பாளத்தின் மேல் மாமிசத்தை வெட்டுவதைப் பார்க்க முடியாத அளவுக்குக் குள்ளமாக இருப்பது எரிச்சலாக இருக்கும். மார்க்கெட்டுக்குப் போனால் அம்மா பணத்தைச் செலுத்தும் கவுன்ட்டர்களை, மேஜை மேல் இருப்பவற்றை, ஐஸ்கிரீம் ஃப்ரீஸருக்குள் இருப்பதை ஆராய முடியாது. தெருவில் சின்னதாக ஏதாவது விபத்து ஏற்பட்டால் குதிரைகளின் மேல் போலீஸ்காரர்கள் வருவார்கள். எனக்கு முன்னால் உயரமாக நின்றிருக்கும் பெரியவர்களைத் தாண்டி எதையும் பார்க்க முடியாது. அப்பா சின்ன வயதிலிருந்தே கால்பந்து போட்டிகளுக்கு அழைத்துச்செல்வார். ஆட்டம் சுவாரஸ்யமான கட்டத்தை நெருங்கும்போது எதிரேயுள்ள வரிசைகளில் எல்லோரும் எழுந்து நின்று பந்து, கோல் போஸ்ட் எதுவும் கண்ணில் படாமல் மறைத்துக்கொள்வார்கள். சிறுவயதில் கோல் விழுவதைப் பார்த்ததேயில்லை. ஆனால் உண்மையைச் சொல்ல வேண்டுமென்றால் பந்தின் மேல் எனக்குக் கவனம் பதிந்ததே கிடையாது. எனக்கும் அண்ணனுக்கும் அப்பா வாங்கித் தரும் பாலாடைக்கட்டி ரொட்டி, சீஸ் டோஸ்ட், அலுமினியத் தாள் மூடிய சாக்லெட்டுகள் மீதுதான் கண் பதிந்திருக்கும். விளையாட்டு அரங்கத்தை விட்டு வெளியேறும்போதுதான் உச்சகட்ட எரிச்சல் ஏற்படும். இடித்துக்கொண்டு, நெருக்கிக்கொண்டு என்னைச் சுற்றிச் சூழ்ந்திருக்கும் பெரிய ஆட்களின் நீளமான, கனமான கால்களும் கசங்கிய பேன்ட்டுகளும் சேறு படிந்த ஷூக்களுமாக ஒரு இருட்டான, காட்டிற்குள் சிக்கிக் கொண்டதைப் போல மூச்சடைக்கும். என் அம்மாவைப் போன்ற அழகான பெண்களைத் தவிர, இஸ்தான்புல்லில் இருந்த பெரியவர்கள் யாருமே எனக்குப் பிடித்தமானவர்களாக இல்லை என்றுதான் சொல்ல வேண்டும். அவர்கள் அசிங்கமானவர்களாக, உடம்பெல்லாம் மயிர் அடர்ந்தவர்களாக, முரட்டுத்தனமானவர்களாகத் தெரிந்தார்கள். அவர்கள் செய்யும் காரியங்கள் அருவருப்பாக, ரொம்பவும் கறாரானவையாக இருந்தன. அவர்களுக்கும் ஒரு காலத்தில் ஓர் இரண்டாம் உலகம் உள்ளே இருந்திருக்க வேண்டும். காலப்போக்கில் அந்த உலகம் எழுப்பும் விந்தையுணர்வு மங்கி, அவர்கள் கனவு காண்பதை மறந்துவிட்டிருக்கக்கூடும். அதனால்தான் அவர்களுக்குக் கைமுட்டிகளிலும் கழுத்திலும் நாசித் துவாரங்களிலும் காதுமடல்களிலும்

அருவருப்பூட்டும்படி கொத்துக்கொத்தாக முடி வளர்ந்திருக்கிறது என்று எனக்குத் தோன்றியது. அவர்களின் அன்பான புன்னகைகளும் அதைவிட அவர்கள் எனக்களிக்கும் பரிசுகளும் உவப்பானதாக இருந்தாலும் அவர்கள் முத்தமிடும்போது குத்தும் மீசையும் அவர்கள் தாடியின் சொரசொரப்பும் அவர்கள் சென்ட்டின் நாற்றமும் மூச்சுக்காற்றில் இருக்கும் சிகரெட் நெடியும் சகிக்க முடியாமல் இருந்தன. வளர்ந்த மனிதர்கள் என்பவர்கள் ஏதோ ஒரு தாழ்ந்த இழிவான இனப்பிரிவைச் சார்ந்தவர்களாக இருக்கக்கூடுமென்று நினைத்தேன். அதிருஷ்டவசமாக அவர்களில் பெரும்பாலோர் வெளியே தெருவில் இருப்பது நிம்மதியாக இருந்தது.

4

பாஷா மாளிகைகளின் சிதைவு: ஒரு சோக வீதியுலா

எங்கள் 'பாமுக் அப்பார்ட்மென்ட்ஸ்' நிஷாந்தஷியில் ஒரு காலத்தில் செயலாக இருந்த பாஷா ஒருவரின் மாளிகைத் தோட்டத்திற்குப் பக்கத்தில் விஸ்தாரமான ஒரு நிலப்பரப்பில் கட்டப்பட்டிருந்தது. 'நிஷாந்தஷி' என்றால் துருக்கியில் குறியிலக்குக் கல் என்று பொருள். பதினெட்டாம் நூற்றாண்டின் பிற்பகுதியிலிருந்து பத்தொன்பதாம் நூற்றாண்டின் ஆரம்ப வருடங்கள் வரை கோலோச்சியிருந்த, புரட்சி எண்ணமும் மேலைத்தாக்கமும் கொண்ட மூன்றாம் சலீம், இரண்டாம் மஹ்முத் என்ற சுல்தான்கள் இஸ்தான்புல்லின் குன்றுகள் நிறைந்த பகுதியான இந்த இடத்தின் உச்சியில் துப்பாக்கி, வில்வித்தை பயிற்சி செய்வதற்காகப் பலகைக் கற்களைக் குறியிலக்காக நட்டு வைத்து இருந்ததால் வந்த பெயர். அம்புகள் குத்திய அடையாளங்களோடு இருந்த குறியிலக்குக் கற்களும் துப்பாக்கிக் குண்டுகள் சிதறடித்த மண்பாண்டங்களும் அவற்றின் தேதி விபரங்களும் இன்றும்கூட காணப்படுகின்றன. ஆட்டமன் சுல்தான்கள் காசநோய்க்குப் பயந்தும் மேலைநாட்டு சுகவாசத்தை விழைந்தும் தொப்காபி அரண்மனையை விட்டு தொல்மாபாஷி, யில்திஸ் போன்ற இடங்களுக்குத் தமது வாசஸ்தலங்களை மாற்றிக்கொண்ட போது, அவர்களுடைய அமைச்சர்களும் இளவரசர்களும் அண்மையிலிருந்த நிஷாந்தஷே குன்றுகளில் மரத்தாலான மாளிகைகளைக் கட்டிக்கொள்ளத் தொடங்கிவிட்டனர். நான் சென்ற முதல் பள்ளிக்கூடங்கள் பட்டத்து இளவரசர் யூசுஃப் இஸ்ஸெதின் பாஷாவின் மாளிகையிலும் முதன்மை அமைச்சர் ஹலில் ரிஃபாத் பாஷா மாளிகையிலும் இருந்தன. இரண்டுமே நான் படித்துக்கொண்டிருந்தபோதே எரியூட்டப்பட்டு இடித்துத் தள்ளப்பட்டன. தோட்டத்தில் கால்பந்து ஆடிக்கொண்டிருக்கும்போது அவை தரைமட்டமாக்கப்படுவதைப் பார்த்த ஞாபகம் இருக்கிறது.

எங்கள் வீட்டுக்கு அடுத்த தெருவில் வினைமுறை செயலர் ஃபெயிக் பேவின் சிதைவடைந்த மாளிகையைத் துப்புரவாக அழித்துவிட்டு அந்த இடத்தில் இன்னொரு அடுக்குமாடி குடியிருப்பும் கட்டப்பட்டிருந்தது. சொல்லப்போனால் எங்கள் பகுதியில் மிச்சமிகுந்த ஒரே கருங்கல் மாளிகை தலைமை மந்திரி ஒருவரின் இல்லம் மட்டும்தான். ஆட்டமன் சாம்ராஜ்யம் வீழ்ந்து, நாட்டின் தலைநகர் அங்காராவிற்கு மாற்றப்பட்டதும் இந்தக் கட்டடம் நகராட்சி அலுவலகமாக மாறியது. இன்னொரு பழங்கால பாஷாவின் மாளிகை மாவட்ட மன்றத்தின் தலைமையிடமாக இருந்தது. பெரியம்மை தடுப்பூசிக்காகச் சிறுவயதில் என்னை அங்கே அழைத்துச் சென்றது ஞாபகத்தில் இருக்கிறது. அயல்நாட்டுத் தூதர்களையும் பத்தொன்பதாம் நூற்றாண்டு சுல்தான் இரண்டாம் அப்துல் ஹமீதுவின் புதல்விகளையும் ஆட்டமன் அதிகாரிகள் வரவேற்று விருந்தளித்த மாளிகைகள் எல்லாம் என் ஞாபகத்தில் சன்னல்கள் பெயர்ந்து சிதிலமாக நிற்கும் குட்டிச்சுவர்களாகவும் அத்தி மரங்கள் பீறிட்டு வளர்ந்து மூடிமறைத்திருக்கும் இருட்டுப் படிக்கட்டுகளாகவும்தான் மிச்சமிருக்கின்றன. இவற்றை இப்போது நினைவுபடுத்திப் பார்க்கையில் சிறுவனாக இருந்தபோது இவை எனக்குள் எழுப்பிய ஆழமான சோகம்தான் மனதில் தட்டுப்படுகிறது. ஐம்பதுகளின் கடைசியில் இவற்றில் பெரும்பாலான கட்டடங்கள் தீயிட்டு எரிக்கப்பட்டோ இடித்துத் தள்ளப்பட்டோ தரைமட்டமாக்கப்பட்டு புதிய அடுக்குமாடி குடியிருப்புகள் முளைத்துவிட்டிருந்தன.

தெஷ்விகியே அவென்யூவிலிருந்த எங்கள் கட்டடத்தின் பின் சன்னலிலிருந்து பார்க்கும்போது, சைப்ரஸ், கிச்சிலி மரங்களுக்குப் பின்னால் துனீசியரான ஹேரத்தின் பாஷாவின் சிதிலமுற்ற மாளிகை தெரியும். காக்கஸஸ்ஸைச் சேர்ந்த சர்கேசியரான இவர் 1877 – 78ஆம் வருடங்களில் ரஷிய – ஆட்டமன் போர் நடந்தபோது தலைமை அமைச்சராகப் பணியாற்றியவர். 'இஸ்தான்புல்லிற்குக் குடியேறி, அடிமை ஒருவனை விலை கொடுத்து வாங்கிக்கொள்ள வேண்டும்' என்று ஃபிளாபெர்ட் எழுதியதற்குப் பத்தாண்டுகளுக்கு முன் 1830களில் ஹேரெத்தின் பாஷா சிறுவனாக இருந்தபோது இஸ்தான்புல்லிற்கு அழைத்து வரப்பட்டு அடிமையாக விற்கப்பட்டார். பல கைகள் மாறி இறுதியில் டியூனிஸ் ஆளுநர் மாளிகைக்குப் போய்ச் சேர்ந்தவுடன் பற்பல மாற்றங்கள் அவர் வாழ்வில் ஏற்படத் தொடங்கின. அரபி மொழியை அங்குதான் அவர் பேசக் கற்றுக்கொண்டார். பின் பிரான்ஸிற்குக் கொண்டுசெல்லப்பட்டார். இளைஞராகப் பெரும்பகுதி காலத்தைப் பிரான்ஸில்தான் கழித்தார். துனிஸிற்குத் திரும்பி வந்து ராணுவத்தில் சேர்ந்ததும் மளமளவென்று பதவி உயர்வுகள் பெற்றுப் படைமுதல்வர் அலுவலகத்திலும் ஆளுநர் அலுவலகத்திலும், தூதரக அலுவலகங்களிலும் நிதியமைச்சரகத்திலும் உயர் பதவிகளில் பணியாற்றினார். இறுதியில் ஓய்வுபெற்று பாரீஸில் குடியேறியிருந்தவரை (மற்றொரு துனிஸியரான ஷேக் ஜாஃப்ரியின் சிபாரிசின் பேரில்) இரண்டாம் அப்துல் ஹமீது இஸ்தான்புல்லிற்கு அழைத்தார். நிதித்துறை ஆலோசகராகச் சிறிது காலத்திற்கு அவரை நியமித்திருந்துவிட்டு, பின்னர் பிரதம மந்திரி

பதவியில் சுல்தான் அமர்த்தினார். துருக்கியைக் கடன் சுமையிலிருந்து மீட்டெடுப்பதற்காக அயல்நாட்டில் படித்த பொருளாதார வல்லுநர்களை நியமிப்பது அந்தக் காலகட்டத்தில்தான் தொடங்கியிருந்தது. துருக்கியைப் போன்ற பல்வேறு ஏழை நாடுகளின் பிரதமர்களைப் போல பாஷாவும் மேற்கத்திய பாணியில் நாட்டைச் சீர்திருத்தம் செய்யத் திட்டமிட்டு செயல்படுத்தவும் தொடங்கினார். அவர் தோற்றம் ஒரு ஆட்டமன்னைப் போலவோ, துருக்கியரைப் போலவோ இல்லாமல் ஒரு மேற்கத்தியர் போலவே இருந்ததால் (அவருக்குப் பின் வந்த பலரைப் போலவே) இவரிடமிருந்து மக்கள் நிறைய எதிர்பார்க்கத் தொடங்கினர். ஆனால் இவர் ஒரு துருக்கியராக இல்லாத அதே காரணம்தான் அவரை அந்நியப்படுத்தியும் வைத்தது. அரண்மனையில் துருக்கிய மொழியில் நடைபெறும் கூட்டங்களில் பங்கெடுத்துவிட்டு அவரது ரதத்தில் திரும்பிவரும்போது, கூட்டப் பொருட்களை அரபியில் எழுதிக்கொண்டு வருவார் என்றும் பின்னர் அவருடைய செயலாளரிடம் அவற்றை பிரெஞ்சில் ஒப்ப எழுதக் கூறுவார் என்றும் வதந்திகள் உலவின. கடைசியில், அரசு உளவாளி ஒருவன் சமர்ப்பித்த அறிக்கையில், அவரது துருக்கிய மொழிப்புலமை மிக மோசமாக இருப்பதாகவும் அவரது ரகசிய நோக்கம் துருக்கியை அரபி மொழி பேசும் தேசமாக மாற்றுவதுதான் என்றும் கூறியிருந்தது அவர் பதவிக்குச் சாவுமணி அடித்தது. இந்த வதந்திகள் எல்லாமே ஆதாரமற்றவை என்பதை அறிந்திருந்தாலும் சந்தேகப் பிராணியான அப்துல் ஹமீது இந்தப் பழிச் சொற்களுக்கு மதிப்பளிக்கும் விதமாக பிரதமர் பதவியிலிருந்து பாஷாவை நீக்கினார். பதவி பறிக்கப்பட்ட பிரதம மந்திரி ஒருவர் அடைக்கலம் தேடி பிரான்ஸ் செல்வது கௌரவமாக இருக்காது என்பதால் பாஷா தன் மிச்ச வாழ்நாளை இஸ்தான்புல்லிலேயே கழிக்க நேர்ந்தது. குருசெஷ்மேவில் இருந்த அவரது பாஸ்ஃபரஸ் பங்களாவில் கோடைக்காலங்களையும்

இஸ்தான்புல்

எங்கள் அடுக்ககத்தை ஒட்டியிருந்த தோட்டத்தில் இருந்த மாளிகையில் குளிர்காலங்களையும் ஏறக்குறைய ஒரு கைதியாகக் கழித்தார். அப்துல் ஹமீது அவர்களுக்கு அறிக்கை தயாரிக்காத நேரங்களில் பிரெஞ்சு மொழியில் தனது நினைவுக்குறிப்புகளை எழுதிக்கொண்டிருந்தார். (எண்பது வருடங்கள் கழித்தே துருக்கிய மொழியில் மொழிபெயர்க்கப்பட்ட) இந்த நினைவுக் குறிப்புகளைப் படிக்கும்போது, இவருக்கு வேறு எதனையும் விட கடமையுணர்ச்சி மட்டுமே அதிகமாக இருந்ததை உணர்ந்துகொள்ள முடிகிறது: இந்த நூலை அவருடைய புதல்வர்களுக்குச் சமர்ப்பித்திருக்கிறார்.

அவர்களில் ஒருவர் பிரதம மந்திரி மஹ்மூத் ஷெவ்கெத் பாஷா மீது நடத்தப்பட்ட கொலை முயற்சியில் சம்மந்தப்பட்டிருந்ததாகக் குற்றம் சுமத்தப்பட்டு தூக்கிலிடப்பட்டார். ஆனால் அதற்குள் அந்த மாளிகையை அப்துல் ஹமீது தன் மகளுக்காகக் கையகப்படுத்திவிட்டிருந்தார்.

பாஷாவின் மாளிகை எரியூட்டப்பட்டு, தரைமட்டமாக்கப்பட்டதை என் குடும்பத்தார் இறுகிய முகத்தோடு பாரபட்சமற்ற வகையில் வேடிக்கை பார்த்துக்கொண்டிருந்த கதையையும் நான் கேட்டிருக்கிறேன்.

இவர்கள் சலனமில்லாமல் பற்றற்ற சாட்சிகளாக நின்றிருந்தது இதற்கு மட்டுமல்ல; கிறுக்குப் பிடித்த இளவரசர்கள், ஓப்பியத்திற்கு அடிமையான அரண்மனை அந்தப்புரவாசிகள், உப்பரிகைகளில் சிறை வைக்கப்பட்ட குழந்தைகள், சுல்தானின் நம்பிக்கை துரோகப் புதல்விகள், நாடு கடத்தப்பட்ட கொல்லப்பட்ட பாஷாக்கள் இவர்களைப் பற்றிய கதைகளைக் கேட்கும்போதும் சாம்ராஜ்யம் பலவீனமுற்று இறுதியில் வீழ்ச்சியுற்ற வரலாற்றைக் கேட்கும்போதும் இதேபோலத்தான் பற்றற்று

காணப்படுவார்கள். குடியரசு மலர்ந்த பிறகு, இந்த பாஷாக்களும் இளவரசர்களும் அரண்மனை அதிகாரிகளும் பூண்டோடு அழிக்கப்பட்டதும் அவர்கள் காலியாக விட்டுச்சென்ற மாளிகைகள் இப்போது சிதிலமுற்று தேய்ந்தழிந்துகொண்டிருப்பதும் நியாயமான மாற்றம்தான் என்ற எண்ணம் இந்த நிஷாந்தஷி வாசிகளுக்கு.

இருந்தாலும் மரித்துக்கொண்டிருந்த இந்தக் கலாச்சாரத்தின் துயரம் எங்கள் எல்லோரையும் சூழ்ந்திருந்தது. மேலைமயமாக்கலுக்கும் நவீனமயமாக்கலுக்கும் இருந்த மகத்தான ஆர்வத்தைவிட, வீழ்ச்சியடைந்த சாம்ராஜ்யத்தின் கசப்பான ஞாபகங்களைத் துடைத்தழித்துவிடும் விருப்பம் அதிகமாக இருந்ததைப் போலிருந்தது. வெறுத்தொதுக்கப்பட்ட காதலன் அவனைப் புறக்கணித்த காதலியின் புகைப்படங்கள் போன்ற ஞாபகச்சின்னங்களை வீசியெறிந்துவிடுவதைப் போல. ஆனால் மேலைமயமோ உள்ளூர்மயமோ எதுவும் இந்த வெறுமையை இட்டு நிரப்புவதாக இல்லை. மேலைமயமாக்கலுக்காக எடுக்கப்பட்ட தீவிர முயற்சிகள் பெரும்பாலும் கடந்த காலத்தை அழிப்பதில்தான் முடிந்தது. பதிலாகக் கலாச்சாரத்தின் மீது நிகழ்த்தப்பட்ட பாதிப்புகள் குறுக்கப்பட்டதாக, பகட்டு வித்தை காட்டுவதாக மட்டுமே அமைந்தன. விளைவாக, குடியாட்சிக்கு ஆதரவான எங்களுடையதைப் போன்ற குடும்பங்கள் தமது இல்லங்களை அருங்காட்சியகங்களாக மாற்றுவதுதான் நிகழ்ந்தது. இதனை ஊடுபரவும் மர்மத்துயரம் என வளர்ந்த பிறகு நான் அறிந்துகொண்டாலும் என் குழந்தைப் பருவத்தில் பாட்டி காலில் தாளம் போட்டபடி கேட்கும் 'அலதுர்க்கா' சங்கீதத்தைப் போல இம்மந்தமான சூழல் சலிப்பும் சோர்வும் ஊட்டுவதாகவே உணர்ந்து வந்தேன். நான் கனவுகளை வளர்த்து அவற்றில் மிதந்துகொண்டிருந்தது இதிலிருந்து தப்பித்துக் கொள்வதற்காகத்தான்.

இதைத் தவிர எனக்கிருந்த ஒரே தப்பித்தல் அம்மாவோடு வெளியே செல்வது. அந்தக் காலத்தில் குழந்தைகளைக் காற்றாட வெளியில் – பூங்காக்களுக்கோ தோட்டங்களுக்கோ – அழைத்துச்செல்வது வழக்கத்தில் இல்லாதிருந்தது. அதனால் அம்மாவோடு வெளியில் செல்லும் தினங்கள் என் வாழ்க்கையின் மிகமுக்கிய நிகழ்வுகளாக இருந்தன. என்னைவிட மூன்று வயது இளையவனான என் சித்தி மகனிடம், "நாளைக்கு என் அம்மாவோடு வெளியே போகிறேன்!" என்று ஜம்பமடித்துக்கொள்வேன். சுழற் படிக்கட்டுகளில் இறங்கி, வீட்டுக் காவலாளியின் அறைச் சன்னல் கண்ணாடியின் முன்பாக (அவர் அங்கே இல்லாதிருந்தால்) நின்று நானும் அம்மாவும் உடைகளைச் சரிப்படுத்திக்கொள்வோம். என் சட்டை, கால் சராய் பொத்தான்கள் சரியாகப் பூட்டப்பட்டிருக்கிறதாவென்று அம்மா சோதித்துக்கொள்வார். தெருவில் இறங்கியவுடனேயே உற்சாகத்தில் "இதோ தெரு!" என்று கூச்சலிடுவேன்.

வெயில்! சுத்தமான வெளிக்காற்று! வெளிச்சம்! எங்கள் வீட்டுக்குள்ளே இருட்டாகவே இருப்பதால் கதவைத் திறந்து வெளியே காலெடுத்து வைத்ததுமே கோடையின் உச்சத்தில் சன்னல் திரைகளைத் திடீரென விலக்கியதைப் போல வெளிச்சத்தில் கண்கள் கூசும். அம்மாவின்

கைகளைக் கெட்டியாகப் பிடித்துக்கொண்டு கடைகளின் சன்னல்களில் காட்சிப்படுத்தப்பட்டிருக்கும் பொருட்களை வியப்போடு பார்த்தபடி நடப்பேன்: மலர் அலங்காரக் கடையின் புகை படிந்த சன்னலின் ஊடாகப் பார்க்கும்போது சைக்ளாமென் மலர்ச்செடிகள் செந்நிற ஓநாய்கள்போலத் தெரியும். காலணி கடை சன்னலுக்குப் பின்னால் கண்ணுக்குத் தெரியாத மெல்லிய ஒயர்களில் கட்டித் தொங்கவிடப்பட்டிருக்கும் குதிகால் உயர்ந்த செருப்புகள் அந்தரத்தில் மிதந்துகொண்டிருக்கும். அப்பா இஸ்திரி போட சட்டைகளைக் கொடுத்தனுப்பும் லாண்டரி கடைக்குள்ளேயும் பூக்கடைக்குள்ளிருப்பதைப் போலவே நீராவி நிறைந்திருக்கும். ஆனால் எழுதுபொருட்கள் கடை சன்னலில் என் அண்ணன் உபயோகப்படுத்தி வந்த அதே பள்ளி நோட்டுப் புத்தகங்கள் அடுக்கிவைக்கப்பட்டிருந்ததைப் பார்த்தபோது, ஆரம்பப் பாடம் ஒன்று எனக்குப் புகட்டப்பட்டது: எங்கள் பழக்கவழக்கங்களும் எங்கள் உடமைகளும் எங்களுக்கு மட்டுமே சொந்தமானவையல்ல; எங்கள் குடியிருப்பிற்கு வெளியேவும் எங்களையொத்த வாழ்க்கைகளை வாழ்ந்துகொண்டிருக்கிற மனிதர்கள் பலரும் இருக்கிறார்கள் என்ற பாடம். என் அண்ணனின் தொடக்கப்பள்ளி டெஷ்விகியே மசூதிக்கு அடுத்த கட்டடம். இந்த மசூதியில்தான் எல்லோருக்கும் ஈமச் சடங்குகள் நடக்கும். என் அண்ணனின் பள்ளியில் ஒரு வருடம் கழித்து சேர்ந்தபோது அவன் ‘என்னுடைய டீச்சர், என்னுடைய டீச்சர்’ என்று எப்போது பார்த்தாலும் சொல்லிக்கொண்டிருந்ததைக் கேட்டு, ஒவ்வொரு குழந்தைக்கும் வீட்டில் தனியாக ஓர் ஆயாவை நியமித்திருப்பதைப் போல, எனக்கே எனக்கென்று தனியாக ஒரு டீச்சர் இருப்பார்கள் என்று நினைத்துக்கொண்டிருந்தேன். ஆனால் பள்ளியில் சேர்ந்து வகுப்புக்குள் நுழைந்தபோது அந்த அறையில் முப்பத்தி இரண்டு குழந்தைகள் அடைத்துவைக்கப்பட்டிருந்ததையும் அவர்கள் எல்லோருக்குமாக ஒரேயொரு டீச்சர் மட்டும் நின்றுகொண்டிருப்பதையும் பார்த்து எனக்கேற்பட்ட ஏமாற்றம் மிகக்கடுமையானது. இந்தக் கண்டுபிடிப்பு, வெளியுலகைப் பொறுத்தவரை அவர்களுக்கு நானொன்றும் விசேஷப் பிறவியல்ல, பத்தோடு பதினொன்றுதான் என்பதை எனக்கு உணர்த்தியது. இதனால் மட்டுமே ஒவ்வொரு நாளும் அம்மாவின் அரவணைப்பையும் வீட்டின் சௌகரியத்தையும் விட்டுப் பள்ளிக்கு வரவேண்டிய கட்டாயம் தாங்க முடியாத துன்பத்தைத் தருவதாயிருந்தது. அம்மாவோடு பக்கத்தில் இருந்த ‘பேங்க் ஆஃப் காமர்ஸ்’ஸிற்குப் போகும்போது காசாளர் கூண்டுக்கு மேலேறிச் செல்லும் படிக்கட்டுகளில் கால் வைக்கவே பயமாக இருக்கும். அந்த மரப்படிக்கட்டுகள் ஒவ்வொன்றிற்கும் இடையில் இருக்கும் இடைவெளியில் நழுவி விழுந்து ஒரேயடியாக மறைந்து போய்விடுவேனோவென்ற பயம். காரணம் சொல்லாமல் கீழேயே நின்றிருப்பதைப் பார்த்து அம்மா, “மேலே ஏன் வரமாட்டேனென்கிறாய்?” என்று கூப்பிடும்போது, காதிலேயே விழாததுபோல வேறெங்கோ பார்த்தபடி என்னை வேறு யாராகவோ கற்பனை செய்துகொள்வேன். என் கற்பனைக் காட்சிகளில் அம்மா திடீரென மறைந்துபோவார். நான் ஒரு கணம் அரண்மனை ஒன்றில் இருப்பேன், மறுகணம் கிணறு ஒன்றின் அடியில் கிடப்பேன் . . .

ஒஸ்யின் பே அல்லது ஹார்பியேவரை நடந்து போவதாக இருந்தால், மூலையில் இருக்கும் 'மொபில் பெட்ரல் ஸ்டேஷ்'னைத் தாண்டும்போது அந்த அடுக்குமாடி கட்டடத்தின் ஒரு பக்கம் முழுக்க வியாபித்திருக்கும் மாபெரும் விளம்பரப் பலகையில் உள்ள பறக்கும் குதிரை எனது அந்தக் கனவுகளுக்குள் வரும். கிழிந்த காலுறைகளை தைத்துக் கொடுக்கிற கிரேக்கப் பெண்மணி ஒருவர் இருந்தார். பெல்ட்டுகள், பட்டன்கள், 'கிராமத்திலிருந்து தருவித்த முட்டைகள்'கூட விற்பார். வார்னீஷ் பளபளப்பில் இருக்கும் பெட்டியைத் திறந்து நகைகளை எடுப்பதுபோல முட்டைகளை ஒவ்வொன்றாக எடுத்துத்தருவார். அவரது கடையிலிருந்த ஒரு பெரிய மீன்தொட்டியின் கண்ணாடியில் விரலை வைத்து அழுத்தினால், உள்ளே அலைபாய்ந்துகொண்டிருக்கும் சிவப்பு மீன் அதன் பயங்கரமான வாயைத் திறந்துகொண்டு கடிக்க வரும். கண்ணாடியில் விடாப்பிடியாக முட்டிமோதி விலகும் அதன் முட்டாள்தனமான பாய்ச்சல் என்னை எப்போதும் வசீகரிக்கத் தவறாது. அதற்கு அடுத்ததாகப் புகையிலைப் பொருட்களும் எழுது பொருட்களும் விற்கும் கடை இருந்தது. யாக்கூப், வாஸில் என்ற இருவர் நடத்தி வந்த அந்தக் கடை மிகவும் சிறியது. எப்போதும் கூட்டமாகவே இருக்கும். பெரும்பாலான நாட்களில் உள்ளே நுழைய முடியாமல் திரும்பிவிடுவோம் அப்புறம் 'அராபியர் கடை' என்ற காபிக்கடை ஒன்று உண்டு. (லத்தீன் அமெரிக்காவில் அராபியர்கள் எல்லோரையும் துருக்கியர்கள் என்றே அழைப்பதைப் போல, இஸ்தான்புல்லில் இருந்த ஒருசில கருப்பின ஆட்களை அராபியர்கள் என்றே நாங்கள் அழைத்து வந்தோம்). அந்தக் கடையில் காப்பிக்கொட்டை அரவை இயந்திரம் அதன் பிரம்மாண்டமான பெல்ட்டைச் சுழற்றிக்கொண்டு எங்கள் வீட்டு வாஷிங் மெஷினைவிட

அதிகமாகச் சத்தமிட்டபடி இயங்கத் தொடங்கியதும் பயந்து போய் தூர விலகி நிற்பேன். அந்த 'அராபியன்' என்னைப் பார்த்துக் கிண்டலாகச் சிரிப்பார். இந்தக் கடைகள் எல்லாம் காலாவதியாகி ஒன்றன்பின் ஒன்றாக மூடப்பட்டு, புதிய நவீன நிறுவனங்கள் முளைக்கத் தொடங்கியதும் நானும் என் அண்ணனும் பழைய ஞாபகங்களின் ஏக்கத்தினால் இல்லையென்றாலும் எங்கள் நினைவாற்றலைச் சோதித்துக்கொள்வதற்காக ஒரு விளையாட்டைக் கண்டுபிடித்தோம். எங்களில் ஒருவர் 'பெண்கள் இரவுப் பள்ளி'க்கு அடுத்த கடை என்போம். மற்றவர் அந்தக் கடை அதற்கு அடுத்தடுத்த பிறவிகளில் என்னென்ன கடைகளாக மாறியது என்று ஒப்பிப்போம்: 1. தி கிரீக் லேடி பாஸ்ட்ரி ஷாப்; 2. ஒரு பூக்கடை; 3. ஒரு கைப்பை விற்பனையகம்; 4. ஒரு கடிகாரக் கடை; 5. கால்பந்தாட்ட சூதாட்டக் கடை; 6. ஒரு கேலரி – புத்தகக் கடை; 7. ஒரு மருந்துக் கடை.

குகையைப் போலத் தோற்றமளித்த ஒரு கடையில் அலாவுதீன் என்பவர் ஐம்பது வருடங்களாக சிகரெட்டுகள், பொம்மைகள், செய்தித் தாட்கள், எழுது பொருட்கள் விற்றுக்கொண்டிருந்தார். அந்தக் கடையை நெருங்குவதற்கு முன்பாகவே அம்மாவிடம் எனக்கு ஒரு விசிலோ கோலிக்குண்டுகளோ வண்ணம் தீட்டும் நோட்டுப் புத்தகமோ அல்லது யோயோவோ வேண்டுமென்று நச்சரிக்க ஆரம்பித்துவிடுவேன். அம்மா நான் கேட்பதை வாங்கி, தனது கைப்பைக்குள் வைத்துக்கொண்டவுடனேயே ("வீட்டுக்கு வந்ததும் எடுத்துத் தருகிறேன்.") எனக்கு வீட்டுக்குப் போக வேண்டுமென்ற அவசரம் வந்துவிடும். புதிய பொம்மையின் மோகம் மட்டும் அதற்குக் காரணம் அல்ல.

"பூங்கா வரை நடப்போம்," என்பார் அம்மா. ஆனால் திடீரென்று என் கால்களிலிருந்து புறப்பட்ட கடுமையான வலி மார்பு வரை பரவி, என்னால் ஒரு அடிகூட எடுத்துவைக்க முடியாமல் போய்விடும். பல வருடங்கள் கழித்து, இதே வயதில் இருந்த என் மகள் எனக்கு வந்ததைப் போலவே வலியெடுப்பதாகச் சொன்னபோது ஆச்சரியமாக இருந்தது. மருத்துவரிடம் காட்டியபோது அவளுக்கு வெறும் சோர்வுதான் என்றார். என்னையும் சோர்வுதான் ஆக்கிரமித்திருக்கக்கூடும். அதுவரை என்னை வியப்பிலாழ்த்திக்கொண்டிருந்த தெருக்களும் கடைசன்னல்களும் மெதுவாக வர்ணமிழந்து மொத்த நகரமும் என் பார்வைக்குக் கருப்பு வெளுப்பில் மாறிவிடும்.

"அம்மா, என்னைத் தூக்கிக்கொள்ளுங்கள்!" என்று சிணுங்குவேன்.

"மச்கா வரை நடப்போம்," என்பார். "அங்கிருந்து ட்ராம் பிடித்து வீட்டுக்குப் போய்விடலாம்."

1914 முதல் எங்கள் தெருவில் ட்ராம் ஓடிக்கொண்டிருக்கிறது. மச்கா, நிஷாந்தஷியிலிருந்து டாக்ஸிம் சதுக்கம், ட்யூனல், கலாதா பாலம் என எனக்குப் பரிச்சயமில்லாத வேறொரு புராதன, வறிய தேசத்தைச் சேர்ந்ததைப் போலக் காட்சியளிக்கும் இடங்களுக்குச் செல்லும். சீக்கிரமாகப் படுக்கச் சென்றுவிட்டால் ட்ராம்களின் சோகமான ஓசை எனக்குத் தாலாட்டு பாடித் தூங்கவைக்கும். மரத்தாலான அதன் உட்புறங்களும் ஓட்டுநர் அமரும் பகுதிக்கும் பயணிகளுக்குமிடையே மூடப்பட்டிருக்கும் கதவின்

கருநீல கண்ணாடியும் எனக்குப் பிடித்தமானவை. வண்டியின் கடைசி பகுதியில் ஏறிவிட்டால், ஓட்டுநர் அவரது திருகு விட்டத்தோடு நான் இறங்கும் வரை விளையாட அனுமதிப்பதும் எனக்குப் பிடிக்கும் . . . வீட்டிற்கு வந்து சேரும்வரை தெருக்களும் குடியிருப்புகளும் மரங்களும்கூட எனக்குக் கருப்பு வெள்ளையில்தான் தெரியும்.

இஸ்தான்புல்

5

கருப்பு வெள்ளை

எங்களின் மங்கலான அருங்காட்சியக வீட்டின் பாதி இருட்டுக்குப் பழகிப்போயிருந்ததால் எனக்கு வீட்டிற்கு உள்ளே அடைந்து கிடப்பதே பிடித்தமானதாக இருந்தது. தெருவும் அதனை அடுத்திருந்த நிழற்சாலைகளும் நகரின் ஏழ்மையான பகுதிகளும் ஏதோ கொள்ளைக்காரர்களைப் பற்றிய கருப்பு வெள்ளை திரைப்படத்தில் வருபவற்றைப்போல பயங்கரமாகத் தோன்றின. நிழல் உலகத்தின் மேல் இப்படியோர் ஈர்ப்பு இருந்ததாலோ என்னவோ இஸ்தான்புல்லின் கோடைக்காலத்தைவிடக் குளிர்காலம் எனக்குப் பிடித்த பருவமாக இருந்தது. இலையுதிர்காலம் குளிர்காலத்திற்கு மாறும் நேரத்தில் வாடைக் காற்றில் இலைகளற்ற மரங்கள் நடுங்குகின்ற, இருள்கவியும் தெருக்களில் கருப்பு கோட்டுகளிலும் மேற்சட்டைகளிலும் மனிதர்கள் வீட்டுக்கு விரைகின்ற முன்மாலை நேரங்கள் எனக்குப் பிரியமானவை. பழைய குடியிருப்பு கட்டடங்களின் சுவர்களையும் சரிந்து வீழ்ந்துகொண்டிருக்கும் பெயின்ட் அடிக்காத, கருமையேறிய மரத்தாலான மாளிகைகளையும் பார்க்கும்போது எனக்குள்

ஓரான் பாமுக்

ஆக்கிரமிக்கும் துக்கம் எனக்குச் சுகமாக இருந்தது. இந்தச் சிதிலமுற்ற மரமாளிகைகளுக்கே உரித்தான கட்டுமான அமைப்பையும் அதன் விசேஷமான, வர்ணிக்க முடியாத நிறத்தையும் இஸ்தான்புல்லைத் தவிர வேறெங்கும் நான் கண்டதில்லை. பனிக்கால மாலை நேரங்களில் இருள் கூடிவரும் தெருக்களின் ஊடே கருப்பு வெள்ளையில் மனிதர் கூட்டம் அலைமோதிச் செல்வதைப் பார்க்கும்போது ஓர் ஆழ்ந்த தோழமையுணர்வு எனக்கு ஏற்படுவதுண்டு. எங்கள் வாழ்க்கைகளை, எங்கள் தெருக்களை, எங்கள் உடைமைகளை இருட்டுப் போர்வை ஒன்று போர்த்தி மறைத்துவிட்டிருப்பதைப் போலத்தோன்றும். எங்கள் வீடுகளின், எங்கள் படுக்கையறைகளின், எங்கள் படுக்கைகளின் பத்திரத்திற்கு நாங்கள் திரும்பியவுடனேயே, கடந்துபோன எங்கள் பொற்காலக் கனவுகளுக்கு, எங்கள் மகத்துவம் வாய்ந்த இறந்த காலக் கனவுகளுக்கு எங்களால் திரும்பிவிட முடியும் என்று ஒரு கற்பனை உண்டாகும். அதேபோல தெருவிளக்குகளின் சோகையான வெளிச்சத்தில் அந்திக் கருக்கல் ஒரு கவிதையைப் போல இறங்கி நகரத்தின் தரித்திரப் பகுதிகளை மூழ்கடித்து மறைக்கும்போது, குறைந்தபட்சம் இரவு நேரத்திலாவது எங்கள் நகரத்தின் அவமானகரமான ஏழ்மை மேலைநாட்டாரின் கண்களில் படாமல் இருக்குமென்று ஆறுதலாக இருக்கும்.

என் இளம் பிராய நினைவுகளில் பதிந்திருக்கும் சின்னஞ்சிறு கிளைத்தெருக்களின் தனிமையை, பழங்கால மரவீடுகளுக்கு நடுவே முளைத்திருக்கும் கான்கிரீட் அடுக்ககங்களை, எதையும் புலப்படுத்தாத சோகையான தெருவிளக்குகளை, அந்திக்கருக்கலின் ஒளிநிழல் வண்ணத்தை, ஆரா கியூலர் எடுத்த ஒரு புகைப்படம் துல்லியமாகப் படம் பிடித்திருப்பதாக இருந்தது. இந்நகரத்தைத் தனித்துக் காட்டும் தன்மை இந்தச் சோபையற்ற மங்கல்தான் என்று இப்படத்தைப் பார்க்கும்போது நினைப்பேன். (இந்தப் பழங்கால மரவீடுகள் இருந்த இடங்களிலெல்லாம் இன்று கான்கிரீட்

மரவீடுகள் முளைத்துவிட்டிருந்தாலும் அந்தப் பழைய உணர்வு இப்போதும் உயிர்ப்போடுதான் இருக்கிறது). இந்தப் புகைப்படத்தில் என்னைக் கவர்ந்திருப்பது, சிறுவயதில் நான் பார்த்த உருளைக் கற்கள் பதித்த தெருக்களோ நடைபாதையோ சன்னல்களின் இரும்புச் சட்டங்களோ இறுநிலையான வெற்று மரவீடுகளோ மட்டுமல்ல; மாலைப்பொழுது விலகிக்கொண்டிருக்க, வீட்டிற்குத் திரும்பும் அந்த இருவரும் தமது நீண்ட நிழல்கள் பின்தொடர்ந்து வர, இரவின் போர்வையை நகரத்தின் மீது இழுத்து மூடிக்கொண்டு செல்வதைப் போலிருக்கும் தொனிதான் என்னைப் பொறுத்தவரை இந்தப் புகைப்படத்தின் வசீகரம்.

1950களிலும் 60களிலும் எல்லோரையும்போல எனக்கும் நகரின் எல்லாப் பகுதிகளிலும் நடந்துகொண்டிருந்த 'சினிமா படப்பிடிப்பு'களைப் பார்ப்பதில் ஆர்வம் இருந்தது. சினிமா கம்பெனிகளின் சின்னங்கள், பக்கவாட்டில் வரையப்பட்ட மினிபஸ்கள், ஜெனரேட்டரில் இயங்கும் மாபெரும் விளக்குகள், கனமாக ஒப்பனை பூசிக்கொண்டிருக்கும் நடிக நடிகையர் காதல் வசனங்களை மறந்துவிடும்போது உரத்த குரலில் வசனத்தை எடுத்துக்கொடுக்கும் ப்ராம்ப்டர்கள், சிறுவர்களையும் ஆர்வத்தில் அலை மோதுபவர்களையும் காமிரா கோணத்திற்குள் வந்துவிடாதபடி வெளியே விரட்டும் தொழிலாளிகள் . . . இப்போது அவர்கள் எல்லோரும் எங்கே? நாற்பது வருடங்கள் கழித்துப் பார்க்கையில் இந்தத் துருக்கியத் திரையுலகம் இருந்த இடம் தெரியாமல் போயிருக்கிறது. (துருக்கிய இயக்குநர்கள், நடிகர்கள், தயாரிப்பாளர்களின் திறமையின்மை மட்டும் இந்த வீழ்ச்சிக்குப் பொறுப்பல்ல; இதற்கு முக்கியக் காரணம்: ஹாலிவுட்) தொலைக்காட்சியில் இப்போதுகூட அந்தப் பழைய கருப்பு வெள்ளை படங்களை ஒளிபரப்புகிறார்கள். அந்தத் தெருக்களையும் சிதிலமுற்ற மாளிகைகளையும் அடுக்ககங்களையும் பார்க்கும்போது, அது ஒரு திரைப்படம் என்பதே சிலசமயம் மறந்துவிடுகிறது. சோகம் மனதிற்குள் படர்ந்து நான் கடந்துவந்து காலத்தை மீண்டும் கண்ணெதிரே பார்க்க நேரிடுவதைப் போல உணர்கிறேன்.

இஸ்தான்புல் வீதிகளை வரையும் ஓர் இம்ப்ரஷனிஸ ஓவியனாக என்னைக் கற்பனை செய்துகொண்டிருந்த எனது 15 – 16 வயதுப் பருவத்தில் இந்தத் தெருக்களில் பாவியிருந்த உருளைக் கற்களை ஒவ்வொன்றாக வரைவது எனக்குப் பெரும் சந்தோஷத்தையளிக்கும் அனுபவமாக இருந்தது. ஆனால் அதெல்லாம் மாவட்ட ஆட்சிக் குழுவினர் அவற்றின் மேல் கருணையின்றி சிமென்ட்டைக் கொட்டி மூடிவிடுவதற்கு முன்பு. உருளைக்கற்கள் பாவிய தெருக்கள் தமது வண்டிச்சக்கரங்களுக்குப் பெரும் பாதிப்பு ஏற்படுத்துவதாக நகரின் வாடகைக் கார் மற்றும் 'தோல் மஷ்' எனப்படும் ஷேர் டாக்ஸி ஓட்டுநர்கள் புகார் அளித்ததுதான் அதற்குக் காரணம். கால்வாய் சுத்திகரிப்புக்காகவும் மின்சார விநியோகப்பணிகளுக்காகவும் நகர்த் தெருக்கள் அடிக்கடித் தோண்டப்படும்போது இவ்வுருளைக் கற்களை ஒவ்வொன்றாகப் பெயர்த்தெடுத்து மீண்டும் பதிக்கும் பணி முடிவடையாமல் இழுத்துக்கொண்டே போகிறது என்பதும் அவர்கள் அளித்த புகாரில் முக்கிய அம்சம். சாலைகளைத் தோண்டும்போது அவற்றினடியில் ஒரு பைஸான்டைன் தொல்வழி மட்டும் கண்ணில்

பட்டுவிட்டால் சாலையைச் சீரமைப்பது சுலபத்தில் முடியாது. இந்தப் பழுது நீக்கும் பணியின்போது சாலைப் பணியாளர்கள் அந்த உருளைக் கற்களை மயங்கவைக்கும் சீரான தாளலயத்தோடு சாலையில் பதிக்கும் திறமையை வேடிக்கை பார்த்துக்கொண்டிருப்பது இப்போதும் தொடர்கின்ற அலாதியான அனுபவம்.

என் இளம் வயதில் கண்டிருந்த மர மாளிகைகளும் நகரின் ஒதுக்குப்புற வீதிகளில் இருந்த சிறிய, எளிய மரவீடுகளும் மனதை உருக்கும்படியாக அழிவு நிலையில் இருந்தன. ஏழ்மையாலும் புறக்கணிப்பாலும் இவ்வீடுகள் பெயின்ட் அடிக்கப்படாமல், வருடங்களாக ஆக புழுதியும் ஈரமும் சேர்ந்து மரத்தைக் கருமையேற்றி வைத்திருந்தன. இந்தக் கருமைக்கென்று தனித்துவமான இழையமைப்பு ஒன்றிருந்தது. சிறுவனாக இருக்கையில் நகரின் ஒதுக்குப்புறங்களில் என் கண்ணில்பட்ட இவ்வீடுகளின் கருமையை அதன் அசல்நிறம் என்றே நினைத்திருந்தேன். சில வீடுகளில் பழுப்புநிறச் சாயல் கலந்திருக்கும். மிகவும் வறிய பகுதிகளில் இருந்த இந்த வீடுகள் பெயின்ட் என்ற ஒன்றையே அறியாதவையாக இருக்கும். ஆனால் பதினெட்டாம் நூற்றாண்டிலும் பத்தொன்பதாம் நூற்றாண்டின் மத்தியிலும் வந்திருந்த மேலைநாட்டு யாத்ரீகர்கள் இந்நகரின் செல்வந்தர் மாளிகைகள் கண்ணைப் பறிக்கும் நிறங்களில் வர்ணமடிக்கப்பட்டிருந்ததையும் நகரின் மற்ற பகுதிகள் அனைத்தும் வர்ணிக்கவியலா எழிலோடு மிளிர்ந்துகொண்டிருந்ததையும் எழுதியிருக்கின்றனர். சிறுவனாக இருந்தபோது இந்த வீடுகள் எல்லாவற்றிற்கும் வர்ணமடித்து விடுவதைப்

இஸ்தான்புல் 53

போல அவ்வப்போது கற்பனை செய்துகொண்டிருப்பேன். அப்போதுகூட நகரத்தின் கருப்பு வெள்ளையிலான சவப் போர்வை இந்த வர்ணப்பூச்சால் அழிந்துபோவதை எண்ணி ஒருவிதத்தில் வருத்தமாகவே இருக்கும். கோடை காலங்களில் இப்பழைய மரவீடுகள் உலர்ந்து, கருமையேறி, தீப்பெட்டியின் பழுப்பு நிறத்திற்கு மாறும்போது எந்த நேரத்திலும் அவை தீப்பற்றிக்கொள்ளத் தயாராக இருப்பதைப் போலத் தோன்றும். முடிவின்றி நீளும் பனிக்காலங்களில், பனியும் மழையும் சேர்ந்து இதே வீடுகளுக்குப் பூஞ்சணம் பூசிய அழுகும் மரக்கட்டையின் தோற்றத்தைக் கொண்டுவந்துவிடும். நகரிலுள்ள சமயத் துறவி மடங்களுக்கும் இதே கதைதான். இந்த மரக்கட்டடங்களில் தொழுகை நடத்த அரசாங்கம் தடை விதித்துவிட்டதால் இவை தெருப் பொறுக்கிகளும் தொல்பொருட்கள் களவாணிகளும் பிசாசுக் கணங்களும் உறைகின்ற இடங்களாக மாறிவிட்டன. இவ்விடுதிகளின் உடைந்த சன்னல்களின் வழியே, உள்ளே பாதி இடிந்து விழுந்த சுவர்களை, அவற்றினூடே பீறிட்டு வளர்ந்திருக்கும் செடிகொடி விருட்சங்களைப் பார்க்கும்போது, அச்சமும் கவலையும் ஆர்வமும் எனக்குள் ஒருங்கே எழும்.

இந்நகரத்தின் கருப்புவெள்ளை ஆன்மாவினால் நான் நிரந்தரமாகப் பீடிக்கப்பட்டிருப்பதால் லெ கார்பூஸியெர் போன்ற நுழைபுலமுடைய மேலை யாத்ரீகர்களின் கோட்டோவியங்களும் இஸ்தான்புல் நகரைப் பற்றிய கருப்புவெள்ளை நூல்களும் என்னை வெகுவாக வசீகரிக்கத் தொடங்கியிருந்தன. (என் சிறுபிராயம் முழுக்கவும் டின்டின் என்ற மறக்க முடியாத கார்ட்டூன் பாத்திரத்தைச் சிருஷ்டித்த ஹெர்ஜ், இஸ்தான்புல்லைக் களமாக வைத்து ஒரு டின்டின் சாகசக் கதையைப் படைப்பார் என்று

வீணாகக் காத்திருந்தேன். முதன்முதலாக ஒரு டின்டின் திரைப்படம் இஸ்தான்புல்லில் எடுக்கப்பட்டபோது ஒரு போலி பதிப்பக நிறுவனம் 'இஸ்தான்புல்லில் டின்டின்' என்று ஒரு கருப்பு வெள்ளை காமிக்ஸ் புத்தகத்தை வெளியிட்டது. ஓர் உள்ளூர் கார்ட்டூனிஸ்ட்டின் கற்பனையில் உருவாகியிருந்த அந்த டின்டினில் அந்தத் திரைப்படத்திலிருந்தும்

டின்டினின் வேறு சில சாகசக் கதைகளிலிருந்தும் உருவியெடுக்கப்பட்ட காட்சிகள் இடம்பெற்றிருந்தன). பழைய செய்தித்தாள்கள்கூட என்னை வசீகரிப்பவை. கொலை, தற்கொலை செய்திகளையோ முறியடிக்கப்பட்ட கொள்ளை முயற்சி பற்றியோ படிக்கும்போது சிறுவயதில் நான் வாசித்து மனதுக்குள் அடக்கிவைத்திருந்த பேரச்சங்கள் நினைவுக்கு வரும்.

நான் வர்ணிக்கும் இந்த கருப்பு வெள்ளையில் மங்கிய, பனியார்ந்த தோற்றம் இப்போதுகூட டபபாஷி, கலாத்தா, ஃபதீஷ், ஜேரெக் போன்ற இடங்களிலும் பாஸ்ஃபரஸ்ஸை ஒட்டிய ஒரு சில கிராமங்களிலும் உஸ்குதாரின் சிற்சில தெருக்களிலும் பார்க்க முடியும். பனிமூடிய புகைமண்டிய காலை வேளைகளில் மழையும் காற்றுமான இரவுகளில்

கடற்பறவைகள் உறையும் மசூதி மாடங்களில் இந்தக் கருப்புவெள்ளை சோபையைப் பார்க்கலாம். வாகனப் புகை மேகங்களிலும் புகைப் போக்கிகளிலிருந்து எழும் கரித்துகள்களிலும், துருப்பிடித்த குப்பைக் கூடைகளிலும் குளிர்காலத்தில் கேட்பாறற்று வெற்றாகக் கிடக்கும் பூங்காக்களிலும் தோட்டங்களிலும் குளிர்கால மாலை வேளைகளில் பனிச் சேற்றில் கால்புதைய விரைகின்ற மனிதத்திரளிலும் இந்தக் கருப்பு வெள்ளைப் போர்வை இறங்கியிருக்கும். இவைதான் இஸ்தான்புல்லின் கருப்பு வெள்ளை சோக சந்தோஷங்கள். பல நூற்றாண்டுகளாக இயங்காமல் உடைந்து கிடக்கும் நகரின் தெருக் குழாய்கள், யாரும் வந்து எட்டிப் பார்க்காத மசூதிகள் நிறைந்த, தரித்திரம் சூழ்ந்த வறிய பகுதிகள், வெள்ளை காலர் வைத்த கருப்பு மேலங்கிகளில் திடீர் வெள்ளமாகப் பெருகும் பள்ளிக்குழந்தைகள் கூட்டம், சேறு படிந்த புதிய, பழைய லாரிகள், கால ஓட்டத்தில் கருமையேறி தூசு படிந்து பொலிவிழந்த மளிகைக் கடைகள், விரக்தியுற்ற வேலையில்லா வாலிபர்கள் குவிந்திருக்கும் காபி இல்லங்கள், கற்கள் பெயர்ந்து சிதிலமுற்ற நகரின் மதிற்சுவர்கள், பார்ப்பதற்கு ஒன்று போலவே சற்று நேரம் கழித்துத் தெரிகிற திரையரங்கு முகப்புகள், தின்பண்டக் கடைகள், நடைபாதையில் நாளிதழ் விற்பவர்கள், நடுஇரவில் தள்ளாடித்திரியும் குடிகாரர்கள், மங்கலான தெரு விளக்குகள்,

பாஸ்ஃபரஸ்ஸில் செல்லும் படகுகள், அவற்றின் புகைக் கூண்டுகளிலிருந்து எழும்பி நெளியும் புகை சுருட்டல்கள், நகரத்தின் மீது இறங்கியிருக்கும் பனிப் போர்வை.

இந்தப் பனிப் போர்வையைத் தவிர்த்துவிட்டு எனது பிள்ளைப் பிராயத்தை நினைவுகூர்வது சாத்தியமில்லை. பெரும்பாலும் சிறுவர்கள் கோடை விடுமுறை தொடங்குவதற்காகத்தான் காத்திருப்பார்கள்; ஆனால் நான் பனிப் பொழிவிற்காக ஏங்கிக்கொண்டிருப்பேன். வெளியே பனியில் விளையாட நான் அனுமதிக்கப்படுவேன் என்பதற்காக அல்ல, நகரத்தின் எல்லா அழுக்குகளையும் குப்பைகளையும் சேற்றையும் பாழடைவுகளையும் புறக்கணிப்புகளையும் பனி போர்த்தி மூடி, நகரத்தைப் புத்தம் புதிதாகக் காட்டப் போவதற்காக மட்டுமல்ல; எல்லாத் தெருக்களிலும் எங்கிருந்து பார்த்தாலும் ஒரு புதிய வியப்பைத் தோற்றுவிப்பதற்காக, வரப்போகும் ஒரு பேரழிவிற்கான மிக இனிமையானதொரு முன்கூறலைப் போல கவியும் மாயத்தன்மைகொண்ட பனிப் பொழிவுக்காகக் காத்திருப்பேன். வருடத்திற்குச் சராசரியாக மூன்றிலிருந்து ஐந்து நாட்களுக்குப் பனிப் பொழிவு இருக்கும். உறை பனி நகரெங்கும் ஒரு வாரத்திலிருந்து பத்து நாட்கள் வரை குவிந்திருக்கும். ஆனால் ஒவ்வொரு பனிப் பொழிவின்போதும் இஸ்தான்புல் நகரம் அதை எதிர்பார்த்திராததைப் போலவே, இப்போதுதான் சரித்திரத்தில் முதன்முதலாக இஸ்தான்புல்லில் பனி பொழிவதைப் போலவே எதிர்கொள்ளும். கிளைச் சாலைகள் முதலில் அடைக்கப்படும். பின்பு பிரதான சாலைகள். போர்க்காலம்போல, தேசியப் பேரழிவு நேரம்போல ரொட்டிக் கடைகளின் முன்பு வரிசை நீளும். பனியைப் பற்றி எனக்கு மிகவும் பிடித்தது என்னவென்றால், அது அனைவரையும் சுயநலம் மறந்து ஒன்றாகச் செயலாக்க வைத்துவிடுவதும் உலகிலிருந்து

துண்டித்துக்கொண்டு ஒன்றாகக் கூடி நிற்க வைத்துவிடுவதும்தான். பனி பொழியும் நாட்களில் இஸ்தான்புல் ஒரு புறக் காவலிடம்போல உணர வைத்தாலும் எங்களின் பொதுவான தலைவிதி குறித்தான சிந்தனை எங்களது நம்ப முடியாத அற்புதக் கடந்த காலத்தை நோக்கி எம்மை நெருங்க வைத்துவிடும்.

முன்னெப்போதும் நிகழாத வகையில் ஒருமுறை ஆர்க்டிக் தட்ப வெப்பம் வினோதமாக மாறியதில், தானுபேவிலிருந்து பாஸ்ஃபரஸ் வரை கருங்கடல் முற்றிலுமாக உறைந்துபோயிற்று. மத்தியதரைக் கடல் நகரம் ஒன்றில் இதைப் போன்றதொரு நிகழ்வு நம்ப முடியாதவொன்று. அடுத்து பல வருடங்களுக்கு மக்கள் குழந்தைத் தனமான குதூகலத்தோடு இந்த விநோத சம்பவத்தைப் பேசிக்கொண்டிருந்தார்கள்.

இந்நகரத்தைக் கருப்பு வெள்ளையில் பார்ப்பதென்பது, கறை படிந்த வரலாற்றின் ஊடாகப் பார்ப்பது என்பதே: சாயமிழந்து மங்கிப்போன பண்டைய விஷயங்களின் பசுங்களிம்பு வெளிஉலகத்தாருக்கு இப்போதெல்லாம் ஒரு பொருட்டாகவே இருப்பதில்லை. மகத்தான ஆட்டமன் கட்டிடக் கலையமைப்பில்கூட முடிவுற்ற சாம்ராஜ்ஜியம் ஒன்றின் துயரத்தோடு, ஐரோப்பியர்களின் புறக்கணிப்பையும் தீர்க்க முடியாத நோயைப் போலச் சகித்துக்கொள்ள வேண்டியதாயிருக்கும் இந்தப் பாரம்பரிய ஏழ்மையையும் வேறுவழியின்றி ஏற்றுக்கொண்டு பணிந்து நிற்கின்ற எளிமையையும் சேர்ந்திருக்கின்றது. இஸ்தான்புல்லின் உள்நோக்கித் திரும்பிய ஆன்மாவைச் செறிவூட்டி வளர்ப்பது இந்த அமைந்தடங்கல்தான்.

இந்நகரத்தைக் கருப்பு வெள்ளையில் காண்பதற்கு, அதன் மேல் கவிந்திருக்கும் வான் மங்கலைக் காண்பதற்கு, தமது தலைவிதியென இந்நகர மக்கள் ஏற்றுக்கொண்டிருக்கும் துயரத்தைச் சுவாசிப்பதற்கு, ஏதோவொரு பணக்கார மேலை நகரிலிருந்து பறந்து வந்து நேராக இதன் நெரிசல் மிகுந்த தெருக்களில் வந்து இறங்கினால் போதும். பனிக்காலமென்றால் காலத்தா பாலத்தில் செல்லும் எல்லா மனிதர்களும் ஒரேவிதமான, நிறம் வெளுத்த, மங்கலான, பழசான உடைகளில்தான் இருப்பார்கள். எனது காலகட்டத்தைச் சேர்ந்த இஸ்தான்புல் வாசிகள் அறம் சார்ந்த ஏதோவொரு கருத்தை நிரூபிப்பதைப் போலவே, அவர்களுடைய செல்வச் செழிப்பான மூதாதையர்கள் பெருமிதத்தோடு அணிந்து வந்த பளிச்சென்ற சிவப்பு, பச்சை, ஆரஞ்சு நிற ஆடைகளைத் துறந்துவிட்டிருந்தனர். இந்த அடக்கத்தில் அடர்த்தியான துக்கம் ஒன்றும் பொதிந்திருக்கிறது – ஒரு கருப்பு வெள்ளை நகரத்தில் இப்படித்தான் நீங்கள் உடையணிந்திருக்க வேண்டுமென்று யாரோ கட்டளையிட்டிருப்பதைப் போல; நூற்றி ஐம்பது

இஸ்தான்புல்   59

வருடங்களாக வீழ்ச்சியுற்று வரும் ஒரு நகரத்திற்கு இப்படித்தான் துக்கம் அனுஷ்டித்தாக வேண்டுமென்பதைப் போல.

அப்புறம் தெரு நாய்கள். பத்தொன்பதாம் நூற்றாண்டில் இஸ்தான்புல்லைக் கடந்துசென்ற லாமர்டைன், நெர்வாலிலிருந்து மார்க் ட்வைன் வரையிலான மேலைநாட்டுப் பயணிகள் எல்லோருமே இஸ்தான்புல் நகரத்தின் நாய்களைப் பற்றிக் குறிப்பிட்டிருக்கிறார்கள். நகர வீதிகளுக்கு இன்றுவரை அவை உயிரூட்டிக் கொண்டுதான் இருக்கின்றன. இந்த நாய்கள் எல்லாமே ஒரே மாதிரியான தோற்றம் கொண்டவை. ஒரே நிறம். அந்த நிறத்திற்குப் பெயரே கிடையாது. சாம்பல் நிறத்திற்கும் அடுப்புக்கரி நிறத்திற்கும் இடைப்பட்ட நிறமில்லாத ஒரு நிறம். நகராட்சிக்கு இவை பெரிய தலைவலி. எப்போதெல்லாம் ராணுவப்புரட்சி நிகழ்கிறதோ அப்போதெல்லாம் ராணுவத் தளபதி இந்தத் தெரு நாய் தொல்லை பற்றி முக்கியமாகக் குறிப்பிட்டு, அரசு இயந்திரமும் பள்ளி நிர்வாகமும் ஒன்று சேர்ந்து நாய்களை விரட்டத் திட்டங்கள் அறிவிப்பார். இதைப் போன்று பலமுறை நிகழ்ந்துவிட்டாலும் நாய்கள் இப்போதும் சுதந்திரமாக தெருக்களில் திரிந்துகொண்டுதான் இருக்கின்றன. தமது பாதுகாப்புக்காக ஒன்றாகச் சேர்ந்து அரசுப்படையை எதிர்த்துத் தாக்கும். தாய் மண்ணின் உரிமையை இன்னும் விட்டுக்கொடுக்காமல் போராடிவரும் இந்த வெறிபிடித்த ஜீவன்களை நினைக்கையில் பரிதாபமாகத்தான் இருக்கிறது.

எங்கள் நகரத்தை நாங்கள் கருப்பு வெள்ளையில் கண்கிறோமென்றால் அதற்கு மேலைநாட்டு ஓவியர்கள் எமக்கு விட்டுச் சென்றிருக்கும் அபாரமான செதுக்கோவியங்களில் பண்டைய தினங்களின் வண்ணங்கள் தீட்டப்பட்டிருக்காததே ஒருவிதத்தில் காரணம். எமது விழிநுகர் இன்பத்தைத் திருப்தி செய்யும் வகையில் ஒரேயொரு ஆட்டமன் ஓவியம்கூட இங்கில்லை. ஆட்டமன் கலையையும் அதற்கு ஆதாரமாக இருந்த பாரசீக செவ்வியல் கலைகளையும் எப்படி ரசிப்பதென்று எமக்குக் கற்றுத்தருவதற்கு இன்றைய உலகில் ஒரேயொரு புத்தகம்கூட கிடையாது. ஆட்டமன் நுண்ணோவியர்கள் பாரசீகர்களிடமிருந்து தமது கலைக்கான அகத்தூண்டலைப் பெற்றார்கள். இந்நகரத்தை நிஜமானதோர் இடமாகப் பார்க்காமல், தனி உலகமாகக் கருதி புகழ்ந்து பாடி நேசித்த திவான் கவிஞர்களைப்போல, நிலப்பட வரைஞராக இருந்த போலோ விளையாட்டு வீரர் நசூஹ்ஹைப்போல, இஸ்தான்புல் நகரத்தை ஒரு வரைபடம்போல மனதில் பதித்துவைத்திருந்தனர். அவர்களுக்கு இந்த நகரம் என்பது அவர்களுக்கெதிரே தனது இயக்கத்தை நடத்திக் காட்டியபடி நகரும் ஒரு தனித்துவ உலகம். அவர்களது விழாமலர்களில்கூட அவர்களுடைய கவனம் சுல்தானின் அடிமைகளின் மீதும் நகரப் பிரஜைகள் மீதும் சுல்தானின் மகத்தான ஆபரண உடமைகள் மீதும்தான் பதிந்திருந்தது. இஸ்தான்புல் நகரம் என்பது அவர்களுக்கு மனிதர்கள் வாழ்ந்த நகரமாக இல்லாமல் வேறெங்கும் குவிமையத்தை நகர்த்தாத ஒரு லென்ஸ் மூலம் பார்க்கப்படும் ஓர் அதிகாரப்பூர்வக் காட்சிக் கூடம்.

பழைய இஸ்தான்புல்லின் படம் தேவைப்படும்போது பத்திரிகைகளும் பாட நூல்களும் மேலைநாட்டு பயணிகளும் கலைஞர்களும் வரைந்த

கருப்பு வெள்ளை செதுக்கோவியங்களைத்தான் பயன்படுத்துகின்றனர். மந்த வண்ண ஓவியங்களாக ஏகாதிபத்திய இஸ்தான்புல்லை வரைந்த மெல்லிங்கின் ஓவியங்களை – இவரது ஓவியங்களைப் பற்றி பின்வரும் அத்தியாயங்களில் விரிவாகப் பேசப் போகிறேன் – என் சமகால சகாக்கள் புறக்கணித்துவிடுகின்றனர். எளிதாகப் படியெடுக்கக்கூடிய ஒரு நிறப்படங்களில் தமது கடந்த காலத்தைப் பார்ப்பது அவர்களுக்கு ஒரு விதத்தில் சௌகரியமாக இருக்கிறது. வண்ணமற்ற ஒரு சித்திரத்தைப் பார்க்கும்போது அவர்களது துயரங்கள் உறுதிப்பட்டுவிடுகின்றன.

என் இளம் வயதில் உயரமான கட்டடங்கள் ஒரு சிலவே இருந்தன. நகரின் மீது இரவு கவிந்ததும் இருண்மை வீடுகளிலிருந்தும் மரங்களிடமிருந்தும் திரையரங்குகளிலிருந்தும் முகப்பு மாடங்களிலிருந்தும் திறந்த சன்னல்களிலிருந்தும் அவற்றின் மூன்றாவது பரிமாணத்தை அழித்துவிட்டு நகரின் கோணல்மாணலான கட்டடங்களுக்கும் வளைந்து நெளிந்த தெருக்களுக்கும் அலையலையாகப் புரளும் மலைத்தொடருக்கும் ஒரு கரிய வசீகரத்தை அருட்கொடையாக வழங்கி விடும். 1839ஆம் வருடத்தில் வெளிவந்த தாமஸ் ஆலமின் பயண நூலில் உள்ள என் அபிமான செதுக்கோவியமான இதில் இராக்காலம் என்பது உருவகமாகிவிட்டிருக்கிறது.

இருட்டைத் தீமையின் ஆதாரம் என்று வர்ணிக்கும்போது, இஸ்தான்புல்லின் பிரசித்தி பெற்ற 'நிலா வெளிச்ச கலாச்சாரம்' அற்புதமாகப் படம் பிடித்துக்காட்டப்படுகிறது. நிலா இரவுகளை ரசிக்கக் கடற்கரைக்கு வரும் மக்கள், நகரிலிருந்து இருட்டை விரட்டும் பௌர்ணமி நிலவு, நீரின்

மேல் அது நிகழ்த்தும் நடனம், பாதி நிலவின் சோகையான பிரபை, அல்லது (இப்படத்தில் போல) மேகத்தின் பின்னிருந்து கசியும் நிலவொளி; இந்தப் பின்னணியில் கொலை செய்வதை யாரும் பார்க்கக் கூடாதென்று கொலைகாரன் இப்போதுதான் விளக்கை அணைத்திருக்கிறான்.

இஸ்தான்புல்லின் தீர்க்க முடியா மர்மங்களை வர்ணிக்க இருட்டின் மொழியைப் பயன்படுத்தியது மேலைநாட்டு யாத்ரீகர்கள் மட்டுமல்ல; அரண்மனை ரகசியங்களைப் பற்றி அவர்களுக்குக் கொஞ்சமாவது தெரிந்திருந்தது என்றால் அது இஸ்தான்புல்வாசிகள் தாம் கேள்விப்பட்ட சுவாரஸ்யமான வதந்திகளை அவர்களிடம் கதையளந்ததால்தான். அந்தப்புரப் பெண்களைக் கொலை செய்து, இருட்டிய பிறகு அரண்மனையிலிருந்து திருட்டுத் தனமாக உடல்களைத் தூக்கிக்கொண்டு வந்து 'கோல்டன் ஹார்ன்' கடலில் வீசியெறிந்துவிடுவதாக ரகசியக் குரலில் கிசுகிசுத்துக் கொள்வது அவர்கள் வழக்கம்.

ஸலாசக் கொலை, நான் எழுதப் படிக்கக் கற்றுக்கொள்வதற்கு முன் 1958இல் நிகழ்ந்தவொன்று. அது என் குடும்பத்தில் மட்டுமன்றி நகரில் உள்ள எல்லா வீடுகளிலும் பீதியைக் கிளப்பிவிட்டிருந்தது. அந்தக் கொலை பற்றிய நுணுக்கமான விவரங்கள் அனைத்தும் எனக்கு அத்துபடியாகியிருந்தன. இந்தப் பயங்கரக் கதை இரவு நேரங்களைப் பற்றிய, துடுப்புப் படகுகளைப் பற்றிய, பாஸ்ஃபரஸ்ஸைப் பற்றிய எனது கருப்பு வெள்ளை கற்பனைகளை உசுப்பிவிட்டிருந்தது. இன்றுவரை என் நினைவுகளில் திகிலேற்படுத்தும் ஞாபகங்கள் அவை. இச்சம்பவத்தின் வில்லனாக ஏழை மீனவ இளைஞன் ஒருவனை என் பெற்றோர்கள் முதலில் சொன்னார்கள். நாளாக ஆக, அவனை நாட்டுப்புறக் கதைகளில் வரும் அரக்கனைப் போல எல்லோரும் ஆக்கிவிட்டார்கள். பாஸ்ஃபரஸ்ஸை கடப்பதற்கு அவனது படகில் ஏறிய ஒரு பெண்ணைப் பலாத்காரம் செய்து, அவள் குழந்தைகளைக் கடலில் எறிந்துவிட்டானாம். செய்தித்தாள்கள் அவனை 'ஸலாசக் அரக்கன்' என்று பெயரிட்டன. ஹைபலைடாவிலிருந்த எங்கள் கோடை இல்லத்திற்குப் பக்கத்தில்தான் மீனவர்கள் தமது வலைகளைக் காயப்போடுவார்கள். அந்த மீனவர்களோடு அந்தக் கொலைகாரனும் கலந்து இருப்பதாக அம்மாவுக்கு பயம். என்னையும் என் அண்ணனையும் வெளியே – எங்கள் வீட்டுத் தோட்டத்தில்கூட – விளையாட அனுமதிக்கமாட்டார். என் கனவுகளில் அந்த மீனவன் குழந்தைகளைத் தண்ணீரில் எறிந்தான். அவர்கள் நீரில் தத்தளித்து, படகைப் பற்றிக்கொள்ள கைநீட்டித் திணறினார்கள். அவர்களுடைய தாயின் அலறலை என்னால் கேட்க முடிந்தது. அந்தப் பிசாசுப் பயல் துடுப்பை ஓங்கி அந்தக் குழந்தைகளை அடித்து மூழ்கடிக்கிறான். இன்றும்கூட இஸ்தான்புல் நாளிதழ்களில் கொலைச் செய்திகளைப் படிக்கும்போது (சில சமயம் அவற்றை ரசித்துப் படிக்கிறேன்) இந்தக் காட்சிகள் கருப்பு வெள்ளையில் மனக்கண்ணில் தோன்றுகின்றன.

6

பாஸ்ஃபரஸ் உலா

அந்த ஸலாசக் கொலைக்குப் பிறகு என்னையும் அண்ணனையும் அம்மா துடுப்புப்படகில் அழைத்துச் செல்லவேயில்லை. ஆனால் அதற்கு முந்தைய குளிர்காலத்தில் நிலைமையே வேறு. அப்போது எனக்கும் அண்ணனுக்கும் கக்குவான் இருமல் தாக்கியதால் பாஸ்ஃபரஸ்ஸிற்கு அம்மா தினமும் அழைத்துச்சென்றார். என் அண்ணனைத்தான் அந்நோய் முதலில் தாக்கியது. பத்து நாட்கள் கழித்து எனக்கும் வந்தது. நோய்வாய்ப்படுவது சில விஷயங்களுக்காக எனக்குப் பிடித்திருந்தது: அம்மா வழக்கத்தைவிட அதிகமான அன்போடு என்னிடம் நடந்துகொள்வார். ஆசையாகப் பேசுவார். கேட்கும் பொம்மைகள் எல்லாம் கிடைக்கும். ஒரேயொரு விஷயம்தான் நோயைவிட அதிகம் பிடிக்காததாக இருந்தது. வீட்டில் எல்லோரும் ஒன்றாக உட்கார்ந்து சாப்பிடும்போது என்னை அனுமதிக்கமாட்டார்கள். எனக்குத் தனியாக ஊட்டிவிடுவார்கள். சாப்பிடும்போது அவர்கள் சிரிப்பதையும் தட்டு கரண்டி எடுத்துவைக்கிற சத்தத்தையும் கிட்டே இருந்து கேட்க முடியாது. என்ன பேசிக்கொண்டு சாப்பிடுகிறார்கள் என்பது தெளிவாகக் காதில் விழாது.

எங்கள் காய்ச்சலுக்குச் சிகிச்சையளித்த குழந்தைநல மருத்துவரான டாக்டர் ஆல்பெர் (இவர் மீசையிலிருந்து, கையில் வைத்திருக்கும் பை வரைக்கும் எதைப் பார்த்தாலும் எங்களுக்குக் குலை நடுங்கும்) சுத்தமான காற்றைச் சுவாசிக்க வேண்டுமென்பதற்காக எங்களை தினமும் பாஸ்ஃபரஸ்ஸிற்குக் கூட்டிச்செல்ல வேண்டுமென்று அம்மாவிடம் கட்டளையிட்டிருந்தார். துருக்கிய மொழியில் பாஸ்ஃபரஸ்ஸைக் குறிக்கும் சொல்தான் தொண்டைக்கும். அந்தக் கார்காலத்திற்குப் பிறகு பாஸ்ஃபரஸ் என்றாலே தூய்மையான காற்றும் சேர்ந்தே நினைவில் வந்துகொண்டிருந்தது. இதனால்தானோ என்னவோ நூறு வருடங்களுக்கு முன் கவிஞர் கவாஃபி குழந்தைப் பருவத்தில் தங்கியிருந்த பாஸ்ஃபரஸ் நகரமான தராபியா (இந்த ஊர்

முன்பொருகாலத்தில் அமைதியான கிரேக்க மீனவ கிராமமாக இருந்து, இப்போது விடுதிகளும் உணவகங்களும் வரிசையிட்டிருக்கும் ஒரு புகழ்பெற்ற பவனி வீதியாக மாறியிருக்கிறது). அக்காலத்தில் 'தெராபியா' என்று அழைக்கப்பட்டது என்ற தகவலைக் கேள்விப்பட்டபோது எனக்கு ஆச்சரியமாகவே இல்லை.

இஸ்தான்புல் நகரம் தோல்வியையும் அழிவையும் இழப்புகளையும் துயரத்தையும் ஏழ்மையையும் சொல்கிறதென்றால் பாஸ்ஃபரஸ் உயிர்ப்பையும் உல்லாசத்தையும் மகிழ்ச்சியையும் பாடுகிறது. இஸ்தான்புல் அதன் பலத்தை பாஸ்ஃபரஸ்ஸிலிருந்துதான் பெறுகிறது. முந்தைய காலங்களில் யாரும் இதனை அதிகம் பொருட்படுத்தவில்லை. பாஸ்ஃபரஸ்ஸை வெறுமனே ஒரு நீர்வழியாக, அழகானதோர் இடமாக

மட்டுமே பார்த்து வந்தனர். கடந்த இருநூறு வருடங்களாக இது ஓர் அற்புதமான கோடை வசிப்பிடமாக மாறியிருக்கிறது.

அதற்கு முன்பு பல நூற்றாண்டுகளுக்கு இது ஒரு கிரேக்க மீனவ கிராமங்களின் வரிசையாக மட்டுமே இருந்தது. ஆனால் 18ஆம் நூற்றாண்டு தொடக்கத்திலிருந்து ஆட்டமன் பிரபுக்கள் தமது கோடை மாளிகைகளை கோக்சு, குச்சூக்சு, பெபெக், கந்தில்லி, ரூமெலி ஹிஸாரி, கான்லிகா கிராமங்களையொட்டி கட்டத் தொடங்கியதும் ஆட்டமன் கலாச்சாரம் ஒன்று உருவாகி உலகத்திலிருந்து தன்னைத் துண்டித்துக்கொண்டு இஸ்தான்புல்லை நோக்கித் திரும்பியது. 18, 19ஆம் நூற்றாண்டுகளில் நீர்நிலையையொட்டி ஆட்டமன் குடும்பங்களால் எழுப்பப்பட்ட *யாலி* என்றழைக்கப்படும் அற்புதமான மாளிகைகள் இருபதாம் நூற்றாண்டில் குடியரசும் துருக்கிய தேசியவாதமும் தலையெடுத்த பிற்பாடு, வழக்கொழிந்த அடையாளச் சின்னங்களாகக் காலத்திற்கொவ்வாத கட்டிடங்களாக பார்க்கப்படத் தொடங்கின. ஆனால், *Memories of Bosphorous* நூலில் புகைப்படங்களாக நாம் பார்க்கின்ற, மெல்லிங்கின் செதுக்கோவியங்களில் வடிக்கப்பட்டிருக்கின்ற, உயர்ந்த, குறுகலான சாளரங்களும் விஸ்தாரமான இறவாணங்களும் கடலை நோக்கித் திரும்பிய சன்னல்களும் குறுகிய புகைப்போக்கிகளுமாக செதாத் ஹக்கி எல்டெம் பாணியில் அமைந்த இந்த *யாலி*கள் அழித்தொழிக்கப்பட்ட ஒரு கலாச்சாரத்தின் வெற்று நிழல்கள்தாம்.

1950களில் டாக்ஸிம் சதுக்கத்திலிருந்து எமிர்கானுக்குப் பேருந்தில் செல்ல வேண்டுமென்றால் நிஷாந்தஷி வழியாகத்தான் போக வேண்டும். அம்மாவோடு பாஸ்ஃபரஸ்ஸிற்குப் பேருந்தில் செல்வதற்கு வீட்டுக்கு எதிரிலேயே நிறுத்தி ஏறிக்கொள்வோம். ட்ராமில் செல்வதாக இருந்தால் பெபெக்தான் கடைசி நிறுத்தம். அங்கிருந்து கரையோரமாகவே நடந்து சென்றால் படகோட்டி எப்போதும் ஒரே இடத்தில் எங்களுக்காகக் காத்திருப்பார். அந்தப் பாய்ப்படகில் ஏறி, துடுப்புப்படகுகள், உல்லாசப்படகுகள், நகருக்குச் செல்லும் தோணிகள், படைபடையாக

சிப்பிகள் ஒட்டிக்கொண்டிருக்கும் விசைப்படகுகள், கலங்கரை விளக்கங்களுக்கு நடுவே புகுந்து, பெபெக் விரிகுடாவின் நிச்சலமான நீர்ப்பரப்பைத் தாண்டி பாஸ்ஃபரஸ்ஸின் நீரோட்டப் பாதைகளில் நுழைந்து, பக்கத்தில் கடந்துபோகும் கப்பல்களின் உலைவுகளில் தள்ளாடிக்கொண்டு மெதுவாக நகர்கையில் இந்த பாஸ்ஃபரஸ் உலா முடிவில்லாமல் நீளக்கூடாதாவென்று மனம் பிரார்த்திக்கும்.

இஸ்தான்புல்லைப் போன்ற மகத்தான, சரித்திர முக்கியத்துவம் வாய்ந்த துயரார்ந்த நகரின் நடுவே நீர்வழியில் பயணம் செய்வதும் அந்தப் பயணம் நடுக்கடலில் பயணிப்பதற்கு ஒப்பான சுதந்திர உணர்வை எழுப்புவதும் அலாதியான அனுபவம். கடற்காற்றால் உந்தப்பட்டு, நீரோட்டத்தின் வேகத்தில் வலுவாகச் செலுத்தப்படும் இந்த நாவாய் பயணம் இஸ்தான்புல்

என்ற சந்தடிமிக்க பெருநகரத்தின் ஊடாகச் சென்றாலும் நகரத்தின் புழுதியோ புகையோ இரைச்சலோ நம்மை வந்து தீண்டாமல் இருப்பது மற்றோர் அதிசயம். வெளியுலகில் என்னதான் நடந்துகொண்டிருந்தாலும் ஏகாந்தத்தையும் சுதந்திரத்தையும் அனுபவிப்பதற்கு அற்புதமான இடம் ஒன்று மிச்சமிருக்கவே செய்கிறது என்ற நிம்மதியுணர்வு பாஸ்ஃபரஸ்ஸில் பயணிப்பவர்களுக்கு ஏற்பட்டே தீரும். இஸ்தான்புல் நகருக்கு நடுவே வெட்டிச்செல்லும் இந்த நீர்ப்பாதையை ஆம்ஸ்டர்டாம், வெனிஸ் நகரங்களின் கால்வாய்களுடனோ பாரீஸ் ரோம் நகரங்களை வெட்டிப்பிரிக்கும் நதிகளுடனோ ஒப்பிட்டுக் குழப்பிக்கொள்ளக் கூடாது. பாஸ்ஃபரஸ் முழுக்க வலுவான நீரோட்டங்கள் விரவியிருக்கின்றன. பேராழத்திற்கு ஊன்றி நிற்கும் கருமையுள்ள நீரின் மேற்பரப்பு எப்போதும் காற்றாலும் அலைகளாலும் உலைவுற்றுக் கொண்டேயிருக்கிறது. நீரோட்டம் உங்களுக்குப் பின்னாலிருந்து தள்ளுவதாக இருந்து, நகர் உலா

பயணத்திட்டத்தின்படி நீங்கள் செல்வதாக இருந்தால், பாஸ்ஃபரஸ்ஸின் கரையில் எழும்பியிருக்கும் அடுக்ககங்களையும் *யாலி*களையும் பால்கனியில் அமர்ந்து தேநீர் அருந்தியபடியே உங்களை வேடிக்கை பார்க்கும் மூதாட்டிகளையும் படகுத்துறையில் தொற்றிக்கொண்டிருக்கும் காபி இல்லங்களின் கொடிவீடுகளையும் சாக்கடை நீர் கடலில் கலக்கும் இடங்களில் மதகுச்சுவர் மீது சூரியக்குளியல் என்ற பெயரில் உள்ளாடையோடு படுத்திருக்கும் சிறுவர்களையும் கரையில் அமர்ந்து மீன் பிடித்துக்கொண்டிருப்பவர்களையும் கட்டி வைத்த தோணிக்குள் மல்லாந்து படுத்துறங்கிக்கொண்டிருப்பவர்களையும் கரையோரமாக நடந்து செல்லும் பள்ளிச்சிறுவர்களையும் போக்குவரத்து நெரிசலில் சிக்கி நின்றிருக்கும் பேருந்துகளின் சன்னல் வழியாகக் கடலை வேடிக்கை பார்த்துக்கொண்டிருக்கும் பயணிகளையும் கப்பல்துறை மேடைகளில் மீனவர்களுக்காகக் காத்திருக்கும் பூனைகளையும் இவ்வளவு உயரமான மரங்களாவென்று இதுவரை நீங்கள் அறிந்திராத மரங்களையும் ஒளிந்திருக்கும் பங்களாக்களையும் உங்கள் கண்ணில் பட்டுவிடக்கூடாதென்ற நோக்கத்தோடு மதில் எழுப்பி மறைக்கப்பட்டிருக்கும் தோட்டங்களையும் மேடேறி உயரே செல்லும் குறுகலான இடைகழிகளையும் பின்னணியில் பெரிதாகப் படர்ந்திருக்கும் உயரமான கட்டட வரிசைகளையும் தூரத்தில் தெரிகின்ற மசூதிகள், சேரிகள், பாலங்கள், பள்ளி வாயிற் தூபிகள், கோபுரங்கள், தோட்டங்கள், பெருகிக்கொண்டே செல்லும் நெடிதுயர்ந்த மாளிகைகள் எனக் குழப்பமாகக் கலந்து மெதுவாக விரியும் இஸ்தான்புல்லின் பிரதான முகத்தையும் உங்களால் காண முடியும். நீங்கள் பயணிப்பது தோணியாக இருந்தாலும், விசைப் படகாக இருந்தாலும் துடுப்புப்படகாக இருந்தாலும் பாஸ்ஃபரஸ்ஸில் பயணம்

செய்வதென்பது இஸ்தான்புல் நகரை வீடுவீடாக, பகுதிபகுதியாக, கிட்டத்திலிருந்தும் தூரத்திலிருந்தும் இருட்டு நிழலுருவாகவும் உருமாறிக் கொண்டேயிருக்கும் பொய்யுருவாகவும் தரிசிப்பது என்பதுதானாகும்.

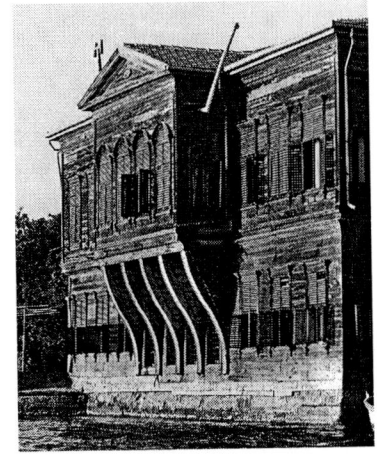

பாஸ்பரஸ்ஸிற்குச் செல்லும் எங்கள் குடும்பச் சுற்றுலாக்களில் எனக்கு மிகவும் சந்தோஷமளிப்பது என்னவென்றால், மேலைத்தாக்கத்தால் பாதிக்கப்பட்டாலும் அதன் சுயத்தன்மையையும் உயிர்ப்பையும் இன்னும் இழந்துவிடாமலிருக்கும் ஒரு மகத்தான கலாச்சாரத்தின் மிச்சங்கள் எங்கெங்கும் காணக்கிடைப்பதுதான். வண்ணமிழந்து வெளிறிப்போன ஒரு பிரம்மாண்டமான *யாலியின்* அற்புதமான இரும்புக் கதவுகளுக்கு முன்நிற்கும் போதும் இன்னொரு *யாலியின்* பாசி படர்ந்த தடித்த சுவர்களின் உறுதியை உணரும்போதும் மற்றவற்றைவிட பிரமாண்டமாக தோற்றமளிக்கும் மூன்றாவது *யாலியின்* சாளரங்களையும் அவற்றின் அற்புதமான மரவேலைப்பாடுகளையும் கண்டு ரசிக்கும்போதும் மேட்டுப் பகுதியில் நெடிதுயர்ந்து வளர்ந்திருக்கும் ஜூடாஸ் மரங்களைக் காணும்போதும் இண்டு இடுக்கில்கூட சூரிய ஒளியைத் தரை தொட அனுமதிக்காமல் அடர்ந்து கவிந்திருக்கும் நூற்றாண்டு பழமையான ப்ளேன் மரத்தோட்டங்களைக் கடந்து போகும்போதும், சிறுவர்களாக இருந்தாலும் எங்களுக்குச் சொல்லிக்கொடுக்கப்பட்டிருந்த சரித்திரப் பாடத்தின் காரணமாக ஒரு காலத்தில் இங்கே மகத்துவத்தோடு கோலோச்சியிருந்த ஒரு நாகரிகம் இப்போது எப்படி நலிந்து பாழாகியிருக்கிறது என்ற எண்ணம்தான் தோன்றும். முன்பொரு காலத்தில் எங்கள் முன்னோர் எங்களைப் போலல்லாமல் செல்வச் செழிப்பில் ஆடம்பரமாக வாழ்ந்து கழித்திருக்கின்றனர் என்ற செய்தி எங்களை மேலும் ஏழைகளாக, பலவீனர்களாக, நாகரிகமற்ற நாட்டுப்புறத்தார்களாக உணரச் செய்யும்.

பத்தொன்பதாம் நூற்றாண்டின் மத்தியிலிருந்து வரிசையாக நிகழ்ந்த ராணுவத் தோல்விகள் சாம்ராஜ்ஜியத்தை அரித்துக்கொண்டிருக்க, குடியேறிகளால் பழைய இஸ்தான்புல் நகரம் அமிழ்ந்துகொண்டிருந்தபோது, பேரரசின் பிரம்மாண்டமான கட்டடங்களில்கூட வறுமையின்

அடையாளங்களும் அழிவின் அறிகுறிகளும் தென்படத் தொடங்கியிருந்தன. மேலை மோகத்தில் ஆட்பட்டிருந்த ஆட்டமன் அதிகார வர்க்கத்தின் பாஷாக்களும் உயர் பதவியாளர்களும் பாஸ்ஃபரஸ் கரையையொட்டி மாளிகைகளை எழுப்பி, அவற்றில் தஞ்சமடைந்து ஒரு புதிய கலாச்சாரத்தை உருவாக்கி, வெளியுலகத்திலிருந்து தம்மை அடைத்துக்கொண்டனர். மேலைநாட்டு யாத்ரீகர்களால் இந்த இழுத்து மூடிக்கொண்ட சமூகத்திற்குள் பிரவேசிக்க முடியாதிருந்தது. பாஸ்ஃபரஸ் பகுதியைச் சாலைவழியாக அடைவதற்கு ஒழுங்கான பாதைகள்கூட அமைக்கப்படவில்லை. 19ஆம் நூற்றாண்டின் மத்தியில் தோணிகள் பெருகத் தொடங்கிய பின்பும்கூட, பாஸ்ஃபரஸ் பகுதி இஸ்தான்புல் நகரத்தின் ஒரு பகுதியாக, உருமாறாமலேதான் இருந்தது. பாஸ்ஃபரஸ் மாளிகைகளுக்குள் பத்திரமாகத் தம்மைப் பூட்டிக்கொண்டிருந்த ஆட்டமன்கள் தமது வாழ்க்கை முறைகளை, சம்பவங்களை எந்த இடத்திலும் பதிவுசெய்துவிடாமலே மறைந்திருக்கின்றனர் என்பதால் அவர்களுடைய புதல்வர்களும் பேரன்மார்களும் எழுதிவைத்த நினைவுக் குறிப்புகளைத்தான் நாம் ஆதாரமாகக் கொள்ள வேண்டியிருக்கிறது.

இந்த நினைவுக் குறிப்புகளிலேயே மிகவும் சுவாரஸ்யமானது புருஸ்டிய நுட்பத்தோடு நீளநீளமான வாக்கியங்களில் எழுதப்பட்ட அப்துல்லாக் ஷினாஸி ஹிஸாரின் (1887 – 1963) *Bosphorous Civilisation.* ருமேலிஹிஸாரி யாலி ஒன்றில் வளர்ந்த ஹிஸார் பாரீஸில் தன் இளமைக் காலத்தைக் கழித்தவர். கவிஞர் யாஹியா கெமாலின் (1884 – 1958) நண்பர், அவரோடு சேர்ந்து 'பொலிட்டிகல் சயின்ஸ்' படித்தார். *Bosphorous Moonscapes, Bosphorous Yalis* புத்தகங்களில் அவரது மறைந்து வரும் கலாச்சாரத்தின் மர்மக் கவர்ச்சியை 'புராதன காலத்து நுண்ணோவியனின் கவனத்தோடும் சிரத்தையோடும்' புத்துருவாக்கம் செய்ய முயன்றிருக்கிறார்.

இவற்றில் அவர்களது தினசரி நியமங்கள் வர்ணிக்கப்படுகின்றன. நீரில் சந்திரகிரணம் நிகழ்த்தும் விளையாட்டையும் தூரத்துப் படகுகளிலிருந்து கசிந்து வரும் சங்கீதத்தையும் இரவு நேரங்களில் அவர்களது பாய் படகுகளிலிருந்து ரசிக்கும் காட்சிகள் அவர் எழுத்தில் காணக் கிடைக்கின்றன. இந்த அனுபவங்களை, ரசனைகளை, நிசப்தங்களை நேரடியாகக் கண்டுணர்ந்துகொள்ளும் வாய்ப்பு எனக்குக் கிடைக்காததன் சோகம் என் மனதை அழுத்தாமல் என்னால் ஒருபோதும் *Bosphorous Moonscapes*—ஐ கையில் எடுக்க முடிந்ததில்லை. இந்த இழந்த சொர்க்கத்தின் அடிநாதமாகப் படிந்திருக்கும் கயமைகளையும் துர் இயல்புகளையும் பார்க்கவிடாமல் அவரது கடந்தகால ஏக்கம் ஏறக்குறைய அவரைக் குருடாக்கியிருக்கிறது. நிலா – ராத்திரிகளில் காற்று வீசுவது நின்று துடுப்புப் படகுகள் கடலின் நிச்சலமான ஒரு திட்டுப் பகுதிக்கு வந்தடைந்து, சங்கீதக்காரர்களும் மௌனமாகிவிட்ட கணத்தில் ஹிஸார் அதனை உணர்கிறார். 'காற்றசைவு நின்றிருக்கும் போதில் சிலமுறை நீர்ப்பரப்புகூட உள்ளிருந்து நடுங்கி, துவைத்து காயப்போட்ட பட்டு போலத் ததும்பித் துவள்கிறது.'

அம்மாவோடு படகில் செல்லும்போது பாஸ்ஃபரஸ் குன்றுகளின் நிறங்கள் வெளியிலிருக்கும் வெளிச்சத்தின் பிரதிபலிப்புகளாக எனக்குத் தோன்றியதில்லை. வீட்டுக்கூரைகளும் பிளேன் மரங்களும் எங்கள் தலைக்கு மேல் படபடத்து கடந்து செல்லும் கடற்காகங்களின் சிறகுகளும்

இஸ்தான்புல்

படகு இல்லங்களின் பாதி உடைந்த சுவர்களும் அவற்றிற்குள்ளிருந்து கசிந்து வரும் மங்கலான வெளிச்சத்தில் ஒளிர்வதைப் போலத்தான் தோன்றியிருக்கின்றன. ஏழைச் சிறுவர்கள் கடற்கரைச் சாலையிலிருந்து கடலுக்குக் குதிக்கும் கடுமையான வெப்ப நாட்களில்கூட சூரியன் நிலப்பகுதியைத் தனது பரிபூரண ஆளுகைக்குள் வைத்திருப்பதாகச் சொல்ல முடியாது. கோடைக்கால மாலை நேரங்களில் செக்கர் வானம், பாஸ்ஃபரஸ்ஸின் இருட்டு மர்மங்களோடு கலக்கும்போது, கடல்நீர் வெறிகொண்டு பொங்கும். நீரை வெட்டிச் செல்லும் படகுகளின் பின்னே நுரைச் சிறகுகளாகப் பிளந்து விரியும். ஆனால் நுரைப்படலத்திற்குப் பக்கத்திலேயே கடலின் நிச்சலனமான பகுதி அந்தளவுக்கு நிறம் மாறாமல், குளத்து அல்லி மலர்கள் போல் ஊசலாடாமல் மோன நிலையில் சமைந்திருக்கும்.

அறுபதுகளின் மத்தியில் ராபர்ட் அகாதெமியில் பயின்று கொண்டிருந்தபோது, பெஷிக் டாஷ் – ஸாரியெர் இடையே நெரிசலான பேருந்தில் நின்றுகொண்டே பயணிக்கையில் சன்னலின் வழியே ஆசியக்கரையின் மலைத்தொடர்களையும் சூரியன் மேலேற, ஏற, தன் நிறத்தை மாற்றிக்கொண்டே வரும் பாஸ்ஃபரஸ் என்ற அந்த மர்மக் கடலையும் சலிப்பின்றி பார்த்தபடிச் செல்வேன். ஒரு இலைகூட அசங்காத வசந்தத்தின் மங்கிய அந்திப் பொழுதுகளிலும் காற்று வீசாத, அரவமற்ற கோடை இரவுகளிலும் காலடியோசைகளைத் தவிர வேறெதுவும் கேட்காத பின்னிரவுகளிலும் பாஸ்ஃபரஸ் கரையோரமாகத் தனியாக நடந்து செல்லும் ஒருவனுக்கு, ஒரு குறிப்பிட்ட இடத்தை வந்தடைந்ததும் – அது அகின்டிபர்னுவிற்கு அருகிலோ அர்னாவுத்கூயைத் தாண்டியதற்குப் பிறகோ அல்லது ஆசியன் கல்லறைக்கருகில் இருக்கும் கலங்கரை விளக்கத்தை அடையும் போதோ – அந்த மந்திரத் தருணம் வாய்க்கும். கடல் நீரோட்டங்களின் உற்சாக உறுமல்களைச் செவிமடுத்தபடி, எங்கிருந்து கிளம்பி வருகிறதென்று தெரியாமல் மேலெழும்பி வரும் பளபளப்பான வெண்நிற நுரைகளை வெறித்துக்கொண்டிருக்கும்போது, முன்பொரு காலத்தில் ஹிஸார் குறிப்பிட்டதைப் போல, நானும் பலமுறை உணர்ந்திருப்பதைப் போல, இந்த பாஸ்ஃபரஸ்ஸிற்கென்று தனியாக ஓர் ஆன்மா இருக்கிறதென்று ஒரு திடுக்கிட்ட தரிசனம் நிகழும்.

சைப்ரஸ் மரங்களை, பள்ளத்தாக்குகளில் இருண்டிருக்கும் அடர்வனங்களை, கைவிடப்பட்ட வெற்றான பழங்கால யாலிகளை, மர்மமான சரக்கு மூட்டைகளோடு நின்றிருக்கும் அரதப் பழசான துருப்பிடித்த கப்பல்களைக் கண்கொட்டாமல் பார்த்தபடி இருப்பதும் வாழ்நாள் முழுக்கக் கடற்கரையிலேயே கழித்திருப்பவர்களுக்கு மட்டுமே தெரியக்கூடிய பாஸ்ஃபரஸ் கப்பல்களின், யாலிகளின் கவிதையை நீங்களும் கண்டடைந்து ரசிப்பதும் சரித்திர சோகங்களைப் புறந்தள்ளி ஒரு குழந்தையைப் போல குதூகலித்து, இந்த உலகத்தை மேலும் அதிகமாகத் தெரிந்துகொள்வதும் அதைப் புரிந்துகொள்வதும்தான் உண்மையான இன்பம். அநித்தியத்தின் முன் கூச்சத்தை ஒழித்து ஐம்பது வயதான எழுத்தாளன் ஒருவன் செய்கின்ற சரணாகதிப் பிரகடனம் இதுவாகத்தான்

இஸ்தான்புல்

இருக்க முடியும். பாஸ்ஃபரஸ்ஸையும் இஸ்தான்புல்லின் இருட்டுத் தெருக்களின் அழகையும் கவிதையையும் பற்றி எப்போதெல்லாம் சிலாகித்துப் பேசுகிறேனோ அப்போதெல்லாம் எனக்குள்ளிருக்கும் ஒரு குரல் என்னை மிகைப்படுத்திப் பேசாதே என எச்சரிக்கிறது. இந்த மிகைப்போக்கிற்குக் காரணம் ஒருவேளை என் சொந்த வாழ்க்கையில் வாய்த்திருக்காத அழகை ஒப்புக்கொள்ள விருப்பமற்றிருப்பதால் இருக்கலாம். எனது நகரத்தை அழகாகவும் மயக்கமூட்டுவதாகவும் நான் காண்கிறேனென்றால் என் வாழ்க்கையும் அதுபோலத்தானே இருக்க வேண்டும்.

முந்தைய தலைமுறை எழுத்தாளர்களில் பலரும் இஸ்தான்புல்லைப் பற்றி எழுதும்போது இந்தப் பழக்கத்திற்குத்தான் ஆட்பட்டுவிடுகிறார்கள். இந்த நகரின் அழகை அவர்கள் ரசனை சொட்ட வர்ணிக்கும்போதும் அவர்கள் கதைகளால் என்னை மதிமயக்கச் செய்யும்போதும் அவர்கள் விவரிக்கின்ற ஊரில் இப்போது அவர்கள் வசிக்கவே இல்லை என்பதும் மேலைமயமாக்கப்பட்ட இஸ்தான்புல்லின் நவீனத்துவ சவுகரியங்களில்தான் தஞ்சமுற்றிருக்கிறார்களென்பதும் நினைவுக்கு வருகிறது. இந்த முன்னோடிகளிலிருந்து நான் கற்றுக்கொண்டது என்னவென்றால், இஸ்தான்புல்லின் அழகுகளைப் பற்றிக் கவித்துவமான அபரிமித வர்ணணைகளைக் கொட்டுவதற்கான உரிமை, இங்கே வசிக்காமல் இடம்பெயர்ந்து, அதில் எந்தவிதமான உறுத்தலுக்கும் உள்ளாகாமல் இருப்பவர்களுக்கு மட்டுமே இருக்கிறது என்பதுதான்: நகரத்தின் அழிவுகளையும் துயரத்தையும் பேசுகின்ற ஓர் எழுத்தாளனுக்கு அவன் வாழ்வில் படர்ந்திருக்கும் பைசாச ஒளியைப் பற்றிய பிரக்ஞை இல்லாதிருக்காது. இந்நகரத்தின் அழகிலும் பாஸ்ஃபரஸ்ஸின் அழகிலும் மயங்கியிருப்பதன் பொருள், ஒருவரின் இரங்கத்தக்க சொந்த வாழ்க்கைக்கும் கடந்த காலத்தின் மகிழ்ச்சியூட்டும் மகத்துவத்திற்குமிடையே இருக்கும் வேறுபாட்டை நினைவுபடுத்திக்கொள்வது என்பது மட்டுமே.

அம்மாவோடு செல்லும் எனது பாஸ்ஃபரஸ் உலாக்கள் முடிவுக்கு வரும் விதம் எப்போதும் ஒரேமாதிரியாகத்தான் இருந்தன: அபாயகரமான நீரோட்டங்களில் ஓரிருமுறை சிக்கி, கடந்து செல்லும் கப்பல்களின் அதிர்ச்சியில் எங்கள் படகு சிலமுறை தள்ளாடி சமாளித்தபின், கரைவரைக்கும் நீரோட்டம் வந்துசெல்லும் ரூமெலி ஹிசாரி முனைக்கு சற்று முன்பாக ஆசியன் சாலையை அடைந்ததும் நிறுத்தப்பட்டுவிடும். பாஸ்ஃபரஸ்ஸின் ஆகக் குறுகலான முனையில் அம்மா நடத்திச்செல்வார். நானும் என் அண்ணனும் கோட்டை மதிற்சுவருக்கு வெளியே காட்சிக்கு வைக்கப்பட்டிருக்கும் மாவீரர் மெஸ்மெத் இந்நகரை முற்றுகையிட்டபோது பயன்படுத்திய பீரங்கிகளைச் சுற்றிச்சுற்றி விளையாடுவோம். அந்த பீரங்கிகளின் மாபெரும் வாயகன்ற குழல்களுக்குள்ளே இரவு நேரங்களில் குடிகாரர்களும் வீடற்றவர்களும் படுத்து உறங்கிக்கொண்டிருப்பார்கள். உள்ளே எட்டிப்பார்த்தால் மனிதக்கழிவுகள், உடைந்த கண்ணாடிக்குப்பிகள், நசுங்கிய தகர டப்பாக்கள், சிகரெட் துண்டுகள் என மண்டியிருக்கும். எங்கள் 'மகத்தான மரபுச்செல்வங்கள்' இப்போது இங்கே இருப்பவர்களுக்குப் புரிந்துகொள்ள முடியாதப் புதிராகத்தான் இருக்கிறது என்று அப்போது நமக்குப் புலப்படும்.

ரூமெலி ஹிசாரி தோணித்துறையை அடைந்ததும் அம்மா அங்கிருந்து பிரிந்து செல்லும் சரளைக் கற்பாவிய சாலையையும் நடைபாதையில் இப்போது கட்டப்பட்டிருக்கும் சிறிய காபி விடுதியையும் சுட்டிக்காட்டுவார். "அங்கே மரத்தாலான *யாலி* மாளிகை ஒன்று இருந்தது. நான் சிறுமியாக இருந்தபோது உங்கள் தாத்தா எங்களை இங்கே கோடைக்காலத்தில் அழைத்துவருவார்," என்பார். நான் முதன்முதலாகக் கேட்டிருந்த இக்கதையில் வரும் இந்தக் கோடை இல்லத்தை ஒரு பாழடைந்த பேய் மாளிகையாகக் கற்பனைசெய்து வைத்திருந்தேன். இந்த மாளிகையின் தரைத்தளத்தில் வசித்துவந்த இதன் உரிமையாளரான ஒரு பாஷாவின் மகள் மர்மமான விதத்தில் கள்வர்களால் கொலை செய்யப்பட்டாளாம். கொலை நடந்தது முப்பதுகளின் மத்தியில். கோடை விடுமுறையைக் கழிக்க அம்மா இங்கே வந்துகொண்டிருந்த காலகட்டத்தில்தான் இந்தக் கொலை நடந்திருக்கிறது. இந்தப் பயங்கரக் கதையைக் கேட்டு உறைந்திருக்கும் என் கவனத்தைத் திருப்பும் விதமாக இப்போது இல்லாமற் போயிருக்கும் பங்களாவின் படகு இல்லத்தைச் சுட்டிக்காட்டி வேறொரு கதையைச் சொல்லத் தொடங்குவார்: என் பாட்டி சமைத்த ஓக்ரா குழம்பு பிடிக்காமல், தாத்தா கோபத்தில் சட்டியோடு ஜன்னலுக்கு வெளியே வீசியெறிந்ததில் அது பாஸ்ஃபரஸ் வெள்ளத்தில் போய் விழுந்ததாம். இக்கதையை அம்மா எப்போதும் ஒருவிதமான சோகச் சிரிப்போடுதான் சொல்வார்.

இஸ்தினையில் படகுத்துறைக்கெதிரே இன்னொரு *யாலியும்* இருந்தது. எங்களுடைய தூரத்து உறவினர் வசித்துவந்த இந்த வீட்டுக்கு என் அப்பாவுடன் சண்டை வரும்போதெல்லாம் அம்மா வந்துவிடுவார். இந்த வீடும் படிப்படியாகச் சிதிலமடைந்து காணாமற்போயிற்று. என் பிள்ளைப் பிராயத்தில் இஸ்தான்புல்லில் பெருகிவந்த புதுப்பணக்காரர்களுக்கும் மெதுவாக வளர்ந்துவந்த பூர்ஷ்வாக்களுக்கும் இந்த பாஸ்பரஸ் மாளிகைகள் கவர்ச்சிகரமாகத் தெரியவில்லை. இந்தப் பழைய பங்களாக்களில் வடக்கிலிருந்து வீசும் காற்றிலும் பனிக்காலக் குளிரிலும் இருக்கவே முடியாது. நீர்ப்பரப்பின் விளிம்பில் கட்டப்பட்டிருப்பவையென்பதால்

வீட்டுக்கு சூடேட்டி சாதனத்தைப் பொருத்தி கணப்பேற்றுவது கடினமாகவும் பெரும் செலவு பிடிப்பதாகவும் இருந்தது. ஆட்டமன் பாஷாக்கள் அளவிற்குக் குடியரசின் புதுப்பணக்காரர்கள் வலிமையானவர்களாக இல்லாததாலும், டாக்ஸிமையொட்டிய பகுதிகளில் தமது அடுக்ககங்களில் அமர்ந்து பாஸ்ஃபரஸ்ஸைத் தூரத்திலிருந்து பார்த்து ரசிப்பதே அவர்களுக்கு மேலை நாகரிகத்தனமாக இருந்தாலும் இந்த *யாலி*களை அவர்கள் விற்க முற்பட்டனர். வாழ்ந்து கெட்டிருந்த ஹிசாரின் உறவினர்களைப் போன்ற பழைய ஆட்டமன் குடும்பங்களுக்கு இந்தப் பழைய பாஸ்ஃபரஸ் *யாலி*களை அடிமாட்டு விலைக்குக்கூட விற்க முடியவில்லை. என் குழந்தைப் பருவம் தாண்டி 1970களில் இஸ்தான்புல் வெகுவாக வளர்ச்சி பெறத் தொடங்கியவரையிலும்கூட இந்த *யாலி*களும் மாளிகைகளும் பாஷாக்களின் பேரன்மார்களும் சுல்தானின் அந்தப்புரப் பெண்களுக்குமிடையே வாரிசுரிமைப் போராட்டங்களில் சிக்கியிருந்தன. சில மாளிகைகள் தனித்தனியாகப் பிரிக்கப்பட்டு வாடகைக்கு விடப்பட்டிருந்தன. பெயின்ட் படைபடையாக உரிந்து, குளிரிலும் ஈரத்திலும் மரவேலைப்பாடுகள் கறுத்து, பரிதாபமாகத் தோற்றமளித்த இவற்றில் சில மாளிகைகள் யார் மூட்டியது என்று தெரியாத திடீர் நெருப்புகளில் எரிந்து சாம்பலாகி, நவீன அடுக்ககங்கள் முளைக்க இடம்கொடுத்தன.

1950களில் எங்களது 1952ஆம் வருட டாட்ஜ் காரில் அப்பாவோ அல்லது சித்தப்பாவோ எங்களை பாஸ்ஃபரஸ்ஸிற்குக் காலை நேரச் சுற்றுலாவிற்கு அழைத்துச் செல்லாத ஞாயிற்றுக்கிழமைகளே இல்லையென்று சொல்லலாம். குற்றுயிராக அழிநிலையில் இருந்த ஆட்டமன் கலாச்சாரம் எவ்வளவுதான் துக்கமளிப்பதாக இருந்தாலும் அது எங்களை முடக்கிப்போட்டிருக்கவில்லை: என்ன இருந்தாலும் நாங்களெல்லாம் குடியரசு காலத்தின் புதுப்பணக்கார வர்க்கத்தைச் சேர்ந்தவர்களல்லவா? எனவே ஹிசாரின் Bosphorous Civilisationனின் இறுதிச்சுவடுகள் உண்மையில் எங்கள் அச்சத்தைத் தீர்க்கும் ஒரு நம்பிக்கையூட்டல்தான். ஒரு மகத்தான நாகரிகம் நீட்சியடைந்திருப்பதைக் காண்பதில் நாங்கள் ஆறுதலும் ஏன், பெருமிதமும்கூட அடைந்தோம் என்றே சொல்ல வேண்டும். வழக்கமாக எமிர்கானில் உள்ள சினரால்டி கஃபேவுக்குச் சென்று 'பேப்பர் அல்வா' சாப்பிடுவோம். எமிர்கான் அல்லது பெபெக் கரையோரமாகக் கடந்துபோகும் கப்பல்களை வேடிக்கை பார்ப்போம். வழியில் காரை நிறுத்தி அம்மா பூங்கொத்தோ அல்லது மீனோ வாங்குவார்.

வயதாக ஆக, என் பெற்றோர்களுடனும் என் அண்ணனுடனும் செல்கின்ற இந்தச் சிற்றுலாக்கள் எனக்குச் சலிப்பையும் வெறுப்பையும் ஏற்படுத்தத் தொடங்கின. வீட்டில் ஏற்படும் சச்சரவுகள், என் அண்ணனுக்கும் எனக்கும் இடையே உண்டாகியிருந்த போட்டியால் என்ன விளையாட்டு விளையாடினாலும் சண்டையில் முடிகிற எரிச்சல், வீட்டுச் சிறையிலிருந்து சொற்ப நேரத்திற்குத் தப்பித்திருப்பதற்காக வெட்டியாகக் காரில் அலைகிற ஒரு 'சிறு குடும்ப'த்தின் மன நிறைவின்மை – இவையெல்லாமும் சேர்ந்து பாஸ்ஃபரஸ்ஸின் மீதிருந்த எனது ஆர்வத்தைக் குலைக்கத் தொடங்கியிருந்தன. இருந்தபோதிலும் என்னால் வீட்டில்

அடைந்து கிடக்கவும் முடியவில்லை. வருடங்கள் கழித்து அதே பாஸ்ஃபரஸ் சாலையில் மற்ற கார்களில் எங்களைப் போலவே மகிழ்ச்சியற்ற, சண்டையும் சச்சரவுமான குடும்பங்கள் அதேபோன்ற ஞாயிற்றுக்கிழமை சிற்றுலாவிற்கு வந்திருப்பதைப் பார்க்கும்போது என் வாழ்க்கைக்கும் மற்றவர்களின் வாழ்க்கைக்கும் இடையே இருக்கின்ற ஒற்றுமைகள் மட்டும் பெரிதாகத் தெரியாமல், பல இஸ்தான்புல் குடும்பங்களுக்கு பாஸ்ஃபரஸ் மட்டும்தான் ஒரே ஆறுதலாக இருக்கிறது என்ற நிதரிசனமும் புரிந்தது.

காலநகர்வில் எல்லாமே மெதுவாக மறைந்துபோயின. ஒவ்வொன்றாக தீப்பற்றி எரிந்து சரிந்துபோன *யாலி*கள், அப்பா எனக்குக் காட்டிய அந்தக் காலத்திய மீன்பொறிகள், ஒவ்வொரு *யாலி*யாக பாய்ப்படகில் சென்று விற்கும் பழவியாபாரிகள், எங்களுக்கு அம்மா நீந்தக் கற்றுக்கொடுத்த பாஸ்ஃபரஸ் கடற்கரைகள், பாஸ்ஃபரஸ்ஸில் நீந்தும் சுகம், நவீன உணவகங்களாக மாறிவிட்ட படகுத் துறைகள், படகுத் துறைகளுக்குப் பக்கத்தில் படகுகளை வலித்துக் கொண்டுவந்து நிறுத்தும் படகோட்டிகள், இவை எல்லாமே இப்போது காணக் கிடைக்காதவையாகிவிட்டன. பாஸ்ஃபரஸ்ஸில் சிற்றுலா செல்வதற்கு இப்போது படகுகள் வாடகைக்குக் கிடைப்பதில்லை. ஆனால் என்னைப் பொறுத்தவரை ஒன்றே ஒன்று மட்டும் மாறாமல் அப்படியே இருக்கிறது. எங்கள் எல்லோருடைய கூட்டு இதயத்திலும் பாஸ்ஃபரஸ்ஸிற்கென்று இருக்கின்ற தனி இடம் அது. எங்கள் குழந்தைப் பருவத்தைப் போலவே இப்போதும் பாஸ்ஃபரஸ்ஸை எங்கள் உடல் ஆரோக்கிய நிலையமாகவும் எங்கள் நோய்களுக்கான நிவாரணமாக, எங்கள் நகரத்திற்கும் அதில் உறைகின்ற எம் மக்களுக்கும் நன்மைகளும் மகிழ்விணக்கங்களும் குறைவின்றி வழங்கிக்கொண்டிருக்கும் ஆதார வித்தாகவுமே கருதிக்கொண்டிருக்கிறோம்.

எனக்கு அவ்வப்போது தோன்றுவதெல்லாம் இதுதான்; 'வாழ்க்கை ஒன்றும் அவ்வளவு மோசமாக இருக்க வாய்ப்பில்லை; எது நடந்தாலும் பாஸ்ஃபரஸ் கரையோரமாக ஒரு நடை போய்வந்தால் எல்லாம் சரியாகிவிடும்.'

7

மெல்லிங்கின் பாஸ்ஃபரஸ்

பாஸ்ஃபரஸ்ஸை ஓவியமாகத் தீட்டிய மேலைநாட்டு ஓவியர்களிலேயே மெல்லிங்கைத்தான் மிகவும் நுட்பம் வாய்ந்தவராகவும் நம்பகத்தன்மை மிக்கவராகவும் நினைக்கிறேன். அவரது புத்தகம் – ***Voyage pittoresque de constantinople et des rives du Bosphore*** – (இந்தத் தலைப்பே எனக்குக் கவிதை போல இருக்கிறது) 1819இல் வெளியானது. கவிஞரும் பதிப்பாளருமான என் மாமா ஷெவ்கெத் ராடோ இந்நூலைப் படியெடுத்துப் பாதி அளவாகச் சுருக்கி 1969இல் வெளியிட்டார். ஓவியம் வரைவதற்கான பித்து அப்போது என் இதயத்தில் பற்றியெரிந்துகொண்டிருந்ததால் அதன் ஒரு பிரதியை எங்களுக்குப் பரிசாகவும் அளித்தார். இந்த ஓவியங்களை அணுவணுவாக, மணிக்கணக்காக நுணுகி ஆராய்ந்து, ஆட்டமன் சாம்ராஜ்ய இஸ்தான்புல்லின் சிதைக்கப்படாத மகிமை அவைதானென்று நினைத்து ரசித்துக்கொண்டிருப்பேன். இந்த அழகான கற்பனையை கட்டட வடிவமைப்பாளனுக்கும் கணிதவியலாளனுக்குமுள்ள நுட்பத்தோடு உருவாக்கப்பட்ட வெளிர்நீல வண்ண ஓவியங்களான *gouache*க்களிடமிருந்தல்ல, அவற்றிலிருந்து பின்னர் உருவாக்கப்பட்ட செதுக்கோவியங்களிலிருந்தே வளர்த்துக்கொண்டிருந்தேன். எங்களுடைய கடந்தகாலம் மகத்தானதாக இருந்ததென்று நம்ப வேண்டிய கட்டாயம் அரித்தெடுத்துக்கொண்டிருந்த வேளையில் – மேலைநாட்டு கலை இலக்கியங்களின்பால் மிகையாக ஈர்க்கப்பட்டிருந்த எங்களுக்கு – மெல்லிங்கின் செதுக்கோவியங்கள் பெரும் ஆறுதல் அளிப்பவையாக இருந்தன. என்னதான் கற்பனையுலகில் சஞ் சரித்தாலும் மெல்லிங்கின் ஓவியங்கள் அவ்வளவு அழகாக

இருப்பதற்குக் காரணம் அவற்றில் சித்தரிக்கப்பட்டவையெல்லாமே இப்போது அழிந்துவிட்டவை என்ற சோகமான யதார்த்தம்தான் என்பது மட்டும் என் பிரக்ஞையில் இருந்தது. ஒருவேளை அவை என்னை சோகத்தில் ஆழ்த்துகின்றன என்பதாலேயே இந்த ஓவியங்களின்பால் ஈர்க்கப்பட்டிருக்கிறேனோ என்னவோ.

*1763*இல் பிறந்த அந்த்துவான் இக்னஸ் மெல்லிங் ஓர் அசலான ஐரோப்பியர்: பிரெஞ்சு, இத்தாலிய வம்சாவளியில் வந்த ஜெர்மானியர். கார்ல்ரூஹேவில் கார்ல் ஃபிரட்ரிஷ் மகாபிரபுவின் அரண்மனையில் சிற்பியாக இருந்த தந்தையின் கீழ் சிறிதுகாலம் பயின்றுவிட்டு, தன் மாமாவுடன் ஓவியம், கட்டடக்கலை கணிதவியல் கற்பதற்காக ஸ்ட்ராஸ்பர்க் சென்றார். பத்தொன்பதாவது வயதில் அவர் இஸ்தான்புல்லிற்குப் புறப்பட்டு வந்ததற்கு அப்போது ஐரோப்பாவில் செல்வாக்கு பெறத் தொடங்கியிருந்த ரொமான்டிஸ இயக்கத்தின் பாதிப்பு காரணமாக இருந்திருக்கக்கூடும். அடுத்த பதினெட்டு வருடங்களுக்கு அதே நகரத்தில்தான் இருக்கப்போகிறோம் என்பதை அவர் முதலில் அங்கு காலெடுத்து வைத்த தினத்தில் அறிந்திருக்கமாட்டார். ஆரம்பத்தில் பேரா திராட்சைப் பண்ணையில் பயிற்சியாளராகப் பணிபுரிந்தார். இன்றைய பேயோலோவின் ஆரம்ப வித்துக்கள் அங்குதான் அப்போது முளைவிடத் தொடங்கியிருந்தன. வெளிநாட்டுத் தூதரகங்களையொட்டி பன்னாட்டவர் குடியிருப்புகள் பெருகத் தொடங்கியிருந்த நேரம் அது. மூன்றாவது சலீம் அவர்களின் சகோதரி ஹாட்டிஸ் சுல்தான், பூயூக்தெரேவிலிருந்த டேனிஷ் நாட்டுத் தூதர் பாரன் தெ ஹுப்ஷின் தோட்டத்திற்கு வருகை புரிந்தபோது தனக்கும் அந்த இல்லத்தில் இருப்பதைப் போலவே தோட்டம் அமைக்க விருப்பம் என்று சொன்னபோது அத்தூதர் இளைஞனான மெல்லிங்கை சிபாரிசுசெய்தார். ஹாட்டிஸ் சுல்தானுக்கு மெல்லிங் முதலில் உருவாக்கியது அக்கேஷியாக்களும் லிலாக்களும் கொண்ட மேலைப்பாணி சுழற்பாதைத் தோட்டம். பின்னர், பாஸ்ஃபரஸ்ஸின் ஐரோப்பியக் கரையில் இப்போதிருக்கும் குருசெஷ்மே, ஆர்டகூய் என்ற இரு சிற்றூர்களுக்கு நடுவிலிருந்த டெஃப்டர்டார்பர்னூ அரண்மனைக்கு ஒரு சிறிய அலங்கார அரங்கத்தைக் கட்டினார். சம இடைவெளிகளில் தூண்கள் தாங்கி நின்ற இந்த நவ செவ்வியற் கட்டடம் இப்போது இல்லை. மெல்லிங்கின் ஓவியங்களில்தான் பார்க்க முடிகிறது. இது வெறுமனே பாஸ்ஃபரஸ்ஸிற்கான அடையாளத்தை மட்டும் வெளிப்படுத்தாமல், நாவலாசிரியர் அஹ்மத் ஹம்டி தம்பினார் *(1901 – 62)* பின்னர் வர்ணித்த ‘கலப்புப் பாணி’ கட்டட வகைமைகளுக்கு முன்னோடியாகத் திகழ்ந்தது. மேலை கலைப்பண்புக் கூறுகளோடு சம்பிரதாய வழமைக்கூறுகளையும் வெற்றிகரமாக இணைத்திருந்த பாணி அது. பாஸ்ஃபரஸ்ஸின் தட்ப வெப்ப நிலைக்கு உகந்ததாக இருந்த அந்தக் காற்றோட்டமான நவ செவ்வியர் பாணியிலேயே மூன்றாம் சலீமின் கோடைவாசஸ்தலமான பெஷிக்டாஷ் மாளிகையையும் அவரது மேற்பார்வையில் நிர்மாணித்து அலங்கரித்தார். அதே நேரத்தில் ஹட்டிஸ் சுல்தானுக்கு ‘இன்ட்டீரியர் டெகரேட்டர்’ என்று இப்போது சொல்லப்படும் உள்ளக அலங்கரிப்பாளராகவும் பணிபுரிந்து வந்தார். அவருக்காகப் பூந்தொட்டிகள் வாங்கி வருவது, எம்பிராய்டரி

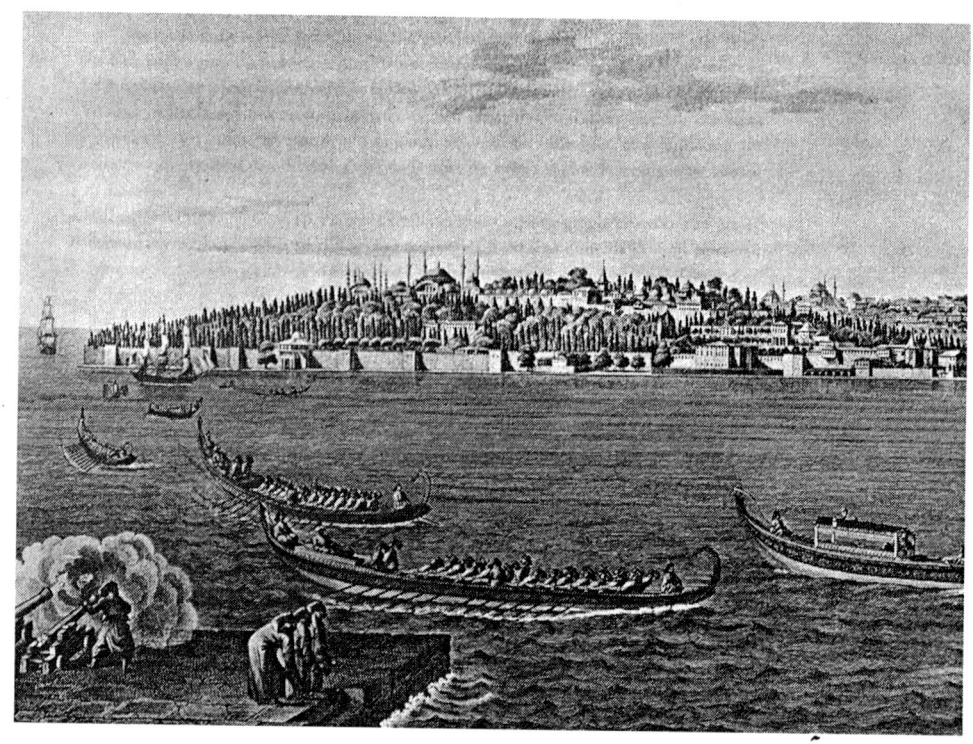

செய்த கைக்குட்டைகளில் முத்துக்கள் பதித்துத் தைப்பதையும் கொசுவலை நெய்வதையும் மேற்பார்வையிடுவது போன்ற பணிகளுக்கு மத்தியில் ஞாயிற்றுக்கிழமைகளில் வெளிநாட்டுத் தூதர்களின் மனைவிகளுக்கு அரண்மனையைச் சுற்றிக்காட்டும் பணியையும் செய்துவந்தார்.

அவர்கள் இவருக்குமிடையே பரிமாறிக்கொள்ளப்பட்ட கடிதங்களின்வழி இவற்றை நாம் அறிந்துகொள்கிறோம். இக்கடிதங்களில் மெல்லிங்கும் ஹாட்டிஸ் சுல்தானும் ஒரு சிறிய அறிவார்ந்த சோதனையை நடத்திப் பார்க்கிறார்கள். 1928இல் அடாதுர்க் 'எழுத்துரு புரட்சி'யைத் தொடங்குவதற்கு நூற்றி முப்பது வருடங்களுக்கு முன்பாகவே அவர்கள் லத்தீன் எழுத்துருக்களில் துருக்கிய மொழியில் கடிதங்களை எழுதியிருக்கிறார்கள். அவர்கள் காலத்திய இஸ்தான்புல்லில் நினைவுக்குறிப்புகளோ நாவல்களோ எழுதும் வழக்கம் இல்லாததால் ஒரு சுல்தானின் மகள் எப்படிப் பேசுவார் என்பதை இக்கடிதங்களிலிருந்து நம்மால் உத்தேசமாகத் தெரிந்துகொள்ள முடிகிறது:

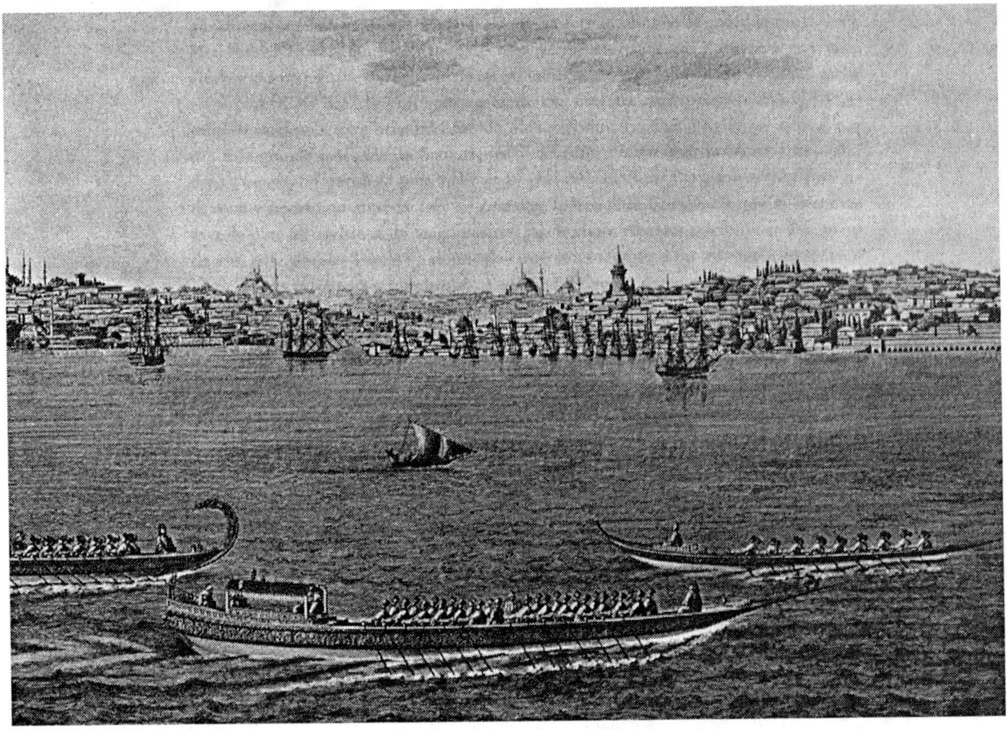

இஸ்தான்புல்

மேலாளர் மெல்லிங் அவர்களே, கொசுவலை எப்போது வரப்போகிறது? நாளை கிடைத்துவிடும் என்று தயவுசெய்து சொல்லுங்கள் . . . அவர்களை உடனே வேலையில் இறங்கச் சொல்லுங்கள், சீக்கிரம் என்னை வந்து பாருங்கள் . . . அது ஒரு வினோதமான செதுக்கோவியம் . . . இஸ்தான்புல் சித்திரம் வந்துகொண்டிருக்கிறது, அது சாயமிழக்கவில்லை . . . எனக்கு அந்த நாற்காலியைப் பிடிக்கவில்லை, எனக்கு அது வேண்டாம். எனக்கு தங்கமுலாமிட்ட நாற்காலிகள் வேண்டும் . . . பட்டுத்துணி அதிகம் வேண்டாம், ஆனால் பட்டு நூலிழைகளை அதிகமாக உபயோகப்படுத்துங்கள் . . . வெள்ளி அலமாரிக்கான சித்திரத்தைப் பார்த்தேன், அதைப்போலவே நீங்களும் செய்யமாட்டீர்கள் என்று நம்புகிறேன், தயவுசெய்து பழைய சித்திரத்தையே பயன்படுத்துங்கள், தயவுசெய்து கெடுத்துவிடாதீர்கள் . . . மார்தெடி (செவ்வாய்) அன்று உங்களுக்கு முத்துக்களும் பத்திரப்பணமும் தருகிறேன் . . .

ஹாட்டிஸ் சுல்தான் இலத்தீன் எழுத்துருக்களை மட்டுமல்லாது சற்று இத்தாலிய எழுத்துக்களையும் தெரிந்துவைத்திருந்தது இந்தக் கடிதங்களிலிருந்து தெளிவாகிறது. மெல்லிங்குடன் அவர் கடிதப் போக்குவரத்தைத் தொடங்கியபோது அவருக்கு முப்பது வயதுகூட ஆகியிருக்கவில்லை. அவரது கணவர் செய்யித் அகமத் பாஷா எர்ஸுரும்மின் ஆளுநராக இருந்ததால் இஸ்தான்புல்லில் அரிதாகவே தங்கியிருந்தார். நெப்போலியனின் எகிப்திய படையெடுப்பு பற்றிய செய்தி நகரத்தை அடைந்த பிறகு, அரண்மனை வட்டாரங்களில் பிரெஞ்சு எதிர்ப்புணர்வு அதிகரிக்கத் தொடங்கியது. இதே காலகட்டத்தில்தான் மெல்லிங் ஒரு ஜெனோவீஸிய பெண்ணை மணந்தார். ஹாட்டிஸ் சுல்தானுக்கு அவர்

எழுதியிருந்த வெளிப்படையான கடிதங்களிலிருந்து அவர் அப்போது சுல்தானின் ஆதரவை ஏதோ புரிந்துகொள்ள முடியாத காரணங்களுக்காக திடீரென்று இழந்துவிட்டிருந்ததாகத் தெரிகிறது:

 மேன்மைமிகு அரசியாருக்கு வணக்கம். தங்களின் எளிய ஊழியனாகிய நான் இன்று சனிக்கிழமை எனது மாதாந்திர ஊதியத்தை வாங்கி வருவதற்காக வேலைக்காரனை அனுப்பினேன்... ஊதியம் நிறுத்தப்பட்டுவிட்டதாகக் கூறியிருக்கிறார்கள்... மேன்மை தங்கிய அரசியின் பெரும் கருணையுள்ளத்தை அறிந்திருக்கும் எனக்கு இந்த உத்தரவு தங்களிடமிருந்து வந்திருக்க முடியும் என்பதை நம்ப முடியவில்லை... இந்த வதந்தி, பொறாமையினால் எழுந்ததாக இருக்க வேண்டும்... மேன்மை தங்கிய அரசி அவர்கள் தமது ஊழியர்களை எந்தளவுக்கு நேசிக்கிறார் என்பதை அறிந்ததினால் உண்டான வதந்தியாக இருக்க வேண்டும்... குளிர்காலம் நெருங்கிக்கொண்டிருக்கிறது, நான் பேயோலோ செல்கிறேன், ஆனால் நான் எப்படிப் போக முடியும்? என் வசம் ஒரேயொரு நாணயம்கூட இல்லை. வீட்டு உரிமையாளர் வாடகை கேட்கிறார், சமையலுக்குப் பொருட்களும் கரியும் விறகும் தேவை. என் மனைவிக்கு பெரியம்மை கண்டிருக்கிறது. மருத்துவர் 50 குருஷ் கேட்கிறார், நான் எங்கே போவேன்? எவ்வளவு முறை இறைஞ்சினாலும் படகிலும் சாலை வழியிலும் எவ்வளவுதான் செலவழித்து வந்து கேட்டாலும் சாதகமான பதில் இன்னும் எனக்குக் கிடைக்கவில்லை... என்னிடம் ஒரேயொரு நாணயம்கூட இல்லை, உங்களைக் கெஞ்சிக் கேட்கிறேன்... என்னைக் கைவிட்டு விடாதீர்களென்று மேன்மை தங்கிய அரசியாரிடம் மன்றாடிக் கேட்டுக்கொள்கிறேன்...

ஹாட்டிஸ் சுல்தான் மெல்லிங்கின் மன்றாடல்களுக்கு அசைந்து கொடுத்ததாகத் தெரியவில்லை. அதன் பின்னர் மெல்லிங்

இஸ்தான்புல்

ஐரோப்பாவிற்குத் திரும்பி வந்து, பொருளீட்ட வேறு வழிகளைத் தேடலாம் என்று முடிவெடுத்திருக்கிறார். அவர் கொஞ்ச நாட்களாகவே ஒரு செதுக்கோவியத் தொகுப்பிற்காக மிகப்பெரிய, நுணுக்கமான வெளிர்நீல வண்ண ஓவியங்களை அரண்மனைக்கு நெருக்கமாக உள்ளவர்களிடம் விற்க முயற்சி செய்து வந்திருக்கிறார். இஸ்தான்புல்லில் பிரெஞ்சு தூதரக அதிகாரியாக இருந்த புகழ்பெற்ற ஓரியன்டல் கலைஞரான பியரி ரூஃபின் அவர்களின் உதவியோடு பாரீஸில் உள்ள பதிப்பாளர்களோடு தொடர்புகொள்ளத் தொடங்கினார். மெல்லிங் 1802லேயே பாரீஸுக்குத் திரும்பிவிட்டாலும் பதினேழு வருடங்கள் கழித்து (அவரது ஐம்பத்தி ஆறாம் வயதில்தான்) நூல் வெளியானது. அவரது காலத்தின் மிகச்சிறந்த செதுக்கோவியர்களோடு இணைந்து பணிபுரியும் வாய்ப்பு அவருக்குக் கிடைத்தது. ஆரம்பத்திலிருந்தே இவ்வடிவத்தில் மூல ஓவியங்களுக்கு முடிந்தவரை நேர்மையாக இருப்பதற்கான சீரிய கடப்பாடும் இருந்திருக்கிறது.

இம்மாபெரும் நூலில் உள்ள நாற்பத்தியெட்டு பதிப்போவியங்களைப் பார்க்கும்போது நமக்கு முதலில் பதிவது அவரது துல்லியத்தன்மையே. தொலைந்துபோன ஓர் உலகத்தின் நிலக்காட்சிகளான இவற்றின் நேர்த்தியான கட்டட அமைப்பு நுட்பங்களையும் திறமையாக பயன்படுத்தப்பட்டிருக்கும் காட்சிக் கோணங்களையும் பார்க்கும்போது மேலீடான மெய்ம்மைத் தோற்றத்தைக் காண்பதற்கான வேட்கை பூரணமாக நிறைவேறிவிடுகிறது. அந்தப்புரத்தின் உட்புறத்தைச் சித்தரிக்கும் ஒப்பனை ஓவியத்தில்கூட இது நிரூபணமாவதைக் காணலாம். நாற்பத்தியெட்டு செதுக்கோவியங்களிலேயே இக்குறிப்பிட்ட ஒன்றுதான் மிகுந்த கற்பனை வளத்தோடு உருவாக்கப்பட்டதென்று கூறலாம். இருந்தும், 'கோத்திக்'

பார்வைக் கோணத்தின் சாத்தியங்களை ஆராயும் ஒரு தொழில்முறை வரைஞரின் துல்லியமும் அதில் தெரிகிறது. அந்தப்புரக் காட்சி என்றாலே வழக்கமாக மேலை ஓவியர்களால் சித்தரிக்கப்படும் ஆபாச அருவருக்கத்தக்க பாலியல் முத்திரைகள் இல்லாமல், இஸ்தான்புல்லின் பார்வையாளனையும் ஏற்றுக்கொள்ளவைக்கும் தீவிரத் தன்மையை மெல்லிங் இங்கே கொண்டுவந்துவிடுகிறார். இவ்வோவியத்தின் உத்தேசமான கோட்பாட்டுத் தன்மையை, மனிதாபிமான விவரங்களை ஓரத்தில் பொருத்தி சமன் செய்துவிடுகிறார். அந்தப்புரத்தின் தரைத்தளத்தில் கோடிச்சுவரை அடுத்து இரண்டு பெண்கள் நின்றுகொண்டிருக்கிறார்கள்; இதழோடு இதழ் பதித்து, அவர்கள் காதலோடு தழுவிக்கொண்டிருக்கிறார்கள். பிற மேலை ஓவியர்களைப் போல இந்தப் பெண்களை ஓவியத்தின் மையத்தில் பொருத்தி மிகைப்படுத்தியோ அல்லது அவர்களின் நெருக்கத்தை அடிக்கோடிட்டோ காட்டிவிடவில்லை.

மெல்லிங்கின் இஸ்தான்புல் நிலக்காட்சிகளில் மையப்புள்ளி என்பது கிட்டத்தட்ட இல்லாததைப் போலவே உள்ளது. இந்த அம்சமும் நுணுக்க விவரங்கள் குறித்த அவரது கவனமுமே அவர் சித்தரிக்கும் இஸ்தான்புல்லை நோக்கி ஈர்த்தன எனலாம். அவரது நூலின் இறுதியில் இருக்கும் வரைபடத்தில் அந்த நாற்பத்தி எட்டு காட்சிச் சித்திரங்களும் எங்கெங்கே அமைந்திருக்கின்றன, எந்தக் கோணத்திலிருந்து வரையப்பட்டன என்ற விவரங்கள் குறிப்பிடப்பட்டுள்ளன. காட்சிக்கோணம் பற்றிய அவரது சமரசமற்ற வேட்கையை இது காட்டுவதாக இருந்தாலும் சீன சுருள் – சுவடிகளைப் போல, சினிமாஸ்கோப்பில் காமிரா வேலையைப் போல, காட்சிக்கோணம் என்பது அவரது ஓவியங்களில் முடிவின்றி

இடம்பெயர்ந்துகொண்டே இருக்கிறது. மனிதர்கள் கொண்ட நிகழ்ச்சிகளை மெல்லிங் அவரது ஓவியங்களின் மையப்பகுதிகளில் எப்போதும் பொருத்துவதில்லை என்பதால் அவரது ஓவிய மனிதர்களைக் காண்பது என்பது நான் குழந்தையாக இருக்கும்போது பாஸ்ஃபரஸ்ஸில் பயணம் செய்யும்போது, ஒரு வளைவு திரும்பியதும் அதன் பின்னாலிருந்து திடீரென விரியும் மற்றொரு வளைவு, கரையின் ஒவ்வொரு திருப்பத்திலும் ஆச்சரியகரமாக எழும் ஒரு புதிய காட்சிக்கோணம் என்று தெரிந்து வந்ததை ஒத்ததாக இருக்கிறது. இச்சித்திரச் சுவடியைப் புரட்டும்போது எனக்குள் தோன்றுவதெல்லாம், இஸ்தான்புல் என்ற நகரம் மையமற்ற, முடிவற்ற ஒன்று என்பதுதான். சிறுவயதில் நான் ஆசையாகக் கேட்ட கதைகளில் ஒன்றிற்குள் நான் பொதிந்திருப்பதாகவே அப்போது உணர்கிறேன்.

மெல்லிங்கின் பாஸ்ஃபரஸ் காட்சிகளைப் பார்ப்பதென்பது நான் முதன்முதலில் பார்த்த பாஸ்ஃபரஸ்ஸை மனக் கண்ணின் முன்பாகக் கொண்டுவரும் அனுபவமாக மட்டும் இருப்பதில்லை. மலைச்சரிவுகளும் பள்ளத்தாக்குகளும் குன்றுகளும் அப்போதுகூட பசுமையற்று வெற்றாகத்தான் இருந்திருக்கின்றனவென்றாலும் அடுத்த நாற்பதாண்டுகளில் முளைத்துவிட்டிருக்கும் விகாரமான கட்டடக் குப்பைகளை மனதிலிருந்து அழித்துவிட்டு அதன் பரிசுத்தமான அழகை மீட்டெடுத்துப் பார்ப்பது ஏறக்குறைய சாத்தியமற்ற முயற்சியாகவே இருக்கிறது. இவரது ஓவியச் சுவடியில் இந்தத் தொலைந்துபோன சொர்க்கம் எனக்காக மிச்சம் வைத்துவிட்டுச் சென்றிருக்கும் ஒரு சில நிலக்காட்சிகளையும் வீடுகளையும் பார்க்கும்போது எனக்குள் ஏற்படும் ஆனந்தப் பரவசம் அலாதியாக இருக்கின்றது. துயரமும் மகிழ்ச்சியும் ஒன்று கலந்திடும் இந்தப் புள்ளியில், பாஸ்ஃபரஸ்ஸோடு நெருங்கிய பரிச்சயம் உடையவர்கள் கண்ணுக்கு மட்டுமே புலப்படக்கூடிய சின்னஞ்சிறு இணைப்புக் கண்ணிகளை என்னால் காண முடிகிறது. அந்தத் தொலைந்துபோன சொர்க்கத்திலிருந்து வெளியேறி எனது நிகழ்கால வாழ்க்கைக்குத் திரும்பும் நேரம் வரும்போது இந்தப் பாதிப்பு வேறு திசையிலிருந்தும் என்னை வந்து தாக்குகின்றது. ஆம், கடல் தன் அமைதியைக் களைந்து, கொந்தளிக்கத் தொடங்கிய வேளையில் தராபியா வளைகுடாவை விட்டு நீங்கள் செல்லும்போது, கருங்கடலிலிருந்து பீறிட்டு வரும் வாடைக்காற்று நீர்ப்பரப்பை உழுதபடி விரைய, மெல்லிங் தனது ஓவியத்தில் காட்டியிருக்கும் அதே சின்னஞ்சிறிய, கோபமுற்ற, பொறுமையிழந்த நீர்க்குமிழிகள் இப்போதும் உங்கள் கண்முன் குமிழ்த்தபடி எழும்புவதைப் பார்க்க முடிகிறது என எனக்குள் நானே உச்சரித்துக்கொள்கிறேன். ஆம், மாலை வேளைகளில், பெபெக் பகுதியின் குன்றுகளில் வளர்ந்திருக்கும் மரக்கூட்டங்கள் இருளில் இதைப்போலத் தணிவுறும்போது, என்னைப் போன்ற ஒருவனால் மட்டும்தான், அல்லது இங்கே குறைந்தது பத்து வருடங்களையாவது கழித்திருக்கும் மெல்லிங்கைப் போல ஒருவரால் மட்டும்தான் இந்த இருண்மை உள்ளிருந்து வெளியே பரவுகின்ற ஒன்று என்பதைப் புரிந்துகொள்ள முடியும் என்று நிச்சயமாகச் சொல்வேன். மரபார்ந்த இஸ்லாமிய தோட்டங்களிலும் சொர்க்கம் பற்றிய இஸ்லாமிய ஓவியங்களிலும் சைப்ரஸ் மரங்கள் பிரதானமாக இடம்பெற்றிருக்கும். மெல்லிங்கின் ஓவியங்களிலும்

பாரசீக நுண்ணோவியங்களில் இருப்பதைப் போலவே இவை கரும் பிம்பங்களாக உலைவற்று நின்றபடி, ஓவியத்தை ஒரு கவித்துவமான ஒத்திசைவுக்குக் கொண்டுவந்துவிடுகின்றன. பாஸ்ஃபரஸ்ஸின் பைன் மரங்களின் வளைவுகளையும் சுழற்சிகளையும் மெல்லிங் வரையும்போது, ஒரு செயற்கையான இறுக்கத்தை உணர்த்துவதற்காகவோ அல்லது சட்டகமாக அமைப்பதற்காகவோ அவற்றின் கிளைகளை மிகைப்படுத்தி வரையும் மேலை ஓவியர்களின் பாணியைப் பின்பற்றுவதில்லை. இந்த விதத்தில் மெல்லிங், நுண்ணோவியர்களைப் போன்றவர். உணர்ச்சி மேலிட்ட தருணங்களில்கூடத் தொலைவிலிருந்து மரங்களைப் பார்ப்பதைப் போலவே மனிதர்களையும் பார்க்கிறார். மனித உடல் அபிநயங்களை வரைவதில் மெல்லிங்கிற்குச் சற்றுத் திறமை குறைவு என்பது உண்மைதான். பாஸ்ஃபரஸ்ஸில் செல்லும் கப்பல்களையும் படகுகளையும் அவர் சித்தரிப்பதுகூடச் சில சமயங்களில் நயமில்லாமல் இருப்பது வாஸ்தவம். (அவை எல்லாமே நேராக நம்மை நோக்கி வருவதைப் போலிருக்கும்). கட்டடங்களுக்கும் உருவங்களுக்கும் பெரும் கவனம் செலுத்தி வரைந்திருந்தாலும் அவை பலநேரங்களில் சிறுபிள்ளைத்தனமாக, தகவுப் பொருத்தமற்று காணப்படும். ஆனால் நாம் காண்கின்ற இக்குறைபாடுகளில்தான் மெல்லிங்கின் கவித்துவம் இருக்கிறது. இந்தக் கவிதை தரிசனம்தான் அவரை நவீன காலத்து இஸ்தான்புல் வாசிகளிடம் செல்லுபடியாகக்கூடிய ஓர் ஓவியராக ஆக்கியிருக்கிறது. ஹாட்டிஸ் சுல்தானின் அரண்மனையிலும் சுல்தானின் அந்தப்புரத்திலும் உள்ள பெண்களின் முகங்கள் எல்லாமே ஒரே மாதிரியாக, எல்லோரும் சகோதரிகளோவென்று எண்ணும்படியாக வரைந்திருக்கும் மெல்லிங்கின் தூய்மையான வெகுளித்தன்மை நம்மை புன்னகைக்க வைக்கிறது. நம்மை பெருமைகொள்ள வைப்பது அவருக்கு நுண்ணோவியர்களோடு இருக்கும் ஆத்மார்த்தப் பிணைப்பு.

இஸ்தான்புல்

மேலைநாட்டு ஓவியப் பாணிகளால் தாக்கம்பெற்ற பிற மேலை ஓவியர்கள் எவரும் கவனிக்கத் தவறிய கட்டடக்கலை, இடவியல்பு மற்றும் தினசரி நடப்பு நுட்பங்கள் மீது மெல்லிங் கொண்டிருந்த விசுவாசத்தினால் இந்நகரத்தின் பொற்காலத்தை நம்மிடம் அழைத்து வந்துவிடுகிறார். அவரது வரைபடத்தில் கிஸ்குலேஸியையும் உஸ்குதாரையும் அவர் எங்கிருந்து பார்த்து வரைந்தாரோ அந்த இடத்தைக் குறிப்பிடுகிறார். அவர் குறிப்பிடும் அந்த இடம் சிஹாங்கிரில், இந்த வரிகளை நான் எழுதிக்கொண்டிருக்கும் இடத்திலிருந்து நாற்பது தப்படிகள் தள்ளி இருக்கிறது. தோப்காபி அரண்மனையை டோஃபேன் மலைச்சரிவிலிருக்கும் ஒரு காபி ஹவுஸின் சன்னல் வழியாகப் பார்த்து வரைந்திருக்கிறார். இஸ்தான்புல் நகரத்தின் தூரத்து விளிம்பை எயூப் மலைச்சரிவிலிருந்து பார்த்து வரைந்திருக்கிறார். இவர் சித்தரிக்கும் காட்சிகளில் நமக்குத் தெரிவது ஆட்டமன்கள் பாஸ்ஃபரஸ்ஸை ஒரு கிரேக்க மீன்பிடி கிராம வரிசையாகக் கருதாமல் தங்களுக்குச் சொந்தமான ஓரிடமாக நிறுவி வந்திருக்கின்றனர் என்ற அற்புதமான பார்வைதான். மேலைக் கவர்ச்சியில் கட்டட வடிவமைப்பாளர்கள் ஈர்க்கப்பட்டதில் தூய்மைத் தன்மையை அவர்கள் கைவிட்டிருப்பதும் புலப்படுகிறது. கலாச்சார மாற்றத்தில் உருமாறிக்கொண்டிருந்த ஒரு காலத்தின் துல்லியமான சித்திரங்களை மெல்லிங் நமக்கு வழங்கியிருப்பதால் மூன்றாம் சலீமுக்கு முந்தைய ஆட்டமன் சாம்ராஜ்யத்தை மிகவும் புராதன காலமாக நமக்கு நினைக்கத் தோன்றுகிறது.

பிரனேசியின் பதினெட்டாம் நூற்றாண்டு வெனிஸ், ரோம் செதுக்கோவியங்களைக் 'கையில் ஒரு பூதக்கண்ணாடியை வைத்துக்கொண்டு' தான் ஆராய்ந்ததாக மார்கிரிட் யூர்செனார் ஒருமுறை எழுதியிருந்தார்.

நானும் அதைப்போலவே மெல்லிங்கின் இஸ்தான்புல் நிலக்காட்சிகளில் இடம்பெறும் பாத்திரங்களையும் கூர்ந்தாய்வு செய்ய விரும்புகிறேன். முதலில் டோஃபேன் சதுக்கத்தையும் டோஃபேன் நீரூற்றையும் வரைந்த ஓவியத்திலிருந்து தொடங்குகிறேன். இவை மெல்லிங் அடிக்கடி செல்கின்ற இடங்கள். ஒரு சென்டிமீட்டர் விடாமல் அனைத்தையும் மிக நுட்பமாக உள்வாங்கி சித்தரிக்கப்பட்டிருக்கும் படத்தின் இடது ஓரத்தில் தர்பூசணிப் பழங்கள் விற்பவனைப் பார்க்கும்போது எனக்கு அளவற்ற மகிழ்ச்சி உண்டாகிறது. இன்றைக்கும் தர்பூசணிப் பழம் விற்பவர்கள் இப்படித்தான் இங்கே கடை போட்டிருக்கிறார்கள்.

மெல்லிங் மிக நுட்பமாக வரைந்திருப்பதால் இந்தத் தெருக்குழாய் அவரது காலத்தில் தெரு மட்டத்திற்கு மிக உயரத்தில் அமைந்திருந்தது தெரிகிறது. பின்னர் அதைச் சுற்றிலும் தெருக்கள் உருளைக் கற்களாலும் சிமென்ட்டாலும் திரும்பத்திரும்பப் போடப்பட்டதால் இன்று இத்தெருக்குழாய் ஒரு பள்ளத்தில் உட்கார்ந்திருக்கிறது. ஒவ்வொரு தோட்டத்திலும் ஒவ்வொரு தெருவிலும் தாய்மார்கள் குழந்தைகளின் கைகளை இறுகப் பற்றியபடி செல்லும் காட்சிகளைக் காண்கிறோம். (தனியாக நடந்துசெல்லும் பெண்களைவிட குழந்தைகளைக் கூட்டிச் செல்லும் பெண்கள் கௌரமானவர்களாகத் தோற்றமளிப்பார்கள் என்பதற்காகவும் அந்தத் தோரணைதான் இயல்பாக இருக்குமென்றும் மெல்லிங் இவ்வாறு வரைந்திருக்கக் கூடுமென்று தியோஃபைல் கௌதியே ஐம்பது வருடங்கள் கழித்துக் கருத்திட்டிருக்கிறார்). அவர் வாழ்ந்த நகரம் (எங்களுடையதைப் போலவே) முக்காலிகளில் துணிகளையும் உணவுப் பண்டங்களையும் வைத்து விற்கும் தெரு வணிகர்களால் நிறைந்திருக்கிறது. பெஷிக் டாஷில் உள்ள பழங்கால மீன்பிடித் துறையில் இளைஞன் ஒருவன் மீன் பிடித்துக்கொண்டிருக்கிறான். (நான், மெல்லிங்கை மிகவும் ரசிப்பவன் என்பதால் அவர் சித்தரித்திருக்கும் அளவிற்கு பெஷிக்டாஷ் கடல் அவ்வளவு நிச்சலனமாக இருந்து பார்த்ததில்லை என்பதைச் சொல்லமாட்டேன்.) இந்த இளைஞனுக்கு ஐந்து தப்படிகள் தள்ளி இரண்டு மர்ம மனிதர்கள் இருக்கிறார்கள். இவர்கள்தான் எனது ‘வெள்ளைக் கோட்டை’ நாவலின் துருக்கியப் பதிப்பின் அட்டையில் இடம்பெற்றிருக்கிறார்கள். கந்தில்லி மேட்டுப் பகுதியில் ஒருவன் கரடியை வைத்து வித்தை காட்டிக்கொண்டிருக்கிறான். சுல்தான் அகமத் சதுக்கத்தின் மத்தியில் (மெல்லிங்கைப் பொறுத்தவரை அது விளையாட்டரங்கு) சுற்றியிருக்கும் மக்கள் திரளையோ, நினைவு மண்டபங்களையோ ஏறிட்டுப் பார்க்காமல், உண்மையான இஸ்தான்புல் நகரத்தார் எல்லோரைப் போலவும் ஒருவன் பொதி சுமக்கும் கழுதையோடு மெதுவாக நடந்து செல்கிறான். இதே படத்தில் மக்களுக்கு முதுகைக் காட்டியபடி ஒருவன் எள்ளுருண்டை (இதை இப்போதும் நாங்கள் *ஸிமிட்ஸ்* என்றுதான் சொல்கிறோம்) விற்றுக்கொண்டிருக்கிறான். அவன் வைத்து விற்கும் முக்காலியைப் போலவேதான் இப்போதும் *ஸிமிட்* விற்பவர்கள் வைத்து விற்கும் முக்காலியும் இருக்கிறது.

எவ்வளவு மகத்தான நினைவு மண்டபமாக இருந்தாலும், எவ்வளவு அற்புதக் காட்சியாக இருந்தாலும் அவை தனது ஓவியங்களில் ஆதிக்கம் செலுத்த மெல்லிங் அனுமதித்ததில்லை. பிரனேசியைப் போலவே அவருக்கும் காட்சிக் கோணத்தில் விருப்பமிருந்தாலும் மெல்லிங்கின் ஓவியங்கள் ஒருபோதும் உணர்ச்சிக்குவியலாக இருப்பதில்லை (டோஃபேனில் படகோட்டிகள் சண்டைபோட்டுக் கொள்ளும்போது கூட!) பிரனேசியின் செதுக்கோவியங்களில் நம்மைத் தொல்லைக்குள்ளாக்குவது அவரது செங்குத்தான கட்டட அமைப்புகளின் வன்மை. இவற்றின் நடுவில் அவரது பாத்திரங்கள் கிறுக்கர்களாகவும் பிச்சைக்காரர்களாகவும் முடவர்களாகவும் கந்தலாடைப் பரதேசிகளாகவும் ஆகிவிடுகின்றனர். மெல்லிங்கின் நிலக்காட்சிகள் நமக்கு ஒரு பக்கவாட்டு சலனத்தை

அளிக்கின்றன. எதுவும் ஓவியத்திலிருந்து எழும்பி வந்து நம் முகத்தில் குதிப்பதில்லை. இஸ்தான்புல்லின் புவியியல், கட்டடக்கலையம்சத்தின் முடிவற்ற சாத்தியக்கூறுகளைக் காட்சிப்படுத்துவதன் மூலம் ஓர் அபூர்வமான சொர்க்க பூமியில் நிதானமாகச் சுற்றிப் பார்ப்பதற்கு அவர் நம்மை வரவேற்கிறார்.

இஸ்தான்புல்லை விட்டுக் கடைசியாக வெளியேறும்போது மெல்லிங் அவர் வாழ்நாளில் பாதியை இங்கு கழித்திருந்தார். ஆகவே அவர் இஸ்தான்புல்லில் கழித்த காலகட்டம் அவருக்கு 'கல்வி' அளித்த காலம் என்று நாம் நினைத்தால் அது தவறாகும். இந்த வருடங்களில்தான் தனது உண்மையான ஆளுமையை அறிந்துகொண்டார். இங்குதான் அவர் பொருளீட்டக் கற்றுக்கொண்டார். பொருளீட்டும் காலத்தில்தான்

இஸ்தான்புல்

அவரது முதல் ஓவியங்களைத் தீட்டத் தொடங்கினார். இஸ்தான்புல் நகரத்தை அணுஅணுவாக ரசித்த அவர், அந்நகரை ஓர் உள்ளூர் வாசியைப் போலத்தான் பார்த்திருக்கிறார். வில்லியம் ஹென்றி பார் லெட் (The Beauties of Bosphorous, 1835), தாமஸ் ஆலம் (Constantinople and the scenery of the seven churches of Asia Minor, 1839) போன்ற புகழ்பெற்ற ஓவியர்கள், செதுக்கோவியர்களைப் போல மெல்லிங் இஸ்தான்புல்லை அயற்பண்புகள் கொண்ட ஒரு வெளிர்நிலம் போலப் பார்க்கவோ அவற்றை ஓரியன்டல் தன்மையோடு வரையவோ ஆர்வம் காட்டவில்லை. ஓவியங்களில் 'ஆயிரத்தோர் இரவுக'ளிலிருந்து எடுத்த பாத்திரங்களை நுழைக்கவில்லை. அதற்கு அவசியமில்லை என்று கருதியிருக்கிறார்.

மேலை அழகியல் இயக்கம் முழுவீச்சோடு செயல்படத்தொடங்கியிருந்த அவரது காலத்தில் அது அவரைச் சற்றும் வசீகரித்திருக்கவில்லை. ஓவியச் சூழலை மேம்படுத்துவதற்காக ஒளியையும் நிழலையும் மூடுபனியையும் மேகங்களையும் வைத்து விளையாடுவதிலோ இஸ்தான்புல் நகரையும் அதன் மக்களையும் அலைமோதும் கூட்டமாக, செல்வத்தில் செழிப்பவர்களாக, வறுமையில் உழல்பவர்களாக, உண்மையைவிட கூடுதலான 'அராபியத்தன்மை' கொண்டவர்களாக மிகைப்படுத்தி சித்தரிப்பதிலோ அவர் ஈடுபட்டதேயில்லை.

மெல்லிங்கின் பார்வை ஓர் உள்ளூர்வாசியின் பார்வை. அவரது காலத்தில் இஸ்தான்புல் வாசிகளுக்குத் தம்மையோ தமது நகரத்தையோ

இஸ்தான்புல்

எப்படி ஓவியமாகத் தீட்டிக்கொள்வது என்று தெரியாமலிருந்ததால் – அவர்களுக்கு அதில் ஆர்வமும் இல்லை – அவர் மேற்கிலிருந்து கொண்டுவந்த ஓவிய நுட்பங்களோடு வரைந்த அந்த இயல்நிலை ஓவியங்களுக்கு ஓர் அயல்நாட்டுத் தன்மை வந்துவிட்டிருந்தது. அந்நகரத்தை இஸ்தான்புல் வாசியாகப் பார்த்து, தெளிவான பார்வை கொண்ட ஒரு மேற்கத்தியனாக வரைந்திருக்கிறார். மெல்லிங்கின் இஸ்தான்புல் வெறும் மலைகளாலும் மசூதிகளாலும் நாம் அடையாளம் காணக்கூடிய முக்கிய இடங்களும் நிறைந்த ஒரு நிலப்பகுதி மட்டுமல்ல; அது செம்மாந்த அழகுடைய ஓர் அற்புத நகரம். மெல்லிங் தனது ஓவியங்கள் வழி சொல்வது அதுதான்.

8

அம்மாவும் அவ்வப்போது காணாமற் போய்விடுகிற அப்பாவும்

அப்பா அவ்வப்போது கண் காணாத இடங்களுக்குப் போய்விடுவார். மாதக்கணக்கில் அவரைப் பார்க்க முடியாது. வினோதமாக, அவர் இல்லாமல் இருப்பதையே ரொம்பநாள் கழித்துத்தான் உணர்வோம். புழக்கத்தில் இல்லாமல் விடப்பட்ட சைக்கிள் காணாமற்போய்விட்டாலோ திருடு போய்விட்டாலோ அல்லது பள்ளிக்கு ஒழுங்காக வராத வகுப்புத்தோழன் பல நாட்களுக்குத் தொடர்ச்சியாக வராமலிருந்தாலோ மிகத் தாமதமாகவே உறைப்பதுபோல அப்பா காணாமற்போவதற்கு நாங்கள் பழகிவிட்டிருந்தோம். அப்பா எதற்காக எங்களை விட்டுப் போயிருக்கிறார் என்று எவரும் எப்போதும் எங்களிடம் விளக்கிச் சொன்னதில்லை. அவர் எப்போது திரும்பி வரக்கூடுமென்பதையும் சொன்னதில்லை. நாங்கள் ஒரு மிகப்பெரிய அடுக்ககத்தில், மாமாக்கள், சித்தப்பாக்கள், அத்தைகள், மாமிகள், பாட்டி, சமையல்காரர்கள், வேலைக்காரர்கள் என்று

இஸ்தான்புல்

புடைசூழ வசித்து வந்ததால் அப்பாவைப் பற்றி மற்றவர்களிடம் விசாரிக்கக்கூடத் தோன்றியதில்லை. அவர் இல்லாமல் இருப்பதை லேசாக எடுத்துக்கொண்டு, பின்னர் அதைப் பற்றியே மறந்துவிடுவதுகூட சிறுவர்களான எங்களுக்கு எளிதாக இருந்தது. சில நேரங்களில் எங்கள் வீட்டு வேலைக்காரி எஸ்மா ஹனிம் மிகையான அன்போடு ஆறுதலாக எங்களைக் கட்டியணைத்துக்கொள்ளும்போதும் நாங்கள் சொன்ன ஏதோ ஒரு வார்த்தைக்கு ஏதேதோ உள்ளர்த்தம் கற்பித்துக்கொண்டு நாங்கள் ஏங்கிப் போயிருப்பதாகப் பாட்டியும் சமையல்காரி பெகிரும் எங்களைத் தேற்ற முயற்சிக்கும்போதும் எங்களைச் சமாதானப்படுத்துவதாக நினைத்துக்கொண்டு எங்கள் சித்தப்பா ஐதீன் அவரது 1952ஆம் வருட டாட்ஜ் காரில் பாஸ்ஃபரஸ் ஓரம் ஞாயிற்றுக்கிழமைகளில் சவாரி கூட்டிப் போகும்போதும் சூழ்நிலையில் கலந்திருக்கும் சோகம் எங்களுக்கு உறைக்கும்.

அம்மா காலைநேரங்களில் என் அத்தைகளோடும் அவர் சிநேகிதிகளோடும் அவருடைய அம்மாவான என் பாட்டியோடும் முடிவில்லாமல் தொலைபேசியில் பேசிக்கொண்டிருக்கும் விதத்தைப் பார்க்கும்போது ஏதோ சரியில்லை என்பது புரியும். அம்மா இளஞ்சிவப்பு சரிகையிட்ட பாலேடு வண்ண உடையை அணிந்திருப்பார். நீளமான அந்த உடை, அம்மா கால் மேல் கால் போட்டு உட்கார்ந்திருக்கும் போது விலகி, மடிப்பு மடிப்பாகக் கீழே சரிந்திருக்கும். அம்மாவின் நைட் கவுனும் அவருடைய அழகான சருமமும் அவருடைய அழகான கழுத்தும் தெரியும். அம்மா மீது ஆசை அதிகமாகி, அவர் மேலேறி, கூந்தலும் கழுத்தும், மார்புகளும் சந்திக்கும் அழகான முக்கோணத்தில் என்னை புதைத்துக்கொள்வேன். பல வருடங்கள் கழித்து ஒருமுறை, அவருக்கும் அப்பாவுக்குமிடையே கடுமையான சண்டை சாப்பாட்டு நேரத்தில் வெடித்தபோது அதைப் பற்றிக் கவலையே இல்லாமல் சந்தோஷமாக அவர்களை நான் ரசித்துக்கொண்டிருந்ததாகச் சொன்னார்.

அம்மா என்னைக் கவனிப்பாரென்று காத்துக்கொண்டிருக்கும் நேரத்தில், அவருடைய ஒப்பனை மேஜையின் மேலேறி அவரது சென்ட் பாட்டில்களை, லிப்ஸ்டிக்குகளை, நகப்பாலீஷ் குப்பிகளை, கொலோன், ரோஸ் வாட்டர், பாதாம் எண்ணெய் பாட்டில்களை நோண்டிக்கொண்டிருப்பேன்; இழுப்பறைகளைத் திறந்து குடாய்வேன்; அங்கிருக்கும் நகவெட்டி, கத்தரிகள், புருவ பென்சில்கள், பிரஷ்கள், சீப்புகள் மற்றும் இன்ன பிறவான கூரான முனை கொண்ட சாதனங்களை ஆராய்வேன்; மேஜை மீது பதித்திருக்கும் கண்ணாடிக்கடியில் அம்மா செருகி வைத்திருக்கும் நானும் என் அண்ணனும் குழந்தையாக இருந்தபோது எடுத்த புகைப்படங்களைப் பார்த்துக்கொண்டிருப்பேன் ஒரு படத்தில் அம்மா முன்பு சொன்ன அதே உடையை அணிந்துகொண்டு, என்னை ஒரு உயரமான நாற்காலியில் உட்காரவைத்து ஸ்பூனில் 'மம்மு' ஊட்டிக்கொண்டிருப்பார். அந்தப் படத்தில் இருக்கும் எங்கள் இருவரின் புன்னகைகளையும் உங்களால் விளம்பரங்களில் மட்டும்தான் பார்க்க முடியும். அந்தப் படத்தைப் பார்க்கும்போது, நான் அப்போது எழுப்பிய

சந்தோஷக்கூச்சலை இப்போது யாராலும் கேட்க முடியாமல் இருப்பது எவ்வளவு சோகமயமானது என்று நினைத்துக்கொள்கிறேன்.

போரடிக்கத் தொடங்கியதும் என்னைச் சுவாரஸ்யப்படுத்திக் கொள்வதற்காக, பிற்காலத்தில் எனது நாவல்களில் பயன்படுத்தப்போகின்ற ஒரு விளையாட்டுக்கு ஒப்பான ஒன்றை விளையாடத்தொடங்குவேன். ஒப்பனை மேஜையின் மேலிருக்கும் பாட்டில்கள், பிரஷ்கள், அம்மா ஒருபோதும் திறந்து நான் பார்த்திராத பூ வேலைப்பாடுகள் கொண்ட சில்வர் பெட்டியை மேஜைக்கு நடுவில் ஒதுக்கி வைத்துவிட்டு, மும்மடிப்பான மேஜைக் கண்ணாடியின் நடுப்பகுதிக்கு அருகில் முகத்தைக் கொண்டு வந்து, பக்கவாட்டுக் கண்ணாடிகளை முன்னும் பின்னும் தள்ளி அந்த இரண்டு கண்ணாடிகளிலும் மையக் கண்ணாடியில் பிம்பம் படுகிறார்போல அமைத்துக்கொள்வேன். ஒன்றையொன்று பிரதிபலித்துக்கொண்டு வெவ்வேறு கோணங்களில் பல நூறு ஓரான்கள் ஒன்றன்பின் ஒன்றாக இருபுறங்களிலும் அனந்தத்திற்கு விரிவதைப் பார்ப்பது எனக்கு அலாதியான அனுபவம். கிட்டத்தில் இருக்கும் பிம்பத்தில் வினோதமாகத் தெரியும். என் தலையின் பின்புறம் எனக்கு அதிர்ச்சியளிக்கும். அப்புறம் காதுகள் – பின் பக்கத்தில் உருண்டையாகவும், – என் அப்பாவைப் போலவே – மற்றதைவிட ஒன்று அதிகமாகத் துருத்திக் கொண்டும் தெரியும். அதைவிட சுவாரஸ்யம், என் பின்னங்கழுத்து!

ஏதோ ஒரு பரிபூரண அந்நிய உடம்பை நான் சுமந்துகொண்டிருப்பதாகத் தோன்றவைக்கும் அந்த பிம்பம் இப்போதும் பயத்தில் சில்லிட வைக்கிறது. இந்த மூன்று கண்ணாடிகளுக்கிடையில் பல்லாயிரக்கணக்கான ஓரான்களும் கண்ணாடிகளின் கோணத்தை நான் மாற்றியமைக்கும் ஒவ்வொரு முறையும் மாறுவார்கள். ஒவ்வொரு வரிசையும் மற்றதிலிருந்து மாறுபட்டிருக்கும். என்னுடைய ஒவ்வொரு அசைவையும் அத்தனை பிம்பங்களும் முழு விசுவாசத்தோடு தாமும் பிரதிபலிப்பதைப் பார்க்கப் பெருமையாக இருக்கும். எல்லா விதமான முகசேஷ்டைகளையும் செய்து பார்த்து, அவை அனைத்தும் எனது விசுவாசமான அடிமைகளாக இருக்கின்றனவா என்பதை உறுதி செய்துகொள்வேன். கண்ணாடியின் பச்சை அனந்த வெளியில் மிகக் கடைசியில் இருக்கும் ஓரானைப் பார்க்க முயற்சிசெய்வேன். சில நேரங்களில் எனது நம்பிக்கைக்குரிய பிரதி அடிமைகளில் சில மட்டும் என் முகத்தையோ கைகளையோ நான் அசைக்கும் அதே நேரத்தில் அவையும் பிரதிபலிக்காமல், சற்று நேரம் கழித்துச் செய்வதைப்போலத் தோன்றும். மிகவும் பீதியேற்படுத்தும் தருணம் என்பது எப்போதென்றால், என் கன்னங்களை உப்பி, புருவங்களை உயர்த்தி, நாக்கைத் துருத்தி விதவிதமான (முகசேஷ்டைகளைச் செய்துகொண்டே (என் கையை நகர்த்திக்கொள்வதை உணராமல்) நூற்றுக்கணக்கான ஓரான்களில் கவனத்தைக் குவிக்கும்போது மூலையில் இருக்கும் ஏழெட்டு மட்டும் தன்னிச்சையாகத் தமக்குள் அபிநயித்துக்கொள்வதைப் பார்க்கும்போதுதான்.

என் பிம்பங்களில் என்னையே தொலைத்துக்கொள்வது ஒரு ‘கண்ணாமூச்சி விளையாட்’டாக மாறியது. ஒருவேளை

நடந்துவிடுமோவென்று நான் மிகவும் பயந்துகொண்டிருந்த ஒரு விஷயத்திற்காக என்னைத் தயார்படுத்திக்கொள்ளும் முயற்சியாகக்கூட அது இருந்திருக்கலாம்: அம்மா தொலைபேசியில் பேசிக்கொண்டிருப்பது என்னவென்று புரியாவிட்டாலும் அப்பா எங்கே இருக்கிறார், எப்போது வருவார் என்று தெரியாவிட்டாலும் ஒரு நாள் அம்மாவும்கூட காணாமற் போய்விடப் போகிறார் என்ற பயம்.

சில சமயங்களில் காணாமலும் போயிருக்கிறார். ஆனால் அவர் காணாமற்போகும்போது மற்றவர்களால் ஒரு காரணத்தையாவது கூற முடிந்தது: "உன் அம்மாவுக்கு உடம்பு சரியில்லை. நேரிமன் அத்தை வீட்டுக்கு ஓய்வெடுக்கச் சென்றிருக்கிறார்" என்பதைப் போல. கண்ணாடியில் காணும் பிம்பப் பிரதிபலிப்புகளைப் போலவே இந்த விளக்கங்களும் ஒரு மாயை என்று புரிந்தபோதும் அவற்றை ஏற்றுக்கொள்ளவும் ஏற்றுக்கொண்டு என்னை நானே ஏமாற்றிக்கொள்ளவும் விரும்பினேன். சில நாட்கள் கழித்து எங்களை சமையல்காரி பெகிர் வசமோ பொறுப்பாளர் இஸ்மாயில் வசமோ ஒப்படைப்பார்கள். அவர்களோடு படகிலும் பேருந்திலுமாக இஸ்தான்புல்லைக் குறுக்காக வெட்டிக் கடந்து, நகரத்தின் ஆசிய பகுதியிலிருக்கும் எரென்கூய் அல்லது பாஸ்ஃபரஸ் நகரமான இஸ்தினய்யில் உள்ள உறவினர்கள் வீடுகளுக்கு அம்மாவைப் பார்க்கச் செல்வோம். இவை வருத்தமான பயணங்களாக இருக்காது; ஏதோ சாகசப்பயணம் போலத்தான் இருக்கும். வயதில் பெரிய அண்ணன் என்கூட இருப்பதால், எந்த அபாயம் வந்தாலும் அவன் பார்த்துக்கொள்வான் என்ற தைரியம் இருக்கும். நான் செல்கின்ற வீடுகளும் *யாலிகளும்* அம்மாவின் நெடுங்கிய உறவினர்கள் வீடுகளாக இருக்கும். மிகவும்

ஓரான் பாமுக்

பிரியமான அத்தைகளும் பயமுறுத்தும்படி மயிரடர்ந்த மாமாக்களும் எங்களுக்கு முத்தம் கொடுத்து, கன்னங்களைக் கிள்ளி முடித்து, அவர்கள் வீட்டில் இருக்கும் எங்களைக் கவரக்கூடிய விஷயங்களைக் காட்டிவிட்டு (நகரில் உள்ள மேலை மயமான எல்லார் வீட்டிலும் இருக்கும் என்று நான் நினைத்த ஜெர்மன் பாரோமீட்டரில் பவேரிய உடையணிந்த ஓர் ஆணும் மனைவியும் தட்பவெப்ப நிலைக்கேற்ப அவர்கள் வீட்டிலிருந்து வெளியே வரவோ உள்ளே போகவோ செய்வார்கள்; அல்லது அரைமணி நேரத்திற்கொருமுறை அதன் கூட்டிலிருந்து குயில் ஒன்று வெளியே வந்து நேரத்தை அறிவித்துவிட்டு உள்ளே போய்விடும்; பொம்மைக் குருவியின் குரலுக்கு எதிர்குரல் கொடுக்கும் உயிருள்ள பாடும் நிஜப் பறவை...) கடைசியாக அம்மா இருக்கும் அறைக்கு அனுப்பிவைப்பார்கள்.

அம்மா இருக்கும் அறையின் மிகப்பெரிய சன்னல் வழியே மிகப் பிரகாசமான வெளிச்சத்தை வழங்கியபடி கடல் விரிந்திருக்கும். (ஒருவேளை இதனால்தான் மாட்டிஸ்ஸின் தெற்கு நோக்கிய சன்னல் காட்சிகளை எனக்கு மிகவும் பிடிக்கிறது போல.) இந்த வினோதமான, அழகான இடத்திற்காகத்தான் அம்மா எங்களை விட்டுவிட்டு வந்துவிட்டாரோ என்று கஷ்டமாக இருக்கும். ஆனால் அவரது ஒப்பனை மேஜையில் வழக்கமாக இருக்கும் எங்களுக்குப் பரிச்சயமான விஷயங்கள் – அதே நகவெட்டி, அதே சென்ட் பாட்டில்கள், கைப்பிடியில் கருப்பு நிறம் உரிந்த அதே தலை வாரும் பிரஷ், அம்மாவின் அதே ஒப்பிட முடியாத இனிய நறுமணம் – ஆறுதலை அளிப்பதாக இருக்கும். அம்மா எப்படி மாற்றிமாற்றி எங்களைத் தூக்கி மடியில் உட்காரவைத்துக்கொள்வார்,

இஸ்தான்புல்

எப்படி அன்பாக அணைத்துக்கொள்வார், எப்படி அண்ணனிடம் அவன் என்ன பேச வேண்டும், எப்படி நடந்துகொள்ள வேண்டும், அடுத்த முறை நாங்கள் வரும்போது எவ்வெவற்றைக் கொண்டு வரவேண்டும், அவை எங்கள் வீட்டில் எங்கே இருக்கும் என்றெல்லாம் விரிவாகக் கட்டளைகள் இடுவார் (அம்மாவுக்குக் கட்டளைகள் இடுவது மிகவும் பிடிக்கும்) என்பதெல்லாம் எனக்கு இன்னமும் ஞாபகத்தில் இருக்கிறது. அம்மா இந்த உத்தரவுகளைக் கொடுத்துக்கொண்டிருக்கும் நேரத்தில் நான் அவற்றைக் கவனிக்காமல் சன்னலுக்கு வெளியே பார்த்துக்கொண்டு, அம்மாவின் மடியில் உட்கார என் முறை வருவதற்காகக் காத்துக்கொண்டிருப்பேன்.

ஒருமுறை வீட்டை விட்டு அம்மா போயிருந்தபோது, அப்பா செவிலித்தாய் ஒருவரை வீட்டுக்கு அழைத்து வந்தார். குள்ளமாக, வெளிறிக் காணப்பட்ட அவர் அழகற்று, குண்டாக, எப்போதும் புன்னகைத்துக்கொண்டே இருப்பவராக இருந்தார். எங்களை கவனித்துக்கொள்ளும் பொறுப்பை ஏற்றுக்கொண்டதும் எல்லாம் அறிந்த ஞானிபோல அவர் பேச்சைக் கேட்டு நடந்துகொள்ள வேண்டும் என்று எங்களிடம் அறிவுரைத்தார். மற்ற வீடுகளில் இருந்த ஆயாக்களைப் போல இவர் வெளிநாட்டவராக இல்லாமல் துருக்கியராக இருந்தது எங்களுக்கு ஏமாற்றமளிப்பதாக இருந்தது. அவரை நாங்கள் மதிக்கவேயில்லை. நாங்கள் அறிந்திருந்த செவிலித்தாய்கள் பெரும்பாலும் பிராட்டஸ்டன்ட் ஜெர்மானியர்கள். இவரால் எங்களைச் சற்றும் கட்டுப்படுத்த இயலவில்லை. நாங்கள் சண்டை போடும்போது "நைஸ் அண்டு கொயட் ப்ளீஸ், நைஸ் அண்டு கொயட்" என்பார். அப்பா வந்ததும் அவருக்கெதிரே நாங்கள் அந்த ஆயாவைப் போலவே செய்துகாட்டியதும் அப்பா விழுந்துவிழுந்து சிரித்தார். அந்த ஆயா வேலையை விட்டு நின்றுவிட்டார். சில வருடங்கள் கழித்து அப்பா வீட்டிலிருந்து காணாமற்போயிருந்த ஒரு சமயத்தில், நானும் என் அண்ணனும் வாழ்வா சாவா என்பதுபோல மூர்க்கமாக கட்டிப்புரண்டு சண்டையிட்டுக் கொண்டிருந்தபோது அம்மாவுக்கு நிஜமாகவே கோபம் அதிகமாகி, "நான் போகிறேன்," என்றோ "ஜன்னல் வழியாகக் குதித்துவிடுகிறேன்," என்றோ சத்தமிட்டுக்கொண்டே தன் அழகான காலை சன்னலுக்கு வெளியே நீட்டி ஏறக்குறைய குதிக்கப் போய்விட்டார். ஆனாலும் நாங்கள் அடங்காததைக் கண்டு, "சரி, உங்கள் அப்பா அந்த இன்னொருத்தியைக் கல்யாணம் செய்துகொள்ளட்டும்," என்றதும் திடுக்கிட்டு சண்டையை நிறுத்திவிட்டோம். அம்மா போனதும் அவருடைய இடத்திற்கு வரப்போகும் புதிய அம்மாவாக அவர் சொன்னது, வழக்கமாக எரிச்சலில் சொல்கிறவர்கள் இல்லை. இந்த முறை அவர் சொன்னது அந்தக் குள்ளமான, வெளிறிப்போன, குண்டான, நல்லெண்ணம் கொண்ட, எங்களை அடக்கத் தெரியாமல் ஓடிப்போன அந்தச் செவிலிப் பெண்ணை.

இந்த நாடகங்கள் எல்லாமே அதே சிறிய மேடையில் நடைபெற்றதாலும் (எல்லாக் குடும்பங்களிலும் இப்படித்தான் இருக்கும் என்று நினைத்துக்கொண்டிருப்பேன்) அநேகமாக எப்போதும் அதே விஷயங்களைப் பேசிக்கொண்டு, அதே உணவுகளைச் சாப்பிட்டுக்கொண்டு இருந்ததாலும் சண்டையில் நடக்கும் விவாதங்கள்கூட மிகமிகச் சலிப்பூட்டக்

கூடியதாக, மந்தமானதாக இருந்ததாலும் (நடைமுறையொழுங்கு என்பது எல்லா மகிழ்ச்சிகளுக்கும் அதன் உத்தரவாதத்திற்கும் அதன் மரணத்திற்கும் ஆதாரம்!) சபிக்கப்பட்ட இந்தச் சலிப்பான நடைமுறை சூழலிலிருந்து இப்படிப்பட்ட திடீர் காணாமற் போதல்களை வரவேற்கத் தகுந்த ஆசுவாசங்களாக நினைக்கத் தொடங்கினேன். என் அம்மாவின் கண்ணாடிகளைப் போல அவை வேடிக்கையானவையாக இருந்தன. தடுமாற வைக்கும் குழப்ப விஷப்பூக்கள் மலர்ந்து என்னை வேறொரு பிரபஞ்சத்திற்கு வழிதிறந்துவிட்டன. என்னை ஞாபகப்படுத்திக்கொள்ளவும் நான் மறக்க முயலும் ஒரு தனிமைக்குள் என்னை மீண்டும் ஒப்படைக்கவும் செய்துவிட்டதால் அதற்காகச் சில கண்ணீர்த்துளிகளை விரயம் செய்தேன்.

பெரும்பாலான சச்சரவுகள் சாப்பாட்டு நேரத்தில்தான் தொடங்கும். அதன் பிறகான வருடங்களில் இவற்றை அப்பாவின் 1959ஆம் வருட ஓபல் காரில் செல்லும்போது ஆரம்பிப்பது சௌகரியமாக ஆகிவிட்டது. ஏனென்றால் சண்டையிட்டுக் கொண்டிருக்கும்போது ஒருவர் மட்டும் சாப்பாட்டு மேஜையிலிருந்து எழுந்து போய்விடுகிற சௌகரியம் வேகமாகச் செல்லும் காரில் கிடைக்காது என்பதால் இந்த ஏற்பாடு. பல நாட்களாக திட்டமிடப்பட்ட ஒரு பயணத்தை அப்போதுதான் துவக்கியிருப்போம் அல்லது பாஸ்ஃபரஸ்ஸை ஒட்டிய கடற்கரைச் சாலையை அப்போதுதான் தொட்டிருப்போம். வீட்டிலிருந்து கிளம்பி ஒரு சில நிமிடங்கள்கூட ஆகியிருக்காது. உடனே ஒரு பூசல் வெடிக்கத் தொடங்கும். நானும் என் அண்ணனும் 'பெட்' கட்டுவோம். முதல் பாலத்தைத் தாண்டிய பிறகா அல்லது முதல் பெட்ரோல் ஸ்டேஷனுக்குப் பிறகா அப்பா எப்போது சடாரென்று பிரேக் போட்டு, வண்டியைத் திருப்பி (கோபமுற்று கேப்டன் சரக்குகளைப் புறப்பட்ட இடத்திற்கே வந்து கொட்டிவிடுவதைப் போல) எங்களை இறக்கி விட்டு, அவர் வேகமாகப் புறப்பட்டுச் செல்வார்? இதுதான் எங்களுக்கிடையே பந்தயமாக இருக்கும்.

மிகவும் ஆரம்ப வருடங்களில் நாங்கள் கண்ணுற்ற அப்பா – அம்மா சண்டை ஒன்று எங்களிடம் ஆழமான பாதிப்பை ஏற்படுத்தியது. ஒருவேளை அதிலிருந்த ஒருவிதக் கவித்துவமான ஆரவாரத்தினால் இருக்கலாமென்று இப்போது தோன்றுகிறது. ஒருநாள் ஹெய்பெலியாடாவில் இருந்த எங்கள் கோடை இல்லத்தில் இரவு உணவு நேரத்தின்போது திடீரெனச் சண்டை வெடித்து அம்மா அப்பா இரண்டு பேரும் உணவு மேஜையை விட்டு எழுந்து சென்றுவிட்டனர். (இது எனக்கு நிம்மதியாகவே அப்போது இருந்தது. அம்மா என்னை இப்படிச் சாப்பிடு, இதைச் சாப்பிடு என்று கட்டுப்படுத்தாமல் என் இஷ்டப்படி சாப்பிடலாம் என்று). கொஞ்ச நேரத்திற்கு அப்பாவும் அம்மாவும் உச்சக்குரலில் சண்டையிட்டுக் கத்திக் கொண்டிருப்பதை நானும் அண்ணனும் கேட்டபடி சாப்பாட்டுத் தட்டை வெறித்துக்கொண்டு உட்கார்ந்திருந்தோம். பின் தன்னிச்சையாக இருவரும் எழுந்து மாடியில் அவர்கள் இருந்த அறைக்குச் சென்றோம். (இந்த விஷயத்தை இப்போது எடுக்க வேண்டாமென்று நினைத்தாலும் அதைத் திரும்ப நினைத்துப் பார்க்க விருப்பமில்லாவிட்டாலும் இப்போது எப்படித் தன்னிச்சையாகச் சொல்லத் தொடங்கிவிட்டேனோ அதேபோல). அவர்கள் சண்டையில் கலந்துகொள்ள நாங்களும் வந்திருப்பதைப் பார்த்து,

அம்மா எங்களிருவரையும் இழுத்துக்கொண்டு அடுத்த அறைக்குள் தள்ளி கதவை மூடிவிட்டார். அந்த அறை இருட்டாக இருந்தது. ஆனாலும் அங்கிருந்த இரண்டு மிகப்பெரிய பிரெஞ்ச் சாளரக் கண்ணாடியின் நவீன கலையலங்கார வடிவங்களின் ஊடாக மங்கலான வெளிச்சம் பரவியிருந்தது. அந்த அலக்காரக் கண்ணாடியில் அம்மாவின் நிழலும் அப்பாவின் நிழலும் ஒன்றையொன்று நெருங்குவதையும் விலகுவதையும் அவர்களின் கத்தல்கள் ஒன்றோடொன்று கலந்து குழப்பமான உச்சத்திற்கு உயரும்போது அவர்களின் நிழல்களும் (காரகோஸ் தியேட்டரில் பார்த்த நிழலாட்ட நிகழ்ச்சியைப் போலவே) ஒன்றோடொன்று கலந்து, கண்ணாடியும் திரைச்சீலைகளும் அதிர்வதையும் சுற்றியுள்ள அனைத்தும் பீதியூட்டும் படியாக வெறும் கருப்பு வெள்ளையில் மாறியிருப்பதையும் பார்த்துக்கொண்டு நாங்கள் உறைந்து நின்றிருந்தோம்.

9

இன்னொரு வீடு: சிஹாங்கிர்

சில நேரங்களில் என் பெற்றோர்கள் இருவரும் ஒன்றாகக் காணாமற் போய்விடுவார்கள். எனவே 1957ஆம் வருட குளிர்காலத்தில் இதுபோல நடந்தபோது என் அண்ணன் இரண்டு மாடிகள் மேலேயிருக்கும் எங்கள் சித்தப்பா வீட்டுக்கு அனுப்பப்பட்டான். சிஹாங்கிரில் உள்ள இன்னொரு அத்தை நிஷாந்தஷிக்கு வந்து என்னை அழைத்துச் சென்றார். நான் கஷ்டப்படக் கூடாதென்பதற்காகத் தன்னால் முடிந்த எல்லாவற்றையும் செய்யத் தயராக இருந்தார். காரில் ஏறியதும் (அவர்களது கார் அறுபதுகளில் இஸ்தான்புல் முழுக்கப் பிரபலமாக இருந்த 1956ஆம் வருட ஷெவர்லே), "உனக்கு இன்று மாலை யோகர்ட் வாங்கி வந்து தரும்படி செடின்னிடம் சொல்லியிருக்கிறேன்," என்றார். எனக்கு யோகர்ட் பிடிக்காது. ஆனால் அவர்களுக்கு வண்டியோட்டத் தனியாக ஒரு டிரைவர் இருப்பது ஆர்வத்தை உண்டாக்கியது. அவர்கள் இருக்கும் மிகப்பெரிய அடுக்ககக் கட்டடத்தை அடைந்தபோது (அது எங்கள் தாத்தா கட்டியது; பின்னர் அதில் உள்ள ஒரு அபார்ட்மென்ட்டில் நான் குடிபுகுந்தேன்) அதற்கு லிஃப்ட்டோ அறையைச் சூடுபடுத்த ஹீட்டரோ இல்லையென்று தெரிந்தது. அபார்ட்மென்ட்டுகள் மிகவும் சிறியதாக இருந்தன. எனக்குப் பெரும் ஏமாற்றமாக இருந்தது. எல்லாவற்றையும்விட மோசமாக இன்னொன்று நடந்ததையும் சொல்ல வேண்டும். தலையெழுத்தேவென்று இப் புதுவீட்டுச் சூழலுக்கு என்னைப் பழக்கப்படுத்திக்கொள்ள முயன்றுகொண்டிருந்தபோது அடுத்த நாள் ஒரு மோசமான ஆச்சரியம் காத்திருந்தது. மதிய உணவுக்குப் பின் ஒரு நல்ல குழந்தையைச் செல்லம்கொஞ்சி தூங்கவைப்பதுபோல என்னைத் தூங்கவைத்தார்கள். தூங்கி எழுந்ததும் என் வீட்டில் நடந்துகொள்வதைப் போலவே, "எமினே ஹெனும் என்னைத் தூக்கிக்கொண்டு சட்டை மாட்டிவிடு," என்று வேலைக்காரப் பெண்ணைக் கூப்பிட்டேன். பதிலுக்கு எனக்குக் கிடைத்தது சுள்ளென்ற கண்டிப்பு. அதன் பிறகு அந்த வீட்டில் இருந்த வரை என் வயசுக்கு மீறி பெரிய பையனைப் போல பந்தாவாக

நடந்துகொண்டதற்கு இதுவே காரணமாக இருந்திருக்கலாம். ஒருநாள் மாலை, என் சித்தி, சித்தப்பா ஷெவ்கெத் ராடோ, (மெல்லிங்கின் நேர்படி பதிப்பை வெளியிட்டவர்) பனிரெண்டு வயதுள்ள என் ஒன்றுவிட்ட அண்ணன் மெஹ்மத் ஆகியோருடன் உட்கார்ந்து இரவுணவு சாப்பிட்டுக்கொண்டிருந்தேன். சுவரில் மாட்டியிருந்த படத்தில் எனது இரட்டை என்னை உற்றுப்பார்த்துக்கொண்டிருக்க, நான் பேச்சோடு பேச்சாக பிரதமர் அட்னன் மென்டெரஸ் என்னுடைய மாமா என்றேன். நான் சொன்னதை அவர்கள் மரியாதையோடு கேட்டுக்கொண்டதாகத் தெரியவில்லை. எல்லோரும் கிண்டலாகச் சத்தத்துடன் சிரிக்க, எனக்குப் பெருத்த அவமானமாகியது. நான் உண்மையிலேயே பிரதம மந்திரி எனக்கு மாமா முறை என்றுதான் நம்பியிருந்தேன்.

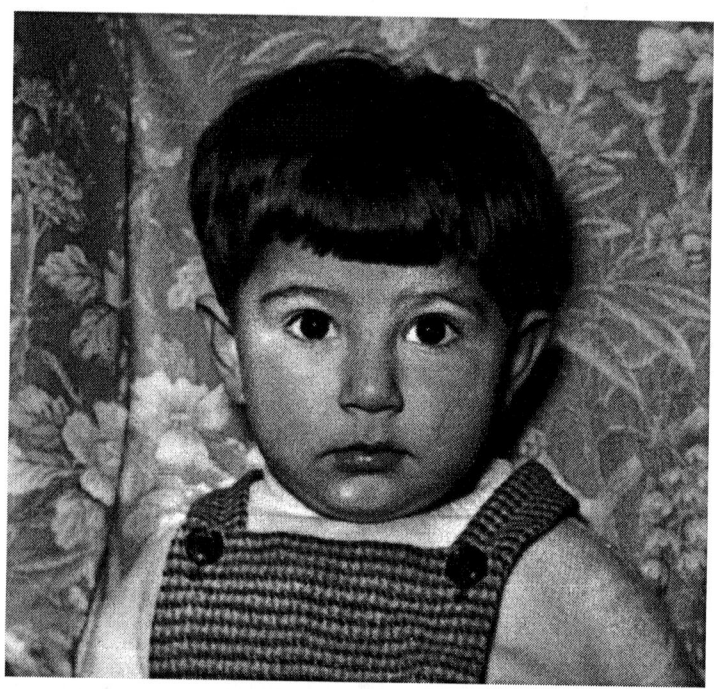

என் மனதின் ஒரு சூன்ய மூலையில் அப்படித்தான் நம்பியிருந்தேன். என் மாமா ஓஸானுக்கும் பிரதமர் அட்னனுக்கும் ஐந்தெழுத்துப் பெயர்கள். இருவர் பெயரிலும் கடைசி இரண்டு எழுத்துக்கள் ஒன்றாகவே இருந்தன. பிரதமர் அப்போதுதான் யு.எஸ்.ஸிற்குச் சென்று வந்தது செய்தித்தாட்களில் வந்திருந்தது. என் மாமாவும் அங்கேதான் பலவருடங்களாக வசித்து வருகிறார். இருவருடைய படங்களையும் தினமும் பலமுறை பார்த்து வந்தேன் (பிரதமர் படங்களைச் செய்தித்தாள்களிலும் மாமா படத்தைப் பாட்டியின் அறையிலும்). பல புகைப்படங்களில் இருவரின் ஜாடையும் ஒரே மாதிரியாக இருப்பதையும் கவனித்திருக்கிறேன். எனவே பிரதமர் என் மாமா என்ற எண்ணம் ஒன்றும்

அதீத கற்பனையாக இருந்திருக்க முடியாது. இப்படிப்பட்ட உளவியல் இயங்குமுறை குறித்த பிரக்ஞை, பிந்தைய வருடங்களில் எனக்கேற்பட்ட பல போலி நம்பிக்கைகள், அபிப்பிராயங்கள், முன்தீர்மானங்கள், ரசனைத் தேர்வுகளிலிருந்து என்னைக் காப்பாற்றத் தவறியிருக்கிறது. உதாரணமாக, ஒரே பேரை வைத்திருக்கும் இருவருக்கு ஒரே விதமான குணாம்சங்கள் இருக்கும் என்றும் எனக்குப் பரிச்சயமில்லாத ஒரு சொல் – அது துருக்கியோ ஆங்கிலமோ – அதே எழுத்துக்களைக்கொண்ட வேற்றுமொழி சொல்லோடு தொடர்புடையதாக இருக்கும்; கன்னத்தில் குழி விழுகின்ற ஒரு பெண்ணிடம் எனக்குத் தெரிந்த வேறொரு கன்னங்குழிந்த பெண்ணின் ஆன்மா இருந்தாக வேண்டும்; எல்லா குண்டு மனிதர்களும் ஒரே மாதிரியானவர்கள்; எல்லா ஏழை மக்களும் நான் சற்றும் அறிந்திராத ஒரு குழுவைச் சேர்ந்தவர்களாக இருப்பார்கள்; பட்டாணிக்கும் பிரேசில் நாட்டுக்கும் ஏதோ ஒரு தொடர்பு இருக்கும் (இந்த நம்பிக்கைக்குத் துருக்கிய மொழியில் பிரேசிலுக்கு 'பிரேசில்யா', பட்டாணிக்கு 'பெஸெல்யே' என்றிருப்பது மட்டும் காரணமல்ல, பிரேசில் நாட்டு தேசியக் கொடியில் ஒரு மிகப்பெரிய பட்டாணிபோல ஏதோ இருப்பதும் ஒரு காரணம்) என்றெல்லாம் நான் திடமாகவே நம்பி வந்திருக்கிறேன். பல அமெரிக்கர்கள் துருக்கி நாட்டுக்கும் வான்கோழிக்கும் ஏதோ தொடர்பு இருப்பதாக (இரண்டுக்கும் *Turkey*) நம்புவதைப்போல. என் மாமாவுக்கும் பிரதமருக்கும் இன்றளவும் என் மனதில் ஏதோ பிணைப்பு இருப்பதாகவே தோன்றுகிறது. ஒருமுறை தோன்றிவிட்டால் அதை எதுவும் அறுக்க முடியாது. ஒருமுறை என் தூரத்து உறவினர் ஒருவர் உணவகம் ஒன்றில் ஸ்பினாஷ்ஷுடன் முட்டை சாப்பிட்டுக் கொண்டிருப்பதைப் பார்த்தேன் (சிறுவயது சந்தோஷங்களில் ஒன்று, நமது நகரில் எதிர்பாராத இடங்களிலெல்லாம் உறவினர்களையும் தெரிந்தவர்களையும் சந்திக்க நேர்வது). ஐம்பது வருடங்கள் கழித்தும் அவரைப் பற்றிய நினைவு வரும்போதெல்லாம் இப்போதுகூட அதே உணவகத்தில் ஸ்பினாஷ்ஷும் முட்டையும் சாப்பிட்டுக் கொண்டிருப்பார் என்று மனதின் ஓரத்தில் திடமாக ஒரு நம்பிக்கை பதிந்திருக்கிறது.

என்னைப் பொருட்டாக நினைக்காத இந்த வீட்டில் நான் வசித்த காலம் முழுக்க இதைப்போலச் சுவாரஸ்யமாகவும் ஆறுதல் அளிக்கக் கூடியதாகவும் உள்ள மாயக் கற்பனைகளால் என் வாழ்க்கையை அழகாக ஆக்கிக்கொண்டிருந்தேன். மேலும் சில தைரியமான புதிய சோதனைகளையும் செய்துபார்க்கத் துணிந்தேன். என் ஒன்றுவிட்ட சகோதரர் ஜெர்மன் லீஸே வகுப்புக்குச் சென்றதும் அவரது பெரிய, கனமான, அழகான புத்தகங்களில் ஒன்றை (அது பிராக்ஹாஸ் பதிப்பு என்று நினைக்கிறேன்) எடுத்துக்கொண்டு மேசையில் உட்கார்ந்து, அதில் உள்ள வரிகளைப் பார்த்துப் படியெடுப்பேன். ஜெர்மன் மொழி படிக்கவோ எழுதவோ தெரியாதென்றாலும் எனக்கு முன்னால் இருக்கும் எழுத்துக்களை ஒரு சித்திரம்போல அப்படியே வரைவேன். சஃபேஸி நுண்ணோவியர்கள் மிகப்பெரிய மரம் ஒன்றை வரையும்போது அதன் ஒவ்வொரு இலையையும் நுட்பமாக, ஒவ்வொன்றாக வரைவதைப் போல மிகவும் சிக்கலான வரிவடிவம் கொண்ட (*g* அல்லது *k* போல) கோத்திக் எழுத்துருக்களை

ஒவ்வொரு வரியாக, ஒவ்வொரு வாக்கியமாக வரைந்துகொண்டிருப்பேன். அது முடிந்ததும் சன்னலுக்கு வெளியே அடுக்குமாடிக் கட்டடங்களின் இடைவெளியில் தெரியும் காலியான இடங்களையும் கடலை நோக்கிச் செல்லும் சாலைகளையும் பாஸ்ஃபரஸ்ஸைக் கடந்துசெல்லும் கப்பல்களையும் வேடிக்கை பார்த்துக்கொண்டிருப்பேன்.

சிஹாங்கிரில் இருந்தபோதுதான் (எங்கள் சொத்துக்கள் குறைந்து, கஷ்டங்கள் அதிகரித்ததும் இங்குதான் குடிபெயர்ந்தோம்) இஸ்தான்புல் என்பது பெயரற்ற, வீட்டுச் சுவர்களுக்குள் அடைபட்டிருக்கிற, பக்கத்தில் யார் இறந்தது, யார் இருப்பது, என்ன கொண்டாட்டங்கள் நடக்கிறது என்பதிலெல்லாம் அக்கறை காட்டாத கான்கிரீட் காடு அல்லவென்றும் இங்கிருக்கும் ஒவ்வொருவரும் எல்லோரையும் நன்கு அறிந்து பரிச்சயம் கொண்டிருக்கிற தனித்தனி தீவுக் கூட்டங்களான மக்கள் தொகுதியென்றும் அறிந்துகொண்டேன். சன்னலுக்கு வெளியே பார்க்கும்போது பாஸ்ஃபரஸ்ஸையும் அங்கு எனக்குப் பரிச்சயமான நீர்த்தடங்களில் கடந்துபோகும் கப்பல்களையும் மட்டும் நான் பார்க்கவில்லை; வீடுகளுக்கிடையிலிருக்கும் தோட்டங்கள், இன்னும் இடித்துத் தள்ளப்பட்டிருக்காத பழைய மாளிகைகள், அவற்றின் சிதிலமுற்ற சுவர்களுக்கு நடுவில் விளையாடும் சிறுவர்களும் தெரிந்தார்கள். பாஸ்ஃபரஸ்ஸைப் பார்த்தபடி கட்டப்பட்டிருக்கும் அநேகமாக எல்லா வீடுகளையும் போலவே, நாங்கள் இருந்த வீட்டிலிருந்தும் உருளைக்கற்கள் பதித்த ஒற்றையடிப் பாதை ஒன்று சரிந்து வளைந்து நெளிந்து கடல் வரை சென்றது. பனி பொழியும் மாலை வேளைகளில் என் சித்தியோடும் என் ஒன்றுவிட்ட சகோதரனோடும் இந்தச் சரிவுப்பாதையில் ஸ்லெட்களிலும் நாற்காலிகளிலும் மரப்பலகைகளிலும் உட்கார்ந்து சறுக்கி விளையாடும் அக்கம் பக்கத்துச் சிறுவர்களை வேடிக்கை பார்த்துக்கொண்டிருப்பேன்.

அக்காலத்தில் இந்தியாவிற்கு அடுத்து உலகிலேயே அதிக திரைப்படங்களைத் தயாரித்துக்கொண்டிருந்தது துருக்கிதான். துருக்கிய திரையுலக மையம் அப்போது பேயோலுவில், நாங்கள் இருந்த இடத்திலிருந்து பத்து நிமிட தூரத்திலிருந்த யெஷில்சாம் தெருவில் அமைந்திருந்தது. பெரும்பாலான நடிகர்கள் சிஹாங்கிரிலேயே வசித்து வந்ததால், நாங்கள் இருந்த பகுதி முழுக்க, எல்லாத் திரைப்படங்களிலும் ஒரே விதமான பாத்திரங்களில் வந்துகொண்டிருந்த 'மாமா'க்களும் கனமாக ஒப்பனை அணிந்த களைத்துப்போன 'ஆன்ட்டி'களும் எல்லாத் தெருக்களிலும் காணப்பட்டார்கள். சிறுவர்கள் அந்த நடிகர்களை அடையாளம் கண்டுகொண்டால் திரையில் வந்த அதே பெயரைக் கூப்பிட்டுக்கொண்டு (உதாரணமாக வாஹி ஊஸ் எல்லாப் படங்களிலும் அப்பாவி இளம் வேலைக்காரப் பெண்களை மயக்கி பலவந்தம் செய்வார்) அந்த நடிகரைத் துரத்திக்கொண்டு தெருவில் ஓடுவார்கள், அவர்களைக் கிண்டல் செய்வார்கள். மழை நாட்களில் பாதையின் ஈரமான உருளைக்கற்களில் கார்கள் ஏறமுடியாமல் வழுக்கும். லாரிகளால் மேலேறி வரவே முடியாது. வெயில் தினங்களில் திடீரென எங்கிருந்தோ ஒரு மினிபஸ் வந்து முளைக்கும். நடிகர்களும் லைட்டிங் ஆட்களும் படப்பிடிப்பு குழுவினரும் இறங்குவார்கள். பத்தே நிமிடங்களில் காதல் காட்சியைப் படமெடுத்துவிட்டுக் காணாமற் போய்விடுவார்கள். பல வருடங்கள் கழித்து அந்தக் கருப்புவெள்ளை படங்களைத் தொலைக்காட்சியில் பார்த்த

போதுதான் அந்தக் காட்சிகளில் முக்கியம் பெறுவது நடிகர்களின் காதல் விவகாரமல்ல, பின்னணியில் தகதகவென ஜொலித்துக்கொண்டிருக்கும் பாஸ்ஃபரஸ்தான் என்று எனக்குப் புரிந்தது.

சிஹாங்கிரின் அடுக்ககக் கட்டடங்களுக்கிடையில் பாஸ்ஃபரஸ்ஸைப் பார்த்துக்கொண்டிருக்கும்போது இந்தப் பகுதியின் வாழ்க்கைமுறை பற்றி வேறு சில விஷயங்களை அறிந்துகொண்டேன். ஊர்வம்புகளைச் சேகரித்து, உருமாற்றி, சில மசாலா விஷயங்களைச் சேர்த்து எல்லா இடத்திலும் பரப்புவதற்கென்று ஊரில் மையமான ஒரு இடம் இருக்க வேண்டும் என்பதுதான் அது. சிஹாங்கிரில் அந்த மையம் எங்கள் அடுக்ககத்தின் தரைத்தளத்தில் இருந்த பலசரக்குக் கடை. கடைக்காரர் (அந்த அடுக்ககத்தில் குடியிருந்த பலரைப் போல) கிரேக்க நாட்டவர். லிகோர் என்றழைக்கப்பட்ட அவரிடம் ஏதாவது வாங்க வேண்டியிருந்தால் மாடியிலிருந்து ஒரு பக்கெட்டைக் கயிற்றில் கட்டி இறக்கி என்ன பொருள் வேண்டுமோ அதை உரத்த குரலில் சத்தமாகச் சொல்ல வேண்டும். சில வருடங்கள் கழித்து, இந்தக் கட்டடத்திற்கு நாங்கள் குடிபெயர்ந்ததும் அம்மாவுக்கு இதுபோல ரொட்டி, முட்டை என்று கத்த வேண்டியிருப்பது அநாகரிகமாகத் தோன்றி, ஸ்டைலான ஒரு புது வழியைக் கண்டுபிடித்தார். வேண்டிய பொருட்களை ஒரு சீட்டில் எழுதி பக்கெட்டில் போட்டு கீழே அனுப்புவார். அம்மா சன்னலைத் திறப்பது இதுபோலப் பொருட்கள் வாங்குவதற்கென்றால், என் சித்தி மகன் சன்னலைத் திறப்பதே கீழே மேட்டில் கஷ்டப்பட்டு திணறித்திணறி ஏறிவரும் காரின் கூரைமீது எச்சில் துப்புவதற்காகவோ அல்லது ஆணி ஒன்றை எறிவதற்காகவோ அல்லது நூலில் கட்டிய பட்டாசைக் கொளுத்தி திறமையாகக் கீழே இறக்குவதற்காகவோ இருக்கும். இப்போதுகூடத் தெருவை நோக்கியிருக்கும் உயரமான சன்னலிருந்து பார்க்கும்போதெல்லாம், கீழே நடந்துசெல்பவர்

தலைமீது விழும்படி எச்சில் துப்பினால் எப்படி இருக்கும் என்று தோன்றுகிறது.

என் சித்தியின் கணவர் ஷெவ்கெத் ராடோ கவிஞராக ஆசைப்பட்டு அவரது ஆரம்பகால வாழ்க்கையை வீணடித்தார். பின்னர் பத்திரிகையாளராகவும் பின் நான் அங்கு தங்கியிருந்த காலத்தில் துருக்கியின் மிகப் பிரபலமான வார இதழான *ஹயாத்* (வாழ்க்கை)தின் ஆசிரியராகவும் இருந்தார். ஆனால் அப்போது ஐந்து வயதிலிருந்த எனக்கு என் சித்தப்பா பத்திரிகை ஆசிரியராக இருக்கிறார் என்பதோ பிற்காலத்தில் இஸ்தான்புல்லைப் பற்றிய என் எண்ணங்களில் பெரும் தாக்கம் ஏற்படுத்தப் போகிற பல கவிஞர்களும் எழுத்தாளர்களும் அவருடைய சகாக்களாக இருக்கிறார்கள் என்பதோ எனக்கு முக்கியமாகப் படவில்லை. அவருடைய நட்பு வட்டாரத்தில் யாஹியா கெமால், தம்பினார், இஸ்தான்புல் நகரின் வறிய பகுதிகளில் நிலவும் சாலையோர வாழ்க்கையைப் பற்றி டிக்கென்ஸ் தனமான சிறுவர் கதைகளை எழுதிய கெமாலுதீன் தூச்சூ ஆகியோர் இருந்தனர். அந்த வயதில் என்னை வெகுவாகக் கவர்ந்தது. என் சித்தப்பா வெளியிட்டு, எனக்கு அன்பளிப்பாகக் கொடுத்த நூற்றுக் கணக்கான சிறுவர் நூல்கள் (ஆயிரத்தோரு இரவுகளின் சுருக்கப்பட்ட பதிப்பு, *Falcon Brother* வரிசை நூல்கள், *The Encyclopedia of Discoveries and Inventions*).

வாரத்திற்கு ஒருமுறை என் சித்தி நிஷாந்தஷியில் என் சகோதரனைப் பார்க்க என்னை அழைத்துச்செல்வார். என் அண்ணன் 'பாமுக் அபார்ட்மென்ட்ஸ்'ஸில் எவ்வளவு சந்தோஷமாக இருக்கிறான் என்பதைச் சொல்வதற்காக, காலை உணவுக்கு ஆன்கோவிஸ் மீன்கள் சாப்பிட்டது, மாலை நேரங்களில் அவர்கள் ஒன்றாக விளையாடியது, ஒன்றாகச் சிரித்தது, என் சித்தப்பாவுடன் கால்பந்து ஆடியது, ஞாயிற்றுக் கிழமைகளில் அவரோடு டாட்ஜ் காரில் பாஸ்ஃபரஸ் செல்வது, ரேடியோவில் விளையாட்டு வர்ணனை, வானொலி நாடகங்கள் கேட்பது என விளக்கமாகச் சொல்லி வெறுப்பேற்றுவான். எல்லாம் சொல்லி முடித்ததும் கடைசியாக, "இனிமேல் இங்கேயே இரு, போகாதே," என்பான்.

சிஹாங்கிருக்குத் திரும்பும் நேரம் வரும்போது, கிளம்புவதற்கு மிகவும் கஷ்டமாக இருக்கும். என் வீட்டுக் கதவு சோகமாகப் பூட்டிக் கிடப்பதைப் பார்க்கத் தாங்கவே முடியாது. ஒரு நாள் கிளம்பும்போது, ஹாலில் உள்ள ரேடியேட்டரைக் கெட்டியாகப் பிடித்துக்கொண்டு, வரவேமாட்டேன் என்று வீறிட்டு அழுததை இப்போது நினைத்தால் வெட்கமாக இருக்கிறது. எல்லோரும் கெட்டியாகப் பிடித்துக்கொண்டிருக்கும் என் கையைப் பிரித்து இழுக்க, என் காமிக்ஸ் புத்தகங்களில் வரும் சாகச நாயகன் மலைச்சரிவில் நீட்டிக்கொண்டிருக்கும் ஒரேயொரு மரக்கிளையை இறுக்கமாகப் பற்றிக்கொண்டு தொங்குவதைப் போல என் பிடியை வெகுநேரத்துக்கு விடாமல் கத்தி, அழுது, ஆர்ப்பாட்டம் செய்துகொண்டிருந்தேன்.

என் வீட்டின் மீது எனக்கு அவ்வளவு பற்றுதல் இருந்திருக்குமோ? ஐம்பது வருடங்கள் கழித்து அதே கட்டடத்திற்குத்தான் திரும்பக் குடியேறியிருக்கிறேன். ஒரு வீட்டின் அறைகளோ அவற்றில் இருக்கும் அழகான

பொருட்களோ எனக்கு முக்கியமல்ல. இப்போது போலவே, எப்போதும் வீடு என்பது என் உலகத்தின் மையப் புள்ளிதான். ஒரு தப்பித்தலாக, உலகத்தின் பார்வையில் நேர்மறையாகவோ எதிர்மறையாகவோ. என் பிரச்சனைகளை நேரடியாக எதிர்கொள்வதற்குப் பதிலாக – அவை என் பெற்றோர்களின் பூசலோ என் அப்பா திவாலாகிப் போனதோ எங்கள் குடும்பத்தின் முடிவுக்கே வராத சொத்துப் பிரச்சனைகளோ வேகமாகச் சுருங்கிக்கொண்டே வந்த எங்கள் கையிருப்போ, அவை எதைப் பற்றியும் அறிந்துகொள்ள முயற்சிக்காமல், கவனத்தை என் கற்பனை விளையாட்டுகளில் செலுத்தி, என்னைச் சூழவரும் சிக்கல்களைச் சௌகரியமாக மறந்துவிட்டு, ஒரு மாயப்போர்வையை என்னைச் சுற்றி மூடிக்கொண்டிருந்தேன்.

இந்த மனநிலையை, சஞ்சலம் என்றோ துயரத்தின் குழப்ப நிலையென்றோ நாம் குறிப்பிடலாம். ஆனால் இதனைத் துருக்கியச் சொல்லான *ஹுசுன்* என்றழைப்பதுதான் சரியாக இருக்குமென்று நினைக்கிறேன். *ஹுசுன்* என்பது தனிப்பட்டவருடையதல்லாத ஒரு சமூகத்தின் துயரம். *ஹுசுன்* என்ற சொல் தெளிவாக எதையும் சுட்டாமல், பதிலாக யதார்த்தத்தை மேலாகப் போர்த்திக்கொண்டு நமக்கு ஓர் ஆறுதலை அளிப்பதாக இருக்கிறது, குளிர்காலத்தில் அடுப்படி சன்னல் நீராவி படிந்து காட்சியை மங்கலாக, மென்மையாக்கிக் காட்டுவதைப்போல. நீராவி படிந்த சன்னல்கள் என்னை *ஹுசுனு*க்குள்ளாக்குகின்றன. இப்போதும்கூட எழுந்து சென்று அச்சன்னல்களில் விரல்களால் எதையோ எழுதுகிறேன். சொற்களையோ உருவங்களையோ எழுதி / வரைந்து முடித்ததும் எனக்குள்ளிருக்கும் *ஹுசுன்* கலைந்துபோகிறது. நான் இலகுவாகி விட முடிகிறது. எழுதி, வரைந்து முடித்ததும் பின்னங்கையால் அவற்றை அழித்துவிட்டு வெளியே பார்க்கலாம். ஆனால் அந்தக் காட்சியேகூட அதற்கென இருக்கும் *ஹுசுன்*னைக் கொண்டு வரலாம். இஸ்தான்புல் நகரம் தனது விதி என்று கருதிக்கொண்டிருக்கும் இவ்வுணர்வைச் சரியாகப் புரிந்துகொள்ள வேண்டிய நேரம் வந்துவிட்டது.

10

ஹுசுன்

துயரம் என்பதற்கான துருக்கியச்சொல் *ஹுசுன்*னிற்கு ஓர் அராபிய மூலம் உண்டு. குர்ரானில் இச்சொல் இடம்பெறும்போது (இரண்டு செய்யுட்களில் *ஹுஸ்ன்* என்றும் மூன்றில் *ஹசென்* என்றும்) தற்கால துருக்கியச் சொல் உணர்த்தும் அதே பொருளைத்தான் குறிப்பதாக உள்ளது. இறைத்தூதர் முகமது ஒரே வருடத்தில் தன் மனைவியையும் மாமாவையும் இழந்ததைக் குறிப்பிடும்போது ‘ஸெனெத்துல் ஹுஸ்ன் அதாவது துயரார்ந்த வருடம் என்கிறார். இது ஆழமான ஆன்மீக இழப்பு ஒன்றைக் குறிப்பிடும் சொல் என்பது இதன்மூலம் உறுதிப்படுகிறது. ஆனால் *ஹுசுன்* என்ற சொல் தன் பயணத்தை இழப்பு என்பதற்கும் ஆன்மீக வேதனை, அதையொட்டிய சோகம் என்பதற்கும் உரிய சொல்லாகத் தொடங்குகிறதென்றால், ஒரு சிறிய தத்துவார்த்த குறைபாடு இஸ்லாமிய வரலாற்றின் அடுத்த சில நூற்றாண்டுகளில் வளர்ந்திருப்பதாக என்னுடைய புரிதல் உணர்த்துகிறது; காலப்போக்கில் இரு வேறு *ஹுசுன்*கள், ஒவ்வொன்றும் தனிவேறுபட்ட தத்துவ மரபுகளைக் குறிப்பனவையாக வளர்ந்திருப்பதைப் பார்க்கிறோம்.

முதல் மரபு சொல்வதென்னவென்றால், இந்த *ஹுசுன்* என்பதை நாம் அனுபவிப்பதற்குக் காரணம் நாம் உலகாதாய சுகங்களிலும் பொருளின்பங்களிலும் அபரிமிதமாக ஈடுபட்டிருப்பதுதான் என்கிறது. இதன் பொருள்: ‘நிலையுறுதியற்ற இவ்வுலகத்தின் இன்பங்களில் ஆழமாக நீங்கள் ஈடுபடாதிருந்தீர்களென்றால், நீங்கள் ஒரு நலல, உணமையான முஸலீமாக இருநதீரகளெனறால, உங்களுடைய உலகாதய இழப்புகளைப் பற்றி அதிகம் கவலைப்படுபவர்களாக இருக்கமாட்டீர்கள்’. இரண்டாவது மரபு சூஃபி இறைமைப் பண்பிலிருந்து எழுவது. இது இச்சொல் குறித்தும் வாழ்க்கையில் உண்டாகும் இழப்புகள் வேதனைகள் குறித்தும் மேற்சொன்னதைவிடக் கருணை மிகுந்த ஒரு நேர்மறையான புரிதலோடு அணுகுகிறது.

ஸூஃபிகளுக்கு *ஹுசுன்* என்பது, நம்மால் அல்லாவை நெருங்கி இருக்க முடியாமலிருப்பதன் காரணமாக எழும் ஆன்மீக வேதனை. ஒரு உண்மையான ஸூஃபி முறையாளர் மரணம் போன்ற உலகாதய கவலைகள் குறித்து அக்கறை செலுத்தமாட்டார். பொன்னும் பொருளும் அவருக்கு அநாவசியம். அவர் வேதனையாலும் போதாமையாலும் வெறுமையாலும் துன்பப்படுவதற்குக் காரணம் அவரால் ஒருபோதும் அல்லாவுக்கு நெருக்கமாகச் செல்ல முடியாமல் இருப்பதும் அல்லாவைப் பற்றிய அவரது புரிதல் போதியளவுக்கு ஆழமாக இல்லாதிருப்பதுமே. *ஹுசுன்* அவர் மனதில் இருப்பதற்காக அல்ல, இல்லாதிருப்பதற்காகத்தான் வேதனையுறுகிறார். *ஹுசுனை* அனுபவிக்க இயலாதிருப்பதுதான் அதைத் தேடி அவரைச் செல்லவைக்கிறது. அவர் துன்புறுவதற்குக் காரணம் அவர் போதியளவுக்குத் துன்பப்படவில்லையென்பதால். இந்தத் தருக்கத்தைக் கடைப்பிடிப்பதன் நீட்சியாகவே, இஸ்லாமிய கலாச்சாரம் *ஹுசுன்* என்பதை மிக உயர்ந்த ஸ்தானத்தில் வைத்துப் போற்றும் நிலைக்கு வந்திருக்கிறது. இஸ்தான்புல்லின் கலாச்சாரத்திலும் கவிதைகளிலும் தினசரி வாழ்க்கையிலும் *ஹுசுன்* என்பது மையப் பொருளாக கடந்த இரண்டு நூற்றாண்டுகளாக விளங்குகிறதென்றால், எங்கள் இசையை அதுவே ஆதிக்கம் செலுத்துகிறதென்றால் அதற்கு நாங்கள் அதை ஒரு கௌரவமாகக் கருதுகிறோம் என்பதை ஓரளவுக்குக் காரணமாகச் சொல்லலாம். ஆனால் கடந்த ஒரு நூற்றாண்டாக *ஹுசுன்* என்பது எப்படி அர்த்தப்படுத்தப்பட்டு வந்திருக்கிறது என்பதைப் புரிந்துகொள்ளவும் அதன் நிலைத்திருக்கும் சக்தியை உணர்த்தவும் அந்தச் சொல்லுக்கு ஸூஃபி மரபு மேலேற்றி வைத்திருக்கும் கௌரவத்தைப் பற்றி மட்டும் விளக்கினால் போதாது. கடந்த நூறாண்டுகளுக்கு மேலாக இஸ்தான்புல்லின் சங்கீதத்தில் ஆதிக்கம் செலுத்திவரும் *ஹுசுனின்* ஆன்மீக முக்கியத்துவத்தை உணந்துகொள்ளவும் நவீன துருக்கிய கவிதைகளின் மனப்பாங்கை மட்டுமல்லாது அதன் குறியீட்டுத் தன்மையிலும் எதற்காக *ஹுசுனே* ஆதிக்கம் செலுத்தி வருகிறது என்பதைத் தெரிந்துகொள்ளவும் திவான் கவிதைகளின் மகத்தான குறியீடுகளைப் போலவே இதுவும் மிகையான பயன்பாட்டினால் கூர்மையிழந்து, தவறாகவும் ஏன் பயன்படுத்தப்பட்டு வருகிறது என்பதைப் புரிந்துகொள்ளவும் *ஹுசுன்* என்பதை ஒரு கலாச்சார கருத்துப்படிவமாக்கி உலகாதய தோல்விகள், கவனமிழந்த குழப்பங்கள், ஆன்மீகத் துன்பங்கள் போன்றவற்றை விளக்குவதில் உள்ள முக்கியத்துவத்தின் மையத்தை அறிந்துகொள்ளவும் உலக சரித்திரத்தையும் அதற்கு நாங்கள் அளிக்கும் கௌரவத்தையும் புரிந்துகொள்வது மட்டும் போதாது. என்னை ஒரு குழந்தைபோல இஸ்தான்புல் உணரவைத்ததற்குக் காரணமான *ஹுசுனின்* உக்கிரத்தை உங்களுக்குப் புரியவைக்க வேண்டுமானால் ஆட்டமன் சாம்ராஜ்யத்தின் அழிவுக்குப் பிறகான இந்நகரத்தின் சரித்திரத்தை நான் விளக்கியாக வேண்டும். அதை விட முக்கியமாக, இச்சரித்திரம் நகரின் 'அழகான' நிலக்காட்சிகளிலும் அதன் மக்களிடத்திலும் பிரதிபலிப்பதைச் சொல்லியாக வேண்டும். இஸ்தான்புல்லின் *ஹுசுன்* என்பது சங்கீதத்தாலும் அதன் கவிதையாலும் எழுப்புகிற மனநிலை மட்டுமே கிடையாது. நம் அனைவரையும் பிணைத்திருக்கும் வாழ்க்கையை, ஆன்மீகத் தளத்தில்

மட்டுமல்லாது, வாழ்க்கையை அங்கீகரித்தும் அதே சமயத்தில் மறுத்தும் வருகிற ஒரு மனநிலையைப் பார்க்கின்ற கண்ணோட்டம்தான் அது.

உலகத்தின் பன்மைத்தன்மையான குணாம்சத்தை ஆராய்வதற்கு, ஹுசுன்னை ஒரு கவித்துவ கருத்தாகவோ கவர்ச்சிக் கூறாகவோ இல்லாமல் ஒரு நோய்க் கூறாகப் பார்க்கின்ற சிந்தனையாளர்களின் பக்கம் நாம் திரும்ப வேண்டும். எல் கிண்டியின் கருத்துப்படி ஹுசுன் என்பது ஏதோவொன்றின் இழப்புடனோ பிரியமான ஒருவரின் மரணத்துடனோ மட்டுமல்லாது பிற ஆன்மீக இன்னல்களான கோபம், காதல், மனக்காழ்ப்பு, ஆதாரமற்ற பயம் போன்றவற்றோடும் தொடர்புகொண்டது. (தத்துவவியலாளரும் மருத்துவருமான இபின் சினா ஹுசுன்னை இதேபோன்ற பரந்த இயல்பில்தான் பார்த்தார். அதனால்தான், தீர்க்க முடியாத காதல் ஏக்கத்தில் சிக்கியிருந்த இளைஞன் ஒருவனின் பிரச்சனையைக் கண்டறிய, முதல் காரியமாக நாடியைப் பரிசோதித்துக்கொண்டே அப்பெண்ணின் பெயரைக் கேட்பாராம்). இந்த மாபெரும் இஸ்லாமிய சிந்தனையாளர்கள் பரிந்துரைத்த அணுகுமுறை, பதினேழாம் நூற்றாண்டின் ஆரம்பத்தில் பர்ட்டன் எழுதிய புதிர்த்தன்மையும் சுவாரஸ்யமும் மிக்க நூலான *The Anatomy of Melancholy* என்ற நூலில் உள்ள பரிந்துரைகளோடு ஒத்துப்போகிறது. (பர்ட்டனின் 1500 பக்க நூல், இபின் சினாவின் மகத்தான *Fi'l Huzn* ஐ ஒரு சிறு கையேடு என்று ஆக்கிவிடுகிறது). இபின் சினாவைப் போலவே, பர்ட்டனும் 'கருப்பு வலி' என மரணம், காதல், தோல்வி, துர்செயல்கள் போன்று பலவற்றைக் கலைக்களஞ்சிய பாணியில் விவரித்துவிட்டு அவற்றிற்கான உத்தேச காரணங்களாக மதுவையும் சில வகை உணவுகளையும் குறிப்பிடுகிறார். அவர் பரிந்துரைக்கும் நிவாரண முறைகளாக, மருத்துவ அறிவியலையும் தத்துவத்தையும் கலந்து, ஒரு பெரிய பட்டியலைத் தருகிறார். காரண காரிய அலசல், கடுமையான வேலை, துறவு நிலை, நல்லொழுக்கம், ஒழுங்கு, உண்ணா நோன்பு ஆகியவற்றின் மூலம் நோய்களைக் குணப்படுத்தலாம் என இவர் கூறும் நிவாரணம் முற்றிலும் மாறுபட்ட கலாச்சார மரபிலிருந்து எழுந்த இரண்டு நூல்களிலும் பொதுவாக இருப்பது இன்னொரு வியப்பான அம்சம்.

ஆகவே ஹுசுன் என்பது துயரம் என்பதைப் போலவே 'கரும் உணர்ச்சி'யிலிருந்தே எழுவதாகக் கொள்ளலாம். ஹுசுனின் அடிச்சொல் வரலாறு முதலில் அரிஸ்டாட்டிலால் (*mellan - Khole*: கரிய மனநிலை) தொடங்கப்பட்டிருக்கக்கூடும். கருமை என்ற நிறம் அந்த உணர்ச்சிக்கும் அது உணர்த்தும் எல்லாவித வேதனைகளுக்கும் பொதுவாகப் பொருத்திப் பார்க்கப்படுகிறது. ஆனால் நாம் இப்போது இந்த இரு சொற்களுக்குமிடையேயுள்ள ஆதாரமான வேறுபாட்டைப் பற்றிப் பேசப்போகிறோம். பர்ட்டனுக்குத் துயரம் பீடிப்பதென்பது வரவேற்கத் தகுந்ததாக இருக்கிறது. துயரம் ஒரு மகிழ்ச்சியூட்டும் தனிமைக்குக் கொண்டுசெல்லும், அது கற்பனா சக்தியை வலுப்படுத்தும் என்பதால் மகிழ்வுடன் ஏற்றுக்கொள்ளப்பட வேண்டும்; துயரத்திற்குக் காரணம் தனிமையோ அதன் விளைவோ என்பது பொருட்டல்ல எனக் கூறும் பர்ட்டன் தனிமை என்பதுதான் துயரத்திற்கான மையப் புள்ளி, ஆதார வித்து

இஸ்தான்புல்

என்கிறார். *ஹூசுன்* என்பதை அகநிலைப் பொருளாகவும் (அல்லாவுடன் கலந்திருக்க வேண்டுமென்ற பொதுவான இலக்கு நிறைவேறாமையில் உண்டான கசப்பு) ஒரு நோய்க் கூறாகவும் கருதிய எல் கிண்டிக்கு மற்றெல்லா மகத்தான இஸ்லாமிய சிந்தனையாளர்களைப் போலவே மையமான முற்சார்பு தத்துவம் 'சிமாத்' அல்லது நம்பிக்கையாளர் சமூகம் என்பதாகவே இருந்தது. அவர் *ஹூசுன்* என்பதை 'சிமாத்'தின் மதிப்பீட்டை வைத்தே அறுதியிட்டார். அவர் பரிந்துரைக்கும் நிவாரணங்கள் நம்மை அதற்குத் திரும்பி அழைத்துவருகின்றன: ஆதாரமாக *ஹூசுன்* என்பதை இனத்தன்மைக்கெதிரான அனுபவங்களின் விளைவு என்றே அவர் கருதினார்.

நான் முதலில் சொல்லத் தொடங்கியபோது நீராவி படிந்த சன்னலின் வழியே பார்க்கும் குழந்தையின் உணர்ச்சியைக் குறிப்பிட்டேன். இப்போது *ஹூசுன்*' என்பது தனியொரு மனிதனின் துயரம் அல்ல என்றும் இலட்சக்கணக்கான மக்கள் ஒன்றாகப் பகிர்ந்துகொள்ளும் ஒரு கரிய மனநிலை என்றும் புரிந்துகொள்ளத் தொடங்கியிருக்கிறோம். நான் விவரிக்க விரும்புவது இஸ்தான்புல் என்ற ஒரு மொத்த நகரத்தின் '*ஹூசுன்*'.

இஸ்தான்புல்லிற்கு மட்டுமே உரித்தான அதன் மக்களை ஒன்றாக இணைக்கிற இந்த உணர்ச்சியை ஓவியமாக நான் தீட்ட முயற்சிப்பதற்கு முன் நாம் ஞாபகத்தில் கொள்ள வேண்டியது என்னவென்றால் ஒரு நிலக்காட்சி ஓவியனின் முதல் இலக்கு என்பது, அந்நிலப்பரப்பு அவனிடம் எழுப்பிய அதே உணர்வுகளைப் பார்வையாளனிடமும் எழுப்ப

வேண்டும் என்பதே. இக்கருத்து பத்தொன்பதாம் நூற்றாண்டின் மத்தியில் ரொமாண்டிஸ ஓவியர்களிடையே மிகப் பிரபலமாக இருந்தது. யூஜின் தெலக்ராயிக்ஸின் ஓவியங்களில் தன்னைப் பெரிதும் துயரத்தில் ஆழ்த்திய இவ்விஷயத்தை பௌதலேர் அடையாளம் கண்டுகொண்டிருக்கிறார். அவருக்குப் பின் வந்த தொமான்டிக் மற்றும் டிகாடன்ட் இயக்க ஓவியர்களைப் போலவே அவரும் துயரம் என்பதை நேர்மறையாக, ஒரு புகழ்ச் சொல்லாகவே பயன்படுத்தி வந்திருக்கிறார். தெலக் ராயிக்ஸின் மீது பௌதலேர் கவனம்கொள்ள ஆரம்பித்ததற்கு (1846) ஆறு ஆண்டுகள் கழித்து, அவருடைய நண்பரும் எழுத்தாளரும் விமரிசகருமான தியோஃபைல் கோத்தியெ இஸ்தான்புல்லிற்கு வருகை புரிந்தார். கோத்தியெ இந்நகரைப் பற்றி எழுதிய எழுத்துக்கள் யாஹியா கெமால், தம்பினார் போன்ற எழுத்தாளர்கள் மீது பெரும் தாக்கத்தைப் பின்னர் ஏற்படுத்தியிருக்கின்றன. இஸ்தான்புல் நகரக் காட்சிகள் சிலவற்றை கோத்தியெ உச்ச அளவுத் துயரம் கொண்டவை என்று வர்ணித்திருந்தாலும் அதனைப் புகழ்ச்சியாகவே பயன்படுத்தியிருக்கிறார்.

ஆனால் இப்போது நான் வர்ணிக்க முற்படுவது இஸ்தான்புல்லின் துயரம் அல்ல; நம்மை நாமே பிரதிபலித்துக் கொள்கிற *ஹுசுன்;* நாம் பெருமிதத்தோடு உள்வாங்கி நம் சமூகத்தோடு பகிர்ந்துகொள்கிற *ஹுசுன்.* இந்த *ஹுசுன்னை* உணர்ந்துகொள்வதற்கு, அதன் காட்சிகளைக் காண வேண்டும், ஞாபகங்களை எழுப்ப வேண்டும். இந்த நகரம் மொத்தமுமே *ஹுசுன்* என்பதன் விளக்கப்படமாக, அதன் சாரமாக இருப்பதைப் பார்க்க வேண்டும். ஒதுக்குப்புறமான தெருக்களின் விளக்குகளுக்கடியில் பிளாஸ்டிக் பைகளைத் தூக்கிக்கொண்டு வீடு திரும்பும் அப்பாக்களைப் பற்றி, சூரியன் சீக்கிரமே மறைந்துவிடுகிற மாலை நேரங்களைப் பற்றி நான் பேசுவதைக் கேட்க வேண்டும். கடும் குளிர் காலங்களில் பாஸ்ஃபரஸ் படகுகளை ஆளற்ற படகுத் துறைகளுக்குக் கொண்டுவந்து நிலைப்படுத்திவிட்டு, தூரத்தில் இருக்கும் கருப்புவெள்ளை தொலைக்காட்சியைப் பார்த்தபடியே

கையில் வாளியோடு தமது படகுகளைத் தேய்த்துக் கழுவிக்கொண்டிருக்கும் அரைத்தூக்க படகோட்டிகள் ஒன்று மாற்றி ஒன்றாக அவர்களைத் தாக்கும் பணச் சிக்கல்களைத் தாங்கிக்கொண்டே நாள் முழுக்க குளிரில் நடுங்கிக்கொண்டு வாடிக்கையாளர்கள் யாராவது வரமாட்டார்களா என்று காத்துக்கொண்டிருக்கும் பழைய புத்தக வியாபாரிகள்; பொருளாதார நெருக்கடிக்குப் பிறகு ஆண்கள் ஒழுங்காகச் சவரம் செய்துகொள்வதில்லை என்று புலம்பும் நாவிதர்கள்; உருளைக்கற்கள் பதித்த தெருக்களில் கார்களுக்கு நடுவே பந்து விளையாடும் சிறுவர்கள்; ஒதுக்கமான பேருந்து நிறுத்தங்களில் வரவே வராத பேருந்துக்காகக் காத்துக்கொண்டு யாருடனும் பேசாமல் பிளாஸ்டிக் ஷாப்பிங் பைகளை இறுகப் பற்றிக்கொண்டு நின்றிருக்கும் புர்கா பெண்கள்; பழைய பாஸ்ஃபரஸ் பங்களாக்களின் காலியான படகுவீடுகள்; வேலையில்லா இளைஞர்களால் நிரம்பி வழியும் தேனீரகங்கள்; நகரின் மகத்தான சதுக்கத்தில் கோடைக்கால மாலை நேரங்களில் குடிகாரச் சுற்றுலாப்பயணி யாராவது கிடைக்க மாட்டார்களாவென்று பொறுமையோடு அலைந்துகொண்டிருக்கும் விபச்சாரத் தரகர்கள்; குளிர்கால இரவுகளில் பயணிகள் படகுகளைப்

பிடிக்க அலைமோதும் ஜனக்கூட்டம்; பாஷாக்களின் மாளிகைகளாக இருந்தபோதே ஒவ்வொரு பலகையும் கிறீச்சிட்டபடி இருந்து இப்போது நகராட்சி அலுவலகங்களாக மாறியிருக்கும் மரமாளிகைகள்; எப்போதுமே இரவு வெகுநேரம் கழித்து வீட்டுக்கு வருவதை வாடிக்கையாகக் கொண்டிருக்கும் கணவர்களுக்காகத் திரைச்சீலைகளை விலக்கி தெருவைப் பார்த்துக்கொண்டிருக்கும் பெண்கள்; மசூதிகளின் வெளிமுற்றங்களில் மத நூல்கள், தொழுகை மணிகள், புனித யாத்திரை எண்ணெய்களை விற்றுக்கொண்டிருக்கும் கிழவர்கள்; பல்லாயிரக்கணக்கில் ஒரே மாதிரியான தோற்றத்தில் இருக்கும் அடுக்ககங்களின் வாசல்கள், புழுதியாலும் துருவாலும் கரித்தூளாலும் அழுக்காலும் நிறமிழந்திருக்கும் அவற்றின்

முகப்புகள்; வெறிச்சோடிய பூங்காக்களின் உடைந்த சாய்ந்தாடி மரங்கள்; பனிமூட்டத்தின் ஊடாகக் கேட்கும் கப்பலின் ஹாரன் சத்தங்கள், பைஸான்டைன் சாம்ராஜ்யத்தின் வீழ்ச்சிக்குப் பிறகு சிதிலமடைந்திருக்கும் நகர எல்லைச் சுவர்கள்; 'டெக்கீஸ்' எனப்பட்ட இடிந்துபோன துறவி மடங்கள்; பாசியும் சிப்பிகளும் அப்பிக்கொண்டிருக்கும் துருப்பிடித்த அலங்காரப் படகுகளின் மேல் வலுவான மழைக்குக்கூட அசையாமல் உட்கார்ந்திருக்கும் கடற்காகங்கள்; வருடத்தின் மிகக்குளிரான தினத்தில் நூற்றாண்டு பழமையான மாளிகைகளின் ஒற்றை புகைப் போக்கிகளிலிருந்து நெளிந்தபடி வெளியேறும் புகை நாடாக்கள்; கலாதா பாலத்தில் இரண்டு பக்கங்களிலும் கும்பலாக மீன் பிடித்துக்கொண்டிருப்பவர்கள்; நூலகங்களின் சில்லிட்டிருக்கும் வாசிப்பறைகள்; சாலையோர புகைப்படக்காரர்கள்; ஒரு காலத்தில் வர்ண அலங்காரங்களோடு ஜொலித்துக்கொண்டிருந்தது, இப்போது க்ஷீணித்துப் போய் வெட்கமும் திருட்டுத்தனமுமாக

வருபவர்களை நம்பி நீலப்படங்களைத் திரையிடும் அரங்குகள், அவற்றில் நிரம்பியிருக்கும் மூச்சுக்காற்றின் நெடி; சூரிய அஸ்தமனத்திற்குப் பின் தனியாக நடந்துபோகும் ஒரு பெண்கூட இல்லாத தெருக்கள்; தெற்கிலிருந்து காற்று வீசும் வெப்பமும் கொந்தளிப்புமான தினங்களில் அரசே நடத்தும் விபச்சார விடுதிகளின் கதவுகளுக்கு வெளியே கூடும் கூட்டம்; மலிவு விலை மாமிசம் விற்கும் கடைக்கெதிரே வரிசையில் நிற்கும் இளம் பெண்கள்; விடுமுறை தினங்களில் பள்ளிவாயில் தூபிகளுக்கிடையே விளக்குகளால் அமைக்கப்பட்ட புனித வாக்கியங்களில் இடையிடையே பழுதடைந்து எரியாமலிருக்கும் விளக்குகள்; தேய்ந்து கருத்துப்போன சுவரொட்டிகள் மூடிய சுவர்கள்; மேலை நகரங்கள் எதிலும் அருங்காட்சியகத்தில் வைத்திருக்கக்கூடிய பழங்கால 'தொல்மூஷ்'களை (மினிபஸ்கள்), 1950களின் ஷெவ்ரொலேக்களை இப்போதும் ஷேர் டாக்ஸிகளாக

ஓட்டிக்கொண்டு, நகரின் குறுகலான தெருக்களில் மூச்சுத் திணற ஊர்ந்து போகும் புராதன ஊர்திகள்; ஈயப் பலகைகளும் மழைநீர்க் கால்வாய் மூடிகளும் எப்போதும் களவாடப்பட்டுவரும் மசூதிகள்; இரண்டாம் உலகிற்கான நுழைவாயில்கள் போலிருக்கும் கல்லறைகள், அவற்றின் சைப்ரஸ் மரங்கள்; மாலைநேரங்களில் கடிகோயிலிருந்து கரகோயிற்று கடந்துசெல்லும் படகுகளின் மங்கலான விளக்குகள்; தெருவில் கடந்து செல்பவர் எல்லோரிடமும் ஒரே டிஷ்யூ பேப்பர் பாக்கெட்டை விற்க முயற்சித்துக்கொண்டிருக்கும் மிகச்சிறிய சிறுவர்கள்; யாருமே நிமிர்ந்து பார்க்காத மணிக்கூண்டுகள்; ஆட்டமன் சாம்ராஜ்யத்தின் வெற்றிகளை சரித்திரப் பாடப்புத்தகங்களில் படிக்கும் குழந்தைகள்; இதே குழந்தைகள் வீட்டுக்குச் சென்றதும் வாங்குகின்ற அடிகள்; தேர்தல் வாக்காளர் பட்டியலை சரிபார்ப்பதற்காக எல்லோரும் வீட்டிலேயே இருந்தாக வேண்டிய நாட்கள்; மக்கள்தொகை கணக்கெடுப்பிற்காக எல்லோரும் வீட்டிலேயே இருந்தாக வேண்டிய நாட்கள்; பயங்கரவாதிகளைத் தேடுவதற்காகத் திடீரென அறிவிக்கப்படும் ஊரடங்கு நாட்கள்; வரப்போகும் சோதனை அதிகாரிகளுக்காகப் பயத்தோடு வீட்டில் காத்திருப்பவர்கள்; முந்நூற்று எழுத்தைந்து வருடப் பழமையான ஒரு மசூதியின் மாடம் இடிந்திருப்பது குறித்தும் அதைச் சரிசெய்ய ஏன் அரசாங்கம் நடவடிக்கை எடுக்கவில்லை என்றும் கேட்டு, செய்தித்தாளின் ஒரு மூலையில் வெளியிடப்படுகிற, யாருமே படிக்காத வாசகர் கடிதங்கள்; கூட்ட நெரிசல்மிக்க சந்திப்புகளின் சுரங்கப்பாதைகள்; ஒவ்வொரு படியும் ஒவ்வொரு விதத்தில் உடைந்திருக்கும் மேம்பாலங்கள்; கடந்த நாற்பதாண்டுகளாக ஒரே இடத்தில் அஞ்சல் அட்டைகள் விற்றுக்கொண்டிருப்பவர்; சற்றும் எதிர்பாராத இடங்களில் உங்கள் முன் வந்து பிச்சை கேட்பவர்கள்; ஒரே இடத்தில் ஒரே மாதிரியாகப் பிச்சை கேட்டுக்கொண்டு தினம்தினம் நின்றிருப்பவர்கள்; நெரிசலான

தெருக்களிலும் கப்பல்களிலும் நடைகளிலும் சுரங்கப்பாதைகளிலும் உங்கள் நாசியைத் தாக்கும் பலமான மூத்திர நாற்றம்; துருக்கியின் மிகப் பிரபலமான செய்தித்தாளான ‘ஹுரியத்’தில் பெரிய அக்கா கூஸினின் பத்தியை வாசிக்கும் பெண்கள்; சூரிய அஸ்தமனத்தின்போது உஸ்குதாரின் சன்னல்களில் மின்னும் சிவப்பும் ஆரஞ்சும் கலந்த ஒளிர்வு; எல்லோரும் ஆழ்ந்த உறக்கத்தில் இருக்கும் அதிகாலைப்போதில் கடலுக்குள் செல்லும் மீனவர்கள்; இரண்டு ஆடுகளையும் கூண்டுக்குள் மூன்று சோம்பலான புலிகளையும் மட்டும் வைத்துக்கொண்டு ‘மிருகக்காட்சிச் சாலை’ என்று அழைக்கப்படும் குல்ஹானே பூங்கா; மட்டமான இரவு விடுதிகளில் அமெரிக்கப் பாடகர்களையும் துருக்கிய பாப்பாடகர்களையும் சிரமப்பட்டு போலிசெய்து பாடும் மூன்றாம்தரப் பாடகர்கள், அவர்களுக்கிடையே ஆச்சரியகரமாகத் தென்படும் சில முதல்தரமான பாடகர்கள்; ஆறு வருட இடைவிடாத ஆங்கிலப் படிப்புக்குப் பின்பும் ‘யெஸ்’, ‘நோ’வைத் தவிர எதையும் கற்றுக்கொண்டிருக்காத உயர்நிலைப்பள்ளி மாணவர்கள்; கலாதா கப்பல்துறையில் காத்திருக்கும் குடியேறிகள்; பனிக்கால மாலை நேரங்களில் சாலையோரக் கடைகள் இருந்த இடத்தில் இறைந்திருக்கும் பழங்களும் காய்கறிகளும் குப்பைகளும் பிளாஸ்டிக் பைகளும் கழிவுக் காகிதங்களும் காலி கோணிப்பைகளும் பெட்டிகளும் ஒருங்கிணைந்த ஒரு வீச்சம்; தெருக்கடைகளில் கூச்சத்தோடு பேரம் பேசுகின்ற அழகான புர்க்கா பெண்கள்; தம்முடைய மூன்று குழந்தைகளையும் தடுமாற்றத்துடன் சமாளித்தபடி ஜன நெரிசலில் நடந்து செல்லும் இளம் தாய்மார்கள்; நவம்பர் 10ஆம் தேதி காலை 9.05க்கு நகரம் முழுதும் தனது இயக்கங்களை நிறுத்திக்கொண்டு கடலில் நின்றிருக்கும் எல்லாக் கப்பல்களும் ஒரே நேரத்தில் ஹாரன்களை ஒலிக்கின்ற அடாதுர்க்

நினைவுதினம்; அபரிமிதமான சிமெண்ட்டைக் கொட்டி, படிகளையே மறைத்துவிட்ட உருளைக்கற்கள் பாவிய படிவரிசை; பல நூற்றாண்டுகளாக செயல்பட்டு வந்து இப்போது உலர்ந்து குழாய்கள் திருடப்பட்டு சிதிலமுற்றிருக்கும் தெருவோரப் பளிங்குக் குடிநீர் குழாய் மேடைகள்; என் சிறுவயதில் எங்களுக்குப் பக்கத்துத் தெருக்களில் இருக்கும் மத்திய வர்க்க மருத்துவர்கள், வழக்கறிஞர்கள், ஆசிரியர்கள் எல்லோரும் குடும்பத்தோடு உட்கார்ந்து மாலை நேரங்களில் வானொலி கேட்டுக்கொண்டிருந்த

அதே அடுக்ககங்களில் இப்போது அவசர ஆர்டர்களில் மிகக்குறைந்த கூலிக்காக இரவெல்லாம் கண்விழித்து தையல், பட்டன் மெஷின்களில் வேலை செய்துகொண்டிருக்கும் இளம் பெண்கள்; கலாதா பாலத்திலிருந்து எயூப்பை நோக்கிப் பார்க்கையில் விரியும் 'கோல்டன் ஹார்'னின் காட்சி; வாடிக்கையாளர்களுக்காகக் காத்திருக்கும் போதில் அக்காட்சியை வெறித்தபடி அமர்ந்திருக்கும் '*ஸிமிட்*' விற்பவர்கள்; உடைந்து, தேய்ந்து, பொலிவிழந்து, பழசாகிக்கிடக்கும் பொருட்கள்; இலையுதிர் காலம் நெருங்கும்போது தெற்கே பால்கனிலிருந்தும் ஐரோப்பாவின் வடக்கிலிருந்தும் மேற்கிலிருந்தும் பறந்து வந்து மொத்த நகரத்தின் மேலும், பாஸ்ஃபரஸ், மர்மரா தீவுகள் மீதும் வட்டமடித்துக்கொண்டிருக்கும் நாரைகள்; தேசிய கால்பந்து போட்டிகள் முடிந்ததும் (சிறுவயதில் எனக்குத் தெரிந்து எல்லாமே படுதோல்வியில்தான் முடிந்திருக்கின்றன) சிகரெட்பிடித்தபடியே வெளியே வரும் ஜனக்கூட்டம்: நான் பேசுவது இவர்கள் எல்லோரையும் இவை எல்லாவற்றையும் பற்றித்தான்.

*ஹுசுன்*னைக் கண்டுணர்வதன் மூலம், நகரின் தெருக்களிலும் காட்சிகளிலும் மனிதர்களிலும் அது தன்னை வெளிப்படுத்திக்கொள்ளும் ரூபங்களுக்கு நமது மரியாதையைச் செலுத்துவதன் மூலம், அது எங்கெங்கிலும் வியாபித்திருப்பதை இறுதியில் புரிந்துகொள்ளத் தலைப்படுகிறோம்: குளிரான பனிக்கால காலை நேரங்களில் வெயில் பாஸ்ஃபரஸ்ஸின் மீது திடீரென விழும்போது, அதன் நீர்ப்பரப்பிலிருந்து மெலிதாக ஆவி எழும்பத் தொடங்கும்போது, *ஹுசுன்* மிக அடர்த்தியாக, உங்களால் தொட்டுணர முடிந்துவிடும்படியாக, ஒரு படலமாகப் படர்ந்து அதன் மக்கள் அனைவர் மீதும் மொத்த நிலப்பரப்பின் மீதும் கவிவதைப் பார்க்க முடிவதாக இருக்கும்.

எனவே *ஹுசுன்*னிற்கும் பர்ட்டனின் தனித்த ஆளுமை அனுபவிக்கும் துயரத்திற்கும் இடையில் மிகப்பெரிய மீபொருண்மையியலான இடைவெளி இருக்கிறது. ஆனாலும் *ஹுசுன்*னிற்கும் க்ளாட் லெவி – ஸ்ட்ராஸ் அவரது *Tristes Tropiques* இல் வர்ணிக்கும் துயரத்திற்கும் ஓர் ஒற்றுமை இருக்கிறது. லெவி – ஸ்ட்ராஸின் வெப்பமண்டல நகரங்களுக்கும் இஸ்தான்புல்லிற்கும் சிறிதளவே ஒற்றுமைகள் இருக்கின்றன. 41ஆவது அட்சரேகையில் இருக்கும் அவரது ஊரில் சீதோஷ்ணம் இதமாகவும் நிலப்பரப்பு பரிச்சயமானதாகவும் ஏழ்மை அந்தளவுக்குக் கடுமையாக இல்லாமலும் இருக்கும்; ஆனால் இஸ்தான்புல் வாசிகளின் நொய்மையான வாழ்வும் மேலை உலகின் மையங்களிலிருந்து விலகியிருப்பதாக அவர்கள் உணரும் தூரமும் இஸ்தான்புல்லிற்குப் புதிதாக வந்திறங்கும் மேலைநாட்டவர்க்குக் குழப்பத்தை ஏற்படுத்திவிடுகின்றன. இந்தப் புரியாமையைத்தான் அவர்கள் 'புதிர்த்தன்மை கொண்ட நகரம்' என்று பெயரிட்டு விட்டு, லெவி – ஸ்ராஸின் *tristesse* வுடன் *ஹுசுனை* அடையாளப்படுத்திப் பார்த்துக்கொள்கிறார்கள். *Tristeese* என்பது தனியொரு மனிதனை பீடிக்கும் வலி அல்ல; *ஹுசுன், tristeese* இரண்டுமே ஒரு சமூகத்தின் உணர்வை, ஒரு சூழலை, லட்சக்கணக்கானோர் பகிர்ந்துகொள்ளும் ஒரு கலாச்சாரத்தை உணர்த்துகின்றன.

ஆனால் அவர்கள் வர்ணிக்கும் சொற்களும் உணர்வுகளும் ஒரே மாதிரியாக இருப்பதில்லை. இவற்றிற்கிடையேயுள்ள வேறுபாட்டை சுட்டிக்காட்டுவதென்றால், இஸ்தான்புல் டெல்லியைவிட, ஸா பாலோவைவிட பணக்கார நகரம் என்றால் மட்டும் போதாது. (ஏழ்மையில்

உழலும் பகுதிகளுக்குச் சென்றால் ஏழ்மை உருக்கொள்ளும் நகரங்கள், வடிவங்கள் எல்லாமே உண்மையில் ஒன்றுபோலவே இருக்கின்றன) வித்தியாசம் எதில் இருக்கிறதென்றால், இஸ்தான்புல்லில் மகத்தான கடந்த காலத்தின், நாகரிகத்தின் மிச்சங்கள் எல்லா இடங்களிலும் இன்னமும் அழியாமல் இருப்பதுதான். எவ்வளவுதான் வறிய நிலையில் இருந்தாலும் எவ்வளவுதான் புறக்கணிக்கப்பட்டு, கான்கிரீட் கோர உருக்களால் நசுக்கப்பட்டிருந்தாலும் மகத்தான மசூதிகளும் நகரின் மற்ற வரலாற்றுச் சின்னங்களும் மட்டுமல்லாமல் ஒவ்வொரு கிளைத் தெருவிலும் தெரு மூலையிலும் சாம்ராஜ்யத்தின் முக்கியமல்லாத உதிரி சின்னங்கள்கூட – சிறு வளைவுகள், தெருக்குழாய்கள், சிறு பள்ளிவாசல்கள் – சிதைக்கப்படாமல் பாதுகாக்கப்பட்டு வருகின்ற இச்சின்னங்களுக்கு மத்தியில் வாழ்கின்ற மக்களின் இதயங்களில் இவை உண்டாக்கும் வேதனை சாதாரணமானதல்ல.

வரலாற்று அருங்காட்சியகம்போல, பெருமிதத்தோடு காட்சிப் படுத்தப்பட்டிருக்கும் மேலைநாட்டு நினைவுச் சின்னங்கள் போன்றவையல்ல இவை. இஸ்தான்புல் நகர மக்கள் இந்தப் பாடழிவுகளுக்கிடையில் தமது வாழ்க்கைகளைக் கடத்திக்கொண்டிருப்பவர்கள். பல மேலைநாட்டு எழுத்தாளர்களும் பயணிகளும் இதனை மிக அழகான விஷயமென்று ரசித்திருக்கிறார்கள். ஆனால் இந்நகரத்தின் சென்சிடிவ்வான குடிமக்களுக்கு இந்த அழிபாட்டுச்சின்னங்கள், இன்றைய நகரத்தின் ஏழ்மையை நினைவூட்டுகின்ற, இனி ஒரு போதும் அத்தகைய செல்வச் செழிப்பும் அதிகாரமும் கலாச்சார வளமையும் கொண்ட நிலைக்கு நம்மால் உயர முடியப்போவதில்லை என்று நிதரிசனத்தை உணர்த்துகின்ற ஞாபகச் சின்னங்களாகவே இருக்கின்றன. அழுக்கும் புழுதியும் சேறும் இவற்றின் சுற்றுச்சூழலோடு ஒன்றுகலந்து கறைபடிய வைத்திருக்கும் இச்சின்னங்கள் குறித்து அவர்களின் பழைய மர வீடுகளில் வசித்தபடி பெருமைப்பட்டுக்கொள்ள எதுவுமில்லை.

தஸ்தயேவ்ஸ்கி ஸ்விட்ஸர்லாந்தில் பயணம் மேற்கொண்டிருக்கும்போது ஜெனீவா நகரவாசிகளுக்கு அவர்கள் நகரத்தின் மீதிருக்கும் மட்டுமீறிய பெருமிதத்தைப் புரிந்துகொள்ள முடியாமல் திணறியிருக்கிறார். “இந்த ஊரில் இருக்கும் தெருவிளக்குக் கம்பம் போன்ற சாதாரணப் பொருட்களைக்கூட உலகத்திலேயே மிக அற்புதமான, மகத்தான விஷயம் என்பதைப்போல பிரமிப்போடு காட்டுகிறார்கள்,” என்று அந்த மேற்குலக வெறுப்பாளர் ஒரு கடிதத்தில் எழுதினார். ஜெனீவா வாசிகளுக்கு வரலாற்றுச் சிறப்புமிக்க தமது நகரத்தைப் பற்றி மிகவும் பெருமை உண்டு. ஏதாவது இடத்திற்குப் போக வழிகேட்டால்கூட, “இந்தத் தெருவில் நேராகச் செல்லுங்கள், ஐயா. அங்கே ஒரு மிக அழகான, அற்புதமான பித்தளைத் தெருக்குழாய் இருக்கும் அதைத் தாண்டிச் சென்றால் . . .” இப்படித்தான் வழிசொல்வார்கள். அதேபோல இஸ்தான்புல்வாசி ஒருவனிடம் வழிகேட்டால் அவன் எப்படி வழிசொல்வான் என்று மிகச்சிறந்த எழுத்தாளரான அகமத் ரஸீம் தனது *Bedia and the Beautiful Eleni* என்ற கதையில் எழுதியிருப்பார்: “முதலில் இப்ராஹிம் பாஷா ஹமாமை தாண்டிச் செல்லுங்கள். இன்னும் கொஞ்ச தூரம் சென்றால்

வலதுபக்கம் நீங்கள் கடந்துவந்த அந்த இடிந்துபோன ஹமாமுக்கு அடுத்து ஒரு பாழடைந்த வீடு இருக்கும்." இன்றைய இஸ்தான்புல்வாசிக்கு இதைப்போன்ற இரங்கத்தக்க தெருக்களை வெளிநாட்டவர்கள் பார்க்க நேர்வதில் பெரும் சங்கடம் இருக்கிறது.

தன்னம்பிக்கை மிக்க நகரவாசியாக இருந்தால் நகரின் பெரிய பலசரக்குக் கடைகளையும் உணவகங்களையும் அடையாளத்திற்குச் சொல்வான். இதுதான் இப்போது வழக்கமாகவும் இருக்கிறது. ஏனென்றால் நவீன இஸ்தான்புல்லின் மகத்தான பொக்கிஷங்களாக இத்தகைய சூப்பர் மார்க்கெட்டுகள்தான் கருதப்படுகின்றன. அழிபாடுகள் எழுப்பும் *ஹுசூனி*டமிருந்து மிக வேகமாக வெளியே வரவேண்டுமென்றால் இந்த சரித்திரச் சின்னங்கள் எல்லாவற்றையும் நிராகரிக்க வேண்டும், பழங்காலக் கட்டடங்களின் பெயர்களையோ அவற்றின் கட்டடக்கலை சிறப்பையோ கண்டுகொள்ளக் கூடாது என்பதுதான் இன்றைய விதியாக இருக்கிறது. இஸ்தான்புல்வாசிகள் பலருக்கும் ஏழ்மையும் அறியாமையும் இந்த விதத்தில் வெகுவாக உதவியிருக்கின்றன. சரித்திரம் என்பது அர்த்தமிழந்த சொல்லாகிவிடுகிறது; நகரின் புராதன எல்லைச் சுவரிலிருந்து கற்களைப் பெயர்த்தெடுத்து, நவீன கட்டுமானப் பொருட்களுடன் சேர்த்து புதிய கட்டடங்கள் கட்டிக்கொள்கிறார்கள். அல்லது பழங்காலக் கட்டடங்களை கான்கிரீட் சேர்த்து புதுப்பித்துக்கொள்கிறார்கள். ஆனால், கடந்த காலத்திலிருந்து, அவற்றின் தொடர்புகளிலிருந்து தம்மைத் துண்டித்துக் கொள்வதன் மூலம் *ஹுசூன்* மேலும் உக்கிரமடைந்துவிடுகிறது என்பது அவர்களுக்குப் புரியத் தொடங்குகிறது. இழந்தவற்றிற்காக ஏங்கும் அவர்கள் வலியிலிருந்து *ஹுசூன்* எழுகிறது. ஆனால் அதுவேதான் இதுவரை இல்லாத புதிய தோல்விகளை அவர்கள் கண்டுபிடித்துக்கொள்ளவும் தமது ஏழ்மையை வெளிப்படுத்திக்கொள்ள புதிய வழிகளை முயற்சிசெய்யவும் அவர்களைக் கட்டாயத்துக்குள்ளாக்குகிறது.

லெவி – ஸ்ட்ராஸ் வர்ணிக்கும் *tristesse* என்பது, ஏழ்மையில் துவளும் வெப்பமண்டல நாடுகளின் பரந்தகன்ற நகரங்களையும் பஞ்சத்தில் பட்டினியில் ஒன்றாகக்கூடி அமர்ந்திருக்கும் கும்பலையும் அவர்களின் பரிதாப வாழ்க்கையையும் ஒரு மேலை நாட்டவன் கண்ணுறும்போது உணர்கிற உணர்வு. ஆனால் அவன் அந்நகரத்தை அவர்களின் கண்கள் வழியாகப் பார்ப்பதில்லை: குற்றவுணர்வில் சிக்கியிருக்கும் ஒரு மேலை நாட்டவன் தனது கருத்துக்களைத் தேய்வழக்குகளும் முன்தீர்மானங்களும் உருமாற்றிவிட அனுமதிக்காததன் மூலம் தனது வேதனையைத் தணிவித்துக்கொள்வதுதான் *tristesse* என்பதன் உட்பொருளாக இருக்கிறது. ஆனால் *ஹுசுன்* என்பது அந்நியப் பார்வையாளனுக்கு உரித்தான உணர்வல்ல. துருக்கிய செவ்வியல் இசை, துருக்கிய ஜனரஞ்சக இசை, குறிப்பாக 1980களில் பிரபலமாகிய *arabesk* இசை போன்றவை வெவ்வேறு விதங்களில் இந்த உணர்வை வெளிப்படுத்துவதாக உள்ளன. இந்த உணர்வை உடல்ரீதியான வலி என்பதற்கும் மனவேதனைக்கும் இடைப்பட்ட ஒன்றாகச் சொல்லத் தோன்றுகிறது. இந்நகருக்கு வரும் மேலைநாட்டவர்கள் பெரும்பாலும் இதைக் கவனிப்பதில்லை. ஜெரார்ட் டி நெர்வால் கூட (இவரது சொந்தத் துயரம்கூட தற்கொலையில் கொண்டு சேர்த்திருக்கிறது) இந்நகரத்தின் வண்ணங்களால், அதன் தெருவோர வாழ்க்கையால், அதன் வன்முறையால், அதன் சடங்குமுறைகளால் பெரிதும் உத்வேகமுற்றிருப்பதாகச் சொல்லியிருக்கிறார். கல்லறைகளில் பெண்கள் சிரிப்பதைக் கேட்டதாகக்கூட குறிப்பிட்டிருக்கிறார். இதற்குக் காரணம் ஒருவேளை இவர் இந்நகரத்திற்குச் சென்றிருந்தது அது துயரத்தில் பீடிக்கப்படுவதற்கு முன், ஆட்டமன் சாம்ராஜ்யம் இன்னமும் செழித்திருந்த ஒரு காலகட்டத்தில் என்பதாகவோ அல்லது அவரது *Voyage en orient* இன் பல பக்கங்களைச் சுவாரஸ்யமான கீழைநாட்டு கற்பனைக் கதைகளால் நிரப்பி தனது சொந்தத்துயரங்களிலிருந்து தப்பித்துக்கொள்ளும் அவசியம் என்பதாகவோ கூட இருக்கலாம்.

இஸ்தான்புல் அதன் *ஹுசுன்*–ஐ ‘குணப்படுத்தக்கூடிய ஒரு நோய்’ என்பதாகவோ ‘நாம் விட்டுத்தொலைக்க வேண்டிய ஒரு தேவையற்ற வலி’ என்பதாகவோ சுமந்துகொண்டிருக்கவில்லை: அதன் *ஹுசுனை* ஐ அது தேர்ந்தெடுத்து சுமந்துகொண்டிருக்கிறது. இது பர்டன் வர்ணிக்கும் துயரத்தோடும் தன் தொடர்பை நீட்டித்துக்கொள்கிறது. ‘மற்ற எல்லா சுகங்களும் வெற்றானவை./துயரத்தைத் தவிர இனிமையானது வேறொன்றுமில்லை’ என்ற பர்டனின் சுய இகழ்ச்சியான கூற்றுகூட இஸ்தான்புல் வாழ்க்கையில் அதன் முக்கியத்துவத்தைப் பெருமையாகப் பறைசாற்றிக்கொள்கிறது. அதேபோல, துருக்கிய குடியரசு தோன்றிய பின்னர் உருவான துருக்கிய கவிதைகளில் *ஹுசுன்* என்பது அதனிடமிருந்து யாராலும் தப்பித்துக்கொள்ள முடியாத, யாரும் தப்பித்துக்கொள்ள விரும்பாத, இறுதியில் நமது ஆன்மாவைக் காப்பாற்றக்கூடிய, அதற்கு ஓர் ஆழத்தைக் கொடுக்கக்கூடிய ஒரு வேதனையாகத்தான் சித்தரிக்கப்பட்டு வருகிறது. கவிஞனுக்கு *ஹுசுன்* என்பது அவனுக்கும் உலகிற்கும் இடையேயுள்ள புகை படிந்த சன்னல் வாழ்க்கையின் மீது அவன் படர்விக்கும் திரை வேதனை மிக்கதென்றால், அதற்குக் காரணம்

வாழ்க்கையே வேதனை மிக்கது என்பதுதான். ஏழ்மைக்கும் விரக்திக்கும் தம்மை ஒப்புக்கொடுத்திருக்கும் இஸ்தான்புல் நகரவாசிகளுக்கும் அதேதான் பொருந்தும். சூஃபி இலக்கியங்களில் அளிக்கப்பட்டிருக்கும் கௌரவத்தில் இன்னமும் ஊறிச் செறிந்திருப்பதால், *ஹூசுன்* அவர்களது ஒப்புக்கொடுத்தலுக்கு ஒரு கௌரவத்தை அளிக்கிறது. மேலும் அது தோல்வியையும் தீர்மானமின்மையையும் நொடிப்பையும் ஏழ்மையையும் அதேயளவு பெருமிதத்தோடு, தத்துவார்த்தமாக ஏற்றுக்கொள்வது ஏன் அவர்களது தேர்வாக இருக்கிறதென்பதை விளக்குகிறது. *ஹூசுன்* என்பது வாழ்க்கைக் கவலைகளின், பெரும் தோல்விகளின் விளைவு அல்ல, அவற்றின் மூல காரணம் என்று உணர்த்துகிறது. என் குழந்தைப் பருவத்திலும் வாலிபப் பருவத்திலும் துருக்கியத் திரைப்பட நாயகர்களுக்கும் அந்தக் காலகட்டத்தில் இருந்த என் நிஜவாழ்க்கை நாயகர்கள் பலருக்கும் அது அவ்வாறாகத்தான் இருந்தது: இவர்கள் எல்லோருமே அவர்கள் பிறந்ததிலிருந்தே இந்த *ஹூசுன்*—ஐ தமது இதயங்களில் சுமந்துகொண்டிருப்பதால், பணத்திற்காகவோ வெற்றிக்காகவோ அல்லது அவர்கள் நேசிக்கும் பெண்களுக்காகவோ அவர்கள் அலைவதாகத் தோன்றமாட்டார்கள். *ஹூசுன்*, இஸ்தான்புல் நகர மக்களை முடக்கிமட்டும் வைத்திருப்பதில்லை; அவர்களை முடங்கிக் கிடப்பதற்கான கவித்துவ நியாயத்தையும் வழங்குகிறது

பால்ஸாக்கின் ராஸ்டிஞாக் போன்ற நாயகர்களிடம் இதுபோன்ற உணர்வுகள் இருப்பதில்லை. ராஸ்டிஞாக் அவனுடைய குறிக்கோள் வெறியில், நவீன நகரத்தின் ஆன்மாவைப் புகழக்கூட செய்கிறான். இஸ்தான்புல்லின் *ஹூசுன்* சமூகத்திற்கெதிராக நிற்கும் ஒரு தனிமனிதனை அடையாளப்படுத்துவதில்லை; மாறாகச் சமூகத்தின் மதிப்பீடுகளுக்கும் மிகை மதிப்புகளுக்கும் எதிரே எதிர்த்து நிற்க பலமற்றிருக்கும் நிலையைத்தான் முன்வைக்கிறது. மேலும், இருக்கும் மிகக்குறைவானவற்றை வைத்தே திருப்தியடைந்து கொள்ளவும் ஒத்திசைவு, சீர்மை, பணிவு போன்ற ஒழுக்கக் குணங்களை வரித்துக்கொள்ளவும் நம்மை அறிவுறுத்துகிறது. வறுமையும் கையறுநிலையும் பீடித்திருக்கும்போது நாம் அதைப் பொறுத்திருக்க வேண்டியதன் அவசியத்தை *ஹூசுன்* நமக்குக் கற்றுத்தருவதோடல்லாமல், இஸ்தான்புல் நகரத்தின் வாழ்க்கையையும் சரித்திரத்தையும் பின்புறத்திலிருந்து படிக்க வற்புறுத்துகிறது. தோல்வியையும் வறுமையையும் வரலாற்று முடிவுநிலை என்று கருதாமல் அவர்கள் பிறப்பதற்கு நெடுங்காலத்திற்கு முன்னதாகவே தீர்மானிக்கப்பட்டுவிட்ட பெருமைக்குரியதொரு தொடக்கம் என்று மக்களை நினைக்கவைக்கிறது. ஆகவே இதனிடமிருந்து நாம் பெறுகிற பெருமை என்பது தவறான பொருளுணர்த்துவதாகவே அமைகிறது. ஆனாலும், *ஹூசுனை* நகரெங்கும் பரவியுள்ள ஒரு தீர்க்க முடியாத நோயென்றோ கடும் கழிவிரக்கத்தைப் போல வேறு வழியின்றி பொறுத்துக்கொண்டிருக்க வேண்டிய ஒரு மாற்ற முடியாத வறுமையென்றோ கருப்பு வெள்ளையாகப் பார்க்க வேண்டிய ஒரு குழப்பமூட்டும் தோல்வியென்றோ இஸ்தான்புல் கருதுவதில்லை: *ஹூசுனைப்* பெருமிதத்தோடு அது சுமந்துகொண்டிருக்கிறது என்று சுற்றுமுகமாகக் குறிக்கிறது.

1580லேயே மான்டேன் *(Montaigne) tristesse* என்ற உணர்ச்சியில் பெருமிதம் கொள்வதற்கு ஏதுமில்லை என்று வாதிட்டார். (தான் ஒரு துயரவாதி என்று தெரிந்திருந்தும்கூட இந்தச் சொல்லை அவர் பயன்படுத்தினார். பல வருடங்கள் கழித்து இவரைப் போலவே பீடிக்கப்பட்டிருந்த ஃபிளாபர்ட்டும் இதையேதான் செய்தார்). *Tristesse* என்பது சுயச்சார்பான பகுத்தறிவுக்கும் அனித்தன்மைக்கும் எதிரி என் மான்டேன் கருதினார். *Tristesse* என்பது *Wisdom, Virtue, Conscience* என்ற சொற்களைப் போல *Capital letter*களில் எழுதக்கூடிய தகுதி படைத்த சொல்லல்ல என்பது அவர் கருத்தாக இருந்தது. இத்தாலியில் *tristzza* என்று அழைக்கப்படுவதை பைத்தியக்காரத்தனம் என்றும், கணக்கற்று கிளம்பும் எல்லாத் துர்செயல்களுக்கும் ஆதாரம் என்றும் சொன்னார்.

மான்டேனின் துயரம் என்பது துக்கம் அனுஷ்டிப்பதைப் போன்று தனிமை சார்ந்தவொன்று. புத்தகங்களோடு மட்டும் தனியாக இருக்கும் ஒருவனின் மனம் செல்லரித்துப் போகிய சோகம் அது. ஆனால் இஸ்தான்புல்லின் *ஹுசுன்* என்பது மொத்த நகரமும் கூட்டாக உணர்கிற, ஒன்றாக அங்கீகரிக்கிற உணர்வு. இஸ்தான்புல்லைப் பற்றி எழுதப்பட்ட நாவல்களிலேயே மிகவும் மகத்தானதான தம்பினாரின் *Peace* இன் நாயகர்களைப் போல: இந்நகரின் வரலாற்றிலிருந்து அவர்கள் பெறுகின்ற *ஹுசுனைப்* போலவே, அவர்களும் உடைந்து, தோல்விக்காக விதிக்கப்பட்டவர்களாக இருக்கின்றனர். எந்தவொரு காதலும் அமைதியாக நிறைவேறக் கூடாதென்று *ஹுசுனால்* விதிக்கப்பட்டிருக்கிறது. பழைய கருப்புவெள்ளை திரைப்படங்களைப் போல. அது மிகவும் நெகிழ்வான, உண்மையான காதல் கதையாக இருந்தாலும்கூட, கதையின் களம்

இஸ்தான்புல்லாக இருந்தால், படம் ஆரம்பிக்கும்போதே தெரிந்துவிடும், இந்தப் பையன் பிறக்கும்போதே சுமந்து வந்திருக்கும் *ஹுசுன்* நிச்சயமாக இந்தக் கதையை சோகமான மெலோடிராமாவாகத்தான் முடித்துவைக்கும் என்று.

இந்தக் கருப்புவெள்ளை திரைப்படங்களில், தம்பினாரின் *Peace* ஐப் போன்ற 'உன்னதப் படைப்புகள்' எல்லாவற்றையும் போலவே, நிதரிசனம் துலங்குகின்ற தருணம் எப்போதும் ஒன்றாகவே இருக்கும். நாயகர்கள் தமக்குள் சுருங்கி, போதிய உறுதியையோ எதிர்ப்பையோ காட்டத் திராணியில்லாமல், வரலாற்றாலும் சமூகத்தாலும் அவன்மீது சுமத்தப்பட்ட நிபந்தனைகளுக்கு அடிபணிந்து சரணாகதியாகிவிடும்போது அவனை நாம் முழுமனதோடு ஏற்று சேர்த்தணைத்துக்கொள்கிறோம். இஸ்தான்புல் நகரமே ஆதரவோடு அவனை ஆரத்தழுவிக்கொள்கிறது. திரையில் விரியும் நகரின் கருப்புவெள்ளை வீதிக்காட்சிகள் எவ்வளவுதான் அழகாக இருந்தாலும் அதுகூட *ஹுசு*னால் ஜொலித்துக்கொண்டுதான் இருக்கும். சில நேரங்களில் தொலைக்காட்சியில் அலைவரிசைகளை மாற்றிக்கொண்டு இருக்கும்போது இந்தக் கருப்புவெள்ளை திரைப்படங்கள் ஏதாவது ஒன்றைப் பார்க்க நேர்ந்தால் சட்டென்று எனக்கு ஒரு வினோதமான எண்ணம் தோன்றும். கதை நாயகன் நகரின் வறிய பகுதி ஒன்றில் உருளைக்கற்கள் பாவிய தெருவில் ஒரு மரவீட்டின் சன்னல் வெளிச்சத்தை நிமிர்ந்து, வேறு எவனையோ திருமணம் செய்துகொள்ளப்போகிற அவன் பிரியத்திற்குரியவள் கண்ணில்படுகிறாளாவென்று தேடிக்கொண்டே நடக்கும்போதும் அல்லது பணமும் அதிகாரமும் மிக்க ஒரு தொழிலதிபரின் முன்னால் அவர் ஏளனமாகக் கேட்பவற்றிற்குப் பணிவோடும் கௌரவத்தை இழக்காமலும் பதிலளித்துவிட்டு வெளியேறி கருப்புவெள்ளையில் விரிந்திருக்கும் பாஸ்ஃபரஸ்ஸை வெறித்தபடியே நடந்துசெல்லும் போதும், *ஹுசுன்* என்பது நாயகனின் நொறுங்கிப்போன, வேதனைக் கதையிலிருந்தோ அவன் விரும்பும் பெண்ணை அடைய முடியாத சோகத்திலிருந்தோ எழவில்லை; உண்மையில் நகரின் காட்சிகளிலும் தெருக்களிலும் உள்ளூர ஊறிக்கலந்திருக்கும் *ஹுசுன்*தான் நாயகனின் இதயத்திற்குள் கசிந்து அவன் உறுதியைக் குலைத்திருக்கிறது என்று தோன்றும். பிறகு, அந்த நாயகனின் கதையைப் புரிந்துகொள்வதற்கும் அவன் துயரத்தைப் பகிர்ந்துகொள்வதற்கும் அவனைச் சுற்றியிருக்கும் காட்சிகளைப் பார்த்தால் மட்டுமே போதும் என்றும் தோன்றும். இந்த ஜனரஞ்சகப் படங்களின் நாயகர்கள், டான்பினாரின் 'அதி உன்னத நாவலின்' நாயகர்களைப் போலவே, தமது கையறுநிலையை நமக்கு உணர்த்த இரண்டே இரண்டு இடங்களுக்குத்தான் செல்வார்கள்: ஒன்று பாஸ்ஃபரஸ் ஓரமாக மெதுவாக நடந்துபோவார்கள், அல்லது நகரின் ஒதுக்குப்புறப் பகுதிகளில் சிதிலமாகி சிதைந்து கிடக்கும் அழிபாடுகளை வெறித்தபடி நிற்பார்கள்.

கதாநாயகனின் ஒரே போக்கிடம், வகுப்புவாதத்தில் புகலிடம் கொள்வதுதான். ஆனால் மேலை கலாச்சாரத்தால் கவரப்பட்டு, தற்கால உலகத்துடன் ஒருங்கிணைந்து இயங்க விழைகின்ற இஸ்தான்புல் எழுத்தாளர்களுக்கும் கவிஞர்களுக்கும் இது இன்னமும் பெரும் சிக்கலான

விஷயமாகத்தான் இருக்கிறது. *ஹுசுன்* தன்னுடனே கொண்டுவருகின்ற வகுப்புணர்வோடு, அவர்கள் மான்டேனின் பகுத்தறிவுவாதத்திற்காகவும் தோரோ முன்வைக்கும் உளப்பூர்வ தனிமைக்காகவும் ஏங்குகிறார்கள். இருபதாம் நூற்றாண்டின் ஆரம்ப வருடங்களில் இந்தத் தாக்கங்களின் அடிப்படையில் இஸ்தான்புல்லிற்கு ஒரு பிம்பத்தைக் கொடுக்கச் சிலர் முயன்றார்கள். அதுவே இஸ்தான்புல்லின் ஒரு பகுதியாகவும் அதனால் என் கதையின் ஒரு பகுதியாகவும்கூட இருக்கிறது என்பதைச் சொல்லியாக வேண்டும். நவீன இஸ்தான்புல்லிற்கு அதற்கான துயரத்தைக் கொடுத்த நான்கு ஒதுக்கமான தனிமைவிரும்பி எழுத்தாளர்களோடு (தீவிரமான வாசிப்புக்குப் பிறகு, வெகுநேரத்திற்குத் தயங்கி, நீண்ட விவாதங்களுக்குப் பிறகு, பல ஒற்றுமைகளைக் கொண்ட சுற்றியலைந்த நடைகளுக்குப் பிறகு) தொடர்ச்சியாக – சில சமயங்களில் உக்கிரமான – விவாதங்களை நடத்திக்கொண்டே இந்தப் புத்தகத்தை எழுதி முடித்திருக்கிறேன்.

11

தனிமை விரும்பிகளான நான்கு துயர எழுத்தாளர்கள்

சிறுவயதில் அவர்களைப் பற்றி சிறிதளவே எனக்குத் தெரிந்திருந்தது. நன்றாகத் தெரிந்தவர் அந்த மகத்தான, பருமனான கவிஞர் யாஹியா கெமால்: நாடெங்கும் பிரபலமாக இருந்த அவர் கவிதைகளில் சிலவற்றைப் படித்திருந்தேன். எனக்குத் தெரிந்த இன்னொருவர் பிரபலமான சரித்திரவியலாளர் ரிஸாத் எக்ரெம் கோச்சு 'சரித்திரத்தின் பக்கங்கள்' என்று நாளிதழ்களில் அவர் எழுதும் கட்டுரைகளில் ஆட்டமன் காலத்து சித்திரவதை நுணுக்கங்கள் படங்களோடு வரும். அவற்றை ஆர்வத்தோடு பார்ப்பேன். என் பத்து வயதில் அவர்கள் எல்லோருடைய பெயரும் எனக்குத் தெரிந்திருந்தது. அப்பாவின் நூலகத்தில் அவர்களுடைய நூல்கள் இருந்தன. ஆனாலும்கூட இஸ்தான்புல்லைப் பற்றி வளர்ந்துகொண்டிருந்த என் கருத்துக்களில் அவர்கள் அப்போது தாக்கம் செலுத்தத் தொடங்கியிருக்கவில்லை. நான் பிறந்தபோது அவர்கள் நால்வரும் எங்கள் வீட்டுக்கு அரைமணி நேர நடைதூரத்தில் நல்ல ஆரோக்கியத்தோடுதான் வாழ்ந்துவந்தார்கள். ஆனால் எனக்குப் பத்து வயதாகும்போது ஒருவரைத்தவிர மற்றெல்லோரும் காலமாகிவிட்டிருந்தனர். அவர்களில் ஒருவரையும் நான் நேரில் பார்த்ததில்லை.

பிந்தைய வருடங்களில், என் இளம்பிராயத்து இஸ்தான்புல்லை என் மனதிலிருந்த கருப்புவெள்ளை படங்களாக மீட்டெடுத்துக்கொண்டிருந்தபோது, இந்த எழுத்தாளர்கள் உருவாக்கியிருந்த இஸ்தான்புல் கூறுகளும் ஒன்றாகக் கலந்து, அவர்களைப் பற்றி நினைக்காமல் இஸ்தான்புல்லைப் பற்றி, என் சொந்த இஸ்தான்புல்லைப் பற்றிகூட நினைப்பது சாத்தியமில்லாமல் ஆகிப்போனது. என் முப்பத்தைந்தாவது வயதில் கொஞ்ச காலத்திற்கு 'யுலிஸிஸ்'போல ஒரு மகத்தான நாவலை இஸ்தான்புல்லைக் களமாக வைத்து எழுத வேண்டும் என்று கனவு கண்டுகொண்டிருந்தபோது, நான் சிறுவனாக நடந்துசென்ற அதே தெருக்களில் இந்த நான்கு எழுத்தாளர்களும் நடந்து

செல்வதைப் போல கற்பனை செய்துகொள்வது சந்தோஷமாக இருந்தது. அந்த குண்டான கவிஞர் பேயோலுவில் உள்ள அப்துல்லா எஃபெண்டி ரெஸ்டாரன்ட்டிற்கு அடிக்கடி வந்து சாப்பிடுவார் என்பது தெரியும். அந்த உணவகத்திற்குத்தான் என் பாட்டியும் வாரத்திற்கு ஒருமுறை செல்வார். ஒவ்வொருமுறையும் உணவைப் பற்றி, எரிச்சலான புகார்களோடுதான் வீட்டுக்குத் திரும்பி வருவார். அந்தப் புகழ்பெற்ற கவிஞர் அங்கு மதிய உணவை சாப்பிட்டுக்கொண்டிருக்கையில், சரித்திரவியலாளர் கோச்சு அவரது Istanbul Encyclopedia விற்குத் தரவுகள் சேகரிப்பதற்காக அந்த உணவகத்தின் சன்னலுக்கு வெளியே கடந்துபோவதைப் போல கற்பனை செய்வது எனக்குப் பிடித்திருக்கிறது. அந்த வரலாற்றியல் செய்தியாளருக்கு அழகான பையன்கள் மீது இரக்கம் உண்டென்பது தெரிந்த விஷயமாதலால் ஓர் அழகான இளைஞன் அவரிடம் நாளிதழ் ஒன்றை விற்பதைப்போலவும் அதில் தம்பினாரின் கட்டுரை ஒன்று வெளிவந்திருப்பதைப்போலவும் கற்பனை செய்துகொள்ள விரும்புவேன். அதே நேரத்தில் வெண்ணிற கையுறைகள் அணிந்த பாஸ்ஃபரஸ் நினைவுப்பதிவாளர் அப்துல்லாஹ் ஷினாஸி ஹிசாத் அவர்களும் அங்கிருப்பதைப் பார்க்கிறேன். மிகவும் ஒல்லியான மனிதரான அவர் வீட்டை விட்டு அதிகம் வெளியே வராதவர். சுத்தம், துப்புரவில் மிகக் கண்டிப்பானவர். அவர் வளர்க்கும் செல்லப் பூனைக்காக ஈரல் கறி வாங்கும்போது கடைப்பையன் அதைச் சுத்தமான செய்தித்தாளில் சுற்றித்தராததற்காகச் சண்டையிடுகிறார். எனது நாயகர்கள் நால்வருமே ஒரே சமயத்தில் ஒரே சாலை மூலையில் நின்றிருப்பதாகவும் அதே பாதைகளில், அதே கால்வாய்களின் ஓரம் நடந்துசெல்வதாகவும்

எப்போதாவது ஒருவருக்கொருவர் எதிர்ப்படுவதாகவும் கற்பனை செய்வேன்.

க்ரொவேஷியரான பெர்விட்டிஷ் உருவாக்கிய புகழ்பெற்ற பேயோலு – டாக்ஸிம் – சிஹாங்கிர் – கலாதா பகுதிகளின் இன்ஷ்யூரன்ஸ் வரைபடத்தைப் பிரித்துவைத்து, எங்கெங்கெல்லாம் என் நாயகர்கள் கடந்து போயிருப்பார்களென்று ஒவ்வொரு தெருவையும் ஒவ்வொரு கட்டடத்தையும் பார்ப்பேன். எப்போதெல்லாம் என் ஞாபகம் கைவிடுகிறதோ அப்போதெல்லாம் ஒவ்வொரு மலரலங்காரக் கடையின், காபி விடுதியின், பலகாரக் கடையின், *meyhane* களின் மனக்கண்ணில் வரவழைத்து அங்கெல்லாம் அவர்கள் செல்வதைப் போல மனச்சித்திரங்களை உருவாக்கிக்கொள்வேன். *Myhane* களின் புகையையும் ஆல்கஹால் நெடியையும் கரடுமுரடான பேச்சுக்களையும் உணவகங்களின் மணங்களையும் காபி விடுதிகளில் எல்லோரும் எடுத்துப் படித்துப்படித்து கசங்கிப்போயிருக்கும் செய்தித்தாள்களின் வரிசைகளையும் சுவரிலிருக்கும் போஸ்டர்களையும் தெரு வணிகர்களையும் டாக்ஸிம் சதுக்கத்தில் (இப்போது இடிக்கப்பட்டுவிட்ட) ஒரு பெரிய அடுக்ககக் கட்டிடத்தின் உச்சியில் மின்விளக்குகளில் ஓடும் தலைப்புச் செய்தி எழுத்துக்களையும் கற்பனையில் காண்பதுதான் என் நாயகர்களை நினைவுகூர்வதன் முக்கிய அம்சம். இந்த எழுத்தாளர்கள் அனைவரையும் ஒன்றாக நினைக்கும்போது, ஒரு நகரத்திற்கு அதன் விசேஷ குணத்தைக் கொடுப்பது அதன் நிலஅமைப்போ அதன் கட்டடங்களோ அல்ல; என்னைப் போல அந்நகரத்தில், அதே தெருக்களில் ஐம்பது வருடங்களுக்கு மேலாக வாழ்ந்துவரும் நகரவாசிகளின் யதேச்சையான சந்திப்புகளின் மனதில் முட்டிமோதும் ஞாபகங்களின், சொற்களின், நிறங்களின், வடிவங்களின் ஒட்டுமொத்த திரட்டுதான். இவ்வாறாகப் பகற்கனவு கண்டுகொண்டிருக்கையில், நானும்கூட இந்நான்கு துயரார்ந்த எழுத்தாளர்களை எனது பிள்ளைப்பிராயத்தின் ஏதோவொரு கட்டத்தில் யதேச்சையாக எதிர்ப்பட்டிருக்கலாம் என்று தோன்றுகிறது.

எனக்கு மிக நெருக்கமாக இருப்பவராக உணருகின்ற நாவலாசிரியர் தம்பினாரை, என் அம்மாவோடு டாக்ஸிமிற்குச் சுற்றிப்பார்க்கச் சென்றிருந்தபோது நிச்சயமாக எதிரில் வரும்போது பார்த்திருப்பேன். நாங்கள் அவ்வப்போது ட்யூனெல்லில் இருக்கும் *French Hachette* புத்தகக்கடைக்குச் செல்வோம். அவரும் அங்கு வருவாராம். இந்தப் புத்தகக்கடைக்கு நேரெதிரே இருக்கும் தெருவில் உள்ள 'நார்மன்லி பில்டிங்ஸ்' என்ற கட்டடத்தில் ஒரு சிறிய அறையை அமர்த்திக்கொண்டுதான் அவர் இருந்திருக்கிறார். (தம்பினாருடைய செல்லப்பெயர் '*Down-At-Heel*) நான் பிறந்த சமயத்தில் 'பாமுக் அபார்மென்ட்ஸ்' ஐ கட்டிக்கொண்டிருந்தார்கள். நாங்கள் அயாஸ்பாஷாவில் 'ஓங்கன் அபார்ட்மென்ட்ஸ்' என்ற அடுக்ககத்தில் அப்போது இருந்தோம். இந்த இடம் தம்பினாரின் குருநாதரும் பழைய ஆசிரியருமான யாஹியா கெமால் அவரது கடைசி வருடங்களைக் கழித்த பார்க் ஹோட்டலுக்கு எதிர்த்தெருவில் இருந்தது. நாவலாசிரியர் தம்பினார் எங்களுக்கு எதிர்த்தெருவிலிருந்த யாஹியா கெமாலைச் சந்திக்க அடிக்கடி வந்திருப்பார்தானே? அதற்குப் பிறகுகூட இவ்விருவரையும் நான் பார்த்திருக்கக்கூடும். நிஷாந்தஷிக்கு நாங்கள் இடம்பெயர்ந்ததும் அம்மா என்னைக் கூட்டிக்கொண்டு பார்க் ஹோட்டலுக்கு கேக்குகள் வாங்க வந்திருக்கிறார். நான் முன்பு குறிப்பிட்ட பாஸ்ஃபரஸ் நினைவுகள் எழுதிய அப்துல்லாஹ் ஷினாஸி ஹிசாரும் பிரபலமான வரலாற்றாளர் கோச்சுவும்கூட பேயோலோவிற்குப் பொருட்கள் வாங்கவும் உணவுண்ணவும் அடிக்கடி வந்திருக்கிறார்கள்.

தன் அபிமான நட்சத்திரங்களின் வாழ்க்கை குறிப்புகளையும் அவர்களின் படங்களையும் வைத்துக்கொண்டு, அவர்களுக்கும் தனக்குமிடையேயுள்ள ஒற்றுமைகளையும் யதேச்சையான சந்திப்புகளையும் கற்பனை செய்து பேசுகிற ஆத்மார்த்த ரசிகனைப் போல நானும் நடந்துகொள்கிறேன் என்பது புரிகிறது. ஆனால் இந்தப் புத்தகத்தில் நான் அடிக்கடி விவாதிக்கப் போகிற, இந்த நாயகர்களின் கவிதைகளும் நாவல்களும் கதைகளும் கட்டுரைகளும் நினைவுப் பதிவுகளும் கலைக்களஞ்சியங்களும்தான் நான் வசிக்கும் இந்த நகரத்தின் ஆன்மாவைக் கண்டுணர என் கண்களைத் திறந்திருக்கின்றன. இந்நான்கு துயரார்ந்த எழுத்தாளர்களும் கடந்த காலத்திற்கும் நிகழ்காலத்திற்கும் மேலைநாட்டவர்கள் அடையாளப்படுத்த விரும்புகிற கிழக்கிற்கும் மேற்கிற்கும் இடையேயிருக்கும் இறுக்கத்திலிருந்து தமது பலத்தைப் பெற்றிருக்கின்றனர். நவீனகலை, மேலை இலக்கியம் மீதான எனது ஈடுபாட்டை நான் வாழ்கின்ற இந்நகரத்தின் கலாச்சாரத்தோடு பொருந்தாமல் இசைவாக உள்வாங்கிக்கொள்வது எப்படி என்பதனை இவர்கள்தான் எனக்குக் கற்றுத் தந்திருக்கிறார்கள்.

இவர்கள் அனைவருமே ஏதோவொரு காலகட்டத்தில் மேலைநாட்டு (குறிப்பாக பிரெஞ்சு) கலை, இலக்கியங்களினால் கவரப்பட்டிருக்கிறார்கள் கவிஞர் யாஹியா கெமால் பாரீஸில் ஒன்பது வருடங்களைக் கழித்தவர். *Verlaine*, மல்லர்மே ஆகியோரின் கவிதைகளிலிருந்தே 'தூய கவிதை' என்பதற்கான கருத்தாக்கத்தை இவர் பெற்றார். பின்னர் 'தேசியவாத' கவித்துவத்தைத் தேடிவந்த காலகட்டத்தில் தனது தரப்பிற்காக இத்'தூய கவிதை' கருத்தாக்கத்தைப் பயன்படுத்திக்கொண்டார். யாஹியா கெமாலை

ஏறக்குறைய தனது தந்தையின் ஸ்தானத்தில் வைத்துப் பார்த்திருந்த தம்பினார்கூட மேற்கண்ட கவிஞர்களின்பால் ஈர்க்கப்பட்டவர்தான். இவருக்கு வாலெரியின் மீதும் ஈடுபாடு உண்டு. யாஹியா கெமால், தம்பினாரைப் போலவே ஏ.எஸ். ஹிஸாரும் ஆந்த்ரே கைட் மீது பெரும் மதிப்புகொண்டிருந்தார். யாஹியா கெமாலால் மிகவும் உயர்வாக மதித்த தியோஃபைல் கௌதியேவிடமிருந்தே நிலக்காட்சிகளை எவ்வாறு வார்த்தைகளாக உருமாற்றுவது என்பதைத் தம்பினார் கற்றுக்கொண்டார்.

பொதுவாக மேலைக் கலாச்சாரத்தின் மீது, குறிப்பாக பிரெஞ்சு இலக்கியத்தின் மீது அதீத, சிலநேரங்களில் சிறுபிள்ளைத்தனமான சிலாகிப்பைத் தமது இளமைக்காலத்தில் கொண்டிருந்த இவர்கள் தமது படைப்புகளிலும் நவீன – மேலை உலக – அணுகுமுறையையே கைக்கொண்டு வந்தனர். பிரெஞ்சுகாரர்களைப் போலவே எழுத

விரும்பும் ஆசையை அவர்கள் ஒருபோதும் மறைத்ததில்லை. ஆனால் மேலைநாட்டவர்களைப் போலவே அவர்களும் எழுதினால், அசலான எழுத்தாளர்களாக அவர்கள் கொண்டாடப்படுவதைப் போல, தாமும் பெயர்பெற முடியாது என்ற எண்ணமும் அவர்கள் எண்ணத்தின் ஒரு மூலையில் இருந்தது. பிரெஞ்சு கலாச்சாரத்திடமிருந்தும் பிரெஞ்சு சிந்தனையிலிருந்தும் நவீன இலக்கியம் பற்றி அவர்கள் கற்றுக்கொண்ட ஒரு பாடம் எதுவென்றால், மகத்தான எழுத்து என்பது அசலானதாகவும் நம்பத் தகுந்ததாகவும் உண்மையானதாகவும் இருக்க வேண்டும் என்பது. மேலைத்தன்மையோடும் அதே சமயத்தில் நம்பகத்தன்மையோடும் இருக்க வேண்டிய இரண்டு கட்டாயங்களுக்கிடையே இருக்கும் நேர் மாறுபாடுகளினால் அவர்கள் அலைக்கழிக்கப்பட்டுவந்தது அவர்களின் ஆரம்பகால படைப்புகளில்கூடத் தெரிகிறது.

உண்மைத்தன்மையையும் அசல்தன்மையையும் தமது படைப்புகளில் கொண்டுவருவதற்கு கோத்தியெ, மல்லர்மே போன்ற எழுத்தாளர்களிடமிருந்து ‘கலை, கலைக்காகவே’, ‘தூய கவிதை’ என்ற கருத்தாக்கங்களையும் அவர்கள் வரித்துக்கொண்டனர். அவர்கள் தலைமுறையைச் சேர்ந்த மற்ற கவிஞர்களும் நாவலாசிரியர்களும் பிற பிரெஞ்சு எழுத்தாளர்களை அதேவிதமான மயக்கத்துடன் வாசித்துவந்தாலும் நம்பகத்தன்மைக்குள்ள மதிப்பு குறித்த பாடத்தை அவர்கள் கற்றுக்கொள்ளவில்லை. அந்தப் படைப்புகளின் மதிப்புதான் அவர்கள் கவனத்தில் பதிந்து, அதுவே அவர்களுக்குப் பயனுள்ளதாகவும் பாடமளிப்பதாகவும் இருந்தது. இது, அவர்களைப் போதனை செய்யும் இலக்கிய மார்க்கத்திலோ அல்லது மேடுபள்ளமான அரசியல் பாதையிலோ செலுத்தியது. இவர்கள் ஹ்யூகோ, ஜோலாவிடமிருந்து பெற்ற கருத்தியல்களோடு மன்றாடிக்கொண்டிருக்கையில், யாஹியா கெமால், தம்பினார், அப்துல்லாஹ் ஷினாஸி ஹிசார் போன்றவர்கள் வெர்லைன், மல்லர்மே, ப்ரூஸ்ட் போன்றவர்களின் சிந்தனைகளிலிருந்து எப்படி ஆதாயம் பெறுவது எனத் தம்மைத்தாமே கேட்டுக்கொண்டிருந்தனர். இதில் அவர்களுக்கிருந்த பிரதானமான தடை, உள்ளூர் அரசியல். இளமையில் அவர்கள் ஆட்டமன் சாம்ராஜ்யத்தின் வீழ்ச்சியைக் கண்ணுற்றிருக்கின்றனர். அதன்பிறகு துருக்கி மேலைநாடுகளின் காலனியாக மாறப்போகிறது என்ற துர்ச்சகுனம் பீடித்திருந்த காலத்தையும் பார்த்திருக்கின்றனர். அதன்பிறகு துருக்கி, குடியரசாகி தேசியவாதம் தலையெடுத்து வேரூன்றியிருப்பதற்கும் சாட்சிகளாக இருந்திருக்கின்றனர்.

பிரான்ஸில் அவர்கள் கற்றுக்கொண்ட அழகியல் தத்துவத்திலிருந்து அவர்கள் கற்றுக்கொண்டது, அவர்களால் மல்லர்மேவை போலவோ ப்ரூஸ்ட்டைப் போலவோ வலிமையும் நம்பகத்தன்மையும் கொண்ட ஒரு குரலைத் துருக்கியில் தம்மால் எட்ட முடியாது என்பதே. ஆனால் நீண்ட சிந்தனைக்குப் பிறகு அவர்கள் ஒரு முக்கியமான, நம்பகமான களத்தைக் கண்டுபிடித்தனர்: அவர்கள் பிறந்த அம்மகத்தான சாம்ராஜ்யத்தின் சரிவும், வீழ்ச்சியும்தான் அது. ஆட்டமன் நாகரிகத்தையும் அதன் மாற்ற முடியாத சரிவையும் அவர்கள் ஆழமாக அறிந்துவைத்திருந்ததால், பழமைக்கான ஏக்கம், வரலாற்றுப் பெருமை, நஞ்சார்ந்த தேசிய, சமுதாய வாதங்கள்

போன்ற நீர்த்துப்போன பொறிகளில் அவர்களின் சமகால எழுத்தாளர்கள் பலரும் சிக்கிக்கொண்டதைப் போலல்லாமல் அவர்களுக்குத் தவிர்க்க முடிந்திருக்கிறது. இதுதான் பழமையின் கவித்துவத்திற்கான ஆதாரமாகவும் அமைந்திருக்கிறது. அவர்கள் வாழ்ந்த இஸ்தான்புல், அம்மகத்தான வீழ்ச்சியின் அழிபாடுகள் இறைந்திருக்கும் ஒரு நகரம், ஆனால் அது அவர்களது நகரம். இழப்பு, அழிவு பற்றிய துயரக் கவிதைகளில் அவர்கள் தம்மை செலுத்தினால், அவர்களுக்கென்று ஒரு குரலை அவர்களால் கண்டுகொள்ள முடியும் என்பதுதான் அவர்கள் அறிந்துகொண்ட செய்தி.

எட்கர் ஆலன் போ தனது 'The Philosophy of Composition'இல் கோலரிட்ஜ்ஜைப் போலவே சில விஷயங்களை இரக்கமற்று அலசுகிறார். The Raven ஐ எழுதும்போது அவருக்கு ஒரு 'சோகத் தொனி'யை கொண்டுவர வேண்டியிருந்ததாம். 'நான் என்னை நானே கேட்டுக்கொண்டேன் – துயரம்சார்ந்த விஷயங்களிலேயே, மனிதகுலத்திற்கே பொதுவாக இருக்கக்கூடிய மிகப்பெரிய துயரம் எது? மரணம் என்பதுதான் ஒரே பதில்.' இது குறித்து ஒரு பொறியியலாளனுக்கேயுரிய நடைமுறைத் தன்மையோடு அவர் தொடர்ந்து பேசுகையில், அதனால்தான் கவிதையின் மையத்தில் ஓர் அழகான, இறந்துபோன பெண்ணை வைத்திருப்பதாகச் சொல்கிறார்.

எனது கற்பனையான இளம்பிராயத்தில் என் பாதையைப் பலமுறை கடந்துபோன நான்கு எழுத்தாளர்களும் பிரக்ஞைபூர்வமாக போவின் தர்க்கத்தை ஒருபோதும் பின்பற்றவில்லை. அவர்களது நகரத்தின் கடந்தகாலத்தை ஊடுருவிப்பார்த்து, அது மனதில் எழுப்பும் துயரத்தை எழுதினால் மட்டுமே அவர்களுக்குரித்தானதொரு நம்பிக்கைக்குரிய குரலை கண்டறிய முடியும் என அவர்கள் நம்பினார்கள். பழைய இஸ்தான்புல்லின் சிறப்புகளை அவர்கள் நினைவுகூரும்போது, சாலையோரத்தில் ஓர் அழகு இறந்து கிடப்பதைப் பார்த்து அவர்கள் விழிகள் தீப்பற்றும்போது, அவர்களைச் சூழ்ந்திருந்த அழிபாடுகளைப் பற்றி அவர்கள் எழுதும்போது, அவர்கள் கடந்த காலத்திற்கு ஒரு கவித்துவ பிரம்மாண்டத்தை அளித்தனர். 'அழிபாடுகளின் துயரம்' என்று நான் அழைக்கும் இந்தக் கதம்ப தரிசனம், அவர்களை தேசியவாதிகளாகத் துருக்கியின் அடக்குமுறை அரசாங்கத்தின் கண்களில் காட்டியது. இது அவர்களுக்கும் சௌகரியமாகவே அமைந்தது. ஏனென்றால் அவர்களுக்குச் சமமான சரித்திர ஈடுபாடு கொண்டிருந்த பிற எழுத்தாளர்களைத் தேசிய வெறிபிடித்த அதிகாரத்தின் கட்டளைகள் இறுக்கிக்கொண்டிருந்தன. நபக்கோவின் பழுதற்ற செல்வச் செழிப்பான பிரபுத்துவ குடும்பத்தைப் பற்றி எந்த எரிச்சலும் கொள்ளாமல் நம்மால் அவரது நினைவுப்பதிவுகளை எதனால் வாசிக்க முடிகிறதென்றால், அவர் வேறொரு மொழியை, வேறொரு காலகட்டத்திலிருந்து பேசுகிறார் என்று நமக்கு உணர்த்திக்கொண்டே இருப்பதால்தான்: இந்தக் காலகட்டம் என்பது வெகுநாட்களுக்கு முன்பே அழிந்துவிட்டது, இனி எப்போதும் திரும்பப் போவதில்லையென்று நாம் எப்போதுமே அறிந்திருக்கிறோம். அக்காலகட்டத்தின் பெர்க்ஸோனிய மோஸ்தர்களோடு மிகவும் பொருத்தியிருந்த கால, ஞாபக விளையாட்டுகள், கடந்தகாலம் இன்னமும் உயிரோடுதான் இருப்பதாக ஓர் அழகியல் பரவசவுணர்வை கணநேர

மாயத்தோற்றத்தில் ஏற்படுத்திவிடும். இதே உத்தியைப் பயன்படுத்தி, நமது துயரார்ந்த எழுத்தாளர்கள் நால்வரும் பழங்கால இஸ்தான்புல்லை அதன் அழிபாடுகளிலிருந்து உயிர்ப்பித்து கொண்டுவந்தனர்.

இந்த மாயத்தோற்றத்தை அவர்கள் ஒரு விளையாட்டாக, வலியாக மரணத்தையும் அழகோடு ஒன்றிணைக்கும் ஒரு விளையாட்டாகவே முன்வைக்கின்றனர். ஆனால் கடந்த காலத்தின் அழகுகள் என்றென்றைக்குமாக ஒரு போதும் அழிந்திருப்பதில்லை என்பதே அவர்களது துவக்கப்புள்ளியாக இருக்கிறது.

'பாஸ்ஃபரஸ் நாகரிகம்' என்று அவர் அழைக்கும் ஒன்றின் மறைவிற்காக அப்துல்லாஹ் ஷினாஸி ஹிஸார் துக்கம் அனுஷ்டிக்கும்போது சட்டென்று (அவர் மனதில் அப்போதுதான் தோன்றியது என்பதைப்போல) நிறுத்தி ஒன்றைச் சொல்கிறார்: 'எல்லா நாகரிகங்களும் இப்போது கல்லறைகளில் கிடக்கும் மனிதர்களைப் போல நிலையற்றவைதாம். நாமெல்லோரும் ஒருநாள் இறந்தே ஆக வேண்டுமென்பதைப் போல, ஒரு நாகரிகம் தோன்றி, தழைத்து, பின் அதன் காலம் முடிந்ததும் மறைவதென்பதையும் இனி ஒருபோதும் உயிர்த்தெழுந்து வர முடியாதென்பதையும் இயல்பானதென்றே கொள்ள வேண்டும்.' இந்நான்கு எழுத்தாளர்களையும் இணைப்பது, இந்த அறிவையும் அதோடு சேர்ந்து வரும் துயரத்தையும் கொண்டு அவர்கள் படைத்த கவிதைகள்தாம்.

முதலாம் உலகப்போர் முடிந்தவுடனேயே யாஹியா கெமாலும் தம்பினாரும் 'ஆட்டமன் – துருக்கிய' இஸ்தான்புல்லின் துயரார்ந்த பிம்பங்களைத் தேடிக்கொண்டு – அவர்களுக்குத் துருக்கிய முன்னோடிகள் யாருமில்லாததால் – மேலைநாட்டுப்பயணிகளின் தடத்தையொட்டி நகரின் வறிய பகுதிகளின் அழிபாடுகளின் இடையே அலைந்து கொண்டிருந்தனர். அந்நேரத்தில் இஸ்தான்புல்லின் மக்கள்தொகை ஐந்து லட்சம்கூட இருந்திருக்காது. ஐம்பதுகளின் இறுதியில், நான் பள்ளியில் சேர்ந்த சமயத்தில் அது இரட்டிப்பாகியிருந்தது. 2000இல் பத்துமில்லியனாக உயர்ந்துவிட்டது. பழைய நகரம், பெரா, பாஸ்ஃபரஸ் ஆகியவற்றைச் சேர்த்துப் பார்த்தால் இன்றைய இஸ்தான்புல் இந்த எழுத்தாளர்களுக்குத் தெரிந்த நகரத்தைவிட பத்துமடங்கு பெரியது.

இருந்தும் பெரும்பாலான இந்நகரவாசிகளுக்கு அவர்கள் நகரத்தைப் பற்றிய பிம்பம் இந்த எழுத்தாளர்கள் உருவாக்கித் தந்திருக்கும் பிம்பத்தைச் சார்ந்ததாகத்தான் இருக்கிறது. இங்கேயே பிறந்து வளர்ந்த எவரிடமிருந்தோ அல்லது கடந்த ஐம்பது வருடங்களில் இடம்பெயர்ந்து வந்த புதியவர்களிடமிருந்தோ பாஸ்ஃபரஸ்ஸிற்கு அப்பால் பழைய நகரத்திலிருந்தும் வரலாற்றுச் சிறப்புமிக்க நகர்ப்பகுதிகளிலிருந்தும் வந்த எவராலும் இஸ்தான்புல்லைப் பற்றிய ஒரு புதிய பிம்பத்தை உருவாக்கிவிட முடியவில்லை. "பாஸ்ஃபரஸ்ஸையே இதுவரை பார்த்திருக்காத பல பத்துவயது சிறுவர்கள் இன்னும்கூட இருக்கிறார்கள்" என்று கூறுபவர்களைக் கேட்க முடிகிறது. நகருக்கு வெளியே இப்போது பரந்து விரிந்து வரும் புறநகர்ப் பகுதிகளில் வசிப்பவர்கள் தம்மை இஸ்தான்புல் வாசிகளாகக் கருதுவதில்லை என்று கள ஆய்வுகள் தெரிவிக்கின்றன.

மரபார்ந்த கலாச்சாரத்துக்கும் மேலைக் கலாச்சாரத்துக்கும் இடையே சிக்கிக்கொண்டிருக்கிற, பெரும் பணக்காரச் சிறுபான்மையினரும் பஞ்சைப்பராரிகளான பெரும்பான்மையினரும் ஒருங்கே வாழ்கிற, அலையலையாக வந்து குவியும் குடியேறிகளால் பொங்கி வழிகிற பலவித இனக்குழுக்களினால் துண்டாடப்பட்டிருக்கிற இஸ்தான்புல்லைக் கடந்த நூற்றைம்பது வருடங்களாக எவரொருவரும் தமது தாய்நகரமாக மனதார உணர்ந்து இருக்க முடியவில்லை.

நமது துயரார்ந்த எழுத்தாளர்கள் நால்வரும் ஆட்டமன்களைப் பற்றியும் கடந்த காலத்தைப் பற்றியும் பெரிதும் அலட்டிக்கொண்டிருந்ததற்காக குடியரசின் முதல் நாற்பதாண்டுகளில் விமரிசிக்கப்பட்டு வந்திருக்கிறார்கள். இவர்கள் மேற்குநோக்கிய கனவுலகத்தைக் கட்டமைத்து வந்ததாகச் சொல்லப்பட்டு 'பிற்போக்காளர்கள்' என முத்திரை குத்தப்பட்டார்கள்.

உண்மையில் அவர்களின் குறிக்கோள், செய்தியாளர்கள் மிகக் குரூரமாக கிழக்கு *X* மேற்கு என்று குறிப்பிடுகிற இவ்விரண்டு மரபுகளிலிருந்தும் அகத்தூண்டல் பெறுவதாகத்தான் இருந்தது. இந்நகரத்தின் துயரத்தைத் தழுவிக்கொள்வதன் மூலம் அதன் சமுதாய ஆன்மாவை அவர்களால் பகிர்ந்துகொள்ளவும் அதே நேரத்தில் இந்தச் சமுதாயத் துயரமான *ஹுசுன்*—ஐ பயன்படுத்தி, மேலைநாட்டவரின் கண்களின் வழியே அவர்கள் நகரின் கவிதையை வெளிக்கொணர வைக்கவும் அவர்களால் முடிந்தது. சமூகமும் அரசாங்கமும் அவர்களை மேலைத்தனமாக இருக்கக் கட்டளையிடும்போது அதை எதிர்த்து கீழைத்தனமாகவும் கீழைத்தனமாக இருக்கக் கட்டளையிடும்போது மேலைத்தனமாகவும் இருப்பது அவர்களுக்கு இயல்பான எதிர்வினையாக இருந்திருக்க வேண்டும். ஆனாலும் அவர்கள் பெரிதும் வேண்டுமென ஏங்கிய ஒரு பாதுகாப்பான தனிமைக்குரிய வெளியை அதன்மூலம் அவர்களால் உருவாக்கிக்கொள்ள முடிந்திருக்கிறது.

நினைவுப்பதிவாளர் அப்துல்லாஹ் ஷினாஸி ஹிஸார், கவிஞர் யாஹியா கெமால், நாவலாசிரியர் அகமெத் ஹம்தி தம்பினார், செய்தியாளரும் வரலாற்றாளருமான ரெஷாத் எக்ரம் கோச்சு என்ற நமது துயரார்ந்த எழுத்தாளர் நால்வரும் திருமணம் செய்துகொள்ளாமல் தனியாகவே வாழ்ந்தனர். யாஹியா கெமாலைத் தவிர மற்றவர்கள் அனைவரும் தமது கனவுகளை அடைய முடியாமலேயே மறைந்தனர். எழுதிவந்த நூல்களை நிறைவு செய்வதற்கு முன்பாகவே அவர்கள் இறந்தது மட்டும் சோகமல்ல; அவர்கள் உயிரோடிருந்தபோது வெளிவந்த நூல்கள்கூட அவர்கள் அடையவிரும்பிய வாசகர்களைச் சென்று சேராதிருந்ததுதான் மிகப்பெரிய சோகம். ஆனால் இஸ்தான்புல்லின் மகத்தான கவிஞரும் பெரும் செல்வாக்கு பெற்றிருந்தவருமான யாஹியா கெமால் தனது வாழ்நாள் முழுக்கத் தனது கவிதைகளை நூல் வடிவில் கொண்டுவருவதற்குத் தீர்மானமாக மறுத்தே வந்தார்.

12

என் பாட்டி

என் பாட்டியிடம் யாராவது கேட்டால், அவர் அடாதுர்க்கின் மேலைமயமாக்கத் திட்டங்களை ஆதரிப்பதாகவே சொல்வார். ஆனால் உண்மையில் – இஸ்தான்புல்லில் இருந்த மற்ற எல்லோரையும் போலவே – அவருக்குக் கிழக்கிலோ மேற்கிலோ எந்த ஆர்வமும் கிடையாது. அவர் வீட்டை விட்டு அதிகம் வெளியில் சென்றதே இல்லை. நகரத்தில் வசதியாக வாழ்ந்துகொண்டிருக்கும் பெரும்பாலானவர்களைப் போல அவருக்கும் அதன் நினைவுச் சின்னங்களிலோ சரித்திரத்திலோ அதன் 'அழகு'களிலோ எந்த ஆர்வமும் இல்லை. இத்தனைக்கும் அவர் வரலாற்று ஆசிரியப் பயிற்சி முடித்தவர். என் தாத்தாவோடு திருமணம் நிச்சயமானதும் கல்யாணத்திற்கு முன்பு, அவர் 1917இல் இஸ்தான்புல்லில் அதிகம்பேர் செய்யத் துணியாத ஒரு தீரச் செயலைப் புரிந்திருக்கிறார். அவர் தாத்தாவோடு உணவகம் ஒன்றிற்குச் சென்றிருக்கிறார். அவர்கள் உணவக மேஜையில் எதிரெதிரே அமர்ந்து, அருந்த பானங்கள் பரிமாறப்படும் காட்சியைக் கற்பனைசெய்து பார்க்கும்போது அவர்கள் பெராவில் உள்ள ஏதோ ஒரு கஃபேவில் இருப்பதாகவே தோன்றுகிறது. என் தாத்தா அவரிடம் (தேநீரா அல்லது லெமனேடா, எது வேண்டும் என்ற அர்த்தத்தில்) குடிப்பதற்கு என்ன வேண்டும் என்று கேட்டதற்கு, மதுவைத்தான் அவர் குறிப்பிடுகிறார் என்று நினைத்துக்கொண்டு, "உங்களிடம் முதலிலேயே ஒன்று சொல்லிவிடுகிறேன் சார், நான் ஆல்கஹாலைத் தொடுவதேயில்லை," என்றாராம் கடுமையாக.

நாற்பது வருடங்கள் கழித்து, புத்தாண்டு தினத்தில் குடும்ப விருந்துகளில் அவர் கையில் பியர் கோப்பையை வைத்துக் கொண்டு ஆனந்தமாக அருந்திக்கொண்டிருக்கும்போது, யாராவது ஒருவர் இந்தக் கதையை எப்போதும் ஞாபகப்படுத்துவார்கள். பாட்டி சங்கடத்தோடு பலமாகச் சிரிப்பார். அது ஏதாவது சாதாரண நாளாக இருந்து, அவரது அறையில் வழக்கமான நாற்காலியில் அமர்ந்திருந்தாரென்றால்,

கொஞ்சம் சிரித்துவிட்டு நான் புகைப்படங்களில் மட்டுமே பார்த்திருந்த அந்த 'அபாரமான' மனிதர் அவ்வளவு சீக்கிரம் போய்விட்டதை நினைத்துக் கொஞ்சம் கண்ணீர் உகுப்பார். அவர் அழுவதைப் பார்த்துக்கொண்டிருக்கும் எனக்குப் பாட்டியும் தாத்தாவும் நகர வீதிகளில் கைகளைப் பிணைத்தபடி சுற்றித் திரிவதைக் கற்பனை செய்யத்தோன்றும். ஆனால் ரென்வார் ஓவியத்திலிருக்கும் செவிலித்தாயைப் போல உருண்டு திரண்டிருக்கும் பாட்டியை மோடில்யானியின் திரை ஓவியத்திலிருக்கும் நாணமுற்ற ஒல்லிப் பெண்ணைப் போல கற்பனை செய்வது கடினமாகவே இருந்தது.

என் தாத்தா ஏராளமாக சொத்து சேர்த்துவிட்டு, ரத்தப் புற்றுநோயில் காலமான பின், பாட்டி எங்கள் பெரிய குடும்பத்தின் 'பாஸ்' ஆகிவிட்டார். இந்தச் சொல்லைப் பயன்படுத்தத் தொடங்கியது அவருடைய சமையல்காரர் பெகிர்தான். பலவருடங்களாகப் பணியாற்றி வந்த அவர் நல்ல நண்பரும்கூட. பாட்டியின் முடிவேயில்லாத கட்டளைகளிலும் புகார்களிலும் அயர்ச்சியுற்று, "நீங்கள் சொல்கிறபடியே செய்கிறேன் பாஸ்!" என்பார். ஆனால் பாட்டியின் அதிகாரம் எல்லாம் வீட்டு வாசற்படியைத் தாண்டாது. பெரிய வளையத்தில் கோக்கப்பட்ட சாவிகளோடு வளைய வருவார். அப்பாவும் சித்தப்பாவும் அவர்களுடைய மிக இளம் வயதிலேயே பிதுரார்ஜிதமாகப் பெற்ற தாத்தாவின் தொழிற்சாலையை நடத்தத் தெரியாமல் கடனில் தொலைத்துவிட்டு, புதிதாகக் கட்டுமானத் தொழிலில் இறங்கி அபரிதமாக முதலீடுகள் செய்து குடும்பச் சொத்துக்களை ஒவ்வொன்றாக இழந்து வந்தபோது, வீட்டை விட்டு வெளியே வரவே வராதிருந்த பாட்டி கண்ணீர் சிந்தி, அடுத்தமுறையாவது ஜாக்கிரதையாக இருங்கள் என்று சொல்லிக்கொண்டிருந்தார்.

பாட்டி காலை நேரங்களைப் படுக்கையிலேயே கழிப்பார். சுற்றிலும் மாபெரும் தலையணைகளை வைத்துக்கொண்டு கனமான போர்வையைப் போர்த்திக்கொண்டிருப்பார். ஒவ்வொரு நாள்

காலையிலும் பெகிர் மிருதுவாக வேகவைத்த முட்டைகள், ஆலிவ்கள், ஆட்டுப் பாலாடைக்கட்டி, டோஸ்ட் செய்த ரொட்டியை ஒரு பெரிய ட்ரேவில் அடுக்கி, பாட்டியின் படுக்கையில் ஒரு தலையணையின் மேல் கவனமாக வைப்பார். (பூவேலைப்பாடு செய்த தலையணைகளுக்கு நடுவில் ஒரு பழைய செய்தித்தாளை விரித்து அதன்மேல் வெள்ளித் தட்டை வைப்பது அகௌரவமாகத் தோற்றமளிக்கும் என்று நினைப்பு). பாட்டி செய்தித்தாளை வாசித்தபடியே காலை உணவை முடித்துவிட்டு, அன்றைய தினத்தின் விருந்தினர்களை வரவேற்கத் தயாராகிவிடுவார்.

(நாக்குக்கடியில் கெட்டியான ஆட்டுப்பாலாடைக் கட்டியை வைத்தபடியே சூடான தேநீரை அருந்தும் சுகானுபவத்தைப் பாட்டியிடமிருந்துதான் நான் கற்றுக்கொண்டேன்).

ஒவ்வொரு நாளும் சித்தப்பா வேலைக்குப் போவதற்கு முன் பாட்டியை வந்து பார்த்து, கட்டியணைத்து ஆசி வாங்கிக்கொள்ளாமல் போகமாட்டார். அவர் வந்து போனதற்குப் பின், சித்தி கைப்பை சகிதம் வருவார். என்னைப் பள்ளியில் சேர்ப்பிப்பதற்கு முன், கொஞ்ச காலத்திற்கு என் அண்ணனைப் போலவே நானும் பாட்டியிடம் எழுத்துக்களின் மர்மத்தைக் கற்றுக்கொள்ளக் கையில் ஒரு நோட்டுப்புத்தகத்தோடு வந்துவிடுவேன். படுக்கையின்மேல் என்னை ஏற்றி உட்காரவைத்து பாட்டி சொல்லிக் கொடுத்ததற்குப் பிறகு, பள்ளிக்குச் சென்றதும் வேறு யாரோ ஓர் அந்நியர் எனக்குப் பாடம் கற்றுத் தந்தது சலிப்பூட்டும்படியாக இருந்தது. வெற்றுக் காகிதம் எதையாவது கண்டால், எனக்குத் தோன்றும் முதல் உந்துதல் எழுதுவதாக இல்லை; படங்கள் வரைந்து அந்தக் காகிதத்தை நிரப்புவதுதான் பிடித்தமாக இருந்தது.

பாட்டியிடம் படிக்க, எழுதக் கற்றுக்கொண்டிருக்கும்போது இடையில் சமையல்காரர் பெகிர் வந்து ஒரே கேள்வியைச் சொற்கள் மாறாமல் தினமும் கேட்பார்.

“இன்று வருபவர்களுக்கு என்ன சமைக்க வேண்டும்?”

ஏதோ ஒரு மிகப்பெரிய மருத்துவமனை அல்லது ராணுவ முகாமின் சமையல் பொறுப்பில் இருப்பவரைப் போன்ற தோரணையில், தீவிரமாக முகத்தை வைத்துக்கொண்டு பெகிர் இதைக் கேட்பார். பாட்டியும் சமையலரும் அன்றைக்கு எந்த அபார்ட்மென்ட்டிலிருந்து யாரார் மதிய உணவுக்கு, இரவு உணவுக்கு வருகிறார்கள், என்னென்ன சமைப்பது என்று விவாதிப்பார்கள். அதன் பிறகு பாட்டி அவரது கனமான பஞ்சாங்கப் புத்தகத்தை எடுத்துப் பிரிப்பார். என்னென்னவோ மர்மமான தகவல்களும் கடிகாரங்களின் படங்களும் இருக்கும் அந்தப் புத்தகத்தின் அன்றைய தினத்திற்குரிய உணவு வகைகளாக என்ன இருக்கிறது என்று பார்ப்பார். நான் சன்னலுக்கு வெளியே பின்தோட்டத்தில் சைப்ரஸ் மரக்கிளைகளுக்கிடையே பறக்கும் காகங்களை வேடிக்கைப் பார்த்துக்கொண்டிருப்பேன்.

என்னதான் வேலைப்பளு இருந்தாலும் சமையல்காரர் பெகிர் தனது நகைச்சுவை உணர்வை இழக்காமல் இருந்தார். வீட்டில் இருக்கும்

ஒவ்வொருவருக்கும் என் பாட்டியிலிருந்து அவருடைய கடைக்குட்டி பேரன் வரை, செல்லப் பெயர் வைத்திருந்தார். என் பெயர் 'காக்கா'. இந்தப் பெயர்க்காரணத்தைப் பலவருடங்கள் கழித்துதான் சொன்னார்; நான் எப்போது பார்த்தாலும் பக்கத்து வீட்டுக் கூரையில் உட்கார்ந்திருக்கும் காகங்களை வேடிக்கை பார்த்துக்கொண்டிருப்பேனாம். மேலும் நான் மிகவும் ஒல்லியாக இருந்ததால் அந்தப் பெயர். என் அண்ணன் அவனது கரடி பொம்மையை விட்டுப்பிரியாமல் எப்போதும் தூக்கிக்கொண்டே சுற்றியதால் அவன் பெயர் 'நர்ஸ்'. என் மைத்துனன் ஒருவனுக்கு இடுங்கிய கண்கள் என்பதால் அவன் 'ஜப்பான்'. இன்னொரு பிடிவாதக்காரப் பையனுக்குப் பெயர் 'ஆடு'. குறைப்பிரசவத்தில் பிறந்த மைத்துனன் ஒருவன் 'ஆறுமாசம்' என்று அழைக்கப்பட்டான். பல வருடங்களுக்கு எங்களை இந்தப் பெயர்களில்தான் மென்மையான கிண்டலோடு, ஆனால் ஆசையாகக் கூப்பிட்டுவந்தார்.

பாட்டியின் அறையில், அம்மாவின் அறையில் இருந்ததைப் போலவே, மும்மடிப்பு கண்ணாடியும் ஒப்பனை மேஜையும் இருந்தன. இந்தக் கண்ணாடியின் சிறகு மடிப்புகளையும் விரித்து, என் பிரதிபலிப்பு பிம்ப வரிசைகளில் தொலைந்துபோக ஆசையிருந்தாலும் இந்தக் கண்ணாடியைத் தொடுவதற்கு எனக்கு அனுமதி கிடைத்ததில்லை. பாதிநாளை படுக்கையில் உட்கார்ந்தபடியே கழிக்கும் பாட்டிக்கு அந்தக் கண்ணாடி வழியாக சர்வீஸ் வாசலிலிருந்து தாழ்வாரம் மொத்தமும் தெரியும்படியாகவும் இன்னொரு மடிப்பில் கூடமும் தெருவைப் பார்த்த சன்னலும் தெரிகிற மாதிரியும் அமைக்கப்பட்டிருந்தது. அந்தக் கண்ணாடிகளைப் பார்த்தே மொத்த வீட்டிலும் எங்கெங்கு என்ன நடக்கிறதென்று மேற்பார்வையிட்டுவிடுவார். உட்கார்ந்த இடத்திலிருந்தே யார் வருவது, போவது, மூலையில் நின்று யார் யார் கிசுகிசுப்பது, சண்டைபோடும் பேரக் குழந்தைகள் யார் யாரென்று கவனிப்பதற்காக இந்த ஏற்பாடு. வீடு எப்போதுமே இருட்டில் இருந்ததால் கண்ணாடியில் சரியாகக்கூடத் தெரியாது. அப்போதெல்லாம் பாட்டி படுக்கையில் உட்கார்ந்தபடியே "அங்கே என்ன நடக்கிறது?" என்று சத்தமிடுவார். உடனே பெகிர் ஓடிவந்து விளக்குவார்.

செய்தித்தாள்களைப் படிக்காமல், தலையணை உறைகளில் எம்பிராய்டரி செய்யாமல் இருக்கும் மதிய நேரங்களில் பாட்டி நிஷாந்தஷியின் சக பாட்டிகளோடு புகை பிடித்தபடி சீட்டாடுவார். சில சமயங்களில் அவர்கள் போக்கெர் விளையாடுவதைப் பார்த்த ஞாபகம்கூட இருக்கிறது. ஒரு மிருதுவான ரத்தச் சிவப்பு வெல்வெட் பையில் போக்கெர் காய்களோடு பழைய ஓட்டை ஆட்டமன் நாணயங்களும் இருக்கும். ரம்பப்பல் விளிம்புகளோடு இம்ப்பீரியல் இலச்சினை பொறித்திருக்கும் அந்நாணயங்களை வைத்துக்கொண்டு மூலையில் உட்கார்ந்து விளையாடுவேன்.

பாட்டியோடு விளையாடும் வயதான பெண்களில் சுல்தானின் அந்தப்புரத்துப் பெண்ணும் ஒருவர். சாம்ராஜ்ஜியத்தின் வீழ்ச்சிக்குப் பிறகு ஆட்டமன் குடும்பம் – ராஜவம்சம் என்ற சொல்லைப் பயன்படுத்த என்னால் முடியவில்லை – இஸ்தான்புல்லை விட்டு வெளியேற்றப்பட்டது.

அந்தப்புரத்தை இழுத்து மூடியதும் இந்த அம்மையார் வெளியே வந்து என் தாத்தாவின் சகா ஒருவரை மணந்துகொண்டார். அதீதமான சம்பிரதாயத் தோரணையில் அவர் பேசுவதை நானும் என் சகோதரனும் கிண்டல் செய்வோம்: நெருங்கிய தோழியாக இருந்தாலும் பாட்டியை அவர் 'மேடம்' என்றுதான் அழைப்பார். அதே நேரத்தில் பெகிர் கொண்டுவந்து வைக்கும் சூடான ரொட்டி, பாலாடைக்கட்டி, க்ரஸெண்ட் ரோல்களுக்காக ஒருவர் மேல் ஒருவர் விழுந்து புரண்டு பிடுங்கிக்கொள்வார்கள். இருவருமே பருமனான பெண்கள். உடற்பருமன் ஒரு குறையாகக் கருதப்படாத கலாச்சாரத்தில் வளர்ந்ததால் அவர்கள் அதைப் பற்றி அக்கறைகொள்ளவும் இல்லை. என் குண்டு பாட்டி எப்போதாவது – நாற்பது வருடங்களுக்கொருமுறை – வெளியில் செல்ல வேண்டியிருந்தாலோ அல்லது யாராவது அவரை அழைத்திருந்தாலோ அதற்கான தயாரிப்பு வேலைகள் நாட்கணக்கில் நடக்கும். கடைசி நேரத்தில் பாட்டியின் மார்புக் கச்சையின் நாடாக்களை இழுத்துக்கட்ட அவர் உதவியாளரின் மனைவி கேமர் ஹெனும்மைக் கூப்பிடுவார். பலம் கொண்டவரைக்கும் இழுத்துக்கட்ட பாட்டி அவரைக் கட்டாயப்படுத்த, திரைக்கு மறுபுறத்தில் இருக்கும் எனக்கு அவர்களின் முக்கலும் முனகலும் "பெண்ணே, மெதுவாக, மெதுவாக!" எனும் பாட்டியின் கூச்சலும் மயிர்கூச்செறிய வைக்கும். என்னை மருளவைக்கும் மற்றொரு முஸ்தீபு அதற்குச் சில நாட்கள் முன்பு வருகைதரும் நகச்சீரமைப்பு நிபுணர் அவர்களால் ஏற்படுவது. இந்தப் பெண்மணி கிண்ணங்களில் சோப்புத் தண்ணீர் வைத்துக்கொண்டு, பலவிதமான வினோத தோற்றம் கொண்ட சாதனங்கள் சூழ மணிக்கணக்கில் உட்கார்ந்து என் மதிப்புக்குரிய பாட்டியின் கால்விரல் நகங்களில் நெருப்பு நிறத்தில் சாயம் பூசுவார். பஞ்சு உருண்டைகளைப் பாட்டியின் தடித்த கால்விரல்களுக்கிடையில் செருகிவிட்டு அவர் நக இடுக்குகளில் அழுக்கை அகற்ற அவர் செய்யும் காரியங்கள் ஒரே நேரத்தில் ஆர்வத்தையும் குமட்டலையும் உண்டாக்கும்.

இருபது வருடங்கள் கழித்து, இஸ்தான்புல்லின் பல்வேறு பகுதிகளில் வசித்து வந்த காலத்தில் பாமுக் அப்பார்ட்மென்ட்ஸில் பாட்டியைப் பார்க்க அவ்வப்போது செல்வேன். காலையில் சென்றால், பாட்டி அதே படுக்கையில், அதே பைகளும், செய்தித்தாள்களும், தலையணைகளும் நிழல்களும் சூழ இருப்பார். சோப்பும் கொலோனும் புழுதியும் மரவாசனையும் கலந்த அந்த அறையின் வாசனையும் மாறியிருக்காது. பாட்டி தோல்அட்டை போட்ட ஒரு மெல்லிய நோட்டுப்புத்தகத்தை எப்போதும் வைத்துக்கொண்டு, தினமும் ஏதாவது எழுதிக்கொண்டிருப்பார். இந்த நோட்டுப்புத்தகத்தில் பல்வேறு ரசீதுக் குறிப்புகள், ஞாபகக் குறிப்புகள், சாப்பிட்ட உணவுகள், செலவுகள், திட்டங்கள், வானிலை மாற்றங்கள் என ஏதோ உடன்படிக்கை ஆவணம்போல இருக்கும். வரலாறு படித்ததாலோ என்னவோ 'நடத்தை நியதி'களை ஒழுகுவதில் விருப்பம் கொண்டவர். ஆனாலும் அவர் குரலில் அப்போது ஒருவித எள்ளல் தெரியும். நடத்தை நியதிகளிலும் மரபுச்சீர் முறைகளிலும் அவருக்கு இருந்த ஆர்வம் வேறுவகையில் வெளிப்பட்டது – அவருடைய ஒவ்வொரு பேரனுக்கும் ஒரு வெற்றிகரமான சுல்தானின் பெயரைச் சூட்டினார். ஒவ்வொருமுறை அவரைப் பார்க்கும்போதும்

அவர் கரங்களில் முத்தமிடுவேன். அவர் உடனே கொஞ்சம் பணம் எடுத்துத் தருவார். வெட்கத்தோடு (அதே சமயத்தில் சந்தோஷத்தோடு) வாங்கி, பாக்கெட்டில் வைத்துக்கொள்வேன். அம்மாவும் அப்பாவும் அண்ணனும் என்ன செய்துகொண்டிருக்கிறார்கள் என்று அவரிடம் சொன்னதும் சிலநேரங்களில் பாட்டி அவரது நோட்டுப் புத்தகத்தை எடுத்து என்ன எழுதியிருக்கிறார் என்பதைக் காட்டுவார்.

'என் பேரன் ஓரான் என்னைப் பார்க்க வந்தான். மிகவும் புத்திசாலியான, இனிமையான பையன். பல்கலைக்கழகத்தில் கட்டட வரைவியல் படிக்கிறான். அவனுக்குப் பத்து லிராக்கள் கொடுத்தேன். இறைவன் அருளால் அவன் பல வெற்றிகளைக் காணப்போகிறான். பாமுக் குடும்பத்தின் பெயர் அவன் பாட்டனார் உயிரோடு இருந்த காலத்தில் பேசப்பட்டதைப் போல மீண்டும் மரியாதையோடு உச்சரிக்கப்படும்.'

இதைப் படித்துக் காட்டிவிட்டு, மூக்குக் கண்ணாடி வழியே என்னை உற்றுப் பார்க்கும்போது அந்தப் பார்வை என்னை மேலும் அதிகமாகக் குலையவைக்கும். அவர் இதழ்களில் விரியும் வினோதமான கிண்டல் புன்னகை, அவர் தன்னை நினைத்தே சிரித்துக்கொள்கிறாரா அல்லது வாழ்க்கை அபத்தமானது என்று இப்போது அவருக்குப் புரிந்திருப்பதாலா என்று யோசிக்க வைக்க, நானும் அதே விதத்தில் புன்னகைக்க முயல்வேன்.

13

பள்ளியின் சந்தோஷமும் சலிப்பும்

பள்ளியில் நான் கற்றுக்கொண்ட முதல் விஷயம் சிலர் முட்டாள்கள் என்பது. கற்றுக்கொண்ட இரண்டாவது விஷயம் மற்றும் சிலர் அவர்களைவிட மோசம் என்பது. இந்த அடிப்படையான தனித்துவத்தில் உள்ள வெகுளித்தன்மையை, களங்கமின்மையைக் குலைத்து, கலைப்பதற்காகத்தான் எங்களை வளர்த்தெடுப்பதற்காக நியமிக்கப்பட்டுள்ள இந்த ஆசிரியப் பிறவிகள் இருக்கிறார்கள் என்பதைப் புரிந்துகொள்ள அப்போது எனக்கு வயது போதவில்லை. மத, இன, பாலியல், வர்க்க, பொருளாதார, (பிற்பாடு) கலாச்சார வேற்றுமையால் மாணவர்களிடையே ஏற்படும் ஏற்றத்தாழ்வுகளுக்கும் இந்த விநயம்தான் காரணம். எனவே என் வெகுளித்தனத்தின் காரணமாக ஆசிரியர் எப்போது கேள்வி கேட்டாலும் எனக்கு விடை தெரியும் என்று காட்டுவதற்காக உடனே கையை உயர்த்திவிடுவேன்.

சிலமாதங்கள் இப்படிச் சென்றபிறகு, ஆசிரியரும் என் வகுப்புத் தோழர்களும் நான் நல்ல மாணவன்தான் என்று நம்பத் தொடங்கியிருப்பார்கள். ஆனாலும் கையை உயர்த்துவதை என்னால் கட்டுப்படுத்த முடியாதிருந்தது. இதனால் ஆசிரியர் என்னைப் பதில் அளிக்கச் சொன்னதேயில்லை. மற்றவர்களைத்தான் கேட்டுக்கொண்டிருந்தார். இருந்தாலும் பதில் தெரியுமோ தெரியாதோ என் கை மட்டும் தன்னிச்சையாக உயர்ந்துகொண்டேயிருந்தது. சாதாரணமாக உடையணிந்திருப்பவர்கூட பகட்டாக ஆபரணங்கள் அணிந்து தம்பட்டம் அடித்துக்கொள்வது போலவே நானும் நடந்துகொண்டாலும் என் ஆசிரியரை வெகுவாக மதித்தேன் என்பதையும் அவருக்குக் கீழ்படிந்து ஒத்துழைக்க விரும்பினேன் என்பதையும் சொல்ல வேண்டும்.

பள்ளியில் நான் சந்தோஷமாகக் கண்டறிந்துகொண்ட இன்னொரு விஷயம், ஆசிரியரின் 'அதிகாரம்'. பாமுக் அப்பார்ட்மென்ட்ஸ் என்ற நெரிசலும் குழப்பமும் மண்டிய என் வீட்டில் எதுவுமே ஒழுங்காக இருந்ததில்லை;

சாப்பாட்டு மேஜையில் குழுமியிருக்கும் அத்தனை பேரும் ஒரே நேரத்தில் பேசுவார்கள். எங்கள் வீட்டு நடைமுறைகள், உணவு நேரம், வானொலி கேட்கும் நேரம், இவையெதுவுமே நிர்ணயிக்கப் பட்டவையல்ல; அவை தன்போக்கில் நடந்தன. அப்பா வீட்டில் இருக்கும் நேரங்களில் தனது அதிகாரத்தைச் சற்று நிலைநாட்டி வந்தார். ஆனால் அடிக்கடி காணாமலும் போய்விடுவார். என்னையோ என் சகோதரனையோ ஒருபோதும் திட்டியதில்லை. ஒருபோதும் கண்டித்து புருவத்தை உயர்த்தியதில்லை. பிந்தைய வருடங்களில் அவருடைய நண்பர்களிடம் எங்களை 'என் தம்பிகள்' என்று அறிமுகம் செய்வார். அதற்கான தகுதியை அவர் ஈட்டியிருந்ததாகவே நாங்கள் நினைத்தோம். வீட்டுக்குள் நான் அங்கீகரித்த ஒரே அதிகாரம் அம்மாவினுடையது. ஆனால் அவரும்கூட எங்களிடமிருந்து அந்நியப்பட்டு, விலகி நிற்கும் சர்வாதிகாரியாக இருந்ததில்லை. அவர் என்னை நேசிக்க வேண்டுமென்ற என் வேட்கையிலிருந்து வந்தது அவரது அதிகாரம். அதேபோல என் ஆசிரியர் அவருடைய இருபத்தைந்து மாணவ மாணவிகளின் மீது செலுத்தி வந்த அதிகாரத்தால் நான் ஈர்க்கப்பட்டிருந்தேன்.

என் ஆசிரியரிடம் என் அம்மாவை நான் அடையாளம் கண்டிருக்கக்கூடும். என் ஆசிரியர் என்னை அங்கீகரிக்க வேண்டுமென்ற அடங்காத ஆவல் எனக்கு இருந்ததை வைத்து இதை என்னால் சொல்ல முடிகிறது "இப்படிக் கையைக் கட்டிக்கொண்டு, அமைதியாக உட்கார்ந்திரு," என்பார். நான் மார்புக்குக் குறுக்காகக் கைகளை இறுக்கிக்கொண்டு வகுப்பு முடியும் வரை உட்கார்ந்திருப்பேன். ஆனால் போகப்போக

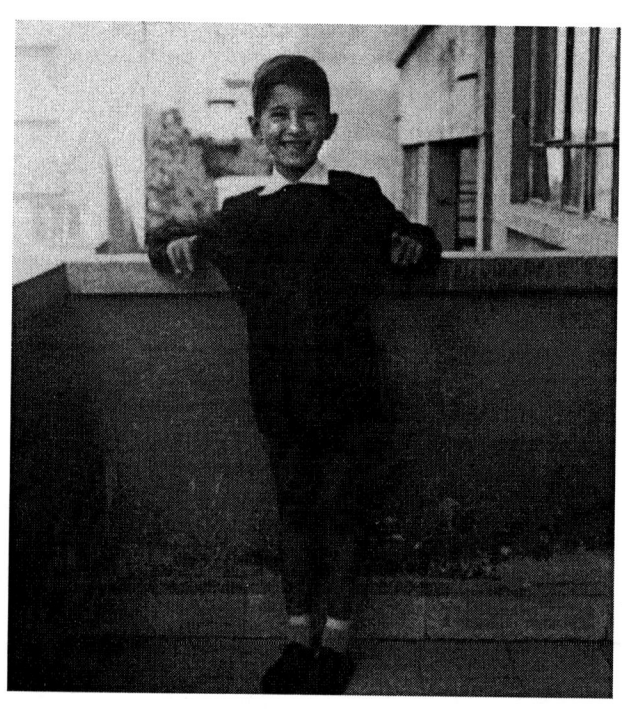

இதிலிருந்த புதுமையும் கவர்ச்சியும் வடிந்துவிட்டன. எல்லோருக்கும் முன்னதாக, எல்லாக் கேள்விகளுக்கும் பதில்களை, எல்லா கணக்குகளுக்கும் விடைகளைச் சொல்வதில், எல்லோரையும்விட அதிகமான மதிப்பெண்கள் பெறுவதில் இருந்த கிளர்ச்சி நாளாக ஆக குறைந்து, நேரம் மிக மெதுவாக அல்லது ஒரேயடியாக ஸ்தம்பித்து நின்றுபோகத் தொடங்கிவிட்டது.

ஆசிரியர்கள், பள்ளி வேலையாட்கள், வகுப்புத் தோழர்கள் எல்லோருக்கும் ஒரேமாதிரியான உப்புச்சப்பற்ற அபயப்புன்னகை அளிக்கும் அந்தக் குண்டான, தத்திப் பெண் கரும்பலகையில் எழுதுவதைப் பார்க்காமல் என் பார்வை சன்னலுக்கு மிதந்துச் சென்று, அடுக்ககக் கட்டடங்களுக்கிடையே உயர்ந்திருக்கும் செஸ்நட் மரங்களின் உச்சாணிக் கிளைகளுக்குச் செல்லும். காகம் ஒன்று பறந்து வந்து ஒரு கிளையில் அமரும். நான் தரைத் தளத்திலிருந்து பார்த்துக்கொண்டிருப்பதால், அதற்குப் பின்னால் மிதந்துகொண்டிருக்கும் சின்ன மேகம் ஒன்று உருமாறிக்கொண்டே நகர்வது தெரியும்: முதலில் ஒரு நரியின் மூக்கு, பின் ஒரு தலை, அதன் பிறகு ஒரு நாய். நாயோடு அது நின்றுவிடக்கூடாதென்று நான் நினைத்துக்கொண்டிருக்கும்போதே, பாட்டியின் பூட்டப்பட்ட அலமாரிக்குள் வைக்கப்பட்டிருக்கும் வெள்ளி நாற்காலிக் கோப்பையாக அது பயணத்தைத் தொடரும்போது, எனக்கு வீட்டு ஞாபகம் வந்துவிடும். மனம் பள்ளியிலிருந்து விலகி, நிழல் நிரம்பிய என் வீட்டின் நம்பிக்கையூட்டும் நிசப்தத்தைக் கற்பனையில் உருவாக்கும். கனவிலிருந்து வருவதைப் போல அப்பா இருட்டிலிருந்து வெளிப்படுவார். பாஸ்ஃபரஸ்ஸிற்கு குடும்பத்தோடு செல்வோம். அதே நேரத்தில் எதிர்ச்சாரியிலிருந்த அடுக்ககக் கட்டடத்தின் சன்னல் திறந்து, வேலைக்காரி ஒருவர் தூசு துடைக்கும் துணியை உதறிவிட்டுத் தெருவைச் சுவாரசியமற்று குனிந்து பார்ப்பார். நான் உட்கார்ந்திருக்கும் இடத்திலிருந்து அவர் எதைப் பார்க்கிறார் என்று தெரியாது. அங்கே என்ன நடக்கிறது? என் கற்பனை விரியும். குதிரை வண்டி ஒன்று உருளைக்கற்களில் கடகடத்தபடி வருவதும் கட்டைக்குரல் ஒன்று "எஸ்கிச்சீஈஈஈ!" என்று கத்துவதும் கேட்கும். கழிபட்ட பொருட்கள் விற்பவர் தெருவில் செல்வதை அந்தப் பணிப்பெண் சற்றுப் பார்த்துவிட்டுத் தலையை உள்ளே இழுத்துக்கொள்ள, சன்னலுக்கு அடுத்த வானத்தில் முதல் மேகத்தைப் போலவே வேகமாக, ஆனால் எதிர்த்திசையில் இரண்டாவது மேகம் நகர்ந்துபோவதைப் பார்ப்பேன். அப்போது என் கவனம் வகுப்பறைக்கு இழுக்கப்படும். சுற்றிலும் கைகள் உயர்த்தப்பட்டிருப்பதைப் பார்த்து நானும் கையை உயர்த்துவேன். வகுப்புத் தோழர்களின் பதில்களை வைத்து கேட்கப்பட்ட கேள்வியை உத்தேசமாக அறிந்துகொண்டு, அதற்கான விடை எனக்குத் தெரிந்திருக்கும் தன்னம்பிக்கையோடு அமர்ந்திருப்பேன்.

என் வகுப்புத் தோழர்களைத் தனிப்பட்ட முறையில் அறிந்துகொள்வதும் அவர்கள் எந்தளவுக்கு என்னிடமிருந்து வேறுபட்டிருக்கிறார்கள் என்பதைத் தெரிந்துகொள்வதும் சுவாரஸ்யமானதாக, சில சமயங்களில் வேதனையேற்படுத்துவதாக இருந்தது. சோகமாக எப்போதும் காணப்படும் அந்தப் பையனை வாய்விட்டு உரக்கப் படிக்கச் சொன்னால் அடுத்தடுத்த வரிகளைத் தாண்டித்தாண்டி படிப்பான்; வகுப்பில் எழும் சிரிப்பலையைப்

போலவே, அப்பரிதாபமான சிறுவனின் தவறும் தன்னியல்பானதாகவே இருக்கும். முதல் வகுப்பில் என் பக்கத்தில் கொஞ்ச நாட்களுக்கு உட்கார்ந்திருந்த அந்தப் பெண் தனது செந்நிற முடியை பின்னிவிட்டிருந்தாள். அவள் பைக்குள் வகைதொகையின்றி பாதி கடித்த ஆப்பிள்களும் ஸிமிட்டுகளும், எள்ளுருண்டைகளும் பென்சில்களும் ஹேர் பேன்டுகளும் குவிந்திருந்தாலும் எப்போதும் அதிலிருந்து வீசும் உலர்ந்த லேவண்டர் மணம் எனக்குப் பிடித்திருந்தது. அவளிடம் எனக்குப் பிடித்த விஷயம் தினசரி வாழ்க்கையில் அவள் புரிகின்ற சின்னச்சின்ன பாவங்களைப் பற்றி வெளிப்படையாகப் பேசும் தன்மை. வார இறுதிகளில் அவளைப் பார்க்க முடியாதபோது ஏக்கமாக இருந்தது. ஆனால் எனக்குப் பிடித்தமான இன்னொரு மிகக்குட்டியான, ஒல்லிப் பெண்ணும் இருந்தாள். இன்னும் சில பிரகிருதிகள் இருந்தன. யாருமே நம்பவில்லை என்று தெரிந்தபோதும் இந்தப் பையன் எப்படித் தொடர்ந்து பொய் சொல்லிக்கொண்டிருக்கிறான்? அவள் வீட்டின் பிரச்சனைகளையெல்லாம் எப்படி இந்தப் பெண் முன்யோசனையில்லாமல் வெளியே சொல்லிக்கொண்டிருக்கிறாள்? அடாதுர்க்கைப் பற்றிய கவிதையைப் படிக்கும்போது அந்தப் பெண் அப்படி அழுதாளே, அது உண்மையான கண்ணீர்தானா?

காரின் முன்பக்கங்களைப் பார்க்கும்போது எனக்கு மூக்குகளாகத் தோன்றுவதைப் போலவே, என் வகுப்புத் தோழர்கள் எந்தெந்த ஜந்துக்களைப் போலத் தோற்றமளிக்கிறார்களென்று ஆராய்ச்சி செய்து வந்தேன். கூரான மூக்கோடு இருந்தவன் நரி; அவனுக்குப் பக்கத்தில் உட்கார்ந்திருந்தவன், எல்லோரும் கூப்பிடுகிற மாதிரி கரடி; அடர்த்தியாக நிறைய முடி வளர்த்திருந்தவன் முள்ளெலி ... *Passover* பற்றி மேரி என்ற யூதப்பெண் எங்களிடம் சொன்னது ஞாபகம் இருக்கிறது – அவள் பாட்டி வீட்டில் அந்தத் தினங்களில் யாருக்கும் விளக்கு ஸ்விட்சுகளைத் தொட அனுமதி இல்லையாம். இன்னொரு பெண் ஒருநாள் சாயங்கால நேரத்தில் அவள் அறையில் திடீரென்று திரும்பிப் பார்த்தபோது, அங்கு தேவதை ஒன்று கணநேரத்திற்குத் தெரிந்ததாகச் சொன்னாள் – என்னை பயமூட்டிய அந்தக் கதை இப்போதும் எனக்குள்ளே தங்கியிருக்கிறது. மிக நீளமான கால்கள் கொண்ட இன்னொரு பெண் மிக நீளமான காலுறை அணிந்து, எப்போதும் அழத்தயாராக இருப்பவள் போலவே தெரிவாள்; அவள் அப்பா மந்திரியாக இருந்தவர். பிரதமரோடு அவர் சென்ற விமானம் விபத்துக்குள்ளானபோது இறந்துபோனார். ஆனால் பிரதம மந்திரி மெந்தரஸ் ஒரு சிராய்ப்புகூட இல்லாமல் தப்பிவிட்டார். இந்த விபத்தைப் பற்றி அவளுக்கு முன்கூட்டியே தெரிந்திருந்ததால்தான் அவள் அழுமூஞ்சியாக இருந்திருக்கிறாள் என்று நினைப்பேன். பள்ளிக்குழந்தைகள் பலருக்கும் பற்களில் பிரச்சனை இருந்தது. சிலர் பிரேஸஸ் அணிந்திருந்தார்கள். லீஸே பள்ளி டார்மிட்டரியும் விளையாட்டு அரங்கும் இருந்த கட்டடத்தின் மேல் மாடியில், பள்ளி மருத்துவமனைக்குப் பக்கத்தில் பல் மருத்துவர் ஒருவரின் அறை இருப்பதாக வதந்தி இருந்தது. ஆசிரியர்களுக்குக் கோபம் வந்தால், குறும்புப் பையன்களை அங்கு அனுப்பப் போவதாகப் பயமுறுத்துவார்கள். சிறிய குற்றங்களுக்குக் கரும்பலகைக்கும் கதவுக்கும் இடையில் வகுப்புக்கு முதுகைக் காட்டியபடி, சில நேரங்களில் ஒற்றைக் காலில், சுவரை நோக்கித் திரும்பி நிற்கவைக்கப்படுவார்கள். ஒற்றைக் காலில்

ஒருவனால் எவ்வளவு நேரம் நிற்க முடியும் என்று அறிந்துகொள்வதில் எங்கள் எல்லோருக்கும் ஆர்வம் இருந்ததால், இக்குறிப்பிட்ட தண்டனை அரிதாகவே வழங்கப்பட்டது.

அகமத் ரஸிம் (1865 – 1932) அவரது நினைவுக்குறிப்புகளான *Falaka and Nights* இல், அவருடைய பள்ளி தினங்களைப் பற்றி, ஆட்டமன் பள்ளிகளில் ஆசிரியர்கள் இருக்கையிலிருந்து எழுந்திருக்காமலேயே மாணவர்களை அடிக்கும்படி மிக நீளமான பிரம்புகளை வைத்திருந்ததைப் பற்றி எழுதியிருக்கிறார். குடியரசுக்கு முந்தைய, அடாதுர்க்கின் *Falaka* (பிரம்படி) காலத்திற்கு முந்தைய பள்ளிக்கூட தண்டனைகளிலிருந்து தப்பித்திருக்கும் இன்றைய தலைமுறை எவ்வளவு அதிருஷ்டம் செய்தது என்பதை நாங்கள் தெரிந்துகொள்ள வேண்டுமென்று எங்கள் ஆசிரியர்கள் இந்தப் புத்தகங்களைப் படிக்கச் சொல்வார்கள். ஆனாலும் வசதி படைத்த நிஷாந்தஷியின் இஷிக் லிஸேஸி பள்ளியில்கூட, ஆட்டமன் காலத்தின் மீதமிருக்கும் பழைய ஆசிரியர்களில் சிலர், பலவீனமான, பாதுகாப்பற்ற மாணவர்களின் மேல் பிரயோகிப்பதற்குச் சில 'நவீன' தொழில்நுட்ப சாதனங்களைக் கைவசம் வைத்திருந்தார்கள். பிரான்ஸில் தயாரான எங்கள் வரையுருளைகளின் ஓரங்களில் மெல்லியதாக மைக்கா விளிம்பிட்டிருக்கும். அதில் கிடைக்கும் அடி எந்த *Falaka* அல்லது கோலுக்கும் நிகரானது.

எனக்கு எப்போதாவது அடி கிடைத்தாலும்கூட, மற்ற மாணவர்கள் சோம்பேறித் தனத்திற்காக, ஒழுங்கீனத்திற்காக, முட்டாள்தனத்திற்காக, கீழ்படியாமைக்காகத் தண்டனை வாங்கும்போது ஏறக்குறைய சந்தோஷத்தோடு அதை ரசித்தேன். குறிப்பாக, சாரதி ஓட்டிவரும் காரில் தினமும் பள்ளிக்கு வருகின்ற, எப்போதும் தன்னைச் சுற்றி ஒரு கூட்டத்தைச் சேர்த்து வைத்துக்கொண்டிருக்கிற ஒரு பெண்ணுக்குத் தண்டனை எப்போதாவது கிடைத்தால் அது பெரும் மனநிறைவை அளிப்பதாக இருந்தது. அந்தப் பெண் ஆசிரியர்களின் செல்லமாக இருந்தாள். எப்போது பார்த்தாலும் அவளை எங்களுக்கு எதிரில் நிறுத்தி 'ஜிங்கிள் பெல்ஸ்' ஐ அவளது கீச்சிட்ட குரலில் ஆசிரியர்கள் பாடச் சொல்வார்கள். ஆனால் அவளே வீட்டுப்பாடம் செய்து வராவிட்டால் கருணையில்லாமல் தண்டனை மட்டும் வழங்கப்பட்டது. வீட்டுப்பாடம் செய்துவராமல் இருப்பவர்களும் எப்போதும் இருந்தார்கள். ஆசிரியர் கேட்கும்போது நோட்டுப்புத்தகத்தின் ஏதோவொரு பக்கத்தில் அவர்கள் கஷ்டப்பட்டு எழுதிவந்த வீட்டுப்பாடம் இருப்பதாகப் பக்கங்களைப் புரட்டிப் புரட்டி நடிப்பார்கள். அடி விழுவதைச் சில விநாடிகளுக்குத் தள்ளிப்போடுவதற்காக, "இப்போ அது எங்கே போச்சுன்னு தெரியல, டீச்சர்," என்று அழுவார்கள். ஆனால் அது அவர்களுக்கு ஆசிரியர் கொடுக்கும் அடிகளையும் காதுத் திருகலையும் அதிகப்படுத்தத்தான் செய்யும்.

ஆரம்ப வகுப்புகளில் எங்களுக்குக் கிடைத்த, இனிமையான, தாய்மையுணர்வுள்ள பெண் ஆசிரியர்களிடமிருந்து, மேல் வகுப்புகளின் ஆண் ஆசிரியர்களுக்கு நகர்ந்ததும் இத்தகைய தண்டனைகளும் இழிவுபடுத்தல்களும் அளவில் பெரிதாகின. இந்த ஆசிரியர்கள் எங்களுக்கு மதம், சங்கீதம், உடற்பயிற்சி என்று கற்றுத்தந்தார்கள். சில

நேரங்களில் இந்தப் பாடங்கள் பெரும் சலிப்பை உண்டாக்கியதில், ஆசிரியர்கள் அனுமதிக்கும் ஒரு சில நிமிட இளைப்பாறல்களுக்காக ஏங்கத் தொடங்கினேன்.

இன்னொரு பெண்ணைத் தூரத்திலிருந்தே ரசித்து வந்தேன். அது ஒருவேளை அவள் கச்சிதமாக உடையணிந்து, அழகாக இருந்ததால் இருக்கலாம்; அல்லது ஆசிரியர் அவளைத் தண்டிக்கும்போது அவள் கண்களில் நீர் திரண்டு, முகம் செக்கச் செவேலென்று மாறுவதால் இருக்கலாம். அந்தப் பலவீனமான பெண்ணைக் காப்பாற்றித் தூக்கிக்கொண்டு வந்துவிடவேண்டுமென்று தோன்றும். இடைவேளைகளில் என்னை இம்சிக்கிற ஒரு குண்டான, பொன்நிறக் கேச பையன் இருந்தான். வகுப்பில் பேசியதற்காக அவன் பிடிபடும்போதும் பிடிபட்டு அடிவாங்கும்போதும் இரக்கமில்லாத குதூகலத்துடன் அதை ரசிப்பேன். பாவப்பட்ட மந்தபுத்திச் சிறுவன் ஒருவன் இருந்தான். எவ்வளவு கடுமையாகத் தண்டித்தாலும் அடித்தாலும் கலங்காமல் எதிர்த்து நிற்பான். சில மாணவர்களை ஆசிரியர்கள் கரும்பலகைக்கு அழைத்து எழுதச் சொல்வார்கள்; பெரும்பாலும் அது அவர்கள் அறிவைச் சோதிப்பதற்காக அல்லாமல் அவர்கள் நிரபராதி என்பதை நிரூபிக்க வேண்டியதற்காக இருக்கும். தப்பு செய்யாத சில பிறவிகளுக்குத் தம்மை ஆசிரியர்கள் அவமானப்படுத்துவது பிடித்திருந்ததுபோலத் தெரியும். சில ஆசிரியர்களுக்கு நோட்டுப் புத்தகம் தவறான வண்ணத்தாளில் அட்டை போடப்பட்டிருந்தால் வெறியேறிவிடும். குழந்தைகள் வகுப்பில் கிசுகிசுப்பது

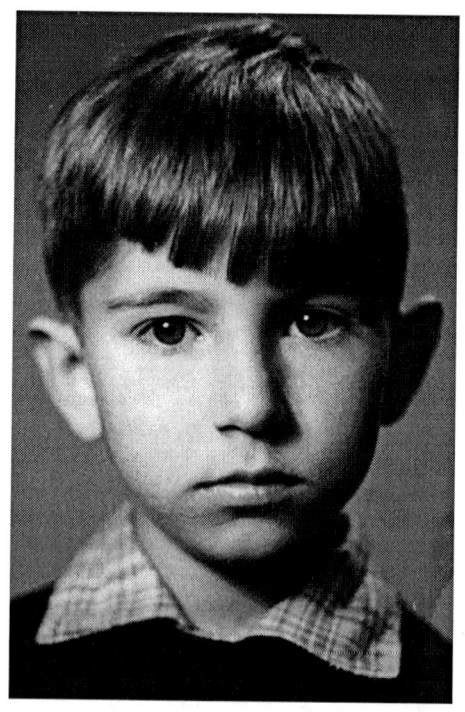

போன்ற உப்புப் பெறாத தப்புகளுக்குக்கூட சில ஆசிரியர்கள் பெரிதாக அலட்டிக் கொள்வார்கள். சில மாணவர்கள் எளிதான கேள்விகளுக்குச் சரியான பதிலைச் சொல்லிவிட்டுக்கூட, கார் முகப்பு விளக்கில் சிக்கிய முயல்போலப் பேந்தப்பேந்த விழிப்பார்கள். எல்லோரையும்விட நான் அதிகம் ரசிப்பது, பதில் தெரியாவிட்டாலும்கூட, அவர்களுக்குத் தெரிந்த வேறு எந்தப் பதிலையோ சொல்லிவிட்டு அது தம்மைக் காப்பாற்றி விடுமென்ற நம்பிக்கையோடு ஆசிரியரை எதிர்நோக்குபவர்களைத்தான்.

அந்தக் காட்சிகள் எல்லாமே ஏற்கனவே ஒத்திகை பார்க்கப்பட்ட ஒழுங்கு வரிசையில் நடக்கும். முதலில் திட்டு, பின் கோபத்தோடு புத்தகங்களையும் நோட்டுப் புத்தகங்களையும் வீசியெறிதல், வகுப்பே அமைதியில் உறைந்து, ஸ்தம்பித்து இருத்தல். நல்லவேளையாக இதைப்போல ஒருநாளும் நான் அவமானப்பட்டதில்லை. என்னைப் போன்ற அதிருஷ்டம் வகுப்பில் மூன்றில் ஒரு பங்கினருக்கு இருந்தது. எங்கள் பள்ளி மட்டும் எல்லாத் தரப்பினரும் சேர்ந்து படிக்கும் பள்ளியாக இருந்திருந்தால், இந்த அதிருஷ்டசாலி பிரிவினரை வகுப்பில் தனியாக, விசேஷ அந்தஸ்தளித்து வைத்திருப்பார்கள். ஆனால் அது ஒரு பிரைவேட் பள்ளி. எல்லா மாணவர்களும் வசதியான குடும்பங்களிலிருந்து வந்தவர்கள். இடைவேளைகளில் விளையாட்டு மைதானங்களுக்கு வரும்போது ஒரு குழந்தைத்தனமான தோழமையுணர்வு இந்த வேறுபாடுகளை அழித்துவிடும். ஆனால் என் வகுப்பில் சில மாணவர்கள் அடி வாங்கி, அவமானப்படுத்தப்படும்போது, ஆசிரிய இருக்கை என்ற அந்தப் பராக்கிரமமிக்க ஸ்தானத்தில் என்னை நிறுத்தி, ஏன் சில குழந்தைகள் மட்டும் மிகவும் சோம்பேறிகளாக, இகழ்ச்சிக்குரியவர்களாக, புல்லறிவுடையவர்களாக, நுண்ணுணர்வற்றவர்களாக, மூளையற்றவர்களாக இருக்கிறார்களென்று என்னை நானே கேட்டுக்கொள்வேன். நான் படிக்கத் தொடங்கியிருந்த காமிக்ஸ் புத்தகங்களில் என் அறக்கோட்பாட்டு வினாக்களுக்கு விடை கிடைக்கவில்லை. அந்தப் புத்தகங்களில் துர்க்குணங்களோடு இருந்தவர்களின் வாய்கள் கோணலாக இருந்தன. என் வகுப்புத் தோழர்களிடம் அப்படியான முகசேஷ்டைகளோடு யாரும் இல்லாததால் என் குழந்தை இதயத்தின் இருட்டுக்குள் அந்தக் கேள்விகள் கரைந்துபோயின. பின்வந்த காலங்களில், பள்ளி என்ற பெயரில் அழைக்கப்படும் அந்த இடம் வாழ்க்கையின் மிக ஆழமான கேள்விகளுக்குப் பதில் அளிக்கும் இடமல்ல என்பதையும் அதன் முக்கியப் பணி என்பது 'நிஜவாழ்க்கை'யின் எல்லா அரசியல் ஈனத் தன்மைகளுக்கும் நம்மைத் தயார் செய்வதுதான் என்பதையும் புரிந்துகொண்டேன். எனவே லீஸே பள்ளிக்குச் செல்லும்வரை, வகுப்பில் கையை உயர்த்தி, வகுப்பின் ஆபத்தற்ற சரியான பகுதியில் பத்திரமாக உட்கார்ந்துகொண்டிருந்தேன்.

இதைச் சொல்லும் போதே, பள்ளியில் நான் கற்றுக்கொண்ட முக்கியமான விஷயத்தையும் சொல்ல வேண்டும்: வாழ்க்கையின் யதார்த்தங்களைக் கேள்வி கேட்காமல் ஏற்றுக்கொள்வது மட்டும் போதாது – அவற்றின் அழகுகளால் நீங்கள் பிரமித்திருக்கவும் வேண்டும். பள்ளியின் ஆரம்ப வருடங்களில் சந்தர்ப்பம் கிடைக்கும் போதெல்லாம் வகுப்பைப் பாதியில் நிறுத்தி எங்களுக்குப் பாட்டு பாடக் கற்றுத்தருவார்கள். இந்த

பிரெஞ்சு, ஆங்கிலப் பாடல் வரிகளுக்கு நான் வாயசைக்கும்போது – அவை எனக்குப் புரிந்ததுமில்லை, பிடித்ததுமில்லை – என் வகுப்புத் தோழர்களைக் கவனிப்பது பிடித்தமான பொழுதுபோக்காக இருந்தது. (நாங்கள் அவற்றை துருக்கிய மொழியில் பாடினோம். *father watchman, father watchman, today's a holiday. so blow your whistle* என்பதுபோல அப் பாட்டில் வரும்). அரை மணி நேரத்திற்கு முன் நோட்டுப்புத்தகத்தை வீட்டிலேயே வைத்துவிட்டு வந்ததற்காக அழுதுகொண்டிருந்த அந்தக் குள்ளமான குண்டுப் பையன் இப்போது வாயை முழுக்கத் திறந்து, உற்சாகமாகப் பாடிக்கொண்டிருப்பான். தனது நீளமான கூந்தலை எப்போதும் காதுகளுக்குப் பின்னால் தள்ளிவிட்டுக்கொண்டேயிருக்கும் அந்தப் பெண், பாடலுக்கு நடுவில்கூட அசுவாரஸ்யமாக முடியை ஒதுக்கிக்கொள்வாள். விளையாட்டு நேரத்தில் என்னை மிருகத்தனமாக அடித்துக் கொடுமைப்படுத்துகிற அந்தத் தடியனும் தன்னை மிக நல்ல யோக்கியனாக வகுப்பில் காட்டிக்கொள்ளும் அவனது சதிகார மதியூகியும்கூட தம்மை மறந்து லயிப்போடு தேவதைகள்போல சங்கீத மேகங்களில் மிதப்பார்கள். எப்போதும் படுசுத்தமாக இருக்கும் ஒருத்தி பாதிப் பாட்டில் தலையைத் திருப்பி தனது பென்சில் பாக்ஸும் நோட்டுப் புத்தகங்களும் பத்திரமாக இருக்கிறதாவென்று பார்த்துக்கொள்வாள். இடைவேளை முடிந்து இரண்டிரண்டு பேராகக் கைகளைக் கோர்த்து வரிசையில் வகுப்பறைக்குச் செல்ல வேண்டியபோது எனக்கு ஜோடியாக வருகிறாயா என்று கேட்டால் மௌனமாகத் தன் கையை என்னிடம் ஒப்படைக்கும் அந்த கடும் உழைப்பாளி, புத்திசாலிப் பெண்கூட உலகையே மறந்து வாய்விட்டு பாடிக்கொண்டிருப்பாள். தான் எழுதுவதை யாரும் பார்த்துவிடக் கூடாதென்று ஒரு கையைக் குவித்து மறைத்துக்கொண்டு எழுதும் அந்தக் குண்டு கஞ்சப் பயல் இப்போது இரண்டு கைகளையும் அகல விரித்து பாடுகிறான். ஒரே ஒருநாள்கூட அடிவாங்காமல் இருக்காத அந்த முட்டாள் பயல்கூட தானாக முன்வந்து எல்லோருடனும் கலந்து பாடிக்கொண்டிருக்கிறான். நான் பார்ப்பதைக் கவனித்துவிட்ட அந்த செங்கூந்தல் பின்னலிட்ட பெண்ணும் நானும் ஒருவரையொருவர் பார்த்து புன்னகைத்துக்கொண்டே பாடலைத் தொடர்கிறோம். எனக்கு அந்தப் பாடல் தெரியாது. ஆனால் பாட்டில் லா – லா – லா இடம் வரும்போது நானும் உரத்த குரலில் கலந்துகொள்கிறேன். சன்னலுக்கு வெளியே என் பார்வை தப்பிக்க, என் மனம் இன்னும் சற்று நேரத்திய எதிர்காலத்தைக் கற்பனை செய்யும்: இதோ இன்னும் கொஞ்ச நேரத்தில், கொஞ்சமே கொஞ்ச நேரத்தில் மணி அடிக்கப்போகிறது, மொத்த வகுப்பும் கலையப் போகிறது. நான் என் பையைத் தூக்கிக்கொண்டு குதித்தபடி வெளியே ஓடுவேன். என்னை அழைத்துப் போக வேலையாள் வந்திருப்பார். அவருடைய அகலமான கையைப் பற்றிக்கொண்டு நானும் என் அண்ணனும் வீட்டுக்கு நடப்போம். வீட்டுக்குப் போனதும் களைப்பில் என் வகுப்புத் தோழர்கள் ஒருவருடைய பெயர்கூட என் ஞாபகத்தில் வரப்போவதில்லையென்று நினைத்துக்கொண்டே, இன்னும் கொஞ்சநேரத்தில் அம்மாவைப் பார்க்கப் போகிறேன் என்ற ஆவலில் என் நடையின் வேகம் அதிகரிக்கும்.

14

ர்தீபாப்து ல்சிச்ள துய்செவுயத

படிக்கக் கற்றுக்கொண்ட கணத்திலிருந்தே, என் தலைக்குள்ளிருந்த கற்பனை உலகத்தில் எழுத்துவடிவங்கள் நட்சத்திர மண்டலம்போலப் பதியத் தொடங்கிவிட்டன. அவை எந்தவொரு அர்த்தத்தையும் வெளிப்படுத்துவதாகவோ அல்லது எந்தவொரு கதையையும் சொல்வதாகவோ அமைந்திருக்கவில்லை: அவை வெறும் ஒலிக்குறிப்பை உண்டாக்குவதாக மட்டுமே இருந்தன. எந்தவொரு சொல்லைப் பார்த்தாலும் அது சாம்பல் குடுவைமேல் அச்சிடப்பட்ட கம்பெனியின் பெயரோ செய்தித்தாளின் தலைப்புச் செய்தியோ விளம்பர வாசகமோ கடை, உணவகம், வாகனங்களிலிருக்கும் பெயர்ப் பலகைகளோ எதுவாக இருந்தாலும், – அந்தச் சொல் பொட்டலம் கட்டிவந்த பேப்பர், போக்குவரத்து அறிவிப்பு, உணவு மேஜையிலிருக்கும் இலவங்கப்பொட்டலம், சமையலறையில் எண்ணெய் பாட்டில், குளியலறையில் சோப்புக்கட்டி, பாட்டியின் சிகரெட் பாக்கெட்டுகள், அவரது மாத்திரை பொட்டலங்கள், எதில் அச்சிடப்பட்டிருந்தாலும் அவற்றைத் தன்னியல்பாக படித்துக்கொண்டிருந்தேன். அவற்றிற்கு என்ன அர்த்தம் என்று தெரியாவிட்டாலும்கூட அச்சொற்களை வாய்விட்டு உரக்கத் திரும்பத்திரும்பச் சொல்லிக்கொண்டிருந்தேன். என் மூளையின் கட்புலப் பகுதிக்கும் அறிதிறன் பகுதிக்குமிடையே ஏதோவோர் இயந்திரம் தன்னைத்தானே பொருத்திக்கொண்டு, எழுத்துக்களை அசைகளாகவும் ஒலிக்குறிப்புகளாகவும் உருமாற்றம் செய்துகொண்டிருந்ததைப் போல இது நிகழ்ந்து வந்தது. இரைச்சலான காபி ஹவுஸ் யார் காதிலும் தெளிவாக விழாமல் இயங்கிக்கொண்டிருக்கும் வானொலியைப் போல, என் இயந்திரமும் என்னுடைய பிரக்ஞையின்றியே செயல்பட்டு வந்தது.

பள்ளியிலிருந்து திரும்பும்போது, எவ்வளவு களைப்பாக இருந்தாலும் என் கண்கள் சொற்களைப் பார்க்க, என் தலைக்குள்ளிருக்கும் இயந்திரம், ‘உங்கள் பணத்திற்கும்

எதிர்காலத்திற்குமான பாதுகாப்பிற்காக'; 'İETT REQUEST BUS STOP'; 'அபிகோலுவின் உண்மையான துருக்கிய சாசேஜ்கள்' 'பாமுக் அபார்ட்மென்ட்' என்று படிக்கும்.

வீட்டுக்கு வந்ததும் என் பாட்டியின் கண்கள் செய்தித்தாளின் தலைப்புச் செய்திக்கு நகரும்: 'சைப்ரஸில் மரணம் அல்லது பிரிவினை'; 'துருக்கியின் முதல் பாலே நடனப் பள்ளி'; 'துருக்கியப் பெண்ணை நடுத்தெருவில் முத்தமிட்ட அமெரிக்கர் மயிரிழையில் தப்பித்தார்'; 'நகர வீதிகளில் ஹுலா ஹுப்பிற்குத் தடை.'

சில நேரங்களில் எழுத்துக்கள் வினோதமான முறைகளில் தம்மை அமைத்துக்கொண்டு, எழுதப் படிக்கக் கற்றுக்கொண்ட என் ஆரம்ப மந்திர தினங்களுக்கு என்னைக் கொண்டு சென்றுவிடும். எங்கள் வீட்டிலிருந்து மூன்று நிமிட தூரத்தில் நிஷாந்தஷியில் இருக்கும் ஆளுநர் மாளிகையைச் சுற்றிலும் உள்ள சிமென்ட் நடைபாதைகளில் வைக்கப்பட்டிருக்கும் உத்தரவுகள் அவற்றில் ஒன்று. நிஷாந்தஷியிலிருந்து டாக்ஸிம்மிற்கோ, பேயோலோவிற்கோ அம்மாவோடும் அண்ணனோடும் நடந்து செல்கையில், நடைபாதையின் சதுரப் பலகைகளின் மீது நொண்டியாட்டம் ஆடிக்கொண்டே, அந்தப் பலகையில் பதிக்கப்பட்ட எழுத்துக்களை நாங்கள் பார்க்கும் பின் வரிசையில் படிப்போம்:

ர்தீபாப்து ல்சிச்ள துய்செவுயத

இந்த மர்மக் கட்டளை அதன் உத்தரவை மதிக்காமல் என்னை உடனே எச்சில் துப்பவைக்கத் தூண்டும் ஆனால் ஆளுநர் மாளிகைக்கெதிரே காவலர்கள் இரண்டடி தூரத்திலேயே நின்றிருப்பதால், அதை வெறுமனே வெறித்துப் பார்த்திருப்பேன். அப்போது திடீரென என் முயற்சி இல்லாமலேயே எச்சில் தொண்டையிலிருந்து மேலெழும்பி வந்து தன்னிச்சையாகத் தரையில் துப்பிவிடுவேனோவென்ற பயமும்

வரும். ஆனால் எச்சில் துப்புகிற பழக்கம் என்பது என் ஆசிரியரால் எப்போதும் தண்டிக்கப்படுகிற மூளையற்ற, மந்தமான, திமிர்பிடித்த குழந்தைகளையொத்த பெரியவர்கள் வகையினரிடம் உள்ளது என்று நான் அறிந்திருந்தேன். ஆம், சிலநேரங்களில் சிலர் தெருவில் எச்சில் உமிழ்வதையும் மார்பிலிருந்து சளியை ஆர்ப்பாட்டமாக இருமித் துப்புவதையும் பார்த்திருக்கிறோமென்றாலும், இந்தக் கட்டளையை உதாசீனப்படுத்துமளவுக்கு இச்செயல்கள் அடிக்கடி நிகழ்பவையாக இல்லை. வருடங்கள் கழித்து சீனத் தெருக்களில் வைக்கப்பட்டிருக்கும் எச்சில் தொட்டிகளைப் பற்றியும், உலகின் இதரப் பகுதிகளில் எச்சில் துப்புவது எந்தளவுக்குச் சாதாரணமான செயலாக இருக்கிறது என்பதைப் பற்றியும் படித்தபோது இஸ்தான்புல்லில் மட்டும் இதற்காக ஏன் இவ்வளவு அலட்டிக்கொள்கிறார்கள் என்று என்னை நானே கேட்டுக்கொண்டேன். இஸ்தான்புல்லிலும்கூட இந்த உத்தரவுக்கு எப்போதுமே பெரிய மதிப்பு இருந்ததில்லை. (இருந்தாலும், பிரெஞ்சு எழுத்தாளர் போரிஸ் வியானின் பெயரை எப்போதெல்லாம் யாராவது குறிப்பிடுகிறார்களோ அப்போதெல்லாம் அவர்களுடைய சிறந்த நூல்கள் எதுவும் நினைவில் வராமல் அவரது மிக மோசமான புத்தகமான *I spit on your Graves*தான் முதலில் மனதிற்குத் தோன்றுகிறது).

நிஷாந்தஷி நடைபாதைகளில் வைக்கப்பட்டிருந்த எச்சரிக்கை வாசகங்கள் என் மனதில் கல்லெழுத்தாகப் பதிந்திருப்பதற்கான உண்மையான காரணம், அதே நேரத்தில் என் அம்மாவும் வெளியிடங்களில், குறிப்பாக அந்நியர்களிடத்தில் நாங்கள் எப்படி நடந்துகொள்ள வேண்டும், எது சரி, எது கூடாது என்றெல்லாம் அறிவுறுத்தத் தொடங்கியிருந்ததால், என் தலைக்குள் தன்னைப் பொருத்திக்கொண்டிருந்த அந்த வாசிப்பு இயந்திரமும் கூடவே வேலைசெய்யத் தொடங்கிவிட்டதாகத்தான் இருக்குமென நினைக்கிறேன். ஆள் நடமாட்டமில்லாத தெருக்களில்

அசுத்தமான இடங்களில் தின்பண்டங்கள் விற்பவர்களிடமிருந்து எதுவும் வாங்கிச் சாப்பிடக் கூடாது, என்று அம்மா அறிவுரைப்பார். மேலும் உணவங்களில் 'கோஃப்டீஸ்' எனப்படும் மாமிச உருண்டைகளை சாப்பிடக் கூடாது என்பார். அவை கழித்துக்கட்டிய, முற்றலான மாமிசத்திலிருந்து செய்யப்படுப்பவை என்பார். இத்தகைய எச்சரிக்கைகள் எனது வாசிப்பு இயந்திரம் என் தலைக்குள் பொறித்துவைத்திருக்கும் பல்வேறு அறிவிப்புகளோடு ஒன்று கலந்துகொள்ளும்; 'குளிர்சாதனப் பெட்டிக்குள் வைத்திருந்த மாமிசத்தையே பயன்படுத்துகிறோம்'. இன்னொரு நாள் அம்மா எங்களிடம் வெளியில் முன்பின் அறிமுகமில்லாதவர்களோடு நெருங்கக் கூடாது என்று எச்சரித்தார். என் தலைக்குள்ளிருந்த இயந்திரம் 'பதினெட்டு வயதுக்குட்பட்டவர்களுக்கு அனுமதி இல்லை' என்றது. ட்ராம் வண்டிகளின் பின்புறத்தில் வைக்கப்பட்டிருந்த அறிவிப்பு 'கம்பியைப் பிடித்துத் தொங்கிக்கொண்டு பயணம் செய்வது கூடாது, அது ஆபத்தானது' என்றது. அம்மாவும் இதையேதான் சொல்லியிருந்தார். அம்மாவின் வார்த்தைகள் அதிகாரபூர்வ அறிவிப்பிலும் இருப்பது என்னைக் குழப்பமடையச் செய்யாததற்குக் காரணம், அம்மா நம்மைப் போன்றவர்கள் ட்ராமில் காசு கொடுக்காமல் இப்படிப் பின்னால் தொற்றிக்கொண்டு பயணம் செய்வதை நினைத்துக்கூட பார்க்கமாட்டார்கள் என்று விளக்கியிருந்தார். நகரப் படகுகளின் பின்னால் வைத்திருக்கும் அறிவிப்புக்கும் இது பொருந்தும்: 'ப்ரொப்பல்லர்களை நெருங்குவது கூடாது, அது ஆபத்தானது.' குப்பை போடுவதைப் பற்றி அம்மா திட்டியது அதிகாரபூர்வ குரலாக மாறியபோது, கிறுக்கலான எழுத்துக்களில் 'குப்பை கொட்டுபவர்களின் அம்மா . . .'வைப் பற்றிக் கோணலான எழுத்துக்களில் சுவரில் யாரோ கிறுக்கியிருந்த அதிகாரபூர்வமற்ற கிறுக்கல் ஒன்று எனக்குச் சற்றுக் குழப்பத்தை உண்டாக்கியது. என் அம்மா, பாட்டி, இவர்களுடைய கைகளைத் தவிர வேறு யாருக்கும் நான் முத்தம் தரக் கூடாது என்று என்னிடம் சொல்லப்பட்டபோது, பதப்படுத்தப்பட்ட அன்கோவி மீன் டப்பாவிலிருக்கும் வாசகம் 'கை படாமல் தயாரிக்கப்பட்டது' ஞாபகம் வரும். 'பூக்களைப் பறிக்காதீர்', 'தொடாதே' என்ற இரு அறிவிப்புகளும் நாங்கள் வெளியில் செல்லும்போது அம்மா விடுக்கின்ற கட்டளைகளை எதிரொலிப்பதாக இருந்தன. இந்தத் தடை ஆணைகளுக்கும் அம்மாவின் உத்தரவுகளுக்கும்கூட ஏதோ தொடர்பு இருக்க வாய்ப்பிருக்கிறது, ஆனால் ஒரு சொட்டுத் தண்ணீர்கூட என் கண்ணில் பட்டிருக்காத ஒரு குளத்தின் கரையில் வைக்கப்பட்டிருந்த 'குளத்து நீரை அருந்தாதீர்கள்' என்ற அறிவிப்பையும் சேற்றையும் குப்பையையும் தவிர ஒரேயொரு புல் கூட இல்லாத பூங்காக்களில் வைக்கப்பட்டிருக்கும் 'புல் தரையின் மீது நடக்காதீர்கள்' என்ற அறிவிப்பையும் நான் எப்படிப் புரிந்துகொள்வது?

இந்நகரத்தை உத்தரவுகளும் அச்சுறுத்தல்களும் எச்சரிக்கைகளும் தாங்கிய அறிவிப்புப் பலகைகள் மண்டியிருக்கும் காடாக மாற்றி வைத்திருக்கும் இந்தச் சீர்திருத்தப் பணித் திட்டத்தைப் புரிந்துகொள்வதற்கு, இதற்கெல்லாம் முன்னோடிகளான நகரின் நாளிதழ் பத்தியாளர்களையும் நகரச் செய்தியாளர்களையும் நாம் தெரிந்துகொள்ள வேண்டும்.

15

அகமெத் ரஸீமும் நகரத்தின் மற்ற பத்தியாளர்களும்

அப்துல் ஹமித் தனது முப்பதாண்டு கால 'முழுமையான அதிகார'த்தைத் தொடங்கிய சில வருடங்கள் கழித்து, நடந்த சம்பவம் இது: 1880களின் பிற்பகுதியில் ஒரு நாள் அதிகாலை, *Happiness* என்ற ஒரு சிறிய பாபியாலி நாளிதழின் அலுவலகத்தில் இருபத்தைந்து வயதுடைய நிருபர் ஒருவர் தன் இருக்கையில் அமர்ந்திருந்தபோது, அந்த அறையின் கதவு 'திடீரென்று' வெடித்துத் திறந்தது. சிவப்பு துருக்கித் தொப்பியும் செந்நிற பிராட் கிளாத்தினால் ஆன கைகளைக் கொண்ட 'ஒருவிதமான' ராணுவ ஜாக்கெட்டும் அணிந்த உயரமான மனிதர் ஒருவர் உள்ளே பிரவேசித்தார். அந்த இளம் செய்தியாளரைப் பார்த்து, "எழுந்திரு!" என்று கர்ஜித்தார்.

அந்த இளைஞர் பயத்துடன் எழுந்திருக்க, "உன் தொப்பியை எடுத்து அணி! கிளம்பு!" என்று அவர்

இஸ்தான்புல் 157

உத்தரவிட்டார். ராணுவ ஜாக்கெட்டில் இருந்த அவரைப் பின் தொடர்ந்து, வெளியே நின்றிருந்த குதிரை வண்டியில் செய்தியாளர் ஏறினார். கலாதா பாலத்தை அவர்கள் மௌனமாகக் கடந்தனர். பாதி வழி சென்றதும்தான் இனிய முகம் கொண்ட அந்த இளைஞருக்குத் தைரியம் வந்து, அவர்கள் எங்கே செல்வதாகக் கேட்டார். 'இரு' என்று சைகை காட்டிவிட்டு, சற்று நேரம் கழித்து அந்த ராணுவ அதிகாரி பதிலளித்தார்:

“பாஷமா பெயின்ஸி (சுல்தானின் தலைமைச் செயலர்) அலுவலகத்திற்கு! உன்னை உடனே கூட்டிவரச் சொல்லியிருக்கிறார்கள்!”

மாளிகையின் பார்வையாளர் அறையில் அந்த இளைஞர் உட்காரவைக்கப்பட்டார். சற்றுநேரம் கழித்து உள்ளே அழைக்கப்பட்டார். மேசையில் அமர்ந்திருந்த நரைத்த தாடி மனிதர் அவரை பார்த்து கடுமையாக “வா இங்கே!” என்று சத்தமிட்டார். மேசையில் அவரெதிரே *Happiness*–இன் ஒரு பிரதி விரித்துவைக்கப்பட்டிருந்தது. அதைச் சுட்டிக் காட்டி, பெரும் கோபத்தோடு, “இதற்கு என்ன அர்த்தம்?” என்று வெடித்தார். என்ன பிரச்சனை என்று அந்த இளம் செய்தியாளருக்கு விளங்கவில்லை. கேட்பதற்கு வாயெடுப்பதற்கு முன் அவர் கத்தத் தொடங்கினார்:

“ராஜத்துரோகி! நன்றி கெட்டவனே! உன் தலையை வெட்டி உரலில் அரைத்துக் கூழாக்க வேண்டும்!”

பயத்தில் நடுங்கிக்கொண்டிருந்தாலும் விரித்துவைத்திருந்த நாளிதழில் அவர் ஆட்சேபிக்கின்ற விஷயமாகக் கவிதை ஒன்று அச்சிடப்பட்டிருந்ததைக் கவனித்தார் அந்த நிருபர். அது எப்போதோ இறந்துபோன கவிஞர் ஒருவர் எழுதியது. அந்தக் கவிதையின் பல்லவி இவ்வாறாக இருந்தது: 'வசந்த காலமே வாராதா, இனி எப்போதும் வசந்த காலமே வாராதா?' விளக்க விரும்பி, “ஐயா . . .” என்று குறுக்கிட,

“இவன் வாயை மூடமாட்டேன் என்கிறானே . . . வெளியே போய் நில்!” என்று கத்தினார் சுல்தானின் தலைமைச் செயலர். வாசலுக்கு வெளியே பதினைந்து நிமிடங்களுக்கு நடுங்கியபடி நின்றிருந்தவர் மீண்டும் அழைக்கப்பட்டார். ஆனால், அந்தக் கவிதையை எழுதியது தாமல்லவென்று சொல்ல வாயைத் திறந்தாலே புதிய வசவுகளால் அடக்கப்பட்டார்.

“அதிகப்பிரசங்கிகள்! நாய்கள்! வேசி மகன்கள்! வெட்கங்கெட்ட பாதகர்கள்! உங்களை ஒழிக்க வேண்டும்! தூக்கில் தொங்கப் போகிறீர்கள்!”

அந்த இளம் நிருபருக்குப் பேச அனுமதி கிடைக்காதென்று தெரிந்ததும் தைரியம் அனைத்தையும் சேகரித்துக்கொண்டு அவரது பெயர் தாங்கிய அடையாள அட்டையை பாக்கெட்டிலிருந்து எடுத்து மேஜை மேல் வைத்தார். தலைமைச் செயலர் அதைப் பார்த்தவுடனேயே தவறை உணர்ந்துகொண்டார்.

“உன் பெயர் என்ன?”

“அகமெத் ரஸீம்.”

இந்தச் சம்பவத்தை நாற்பது வருடங்கள் கழித்து *'Author. Poet. writer'* என்ற தனது நினைவுக்குறிப்புகளில் அகமெத் ரஸீம் நினைவுகூர்கிறார். தனது ஆட்கள் தவறான நபரை அழைத்து வந்துவிட்டிருக்கிறார்கள் என்பது அவருக்குப் புரிந்ததும் தனது தொனியை மாற்றிக்கொண்டார். "உட்கார் மகனே," என்றார். "உனக்கொன்றும் கோபமில்லையே?" மேஜை இழுப்பறையைத் திறந்துகொண்டே அருகே வரும்படி அகமெத்திடம் சைகை செய்தார். ஐந்து லிராக்களை எடுத்து அவரிடம் கொடுத்துவிட்டு, "சரி, இதை இதோடு விட்டுவிடலாம். யாரிடமும் சொல்லாதே," என்றார். ரஸீம் இதை அவரது வழக்கமான குதூகலத் தொனியில், அவருக்கே உரித்தான தினசரி விவரங்களைக் கதையில் சேர்ந்து நகைச்சுவையோடு விவரிக்கிறார்.

வாழ்க்கையின் மீது அவருக்கிருந்த பிரியமும் அவரது எழுத்து வன்மையின் மீது அவருக்கிருந்த சந்தோஷமும் அவரை இஸ்தான்புல்லின் மகத்தான எழுத்தாளர்களுள் ஒருவராக ஆக்கியிருந்தது. நாவலாசிரியர் தம்பினார், கவிஞர் யாஹியா கெமால், நினைவுப் பதிவாளர் அப்துல்லாஹ் ஷினாஸி ஹிஸார் ஆகியோரை மூழ்கடித்திருந்த பின் – ஏகாதிபத்திய துயரத்தை, எல்லையற்ற உற்சாகத்தாலும் நன்னம்பிக்கையாலும் அவரால் ஈடுகட்ட முடிந்தது. இஸ்தான்புல்லை நேசிக்கும் எல்லா எழுத்தாளர்களைப் போலவும் அவருக்கு அதன் வரலாற்றில் ஈடுபாடு இருந்தது. அதைப் பற்றிச் சில புத்தகங்களும்கூட எழுதியிருக்கிறார். அவரது உள்ளார்ந்த துயரத்தை வெளிக்காட்டாமல் இருக்கும் எச்சரிக்கையுணர்வு அவருக்கிருந்ததால் 'இழந்துபோன பொற்காலம்' பற்றிய ஏக்கம் அவருக்கு எப்போதும் இருந்ததில்லை. இஸ்தான்புல்லின் கடந்த காலத்தை ஒரு புனிதமான கருவூலகப் பொக்கிஷத்தைப் போல பார்க்காமல், ஒரு மேலைப்பானி மாஸ்டர் பீஸை உருவாக்குவதற்காக அசலானதொரு குரலைத்தேடி சரித்திரத்தைத் தூர்வாருவதற்குப் பதிலாக, நகரில் உள்ள பெரும்பாலோரைப் போல நிகழ்காலத்தோடு தன்னைக் காலூன்றி வரையறுத்துக்கொண்டார்: இஸ்தான்புல் என்பது வாழ்வதற்குச் சுவாரஸ்யமான ஓர் இடம், அவ்வளவுதான்.

அவருடைய வாசகர்கள் பலரைப் போலவும் அவருக்குக் கிழக்கு – மேற்கு விவாதத்திலோ நாகரிகத்தைச் சீரமைத்து மாற்றும் திட்டத்திலோ பெரிய ஆர்வம் எதுவும் இல்லை. அவரைப் பொறுத்தவரை மேலை மயமாக்கல் என்பது புதிய பாசாங்குகளோடு புதிய வேடதாரிகளைப் பெருமளவில் உண்டாக்கியிருப்பது என்றுதான். இப்படிப்பட்ட புதிய பாசாங்கர்களை அவர் சந்தோஷமாகக் கிண்டல் செய்தும் வந்தார். இளம் வயதில் அவருக்கும் இலக்கிய ஆக்கங்களை உருவாக்க உந்துதல் ஏற்பட்டு சில நாவல்களையும் கவிதைகளையும் எழுதி தோல்வியைக் கண்டிருந்தார். இந்த அனுபவம் படைப்பு ஜாலங்கள், அதையொட்டிய பாசாங்குகளை உடனடியாக அடையாளம் கண்டு அவற்றைக் கூர்மையாக நக்கல் செய்ய வைத்துக்கொண்டிருந்தது. இஸ்தான்புல் கவிஞர்கள் தமது கவிதைகளைப் பார்னேஸியர்களையும் டிகாடென்ட்டுகளையும் போலி செய்து பல்வேறுவிதமான பாவனைகள், பாசாங்குகளோடு வாசிப்பதையும் அவருடைய சக இலக்கியவாதிகள் எந்தவொரு உரையாடலையும் தமது

சொந்த பிரஸ்தாபங்களை நோக்கியே திசை திருப்பிவிட்டுக்கொள்ளும் சாமர்த்தியத்தையும் அகமெத் ரஸிம் கிண்டல் செய்யும்போது அவரைப் போலவே பாபியாலி பதிப்பக சரகத்தில் வசிக்கும் மேலைச்சாய்வு கொண்ட உயர்குடியர்களிடமிருந்து தன்னை எவ்வளவு தூரத்தில் விலக்கிவைத்துக் கொண்டிருக்கிறார் என்பதை நம்மால் உணர்ந்து கொள்ள முடியும்.

ஆனால் அகமெத் ரஸிம் தனித்துவமிக்க பெயரைப் பெற்றது ஒரு நாளிதழ் பத்தியாளராகத்தான் – அக்காலத்தில் புழக்கத்தில் இருந்த பிரெஞ்சு சொல்லைப் பயன்படுத்த வேண்டுமென்றால் ஒரு *feuilletoniste*. அரசியல் அவரைக் கவரவேயில்லை. அரிதாக அரசியல் நிகழ்வுகள் மீது உண்டாகும் சீற்றத்தையும் அதன் போலி பகட்டாரவாரங்களைக் கண்டு ஏற்படும் எரிச்சலையும் தவிர அரசியல் பற்றி அவர் எழுதியதில்லை. மேலும் அரசாங்க அடக்குமுறையும் பத்திரிகை தணிக்கை முறையும் அரசியல் தந்திரங்களும் சமயங்களில் சாத்தியமற்ற களமாகவும் ஆக்கியிருந்தன. (தணிக்கை கெடுபிடிகள் எந்தளவுக்குக் கடுமையாக இருந்ததென்றால் பலநேரங்களில் அவரது கட்டுரைகள் முற்றிலுமாக வெட்டப்பட்டு வெற்றுத்தாள்தான் மிஞ்சியிருந்தன என்று வேடிக்கையாகக் குறிப்பிடுவார்). எனவே அதற்குப் பதிலாக இஸ்தான்புல் நகரத்தைத் தனது களமாகக் கொண்டிருந்தார். ("அரசியல் தடையுத்தரவுகளும் குறுகலான நோக்கங்களும் உங்களைச் சுதந்திரமாக எழுதத் தடைவிதிக்குமென்றால், நகரசபை பற்றியும் நகரவாழ்க்கை பற்றியும் எழுதுங்கள். ஏனென்றால் வாசகர்கள் எப்போதுமே நகரச் செய்திகளை வாசிக்க விரும்புவார்கள்!" இஸ்தான்புல் பத்தியாளர் ஒருவரிடமிருந்து நூறாண்டுகளுக்கு முன் வந்த அறிவுரை இது.)

எனவே அகமெத் ரஸிம் ஐம்பது வருடங்களுக்கு இஸ்தான்புல் நகர நடப்புகளை, பல்வேறு விதமான குடிகார ஜென்மங்களிலிருந்து நகரின் ஏழ்மைப் பகுதிகளின் தெருவோர வணிகர்கள் வரை, மளிகைக் கடைக்காரர்களிடமிருந்து கழைக்கூத்தாடிகள் வரை, பாஸ்ஃபரஸ் கரையோர நகரங்களின் எழிற்தோற்றங்களிலிருந்து அதன் ரௌடிகளின் அருந்தகங்கள், *meyhanes* வரை, தினசரி செய்திகளிலிருந்து வணிகச் செய்திகள் வரை, பொழுதுபோக்குப் பூங்காக்களிலிருந்து புல்தரைகள், பொதுத் தோட்டங்கள், அங்காடிதினங்கள், பனிப்பந்து சண்டைகள், பனிச்சறுக்கு விளையாட்டுகள் போன்று ஒவ்வொரு பருவகாலத்திற்குரிய விசேஷ அழகுகள், பதிப்பகத்துறைச் செய்திகள், உள்ளூர் வம்புகள், உணவக விவரங்கள் வரை சுவாரஸ்யமாக எழுதிவந்தார். வரிசைப்படுத்துதலிலும் வகைப்படுத்துதலிலும் அவருக்கு ஆர்வம் இருந்தது. மனிதர்களின் இயல்புகள், சுபாவ குணங்களைக் கூர்மையாக அவதானித்து வந்தார். காட்டில் இருக்கும் விதவிதமான அரிய வகைத் தாவரங்களைக் கண்டு உற்சாகம் கொள்ளும் ஒரு தாவரவியலாளனைப் போல மேற்கத்தியத் தூண்டல்கள், குடியேற்றங்கள், வரலாற்று நிகழ்பொருத்தங்கள் ஆகியவற்றின் பல்வகைப்பட்ட வெளிப்பாடுகள் அவருக்குத் தினமும் புதிய, வினோதமான விஷயங்களைக் கண்டு எழுத வைத்துக்கொண்டிருந்தன. இளம் எழுத்தாளர்கள் 'நகரத்தில் சுற்றியலையும்போது கையில் ஒரு

நோட்டுப்புத்தகத்தைக் கட்டாயமாக வைத்துக்கொண்டிருக்க வேண்டும்' என்று அறிவுரைத்தார்.

1895 முதல் 1903 வரையிலான காலத்தில் அகமெத் ரஸிம் எழுதிய பத்திகளில் முக்கியமானவை City Correspondence என்ற தொகுப்பில் சேர்க்கப்பட்டுள்ளன. தன்னைத்தானே ஏளனமாகக் குறிப்பிட்டுக்கொள்ளும் நேரத்தைத் தவிர ஒருபோதும் தன்னை 'நகர பத்தியாளர்' என்று அழைத்துக்கொண்டதில்லை. நகரசபை நடவடிக்கைகளைக் கண்டித்து எழுதும்போதும் தினசரி நடப்புகளைப் பற்றி எழுதும்போதும் 1860களில் பிரான்ஸில் கடைப்பிடித்து வந்த ஒரு வழக்கத்தை அவர் பின்பற்றி வந்தார். நவீன துருக்கியக் கட்டளைக் கோட்பாட்டில் மிகமுக்கிய பெயர்களில் ஒன்றாக விளங்கிய நாமிக் கெமால் 1867இல் *Tasvir-i Efkar* நாளிதழில் ரம்ஜானின்போது இஸ்தான்புல் நகரின் தினசரி நடப்புகளைப் பற்றிக் கடித வடிவில் தொடராக எழுதிவந்தார். இவருக்கு விக்டர் ஹியூகோவை நாடகத்திற்காகவும் கவிதைக்காகவும் மட்டுமல்லாது புத்தார்வ போர்க்குணத்திற்காகவும் மிகவும் பிடிக்கும். 'நகர்புறப் பத்திகள்' என்றழைக்கப்பட்ட இவரது கடிதங்களில், ஒரு சாதாரணக் கடிதத்தின் அந்தரங்கமான, நெருக்கமான, குற்றத்தில் உடந்தையாக இருக்கும் ஒரு தொனி

கலந்திருக்கும். இக்கடிதங்கள் இஸ்தான்புல் நகரவாசிகள் அனைவரையும் உறவினர்களாக, நண்பர்களாக, காதலர்களாக அழைப்பதன் மூலம் கிராமங்களின் தொகுதியாக இருக்கும் ஒரு நகரத்தை ஒரு முழுதான கற்பனை ஸ்தலமாக மாற்றிவிடுகின்றன.

இவரைப் போன்ற இன்னொரு பத்திரிகையாளர் *Insightful Ali Effendi.* இவர் *Insight* என்றொரு நாளிதழை நடத்தி வந்ததுதான் இப்பெயருக்கான காரணம். (இந்த நாளிதழை அரண்மனையின் ஆதரவோடுதான் இவர் நடத்திவந்தார். ஒருமுறை அரச குலத்திற்கு ஒவ்வாத செய்தி ஒன்றை அசிரத்தையாக வெளியிட்டுவிட, இச்செய்தித்தாளுக்கு மூடுவிழா நடத்தப்பட்டது. அதன்பின் அவர் சிறிதுகாலத்திற்கு *Insightless Ali Effendi* என்று அழைக்கப்பட்டார்). தினசரி நடப்புகளைப் பற்றி இவர் விடாமல் எழுதுகின்ற கடிதங்களில் நகர மக்களுக்கு அறிவுரை புகட்டுமளவிற்கு வசவுகளும் இருக்கும். நகைச்சுவையற்று எழுதுபவராக இருந்தாலும் அவரது காலத்தின் மிக நுட்பமான 'கடித எழுத்தாளர்'களில் ஒருவராக இஸ்தான்புல்லில் கருதப்பட்டுவந்தார்.

நகரத்தின் தினசரி வாழ்க்கையைப் பதிவுசெய்த முதல் பதிவாளர்களான இந்த நகர்ப்புறப் பத்தியாளர்கள் இஸ்தான்புல்லின் நிறங்களை, மணங்களை, ஒலிகளை சுவாரஸ்யமான மேற்கோள்களுடனும் நகைச்சுவையான எதிர்வினைகளுடனும் படம் பிடித்திருக்கின்றனர். மேலும் இஸ்தான்புல் வீதிகள், பூங்காக்கள், தோட்டங்கள், கடைகள், கப்பல்கள், பாலங்கள், சதுக்கங்கள், ட்ராம் பாதைகள் ஆகியவற்றிற்கான சமுதாய ஆசாரமுறைகளை நிறுவுவதற்கு அவர்கள் உதவியிருக்கிறார்கள். சுல்தான் அவர்களை, அரசாங்கத்தை, காவல்துறையை, ராணுவத்தை,

மதத் தலைவர்களை, பலம் பொருந்திய நகரமன்ற உறுப்பினர்களைக்கூட விமரிசிப்பது விவேகமற்றதென்பதால், படித்த மேல்தட்டு மக்களுக்கு தமது கோபத்தை வெளிக்காட்ட இருக்கும் ஒரே வடிகாலாக, தெருவில் தங்கள் காரியமாகச் செல்கின்ற, வயிற்றுப் பிழைப்புக்கு ஓடாய்த் தேய்கின்ற, யாரும் உதவுவதற்கு வக்கில்லாத, முகமற்ற பாமர ஜனக்கூட்டம் மட்டுமே இருந்தது. நாளிதழ் பத்தியாளர்கள், வாசகர்கள் அளவிற்குப் படிப்பறிவில்லாத இந்தத் துரதிருஷ்டமிக்க இஸ்தான்புல் வாசிகளைப் பற்றி, கடந்த 130 வருடங்களாக நகர வீதிகளில் அவர்கள் என்ன செய்தார்கள், என்ன சாப்பிட்டார்கள், என்ன சொன்னார்கள், என்னென்ன சப்தங்கள் எழுப்பினார்கள் என்றெல்லாம் நமக்குத் தெரிந்திருக்கிறதென்றால் அதற்குக் காரணம் இந்நகரத்தாரைப் பற்றி எழுதுவதையே கடமையாகக் கொண்டிருந்த சிலசமயம் எரிச்சலும் சிலசமயம் இரக்கமும் கொண்ட, எப்போதும் குற்றம் குறை கண்டுபிடித்துச் சொல்லிக்கொண்டிருந்த பத்தியாளர்கள் மட்டுமே என்பதை ஒப்புக்கொள்ள வேண்டும்.

எழுதப் படிக்கக் கற்றுக்கொண்டு நாற்பத்தைந்து வருடங்களான பின்பு, எப்போதெல்லாம் நாளிதழ்களின் கட்டுரைகள் மரபார்ந்த வழிகளுக்கு என்னைத் திரும்பச் சொல்லி என்னைத் தற்புகழ்ச்சி கொள்ள வைக்கிறதோ அல்லது மேலைத்தனமாக என்னை மாற்றிக்கொள்ளும் முனைப்பை இரட்டிப்பாக்குகிறதோ அப்போதெல்லாம் என் அம்மாவின் குரல் மனதில் ஒலிக்கிறது: "கை நீட்டிக் காட்டாதே."

16

வாயைப் பிளந்தபடி தெருவில் நடக்காதீர்கள்

கடந்த 130 வருடங்களில் பல்வேறு நாளிதழ்களில் வெளிவந்த பல்லாயிரக்கணக்கான பத்திகளிலிருந்து மிகவும் சுவாரஸ்யமான அறிவுரைகள், எச்சரிக்கைகள், ஞான முத்துக்கள், திட்டுகளைத் தேர்ந்தெடுத்து இப்போது வழங்குகிறேன்:

> நமது குதிரை வண்டிகள் பிரெஞ்சு ஆம்னி பஸ்களைப் பார்த்து வடிவமைக்கப்பட்டதாக இருக்கக்கூடும், ஆனால் நமது சாலைகள் மிக மோசமாக இருப்பதால் பேயாஸித்திலிருந்து எதிர்னேகாபி வரை இந்த வண்டிகள் ஒவ்வொரு கல்லிலும் ஏறி தளுக்கி, குலுக்கி, இடறி, தடுமாறித்தான் செல்ல வேண்டியிருக்கிறது. (1894)

> ஒவ்வொரு மழையின்போதும் நகரின் ஒவ்வொரு பகுதியிலும் தண்ணீர்த் தேங்கி நிற்பதைப் பார்ப்பதற்கு எரிச்சலாக இருக்கிறது. இதைச் சரிசெய்ய வேண்டியது யாரோ, அவர்கள் சீக்கிரம் செயல்பட்டு சரிசெய்ய வேண்டும். (1946)

> முதலில் வாடகைகளும் வரிகளும் உயர்ந்தன. அதன்பின் குடியேற்றவாசிகளால் நகரில் சவரக்கத்தி விற்பவர்களும் *ஸிமிட்* விற்பவர்களும் நத்தை மசாலா விற்பவர்களும்

கைக்குட்டை விற்பவர்களும் செருப்பு விற்பவர்களும் கத்தியும் முட்கரண்டியும் விற்பவர்களும் சில்லறை உருப்படிகள் விற்பவர்களும் பொம்மை விற்பவர்களும் தண்ணீர் விற்பவர்களும், மென்பானங்கள் விற்பவர்களும் பெருகினார்கள். இது போதாதென்று இப்போது நமது படகுகளிலும்கூட பணியாரம் விற்பவர்களும் இனிப்பு விற்பவர்களும் டோனர் விற்பவர்களும் ஆக்கிரமிக்கத் தொடங்கிவிட்டார்கள். (1949)

நகரத்தை அழகுபடுத்தும் முயற்சியில், நமது குதிரை வண்டிக்காரர்களுக்கு ஒரேவிதமான சீருடை அணிய வேண்டுமென்று உத்தரவிடப்பட்டுள்ளதாகத் தெரிகிறது. இத்திட்டம் மட்டும் நிறைவேறினால் எவ்வளவு நேர்த்தியாக இருக்கும். (1897).

ராணுவ ஆட்சியின் சாதனைகளில் ஒன்று 'தொல்மூஷ்' மினிபஸ்களை அவற்றிற்கு நிர்ணயிக்கப்பட்ட நிறுத்தங்களில் நின்று செல்லவைத்திருப்பது. முன்பெல்லாம் அவர்கள் என்ன அராஜகம் செய்துவந்தார்கள்! (1971)

சர்பத் தயாரிப்பவர்கள் நகர சபையால் அங்கீகரிக்கப்படாத வண்ணச் சேர்க்கைகளையும் பழங்களையும் உபயோகப்படுத்தக் கூடாது என்று நகரசபை உத்தரவிட்டிருப்பது சரியான நடவடிக்கைதான் (1927)

தெருவில் அழகானதொரு பெண் எதிர்ப்பட்டால், அவளை வெறுப்புடனோ அல்லது அவளைக் கொல்லப் போவதைப்போலவோ பார்க்காதீர்கள். அப்படியே விழுங்கிவிடுவதைப் போலவும் அசடு வழிய வேண்டாம். வெறுமனே சின்னதாக முறுவலித்துவிட்டு. பார்வையை விலக்கிக்கொண்டு பேசாமல் நடந்து செல்லுங்கள். (1974)

பாரீஸிலிருந்து வெளியாகும் *Matin* என்ற புகழ்பெற்ற இதழில், நகர வீதிகளில் நாகரிகமாக எப்படி நடந்துசெல்வது என்றொரு கட்டுரை வந்துள்ளது. அதை நாமும் பின்பற்ற வேண்டும். இஸ்தான்புல் தெருக்களில் எப்படி நடந்துகொள்வது என்று தெரியாத மக்களிடம் நாம் சொல்ல வேண்டும். வாயைப் பிளந்து பராக்கு பார்த்துக்கொண்டே தெருவில் நடக்காதீர்கள் என்று. (1924)

இஸ்தான்புல்

ராணுவ உத்தரவின்படி வாடகைக்கார்களில் புதிய கட்டண மீட்டர்கள் இப்போது பொருத்தப்பட்டிருக்கின்றன. இதை ஓட்டுநர்களும் பயணிகளும் ஒழுங்காகப் பயன்படுத்திக்கொள்வார்கள் என்று நம்புகிறோம். இருபது வருடங்களுக்கு முன் டாக்ஸி மீட்டர்கள் அமலுக்கு வந்தபோது பயணிகளுக்கும் ஓட்டுநர்களுக்கும் ஓயாத சண்டையும் விவாதமுமாக இருந்தது. காவல் நிலையம் வரை இந்தத் தகராறுகள் சென்றன. ஓட்டுநர்கள் மீட்டரை மதிக்காமல், பயணிகளிடம், "நீங்களே உங்களால் கொடுக்க முடிந்ததைக் கொடுங்கள்," என்று ஏற்றிக்கொண்டு, பின் தகராறு செய்வார்கள். (1983)

சிறுவர்களிடம் பயறு உருண்டை, சூயிங்கம் விற்பவர்கள் பணத்துக்குப் பதிலாக ஈயம் கொடுத்தால்கூட வாங்கிக்கொள்கிறார்கள். இது சிறுவர்களைத் திருட்டுப் பழக்கத்திற்குத்தான் கொண்டு செல்கிறது. இஸ்தான்புல் தெருக் குழாய்களை உடைத்தும் மசூதிகளிலும் கல்லறைகளிலும் பொருத்தப்பட்டிருக்கும் ஈயக் காப்புகளைப் பெயர்த்தெடுத்துக்கொண்டும் சிறுவர்கள் இவர்களிடம் வாங்கிச் சாப்பிடுகிறார்கள். (1929)

உருளைக்கிழங்கு, தக்காளி, புரோபேன் வாயு வண்டிகளில் பொருத்தப்பட்டிருக்கும் ஒலி பெருக்கிகளும் நாராசமான குரலில் அவற்றை விற்பனை செய்வதும் இஸ்தான்புல் நகரத்தை ஒரு வாழும் நரகமாக்கியிருக்கின்றன. (1992)

தெரு நாய்களை அகற்றுவதற்கு நம்மிடம் திட்டம் இருக்கிறதேயொழிய, அது சரியாகச் செயல்படுத்தப்படுவதில்லை. ஓரே ஒரு நாள் அல்லது இரண்டு நாட்களுக்கு மும்முரமாக வேட்டையாடி அவற்றைப் பிடிப்பதை விடுத்து, இதை நிதானமாகச் செய்ய வேண்டும். பதுங்கியிருப்பவை வெளியே வர, அவற்றைப் பிடித்து ஹயிர்சிஸாடா தீவில் விட்டுவிட்டு வருவதைத் தொடர்ச்சியாகச் செய்ய வேண்டும். அப்போதுதான் இந்நகரத்தில் தெருநாய்களின் தொல்லை ஒழியும் அதுவரை தெருவில் அவற்றின் 'கிர்ர்ர் . . .' உறுமலைக் கேட்காமல் நடந்து செல்வது சாத்தியப்படப் போவதில்லை. (1911)

பாரவண்டிக்காரர்கள் அநியாயத்திற்குப் பாரத்தை வண்டியில் ஏற்றிவிட்டு, குதிரைகளை அடித்து, இழுத்துச் செல்ல வைப்பது இன்னமும் தொடர்கிறது. (1875)

குதிரை வண்டிக்காரர்கள் வறிய நிலையில் உள்ளவர்கள் என்பதால் அவர்களைச் சற்றும் கட்டுப்படுத்தாமல் விட்டுவைத்திருக்கிறோம். அவர்கள் நகரின் அசாதாரண அழகுகொண்ட பகுதிகளிலெல்லாம் தமது வண்டிகளை நிறுத்தி வைத்து – இஸ்தான்புல் நகராட்சி விரலைக்கூட அசைப்பதில்லை – சூழலைக் கெடுத்துவைக்கிறார்கள். நகரின் அழகைக் கெடுப்பதற்கு இவர்களுக்கென்ன உரிமை இருக்கிறது? (1956)

படகிலிருந்தும் மற்ற வண்டிகளிலிருந்தும் அவை நிற்பதற்கு முன்பாகவே முதல் ஆளாக இறங்குவதில் அப்படியென்ன ஆர்வம்? ஹேதர்பாஷா படகு, துறைக்கு வந்து நிலைபெறுவதற்கு முன் இறங்கத் துடிப்பவர்களைப் பார்த்து "முதலில் இறங்குபவன் ஒரு கழுதை" என்று கத்தினாலும் பலன் இருப்பதில்லை. (1910)

தமது சர்க்குலேஷனை உயர்த்தும் பொருட்டு இப்போது 'டர்க்கிஷ் ஃபிளையிங் ஃபண்ட்'டிற்காக சில நாளிதழ்கள் இப்போது லாட்டரி குலுக்கல்கள் நடத்துகின்றன. குலுக்கல் நடைபெறும் நாட்களில் இந்த அலுவலகங்கள் முன்பு கூடுகின்ற கூட்டம் நம்ப முடியாத அளவுக்கு இருக்கின்றது. (1928)

'கோல்டன் ஹார்ன்' இப்போதெல்லாம் 'தங்க முனை'யாக இருப்பதில்லை. சுற்றியுள்ள தொழிற்சாலைகள், ஓர்க் ஷாப்புகள், இறைச்சிக் கொட்டிலிலிருந்து வெளியேறும் ரசாயனக் கழிவுகள், தார், கப்பல்களிலிருந்து கொட்டப்படும் அழுக்கு, குப்பைகளால் அது இப்போது சேற்றுக்குட்டையாக ஆகியிருக்கிறது. (1968)

நமது நகரச் செய்தியாளருக்கு நமது ஊரின் இரவுக் காவலர்களைப் பற்றி ஏராளமான புகார்கள் வந்தபடி இருக்கின்றன. அங்காடிப் பகுதிகளிலும் குடியிருப்புப் பகுதிகளிலும் ரோந்து செல்வதை விடுத்து அவர்கள் காபி இல்லங்களில் தூங்கிப் பொழுதைக் கழித்துக்கொண்டிருக்கிறார்கள். நகரின் குடியிருப்புப் பகுதிகள் பலவற்றில் இரவுக் காவலர்களின் தடி சத்தம் மிக அரிதாகவே கேட்கிறது. (1879)

புகழ்பெற்ற பிரெஞ்சு எழுத்தாளர் விக்டர் ஹியூகோவிற்குக் குதிரை வண்டியின் மேற்தளத்தில் அமர்ந்து பாரீஸ் நகரின் ஒரு முனையிலிருந்து மறுமுனை வரை சக நகரவாசிகள் என்ன செய்கிறார்கள் என்று பார்த்தபடியே செல்கின்ற வழக்கம் இருந்தது. நேற்று நாங்களும் அதே காரியத்தைச் செய்தோம். அதில் நாங்கள் தெரிந்துகொண்ட விஷயம், நமது இஸ்தான்புல் வாசிகளுக்குத் தெருவில் நடந்து போகும்போது சுற்றி நடப்பதை முற்றிலும் மறந்து தன்பாட்டுக்குச் செல்கிறார்கள் என்பது. பக்கத்தில் வருபவர் மீது முட்டிக்கொள்கிறார்கள். பயணச்சீட்டு, ஐஸ்கிரீம் உறைகள், கடலைத் தொலிகள், சோளக் கட்டை எல்லாவற்றையும் நடுத்தெருவில் வீசியெறிந்துவிட்டுப் போகிறார்கள். பாதசாரிகள் நடுத்தெருவில் நடக்க, கார்கள் நடைபாதையின் மீது ஏற்றி நிறுத்தப்பட்டிருக்கின்றன. ஏழ்மையால் அல்ல, சோம்பலாலும் அலட்சியத்தாலும் எல்லோருமே வெளியே வரும்போது ஒழுங்காக, சுத்தமாகக்கூட உடையணிந்து வருவதில்லை. (1952)

தெருவிலும் நகரின் பொது இடங்களிலும் எப்படி இதுவரை நடந்து வந்திருக்கிறோமோ அதையெல்லாம் முற்றிலுமாகத் துறந்து, போக்குவரத்து விதிகளை மேலைநாடுகளில் பின்பற்றுகிறார்போல நாமும் பின்பற்றினால்தான் இங்கு நிலவும் போக்குவரத்துக் குழப்பங்களை ஒழிக்க முடியும். நமது நகரத்தில் உள்ளவர்களில் எத்தனை பேருக்குப் போக்குவரத்து விதிமுறைகள் தெரியுமென்று விசாரித்தால், அதிர்ச்சியாக இருக்கும் . . . (1949)

நகரத்தின் மற்ற பகுதிகளில் வைக்கப்பட்டிருக்கும் கடிகாரங்களைப் போலவே காரகூய் பாலத்தின் இரண்டு பக்கங்களிலும் வைக்கப்பட்டிருக்கும் இரண்டு மாபெரும் கடிகாரங்களும் சரியான நேரத்தைக் காட்டுபவையாக இல்லை. இதனால் என்ன நிகழ்கிறதென்றால், குறிப்பிட்ட நேரத்திற்குப் புறப்பட வேண்டிய படகு, அலைவாய்க்குறடில் கட்டிவைக்கப்பட்டிருக்கும்போதே அது கிளம்பிப் போய்விட்டதாக ஒரு கடிகாரம் நேரம் காட்ட, இன்னொன்று எப்போதோ கிளம்பிப் போய்விட்ட படகு இன்னும் போகாமல் இருப்பதாக நேரம் காட்டி இஸ்தான்புல் வாசிகளைப் பெரும் தொல்லைக்குள்ளாக்கிக் கொண்டிருக்கின்றன. (1929)

மழைக்காலம் வந்துவிட்டது. எல்லா இடங்களிலும் குடைகள் விரிக்கப் பட்டிருக்கின்றன, வாழ்க! ஆனால் நம்மில் எத்தனை பேர் பக்கத்தில் இருப்பவர்கள் கண்ணைக் குத்தாமல் குடையைத் திறக்கிறோம்? லூனாபார்க்கில் சுற்றும் விளையாட்டு கார்கள்போல மற்றவர்கள் குடை மீது நம்முடையதை மோதாமல் இருக்கிறோம்? குடை பார்வையை மறைக்கிறது என்பதால் நம்மில் எத்தனை பேர் நடைபாதையில் அங்குமிங்கும் மூளையற்ற ஊர்சுற்றிபோல அலைகிறோம்? (1953)

நீலப்படங்களும் ஜனநெரிசலும் பேருந்துகளும் வாகனப் புகையும் இப்போதெல்லாம் பேயோலோவிற்குப் போகவிடாமல் செய்கின்றன. (1981)

எப்போதெல்லாம் தொற்றுநோய் ஏதாவது ஒன்று பரவுகிறதோ அப்போதெல்லாம் நமது நகராட்சி அங்குமிங்கும் சுண்ணாம்பு நீரைத் தெளிப்பதோடு கடமை முடிந்துவிட்டதாக நிறுத்திக்கொள்கிறது. குப்பைக்கூளங்கள் மலைபோல எல்லா இடங்களிலும் குவிந்திருப்பதை ஒருவரும் கண்டுகொள்வதில்லை . . . (1910)

தெரு நாய்களையும் கழுதைகளையும் பிடித்துச் சென்றதற்குப் பிறகு, தெருக்களில் அலையும் பிச்சைக்காரர்களையும் தெருப் பொறுக்கிகளையும் நமது நகராட்சி அகற்றியிருக்க வேண்டும். இது நடக்கப் போவதில்லை என்பது

இப்போது தெளிவாகிவிட்டது மட்டுமல்ல, இப்போது பொய்சாட்சிக்காரர்கள் கும்பல் கும்பலாகத் தெருக்களில் பொறுக்கித்திரிவது ஆரம்பித்துவிட்டது. (1914)

நேற்று பனிப்பொழிவு இருந்தது. நகரவாசிகளில் யாராவது ட்ராம் வண்டியின் முன்வாசல் வழியாக ஏறினார்களா அல்லது வயதானவர்களுக்கு எந்த விதத்திலாவது மரியாதை கொடுத்தார்களா என்று எண்ணிப் பார்க்க வேண்டும். சமூகத்திற்கான நாகரிக விதிகளை எவ்வளவு சீக்கிரம் இந்நகரம் மறந்து போய்விடுகிறது என்பதையும் வெகுசிலருக்கே இது குறித்த பிரக்ஞை இருக்கிறது என்பதையும் வருத்தத்தோடு குறிப்பிட வேண்டியிருக்கிறது. (1927)

இந்தப் பருவத்தில் இஸ்தான்புல் நகரின் மூலை முடுக்கிலெல்லாம் திருமண நிகழ்ச்சிகளில் பகட்டாரவாரமாக, பைத்தியக்காரத் தனமாக பட்டாசு, வாண வேடிக்கைகள் ராத்திரி வானத்தில் வெடித்துச் சிதறிக் கொண்டிருக்கின்றன. இதற்கெல்லாம் எந்தளவுக்குப் பணத்தை இவர்கள் செலவுசெய்ய வேண்டுமென்று கணக்கு போட்டுக்கொண்டிருக்கிறேன். நமது நகரத்தில் ஒருகோடி பேர்

இருக்கிறார்கள். அந்தப் பணத்தை ஏழைக்குழந்தைகளின் கல்விக்காகச் செலவழித்தால் இத்திருமண நிகழ்ச்சிகளில் கலந்துகொள்பவர்கள் இன்னும் அதிகமாகச் சந்தோஷப்படமாட்டார்களா ? நான் சொல்வது சரியா, தவறா ? (1997)

குறிப்பாகச் சொல்ல வேண்டுமானால், சமீப வருடங்களில் இஸ்தான்புல்லின் மகத்தான அழகுகள் மிளிரும் பகுதிகளிலெல்லாம் போலி – பிராங்கிய 'நவீன' கட்டடங்கள் முளைக்கத் தொடங்கிவிட்டன. உண்மையான பிராங்கிய கலைஞர்கள் இந்த அசட்டு கட்டட அமைப்புகளை முழு மனதோடு வெறுத்து ஏளனம் செய்கிறார்கள். வெகு விரைவிலேயே யூக்செக்கால்திரிம், பேயோலூ போன்ற இடங்களில் பாரம்பரிய கட்டடங்கள் அழிந்து, இந்தக் கோர உருக்கொண்ட கட்டடங்கள்தான் கும்பல் கும்பலாக நிறகப்போகின்றன. இதை நியாயப்படுத்தும் வகையில், நாமெல்லாம் ஏழைகளாயிற்றே, பலவீனமானவர்கள்தானே, பழைய பாணி கட்டடங்கள் அடிக்கடி தீக்கிரையாகிவிடுகின்றனவே என்று சமாதானம் சொல்வோமென்றால், அது நகரிய புத்தாக்கம் என்ற போதைக்கு நாம் ஆளாகியிருக்கிறோம் என்று அர்த்தம். (1922)

17

படம் வரைதலின் சந்தோஷங்கள்

பள்ளியில் சேர்ந்த சிறிது காலத்திற்குள்ளாகவே படம் வரைவதிலும் ஓவியம் தீட்டுவதிலும் இருக்கும் சந்தோஷத்தைக் கண்டுபிடித்துவிட்டேன். 'கண்டு பிடித்தல்' என்ற சொல் ஒருவேளை தவறாக இருக்கலாம். 'அமெரிக்கக் கண்டம்' போல ஏதோவொன்று ஏற்கனவே இருப்பதைக் கண்டுபிடிப்பது என்று சொல்லலாம். ஓவியத்திற்கான ஒரு ரகசிய வேட்கை, திறமை எனக்குள்ளே ஒளிந்திருந்ததென்றால், அதனை நான் பள்ளியில் சேருவதற்கு முன்பு வரை அறிந்திருக்கவில்லை. நான் ஓவியம் வரைந்ததற்குக் காரணம், வரையும்போது நான் அடைந்த பேரின்பப் பரவசம்தான் என்று சொன்னால் அது துல்லியமாக இருக்கும். எனக்குத் திறமை இருப்பதை அறிந்துகொண்டது அதன் பிறகுதான். முதலில் அப்படி ஒரு விஷயமே இருக்கவில்லை.

திறமை என்பது எனக்கு இருந்திருக்கக்கூடும். ஆனால் அதுவல்ல விஷயம். வரைவது எனக்கு அலாதியான சந்தோஷத்தை அளிக்கக் கூடியதாக இருந்தது. அதுதான் முக்கியம்.

பல வருடங்கள் கழித்து ஒருநாள் மாலை அப்பாவிடம் எனக்கு ஓவியம் வரைவதில் இருக்கும் தேர்ச்சியை எப்படி கண்டுபிடித்தீர்கள் என்று கேட்டேன். "ஒரு நாள் மரம் ஒன்றை வரைந்துகொண்டிருந்தாய்," என்றார் அப்பா. "அந்த மரக்கிளை ஒன்றின் மேல் காகம் ஒன்று உட்கார்ந்திருப்பதை வரைந்த போதுதான் நான் ஆச்சரியப்பட்டு உன் அம்மாவைக் கூப்பிட்டுக் காட்டினேன். ஒரு உண்மையான காகம் எப்படி கிளையில் உட்கார்ந்திருக்குமோ அதேபோலத் துல்லியமாக வரைந்திருந்தாய்."

இது நான் கேட்டதற்கான பதில் அல்லதான், மேலும் அவர் சொல்வது நூறுசதவீதம் உண்மையாகக்கூட இருந்திருக்காது. ஆனால் இந்தக் கதை எனக்குப் பிடித்திருந்தது. அப்படித்தான் நடந்திருக்கும் என்று நம்புவது அதைவிட

அதிகம் பிடித்திருந்தது. ஏழு வயதுப் பையன் வரைந்த காகம் அந்தளவுக்கு நேர்த்தியாக இருந்திருக்கப் பெரும்பாலும் வாய்ப்பில்லை. ஒரு நிரந்தர நன்னம்பிக்கையாளரான அப்பாவுக்கு, அவருடைய மகன் செய்யும் எதுவும் அசாதாரணமானதாகத்தான் இருக்கும் என்ற திடமான நம்பிக்கை இதயத்தின் அடியாழத்திலிருந்து ஸ்திரப்பட்டிருந்தது என்பதுதான் இதிலிருந்து தெளிவாகிறது. அவரது இந்த மனப்பான்மை சுலபத்தில் எதிரில் இருப்பவர்களுக்கும் தொற்றிக்கொள்ளும். இதனால் நானும் ஒரு அசாதாரணமான ஓவியன்தான் என்று நம்பத் தொடங்கினேன்.

படம் வரைவதால் எனக்குக் கிடைக்கும் இனிமையான பாராட்டுக்கள் எனக்குள் ஒரு கற்பனையைத் தூண்டிவிட்டன. என்னிடம் ஒரு மாய இயந்திரம் தரப்பட்டிருப்பதாகவும் அந்த இயந்திரம் எல்லோரையும் கட்டுப்படுத்தி அவர்கள் என்னை நேசிக்கவும் முத்தமிடவும் என்னைப் பாராட்டவும் செய்விக்கிறது என்று நம்பத் தொடங்கினேன். எனவே எப்போதெல்லாம் எனக்குப் போரடிக்கிறதோ, அப்போதெல்லாம் வரையத் தொடங்கிவிடுவேன். என்னைச் சுற்றியிருப்பவர்கள் ஆசையோடு பேப்பர், பென்சில்கள் பேனாக்கள் என்று வாங்கித் தந்துகொண்டேயிருக்க, நான் உற்சாகமாக வரைந்து தள்ளிக்கொண்டேயிருந்தேன். ஆனால் வரைந்த படங்களை முதலில் எடுத்துச்சென்று காட்டுவது மட்டும் அப்பாவிடம்தான். நான் எதிர்பார்த்துச் செல்லும் எதிர்வினையை அளிக்க அவர் ஒருபோதும் தவறியதில்லை. படத்தைக் கையில் வாங்கியதுமே அவர் முகம் மகிழ்ச்சித் திகைப்பில் ஸ்தம்பித்துப் போகும். அதன்பின் அவர் அதை ரசித்துப் பாராட்டுவது என் மூச்சை நிறுத்தும். பிறகு என் படத்தை அக்குவேறு ஆணிவேறாக அலசுவார். "இந்த மீனவன் நிற்கும் தோரணையை எவ்வளவு அழகாக வரைந்திருக்கிறாய், பார். அவன் அவ்வளவு சோகமாக இருப்பதற்குக் காரணம் கடல் புயல் மேகங்களால் கருத்திருக்கிறது. அவன் பக்கத்தில் நிற்பவன் அவனுடைய மகன்தானே? இந்தப் பறவைகளும் மீன்களும்கூட காத்துக்கொண்டிருப்பதைப் போல வரைந்திருக்கிறாய். எவ்வளவு கெட்டிக்கார ஓவியன் நீ!"

நான் உடனே உள்ளே ஓடிச்சென்று இன்னொரு படம் வரைவேன். அந்த மீனவனுக்குப் பக்கத்தில் இருப்பவனை நண்பனாகத்தான் வரைந்தேன். வரையும்போது அவனைச் சின்னதாக்கிவிட்டதால் அப்பா அவனை மகன் என்று நினைத்துவிட்டார். இருந்தபோதிலும் பாராட்டுக்களை ஆட்சேபிக்காமல் எப்படி முழுமனதோடு ஏற்றுக்கொள்வது என்ற வித்தை எனக்கு அப்போதே தெரிந்திருந்தது. அம்மாவிடம் படத்தைக் காட்ட ஓடுவேன்:

"அம்மா, நான் என்ன வரைந்திருக்கிறேன் என்று பாருங்கள். மீனவனும் அவன் மகனும்."

"நல்லா வரைஞ்சிருக்கியே. சரி, உன் வீட்டுப்பாடம் என்னாச்சு?" என்பார் அம்மா.

ஒரு நாள் பள்ளியில் இதைப் போல படம் வரைந்து கொண்டிருந்தபோது எல்லாப் பையன்களும் என்னைச் சுற்றிச் சூழ்ந்துகொண்டு வரைவதைப் பார்த்துக்கொண்டிருந்தார்கள். முன்னால் துருத்திக்கொண்டிருக்கும்

பற்களோடு இருந்த எங்கள் வகுப்பாசிரியர் பையன்களை விலக்கிக்கொண்டு நான் வரைவதைப் பார்த்தார். காதைத் திருகி அடிக்கப்போகிறார் என்று எதிர் பார்த்தேன். அடிக்கவில்லை. பதிலாக, பின் அந்தப் படத்தை வகுப்புச் சுவரில் மாட்டிவைத்தார். சட்டை மடிப்பிலிருந்து முயல்களையும் புறாக்களையும் உருவி எடுத்து வெளியில் விடுகிற மந்திரவாதி போல உணர்ந்தேன். நான் செய்ய வேண்டியதெல்லாம் இதைப் போன்ற அற்புதச்சித்திரங்களை வரைந்து வெளியே விட வேண்டியதுதான்: அப்புறம் புகழ் மழையில் நனைந்துகொண்டிருக்கலாம்.

இதற்குள், திறமையை எப்படி வெளிக்காட்டிக்கொள்வது என்ற சாமர்த்தியம் எனக்குக் கைவரப்பெற்றுவிட்டது. என் பாடப்புத்தகங்களிலும் காமிக்ஸ் புத்தகங்களிலும் செய்தித்தாள் கார்ட்டூன்களிலும் இருக்கின்ற கோட்டோவியங்களை உற்றுக் கவனித்து, வீட்டையும் மரத்தையும் நிற்கும் ஆட்களையும் எப்படி வரைகிறார்கள் என்று தெரிந்துகொண்டேன். நேரில் காணும் காட்சிகளை வரைய முற்படவில்லை. பார்க்கின்ற சித்திரங்களை மனப்பாடமாகப் பதித்துக்கொண்டேன். அவை எளிமையான சித்திரங்களாக இருந்தால் தெளிவாகப் பதிந்துவிடும். ஆயில் பெயின்டிங்குகளும் புகைப்படங்களும் சிக்கலாக இருந்ததால் அவற்றில் எனக்கு ஆர்வம் இருக்கவில்லை. புத்தகங்களில் வண்ணம் தீட்டுவது பிடித்திருந்தது. அம்மாவோடு 'அலாவுதீன்' கடைக்குச் சென்று புதிய புத்தகங்கள் வாங்குவது வண்ணம் தீட்டுவதற்காக மட்டுமல்ல, அந்தப் படங்களைப் பார்த்து வரைவதற்காகத்தான். ஒருமுறை ஒரு வீட்டையோ ஒரு மரத்தையோ ஒரு தெருவையோ வரைந்துவிட்டால் அது என் மனதில் நிரந்தரமாகத் தங்கிவிடும்.

நானே சொந்தமாக ஒரு மரத்தை, ஒரு தனிமரத்தை வரைவேன். எவ்வளவு வேகமாக முடியுமோ கிளைகளையும் இலைகளையும் வரைவேன். பின்னர் கிளைகளுக்குப் பின்னால் தெரியும் மலைத் தொடர்களை. அவற்றுக்குப் பின்னால் ஒன்றிரண்டு உயரமான மலைகளை. அதற்குப் பிறகு, நான் பார்த்த ஜப்பானிய ஓவியங்களின் பாதிப்பில் எல்லாவற்றையும் விட பிரம்மாண்டமாக ஒரு மலையை அவற்றுக்குப் பின்னால் வரைவேன். இதற்குள் என் கைக்குத் தனியாக ஒரு மனம் உண்டாகி, தன்னிச்சையாக செயல்படத் தொடங்கிவிட்டிருக்கும். நான் வரையும் மேகங்களும் பறவைகளும் நான் மற்ற படங்களில் பார்த்தவற்றைப் போலவே இருக்கும். படத்தை வரைந்து முடித்ததும் ஒரு மிக உன்னதமான விஷயத்தைச் செய்து முடிக்க வேண்டிய இடத்திற்கு வந்துவிடுவேன்: பின்னணியில் இருக்கும் மிக உயர்ந்த மலையின் சிகரத்தில் ஒரு உறைபனித் தொப்பியை வரைவேன்.

எனது படைப்பைப் பெருமிதத்தோடு பார்த்தபடி, தலையை இடம் வலமாகத் திருப்பி அணுவணுவாகச் சித்திரத்தை ஆராய்வேன். பின்னர் படத்திலிருந்து சற்றுத் தூரமாகத் தள்ளி நின்று கவனிப்பேன். ஆம், இது ஓர் அழகுப் படைப்புதான். நான்தான் அதை உருவாக்கியிருக்கிறேன். பரிபூரணமாக அமைந்திருக்கவில்லைதான், எனினும் இது நான் வரைந்தது. அழகாகத்தான் இருக்கிறது. வரையும் செயல் ஒரு சந்தோஷம்

என்றால், எனது சித்திரத்தைத் தள்ளி நின்று, ஒரு சன்னல் வழியே வேறு ஒருவரின் கண்களின் வழியே ரசிப்பதுபோலப் பார்ப்பதும் இன்னொரு சந்தோஷம்தான்.

சில நேரங்களில் வேறொருவர் கண்களின் வழியே பார்க்கும்போது சில குறைபாடுகளைக் கண்டுபிடிப்பேன். இல்லாவிட்டால் வரையும் சந்தோஷத்தை நீட்டித்துக்கொள்ளும் இச்சையில் சிக்கிக்கொண்டு, இன்னும் ஒரு மேகத்தையோ இன்னும் சில பறவைகளையோ இலையையோ சேர்ப்பேன்.

இது போன்ற கூடுதல் சேர்க்கைகள் சித்திரத்தைச் சிற்சில சமயங்களில் நாசப்படுத்தி விடுவதாகப் பிந்தைய வருடங்களில் நினைத்திருக்கிறேன். ஆனால் படைப்பாக்கக் கிளர்ச்சியை எனக்குள் இவை நிரப்பி வந்ததால் என்னைக் கட்டுப்படுத்திக்கொள்ளவும் முடிந்ததில்லை.

வரையும் போது எனக்கு ஏற்படுவது எந்த மாதிரியான பரவசம்? இப்போது ஐம்பது வயதான இந்த நினைவுக் குறிப்பாளர் இப்போதைய தனக்கும் ஒரு காலத்தில் சிறுவனாக இருந்த அப்போதைய தனக்குமிடையே சற்று இடைவெளி விட்டு சிந்திக்க வேண்டியிருக்கிறது:

1. வரைவதில் நான் இன்பம் கண்டதற்குக் காரணம், உடனடி அற்புதங்களை என்னால் உருவாக்க முடிவதும் அதனை என்னைச் சுற்றியுள்ள எல்லோரும் பாராட்டுவதும்தான். படத்தை வரைந்து முடிப்பதற்கு முன்பாகவே எனக்குக் கிடைக்கப் போகிற பாராட்டுக்களையும் என் சித்திரம் அவர்களுக்கு ஏற்படுத்தப்போகிற சந்தோஷத்தையும் மனக்கண்ணில் பார்க்கத் தொடங்கிவிடுவேன். இந்த எதிர்பார்ப்பு வேரூன்றியதும் அது படைப்புச் செயலில் ஒரு பகுதியாக, அதன் சந்தோஷத்தின் ஒரு பகுதியாக மாறிவிடும்.

2. சிறிது காலத்திற்குப் பின், என் கண்களின் அளவிற்கு என் கைக்கும் திறமை வளர்ந்து, அழகானதொரு மரத்தை வரையும்போது என் கட்டுப்பாடில்லாமல் என் கையே தன்னிச்சையாக நகர்ந்து வரைவதைப் போல உணரத் தொடங்கினேன். பேப்பரில் பென்சில் படு வேகமாக வரைகையில், மற்றொரு சக்தி இயங்குவதற்கான சாட்சிதான் சித்திரம் வரைதலோ என்றும் என் உடம்புக்குள்ளே வேறு யாரோ புகுந்துகொண்டார்களோ என்றும் வியப்பு மேலிட என் கைகள் வரைவதைத் திகைப்போடு பார்த்துக்கொண்டிருப்பேன். அந்த இன்னொரு ஆத்மாவை வியந்தபடி, அவனுக்குச் சமமாக மாற விழைந்தபடியிருக்கும் போது, என் மனதின் இன்னொரு பகுதி, கிளைகளின் வளைவுகளை, மலைகளை வரைந்த விதத்தை, மொத்தத்தில் சித்திரம் உருவாகியிருக்கும் அமைப்பை நுட்பமாகச் சோதித்துக்கொண்டு, தாளில் வரைந்திருக்கும் காட்சியை அகக்குரலில் எடை போட்டுக்கொண்டிருக்கும். நான் யோசிப்பதற்கு முன்பாகவே என் பேனாவின் முனையில் என் மனம் தன்னைப் பொருத்திக்கொண்டிருப்பதை உணர்கின்ற தருணம் அது. அதே நேரத்தில் நான் ஏற்கனவே வரைந்ததையும் அது மேற்பார்வையிட்டபடி இருக்கும். தனது துணிவையும் தனது சுதந்திரத்தையும் இச்சிறிய ஓவியன் கண்டடைந்தபோது உணர்ந்த பரவசம் என்பது என் வளர்ச்சியை

பகுப்பாய்வு செய்யும் இந்த இரண்டாம் புலனுணர்வு என்ற இந்த ஆற்றல்தான். பனியில் சறுக்கிச்செல்லும் சிறுவனைப் போல பேப்பரில் என் பென்சில் வழுக்கிச் செல்கையில் உருவாகின்ற பிரிப்புக்கோட்டை பின்னொற்றிச் செல்லும்போதுதான் என்னிலிருந்து நானே வெளியில் அடியெடுத்து வைப்பதும் எனக்குள் குடியேறியிருக்கும் இரண்டாவது மனிதனை அறிந்துகொள்வதும் நடக்கிறது.

3. என் மனதிற்கும் என் கரத்திற்கும் இடையேயிருக்கும் இந்தப் பிரிவு, தன்னிச்சையாக என் கரம் இயங்குவதான உணர்வு, இதற்கும் என் தலை மட்டும் அசையாதிருக்க நான் எனது கனவுலகிற்குள் தப்பித்துச் செல்கிற உணர்வுக்கும் ஏதோவொன்று பொதுவாக இருந்தது. ஆனால் என் விநோதக் கனவுலகின் கதம்பக் கற்பனைகள் போலல்லாமல் என் சித்திரங்களை நான் ரகசியமாக ஒளித்து வைத்திருக்க வேண்டியதாக இல்லை. பாராட்டை எதிர்பார்த்து, சந்தோஷமாக அவற்றை எல்லோரிடமும் காட்டிக்கொண்டிருந்தேன். சித்திரம் வரைவதென்பது, தனது இருப்பினால் உங்களுக்குச் சங்கடத்தை ஏற்படுத்தாத ஓர் இரண்டாவது உலகத்தைக் கண்டடைவது.

4. நான் வரைந்த பொருட்கள், அந்த வீடும் மரமும் மேகமும் எவ்வளவுதான் கற்பனையாக இருந்தாலும் அவற்றிற்கு ஒரு பொருளியல் யதார்த்தத்தின் அடிப்படை இருந்தது. ஒரு வீட்டை நான் வரைந்தேனென்றால் அது என் வீடு என்பதாகவே உணர்ந்தேன். நான் வரைந்த அனைத்தும் எனக்குச் சொந்தமானவை என்றே உணர்ந்தேன். இந்த உலகத்தைப் புத்தாய்வு செய்வதும் நான் வரைந்த மரங்களுக்குள்ளும் காட்சிகளுக்குள்ளும் நான் வசிப்பதும் மற்றவர்களிடம் காட்டக் கூடிய அளவுக்கு மிகவும் உண்மையானதோர் உலகத்தைத் தீட்டுவதும் நிகழ்காலச் சலிப்பிலிருந்து தப்பிச் செல்வதற்கான உபாயம் என்பதே.

5. எனக்கு பேப்பர், பென்சில்கள், வரைபுத்தகங்கள், பெயின்ட் முதலான இதர ஓவியப் பொருட்களின் வாசனை பிடித்திருந்தது. வெற்றான சித்திரத்தாளை வருடிப்பார்ப்பது ஆனந்தமாக இருந்தது. எனக்குச் சித்திரங்களை வரைந்து என்னுடனே வைத்துக்கொள்வது பிடித்திருந்தது. அவற்றின் பொருண்மை, அவற்றின் பருப்பொருளான இருப்பு பிடித்திருந்தது.

6. இந்தச் சின்னஞ்சிறு பரவசங்களைக் கண்டடைந்து கொண்டதன் மூலம், எனக்குக் கிடைத்த எல்லாப் பாராட்டுக்களின் உதவியோடு, என்னை ஒரு வித்தியாசமானவனாக, ஏன் விசேஷமானவனாகக் கூட நம்பத் தொடங்கினேன். தம்பட்டம் அடித்துக்கொள்ள விருப்பமில்லையென்றாலும் அது வெளியில் தெரியவேண்டுமென விரும்பினேன். சித்திரங்களின் மூலம் நான் படைத்த உலகம், என் தலைக்குள் ஒளித்துவைத்திருந்த இரண்டாம் உலகத்தைப் போல என் வாழ்வைச் செறிவூட்டியது. அதைவிடவும் தினசரி வாழ்க்கையின் புழுதியும் இருண்மையுமான உலகைவிட்டு தைரியமாகத் தப்பிச்செல்ல வழிகோலியது. இப்புதிய பழக்கத்தை என் குடும்பத்தினர் ஏற்றுக்கொண்டது மட்டுமல்லாமல் அதற்கு எனக்கிருக்கும் உரிமையையும் ஒப்புக்கொண்டார்கள்.

18

இஸ்தான்புல் கலைக்களஞ்சியம்: ரெஷாத் எக்ரம் கோச்சு தொகுத்த வினோத உண்மைகள்

என் பாட்டியின் வசிப்பறையில் ஒரு புத்தக அலமாரி இருந்தது. அதன் தாழிடப்பட்ட, வெகு அரிதாகவே திறக்கப்படுகிற கண்ணாடிக் கதவுகளுக்குப் பின்னால் *Life Encyclopedia* தொகுப்புகளோடும் மங்கிக்கொண்டிருக்கும் பெண்கள் நாவல் வரிசைகளோடும் என் அமெரிக்க மாமாவின் மருத்துவப் புத்தகங்களோடும் புழுதி சேர்ந்துகொண்டிருந்த ஒரு மாபெரும் புத்தகமும் இருந்தது. ஒரு செய்தித்தாள் அளவுக்கு நீளமும் அகலமும் கொண்டிருந்த அப்புத்தகத்தை எனக்குப் படிக்கும் பழக்கம் ஏற்பட்டவுடனேயே எடுத்துப் பார்க்கத் தொடங்கிவிட்டேன். ஒஸ்மான் காஸியிலிருந்து அடாதுர்க் வரை: அறுநூறு ஆண்டுகால ஆட்டமன் சரித்திரத்தின் விளக்கச் சித்திரம் என்ற அப்புத்தகத்தில் இருந்த விஷயங்களும் ஏராளமாக இருந்த வினோதமான சித்திரங்களும் என்னைப் பெரிதும் கவர்ந்தன. எங்கள் குடியிருப்பு, சலவையகம் இருந்த தளத்திலேயே இருந்த நாட்களிலும் எனக்கு உடம்பு சரியில்லாமல் பள்ளிக்குச் செல்லாமலிருந்த நாட்களிலும் அல்லது காரணமேயில்லாமல் பள்ளிக்குச் செல்லாமலிருந்த நாட்களிலும் என் பாட்டியின் குடியிருப்புக்குச் சென்று, மாமாவின் மேஜையில் உட்கார்ந்து இந்தப் புத்தகத்தின் ஒவ்வொரு வரியையும் ஆர்வத்தோடு படித்துக்கொண்டிருப்பேன். அதன் பின், நாங்கள் வாடகை வீடுகளில் வசிக்க நேர்ந்தபோதும்கூட இப்புத்தகத்தைப் பாட்டி வீட்டுக்குப் போகும்போதெல்லாம் எடுத்துப் படித்துக்கொண்டிருப்பேன்.

குறிப்பாக ஆட்டமன் சரித்திரத்தைச் சித்தரிக்கின்ற கருப்பு வெள்ளைச் சித்திரங்களைப் பெரிதும் ரசித்தேன்: என் பள்ளி பாடப் புத்தகங்களில் இந்தச் சரித்திரம் தொடர்ந்தேர்த்தியான யுத்தங்கள், வெற்றிகள், தோல்விகள்,

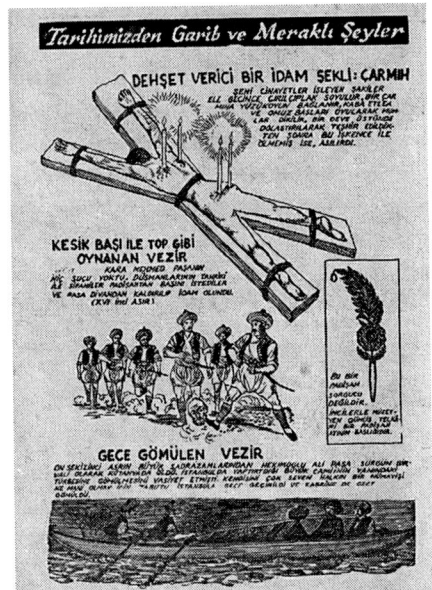

ஒப்பந்தங்கள் எனப் பெருமிதம் தொனிக்கும் தேசியவாதத் தொனியில் விவரிக்கப்பட்டிருக்கும். ஆனால் *'From Gazi Orman to Ataturk'* என்ற இப்புத்தகத்தில் இருந்தவையெல்லாமே சுவாரஸ்யமான, விநோதமான சம்பவங்களும் அதைவிட விநோதமான மனிதர்களுமாக, அதிர்ச்சியூட்டும் மயிர்கூச்செரியும் திகிலூட்டும் சில நேரங்களில் கிளர்ச்சியூட்டும் சித்திரக் கலைக்கூடத்திற்குள் நுழைந்ததைப் போன்ற உணர்வை எழுப்புவதாக இருந்தது. அரியணையில் வீற்றிருக்கும் சுல்தானின் முன்னால் தமது விநோதமான திறமைகளை நிகழ்த்திக் காட்டியபடி செல்லும் வித்தைக்காரர்களின் வரிசையைச் சித்தரித்திருக்கும் ஆட்டமன் விழா மலரைப் போன்றது இந்தப் புத்தகம் என்று சொல்லலாம். இந்த ரகசியப் புத்தகங்களில் வரையப்பட்டிருக்கும் நுண்ணோவியங்களின் ஒன்றிற்குள் நுழைவதைப் போல. இப்போது இப்ராஹிம் பாஷா மாளிகை என்றழைக்கப்படுகிற சுல்தான் அஹமத் சதுக்கத்தின் சாளரங்களின் வழியே பேரரசின் செல்வச் செழிப்பிற்கான சின்னங்களை, வர்ணஜாலங்களை, கொண்டாட்டங்களை சுல்தான் அவர்களுக்குப் பக்கத்தில் அமர்ந்து பார்ப்பதைப் போல. குடியரசாகி, துருக்கி ஒரு மேலை நாடாக ஆனபின்பு, நாங்கள் எமது ஆட்டமன் வேர்களைத் துண்டித்துக்கொண்டோம் என்றும் நாங்கள் 'தர்க்க அறிவும் விஞ்ஞான அறிவும்' பெற்ற மக்களாக மாறிவிட்டோம் என்றும் எங்களுக்கு நாங்களே சொல்லி நம்பவைத்துக்கொள்ள விரும்பினோம் என்பதைச் சொல்ல வேண்டும். இதனால்தானோ என்னவோ எமக்குத் தொடர்பில்லையென்று துறந்து விலகி வந்துவிட்ட ஆட்டமன் மூதாதையர்களின் விநோதங்களையும் அந்நியத் தன்மைகளையும் திடீரென்று புரிந்துகொண்ட அவர்கள் மனிதாபிமானத்தையும் ஒரு நவீன சன்னலில் அமர்ந்துகொண்டு வேடிக்கை பார்ப்பது பெரிதும் கிளர்ச்சியளிப்பதாக இருக்கிறது.

இப்படியாகத்தான் மூன்றாம் சுல்தான் அகமத்தின் மகன் இளவரசன் முஸ்தபாவின் சுன்னத் கல்யாணத்திற்கு வாழ்த்து தெரிவித்து கொண்டாடும் விதமாகக் கழைக்கூத்தாடி ஒருவன் இரண்டு கப்பல்களின் கொடிக்கம்பங்களை இணைத்துக் கட்டப்பட்ட கயிற்றின் மீது நடந்து 'கோல்டன் ஹார்ன்' ஜலசந்தியைக் கடந்தான் என்ற செய்தியை இப்புத்தகத்தில் இருந்த ஒரு கருப்பு வெள்ளை சித்திரத்தின் மூலம் அறிந்துகொண்டேன். மரணதண்டனையை நிறைவேற்றுபவர்கள் இறந்து போனால் அவர்கள் உடலைச் சாதாரண மக்களைப் புதைக்கும் இடுகாட்டில் புதைக்கமாட்டார்கள் என்பதையும் இப்புத்தகத்தின் மூலம்தான் அறிந்துகொண்டேன். மரணதண்டனைக் கைதிகளைக் கொல்கின்ற தொழில்முறை கொலைஞர்களுக்கு எயூப்பில் உள்ள கரியாடி பாயிரியில் தனியான கல்லறை அமைக்கப்பட்டிருந்ததாம். உஸ்மானின் ஆட்சிக்காலத்தின்போது 1621இன் வருட குளிர்காலம் மிகக்கடுமையாக இருந்திருக்கிறது. கோல்டன் ஹார்ன் மொத்தமும் பாஸ்ஃபரஸ்ஸின் ஒரு பகுதியும் முற்றிலுமாக உறைந்துபோயிருந்ததை இப்புத்தகத்தில் உள்ள பல படங்கள் காட்டுகின்றன. பனிச்சறுக்கு ஸ்லெட்டுகளோடு இணைக்கப்பட்ட படகுகளும் பனிப்பாளத்தில் சிக்கி நின்றிருக்கும் கப்பல்களும் சரித்திர உண்மை என்பதைத் தாண்டி ஓவியனின் அதீதக் கற்பனையாகக் கூட இருக்கலாம் என்ற எண்ணமே எனக்குத் தோன்றியதில்லை; எத்தனைமுறை பார்த்தாலும் எனக்குச் சலிக்காத படங்கள் அவை. என்னைப் பெரிதும் மயக்கிய மற்றும் இரண்டு சித்திரங்கள் இரண்டாம் அப்துல் ஹமீதின் காலத்தில் இஸ்தான்புல்லில் பிரபலமாக இருந்த இரண்டு பைத்தியங்களைப் பற்றியன. முதல் படத்தில் இருப்பவனுக்கு உடம்பில் ஒட்டுத் துணியில்லாமல் தெருக்களில் நடந்து செல்லும் பழக்கம். ஆனாலும் அந்த ஓவியர் அவனுக்குக் கூச்சவுணர்வைத் தனது சித்திரத்தில் ஏற்படுத்தி, அவன் தனது மானத்தை மறைத்துக்கொண்டு செல்வதாக வரைந்திருப்பார். இன்னொரு படத்தில் இருப்பவள் பெயர் மேடம் உபோலா. கைக்கு என்ன கிடைக்கிறதோ அதை உடுத்திக்கொண்டு செல்பவள் அவள். நூலாசிரியர் அவர்கள் இருவரைப் பற்றிச் சுவையான தகவலைச் சொல்கிறார். இந்த இரண்டு பைத்தியங்களும் எதிரெதிரே வந்துவிட்டால் மூர்க்கமாக அடித்து சண்டையிட்டுக் கொள்வார்களாம். இதற்காக அவர்களைப் பாலத்தைக் கடந்துசெல்ல நகரத்தார் அனுமதிப்பதில்லையாம். (அந்தக் காலத்தில் பாஸ்ஃபரஸ்ஸின் மீது எந்தவொரு பாலமும் இருக்கவில்லை. கோல்டன் ஹார்னில் மட்டும் ஒன்றே ஒன்று இருந்திருக்கிறது. 1845இல் காரகூய்யிற்கும் எமினூன்யுவிற்கும் இடையே கட்டப்பட்டிருந்த கலாதா பாலம், சென்ற 20ஆம் நூற்றாண்டு வரை மூன்றுமுறை கட்டப்பட்டிருக்கிறது. ஆனால் முதலில் மரத்தால் கட்டிய 'அசல்' பாலம் மட்டுமே 'பாலம்' என்ற பெயரில் அழைக்கப்படுகிறது). இன்னொரு படத்தைப் பார்க்கும்போது என் கண்கள் பிரகாசம் அடையும். முதுகில் கூடையோடு ஒருவனை மரத்தில் கட்டிவைத்திருப்பார்கள். அந்தச் சித்திரத்தோடு இருக்கும் குறிப்பைப் படித்தால் நூறு வருடங்களுக்கு முன் தெருத்தெருவாக ரொட்டி விற்றுச் செல்பவனாகிய அந்த வியாபாரி காபிஹவுஸ் ஒன்றில் சீட்டாடுவதற்காகச் சுமையோடு இருந்த அவன் குதிரையை ஒரு மரத்தில்

கட்டிப்போட்டுவிட்டுச் சென்றுவிட்டதைப் பார்த்த ஹியூஸே என்ற அதிகாரி, அந்த வாயில்லா ஜீவனைக் கொடுமைப்படுத்திய குற்றத்திற்காக அவனை மரத்தோடு கட்டிவைத்தது தெரியவரும்.

இந்தக் கதைகள் எல்லாம் எந்தளவுக்கு உண்மையானவை? உதாரணமாக ஒரு கதையில் பதினைந்தாம் நூற்றாண்டைச் சேர்ந்த காரா மெஹ்மத் பாஷாவுக்கு ஒரு கலகத்தை அடக்க முயன்றபோது தலை கொய்யப்பட்டதாகவும் அதைக் கண்ட அவரது ஆட்கள் உத்வேகம் பெற்றுக் கலகத்தை ஒடுக்கியதாகவும் சொல்லப்படுகிறது. இந்தக் கதையில் பாஷாவின் துண்டிக்கப்பட்ட தலையைக் கலகக்காரர்கள் வீசியெறிந்து விளையாடிக்கொண்டிருந்ததாகவும் பாஷாவின் வீரர்களுக்கு அதைப் பார்த்ததும்தான் கோபம் ஏற்பட்டு ஒடுக்கியதாகவும் இருக்கிறது. ஆனால் உண்மையில் இந்தச் சித்திரத்தில் இருப்பதைப் போல பாஷாவின் தலையை வீரர்கள் எட்டி உதைத்து கால்பந்து விளையாடினார்களா? இந்தக் கேள்வியையெல்லாம் கேட்காமல் அடுத்த படத்திற்குச் சென்றுவிடுவேன். அந்தப் படத்தில் இருக்கும் எஸ்தர் கீரா என்பவள் பதினாறாம் நூற்றாண்டில் ஸஃபியே சுல்தானுக்கு 'லஞ்சம் வசூலிப்பவளாக' இருந்தவளாம். இன்னொரு கலகத்தின் போது அவள் துண்டுத்துண்டாக வெட்டப்பட்டு, அவள் லஞ்சம் வசூலித்தவர்களின் வீட்டுக்கதவுகளில் அவள் உடம்பின் துண்டுகள் ஆணியில் அறையப்பட்டதாம். அந்தப் படத்தில் ஒரு வீட்டின் கதவில் துண்டிக்கப்பட்ட கை ஒன்று அறையப்பட்டிருப்பதைப் பார்க்கும்போது எனக்குக் குலைநடுங்கும்.

நான் ஏற்கனவே விவரித்த துயரார்ந்த எழுத்தாளர் நால்வரில் ஒருவரான கோச்சு இன்னொரு விஷயத்தைப் பற்றி நுட்பமாகவும் விரிவாகவும் எழுதியிருக்கிறார். மேலைநாட்டு யாத்ரீகர்களுக்கு மிகுந்த சுவாரஸ்யத்தை ஏற்படுத்துகின்ற விஷயம் அது. இஸ்தான்புல்லின் சித்திரவதையாளர்கள், தூக்கிலிடுபவர்கள் பற்றிய வினோதமான பயங்கரமான விவரங்களை கோச்சு எழுதியிருப்பது மிகப் பிரசித்தம். எமினூன்யு என்பது இதற்காகவே கட்டப்பட்ட இடம். 'கொக்கி' என்று பொருள்பட அழைக்கப்பட்ட இந்த இடத்தில் குற்றவாளிகளைப் பிறந்த மேனியாக அழைத்துவந்து கூரான கொக்கிகளை உடம்பில் குத்தி ராட்டினத்தில் கட்டி வெகு உயரத்திற்குத் தூக்கி அங்கிருந்து அவனை கீழே தள்ளுவார்கள். சுல்தானின் மெய்க்காப்பாளரான ஜானிஸரி ஒருவன் இமாம் ஒருவரின் மகள் மீது காதல் வயப்பட்டு அவளைக் கடத்திக்கொண்டு வந்துவிட்டானாம். அவளுடைய தலைமுடியை ஒட்ட கத்தரித்து, பையனைப் போல உடையணிவித்து நகரத்தில் சுற்றி வந்திருக்கிறான். அவனைக் காவலர்கள் பிடித்து, கைகளையும் கால்களையும் உடைத்து, பீரங்கியின் வாய்க்குள் அவனோடு எண்ணெயில் தோய்த்தெடுத்த கந்தலையும் வெடிமருந்தையும் சேர்த்துத் திணித்து வெடித்து சிதறடித்திருக்கிறார்கள். 'குலை நடுங்க வைக்கும் கொலைத் தண்டனைகள்' என்ற தலைப்பில் இன்னொரு தண்டனையை இக்கலைக்களஞ்சியம் வர்ணிக்கிறது. இத்தண்டனையில் கைதியை நிர்வாணமாக்கி, ஒரு சிலுவையில் குப்புறப் படுக்கவைத்து இறுக்கக் கட்டிவிட்டு, மெழுகுவர்த்தியால் தோளிலும் பிருஷ்டங்களிலும் சூடுவைக்கிறார்கள். அதன்பின் அவனை நகரம் முழுக்க, எல்லோருக்கும்

ஒரு பாடமாக இருக்க வேண்டுமென்பதற்காக, ஊர்வலமாக நடத்திச் செல்கிறார்கள். இந்த நிர்வாணக் குற்றவாளியின் படம் எனக்கு செக்ஸுவலான உதறலை ஏற்படுத்துவது மட்டுமல்லாமல், இஸ்தான்புல் என்பது நிழலான கருப்பு வெள்ளை சித்திரங்களில் மரணத்தையும் சித்திரவதைகளையும் பயங்கரங்களையும் நிறைவேற்றும் ஒரு கொலைக் களஞ்சியமாகக் காட்டப்படுவதில் ஒரு குரூர சந்தோஷத்தையும் அளிப்பதாக இருந்தது.

ரெஸாத் எக்ரம் கோச்சுவிற்கு இவற்றைப் புத்தகமாகக் கொண்டுவரும் எண்ணம் முதலில் இல்லவே இல்லை. 'நமது வரலாற்றின் சுவையான வினோத நிகழ்வுகள்' என்ற தலைப்பில் *Cumhuriyet* இதழின் நான்கு பக்க இணைப்பில் எழுதி வந்த தொடரை 1954இல் தொகுத்துப் புத்தகமாக வெளியிட்டார். இந்த வினோதக் கதைகளுக்கும் விசித்திர, சரித்திரபூர்வமாக கலைக்களஞ்சியத் தனமான நுட்ப விவரங்களுக்குப் பின்னால் கோச்சுவின் வினோதமும் சோகமும் நிறைந்த சொந்தக் கதையும் இருக்கிறது. பத்து வருடங்களுக்கு முன் 1944இல் அவர் உவப்போடு ஆரம்பித்த இந்தப் பெரும்பணியை வறுமையின் நிமித்தமாக ஆயிரமாவது பக்கத்தோடு 1944இல் நிறுத்த வேண்டியிருந்தது. நான்கு தொகுதிகள் நிறைவடைந்திருந்த அக்கலைக்களஞ்சியம் *Istanbul Encylopedia* அப்போது 'B' வரைக்கும்தான் வந்திருந்தது.

ஏழு வருடங்கள் கழித்து கோச்சு அவரது இரண்டாம் *Istanbul Encylopedia* வைத் தொடங்கினார். மிகவும் பெருமையோடு 'ஒரு தனி நகரத்தைப் பற்றிய உலகின் முதல் கலைக்களஞ்சியம்' என்று அதை அறிவித்துக்கொண்டு மறுபடியும் 'A' முதல் ஆரம்பித்தார். அப்போதே

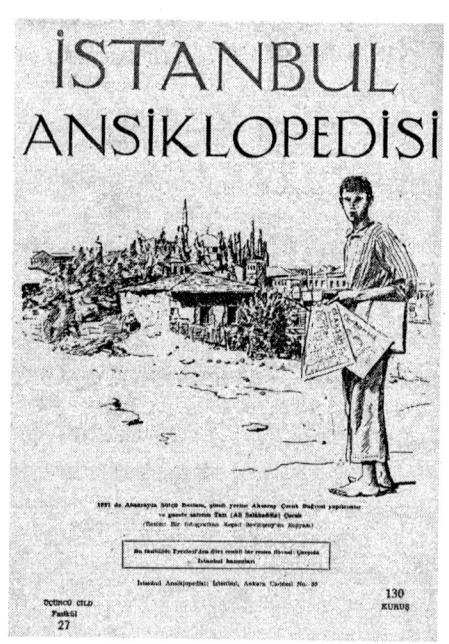

அவருக்கு ஐம்பத்தி இரண்டு வயதாகியிருந்ததால் இந்த இமாலயப் பணியை முடிக்க முடியாமல் போய்விடுமோ என்ற பயத்தில், அதனை வெறும் பதினைந்து தொகுதிகளுக்குள் அடக்கிவிடுவதென்றும் மிகவும், 'பிரபலமான' நிகழ்வுகளை மட்டும் சேர்ப்பதென்றும் முடிவெடுத்தார். இந்தமுறை அவரது தன்னம்பிக்கையின் காரணமாகக் கலைக்களஞ்சியத் தொகுப்பில் அவருக்குத் தனிப்பட்ட முறையில் ஆர்வமெழுப்பிய விஷயங்களுக்கு இடம் அளிப்பதென்று தீர்மானித்தார். 1958இல் முதல் தொகுதி வெளிவந்தது. 1973இல் பதினோராவது தொகுதி வந்தபோது அவர் 'G' வரை மட்டும்தான் முடித்திருந்தார். அவர் பயந்தது போலவே இந்தக் கட்டத்தோடு அவரது பணி கைவிடப்பட்டது. இருந்தாலும் இந்த இரண்டாம் கலைக்களஞ்சியம் இருபதாம் நூற்றாண்டு இஸ்தான்புல்லின் வண்ணப் படங்களோடு சுவாரஸ்யமான தகவல்களைக் கொண்டு, இம்மகத்தான நகரத்தின் ஆன்மாவை அற்புதமாகச் சித்தரிக்கும் ஓர் ஒப்பற்ற வழிகாட்டியாகத் திகழ்கிறது. இந்த நூலின் மொழிநடையே இந்நகரத்திற்கான நடையாக, அதே செறிவோடு, அதே சாயலோடு அமைந்திருக்கிறது. இதைப் புரிந்துகொள்ள ஒருவர் ரெஷாத் எக்ரம் கோச்சுவையே முழுதாகப் புரிந்துகொள்ள வேண்டும்.

இருபதாம் நூற்றாண்டின் இஸ்தான்புல்லை ஒரு துயரார்ந்த, முழுமையாக நிறைவடையாத நகரமாக ஒரு பிம்பத்தை உருவாக்கிய *ஹூசுன்*னில் ஊறிய ஆத்மாக்களில் ஒருவர் கோச்சு. *ஹூசுன்* என்பது அவர் வாழ்வை நிர்மாணிக்கிற, அவர் எழுத்துக்களுக்கு அதன் மறைமுக தர்க்கத்தை அளிக்கிற, அவரது இறுதித் தோல்வியாக இருக்கக்கூடிய ஒரு தனியான மார்க்கத்தில் அவரைச் செலுத்தக்கூடிய அம்சமாக இருக்கிறது. ஆனால் அவரையொத்த மற்ற எழுத்தாளர்களைப் போலல்லாமல் அதனை அவர் மையப்புள்ளியாகப் பார்க்கவில்லை. அதைப் பற்றி அதிகம் சிந்தித்ததுமில்லை. அவரது துயரத்தை அவரது சரித்திரத்தின், அவருடைய குடும்பத்தின், அவரது நகரத்தின் தொடர்ச்சியாகப் பார்க்காமல், *ஹூசுன்*னை தனது உள்ளியல்பாகக் கருதினார். வாழ்க்கையிலிருந்து ஒதுங்கி நிற்கும் பழக்கத்தையும் தோல்வியை ஆரம்பத்திலிருந்தே ஏற்றுக்கொள்ள வேண்டும் என்பதுதான் வாழ்க்கையின் கடப்பாடு என்பதையும் இஸ்தான்புல் தனது மரபான பண்பாகக் கொண்டுள்ளது என்பதை அவர் ஏற்றுக்கொள்ளவில்லை. மாறாக இஸ்தான்புல் அவருக்கு ஆற்றுப்படுத்தும் ஸ்தலமாக இருந்தது.

ரெஷாத் எக்ரம் கோச்சு 1905இல் ஆசிரியர்களும் அரசு ஊழியர்களும் நிறைந்திருந்த குடும்பத்தில் பிறந்தார். அவருடைய தாய் ஒரு பாஷாவின் மகள். தந்தை செய்தியாளராகப் பலகாலம் பணிபுரிந்தவர். ஆட்டமன் சாம்ராஜ்யத்தை முற்றாக வீழ்த்திய யுத்தங்களுக்கும் தோல்விகளுக்கும் இனி வரப்போகும் பல தசாப்தங்களுக்கு மீண்டெழுந்து வர முடியாத வறுமைக்கு இஸ்தான்புல் தள்ளப்படுவதற்கும் கோச்சு தனது இளமைக்காலம் முழுக்க நேரடி சாட்சியாக இருந்தார். பின்னர் அவர் எழுதிய நூல்களிலும் கட்டுரைகளிலும் இவற்றைப் பற்றி விரிவாகவே பதிவு செய்திருக்கிறார். இவை மட்டுமல்லாமல் இந்நகரம் கண்ணுற்ற பயங்கரத் தீ விபத்துகளையும் தீயணைப்பு வீரர்களையும் தெருச்சண்டைகளையும் சமூக வாழ்க்கையையும்

சிறுவயதில் அவர் பார்த்த *meyhane*களையும் அவர் எழுத்துக்களில் நிறையவே பார்க்க முடிகிறது.

குழந்தையாக இருந்தபோது அவர் வாழ்ந்த ஒரு பாஸ்ஃபரஸ் *யாலி*யைப் பற்றியும் பின்னர் அக்கட்டடம் எரித்துத் தள்ளப்பட்டதையும் குறிப்பிடுகிறார். ரெஷாத் எக்ரெம்மிற்கு இருபது வயதாக இருந்தபோது அவருடைய தந்தை கூஸ்தெபியில் உள்ள ஒரு பழங்கால ஆட்டமன் மாளிகையை வாடகைக்கு எடுத்தார். இளைஞனான கோச்சுவிற்கு இஸ்தான்புல்லின் மர இல்லங்களான 'கூஷ்க்'இல் வாழும் பாரம்பரிய வாழ்க்கைமுறை இங்குதான் வாய்த்திருந்தது. இங்குதான் அவரது பரந்த குடும்பமும் சிதறுண்டது. இவருடையதைப் போன்ற குடும்பங்களில் வழக்கமாக நிகழ்வதைப் போலப் படிப்படியான வளக்குறைவும் உட்பூசல்களும் அந்த மர 'கூஷ்க்'கை விற்க வைத்தது. அதன் பின் குடும்பத்திலிருந்து தனியே பிரிந்து கூஸ் தெபியிலேயே வெவ்வேறு கான்கிரீட் அடுக்ககங்களில் கோச்சு வாழ்ந்தார். கோச்சுவின் துயரார்ந்த, பின்புறமாகத் திரும்பிய ஆன்மாவை அவர் எடுத்த ஒரு குறிப்பிட்ட முடிவு மிகத் தெளிவாகப் புலப்படுத்துகிறது. ஆட்டமன் சாம்ராஜ்யம் வீழ்ந்து, துருக்கிய குடியரசு லட்சியங்கள் புதிய உயரங்களுக்கு வளர்ந்துகொண்டிருந்த சமயத்தில், மேற்கு நோக்கி சாயத்தொடங்கிவிட்ட இஸ்தான்புல், ஆட்டமன் கால எச்சங்கள் அனைத்தையும் கைவிடுத்து, ஒடுக்கி, ஏளனம் செய்து, சந்தேகத்துடன் ஒதுக்கிவைத்துக்கொண்டிருந்த காலகட்டத்தில் கோச்சு இஸ்தான்புல்லில் சரித்திரம் படிக்க முடிவெடுத்தார். அதில் பட்டம்

பெற்றதும் அவர் பெருமதிப்பு கொண்டிருந்த வரலாற்றாய்வாளர் அகமெத் ரெஃபிக் அவர்களிடம் உதவியாளராகச் சேர்ந்தார்.

1880இல் பிறந்த அகமெத் ரெஃபிக், கோச்சுவைவிட இருபத்தைந்து வயது பெரியவர். ‘கடந்த நூற்றாண்டுகளில் ஆட்டமன் வாழ்க்கை’ என்ற தலைப்பில் (கோச்சுவின் ‘கலைக்களஞ்சிய’த்தைப் போலவே) தொகுதி வாரியாக வெளியிட்டு, மெதுவாகப் பிரபலம் அடைந்தவர். இஸ்தான்புல்லின் முதல் நவீன வரலாற்றாய்வாளர் அவர்தான். பல்கலைக்கழகத்தில் பாடம் கற்பிக்காத நேரங்களில் ஆட்டமன் ஆவணக் காப்பகங்களின் (இவற்றிற்கு ‘காகிதக் கருவூலம்’ என்று பெயர்) புழுதியிலும் குப்பையிலும் ஆட்டமன் சாம்ராஜ்யத்தின் சரித்திரப் பதிவாளர்களின் கைப்பிரதிகளை ஆராய்ந்துகொண்டிருந்தார். கோச்சுவைப் போல இவரும் சளைக்காமல் தரவுகளுக்காகத் தேடி அலைந்திருக்கிறார். இவருக்கும் தனது மாணவரைப் போலவே கவர்ச்சிகரமாக மொழிநடை இருந்தது. (இவருக்கு இசைப் பாடல்கள் பிடித்தமானவை; ஓய்வு நேரங்களில் கவிதை எழுதியிருக்கிறார்). அவரது நாளிதழ் கட்டுரைகள் பரவலாக வாசிக்கப்பட்டு நூல்களாகத் தொகுக்கப்பட்டிருக்கின்றன. வரலாற்றை இலக்கியத்தோடு பிணைப்பது, ஆவணக்காப்பகங்களில் புதைந்துகிடந்த அபூர்வ தரவுகளை நாளிதழ் கட்டுரைகளாக மாற்றுவது, சலிப்பின்றி புத்தகக்கடைகளாகத் தேடியலைவது, வரலாற்றுச் செய்திகளை எளிதாக கிரகித்துக்கொள்ளக் கூடிய வகையில் எழுதுவது, *meyhane*களில் நண்பர்களோடு இரவு வெகுநேரம் வரை குடித்துக்கொண்டு உரையாடுவது – அவருடைய குருவிடமிருந்து கோச்சு ஸ்வீகரித்துக்கொண்ட இயல்புகளில் சில இவை. துரதிருஷ்டவசமாக அவர்களுடைய கூட்டு நீடிக்கவில்லை. 1933இல் இஸ்தான்புல் பல்கலைக்கழகத்தின் (தாருல்ஃபுனுன்) மறுச்சீராய்வு நடவடிக்கைகளில் ஒன்றாக அகமெத் ரெஃபிக் அவரது பதவியிலிருந்து நீக்கப்பட்டார். அடாதுர்க்கை எதிர்த்த *‘Freedom and Entente’* கட்சியின் அனுதாபி என்று அவர் அறியப்பட்டது ஒரு காரணம் என்றாலும் ஆட்டமன் வரலாற்றிலும் கலாச்சாரத்திலும் அவருக்கிருந்த ஆத்மார்த்தமான ஆர்வமே அவரது பணி நீக்கத்திற்குக் காரணமாக இருந்தது. (இதே போன்று என் தாய்வழி பாட்டனாரும்கூட சட்டத்துறையிலிருந்து இதே காலகட்டத்தில் வெளியேற்றப்பட்டார்). குருவிற்கு வேலை போனதும் ரெஷாத் எக்ரம் கோச்சுவிற்கும் வெளியேற்றல் ஆணை கிடைக்கப்பெற்றது.

அடாதுர்க்கிற்கும் குடியரசுக்கும் எதிரானவர் என்ற முகாந்திரத்தோடு பணி நீக்கம் செய்யப்பட்ட அவருடைய குரு முற்றிலுமாக புறக்கணிக்கப்பட்டு, கையில் காசின்றி, மருந்துகள் வாங்குவதற்காக அரும்பாடு பட்டு சேர்த்துவைத்த அவரது நூலகத்தைப் பகுதி பகுதியாக விற்று அவரது வீழ்ச்சி முழுமையடைந்ததைக் கோச்சு மனம்வெதும்பி பார்த்துக்கொண்டிருந்தார். ஐந்து வருடங்கள் கழித்து வறுமை அகமெத் ரெஃபிக்கின் உயிரைப் பறித்தது. அவர் காலமானபோது, அவரது வாழ்நாளில் எழுதி வெளியிட்டிருந்த தொண்ணூறு நூல்களில் பெரும்பாலானவற்றின் பதிப்புகள் பதிப்பில் இல்லாமற் போயிருந்தன. (இதே கதிதான் நாற்பது வருடங்கள் கழித்து கோச்சுவிற்கும் நிகழ்ந்தது).

தன் வாழ்நாளிலேயே மறந்து போகப்பட்ட தன் குரு அகமெத் ரெஃபிக்கிற்காக கோச்சு எழுதிய அஞ்சலிக் குறிப்பில் குழந்தைத்தனமான கவித்துவம் வெளிப்படுகிறது. ‘எங்கள் பாஸ்ஃபரஸ் *யாலி*க்கு எதிரேயிருந்த அலைதாங்கி மேடையில் குந்தியிருக்கும் மீனவனுக்குப் போக்கு காட்டியபடி தண்ணீருக்குள்ளிருந்து வெளியே துள்ளித்துள்ளி குதித்து மறையும் செதிள்மீனுக்காக வீசப்பட்ட தூண்டிற்புழுவைப் போல என் மந்தமான பிள்ளைப் பிராய வருடங்களில் நான் இருந்தேன்.’ ஆட்டமன் சரித்திரத்தைப் போலவே தன்னையும் துயரார்ந்தவனாக இந்நகரம் மாற்றுவதற்கு முன் ஒரு சந்தோஷமான பதினோரு வயதுச் சிறுவனாக அகமெத் ரெஃபிக்கை முதன்முதலாக வாசித்ததை அவர் நினைவுகூர்கிறார். ரெஷாத் எக்ரம் கோச்சுவின் பிரச்சனைகளுக்கு முக்கியக் காரணம் முடியாட்சியிலிருந்து விடுபட்டு கட்டற்ற சுதந்திரமும் ஏழ்மையும் ஒருசேரப் பீடித்திருந்த நகரத்தின் புதிய சூழல் மட்டுமல்ல; இருபதாம் நூற்றாண்டின் முதல் பாதியில் அவரைப் போன்ற தன் பாற் கவர்ச்சியாளருக்கு இஸ்தான்புல்லைப் போன்ற பழமைவாத, வைதீகச் சிந்தனையில் உளறியிருந்த நகரம் ஒன்றில் வாழ்வது எவ்வளவு பிரச்சனை உள்ளடக்கியதாக இருந்திருக்குமெனப் புரிந்துகொள்ளலாம்.

அதனால் அவரது பாலியல் நாட்டங்களைப் பரபரப்பும் வன்முறையும் நிறைந்த அவரது நாவல்களிலும் அதைவிட துணிச்சலான விதத்தில் ‘இஸ்தான்புல் கலைக்களஞ்சியத்திலும் அவர் வர்ணிப்பதை வாசிக்கும் போது ஆச்சரியமாகவே இருக்கிறது. அவருடைய சமகாலத்தவர் எவரைவிடவும் இந்த விஷயத்தில் ரெஷாத் எக்ரெம் கோச்சு மிகத் துணிச்சல்காரராகவே இருந்திருக்கிறார். கலைக்களஞ்சியத்தின் ஆரம்பத் தொகுதிகளிலிருந்து,

பின் அடுத்தடுத்த தொகுதிகளிலும் மென்மேலும் அழுத்தமான பதிவுகளில் அழகான, கவச்சிகரமான சிறுவர்களையும் இளைஞர்களையும் வாய்ப்பு கிடைக்கும் போதெல்லாம் மிகுந்த ரசனையோடு வர்ணிக்கிறார். 'வீறார்ந்த சுலைமான்' அவர்கள் படிக்கவைத்த சிறுவர்களில் ஒருவனான மிரியாலம் அகமத் ஆஹ்ஹின் முகம் புதுப்பொலிவு கொண்டிருப்பதாம். அவன் மானிட உருவில் உள்ள ஒரு டிராகனாம். அவன் கைகள் மரக்கிளைகளின் அளவுக்குத் திண்மையானவையாம். பதினாறாம் நூற்றாண்டைச் சேர்ந்த கவிஞர் எவ்லியா செலெபி 'ஷேரிங்கிஸ்'ஸிலிருந்து வரும் வணிகர்களின் அழகை வர்ணிப்பது ('அந்த இனத்திற்கே உரிய அழகு அவர்கள் ரத்தத்தில் கலந்திருக்கிறது') கேஃபர் என்ற நாவிதனைப் பார்க்கும்போது கோச்சுவிற்குத் தோன்றுகிறது. கழிபட்ட பொருட்கள் விற்கும் யெதிம் அகமத் பற்றி ஒரு குறிப்பு வருகிறது: 'மிக அழகான பையன், வெறும் காலோடுதான் இருப்பான். தொளதொளவென்று அவன் அணிந்திருக்கும் அரைக்கால் சட்டை நாற்பது இடங்களில் ஒட்டு போடப்பட்டிருக்கும். சட்டையின் கிழிசல்களுக்கிடையே அவன் சருமம் தெரிவதை வைத்து அவனை மதிப்பிட்டால் அது நியாயமாக இருக்காது. அவன் அழகின் கம்பீரம் உள்ளார்ந்தது. அவன் நெற்றி ஒரு சுல்தானுக்குரியதைப் போலத் தீர்க்கமானது. சுருள் சுருளாக அடர்ந்த முடி, தங்கம் பூசியதைப் போல மினுமினுக்கும் கரியதேகம், நாணம் கலந்த பார்வை, கவர்ந்திழுக்கும் பேச்சு, உயரமான, மெலிந்த ஆனால் உறுதியான உடல்வாகு . . .' கோச்சு இப்படிச் சரளமாக வர்ணித்தாலும் திவான் கவிஞர்கள் பின்பற்றிய வழியிலேயே தனது எழுத்திற்குச் சித்திரம் வரைபவர்கள் இஸ்தான்புல்லின் அடக்கவொடுக்கமான சமூக நியதிகளுக்கும் சட்டதிட்டங்களுக்கும் உடன்பட்டே தமது சித்திரங்களை அமைக்க வேண்டும் என்பதில் கவனமாக இருந்தார். ஆனாலும் யதார்த்தத்திற்கும் மரபொழுங்கு விதிகளுக்கும் இடையேயிருக்கும் உராய்வு எப்போதும் வெளிப்பட்டுக்கொண்டேதான் இருந்தது 'ஜேனிஸரி நியமனம்' என்ற கட்டுரையில் தாடியற்ற இளைஞர்கள் பணியில் சேருவதற்கு வரிசையில் நின்றதையும் 'முரட்டு ஜேனிஸரிகள்' அவர்களைத் தேர்ந்தெடுத்த கதையையும் விவரிக்கிறார். 'அழகான இளம் வீரர்கள்' என்ற கட்டுரையில் திவான் கவிதைகளில் அழகு என்று பாடப்படுவது எல்லாமே ஆண்களின் அழகைப் பற்றியதுதான் என்ற தன் கருத்தை முன்வைக்கிறார். இக்கவிதைகளில் ரசித்தற்குரிய பொருள் 'எப்போதுமே முகமலர்ந்த அழகிய இளைஞர்கள்' பற்றியது மட்டுமே என்று சொல்லிவிட்டு 'அழகு' என்பதன் சொல்லாக்க விளக்கத்தையும் அளிக்கிறார். இவரது கலைக்களஞ்சியத்தின் ஆரம்பத் தொகுதிகளில் வரலாற்று, கலாச்சார, சமூக உண்மை நிகழ்வுகளை விவரிக்கும் சாக்கில் அழகழகான இளைஞர்களின் கதைகளையும் இடையிடையே புகுத்தி வந்தார். ஆனால் பிந்தைய தொகுதிகளில தயக்கம் விலகி, 'அழகுப் பையன்களின் கவர்ச்சிகரமான கால்'களை வர்ணிக்கத் தொடங்கிவிட்டார். சில இடங்களில் அவர்களது அங்கஹீனங்களையும் பதிவுசெய்திருக்கிறார். 'கடலோடி தோபிரிலோவிச்' என்ற கட்டுரையில் மிக அழகான ஒரு குரொவேஷிய இளைஞனின் கதையைச் சொல்கிறார். ஹேரியே கம்பெனியில் பணியாற்றி வந்த 18 வயதான இக்கடலோடியின் கப்பல் கபட்டாஷை நெருங்கும்போது அவனுக்கு ஒரு விபத்து நேர்ந்துவிடுகிறது.

கப்பலுக்கும் அலைவாய்க்குறடுக்கும் இடையில் அவன் கால் சிக்கி, இரண்டு துண்டாகிக் கடலில் விழுந்துவிட்டதாம். இதைப் பற்றி அந்த குரொவேஷியன் குறிப்பிடும்போது மிக அமைதியாக, "என் ஷு கடலில் விழுந்துவிட்டது" என்றானாம்.

ஆரம்பத் தொகுதிகளில் கோச்சு குறிப்பிட்டிருக்கும் ஆட்டமன் காலத்து அழகான இளைஞர்கள், கவர்ச்சிகரமான பையன்கள், செருப்பணியாத வீரர்கள் ஆகியோர் எல்லோருமே, முற்றிலும் நிஜமானவர்கள் என்று சொல்ல முடியாது. 'நகரப் புத்தகங்கள்' (ஷெஹறெங்கிஸ்), புகழ்பெற்ற கட்டுக்கதைகள், நகரத்தின் மறந்துபோன நூலகப் புதையல்களிலிருந்து எடுக்கப்பட்ட பாத்திரங்களாகவே அவர்கள் இருந்தனர். இந்தப் புதையல்கள் கையேடுகளாகவும் கவிதை சேகரிப்புகளாகவும் சோதிடப் புத்தகங்களாகவும் 'ரகசிய'ப் புத்தகங்களாகவும் பத்தொன்பதாம் நூற்றாண்டு நாளிதழ்களாகவும் இருந்தன. (இவற்றிலிருந்துதான் அந்த குரொவேஷிய கடலோடியின் கதையை கோச்சு எடுத்திருக்கிறார்).

கோச்சுவுக்கு வயதாக ஆகத்தான், அவரது கலைக்களஞ்சியத்தை வாக்களித்திருந்ததைப் போலப் பதினைந்து தொகுதிகளில் முடித்துவிட முடியாது என்பதையும் முழுமையாக முடிக்கப்படாமல் பாதியிலேயே நிற்கப் போவதுதான் அதன் விதியாக இருக்கப் போகிறது என்பதையும் வருத்தத்தோடு உணர முடிந்தது. அதன்பிறகுதான் ஏற்கனவே பதிவாகியிருக்கும் வரலாற்றுக் குறிப்புகளிலிருந்து அழகான பையன்களைப் பற்றி எழுதுவது அவசியமில்லை என்று முடிவெடுத்திருக்க வேண்டும். அவர் தெருக்களிலும், *meyhanes*களிலும் காபிஹவுஸ்களிலும் *'gazunos'* களிலும்

நகரின் பாலங்களிலும் சந்திக்க நேர்ந்த பல்வகையான இளைஞர்களையும் செய்தித்தாள்கள் விநியோகிக்கும் பையன்களைக்கூட, தனது குறிப்புகளினிடையே ஏதோவொரு சாக்கில் உள்ளே நுழைத்து விடத் தொடங்கினார். இவர்கள் ஒவ்வொருவர் மீதும் கோச்சுவுக்குத் தனிப்பட்ட அபிமானம் இருந்திருக்கிறது. நேர்த்தியாக உடையணிந்து *Turkish Flying Fund*க்காக பூவணிகள் விற்கும் அழகர்களைக் கூட அவர் ரசிக்காமல் விட்டதில்லை. உதாரணமாக அவரது அறுபத்திமூன்றாவது வயதில் கலைக்களஞ்சியத்தின் பத்தாவது வருடத்தில் வெளிவந்த ஒன்பதாவது தொகுப்பின் 4767ஆம் பக்கத்தில் 14 அல்லது 15 வயதான ஒரு கழைக் கூத்தாடி பையனை 1955 – 56ஆம் வருடத்தில் சந்திக்க நேர்ந்ததைப் பற்றி எழுதுகிறார். கூஸ்தெபேவில் உள்ள *'And'* என்ற அரங்கத்தின் அருகே அச்சிறுவன் காட்டிய வித்தைகளை கோச்சு முதன்முறையாகப் பார்க்கிறார். 'வெள்ளை ஷூக்களும் வெண்ணிற காற்சட்டையும் பிறையும் நட்சத்திரமும் பொறித்த பனியனும் அணிந்திருக்கும் அவன், வித்தைகள் நிகழ்த்தும் போது எல்லாவற்றையும் கழற்றிவிட்டு வெண்ணிற ஷார்ட்ஸ் மட்டும் அணிந்திருப்பான். அப்பழுக்கற்ற இனிய முகம் அவனுக்கு. நடந்துகொள்ளும் விதம் தோரணை எல்லாமே பணிவாகவும் ஏதோ ஒரு கனவானுக்கு உரித்தானதைப் போலவும் இருக்கும். அவன் தனது திறமைகளை நிகழ்த்திக்காட்டும் போது எந்தவொரு புகழ்வாய்ந்த மேலைநாட்டு ஜிம்னாஸ்ட்டுக்கும் சளைத்தவனாகத் தெரியமாட்டான்.' நிகழ்ச்சி முடிந்ததும் அச்சிறுவன் ஒரு தட்டை கையில் ஏந்திக்கொண்டு கூட்டத்தில் காசு வசூல் செய்கிற சோகக்காட்சியை உணர்ச்சி ததும்ப விவரிக்கிறார். ஆனாலும் அவன் பேராசை பிடித்தவனாகவோ அதீதமாகக் குழைபவனாகவோ இல்லாதிருப்பது அவரைச் சந்தோஷப்படுத்துகிறது. அச்சிறுவன் கூட்டத்தில் இருக்கும் சிலருக்குத் தனது விபரஅட்டையை அளிப்பதைப் பார்க்கிறார். ஐம்பது வயதான நம் எழுத்தாளருக்கும் அச்சிறுவனுக்கும் அதன்பின் நெருங்கிய பழக்கம் ஏற்படுகிறது. அந்தப் பையனோடும் அவன் குடும்பத்தோடும் ஒரு குறிப்பிட்ட காலம் வரை கோச்சுவிற்குக் கடிதத்தொடர்பு இருந்து, பின் எதனாலோ உறவு முறிந்து போயிருக்கிறது. அவனை முதலில் பார்த்ததற்கும் பனிரெண்டு வருடங்களுக்குப் பிறகு அவனைப் பற்றி கலைக்களஞ்சியத்தில் எழுதுவதற்கும் இடைப்பட்ட காலத்தில் இம்முறிவு நிகழ்ந்திருக்கிறது. இவரது கடிதங்களுக்கு அவனிடமிருந்து பதில் வராததைப் பற்றி வருத்தத்தோடு குறிப்பிடும் அவர், அவனுக்கு என்ன நடந்திருக்குமோவென்று விசனப்படுகிறார்.

கோச்சுவின் கலைக்களஞ்சியம் தொகுதி தொகுதியாக வெளிவந்து கொண்டிருந்த அறுபதுகளில் அவருடைய பொறுமையான வாசகர்கள் கூட *Istanbul Encyclopedia*வை ஒரு நகரத்தைப் பற்றிய வரலாற்றுச் செய்திப் பதிவு என்று பார்க்காமல், நகரின் தினசரி நிகழ்வுகள் பற்றிய வினோதமும் ஆச்சரியமும் நிறைந்த ஏதோ ஒரு செய்திப் பத்திரிகையைப் போலவே மதித்து வாசித்து வந்தார்கள். பல வீடுகளில் கலைக்களஞ்சியத் தொகுதிகள் மற்ற வார இதழ்களோடு ஒன்றாகச் சேர்ந்து இறைந்து கிடப்பதைப் பார்த்திருக்கிறேன். இருந்தாலும் கோச்சு என்பது எல்லோருக்கும் பரிச்சயமான, பிரபலமான பெயராக இருந்திருக்கவில்லை. *Encyclopedia*வில்

ARABA, ARABACI — 910 — İSTANBUL ANSİKLOPEDİSİ — 911 — ARABA, ARABACI

Tente
(Resim: Nezih)

Tek atlı yaylı düz araba
(Resim: Nezih)

ği, çilek pembesini tercih ettiler. On yedi yaşında idim, çok iyi hatırlarım, zamanın azılı paşalarından biri, evlâdlarını rencide etmemek için isim vermiyorum, atların koşumlarına ince çelikten örülmüş zırh tertibi bir şeyler taktırıp Fenerbahçe gezisinde lüks faytonu ile şangır şungur timarhane kaçkını gibi dolaşırdı.

«Kira arabalarına gelince (fayton, kupa ve lando) lüks arabalar veya piyasa arabaları diye ikiye ayrılabilir. Lüks arabalar piyasaya çıkmaz, ahırlarda, arabalıklarda durur, varlığı hususî araba tedarik edecek mertebeye varmamış, fakat kira arabası ile dolaşmayı da kendine yedirmeyenler tarafından haber salınarak tutulur, içine konak arabası eskası ile binilirdi, bunlar sayısı mahdut sekiz on araba idi, sahipleri bu hizmet karşılığı oldukça mühim bir para alırdı.

«Piyasa kira arabaları umumiyetle eski, az bakımlı, konak arabalarının emekliye ayrılmışları idi. Arabacılarının kıyâfetleri de arabaları kadar pejmürde idi.

«Konak arabalarında da kira arabalarında da plâka yoktu; kira arabalarının mensup oldukları belediye dâiresince verilen numaraları fenerlerinin üzerine yazılırdı. Belediye dairelerince tanzim edilen tarifeye göre ücret alınır, tarifede tesbit edilmeyen yerlere pazarlıkla gidilirdi.

«Fayton, kupa ve landolardan başka iki çeşit kira arabası daha vardı: Paraşollar, Tenteler.

«Paraşol'lar tek atlı veya çift atlı olurdu. Çift atlıların dışı hasır örgü kaplama, yandan binilir, dört kişilik faytondan farkı ö n k ı s m ı nın daha genişçe, bir de k ö r ü k yerine, üstünün bir tente ile örtülmüş olması idi. Bakanyadan bir kaç araba el'an Büyükada'da görülmektedir. Tek atlı paraşolların ekserisi hasır yerine düz tahta kaplama arabalardır, onların son örneklerine de Kadıköyünde, Bostancı ve Erenköyünde rastlanır.

«Tente arabalar tek atlı olup arkadan binilir, normal dört kişilik arabalardır, altı kişi bindiği de olur, içinde gidiş istikametine göre yan ve k a r ş ı l ı k l ı otururlar. Hâlen bir kaç tane de Erenköyü ile Göztepede kalmıştır. Paraşollarla tentelerin son döküntülerine Sarıyer ile Beykozda da rastlanır. Bu iki çeşit arabayı çekçek arabalar diye de toplamak mümkündür. Kışın muşamba perdelerle kapanırlar, kış için tenteler paraşollardan daha mahfuz arabalardır. Göztepede ve Erenköyünde yaz ve kış oturanlardan varlıklıca kimseler ilk okulda okuyan çocuklarının gidip gelmesi için bu arabalardan birini aylıkla tutarlar. Zamanımızda çekçeklerin en kazanclı mevsimi yazın plâjların açılması ile başlar.

«Eski zamanın binek arabaları arasında öküz arabaları da mühim yer alır. En eskileri koçulardır. Koçu, son devirlerin atlı talika-

Tek atlı sandık araba
(Resim: Nezih)

Çift atlı yaylı düz araba
(Resim: Nezih)

Tek atlı tam çarklı sandık araba
(Resim: Nezih)

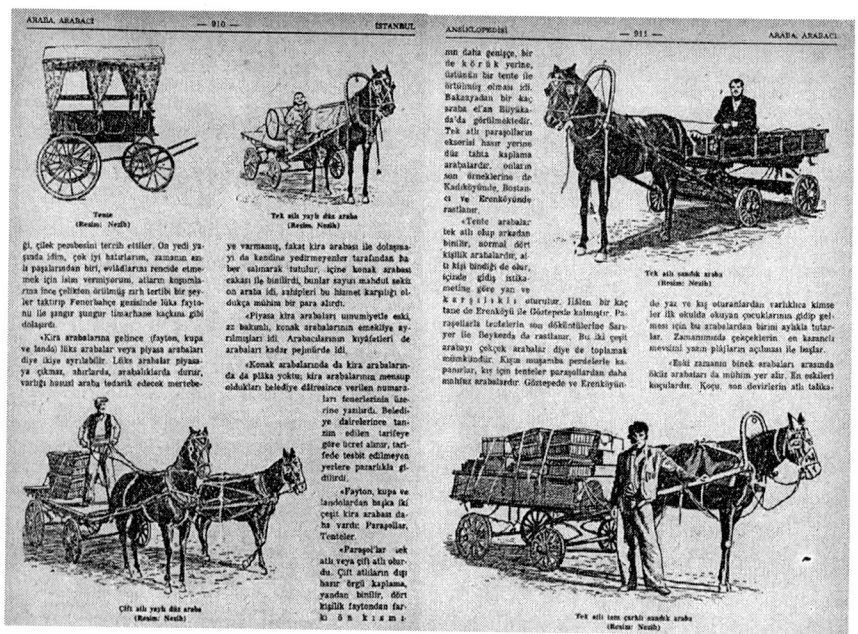

அவர் காட்டும் துயரார்ந்த நகரம் 1960களின் புத்தெழுச்சி பெற்ற இஸ்தான்புல் மனநிலைக்கு உவப்பானதாக இருக்கவில்லை. அவரது பாலியல் வேட்கைத் தன்மையை அறிந்த பலருக்கும் அவர் எழுதும் பிற விஷயங்கள்கூட சகிக்க முடியாமற்போயின. ஆனால் ஐம்பது வருடங்கள் கழித்து அவரது முதல் *Istanbul Encyclopedia*வும் இரண்டாவது கலைக்களஞ்சியத்தின் ஆரம்பத் தொகுதிகளும் எழுத்தாளர்கள், கல்வியியலாளர்கள் மத்தியில் ஆழ்ந்து வாசிக்கப்படத் தொடங்கியிருக்கிறது. இஸ்தான்புல் அடைந்த படுவேகமான மேலைமயமாக்கலையும் கட்டட எரிப்புகளையும் இடிப்புகளையும், கடந்த கால எச்சங்களையத் துடைத்தழிக்கும் செயல்களையும் அறிந்துகொள்வதற்கான செறிவான பதிவுகளாக அவை மதிக்கப்படுகின்றன. இந்த ஆரம்பத் தொகுதிகள் அவர்களால் 'தீவிரத்தன்மை' கொண்டதென்றும் 'அறிவியற்பூர்வமானது' என்றும் புகழப்படுகையில் எனக்குப் பிந்தைய தொகுதிகள்தான் தனிப்பட்ட முறையில் சுவாரஸ்யத்தையளிப்பனவாக உள்ளன. கோச்சுவின் ஆசாபாசங்களைப் படிக்கையில் என் மனதிற்குச் சிறகுகள் முளைத்து, கடந்தகாலத்திற்கும் நிகழ்காலத்திற்கும் இடையே பறக்கத் தொடங்கிவிடுகிறேன்.

*யாலி*களிலும் கூஷ்க்ஸ்களிலும் கோச்சு கழித்த நிழலான இளமைப்பருவப் பாதிப்புதான் அவரது பின்னாட்களின் மனச்சோர்வுக்கு அடிப்படையாக இருந்திருக்குமேயொழிய, ஆட்டமன் சாம்ராஜ்யத்தின் வீழ்ச்சியோ இஸ்தான்புல்லின் சரிவோ காரணமாக இருந்திருக்காது என்றுதான் எனக்குத் தோன்றும். தனிப்பட்ட சோகத்திற்குப் பின் உலகத்திலிருந்து முற்றிலுமாக விலகிக்கொண்டு பௌதிகப் பொருட்களோடு மட்டுமே வாழத் தொடங்கிவிடுகிற ஒரு உதாரணக் கலைப்பொருள் சேகரிப்பாளரைப் போல நமது கலைக்களஞ்சியலாளரும் ஆகிவிட்டார்

என்றே சொல்லலாம். ஆனால் ஒரு தொழில்முறை சேகரிப்பாளரிடம் இருக்க வேண்டிய கறார்த்தன்மை கோச்சுவுக்குக் கிடையாது. அவரது ஆர்வம் பொருட்கள் மீதல்ல; வினோதமான, விசித்திரமான உண்மைகள் மீது மட்டும்தான். தம்முடைய சேகரிப்பெல்லாம் கடைசியில் ஏதாவது ஓர் அருங்காட்சியகத்திற்குச் செல்லுமோ அல்லது சிதறுண்டு போகுமோ என்பதறியாமல் அல்லாடும் மேலை நாட்டு சேகரிப்பாளர்கள் பலரைப் போலவே இவருக்கும் பெரிய அளவில் தீட்டப்பட்ட திட்டமெல்லாம் எதுவுமிருக்கவில்லை. அவருடைய நகரத்தைப் பற்றிய சுவாரஸ்யமான செய்தி எது அவருக்குக் கிடைத்தாலும் அதன் பால் கவரப்பட்டு அதற்குரிய தரவுகளைச் சேகரிப்பதில்தான் அவருக்கு ஆர்வம் இருந்தது.

அவரது சேமிப்புகளுக்குக் காலப்போக்கில் எந்த மதிப்பும் ஏற்படப்போவதில்லையென்பதை உணர்ந்து கொண்டதற்குப் பிறகுதான் கலைக்களஞ்சியம் எழுதும் எண்ணமே அவருக்கு ஏற்பட்டது. அதற்குப் பிறகு அவரது சேகரிப்புகளின் 'ஸ்தூலத் தன்மை' பற்றிய பிரக்ஞை அதிகரித்திருக்கிறது. *'Encyclopedia'*வை எழுதத்தொடங்கிய காலம் முதலே அதில் பங்கெடுத்துக்கொண்டவரும் கோச்சுவை 1944ஆம் வருடத்திலிருந்தே அறிந்தவருமான பேராசிரியர் ஸெமாவி எய்ஸி கோச்சுவின் மரணத்திற்குப்பின் எழுதிய அஞ்சலிக் குறிப்பில் அவரது மாபெரும் நூலகச் சேகரிப்பைப் பற்றி எழுதும்போது எண்ணற்ற கடித உறைகளுக்குள் அவர் மடித்து வைத்திருந்த ஆதாரங்களைப் பற்றி – 19ஆம் நூற்றாண்டு நாளிதழ் நறுக்குகள், சித்திரப் பிரதிகள், புகைப்படங்கள் – குறிப்பிடுகிறார்.

அவரது *Encyclopedia*வை தன் வாழ்நாளில் நிறைவுசெய்ய முடியப்போவதில்லையென்று அவருக்குத் தெரிந்ததும் ஸெமாவி எய்ஸியிடம், அவர் வாழ்நாள் முழுக்கக் குப்பையைக் கிளறிச் சேகரித்த அனைத்தையும் அவர் வீட்டுத் தோட்டத்தில் குவித்து எரித்துவிடப் போவதாகச் சொல்லியிருக்கிறார். ஓர் உண்மையான சேகரிப்பாளன்தான் அதுபோன்றதொரு செயலைச் செய்யத் துணிவான். எனக்கு நாவலாசிரியர் புரூஸ் சாட்வின் ஞாபகம் வருகிறது. அவர் நாவலின் நாயகன் உட்ஸ் ஆசைஆசையாகச் சேகரித்து வைத்து பீங்கான் கலைப் பொருட்கள் யாவற்றையும் ஏதோ கோபத்தில் சுக்கு நூறாக உடைத்து நொறுக்கி விடுவான். நல்லவேளையாக கோச்சு அதுபோலச் செய்யவில்லை. அப்படியே அவர் செய்திருந்தாலும் அதுவொன்றும் பெரிய வித்தியாசத்தை ஏற்படுத்தியிருக்காது. *Istanbul Encyclopedia* வெளி வருவது வேகம் குறைந்து, 1973இல் ஓரேயடியாக நின்று போயிற்று. அதற்கு இரண்டு வருடங்களுக்கு முன்பு நூல்வெளியீட்டில் அவருடன் பங்குதாரராக இருந்த ஒரு செலவந்தர் கோச்சுவின் எழுத்து நடையைப் பற்றி விமரிசித்து நிலைமையை சிக்கலாக்கியிருந்தார். கோச்சு அநாவசியமான தகவல்களை நீட்டி முழக்கி, தொடர் வாக்கியங்களாக எழுதுவது வாசிக்கச் சிரமம் அளிப்பதாக அவர் சொன்னதையடுத்து, கோச்சு தனது உடமைகள் அனைத்தையும் – அச்சிட்ட பிரதிகள், நாளிதழ், நறுக்குகள், புகைப்படங்கள் – அதுவரை செயல்பட்டுவந்த பாபியாலி அலுவலகத்திலிருந்து ஒன்றுவிடாமல் எடுத்துக்கொண்டு அவரது கூஸ்தெபி வீட்டுக்குக் கொண்டுவந்துவிட்டார்.

கடந்த கால சரித்திரத்தை எழுத்தாக்கவும் முடியாமல், அருங்காட்சியகத்தில் காட்சிப்படுத்தவும் இயலாமல், தனது இறுதி வருடங்களை அந்த அடுக்ககக் குடியிருப்பில் மலையாகக் குவித்து வைத்திருந்த காகிதக் கட்டுகளுக்கு மத்தியில் கழித்தார். அவர் சகோதரி காலமானதும் அவருடைய அப்பா கட்டியிருந்த மரவீடான 'கூஷ்க்' விற்பனை செய்யப்பட்டது. ஆனால் கோச்சு தனக்குப் பரிச்சயமான அந்தப் பகுதியை விட்டு இடம்பெயரவில்லை. அவரது கடைசி வருடங்களில் மெஹ்மத் என்று சிறுவன் கோச்சுவிற்குத் துணையாக இருந்தான். அவரது கலைக்களஞ்சியத்தில் வர்ணிக்கப்பட்ட பல்வேறு சிறுவர்களைப் போல மெஹ்மத் ஒரு வீடற்ற அனாதை. அவனை தன் மகன் போல கோச்சு வளர்த்தார். பின்னாட்களில் மெஹ்மத் வளர்ந்து ஒரு பதிப்பகத்தை ஆரம்பித்தார்.

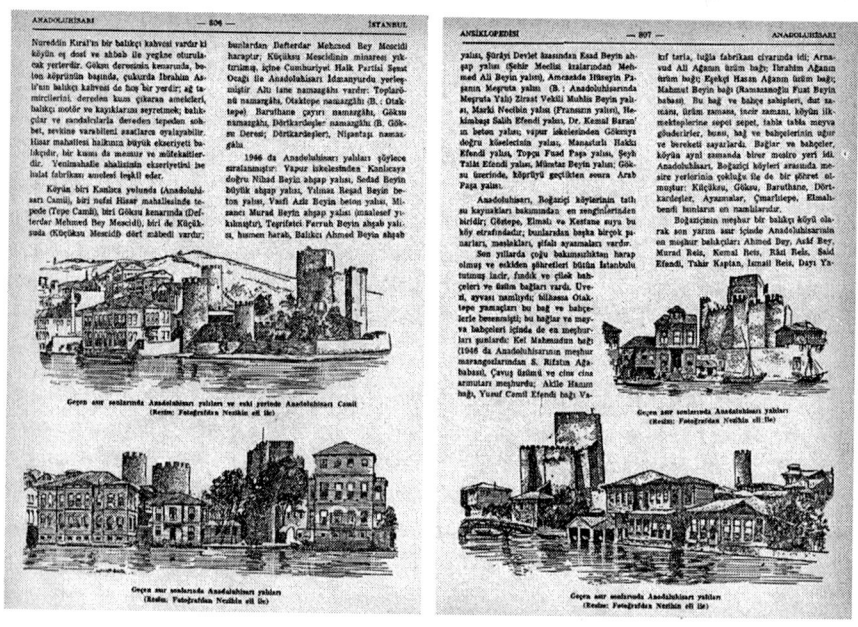

ஸெமாவி ஏய்ஸியைப் போல வரலாற்றாய்வாள நண்பர்கள் ஏறக்குறைய நாற்பது பேர் Istanbul Encyclopedia வின் உருவாக்கத்தில் முப்பது வருடங்களாக ஒரேயொருமுறை கூட சன்மானம் பெறாமல் பங்களித்துவந்தார்கள். பத்தொன்பதாம் நூற்றாண்டு இஸ்தான்புல்லைப் பற்றியும் அதன் மாந்தர்கள், மாளிகைகள், பாஷாக்களின் குறும்புகள் பற்றியும் நகைச்சுவை ததும்பும் நாவல்களையும் நினைவுக்குறிப்புகளையும் எழுதிய ஸெர்மத் முக்தார் அலுஸ், 1934ஆம் வருடத்தில் இஸ்தான்புல் நகராட்சியின் விரிவான சரித்திரத்தையும் நகரத்தின் புகழ்பெற்ற வரைபடத்தையும் வெளியிட்ட உஸ்மான் நூரி எர்கின் ஆகியோர் இந்தக் குழுவில் இருந்த மூத்த தலைமுறையினர். கோச்சுவின் ஆரம்ப தொகுதிகள் வெளிவந்து கொண்டிருந்த காலகட்டத்தில் இம்முதியவர்கள் ஒருவர் பின் ஒருவராக மறைந்துபோயினர். இளைய தலைமுறையினரைப் பொறுத்தமட்டில்,

நாளாக ஆக அவர்கள் கோச்சுவின் 'ஏறுமாறான நடத்தை' (இது எய்ஸியின் வார்த்தைப் பிரயோகம்) காரணமாக ஒவ்வொருவராக விலகிச்சென்றனர். விளைவாக அப்பகுதியிலிருந்த மேஹேன் அருந்தகத்தில் பின்னிரவு வரை அமர்ந்து விவாதிக்கும் தினங்கள் வெகுவாகக் குறைந்துபோயின.

1950 முதல் *1970* வரையிலான காலகட்டத்தில் கோச்சுவின் அன்றாட நியமங்களாக மாலையில் *Encyclopedia* அலுவலகத்தின் நண்பர்களுடன் உரையாடலும் இரவானதும் ஸிர்கேஸியில் உள்ள ஒரு மேஹேன் அருந்தகத்தில் பொழுதைக் கழித்தலுமாக இருந்தன. அவர்கள் குழுவில் எந்தக் காலத்திலும் பெண் வாடையே இருந்ததில்லை. பெண்களுக்கு இடமளிக்காத 'ஆண்கள் மட்டுமே'யான வாழ்க்கை முறையை அனுசரித்து வந்த இப்புகழ்பெற்ற எழுத்தாளர் குழுமம், திவான் இலக்கியத்திற்கும் ஆட்டமன் ஆண் கலாச்சாரத்திற்கும் உரித்தான இறுதி பிரதிநிதிகள். பெண்கள் பற்றிய 'ஸ்டீரியோடைப்' கருத்துக்கள், அதீத காதல் வேட்கை, பாவம், கழிசடை, வஞ்சகம், ஏமாற்று, வக்கிரம், சிதைவு, பலவீனம், அழிபாடு, குற்றவுணர்வு, பயம் ஆகியவற்றோடு பாலியல் தொடர்புகொண்ட இம்மரபார்ந்த ஆண் கலாச்சாரப் பார்வையை *Istanbul Encyclopedia* வின் எல்லாப் பக்கங்களிலும் வெளிப்படுத்திக் கொண்டேயிருக்கிறது. இந்நூல் வரிசையின் முப்பதாண்டு கால வாழ்நாளில் ஒன்றிரண்டு பெண்கள் மட்டுமே இதில் எழுதியிருக்கிறார்கள். ஆண்கள் மட்டுமே பங்கெடுத்துக் கொள்ளும் 'மேஹேன்' சந்திப்புகள் நகரின் எழுத்துலக – பதிப்புலக சடங்குகளில் முக்கியமான நிகழ்வாக மதிப்பளிக்கப்பட்டு 'மேஹேன் இரவுகள்' என்ற பெயரில் ஒரு தனி கட்டுரையே கலைக்களஞ்சியத்தில் இடம்பிடித்தது. அவரும் அவரது இலக்கிய சகாக்களும் இனிமையானதொரு மரபை ஒழுகி வந்ததாகவே கோச்சு வாதிடுகிறார். ஆரம்பத்தில் எதையும் சாதித்திருக்காத ஆட்டமன் கவிஞர்கள் 'மேஹேன்' விடுதியொன்றில் முதலில் அடியெடுத்து வைத்த பிறகே உருப்படியாக எழுதத் தொடங்கிய கதைகளையும் இதற்கு உதாரணமாகக் கூறுகிறார். அவருக்கு ஒயின் கோப்பைகளைப் பரிமாறிய அழகான சிறுவர்களைப் புகழ்ந்து வர்ணித்து விட்டு, அவர்களது உடைகள், இடைக்கச்சைகள், அவர்கள் அங்கங்களின் நேர்த்தி, தோரணையை ரசிக்கிறார். அதன்பின்னர் 'மேஹேன்' இரவு நிகழ்வுகளைப் பதிவிட்டவர்களில் மகத்தானவர் அகமெத் ரஸிம் என்று கோச்சு அறிவிக்கிறார். இஸ்தான்புல் மீதான அவரது வசீகரமான, கலைநயமிக்க காதலும் ரசனையான வாழ்க்கை முறையும் ரெஷாத் எக்ரெம் சோச்சுவிற்கு அவரது குருவான அகமெத் ரெஃபிக் அளவிற்குப் பாதிப்பை ஏற்படுத்தியிருக்கிறது.

கோச்சு தனது *Istanbul Encyclopedia* விலும் செய்தித்தாள்களின் ஆதாரத்தில் அவர் எழுதிவந்த தொடர்களிலும் அகமெத் ரஸிம் பழைய இஸ்தான்புல்லைப் பற்றி எழுதியிருந்த பரபரப்பான கதைகளை தனது சொந்த சரக்குகளையும் சேர்த்து கவர்ச்சியும் வினோதமும் கொப்பளிக்கப் பயன்படுத்தி வந்தார். (இதற்குச் சிறந்த உதாரணங்களாக 'காதலைத் தேடிச் செல்கையில் இஸ்தான்புல்லில் நடந்தது என்ன?' என்ற கட்டுரையையும் 'இஸ்தான்புல்லின் பழமையான மேஹேன்களும் கவர்ச்சிகரமான நடனச் சிறுவர்களும் பெண்மை மிளிரும் ஆண்களும்'

என்ற கட்டுரையையும் சொல்லலாம்.) அதிகம் கெடுபிடியில்லாத துருக்கிய காப்புரிமைச் சட்டங்களைச் சாதகமாக்கிக்கொண்டு அகமெத் ரஸிம்மின் எழுத்துக்களைத் தாராளமாக கோச்சு பயன்படுத்தியிருக்கிறார். ஆனால் அவற்றை நல்லெண்ணத்தோடுதான் செய்திருக்கிறார் என்பதை மறுக்க முடியாது.

ரஸிம் பிறந்த 1865க்கும் கோச்சு பிறந்த 1905க்கும் இடைப்பட்ட நாற்பது வருடங்களில் நகரத்தின் முதல் நாளிதழ்கள், அப்துல் ஹமீதின் நெடுங்காலத்திற்கு நீடித்த மேலைமயமாக்க ஆட்சியும் அரசியல் அடக்குமுறைகளும், இலக்கிய வட்டங்களில் செல்வாக்கு பெறத் தொடங்கிய மேலை எழுத்துக்கள் முதல் துருக்கிய நாவல்கள், பெருமளவில் நிகழ்ந்த குடிப்பெயர்வுகள், மகத்தான தீ விபத்துகள் எனப் பல முக்கிய மாற்றங்கள், நிகழ்வுகள் நடந்துள்ளன. இஸ்தான்புல்லின் தனிப்போக்கான எழுத்தாளர்களான இவ்விருவரையும் பெரிதும் வேறுபடுத்துவது வரலாற்று பார்வையைவிட, மேலை அரசியல் குறித்தான அவர்களது பார்வைதான். ரஸிம் தனது இளமையில் மேலைத் தாக்கத்தில் நாவல்களும் கவிதைகளும் எழுதியிருந்தாலும் மிக இளம் வயதிலேயே தோல்வியை ஏற்றுக்கொள்ள விதிக்கப்பட்டவராக இருந்தாலும் அபரிமிதமான மேலைத் தாக்கத்தை அவர் ஒரு விதப் பாசாங்காகவே பார்த்தார். அதை ‘குருட்டுத் தனமான நகலெடுப்பு’ என்று வர்ணித்த அவர், அது முஸ்லிம்கள் குடியிருக்கும் பகுதியில் நத்தையை விற்பது போல என்றார். தன்முதன்மை, இலக்கிய சாசுவதம், கலைஞனை வழிபடல் போன்ற விஷயங்களில் மேலைச் சிந்தனைகள் அதீதமான அந்நியத்தன்மை கொண்டவை என்று அவர் நம்பினார். பதிலாக அவர் கடைபிடித்தது ஒரு துறவியின் தன்னடக்கத் தத்துவமாகவே இருந்தது. ஊதியத்திற்காக மட்டுமல்லாமல் விருப்பத்திற்காகவும் செய்தித்தாள்களில் எழுதினார். இஸ்தான்புல்லின் முடிவற்ற உயிர்த்துவத்தால் தூண்டப்பட்டிருந்த அவருக்குத் தனது ‘கலை’க்காகத் தான் அவஸ்தைப்பட வேண்டியதோ சாஸ்வதமான ‘கலை’யை படைப்பதற்காக மெனக்கெட வேண்டியதோ அவசியமில்லை என்ற கருத்து இருந்தது. தனக்கு எப்படி இயல்பாக வருகின்றதோ அதுபோலவே தனது பத்திகளை எழுதினார்.

ஆனால் கோச்சுவால் மேலைப் படிமங்களிலிருந்து தன்னை முற்றிலுமாக விடுவித்துக்கொள்ள இயன்றதே இல்லை. மேற்கத்திய வகைப்பாட்டு முறைகளால் பீடிக்கப்பட்டிருந்த அவர் அறிவியலையும் இலக்கியத்தையும் ஒரே மேற்கத்திய பார்வையால்தான் பார்த்தார் அதனால் அவரது அபிமானப் பொருட்களான விளிம்பு நிலை வாழ்வின் விசித்திரங்கள், வேட்கைகள், வினோதங்களை மேற்கத்திய சீர்மைகளோடு அவரால் ஒத்திசைவு செய்துகொள்ள முடியாமலிருந்தது. இஸ்தான்புல்லில் வாழ்ந்து வந்த அவருக்கு மேற்குலகின் விளிம்புகளில் தழைத்துக்கொண்டிருந்த அழகியல் வக்கிர இலக்கியத்தைப் பற்றி சிறிதளவே தெரிந்திருந்தது. அவை அவருக்குப் பரிச்சயமாகியிருந்தாலும்கூட, தனது இலக்கியத்தை விளிம்புகளில், வக்கிரம் பிடித்த கீழுலகத்தில் இயங்க அனுமதிக்காமல், சமூகத்தின் நடுவில் இயங்கவும் நடுவண் கலாச்சாரத்தோடும் அதிகாரத்தோடும் அறிவூட்ட உரையாடல்களை

நிகழ்த்தவும் மட்டுமே எதிர்பார்க்கின்ற ஆட்டமன் மரபிலிருந்து வந்தவர் என்பதால், அதனை அவர் வெளிக்காட்டிக் கொண்டதில்லை. கோச்சுவின் முதல் கனவு, பல்கலைக்கழகத்தில் பேராசிரியராக வேண்டும் என்பதுதான். அங்கிருந்து அவர் வெளியேற்றப்பட்டதும் அவரது அடுத்த கனவு ஒரு மகத்தான கலைக்களஞ்சியத்தை வெளியிட வேண்டுமென்பதாக இருந்தது. அவரது அதீத வேட்கையைப் பார்க்கும்போது, அவரது 'வினோதக் கற்பனை'களுக்குக் கொஞ்சம் அங்கீகாரமும் அறிவியல் பூர்வமான முறைமை அந்தஸ்தையும் தருவதற்கு முயன்றிருக்கிறாரென்று தோன்றுகிறது.

நகரின் நுண்ணுர்வுலகத்திற்கான இவரது ரசனையோடு ஒத்திருந்த ஆட்டமன் எழுத்தாளர்களுக்கு இத்தகைய ஒளிவுமறைவுகள் அவசியமாக இருக்கவில்லை. நகர நூல்கள் எனப்படும் 'ஷெஹ்ரெங்கிஸ்'கள் பதினேழு, பதினெட்டாம் நூற்றாண்டுகளில் மிகப் பிரபலமாக இருந்தன. இந்தப் புத்தகங்களில் எழுதுபவர்கள் நகரின் எல்லாவிதமாக ரகசிய சாகசங்களை, நகரின் அழகான இளம் சிறுவர்களை வர்ணிக்கும்போது கூடவே இணைத்துச்சொல்வதில் அவர்களுக்குச் கூச்சம் இருக்கவில்லை. நகரின் அழகான வரலாற்று நினைவகங்களைப் பற்றிய செய்யுள்களுக்கு மத்தியில் இச்சிறுவர்களைப் பற்றிய சிலாகிப்பு கவிதைகளும் விரவியிருந்தன. முக்கியமான ஆட்டமன் எழுத்தாளர்கள் எவரையாவது உதாரணத்திற்குப் பொறுக்கியெடுத்துப் பார்க்கும்போது, எவ்லியா ஷெலிபி என்பவரை எடுத்துக்கொள்ளலாம். இவரது எழுத்துக்களை வாசிக்கையில், நகரின் மசூதிகளை, காலநிலையை, நீர்வழிகளை ஒருவர் ரசித்து வர்ணிப்பதைப் போலவே நகரின் அழகிய சிறுவர்களையும் வர்ணிப்பது அவர்கள் இலக்கிய மரபில் உள்ளமை தெரிகிறது. ஆனால் ஒடுக்குமுறையிலும் மையப்படுத்துதலிலும் ஒரு படித்தாக்குதலிலும் ஊறிய மேலைமயமாக்க இயக்கத்தின் இறுக்கமான பிடியில் சிக்கியிருந்த இந்த 'பழைய பாணி' இஸ்தான்புல் எழுத்தாளருக்கு 'சமூகத்தால் ஏற்றுக்கொள்ள இயலாத' தனது ரசனைகளையும் வேட்கைகளையும் வெளிப்படுத்துவதற்கு வெகுசில வழிகளே மிச்சமிருந்திருக்கின்றன. அதனால்தான் கலைக்களஞ்சிய விவகாரத்தில் அவர் தஞ்சம் அடைந்தாரென்று தோன்றுகிறது.

இருந்தாலும் கலைக்களஞ்சியம் என்பதைப் பற்றிய அவரது புரிதலில் கொஞ்சம் முரண்பாடுகள் இருப்பதாகத்தான் சொல்ல வேண்டும். அவரது முதல் *Istanbul Encyclopedia*வை கைவிட்ட பிறகு எழுதிய 'ஒஸ்மான் காஸியிலிருந்து அடாதுர்க் வரை' என்ற நூலில் காஸ்வின்லி ஸெக்கரியா பற்றி இடைநிலைக்காலத்தில் வாழ்ந்துவந்த 'அபூர்வப் பிறவிகள்' பற்றி எழுதிய *Acaibu-L Mahlukat* என்ற புத்தகத்தைப் பற்றிப் பல இடங்களில் குறிப்பிடுகிறார். இப்புத்தகம் 'கலைக்களஞ்சியத்தைப் போன்ற ஒன்று' என்று அவர் சொல்வது ஒருவித தேசியவாதப் பெருமிதம் காரணமாகத்தான். மேலைத் தாக்கத்தில் ஆட்டமன்கள் வீழ்வதற்குப் பல்லாண்டுகள் முன்பாகவே கலைக்களஞ்சியத்தை ஒத்த நூல்கள் இங்கே எழுதப்பட்டுவந்திருக்கின்றன என்று நிறுவும் முயற்சி. கலைக்களஞ்சியம் என்பது அகரவரிசையில் இயந்திரத்தனமாக அடுக்கிவைக்கப்படும் நிகழ்வுகளின் தொகுப்பல்ல என்பது கோச்சுவின் கருத்து. உண்மைகளுக்கும் கதைகளுக்கும் வித்தியாசம் உண்டு என்பதிலோ, சில விஷயங்களுக்கு

மற்றவற்றைவிடக் கூடுதலாக முக்கியத்துவம் தரப்படவேண்டுமென்பதிலோ கலாச்சார வளர்ச்சியையும் அதன் சாராம்சத்தையும் விளக்கும்போது சில பதிவுகளைச் சுருக்கமாகவும் சில பதிவுகளை விளக்கமாகவும் சிலவற்றைத் தவிர்த்தும் சொல்லியாக வேண்டும் என்பதிலோ அவருக்கு உடன்பாடு இருந்ததில்லை. வரலாற்றிற்கு அவர் தொண்டாற்றுவதாக அவருக்குத் தோன்றியதில்லை; வரலாறுதான் தனக்குத் தொண்டூழியம் புரிவதாக நினைத்தார். அவரது நகரத்தின் வரலாற்றை மாற்றுவதற்காக வரலாற்று விவரங்களை சாணை தீட்டி, தனது வரலாறாகவே ஆக்குகின்ற கோச்சுவின் செயல்பாடு நீட்ஷேவின் 'சரித்திரத்தின் பயன்பாடுகள், தவறாடல்கள் குறித்து' என்ற கட்டுரையில் வரும் 'சக்தியற்ற வரலாற்றாள'னை நினைவூட்டுகிறது.

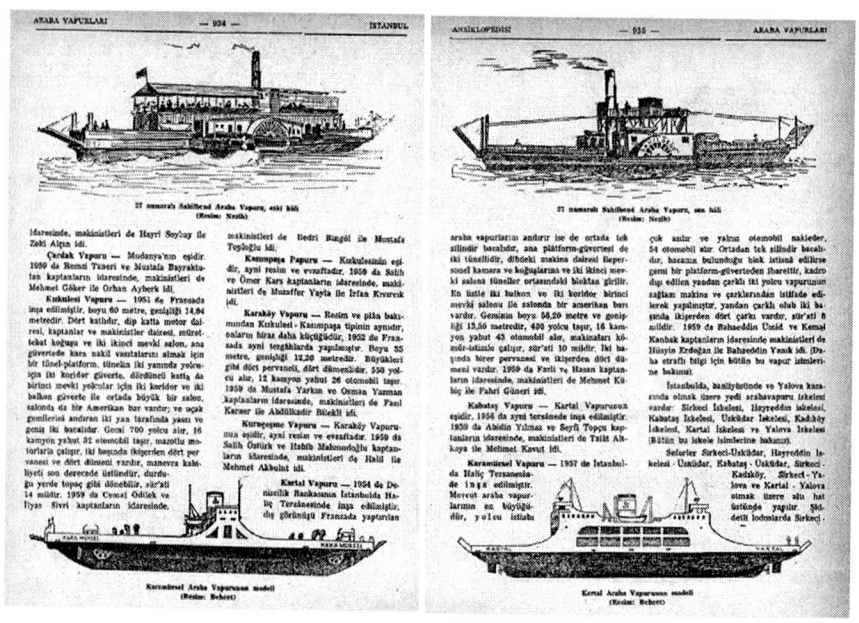

ARABA VAPURLARI — 934 — İSTANBUL

27 numaralı Sahilbend Araba Vapuru, eski hâli
(Resim: Nezih)

idaresinde, makinistleri de Hayri Soybay ile Zeki Alçın idi.

Çardak Vapuru — Mudanya'nın eşidir. 1959 da Remzi Taneri ve Mustafa Bayraktutan kaptanların idaresinde, makinistleri de Mehmet Göker ile Orhan Ayberk idi.

Kukulesi Vapuru — 1951 de Fransada inşa edilmiştir, boyu 60 metre, genişliği 14,84 metredir. Dört katlıdır, dip katta motor dairesi, kaptanlar ve makinistler dairesi, mürettebat koğuşu ve iki ikinci mevki salon, ana güvertede kara nakil vasıtalarını almak için bir tünel-platform, tünelin iki yanında yolcu için iki koridor güverte, dördüncü katta da birinci mevki yolcular için iki koridor ve iki balkon güverte ile ortada büyük bir salon, salonda da bir Amerikan bar vardır; ve uçak gemilerini andıran iki yan tarafında yassı ve geniş iki bacalıdır. Gemi 700 yolcu alır, 16 kamyon yahut 32 otomobil taşır, mazotlu motorlarla çalışır, iki başında ikişerden dört pervanesi ve dört dümeni vardır, manevra kabiliyeti son derecede üstündür, durduğu yerde topaç gibi dönebilir, sür'ati 14 mildir. 1959 da Cemal Ödilek ve İlyas Sivri kaptanların idaresinde, makinistleri de Bedri Bingöl ile Mustafa Topçoğlu idi.

Kasımpaşa Vapuru — Kızkulesinin eşidir, aynı resim ve evsaftadır. 1959 da Salih ve Ömer Kars kaptanların idaresinde, makinistleri de Muzaffer Yayla ile İrfan Kıvırcık idi.

Karaköy Vapuru — Resim ve plân bakımından Kızkulesi - Kasımpaşa tipinin aynıdır, onların biraz daha küçüğüdür, 1952 de Fransada aynı tezgâhlarda yapılmıştır. Boyu 55 metre, genişliği 12,20 metredir. Büyükleri gibi dört pervaneli, dört dümenlidir, 550 yolcu alır, 12 kamyon yahut 26 otomobil taşır. 1959 da Mustafa Yarkın ve Osman Yazman kaptanların idaresinde, makinistleri de Fazıl Karaer ile Abdülkadir Bilekli idi.

Kuruçeşme Vapuru — Karaköy Vapurunun eşidir, aynı resim ve evsaftadır. 1959 da Salih Öztürk ve Habib Mahmudoğlu kaptanların idaresinde, makinistleri de Halil ile Mehmet Akbulut idi.

Kartal Vapuru — 1954 de Denizcilik Bankasının İstanbulda Haliç Tersânesinde inşa edilmiştir, dış görünüşü Fransada yaptırılan

Karamürsel Araba Vapurunun modeli
(Resim: Behçet)

ANSİKLOPEDİSİ — 935 — ARABA VAPURLARI

27 numaralı Sahilbend Araba Vapuru, son hâli
(Resim: Nezih)

araba vapurlarını andırır ise de ortada tek silindir bacalıdır, ana plâtform-güvertesi de iki tünellidir, dibdeki makina dairesi ilepersonel kamara ve koğuşlarına ve iki ikinci mevki salona tüneller ortasındaki bloktan girilir. En üstte iki balkon ve iki koridor birinci mevki salonu ile salonda bir amerikan barı vardır. Geminin boyu 58,20 metre ve genişliği 13,56 metredir, 420 yolcu taşır, 16 kamyon yahut 43 otomobil alır, makinaları kömür-istimle çalışır, sür'ati 10 mildir. İki başında birer pervanesi ve ikişerden dört dümeni vardır. 1959 da Farli ve Hasan kaptanların idaresinde, makinistleri de Mehmet Kübiç ile Fahri Güneri idi.

Kabataş Vapuru — Kartal Vapurunun eşidir, 1956 da aynı tersânede inşa edilmiştir. 1959 da Abidin Yılmaz ve Seyfi Topçu kaptanların idaresinde, makinistleri de Talât Altkaya ile Mehmet Kavut idi.

Karamürsel Vapuru — 1937 de İstanbulda Haliç Tersanesinde inşa edilmiştir. Mevcut araba vapurlarının en büyüğüdür, yolcu istiabı çok azdır ve yalnız otomobil nakleder, 54 otomobil alır. Ortadan tek silindir bacalıdır, bacanın bulunduğu blok istisnâ edilirse gemi bir platform-güverteden ibarettir, kadro dışı edilen yandan çarklı iki yolcu vapurunun sağlam makina ve çarklarından istifade edilerek yapılmıştır, yandan çarklı olub iki başında ikişerden dört çarkı vardır, sür'ati 8 mildir. 1959 da Bahaeddin Ümid ve Kemal Kanbak kaptanların idaresinde makinistleri de Hüsyin Erdoğan ile Bahaeddin Yanık idi. (Daha etraflı bilgi için bütün bu vapur isimlerine bakınız).

İstanbulda, banliyösünde ve Yalova kazasında olmak üzere yedi arabavapuru iskelesi vardır: Sirkeci İskelesi, Hayreddin iskelesi, Kabataş İskelesi, Üsküdar İskelesi, Kadıköy İskelesi, Kartal İskelesi ve Yalova İskelesi (Bütün bu iskele isimlerine bakınız).

Seferler Sirkeci-Üsküdar, Hayreddin İskelesi - Üsküdar, Kabataş - Üsküdar, Sirkeci - Kadıköy, Sirkeci - Yalova ve Kartal - Yalova olmak üzere altı hat üstünde yapılır. Şiddetli lodoslarda Sirkeci -

Kartal Araba Vapurunun modeli
(Resim: Behçet)

அவர் சக்தியற்றவராக இருந்தார் என்று சொல்லக் காரணம், உண்மையான சேகரிப்பாளர்களைப் போலவே, சேகரிக்கும் பொருட்களின் சந்தை மதிப்பைக் கணக்கில்கொள்ளாமல், தன்மையின் மதிப்பைக் கொண்டு தனது சேகரிப்புகளை மேற்கொண்டதுதான். பல்லாண்டுகளாகச் செய்தித்தாள்களிலும் நூலகங்களிலும் ஆட்டமன் ஆவணங்களிலும் அலசித்தேடி அகழ்ந்தெடுத்த தரவுகளின் மீது அவருக்கு உணர்வுரீதியான பிணைப்பு இருந்தது. உலகியல் மதிப்பீட்டில் ஒரு தேர்ந்த சேகரிப்பாளனாக அங்கீகரிக்கப்பட்டிருப்பவன் (வழக்கமாக இவன் ஒரு மேலைநாட்டவனாகத்தான் இருப்பான்) தனது தேடலின் காலக்கிரமத்தை அடிப்படையாகக் கொள்ளாமல், சேகரித்த அரும்பொருட்களை ஒரு தெளிவான, தர்க்கரீதியான வகைப்பாட்டில் தொகுத்து வைப்பவனாக இருப்பான். அவன் பின்பற்றிய வகைப்பாட்டுமுறை ஒளிவு மறைவற்றதாயிருக்கும். ஆனால் கோச்சுவின் இஸ்தான்புல்லில் இதுபோன்ற

தனிச்சேகரிப்பு கொண்ட அருங்காட்சியகம் ஒன்றுகூட இல்லை. ஐரோப்பிய இளவரசர்கள், கலைஞர்களிடையே 16ஆம் நூற்றாண்டிலிருந்து 18ஆம் நூற்றாண்டு வரையிலான காலத்தில் மிகவும் பிரபலமாக இருந்த அரும் பொருள் பேழைகளில் ஒன்றினைப் போல கோச்சுவின் *Istanbul Encyclopedia* ஓர் அருங்காட்சியகமாக இருந்ததாகச் சொல்ல முடியாது. *Istanbul Encyclopedia* வின் பக்கங்களைப் புரட்டுவதென்பது அந்தப் பேழைகளின் இழுப்பறைகளை ஒவ்வொன்றாகத் திறந்து பார்ப்பதைப் போன்றது: கிளிஞ்சல்களையும் மிருகங்களின் எலும்புகளையும் தாதுப்பொருட்களையும் வியந்து நோக்கிக்கொண்டிருக்கையில் அவற்றின் புராதனக் கவர்ச்சியைக் கண்டு உங்களால் புன்னகைக்காமல் இருக்க முடியாது.

என் தலைமுறையைச் சேர்ந்த புத்தக விரும்பிகளிடம் *Istanbul Encyclopedia* வைப் பற்றி இலேசாகக் குறிப்பிட்டாலும் கூட அவர்களிடம் இதே விதமான அன்புப் புன்னகைதான் எழும். எங்களுக்கிடையே அரை நூற்றாண்டு வயது வித்தியாசம் இருப்பதாலும் மற்றவர்களை விட நாங்கள் கூடுதலான 'மேலைத்தன்மை'யும் 'நவீனத்தன்மை'யும் கொண்டவர்கள் என்று நம்பிக்கொண்டிருந்ததாலும், 'கலைக்களஞ்சியம்' என்ற சொல்லை உச்சரிக்கும் போதே எங்கள் உதடுகள் புன்னகையில் சுருளும். ஆனாலும் அதன் முழு வளர்ச்சியை எட்டுவதற்கு ஐரோப்பாவில் பல நூற்றாண்டுகளை எடுத்துக்கொண்ட ஒரு வடிவத்தைத் தற்போக்காகக் கையில் எடுத்துக்கொண்டு, கை சொடக்கும் நேரத்தில் அதில் கைவரப் பெற்றுவிடுவோமென்று அப்பாவித்தனமாக நம்பிக்கொண்டிருந்த அவரை எண்ணி பச்சாதாபப்படவும் வேண்டியிருக்கிறது. ஆனால் அம்மெல்லிய தயாளத்திற்குப் பின்னால் ஒரு ரகசியப் பெருமிதமும் எங்களுக்கு இருந்தது; நவீனத்துவத்திற்கும் ஆட்டமன் கலாச்சாரத்திற்குமிடையே சிக்கிக்கொண்டிருந்த ஓர் இஸ்தான்புல்லிடமிருந்து, சட்ட ஒழுங்கற்ற வினோதத்தை வகைப்படுத்தவோ அல்லது எவ்விதத்திலாவது கட்டுப்படுத்தவோ மறுக்கிற ஒரு புத்தகம் வந்திருப்பதைப் பார்க்கின்ற பெருமிதம். அதிலும் பனிரெண்டு மாபெரும் தொகுதிகளாக வெளிவந்து, அச்சில் இல்லாமல் தீர்ந்துபோயிருக்கும் புத்தகம் என்ற பெருமிதம்!

இந்தப் பனிரெண்டு தொகுதிகளையும் ஏதோ சில காரணங்களுக்காகப் படிக்க வேண்டியிருக்கிற, படித்து முடித்திருக்கிற சிலரை அவ்வப்போது சந்தித்துக்கொண்டேயிருக்கிறேன். இஸ்தான்புல்லின் சிதைக்கப்பட்ட ஸூஃபி *tekkes*களில் ஆய்வு செய்துகொண்டிருக்கும் கலை வரலாற்றாளரான நண்பர் ஒருவர், இஸ்தான்புல்லின் அதிகம் பிரபலமாகாத ஹமாம்களைப் பற்றி தெரிந்துகொள்ளும் முயற்சியில் உள்ள இன்னொரு நண்பர் என இவர்களை சந்தித்து, பரிச்சய புன்னகைகளைப் பரிமாறிக்கொண்ட பின்னர் சேகரித்த விவரங்களைச் சரிபார்த்துக்கொள்ளும் விருப்பம் உண்டாகும். என் ஆய்வு நண்பரிடம் பழைய ஹமாம்களில், ஆண்கள் பகுதி கதவுகளுக்கு முன்பு கழிபொருட்கள் விற்பவர் கூட்டமாக உட்கார்ந்து கிழிந்த காலணிகளையும் துணிகளையும் தைத்துத்தருவார்கள் என்பதைப் படித்திருக்கிறீர்களா என்று புன்னகையோடு கேட்பேன். நண்பர் பதிலுக்கு இன்னொரு கேள்வியை என்னிடம் வீசுவார். அதே தொகுதியில் 'எய்யுப் சுல்தான் தூர்பே பிளம்' என்று தலைப்பிட்ட கட்டுரையில் எப்படி ஒரு குறிப்பிட்ட வகை

இஸ்தான்புல் பிளம் பழம் 'தூர்பே' என்று அழைக்கப்படுகிறது? கடலோடி ஃபெர்ஷாத் என்பவர் யார்? (விடை: இவர் ஒரு துணிவுமிக்க மாலுமி. 1958ஆம் வருடம் கோடைப் பருவத்தில் ஒருநாள் தீவுத்தோணி ஒன்றிலிருந்து கடலில் விழுந்து விட்ட பதினேழு வயது இளைஞனின் உயிரைக் காப்பாற்றியவர்). அடுத்ததாகப் பேச்சு அர்னாவுத் கேஃபர் என்ற பேயோலு கொள்ளைக்காரனைப் பற்றித் திரும்பும். தொழில்முறையில் இவனுக்குப் போட்டியாக இருந்த நாத்திகன் ஒருவனின் மெய்க்காப்பாளனை இவன் கொன்ற விதத்தைப் பற்றி 'டோலாப்தெரே கொலை' என்ற கட்டுரையில் விவரிக்கப்பட்டுள்ளது. அப்புறம் 'டோமினோ விளையாட்டுக்காரர்களின் காபிஹவுஸ்' கட்டுரைக்குப் பேச்சு நகரும். இந்த விளையாட்டை விளையாடுபவர்கள் பெரும்பாலும் நகரத்தில் சிறுபான்மையினராக உள்ள கிரேக்கர்களும் யூதர்களும் ஆர்மீனியர்களும்தான். இதைப் பற்றிப் பேசும் போது, உரையாடல் நிஷாந்தஷியில் இருந்த என் குடும்பத்திற்கும் திரும்பும். நாங்களும் டோமினோஸ் விளையாடுவோம். நிஷாந்தஷியிலும் பேயோலுவிலும் பழைய பொம்மைகள், புகையிலை, பயன்படுத்திய பொருட்கள் விற்கிற கடைகளில் டோமினோ விளையாட்டு செட்டுகள் ஒரு காலத்தில் விற்றதைப் பற்றி நான் நினைவுகூர, ஞாபகங்கள் எங்களை ஆக்கிரமித்து கடந்த கால ஏக்கத்தில் மூழ்குவோம். இல்லாவிட்டால் 'உள்ளாடை மனிதன்' பற்றியோ (இவன் தனது ஐந்து பெண்களை அழைத்துக்கொண்டு ஊர் ஊராக அலைந்து விபச்சாரம் செய்பவன். அனடோலியாவிலிருந்து இஸ்தான்புல்லிற்கு வருகின்ற வணிகர்கள் மத்தியில் இவனும் இவனுடைய பெண்களும் மிகப் பிரபலம்) அல்லது 'இம்ப்பீரியல் ஹோட்டல்' பற்றியோ (பத்தொன்பதாம் நூற்றாண்டின் மத்தியில் மேலைநாட்டு சுற்றுலாவாசிகளின் அபிமானத்திற்குரியதாக இது இருந்தது) அல்லது 'கடைகள்' பற்றியோ (இக்கட்டுரையில் இஸ்தான்புல்லில் உள்ள கடைகள் எப்படி, எந்தக் காரணத்திற்காக அடிக்கடித் தனது பெயர்களை மாற்றிக்கொள்கின்றன என்று கோச்சு விளக்குகிறார்) பேச்சு வளரும்.

பழைய சோகம் எங்கள் மீது கவிவதை நண்பர்களும் நானும் உணரத்தலைப்படும் போது, அதற்கு இதைவிட மேலதிகக் காரணங்கள் இருப்பது எங்களுக்குப் புரியத் தொடங்கும். உண்மையான காரணம் இஸ்தான்புல்லை மேற்கத்திய 'அறிவியல்' கருத்தமைவுகளின்படி கோச்சுவால் வகைப்படுத்த இயலாமற் போனமை. இஸ்தான்புல் எளிதில் கையாள முடியாதபடிக்கு மாறுபட்டிருப்பதும் கட்டுப்பாடற்றிருப்பதும் மேலை நகரங்களிலிருந்து பெரிதும் அந்நியப்பட்டிருப்பதும் அவரது தோல்விக்கான பிற காரணங்களில் அடங்கும். இஸ்தான்புல்லின் ஒழுங்கமைவு, வகைப்படுத்துதலை எதிர்க்கிறது. ஆனால் நாங்கள் குறைசொல்கின்ற இந்த 'மற்றமை' என்ற விஷயம்தான் எமது அதீத பற்றுக்குக் காரணமென்பதும் புரிகிறது. இந்தத் தாய் நிலத்து வெறி, எமது நகரத்தின் மற்றமைத் தன்மையைப் பற்றி, அதனை ஒரு தனித்தன்மையாக நாங்கள் பேசத் தொடங்கும்போது எமக்குள் ஆரம்பிக்கிறது. கோச்சுவின் *Encyclopedia* வை நாங்கள் மதித்துப் போற்றுவது இதனால்தான்.

இஸ்தான்புல்லின் 'வினோதத் தன்மை'யைப் புகழ்கின்ற வினோதப் பழக்கத்திற்கு ஆட்படாமலேயே எங்களால் சொல்ல முடியும், நாங்கள்

கோச்சுவை நேசிப்பதற்குக் காரணம் அவர் 'தோல்வி'யுற்றதால்தானென்று. *Istanbul Encyclopedia* வெற்றியடையாமல் போனதற்குக் காரணம் – துயரார்ந்த எழுத்தாளர் நால்வரின் வீழ்ச்சிக்கும் அதுதான் காரணம் – அவரால் இறுதிவரை முழுமையான மேலைநாட்டவனாகத் தன்னை ஆக்கிக்கொள்ள முடியாமற்போனதுதான். புதிய கண்களின் வழியாக இந்நகரத்தைக் காண்பதற்காக தமது மரபார்ந்த அடையாளங்களை இவ்வெழுத்தாளர்கள் கழுவி அகற்றிக்கொள்ள வேண்டியிருந்தது. மேற்கத்தியனாவதற்காக கிழக்கிற்கும் மேற்கிற்கும் இடையிலிருந்த மங்கிய ஒளிப்பிரதேசத்திற்கு அவர்கள் திரும்பி வரவியலாத பயணத்தை மேற்கொள்ள வேண்டியிருந்தது. மற்ற மூன்று துயரார்ந்த எழுத்தாளர்களைப் போலவே கோச்சுவின் மிக வசீகரமான, செறிவான பக்கங்களாக அமைந்தவை இவ்விரு உலகங்களுக்கு நடுவே அமைந்தவை. (மற்ற மூவரைப் போலவே) தனது தனித்தன்மைக்காக அவர் கொடுத்த விலை தனிமை.

ANSİKLOPEDİSİ — 2311 — BAYRAM YERLERİ

Vefâ Meydanı (zamanımıza kadar intikal etmemiş İstanbulun en büyük ve şenlikli meydanı idi) ve At Meydanı olduğunu onyedinci asrın büyük şâiri Şeyhülislâm Yahya Efendinin bir gazelinden öğreniyoruz;

Sefâlar hoşkâdîb uşşâk olunsun merhabâ yeryer
Vefâ Meydânına gelsün cihânânı Stanbulun
Pür olsun hûblarla At Meydanı Stanbulun

Eski bayram yerlerinin fevkalâde rağbet gören eğlencesinin de gaayet büyük dönme dolablar olduğu anlaşılıyor; bayram yerlerinde atla dolaşan veya dönme dolaba binmiş olan mahbub civanlar şânında şâirlerimizin güzel tasvirleri vardır;

(Bâkî (XVI. asır)

Yahya (XVII. asır)

Şâkir (XVIII. asır)

Yahya (XVII. asır)

Onsekizinci asır şâirlerinden Sâmi de bayramyeri salıncakları için;

diyor.

Eski İstanbulun bayram yerlerinin bir tasvirini de Mehmed Âkifin «Bayram» adındaki manzumesinde buluyoruz;

Birinci gün hava bir parça nâ müsâiddi,
Dedim ki: «Fâtihe çıksam yavaşça, bir yanda
Durub o âlemi seyreylesem de meydanda,
Ziyâret etsem ehibbâyı sonradan.. hoş olur.
Bütün gün evde oturmak ne oba beş olur».
Durursun? Ne gezer! fırladım hemen evden.
Gelin de bayramı Fâtihde seyredin, sırâ

İstanbulda bir bayram yeri
(Münif Fehimin kompozisyonundan B. Cantek eli ile)

கோச்சுவின் மரணத்திற்குப்பிறகான 70களின் மத்திய வருடங்களில் கவர்டு பஜாருக்கு நான் செல்லும் போதெல்லாம் பெயாஸித் மசூதிக்குப் பக்கத்திலிருக்கும் ஸஹாஃப்ளார் பழைய புத்தக அங்காடிக்குப் போவேன். மங்கி, சாயமிழந்து, பூஞ்சணம் பிடித்திருக்கும் மலிவான புத்தக அடுக்குகளின் நடுவே தனது கடைசி வருடங்களைக் கழித்த கோச்சு, கைக்காசை செலவிட்டுப் பதிப்பித்த, 'பைண்டு' செய்யப்படாத கடைசி தொகுதிகளை வாங்குவேன். இவை என் பாட்டியின் நூலகத்தில் ஏற்கனவே நான் படித்திருந்தவைதான். இப்போது பழைய பேப்பர் விலைக்கு விற்கப்படுகின்றன. இதைப் பற்றி எனக்குத் தெரிந்த புத்தகக் கடைக்காரர்களிடம் கேட்டபோது, இந்த விலைக்கு வாங்குவதற்குக்கூட ஒருவருமில்லை என்றார்கள்.

19

வெற்றியா, வீழ்ச்சியா? கான்ஸ்டான்டிநோப்பிள் துருக்கி மயமாதல்

கான்ஸ்டான்டிநோப்பிளாகவும் அதன் பின்னர் நவீன இஸ்தான்புல்லாகவும் மாறுவதற்கு முன்பிருந்த புராதன கிரேக்க நகரமான பைஸாண்டியத்தைப் பற்றி இஸ்தான்புல் துருக்கியர்கள் பலரைப் போலவே எனக்கும் சிறுவயதில் பெரிய ஆர்வம் இருந்ததில்லை. அந்த வார்த்தையைக் கேட்டாலே தாடியும் கருப்பு அங்கியும் அணிந்து பேயுருவாகத் தெரியும் கிரேக்க ஆர்த்தடாக்ஸ் பாதிரிகளும் நகரம் முழுக்க இப்போதும் இருக்கின்ற கட்டுக் கால்வாய்களும் ஹாஜியா ஸோஃபியாவும் பழைய தேவாலயங்களின் செங்கற் சுவர்களும்தான் நினைவுக்கு வரும். இவையெல்லாம் பன்னெடுங்காலத்திற்கு முந்தையவற்றின் எச்சங்கள் என்றும், இவற்றைப் பற்றித் தெரிந்துகொள்வதற்குப் பெரிய அவசியம் ஏதுமில்லை என்றும் நினைத்திருந்தேன். பைஸாண்டியத்தை வெற்றி கொண்ட ஆட்டமன்கள்கூட பழங்காலத்தைச் சேர்ந்தவர்களாக என் தலைமுறையினருக்குத் தோன்றும்போது, ஆட்டமன்களுக்கு அடுத்த வந்த ‘புதிய நாகரிகத்தின்’ முதல் தலைமுறையைச் சேர்ந்த என்னைப் போன்றவர்களுக்கு பைஸாண்டியம் என்பது புராதன காலமாகத் தெரிவதில் வியப்பில்லை. ரெஷாத் எக்ரெம் கோச்சு, ஆட்டமன்களை மிகவும் விசித்திரப் பிறவிகளாகக் காட்டமுயன்றாலும்கூட, அவர்களின் பெயர்கள் எமக்குப் பரிச்சயமானவைகளாக, அடையாளம் கண்டுகொள்ளக் கூடியனவாக இருந்தன. பைஸான்டைன்களைப் பொறுத்தவரை, அவர்கள் நகரம் கைப்பற்றப்பட்ட பிறகு அனைவரும் மாயமாக மறைந்துவிட்டார்கள் என்றுதான் எங்களை நம்பவைக்க சொல்லப்பட்டது. பேயோலுவில் இப்போது செருப்பு கடைகளையும் பேட்டீஸரி கேக்குகள், சில்லரை உடுப்புக்கள் கடைகளையும் நடத்துவது அந்த பைஸான்டைன்களின்

கொள்ளுப்பேரன்களுக்குப் பிறந்த கொள்ளுப்பேரன்களுக்குப் பிறந்த கொள்ளுப்பேரன்கள் தானென்று யாரும் என்னிடம் சொன்னதில்லை. என் குழந்தைப் பருவத்தின் மிக மகிழ்ச்சிகரமான தருணங்கள் என் அம்மாவோடு பேயோலுவில் உள்ள கிரேக்கர்களின் கடைகளுக்குச் சென்றவையாகத்தான் இருந்தன. அவை குடும்பத்தோடு 'ஷாப்பிங்' வருகின்ற கடைகள். வீட்டிலிருக்கும் எல்லோருக்கும் தேவையான சரக்குகள் அங்கே இருக்கும். அவர்களுடைய துணிக்கடைக்குச் சென்று அம்மா திரைச் சீலைகளையோ குஷன் உறைகளையோ புரட்டிப் பார்த்துக்கொண்டிருக்கும்போது, பின்னணியில் அம்மாக்களும் அப்பாக்களும் மகள்களும் படுவேகமான கிரேக்க மொழியில் சளசளத்துக் கொண்டிருப்பது விடாமல் ஒலிக்கும். வீட்டுக்கு வந்ததும் அவர்களது வினோதமான மொழியையும் பெண்கள் அவர்களுடைய அப்பாக்களிடம் அதீதமான முகபாவங்களோடு நீட்டி முழக்கிப் பேசும் விதத்தையும் அப்படியே நடித்துக்காட்டுவேன். எனது நடிப்பை என் வீட்டார் ரசிக்கும் விதத்தைப் பார்க்கும்போது கிரேக்கர்கள் என்பவர்கள் எமது நகரத்தின் அந்தஸ்திற்கு மிகவும் கீழானவர்கள் என்றும் சேரிப்பகுதிகளில் வசிக்கின்ற, 'மதிப்பாகக் கருத முடியாத' இனத்தவர் என்றும் எனக்குப் புகட்டப்படுவதை உணர்வேன். மாவீரர் மெஹ்மத் இந்நகரை அவர்களிடமிருந்து கைப்பற்றிய வரலாற்றுச் சம்பவம் ஓர் ஆதிக்கக் குறியீடாக இன்றளவும் பதிந்திருப்பதுதான் இதற்குக் காரணமென்று நினைக்கிறேன். இஸ்தான்புல்லை ஜெயம்கொண்டதன் 500வது ஆண்டு விழா 1953இல் கொண்டாடப்பட்டது. 'மாபெரும் அற்புதம்' என்று வர்ணிக்கப்படும் இவ்வரலாற்று நிகழ்வு, அச்சமயத்தில் வெளியிட்ட தபால்தலைகளைத் தவிர வேறு எதுவும் என்னைக் கவர்ந்திருக்கவில்லை.

ஒரு தபால் தலையில் கப்பல்கள் இருட்டிலிருந்து வெளியே வரும்; இன்னொன்றில் பெலினி வரைந்த மாவீரர் மெஹ்மத்தின் உருச்சித்திரம்; மூன்றாவதில் ரூமெலிஹிஸாரியின் கோபுரங்கள். ஆக, இந்த வரிசையில் வந்த எல்லாமே அந்த மகத்தான கைப்பற்றலோடு தொடர்புகொண்ட புனித பிம்பங்கள் என்று சொல்ல முடியும்.

சில குறிப்பிட்ட வரலாற்றுச் சம்பவங்களை மக்கள் எப்படி குறிப்பிடுகிறார்கள் என்பதை வைத்து நீங்கள் இருப்பது மேலை நாட்டிலா அல்லது கீழை நாட்டிலா என்பதைச் சொல்லிவிட முடியும். மேற்கத்தியர்களைப் பொறுத்தவரை 1453ஆம் வருடம் மே 29ஆம் தேதி கான்ஸ்டான்டிநோப்பிள் வீழ்ந்த தினம். கிழக்கத்தியர்களுக்கு அதுவே இஸ்தான்புல் கைப்பற்றப்பட்ட தினம். பலவருடங்களுக்குப் பின் என் மனைவி கொலம்பியா பல்கலைக்கழத்தில் படித்துக்கொண்டிருந்தபோது ஒரு தேர்வில் ‘கைப்பற்றல்’ என்ற சொல்லைப் பயன்படுத்தியதற்காக அவளுடைய அமெரிக்கப் பேராசியர் அவள் ‘தேசியவாதத்தால்’ பீடிக்கப்பட்டிருப்பதாகக் கண்டித்திருக்கிறார். இத்தனைக்கும் அவள் துருக்கிய லீஸே பள்ளியில் படித்த காலத்தில் கற்றுத்தந்திருந்த சொல்தான் அது. அவளுடைய அம்மா ரஷியாவிலிருந்து குடிபெயர்ந்தவர் என்பதால் ஆர்த்தடாக்ஸ் கிறித்துவர்கள் மீது அவளுக்குப் பரிவு இருக்கும் என்று சொல்லலாம்தான். அல்லது ‘வீழ்ச்சி’ என்றோ ‘வெற்றி’ என்றோ அதைப் பார்க்க முடியாமல், முஸ்லிம் அல்லது கிறித்துவன் என்ற இரண்டு தேர்வுகளைத் தவிர வேறெதையும் அனுமதிக்காத இரு உலகங்களுக்கிடையே சிக்கிக்கொண்ட துரதிருஷ்டமான பணயக் கைதி போல அவள் உணர்ந்திருக்கக் கூடும்.

இஸ்தான்புல் இந்தக் கைப்பற்றிய தினத்தைக் கொண்டாடத் தொடங்கியதற்கு மேலைமயமாக்கலும் துருக்கிய தேசியவாதமும்தான் காரணம். இருபதாம் நூற்றாண்டின் தொடக்கத்தில் இஸ்தான்புல்லின்

மக்கள்தொகையில் முஸ்லிம்கள் பாதிப்பேர்தான். மீதமிருந்தவர்களில் பெரும்பான்மையோர் பைஸான்டைன் கிரேக்கர்களின் வம்சாவளிகள். என் சிறுவயதில் 'கான்ஸ்டான்டிநோப்பிள்' என்ற பழைய பெயரை குறிப்பிட்டுச் சொல்பவர்களையெல்லாம் இந்நகரின் தீவிர தேசியவாதிகள் மிகக் கடுமையாகத் தாக்கிப் பேசுவதைக் கேட்டிருக்கிறேன். அப்படிச் சொல்பவர்கள் இத்தாலி முதலிய கீழ் ஐரோப்பிய நாடுகளில் அவ்வந்நாட்டு மொழி பேசும் மாவட்டங்கள் அவ்வந்நாட்டைச் சேர வேண்டும் என்ற கொள்கையுடைய 'இர்ரெடன்டிஸ்' வாதிகள் என்றும் இந்நகரின் முதல் அரசாளர்களாக இருந்த கிரேக்கர்கள், இப்போது ஐந்நூறு வருடங்களாக தம்மிடமிருந்து இந்நகரைக் கைப்பற்றி வைத்திருக்கும் துருக்கியர்களைச் சமயம் பார்த்து விரட்டி விட தயாராகிக் கொண்டிருக்கிறார்களென்றும் அது நடக்காவிட்டால் துருக்கியர்களை இரண்டாம் தர குடிமக்களாகத் தரமிழக்கச் செய்யும் வகையில் ஆதிக்கம் செலுத்த திட்டமிட்டிருக்கிறார்களென்றும் பிரச்சாரம் செய்த இந்தத் தேசியவாதிகள்தான் 'கைப்பற்றல்' என்ற சொல்லை வலிந்து புகுத்தி வந்தனர். ஆனால் ஆட்டமன்களில் பலருக்கும் அவர்களது நகரத்தை 'கான்ஸ்டான்டிநோப்பிள்' என்று அழைப்பதில் பிரச்சனை இருந்ததில்லை.

என்னுடைய காலகட்டத்திலும்கூட, மேலைமயமாக்கப்பட்ட குடியரசை நிர்மாணிக்க முனைந்திருந்த துருக்கியர்களும் இந்தக் 'கைப்பற்றலை'ப் பற்றி அதிகம் பிரஸ்தாபிக்கத் தயங்கியே வந்தனர். 1953இல் நடந்த 500ஆம் ஆண்டு கொண்டாட்டத்தில்கூட ஜனாதிபதி செலால் பாயரோ, பிரதமர் அட்னன் மெந்தரஸ்ஸோ கலந்துகொள்ளவில்லை. இந்தக் கொண்டாட்டங்களுக்கான ஏற்பாடுகள் பலவருடங்களாகச் செய்யப்பட்டு வந்திருந்தாலும் கடைசி நேரத்தில் இது கிரேக்கர்களையும் துருக்கியின் மேற்கத்திய தோழமை நாடுகளையும் புண்படுத்தக் கூடுமென்ற தயக்கத்தில் அவர்கள் ஒதுங்கிக்கொண்டனர். அந்த நேரத்தில்தான் பனிப்போரும் தொடங்கியிருந்தது. 'நேட்டோ' உறுப்பு நாடான துருக்கிக்கு இந்தக் கைப்பற்றலை உலகிற்கு நினைவூட்டுவது அசந்தர்ப்பமாக இருந்திருக்கும். ஆனால், மூன்று வருடங்கள் கழித்து இதே துருக்கிய அரசு இந்த 'கைப்பற்றல் வெறி'யைத் தூண்டியும்விட்டது. கிரேக்கர்கள் மற்றும் இதர சிறுபான்மையினரின் கடைகள் இஸ்தான்புல்லில் சூறையாடப்பட்டன. இந்தக் கலவரங்களில் எண்ணற்ற கிறித்துவ தேவாலயங்கள் அழிக்கப்பட்டு, எண்ணற்ற பாதிரிகள் கொல்லப்பட்டனர். கான்ஸ்டான்டிநோப்பிள் வீழ்ந்தபோது நிகழ்ந்ததாக மேலைநாட்டு வரலாற்றாளர்களால் குறிப்பிப்பட்ட பலவித அட்டூழியங்களும் மீண்டும் அரங்கேற்றப்பட்டன. உண்மையில் துருக்கியும் கிரீஸும் தத்தமது நாடுகளின் சிறுபான்மையினரை நிலைத்திய அரசியலின் பணயக் கைதிகளாக நடத்தியிருக்கின்றன வென்றுதான் சொல்ல வேண்டும். அதனால்தான் 1453ஆம் வருடத்திற்குப் பிறகு ஐம்பது வருடங்களில் இஸ்தான்புல்லை விட்டு வெளியேறிய கிரேக்கர்களைவிட கடந்த ஐம்பது வருடங்களில் வெளியேறியவர்கள் அதிகம்.

ஆயிரத்துத் தொள்ளாயிரத்து ஐம்பத்தைந்தில்தான் சைப்ரஸை விட்டு பிரிட்டிஷார் வெளியேறினார். அச்சிறிய தீவை கிரீஸ் தன்னகப்படுத்திக்கொள்ள தயாராகிக்கொண்டிருந்த நேரத்தில் துருக்கிய

ரகசிய சேவையைச் சேர்ந்த ஏஜென்ட் ஒருவன், கிரேக்க நகரமான ஸலோனிகாவிலிருந்த அடாதுர்க் பிறந்த வீட்டிற்குள் ஒரு வெடிகுண்டை வீசினான். இஸ்தான்புல் நாளிதழ்கள் இச்செய்தியைப் பூதாகரமாக மிகைப்படுத்தி விசேடப்பதிப்புகள் வெளியிட, நகரத்தின் முஸ்லிமல்லாத குடிமக்களுக்கு எதிரான கும்பல் டாக்ஸிம் சதுக்கத்தில் கூடியது. பேயோலுவில் நானும் என் அம்மாவும் செல்கின்ற எல்லாக் கடைகளும் அடித்து நொறுக்கப்பட்டு தீக்கிரையாக்கப்பட்டன. இரவு முழுக்க அந்தக் கும்பல் நகரின் மற்ற பகுதிகளில் இந்தக் கோரத்தாண்டவத்தை நடத்தியது.

கலவரக்காரர்கள் கிரேக்கர்கள் அதிக எண்ணிக்கையில் இருந்த ஓர்டகூய், பலீக்லி, ஸமத்யா, ஃபீனர் போன்ற பகுதிகளில் பெரிய அளவில் வன்முறைத் தாக்குதல்களை நடத்தினர். கிரேக்கர்களின் மளிகைக் கடைகளையும் பால் விற்பனையகங்களையும் உடைத்து எரித்ததுமில்லாமல் வீடுகளிலும் புகுந்து கிரேக்க, ஆர்மீனியப் பெண்களை வன்புணர்ந்தனர். மாவீரர் மெஹ்மத் கான்ஸ்டான்டிநோப்பிளை கைப்பற்றியபோது அவரது ராணுவ வீரர்கள் எந்தளவுக்கு இரக்கமின்றி நகரைச் சூறையாடினார்களோ அதற்குச் சற்றும் குறையாமல் இந்தக் கலவரக்காரர்களும் நடந்துகொண்டார்கள். ஓரியண்டல் துர்க்கனவுகளை விட கொடூரமான காட்சிகளை நகரில் அரங்கேற்றிய இந்தக் கலவர அமைப்பாளர்களுக்கு அரசு முழு ஆதரவளித்து பின்னாலிருந்து இயக்கியது என்ற உண்மை பின்னர் வெளிவந்தது.

அன்றிரவு முழுக்க நகரின் தெருக்களில் சென்ற முஸ்லிமல்லாத ஒவ்வொருவருக்கும் கத்தியால் குத்தப்படும் அபாயம் சூழ்ந்திருந்தது. அடுத்த நாள் காலை பேயோலுவின் கடைகள் பேரழிவில் சிக்கிச் சிதைந்து சிதிலமாகி நின்றிருந்தன. சன்னல்கள் உடைக்கப்பட்டு. கதவுகள் தகர்க்கப்பட்டு, உள்ளேயிருந்த பொருட்கள் முற்றிலுமாக

அழிக்கப்பட்டிருந்தன. துணிகளும் தரைவிரிப்புகளும் துணிக்கட்டுகளும் புரட்டிப்போடப்பட்டிருந்த ரெஃப்ரிஜிரேட்டர்களும் வானொலிகளும் வாஷிங் மிஷின்களும் எங்கெங்கும் இறைந்திருக்க, அவற்றிற்கு மத்தியில் பீங்கான் பொருட்களோடு குழந்தைகளின் பொம்மைகளும் உடைத்து நொறுக்கப்பட்டு குவிந்திருந்தன. (மிக அழகான பொம்மைக்கடைகள், பேயோலுவில்தான் இருந்தன). வளர்ப்பு மீனகத்தின் கண்ணாடித் தொட்டிகள் உடைக்கப்பட்டு வண்ணமீன்கள் தரையில் சிதறியிருக்க, அப்போது புதிய மோஸ்தராக அறிமுகமாகியிருந்த ஷாண்ட்லியர் கொத்துவிளக்குகள் துண்டுத்துண்டாக இறைந்திருந்தன. சைக்கிள்களுக்கும் புரட்டித்தள்ளப்பட்டிருந்த, எரிக்கப்பட்டிருந்த கார்களுக்கும் உடைத்தெறியப்பட்டிருந்த பியானோக்களுக்கும் தெருவில் மல்லாந்து விழுந்து கிடக்கும் ஜவுளிக்கடை பொம்மைப் பெண்களுக்கும் இடையே எல்லா அட்டூழியங்களும் நடந்தேறி முடிந்தபின் வந்து சேர்ந்த கலவரத்தடுப்பு பீரங்கிகளும் நின்றிருந்தன.

இந்தக் கலவரங்களைப் பற்றிப் பலவருடங்களுக்கு என் குடும்பத்தினர் என்னிடம் கதைகதையாகச் சொல்லிக்கொண்டிருந்ததால் அவற்றை நேரிலேயே பார்த்ததைப்போல எல்லா விவரங்களும் துல்லியமாக

எனக்குள் பதிந்திருக்கின்றன. கிறித்துவக் குடும்பங்கள் தமது கடைகளையும் வீடுகளையும் சுத்தப்படுத்திக் கொண்டிருக்கும்போது, வெறிபிடித்த கும்பல் எங்கள் தெருக்களில் கடை சன்னல்களை உடைத்து நொறுக்கிக்கொண்டு, கிரேக்கர்களையும் கிறிஸ்துவர்களையும் பணக்காரர்களையும் திட்டியபடி முன்னேறிச் சென்றதை என் மாமாவும் பாட்டியும் ஒரு சன்னலிலிருந்து இன்னொரு சன்னலுக்கு ஓடிஓடி பார்த்து குலை நடுங்கியதை என் குடும்பத்தினர் நினைவுகூர்வதுண்டு. எங்கள் குடியிருப்பிற்கு எதிரேயும். ஆனால் எங்களைக் காப்பாற்றியது அப்போது அலாவுதீன் பொம்மைக்கடையில் விற்றுக்கொண்டிருந்த குட்டிகுட்டியான துருக்கிய தேசியக் கொடி பொம்மைகள் மீது என் அண்ணனுக்கு ஏற்பட்டிருந்த அபிமானம். தேசியவாத வெறி தலைக்கேறி அந்தக் கும்பல் முன்னேறி வரும்போது, என் மாமாவின் டாட்ஜ் காரில் என் அண்ணன் தொங்கவிட்டிருந்த துருக்கியக் கொடியைப் பார்த்துவிட்டு காரை சேதப்படுத்தாமல், வீட்டு சன்னல்களை உடைக்காமல், அந்தக் கும்பல் நகர்ந்து சென்றிருக்கிறது.

20

மதம்

எனக்குப் பத்து வயதாகும் வரை, கடவுள் பற்றிய தெளிவான பிம்பம் இருந்தது: பல்லாயிரம் ஆண்டுகள் வாழ்ந்து அடிபட்ட உருவமாக, வெண்ணுடை தரித்து, தெளிவற்ற உடலமைப்போடு, மிகவும் மதிக்கக்கூடிய ஒரு பெண்ணுருவாக கடவுள் இருப்பார். அவர் மனித உருவை ஒத்திருந்தாலும் என் கனவுகளில் கூட்டம்கூட்டமாக வந்துகொண்டிருந்த பேய்களோடு ஒற்றுமை நிறைய இருந்தது. தெருவில் எதிர்ப்படும் எவர் ஒருவரையும் போலில்லாத உருவம். (துருக்கிய மொழியில் 'அவன்', 'அவள்', 'அது' மூன்றிற்கும் ஒரே சொல்தான் உண்டு. அது 'ஓ'.) என் கண்ணெதிரே அவர் பிரசன்னமாகும்போது தலைகீழாக, ஒரு பக்கமாக சற்று ஒருக்களித்து காணப்படுவார். என் கற்பனை உலகின் பேய்கள் என் கண்ணில் பட்டவுடனேயே பின்னணியில் வெட்கி மறைந்துபோகும். கடவுளும் அவ்வாறே மறைந்து போவார். சில திரைப்படங்களிலும் தொலைக்காட்சி விளம்பரங்களிலும் வருவதைப் போலச் சுற்றியுள்ள உலகோடு சேர்ந்து காற்றில் அழகாகப் புரண்டு, பிம்பம் தெளிவுற்று மேலெம்பி, கடவுள் இருக்க வேண்டிய மேகங்கள் வரை உயர்ந்து மறைந்து போவார். கடவுளின் வெண்ணிற தலை மூடாக்கில் இருக்கும் மடிப்புகளும் சுருக்கங்களும் சிலைகளிலும் சரித்திர நூல்களின் சித்திரங்களிலும் காணப்படுபவை போலவே இருக்கும். கடவுளின் உடல் முழுக்கத் துணியால் போர்த்தப்பட்டிருப்பதால் அவருடைய கரங்களையோ கால்களையோ பார்க்க முடியாது. எப்போதெல்லாம் இந்த தெய்வ உரு என் முன் பிரசன்னமாகிறதோ ஒரு சக்தி வாய்ந்த, நுட்பமான, தெய்வீக இருப்பை என்னால் உணர முடியும். ஆச்சரியப்படும் வகையில் அச்சமே தோன்றாது. அவரிடம் எந்த உதவியோ வழிகாட்டலோ நான் கோரியதாக நினைவில்லை. என்னைப் போன்றவர்களிடம் கடவுளுக்கு ஆர்வம் இருக்காது என்று நன்றாகவே அறிந்திருந்தேன். கடவுள் ஏழைகள் மீது மட்டும்தான் அக்கறை செலுத்துவார்.

எங்கள் அடுக்ககக் குடியிருப்பில் இந்தப் பொருண்மையற்ற உருத்தோற்றத்தில் ஆர்வம் கொண்டிருந்தவர்கள் வேலைக்காரர்களும் சமையல்காரர்களும் மட்டுமே. கடவுளின் அன்பென்பது இவர்களையும் தாண்டி, எமது வீட்டுக் கூரையின் கீழுள்ள அனைவரையும் அரவணைக்கக் கூடியதுதானென்ற தத்துவத்தை ஓரளவு நான் அறிந்திருந்தாலும் எங்களைப் போன்ற அதிருஷ்டசாலி வர்க்கத்தினருக்குக் கடவுள் என்பவர் தேவைப்பட்டிருக்கவில்லை என்பதையும் அறிந்திருந்தேன். கடவுள் வலியால் துன்பப்படுபவர்களுக்கு உதவுபவர்; பிள்ளைகளைப் படிக்கவைக்க முடியாத ஏழைகளுக்கும் அவர் பெயரைச் சொல்லி தெருவில் பிச்சை கேட்பவர்களுக்கும் பிரச்சனைகளில் சிக்கியிருக்கும் உத்தமர்களுக்கும் உதவிபுரிந்து காத்தருள்வார். அதனால்தான் ஒதுக்கமாயிருக்கும் கிராமங்களுக்கான சாலைகள் பனிச் சூறாவளியின் காரணமாக அடைக்கப்பட்டுவிட்டாலோ பூகம்பத்தால் ஏழைகள் வீடிழந்து நிற்கும் செய்தியைக் கேள்விப்பட்டாலோ என் அம்மா, "கடவுள் அவர்களைக் காப்பாற்ற வேண்டும்!" என்பார். இத்தகைய சமயங்களில் எம்மைப் போன்ற வசதி படைத்தவர்களுக்குக் கணநேர உறுத்தலாக எழும் குற்றவுணர்ச்சி கோருகின்ற உதவி கேட்பு மனு என்று இதைச் சொல்ல முடியாது; வறியோருக்கு நாங்கள் சிறிதளவும் உதவாமல் இருப்பதை உணர்வதால் எழுகின்ற வெறுமையைச் சரிக்கட்டுவதற்கான முயற்சிதான் இது.

தர்க்கபூர்வமாக யோசித்தாலே சில விஷயங்கள் நிச்சயமாகப் புரிகின்றன. அம் மகத்தான வெண்அங்கிக்குள் பொதிந்திருக்கும் மென்மையான அம்முதிய பெரும்சக்திக்கு எங்கள் கோரிக்கைகளைச் செவிமடுக்க நாட்டம் இருக்காது. நாங்கள் கடவுளுக்காக ஏதாவது செய்திருந்தால்தானே! ஆனால் எங்கள் சமையலர்களும் வேலைக்காரர்களும் சுற்றியுள்ள ஏழைகள் எல்லோரும் மிகக் கடுமையாக உழைக்க வேண்டியிருக்கிறது; கிடைத்த சந்தர்ப்பத்தைப் பற்றிக்கொண்டு இறைவனோடு கலக்கின்றார்கள்; ஒவ்வோராண்டும் ஒரு மாதம் முழுக்க உண்ணாநோன்பு அனுசரிக்கின்றனர். எமக்கு உணவு பரிமாறாத நேரங்களிலெல்லாம் எஸ்மா ஹனும் அவருடைய சிறிய அறைக்கு விரைந்து, தரைவிரிப்பை விரித்து, தொழுகை செய்யத் தொடங்கிவிடுகிறார். சந்தோஷப்படும் போதும் துக்கப்படும்போதும் குதூகலப்படும் போதும் பயப்படும்போதும் கோபப்படும் போதும் கடவுளை நினைக்கிறார்: கதவை மூடும் போதும் திறக்கும்போதும் எதையாவது முதல் முறையாகவோ அல்லது கடைசி தடவையாகவோ செய்யும்போதும் கடவுளின் பெயரை உச்சரித்து வாய்க்குள் எதையோ முணுமுணுக்கிறார்.

ஏழைகளுடனான அவருடைய மர்மமான பந்தத்தைப் பற்றி நாங்கள் நினைக்க வேண்டியிருந்த இச்சந்தர்ப்பங்களைத் தவிர, கடவுள் எங்களைத் தேவையின்றி தொந்தரவுபடுத்தியதில்லை. தம்மைக் காப்பாற்ற ஏழைகள் வேறு யாரையோ நம்பியிருக்கிறார்கள் என்பதும் அவர்களது 'பாரங்களைச் சுமப்பதற்கு' வேறொரு பெரிய சக்தி இருக்கிறது என்பதும் எங்களுக்குப் பெருத்த ஆசுவாசத்தை அளிப்பதாக இருந்ததென்றே சொல்லலாம். ஆனால் இந்த எண்ணம் சிலநேரங்களில் ஆட்டம் கண்டுவிடும். இறைவனுடன்

இருக்கும் அவர்களது விசேஷ உறவைப் பயன்படுத்தி ஏழைகள் அனைவரும் ஒருநாள் எங்களுக்கெதிராகத் திரும்பி விடுவார்களோ என்ற பயம் எங்கள் நிம்மதியைக் குலைத்துவிடும்.

எங்கள் வீட்டின் வயதான வேலைக்காரி எஸ்மா ஹெனும் தொழும்போது அவர் என்னதான் செய்கிறார் என்று அறிந்துகொள்ளும் ஆர்வத்தில் எட்டிப்பார்த்த ஒரு சில சந்தர்ப்பங்களில் எனக்கேற்பட்ட மன உலைவு என் ஞாபகத்தில் இருக்கிறது. பாதி திறந்த கதவின் வழியாகப் பார்க்கும்போது எஸ்மா ஹனும் ஏறக்குறைய என் கற்பனைக் கடவுள் போலவே தெரிவார். தொழுகை விரிப்பின் மீது சற்றே ஒருக்களித்து மண்டியிட்டிருப்பவர் மெதுவாகக் குனிந்து நெற்றியை அதன்மேல் பதித்து அழுத்துவார்; எழுந்து, பின் மீண்டும் குனிவார்; விழுந்து வணங்கியிருக்கும் நிலையில் அவரைப் பார்க்க யாசித்துக் கொண்டிருப்பதைப் போலவும் உலகம் அவருக்களித்திருக்கும் அடிமட்ட இடத்தை ஏற்றுக்கொண்டிருப்பதைப் போலவும் இருக்கும். எதற்காகவென்று தெரியாமல் கவலையும் இனந்தெரியாத கோபமும் என்னை ஆட்கொள்ளும். வீட்டு வேலைகள் எதுவும் இல்லாத, வீட்டில் யாரும் இல்லாத நேரத்தில்தான் அவர் தொழுகை புரிவார். வீட்டின் நிசப்தம் அவ்வப்போது முணுமுணுக்கப்படும் பிரார்த்தனைகளில் கலைந்து என்னைப் பதற்றமுறச் செய்யும். சன்னல் கண்ணாடியில் ஊர்ந்து மேலேறும் ஈ ஒன்றைப் பார்த்ததும் என் கண்கள் பிரகாசமடையும். ஈ வழுக்கி விழுந்து, ஒளியுருத்தகடான சிறகுகளில் ரீங்கரித்தபடி மேலெழும்ப, அதனோடு எஸ்மா ஹனும்மின் பிரார்த்தனைகளும் முணுமுணுப்புகளும் சேர்ந்து அறையெங்கும் நிரம்பும். சகிக்க முடியாமல் அந்த ஏழைப் பெண்மணியின் முக்காடைப்பிடித்து இழுப்பேன்.

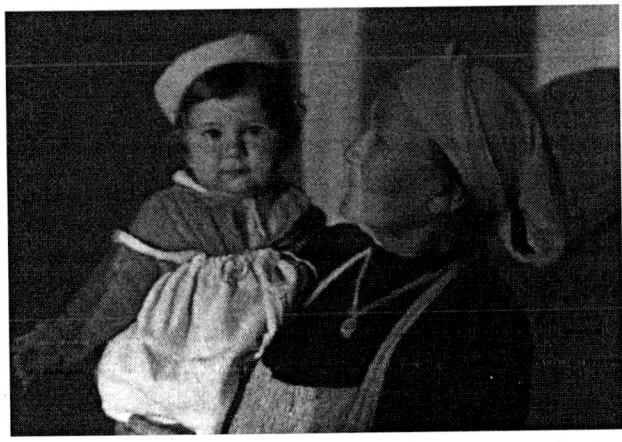

தொழுகையின் நடுவில் கலைத்தால் அவருக்குப் பிடிக்காது என்பதை அனுபவத்தில் அறிவேன். அந்தக் கிழவி தன் மனோதிடம் மொத்தத்தையும் திரட்டி, என் இடையூறை பொருட்படுத்தாமல் தொழுகையை முடிக்க முயற்சிப்பார். ஆனால் (உண்மையாக தொழுகையில் ஈடுபடமுடியாமல்)

அவர் நடிக்கத் தொடங்கிவிட்டார் என்பது எனக்குப் புரியும். விடாமுயற்சியுடன், ஒரு சவாலாகத் தொழுகையில் மூழ்கியிருக்கும் அவரைப் பாராட்டத்தான் வேண்டும். மிகவும் அன்பானவர் அவர். எப்போதும் என்னைத் தூக்கி மடியில் அமர்த்திக்கொள்வார். என்னைத் தூக்கிக்கொண்டு வெளியில் செல்லும்போது தெருவில் எதிர்ப்படுபவர் கேட்டால் 'என் பேரன்' என்பார். இந்தப் பெண்மணிக்கும் எனக்கும் இடையில் கடவுள் வந்தபோது, என் வீட்டில் உள்ள மற்றவர்களைப் போலவே நானும் சஞ்சலமடைந்தேன். ஆழ்ந்த பக்தி கொண்டு மதப்பற்றோடு இருப்பவர்கள் எங்களிடம் உண்டாக்கும் மனஉலைவு அதீதமானது. துருக்கிய பூர்ஷ்வாக்களுக்கும் எனக்கும் இருந்த இந்த அச்சம் கடவுள் குறித்தல்ல. கடவுளை அதீதமாக நம்பியிருக்கும் மனிதர்களின் வெறியைப் பற்றிய அச்சம்தான் அது.

எஸ்மா ஹெனும் தொழுதுகொண்டிருக்கையில், சில நேரங்களில் தொலைபேசி ஒலிக்கும் அல்லது அம்மா எதற்காவது அவசரமாகக் கூப்பிடுவார்கள். நான் ஓடிச்சென்று அம்மாவிடம் அவர் தொழுகையில் இருப்பதாகச் சொல்வேன். நல்லெண்ணத்தின்பால் அப்படிச் சொல்வது சிலமுறை. மற்ற நேரங்களில் அந்த வினோதமான மனஉலைவு, அந்தப் பொறாமை, பிச்சினையைக் கிளப்பி என்னதான் நடக்கிறது என்று பார்க்கலாம் என்ற இச்சைதான் பிரதானமாக இருக்கும். இந்த வேலைக்காரிக்கு முதலாளிகளான எங்கள் மீதிருக்கும் விசுவாசமா அல்லது கடவுள் மீதிருக்கும் விசுவாசமா எது பெரியதாக இருக்கிறது என்று அறிந்துகொள்ளும் வேட்கை. அவர் எங்களிடமிருந்து தப்பித்துச் சென்றிருக்கும் அந்த மற்றோர் உலகத்தின் மீது போர் தொடுக்கும் ஆசை. அந்த உலகத்திலிருந்து வலுக்கட்டாயமாக இழுத்து வரப்படும்போதுதான் அவர் என்னைக் கோபத்தோடு பயமுறுத்துவார்.

"நான் தொழுகையில் இருக்கும்போது என் முக்காட்டைப் பிடித்து இழுத்தால் உன் கைகள் கல்லாகிப் போய்விடும்!" நான் அவர் முக்காட்டை இழுத்துக்கொண்டுதான் இருந்தேன். எதுவும் நிகழவில்லை. எங்கள் வீட்டுப் பெரியவர்களுக்கு இந்த அபத்தத்தில் நம்பிக்கையில்லாவிட்டாலும் ஒருவேளை ஏதாவது தப்பாக நடந்துவிடப் போகிறது என்ற எச்சரிக்கையில் – அவர்கள் எல்லை மீறுவதில்லை. நானும் ஒரு கட்டத்திற்கு அப்பால் அவரை எரிச்சலடைய வைக்கக் கூடாது என்று ஜாக்கிரதையாக இருந்தேன். இந்த முறை கை கல்லாகவில்லை, ஆனால் அடுத்த முறை ஆகிவிட்டால் . . ?, என்ற பயம்.

விவேகமிக்க என் குடும்பத்தில் உள்ள எல்லோரைப் போலவும் மத விவகாரங்களை எள்ளி நகையாடுவது, அதில் ஆர்வமற்று காட்டிக்கொள்வது, அல்லது பேச்சை மாற்றுவது எல்லாம் அறிவார்ந்தோர் செய்கை என நானும் கற்றுக்கொண்டேன். பக்தியோடு ஏழ்மையை நாங்கள் சரிநிகராகக் கருதிவந்தோம், அதனை உரக்க பிரகடனப்படுத்தாவிட்டாலும் கூட.

அவர்கள் உதடுகளில் இறைவனின் பெயர் எப்போதும் இருப்பதற்குக் காரணம் அவர்கள் ஏழைகளாக இருப்பதுதான் என்று எனக்குத் தோன்றியது. இந்தத் தவறான முடிவுக்கு நான் வந்ததற்குக் காரணம்,

ஒருநாளைக்கு ஐந்து முறை தொழும் பக்தர்களை என் குடும்பத்தார் நம்பாமல் இருந்ததையும் கேலி செய்ததையும் நான் பார்த்து வந்ததால் இருக்கலாம்.

வெண் அங்கியில் முக்காடிட்ட கடவுள் என்முன் தோன்றுவதைப் படிப்படியாகக் குறைத்துக் கொண்டாரென்றால், அவருடனான என் பிணைப்பு ஒருவித அச்சத்தையும் எச்சரிக்கையுணர்வையும் எழுப்பிக் கொண்டிருந்ததென்றால் அதற்கு ஒரு விதத்தில் காரணமாக என் வீட்டார் எனக்கு எந்த விதமான மதபோதனைகளையும் தராதது எனலாம். எனக்குக் கற்றுத்தருவற்கு அவர்களிடம் எதுவும் இல்லை என்பதுதான் அதற்குக் காரணமாக இருக்கக்கூடும். என் குடும்பத்தினர் யாரும் தொழுகை விரிப்பில் அமர்ந்து மண்டியிட்டதையோ உண்ணா நோன்பில் இருந்ததையோ வழிபாட்டு வாசகங்களை முணுமுணுத்ததையோ நான் பார்த்ததில்லை. இந்த வகையில் பார்க்கும்போது எங்களைப் போன்ற குடும்பங்கள் ஐரோப்பாவின் நாத்திக பூர்ஷ்வா குடும்பங்களைப் போல எனலாம். இறைமையிலிருந்து முற்றிலுமாகத் துண்டித்துக்கொள்ளும் தைரியம் இல்லாத வர்க்கத்தினர்.

இது கொள்கையற்ற வெறுப்பு மனப்பான்மையாகத் தோன்றலாம். ஆனால் அடாதுர்க்கின் புதிய குடியரசில் வீசிக்கொண்டிருந்த மதச்சார்பின்மை அலையில் மதத்திலிருந்து விலகி நிற்பது நவீன மோஸ்தர் என்றும் மேற்கத்திய சிந்தனா முறை என்றும் கருதப்பட்டது. இந்தத் தளுக்குத்தனத்திலிருந்து அவ்வப்போது கருத்தியற் கோட்பாட்டு ஜ்வாலைகள் மின்னுவது வழக்கம். ஆனால் அவையெல்லாம் வெளியே பொது இடங்களில்தான். தனிப்பட்ட வாழ்வில் ஆன்மீக வெற்றிடத்தை நிரப்புவதற்கு எதுவும் வந்ததில்லை. மதத்தைத் துறந்திருக்கும் வீடு, நகரத்தின் பாழடைந்த *யாலி*களைப் போல வெற்றாகவும் அவற்றைச் சுற்றி மண்டியிருக்கும் பெரணிப் புதர்களைப் போல இருள் பொதிந்தும் இருக்கும்.

எனவே எங்கள் வீட்டில் இந்த வெற்றிடத்தை நிரப்புவது வேலையாட்களிடம் விடப்பட்டது. (அவர்களிடம் விடப்பட்டதால் என் சந்தேகங்களும்—'கடவுள் ஒரு பொருட்டில்லையென்றால் இவர்கள் எதற்காக இவ்வளவு மசூதிகளைக் கட்டியிருக்கிறார்கள்?' – நிவர்த்திக்கப்பட்டன). குருட்டு நம்பிக்கைகளின் முட்டாள்தனம் அந்த வயதிலேயே புரிந்தது. ('இதைத் தொட்டால் கல்லாக மாறிவிடுவாய்'. 'அவன் நாக்கு கட்டப்பட்டுவிட்டது'. 'தேவதை ஒன்று வந்து அவனைச் சொர்க்கத்திற்குத் தூக்கிச் சென்றுவிட்டது.' 'இடது காலை எப்போதும் முன் வைக்காதே'). ஷேக்குகளின் கல்லறைகளில் *(türbes)*மக்கள் கட்டுகின்ற துணித்துண்டுகள், சிஹாங்கிரில் ஸோஃபு பாபாவுக்காக ஏற்றப்படும் மெழுகுவர்த்திகள், வீட்டு வேலைக்காரர்களை மருத்துவர்களிடம் யாரும் கூட்டிச் செல்வதில்லையென்பதால் அவர்களே தயாரித்துக்கொள்ளும் 'பாட்டி கஷாயங்கள்', பல நூற்றாண்டுகளாகச் சமூகத்தில் ஆட்சி செலுத்திவரும் துறவு மடங்களின் கட்டுப்பாட்டு ஆணைகள், பழமொழிகளிலும் மேற்கோள்களிலும் அச்சுறுத்தல்களிலும் யோசனைகளிலும் இடம்பெறும் ஐரோப்பிய வீட்டுவழக்குகள், இவையெல்லாம் அபத்தங்களாக இருந்தாலும்

தினசரி வாழ்வில் ஆழமாகத் தடம்பதித்திருக்கின்றன. இப்போதுகூட ஏதாவது ஒரு பெரிய சதுக்கத்திலோ தாழ்வாரத்திலோ நடைபாதையிலோ நடந்துபோகும்போது, பதிக்கப்பட்டிருக்கும் தளக்கற்களுக்கிடையேயுள்ள விரிசல்களிலோ கருப்பு நிறக் கற்களிலோ கால் பதித்துவிடாமல் தத்தித் தாவித்தான் செல்கிறேன்.

இந்தக் கட்டாய வைதிகக் கட்டளைகளில் பெரும்பாலானவை என் அம்மாவின் கட்டளைகளோடு ('கையை நீட்டிக்காட்டாதே' போல) சேர்ந்து என் மனதில் குழம்பின. அம்மா ஒரு சன்னலையோ கதவையோ திறக்கக் கூடாது. திறந்தால் பனிச்சூறை ஏற்பட்டுவிடும் என்றால் பனிச்சூறை என்பது ஸோஃபு பாபாவைப் போல ஒரு முனிவர் என்றும் அவர் ஆன்மாவைத் தொந்தரவு செய்யக் கூடாதென்றும் கற்பனை செய்துகொள்வேன்.

ஆகவே மகான்கள் மூலமாகவும் புத்தகங்கள் மற்றும் கட்டுப்பாட்டு விதிகள் வழியாகவும் இறைவன் நம்மிடம் ஐக்கியமாகிறார் என்று நம்புகின்ற வழக்கத்தை வரித்துக்கொள்ளாமல் அடித்தட்டு வர்க்கத்தினர் சார்ந்திருக்கும் வினோதமான, விசித்திரமான சட்டதிட்டங்களை மட்டும் மதத்தோடு சேர்த்துக் குறுக்கிக்கொண்டிருந்தோம். மதத்திடமிருந்து அதன் அதிகாரத்தைக் கழற்றி விட்டிருப்பதால் அதனைக் கிழக்கிற்கும் மேற்கிற்கும் இடையிலான எங்கள் ஊசலாட்டத்திற்கான ஓர் அலாதியான பின்னணி இசையாக எங்களால் ஏற்றுக்கொள்ள முடிந்திருந்தது. என் பாட்டி, என் அம்மா, என் அப்பா, என் சித்திகள், சித்தப்பாக்கள் யாருமே ஒரே ஒருநாள்கூட உண்ணா நோன்பு இருந்ததில்லை. ஆனால் ரம்ஜானில் மட்டும் நோன்பு கடை பிடிப்பவர்களைப் போலவே பசியோடு சூரிய அஸ்தமனத்தை எதிர்பார்த்து காத்திருப்பார்கள். இரவு சீக்கிரமாகக் கவிந்து விடும் குளிர்காலங்களில், அவர் தோழிகளோடு பிஸீக்கோ போக்கரோ விளையாடிக்கொண்டிருக்கும் என் பாட்டிக்கு நோன்பை முடித்துக்கொள்வதென்பது பலவிதமான பலகாரங்களோடு ஒரு பெரிய விருந்தை அனுபவிப்பதற்கு ஒரு சாக்கு. இருந்தாலும் சில சலுகைகளை இவர்கள் கடைபிடிப்பார்கள்: வருடத்தின் மற்ற எல்லா மாதங்களிலும் சீட்டாடும்போது எதையாவது அசை போட்டுக்கொண்டேயிருக்கும் இந்தப் பாட்டி கும்பல், ரம்ஜானின் போது மட்டும் பொழுது சாயத் தொடங்கியதும் கொறிப்பதை நிறுத்திவிடும். பக்கத்துச் சாப்பாட்டு மேசையில் அடுக்கப்பட்டிருக்கும் விதவிதமான ஜாம்கள், பாலாடைக்கட்டிகள், ஆலிவ்கள், பூரெக்ஸ் பூண்டு சாஸேஜ்களை எல்லாக் கிழவிகளும் ஏக்கத்தோடு பார்த்துக்கொண்டிருப்பார்கள். வானொலியில் நோன்பை முடித்துக்கொள்வதற்கான சமிக்ஞையாக புல்லாங்குழலோசை ஒலிபரப்பானதும் நாட்டில் நாள்முழுக்க பட்டினி கிடந்திருக்கும் 95 சதவீத சாதாரண முஸ்லீம்களைப் போல, "இன்னும் என்னென்னவெல்லாம் அங்கே இருக்கிறது?" என்று தமக்குள் கேட்டுக்கொள்வார்கள். பீரங்கியோசை கேட்டதும் சமையல்காரர் பெகிர் சமையலறையிலிருந்து எதையாவது கொண்டுவருவதற்கு முன்பாகவே மேஜைக்குப் பாய்ந்து சாப்பிடத் தொடங்கிவிடுவார்கள். இன்றும்கூட, புல்லாங்குழலோசை கேட்டாலே எனக்கு எச்சில் ஊறுகிறது.

முதன்முதலாக ஒரு மசூதிக்குச் சென்ற சமயத்திலேயே பொதுவாக மதத்தை பற்றியும் குறிப்பாக இஸ்லாத்தைப் பற்றியும் எனக்கிருந்த முற்சாய்வு உறுதிசெய்யப்பட்டது. யதேச்சையாகத்தான் அது நடந்தது: ஒருநாள் பிற்பகல் வீட்டில் யாரும் இல்லாதபோது, எங்கள் வீட்டு ஆயா எஸ்மா ஹெனும் யாருடைய அனுமதியையும் பெறாமல் என்னைத் தூக்கிக்கொண்டு மசூதிக்குச் சென்றுவிட்டார். அவருக்கு அப்போது ஒன்றும் தொழுகை செய்தாக வேண்டுமென்ற அவசியமெல்லாம் ஒன்றுமில்லை. வீட்டில் அடைபட்டிருப்பதில் சலிப்படைந்து சென்றார். டெஷ்வெகியே மசூதியில் இருபது, முப்பது பேர் இருந்தார்கள். பெரும்பாலும் அடித்தட்டு பகுதிகளில் சிறுகடைகள் வைத்திருப்பவர்கள், வேலைக்கார ஆயாக்கள், சமையலர்கள், நிஷாந்தஷியில் பணக்கார வீடுகளில் வாயில் காவலர்களாக இருப்பவர்கள் எனத் தரைவிரிப்பு போட்டிருந்த கூடத்தில் சேர்ந்திருந்த அவர்களைப் பார்க்கும்போது, தொழுகை நடத்த வந்தவர்கள் என்பதைவிட நலம் விசாரிக்கக் குழுமியிருந்த நண்பர்கள் போலத்தான் தெரிந்தார்கள். தொழுகைக்குக் காத்திருக்கும் நேரத்தில் கிசுகிசுப்பாகக் கதையளந்து கொண்டிருந்தார்கள். தொழுகை தொடங்கியதும் அவர்களுக்கிடையே புகுந்து அங்குமிங்கும் ஓடி விளையாடிக்கொண்டிருந்த என்னை யாரும் தடுத்து நிறுத்தித் திட்டாமல், நான் குழந்தையாக இருந்தபோது பெரியவர்கள் என்னைப் பார்த்து எப்படிப் புன்னகைத்தார்களோ அதே போல இவர்களும் இனிமையாகப் புன்னகைத்தார்கள். மதம் என்பது ஏழைகளின் புகலிடமாக இருந்திருக்கலாம். ஆனால் நாளிதழ்களில் வரும் கேலிச்சித்திரங்களுக்கும் குடியரசின் பிரதிநிதியான என் குடும்பத்தினரின் எள்ளலுக்கும் மாறாக இந்தப் பக்திமான்கள் அபாயமற்றவர்களாகவே இப்போது எனக்குத் தெரிந்தார்கள்.

இருந்தாலும் எங்கள் 'பாமுக் அபார்ட்மென்ட்ஸ்' வாசிகள் அவர்களைப் பற்றி என் மனதில் ஏற்றிவைத்திருந்த கேலியான அபிப்பிராயம், அவர்களுடைய தூய்மையான நல்லிதயத்திற்கு ஒரு காரணம் இருக்கிறது என்பது: 'அவர்களெல்லாம் ஒரு நவீனமான, வளமான, மேலை மயமான துருக்கியை உருவாக்கும் நமது லட்சியத்திற்கு எதிரானவர்கள்' என்றுதான்

நான் நம்பவைக்கப்பட்டிருந்தேன். நாங்கள் மேலைமயமான, நேர்க்காட்சி வாதத்தில் நம்பிக்கை கொண்ட நிலவுடமையாளர்களென்பதால், இந்த அரைகுறை படிப்பாளிகளை அடக்கியாளுகிற அதிகாரமும் மூடப்பழக்க வழக்கங்களில் அவர்கள் அதிகமாக மூழ்கி, தேச வளர்ச்சிக்கும் நாட்டின் எதிர்காலத்திற்கும் குந்தக விளைவுகளை ஏற்படுத்திவிடக் கூடாது என்ற அக்கறையும் எங்களுக்கு உண்டு என்பதுதான் பாடம். மின்சாதனங்கள் பழுது பார்க்க வந்தவர் தொழுகை நடத்தச் சென்றுவிட்டதை என் பாட்டி பார்த்தால், அவர் கோபமாக என்ன பேசுவார் என்று அந்த வயதிலேயே எனக்குத் தெரிந்திருந்தது. ஒரு சின்ன வேலையை அரைகுறையாக விட்டுச் சென்றதால் ஏற்பட்ட கோபமாக அது இருக்காது. ‘இந்தச் சனாதன, மரபுப் பழக்கங்கள் நம்நாட்டின் வளர்ச்சியையே முடக்கிக் கொண்டிருக்கிறது’ என்பதுதான் புகார்.

தேசிய ஊடகங்களில் ஆதிக்கம் செலுத்தி வந்த தீவிர அடாதுர்க் ஆதரவாளர்களையும் கருப்பு மேலங்கி அணிந்த பெண்களையும் தொழுகை மணிச்சரங்களை வருடிக்கொண்டிருக்கும் தாடி வைத்த பிற்போக்காளர்களையும் கேலிச்சித்திரங்களில் அவர்கள் கிண்டல் செய்வதையும் குடியரசுப் புரட்சியின் தியாகிகளைக் கொண்டாடும் பள்ளிக்கூட விழாக்களையும் பார்த்தபோது தங்களோடு எங்களையும் பிற்போக்குக் குழியில் சரிய வைத்துக்கொண்டிருக்கும் இந்த ஏழை பக்தர்களைவிட எங்களுக்குத்தான் இந்தத் தேசத்திலும் அரசாங்கத்திலும் அதிகம் உரிமையுள்ளது என்று எனக்குத் தோன்றியது. எங்கள் குடும்பத்தில் இருக்கும் கணக்குப் புலிகளுக்கும் பொறியியல் மேதைகளுக்கும் இவ்வளவு அறிவு குவிந்திருப்பதற்குக் காரணம் எங்களிடம் உள்ள செல்வம் அல்ல, எங்களுடைய மேலைக் கண்ணோட்டம்தான் என்று எனக்கு நானே சொல்லிக்கொள்வேன். எங்கள் அளவுக்குச் செல்வந்தர்களாக இருந்தும் மேலை நாகரிகர்களாக இல்லாத குடும்பங்களை இகழ்ச்சியாகப் பார்த்தேன். இந்த வேறுபாடுகளெல்லாம் பின்னர் ஒவ்வொன்றாகக் கலையத் தொடங்கின. துருக்கியின் ஜனநாயகம் ஓரளவுக்கு முதிர்ச்சியுறத் தொடங்கியதும் பணக்கார நாட்டுப்புறத்தார்கள் இஸ்தான்புல்லிற்கு இடம்பெயர்ந்து வந்து ‘மேல் வர்க்கத்தினர்’களாகத் தம்மை நிறுவிக்கொண்டனர். அதே நேரத்தில் என் அப்பா, சித்தப்பாக்களின் வியாபார நஷ்டங்கள் எங்கள் குடும்பங்களைக் குலைத்தன. மதச்சார்பின்மையில் ஆர்வமில்லாத, மேலைக் கலாச்சாரத்தைப் புரிந்துகொள்ளாத ஒரு மக்கள் கூட்டம் எங்களை ஒதுக்கத் தொடங்கிய அவமானமும் ஆரம்பித்தது. அறிவாண்மையால்தான் எங்களுக்குச் செல்வமும் கௌரவமும் கிடைத்தது என்று நம்பிக்கொண்டிருந்த எங்களால் எப்படி இந்தப் புதுப்பணக்காரர்களின் எழுச்சியை விளங்கிக் கொள்ள முடியும்? (அந்த நேரத்தில் ஸுஃபியிஸம், மேவ்லானா, மகத்தான பாரசீக பாரம்பரியம் ஆகியவற்றின் மேன்மைகளைப் பற்றி எனக்கு ஒன்றும் தெரியாது). எனக்குத் தெரிந்ததெல்லாம், இடதுசாரி அரசியலாளர்கள் ‘பணக்கார நாட்டுப் புறத்தார்’ என்று பழித்துரைத்துக் கொண்டிருந்த இந்தப் புதிய வர்க்கத்தினர் எங்கள் வீட்டு டிரைவர்களைப் போலவும் சமையல்காரர்களைப் போலவுமே நடந்துகொண்டிருந்தார்கள் என்பது மட்டும்தான். இஸ்தான்புல்லின் மேலை நாகரிக பூர்ஷ்வாக்கள் கடந்த நாற்பது

வருடங்களில் நடந்த ராணுவப் புரட்சிகளை ஆதரித்தும் ராணுவத்தின் அரசியல் தலையீடுகளை ஒருபோதும் தீவிரமாக எதிர்க்காமலும் இருந்து வந்ததற்கு இடதுசாரி புரட்சி ஏதாவது வெடித்து விடுமோவென்று அவர்கள் பயந்திருந்தார்களென்று நினைக்காதீர்கள் (அத்தகைய சாதனையை நிகழ்த்துமளவிற்கு துருக்கிய இடதுசாரிகள் பலம் பொருந்தியவர்களாக எப்போதும் இருந்ததில்லை); மேட்டுக்குடியினர் ராணுவத்தைச் சகித்து வந்ததற்கு வேறோர் அச்சமே காரணமாக இருந்தது. என்றாவது ஒருநாள் இந்த அடிமட்ட வர்க்கத்தினர் எல்லோரும் கிராமங்களிலிருந்து வெள்ளமாக இடம்பெயர்ந்து வந்துகொண்டிருக்கும் புதுப் பணக்காரர்களோடு மதம் என்ற போர்வையின் கீழ் ஒன்று சேர்ந்து இந்த மேலை நாகரிக பூர்ஷ்வா வாழ்க்கை முறையை ஒழித்துவிடுவார்களோ என்பதுதான் அந்த அச்சம். ராணுவப் புரட்சிகளையும் அரசியல் இஸ்லாமியத்தைப் பற்றியும் (இந்த 'அரசியல் இஸ்லாமியம்' என்பதற்குப் பலரும் நினைப்பதைப் போல இஸ்லாமியத்தோடு எந்தத் தொடர்பும் கிடையாது) இன்னும் விரிவாக எழுதப் புகுந்தால் இப்புத்தகத்தின் உள்ளார்ந்த ஒருமை குலைந்து விடுமோவென்று ஐயுறுகிறேன்.

மதத்தின் சாராம்சம் குற்றவுணர்வுதான் என்று தோன்றுகிறது. சிறுவனாக இருந்தபோது என் பகற்கனவுகளில் அவ்வப்போது பிரவேசித்துக் கொண்டிருந்த வெண் அங்கியணிந்த முக்காடுப் பெண்ணைக் கண்டு நான் போதிய அளவில் பயப்பட்டிருக்கவில்லையென்ற குற்றவுணர்வு இருந்தது. மேலும் அவர் மீது நம்பிக்கை கொண்டிருந்தவர்களிடமிருந்து நான் விலகியே இருந்ததும் குற்றவுணர்வுக்குக் காரணமாக இருந்தது. நான் அடிக்கடி அமிழ்ந்து போகிற அந்தக் கற்பனை உலகை நான் ஆரத் தழுவிக் கொண்டதைப் போலவே, அந்தக் குற்றவுணர்வையும் என் குழந்தைப் பருவ வல்லமையுடன் ஏற்றுக்கொண்டேன். என் மனஉலைவு என் ஆன்மாவை ஆழப்படுத்தி, என் உணர்வுகளைத் தீட்டி, என் வாழ்க்கைக்கு வண்ணங்கள் சேர்க்குமென்ற நிச்சயம் எனக்கிருந்தது. இஸ்தான்புல்லில், வேறொரு வீட்டில் வளரும் அந்த இன்னொரு ஓரான் அப்போது நினைவுக்கு வருவான். மதம் அவனுக்கு மனஉலைவை உண்டாக்குவதில்லையென்பது என் பகற்கனவுகளில் தெரிந்தது. இந்த மதச் சார்பான குற்றவுணர்வு சலிப்பேற்படுத்தும்போது இந்த இன்னொரு ஓரானை நான் தேடத் தொடங்கினேன். அவன் இதைப் போன்ற யோசனைகளில் நேரத்தை வீணடிக்காமல், சினிமா பார்க்கப் போய்விடுவான் என்று நினைத்துக்கொள்வேன்.

ஆன போதிலும் மதக்கட்டளைகளுக்கு அவ்வப்போது சரணடைந்து போவதாகத்தான் என் பிள்ளைப் பிராயம் அமைந்திருந்தது. என் ஆரம்பப்பள்ளியின் கடைசி வருடத்தில் ஆசிரியை ஒருவர் இருந்தார். அவரைப் பற்றி இப்போது நினைக்கும்போது, அவர் சகிக்க முடியாதவராகவும் அதிகாரத் தோரணை மிக்கவராகவும் தோன்றினாலும் அந்தக் காலத்தில் அவரைப் பார்த்தாலே சந்தோஷமளிப்பவராகத்தான் இருந்தார். என்னைப் பார்த்து அவர் புன்னகைத்தாலே மெய்மறந்து போவேன். இலேசாகப் புருவத்தை உயர்த்தினால் நொறுங்கிப் போவேன். தலை முழுக்க வெளுத்திருக்கும் இந்தச் சிடுசிடுப்பான வயதான டீச்சர்

எங்களுக்கு 'மதத்தின் அழகுகள்' பற்றி வகுப்பெடுப்பார். நம்பிக்கை, அச்சம் பணிவு போன்றவற்றின் சலிப்பூட்டும் கேள்விகளைப் புறக்கணித்துவிட்டு மதத்தை ஒரு பகுத்தறியும் நுகர்வுப் பொருளாக வர்ணிப்பார். இறைத்தூதர் முகமது அவர்கள் உண்ணாநோன்பு பழகச் சொன்னது ஒருவரின் மனக்கட்டுப்பாட்டை வளர்ப்பதற்கு மட்டுமல்ல, ஒருவரது ஆரோக்கியத்தை பலப்படுத்தவும்தான் என்பார். பல்வேறு மதநம்பிக்கைகளை ஒழுகும் மேலைநாட்டுப் பெண்கள் பல நூற்றாண்டுகளாக ஆரோக்கியமான முறையில் உண்ணாநோன்பிருந்து வருவதாக விளக்குவார். தொழுகை புரிவது உங்கள் நாடித்துடிப்பை உயர்த்துகிறது. ஜிம்னாஸ்ட்டுகளைப் போல உங்களை விழிப்போடு இருக்கவைக்கிறது. இந்த நாட்களில் கூட எண்ணற்ற ஜப்பானிய அலுவலகங்களிலும் தொழிற்சாலைகளிலும் முஸ்லீம்கள் தொழுகைக்காக ஐந்து நிமிட இடைவேளை துய்ப்பதைப்போல, தொழிலாளர்கள் ஐந்து நிமிடங்களுக்கு உடற்பயிற்சி செய்ய சங்கொலி எழுப்புகிறார்கள், என்பார்.

எனக்குள்ளிருந்த அச்சிறிய நேர் – காட்சி கொள்கையாளன் இவ்வளவு நாட்களாக ரகசியமாக ஏங்கிக்கொண்டிருந்த நம்பிக்கையையும் சுய மறுப்பையும் அவரது பகுத்தறிவு இஸ்லாமியம் உறுதிசெய்ய, ரம்ஜானின் போது ஒருநாள் நானும் உண்ணாநோன்பிருக்க முடிவெடுத்தேன்.

என் ஆசிரியையின் தாக்கத்தில்தான் இந்த முடிவை நான் எடுத்திருந்தாலும் அவரிடம் இதை நான் தெரிவிக்கவில்லை. அம்மாவிடம் சொன்னபோது அவர் ஆச்சரியப்பட்டார். சந்தோஷமாக இருந்தாலும் அவருக்குக் கவலையாகவும் இருந்தது. 'கடவுள் ஒருவேளை இருந்தால்' என்று நினைக்கிற ரகம் அவர். இருந்தாலும் உண்ணாநோன்பிருப்பதென்பது அவர் அபிப்பிராயத்தில் பிற்படுத்தப்பட்ட மக்கள் கடைப்பிடிக்கும் செயல். அப்பாவிடமோ அண்ணனிடமோ இந்த முடிவைப் பற்றி நான் பேச்செடுக்கவில்லை. எனது முதல் உண்ணாநோன்பை தொடங்குவதற்கு முன்பாகவே, சமயப் பற்று குறித்தான எனது ஆர்வம் ரகசியமாகப் பேண வேண்டிய ஓர் அவமானமாக உருமாறியிருந்தது. தொட்டாற்சிணுங்கிகளான என் குடும்பத்தாரின் எதையும் சந்தேகப்படுகிற, கிண்டல் செய்கிற மேட்டுக்குடி மனப்பான்மையைப் பற்றி எனக்கு நன்றாகவே தெரியுமென்பதால் அவர்கள் என்ன சொல்வார்கள் என்பதை அறிந்திருந்தேன். எனவே ஒருவரும் என்னைக் கவனிக்காமலும் யாரும் என் முதுகில் தட்டி பாராட்டாமலும் என் உண்ணாநோன்பு நிறைவேறி முடிந்தது. பதினோரு வயது பையனுக்கு உண்ணாநோன்பு இருந்தாக வேண்டுமென்ற கட்டாயம் இல்லையென்று அம்மா சொல்லியிருக்க வேண்டும். பதிலாக என் அபிமான பதார்த்தங்கள் எல்லாவற்றையும் – இழைத்த ரொட்டி, அன்கோவி மீன் வறுவல் – என் விரதம் முடியும்போது தயாராக உணவு மேசையில் வைத்திருப்பார். இவ்வளவு சின்ன பையனுக்குக் கடவுள் பயம் இருப்பதை எண்ணி அவருக்கு ஒருபுறம் சந்தோஷம்தான்; ஆனாலும் இந்தப் பழக்கம் கடும் விரதமிருந்து தன்னைத்தானே அழித்துக்கொள்ளும் பக்திவெறிக்கு என்னைக் கூட்டிச் சென்றுவிடுமோவென்ற பயமும் அவருக்கு இருந்தது.

மதத்தைப் பற்றி என் குடும்பத்தினர் போடும் இரட்டை வேடம் குர்பான் பேராம் (பலி விருந்து)–இல் தெளிவாகத் தெரியும். வசதி படைத்த முஸ்லிம் குடும்பங்கள் எல்லோரையும் போலவே நாங்களும் ஆட்டுக்கிடா ஒன்றை வாங்கி, பாமுக் அபார்ட்மென்ட்ஸ் பின்னாலிருக்கும் சின்ன தோட்டத்தில் கட்டிவைப்போம். விடுமுறையின் முதல்நாள் கசாப்புகாரர் வந்து அதை அறுப்பார். நான் படிக்கின்ற துருக்கிய காமிக்ஸ் புத்தகங்களில் வரும் தங்க மனசு கொண்ட சிறுவர்கள் ஆட்டுக்கிடாவைப் பலிவிருந்துக்கு வெட்ட வரும்போது, அதைக் கொல்லாமல் விட்டுவிடுமாறு கெஞ்சுவார்கள். ஆனால் நான் அப்படி இல்லை. அந்த ஆட்டைக் கண்டாலே எனக்குப் பிடிக்காது. அதனால் எங்கள் வீட்டுத் தோட்டத்தில் அதைப் பார்க்கும் போதெல்லாம் அந்த காமிக்ஸ் பையன்கள் போல பச்சாதாபத்தில் என் இதயம் வருந்தவில்லை. இந்த அசிங்கமான, முட்டாள்தனமான, நாற்றமடிக்கிற விலங்கை சீக்கிரம் கொன்று அப்புறப்படுத்த வேண்டுமென்றுதான் தோன்றியிருக்கிறது. ஆனாலும் அந்தப் பரிதாப விலங்கை பலியிட்ட விதத்தை நினைத்து மனசாட்சி உறுத்தியதும் நினைவிலிருக்கிறது. அதை வெட்டி, மாமிசத்தை ஏழைகளுக்கு விநியோகித்த பிறகு நாங்கள் எங்களுடைய பிரமாண்டமான குடும்ப விருந்தில் அமர்ந்தோம். எங்கள் மதம் எங்களுக்குத் தடை விதித்திருக்கும் பீரை அருந்தினோம். வீட்டில் வெட்டிய அந்தப் புதிய ஆட்டு மாமிசம் வாசனை அதிகமாக இருக்குமென்பதால், இறைச்சிக் கடையிலிருந்து வாங்கி வந்த மாமிசத்தை உண்டோம். இந்தப் பலியிடல் சடங்கின் தாத்பரியமே குழந்தை ஒன்றைப் பலியிடுவதற்குப் பதிலாக ஓர் ஆட்டைப் பலியிட்டு இறைவனோடு எமக்கிருக்கும் பிணைப்பை நிரூபிப்பதுதான். இதனால் யாருக்கும் குற்றவுணர்வு இருக்காது என்பது இதன் மையப் பொருள். ஆனால் நாங்கள் பலியிட்ட விலங்கிற்குப் பதிலாக மாமிசக் கடையில் பதப்படுத்தப்பட்டிருந்த நல்ல மாமிசத்தை எங்களைப் போன்றவர்கள் உண்பதென்பது கூடுதலான குற்றவுணர்வை எழுப்புவதாகவே இருந்தது.

எங்கள் வீட்டினரிடையே இவற்றைவிட அதிகம் தொல்லைப் படுத்திக்கொண்டிருக்கும் பல சந்தேகங்கள் மௌனத்தில் அனுபவிக்கப்பட்டுவந்தன. இஸ்தான்புல்லின் பணக்கார, மேலை நாகரிகத்தில் ஒழுகும் மதச்சார்பற்ற குடும்பங்கள் பலவற்றிலும் நான் கண்ணுற்ற ஆன்மீக வெறுமை இந்த மௌனங்களில் பட்டவர்த்தனமாகப் புலப்படும். எல்லோரும் கணிதத்தைப் பற்றி, பள்ளித் தேர்வுகளில் தேர்ச்சியைப் பற்றி, கால் பந்தைப் பற்றி, உல்லாச கேளிக்கைகளைப் பற்றியெல்லாம் வெளிப்படையாகப் பேசுவார்கள். ஆனால் இருத்தலின் மிக ஆதாரமான கேள்விகளான அன்பு, இரக்கம், மதம், வாழ்வின் அர்த்தம், பொறாமை, வெறுப்பு இவற்றைப் பற்றிப் பேச்செடுத்தால் குழப்பத்தில் நடுங்கி வேதனையூட்டும் தனிமையில் அமிழ்ந்துவிடுவார்கள். சிகரெட்டைப் பற்றவைத்துக்கொண்டு, வானொலி சங்கீதத்தின் பால் கவனத்தைத் திருப்பிக்கொண்டு வார்த்தைகளில்லாமல் தமது அக உலகங்களுக்குத் திரும்பிவிடுவார்கள். கடவுள் மீதான என் ரகசிய நேசத்தை வெளிப்படுத்துவதற்காக நான் மேற்கொண்ட விரதம்

இதே மனப்பாங்கில்தான் மேற்கொள்ளப்பட்டது. அது சீக்கிரம் இருட்டிவிடுகிற குளிர்காலமென்பதால் எனக்குப் பசியும் அவ்வளவு கடுமையாக இருக்கவில்லை. இருந்தாலும் அம்மா எனக்காகச் சமைத்து வைத்திருந்தவற்றை (அன்கோபி வறுவலும் முட்டை – பாலேடு – புளிக்காடி கூட்டும் மீன் ஸாலட்டும் மரபார்ந்த ரம்ஜான் விருந்தில் சேர்த்தியல்ல) சாப்பிடும்போது சந்தோஷமாகவும் நிறைவாகவும் இருந்தது. என் மகிழ்ச்சிக்குக் காரணம் இறைவன் பிரார்த்தனையை நிறைவேற்றிவிட்டேன் என்பதைவிட, எனக்கு நானே ஒரு சோதனை வைத்துக்கொண்டு அதில் வெற்றி பெற்றுவிட்டேன் என்பதுதான். வயிறு நிறையச் சாப்பிட்டபின் கோனாக் திரையரங்கில் ஒரு ஹாலிவுட் திரைப்படம் பார்க்கச் சென்றேன். நடந்தவை அனைத்தையும் மனதிலிருந்து துடைத்தழித்தேன். அதன் பிறகு உண்ணாநோன்பிருக்க லேசாகக்கூட விருப்பம் ஏற்படவில்லை.

நானே திருப்தியுறுமளவுக்குக் கடவுள் நம்பிக்கை என்னிடம் இல்லாவிட்டாலும் என்னில் ஒரு பகுதிக்கு ஒரு நம்பிக்கை இருந்தது. இறைவன் என்பவர் எல்லோரும் சொல்கிறார்போல எங்கும் நீக்கமற நிறைந்திருப்பவராக இருக்கும்பட்சத்தில் என்னால் ஏன் அவர் மீது நம்பிக்கை கொள்ள முடியவில்லை என்பதையும் அறிந்துகொண்டு என்னை மன்னிப்பார் என்ற நம்பிக்கை. எனது அவநம்பிக்கையையோ கடவுள் நம்பிக்கை, இறை சக்தி மீது மேதாவித்தனமான கண்டனங்களையோ நான் பறைசாற்றிக்கொண்டிருக்காத வரை இறைவன் என் நிலையைப் புரிந்துகொண்டு என் குற்றவுணர்வைத் தளர்த்தி, அவநம்பிக்கை குறித்து அல்லலுறும் என் அவஸ்தைகளை ஆற்றுப்படுத்துவார் என்றும் என்போன்ற ஒரு சிறுவனை இம்மாதிரியான விஷயங்களுக்காக அதீதமாக அலைக்கழிக்கமாட்டார் என்றும் நம்பிக்கை இருந்தது.

நான் அதிகமாகப் பயந்தது கடவுளிடம் அல்ல; அவரை நம்புகிறவர்கள் ஈடுபடுகின்ற அடாச் செயல்கள் மீதுதான் பயம் இருந்தது. இதற்கு அடுத்ததாக என்னைப் பயமுறுத்தியது இந்தப் பக்தகோடிகளின் மூடத்தனம். இவர்களுடைய பகுத்துணர்வுப் பண்புகள் எதுவும் அவர்கள் நெஞ்சம் முழுக்க நிரப்பி வைத்திருக்கும் இறைவனோடு – இறைவன் மன்னிப்பாராக – ஒருபோதும் ஒப்பிட முடியாதவை. 'அவர்களைப் போல நானும்' இருக்காததற்காக ஒருநாள் நான் தண்டிக்கப்படப் போகிறேன் என்ற பயத்தைப் பல வருடங்களுக்கு நான் மனதில் சுமந்திருந்தேன். எனது இடதுசாரி இளமைப் பருவத்தில் என்னை அச்சுறுத்தி வந்த எந்தவொரு அரசியல் தத்துவத்தை விடவும் இந்தப் பயம் என்னிடத்தில் அதிக தாக்கத்தை ஏற்படுத்தியிருந்தது. என்னுடைய சக மதச்சார்பற்ற, பாதி – நம்பிக்கைகொண்ட, பாதி – மேலைமயமான இஸ்தான்புல் வாசிகள் சிலருக்கும்கூட இந்த ரகசியக் குற்றவுணர்வு என்னைப் போலவே இருந்திருக்கிறது என்பதைப் பின்னாட்களில் அறிந்து வியப்புற்றேன். வாழ்க்கையில் ஒருபோதும் தமது மதக்கடமைகளை ஆற்றியிருக்காத, இறைப்பற்றுள்ளோரை எப்போதும் இகழ்வாகப் பார்த்து வந்திருக்கும் அவர்கள் சாலை விபத்தில் காயமுற்று மருத்துவமனையில் படுக்க நேரிட்டால் அப்போது கடவுளுடன் ரகசிய உடன்படிக்கை செய்துகொள்வார்கள் என்று எனக்குத் தோன்றும்.

இதைப் போன்ற ரகசிய உடன்படிக்கை செய்துகொள்ளும் கோழைத்தனம் கிஞ்சித்தும் இல்லாத ஒரு பயங்கர தைரியசாலிப் பையன் நடுநிலைப்பள்ளித் தோழனாக இருந்தான். ரியல் எஸ்டேட்டில் பெரும் செல்வம் ஈட்டியிருந்த ஒரு குடும்பத்துப் பையன் அவன். பாஸ்ஃபரஸ்ஸை அடுத்த குன்றில் பிரம்மாண்டமாக அமைந்திருந்த வீட்டின் விஸ்தாரமான தோட்டத்தில் குதிரையேற்றப் பயிற்சி செய்வான். சர்வதேச குதிரையேற்றப் போட்டிகளில் அவன் துருக்கி அணியில் கூட இடம்பெற்றிருந்தான். ஒருநாள் இடைவேளையில் மீபொருண்மைவாதம் பற்றிச் சிறுபிள்ளைகளுக்கே உரித்தான வகையில் விவரித்துக் கொண்டிருந்தோம். ஒரு கட்டத்தில் நான் பயத்தில் நடுங்கிக்கொண்டிருந்ததைக் கண்ட அவன் வானத்தைப் பார்த்து, "கடவுள் என்பவர் உண்மையிலேயே இருந்தால் இப்போது அவர் என்னை அடித்துக்கொல்லட்டும் பார்க்கலாம்," என்று உரக்க சத்தமிட்டான். அதோடு நிறுத்தாமல், என்னைக் கதிகலங்க வைத்த தன்னம்பிக்கையோடு, "பார்த்தீர்களா, நான் இன்னும் உயிரோடுதானே இருக்கிறேன்!" என்று கத்தினான். இதைப் போன்ற தைரியம் எனக்கு இல்லாததை நினைத்து எனக்கு உறுத்தலாக இருந்தது. அவன் சொல்வது சரியாக இருக்குமோ என்று மனதிற்குள் ரகசியமாகச் சந்தேகப்படுவதாலும் குற்றவுணர்ச்சி மிகுந்தது. இத்தனை குழப்பத்திலும் ஏனென்று தெரியாமல் உள்ளூர சந்தோஷமாகவே உணர்ந்தேன்.

பன்னிரெண்டு வயதானதும் எனது ஆர்வங்கள் – குற்றவுணர்வுகளும் கூட – மதத்தை விட்டு விலகி செக்ஸைச் சுற்றி எழத் தொடங்கின. நம்பிக்கை கொள்வதற்கான வேட்கைக்கும் உரிமை கொள்வதற்கான இச்சைக்கும் இடையே உண்டாகும் கணிக்க முடியாத அழுத்தங்களைப் பற்றிய கவலைகள் என்னிடம் குறைந்து போயின. அதுவரை நான் அனுபவித்து வந்த வேதனையின் முகமும் அப்போதிலிருந்து மாறத் தொடங்கியது. கடவுளிடமிருந்து தொலைவில் இருக்கவைக்கப்பட்டிருக்கும் சோகம் விலகி, என்னைச் சுற்றி இருப்பவர்களிடமிருந்து, என் நகரத்தின் கூட்டு ஆன்மாவிலிருந்து விலகி, நான் தொலைவுக்குச் சென்றுவிட்ட வேதனை பிறிதிடங்கொண்டது. இருந்தாலும் எப்போதெல்லாம் ஒரு கூட்டத்தின் இடையிலோ கப்பலிலோ பாலத்தின் மீதோ இருக்கும்போது வெள்ளை முக்காடிட்ட கிழவி யாராவது எதிர்ப்பட்டால் என் முதுகெலும்பின் ஊடாக இப்போதும் ஒரு நடுக்கம் நெளிந்து கடக்கிறது.

21

செல்வர்கள்

அறுபதுகளின் மத்தியில் என் அம்மா ஒவ்வொரு ஞாயிற்றுக்கிழமை காலையிலும் கடைக்குச் சென்று *Evening* இதழை வாங்கி வருவார்.

தினமும் வீட்டுக்கு வரும் நாளிதழ்களைப் போல இந்த இதழ் போடப்படுவதில்லை. அம்மா இந்தப் பத்திரிகையை மெனக்கெட்டு வாங்கி வருவதற்குக் காரணம் 'இதைக் கேட்டீர்களா ?' என்ற தலைப்பில் வெளிவருகிற கிசு – கிசு பகுதி. 'குல் – பெரி' (ரோஜா – கொல்லிப்பாவை) என்ற புனைபெயரில் எழுதப்படும் அந்த வம்புச் செய்திகளை அம்மா ஆர்வத்துடன் தேடிப் படிப்பதை அப்பா சந்தர்ப்பம் கிடைக்கும் போதெல்லாம் கிண்டல் செய்வார். ஊர்வம்பில் ஆர்வம் காட்டுவது தனிப்பட்ட பலவீனத்தின் அறிகுறியென்று அவரது கிண்டல் எனக்குப் புரியவைத்தது. புனைபெயர்களுக்குப் பின்னால் ஒளிந்துகொண்டிருக்கும் இதழாளர்கள் 'செல்வந்தர்' மீது (நாங்கள் ஒத்துறவாடி வந்த, அவர்களோடு எங்களையும் சேர்த்து அடையாளப்படுத்திக்கொள்ள விரும்பியவர்களையும் கூட) அவர்களுக்கிருக்கும் சீற்றத்தைப் பொய்களாக இட்டுக்கட்டி எழுதுகிறார்களென்று எங்களை நாங்களே சமாதானப்படுத்திக் கொள்கிற முயற்சியென்றுகூட இதைச் சொல்லலாம். இவை பொய்களாக இல்லாவிட்டாலும்கூட இதுபோன்ற வம்புச் செய்திகளில் சிக்கிக்கொள்ளுமளவுக்கு மடத்தனமாக இருக்கின்ற இந்தச் செல்வந்தர்கள் அப்படியொன்றும் முன்மாதிரியான வாழ்க்கையை நடத்திக் கொண்டிருக்கவில்லை. அப்பாவுக்கு இதெல்லாம் தெரியுமென்றாலும் இந்தப் பத்திகளைப் படிப்பதிலிருந்தும் அவற்றை நம்புவதிலிருந்தும் அவரை அது தடுப்பதாக இல்லை:

> பாவம் இந்த ஃபேஸியே மாடென்ஸி! இவரது பெபெக் வீட்டில் திருட்டு நடந்திருக்கிறது, ஆனால் என்னென்ன திருடு போயிருக்கிறது என்று ஒருவருக்குமே தெரியவில்லையாம். போலீசாவது கண்டு பிடிக்கிறார்களாவென்று பார்ப்போம்.

சென்றவருடம் கோடையில் ஏஸல் மாத்ராவுக்கு டான்ஸில்ஸ் அறுவை சிகிச்சை நடந்திருந்ததால், ஒரேயொருமுறை கூட அவரால் கடலுக்கு நீந்தச் செல்ல முடியவில்லை. ஆனால் இந்தக் கோடைப் பருவத்தில் அவர் குருச்செஷ்மி தீவுக்குச் சென்றுள்ளார். குதூகலமாக இருக்க வேண்டிய நேரத்தில் எரிச்சலோடுதான் காணப்படுகிறாராமே என்ன காரணமோ ? . . . அதெல்லாம் நமக்கெதற்கு . . . .

முவாஸ்ஸிஸ் இபார் ரோமுக்குப் பறந்துவிட்டார்! இந்த இஸ்தான்புல் சீமாட்டி இவ்வளவு சந்தோஷமாக இருப்பதை இதற்குமுன் நாம் எப்போதும் பார்த்ததில்லை. என்ன காரணமாக இருக்கும் ? கூடச் சென்றிருக்கும் அந்த ஆணழகன்தானோ ?

ஸெமிராமிஸ் செரியே கோடைக்காலத்தை பியூகடாவில் கழிப்பதுதான் வழக்கம். ஆனால் இம்முறை நம்மை விட்டு கேப்ரியில் உள்ள அவரது மாளிகையில் கழிக்கச் சென்றுவிட்டார். பாரீஸுக்கு மிகமிக அருகில் இருக்கிறதல்லவா, அதுதான் காரணம். அவரது கலைப்படைப்புகளைக்கூட காட்சிப்படுத்தப் போவதாகக் கேள்விப்படுகிறோம். அவர் வடித்த சிலைகளையெல்லாம் நம் கண்ணுக்கு எப்போது காட்டப் போகிறாரோ ?

இஸ்தான்புல் சமூகத்தின் மீது கண்திருஷ்டி பட்டிருக்கிறது! இந்தப் பத்தியில் அடிக்கடி இடம்பிடித்து வருகிற பல பிரபலஸ்தர்களுக்கு இப்போது அடிக்கடி நோய் வாய்ப்பட்டு, அறுவை சிகிச்சைக்காக மருத்துவமனையில் சேர்க்கப்படுகிறார்கள். கடைசியாகக் கிடைத்த கெட்ட செய்தி ரூஷென் எஷ்ரெஃப்பின் கேம்லிகா இல்லத்திலிருந்து வந்துள்ளது. இந்த வீட்டில்தான் சமீபத்தைய நிலாமுற்ற விருந்தின்போது ஹரிகா குர்ஸாய் சந்தோஷ 'ஓலமிட்டு' பாடியது பலருக்கும் ஞாபகத்தில் இருக்கும் . . .

"ஹரிகா குர்ஸாய் டான்ஸில்ஸ் ஆபரேஷன் செய்துகொள்ளப் போகிறாளா?" என்பார் அம்மா.

"அவள் முகத்தில் உள்ள கட்டிகளை முதலில் அவள் ஆபரேஷன் செய்துகொள்ளட்டும்," அப்பா இளக்காரமாகச் சொல்வார்.

நகரின் முக்கியஸ்தர்களில் சிலரை மட்டுமே பெயர் குறிப்பிட்டு செய்திகள் வந்தன. மற்றவர்கள் பற்றிய வம்புகள் மழுப்பலான, ஏகதேச அடையாளங்களோடு வந்தாலும் அவர்களெல்லோரும் என் பெற்றோர்களுக்குத் தெரிந்தவர்கள்தான். அம்மா அவர்களைப் பற்றிய செய்திகளில் ஆர்வம் காட்டுவதற்குக் காரணம் அவர்கள் எங்களை விட பணக்காரர்கள் என்பதுதான். அம்மாவுக்கு அவர்கள் மீது இருக்கும் பொறாமை, 'அவர்கள் திவாலாகிக் கொண்டிருப்பதாக' அவ்வப்போது சொல்லிக்கொண்டிருப்பதிலிருந்து வெளிப்படும். பணக்காரர்கள் வெளிப்படையாகத் தம்பட்டம் அடித்துக்கொள்ளக் கூடாது என்பது அம்மாவுக்கு மட்டுமல்லாமல் பெரும்பாலான இஸ்தான்புல் வாசிகளின் கருத்தாக இருந்தது.

அவ்வப்போது இக்கருத்தை உரக்கச் சொல்லிக்காட்டுவார்கள். பணிவின் மேன்மையைச் சொல்வதற்காகவோ கௌரவத்திற்கு உண்டாகும் இழுக்கை தவிர்ப்பதற்காகவோ சொல்வதல்ல அது. ஒரு புராட்டஸ்டன் அறக் கோட்பாடு என்று கூட சொல்ல முடியாது. அரசாங்கத்தின் மீதிருக்கும் பயத்தால் சொல்வது அது. பல நூற்றாண்டுகளாக ஆட்டமன்

பாஷாக்கள் மற்ற பணக்காரர்கள் எல்லோரையும் – அவர்களில் பெரும்பாலோர் வலிமைவாய்ந்த பாஷாக்களாகவே இருப்பார்கள் – தமக்கு அச்சுறுத்தல்களாகவே பார்த்துவந்தனர். சந்தர்ப்பம் கிடைத்தால் அவர்களைக் கொன்றுவிட்டு அவர்களின் சொத்துக்களைக் கையகப்படுத்திக் கொள்வதில் குறியாக இருந்தார்கள். ஆட்டமன் சாம்ராஜ்யத்தின் கடைசி நூற்றாண்டுகளில் அரசாங்கத்திற்கே கடன் கொடுக்கும் நிலையில் இருந்த யூதர்கள் மீதும் வணிகர்களாகவும் கைவினைஞர்களாகவும் பெரும் முக்கியத்துவத்தை அடைந்திருந்த கிரேக்கர்கள், ஆர்மீனியர்கள் ஆகியோர் மீதும் இரண்டாம் உலகப் போர் சமயத்தில் கடுமையான சொத்துவரி விதிக்கப்பட்டு, விளைவாக அவர்களது நிலங்களும் தொழிற்சாலைகளும் பறிமுதல் செய்யப்பட்டன. 1955இல் செப்டம்பர் 5, 6 தேதிகளில் நடந்த கலவரங்களில் அவர்களது பெரும்பாலான கடைகள் சூறையாடப்பட்டன, தீக்கிரையாக்கப்பட்டன.

எனவே மாபெரும் அனடோலிய நில உரிமையாளர்களும் இப்போது இஸ்தான்புல்லுக்குள் வெள்ளமாக வந்து குவிந்துகெண்டிருக்கும் இரண்டாம் தலைமுறை தொழிலதிபர்களும் கூச்சமில்லாமல் பகட்டாரவாரம் செய்துகொண்டிருக்கும்போது, அரசாங்கத்தின் மீது இன்னும் பயம் விலகாதிருக்கும் எங்களைப் போன்றவர்கள் இத்தகைய அலட்டல்கள் முட்டாள்தனமானவை மட்டுமல்ல ஆபாசமானவைகூட என்று சொல்லிக்கொண்டிருந்தோம். ஒரு தலைமுறைக்கு மேல் எங்கள் செல்வங்களைக் காப்பாற்றி வைத்துக்கொள்ள முடியாமைக்கு எமது திறமையின்மைதான் காரணம் என்ற போதும்கூட அரசாங்கம் செல்வந்தர்களின் சொத்தை அபகரித்துக்கொள்வதில்தான் குறியாக இருக்கிறது என்ற பயம் ஊறிப்போயிருந்தது. சாகிப் சாபன்சி இப்படிப்பட்ட இரண்டாம் தலைமுறை தொழிலதிபர். இன்றைக்கு துருக்கியின் இரண்டாவது பணக்காரக் குடும்பத்தின் தலைவர். இவரது புதுப்பணக்கார பந்தாவும் அலட்டல்களும் பெரும் கிண்டலை மக்களிடையே எழுப்பும் (ஆனால் நாளிதழ்களில் இவரைப் பற்றித் தப்பாக எழுதமாட்டார்கள் – விளம்பரங்கள் நின்றுவிடுமே என்ற பயம்). ஒரு பட்டிக்காட்டானின் துணிச்சல் இவருக்குண்டு. அவர் வீட்டையே ஓர் அருங்காட்சியகமாக மாற்றியிருக்கிறார். இஸ்தான்புல்லில் உள்ள தனியார் அருங்காட்சியகங்களிலேயே சிறந்ததாக இது திகழ்கிறது.

இருந்தாலும் என் இளம் பிராயத்து இஸ்தான்புல் செல்வர்களைப் பீடித்திருந்த கவலைகள் காரணமற்றவையோ அவர்களின் அதீத ஜாக்கிரதையுணர்வு விவேகமற்றதோ அல்ல. அரசு நிர்வாகம் உற்பத்தியின் சகல அம்சங்களிலும் பேராசைகொண்ட ஆர்வத்தைச் செலுத்தி வந்தது. அரசியல்வாதிகளோடு பேரங்களை உண்டாக்கிக்கொள்ளாமல் பெருஞ் செல்வந்தர்களாக உயர்வது சாத்தியமில்லை என்பது புரிந்திருந்ததால் ‘நல்லவர்களாகத் தோற்றமளிக்கும்’ செல்வர்களுக்குக்கூடக் கறைபடிந்த மறுபக்கம் இருக்குமென எல்லோருக்கும் ஒரு அபிப்பிராயம் இருந்தது எங்கள் தாத்தா சேர்த்துவைத்த பணமெல்லாம் கரைந்ததும் என் அப்பா துருக்கியின் முன்னணி தொழிலதிபரான வெஹ்பி கோச்சிடம் பலவருடங்கள் வேலைபார்க்க வேண்டியிருந்தது. அப்பாவுக்கு அவர்

முதலாளியின் பட்டிக்காட்டு உச்சரிப்பையும் முதலாளி மகனின் அஞ்ஞானத்தையும் கிண்டலடிப்பதில் அலாதி சுகம். கோபம் வந்தால், இரண்டாம் உலகப்போரைச் சாக்காக வைத்து இந்தக் குடும்பம் சொத்து சேர்த்துவிட்டது என்று அரற்றுவார். அந்தச் சமயத்தில் துருக்கியில் நிலவி வந்த பஞ்சத்தைப் பற்றியோ சாப்பாட்டிற்காக நீண்டிருந்த க்யூ வரிசைகளைப் பற்றியோ அவர்களுக்கு ஏதாவது தெரியுமா என்பார்.

என் குழந்தைப் பருவத்திலும் இளம் பிராயத்திலும் நான் பார்த்த இஸ்தான்புல் செல்வந்தர்கள் யாரும் தமது அறிவுத்திறனால் உயர்ந்த நிலையை அடைந்தவர்களாகத் தெரிந்ததில்லை. அரசு இயந்திரத்தில் உள்ள யாருக்காவது லஞ்சம் கொடுத்து வாய்ப்பை அடைந்தவர்களாகவே இருந்தார்கள். 1990கள் வரை செல்வர்களுக்கு அரசாங்கத்தின் மீதிருந்த அச்சம் குறையாமலேதான் இருந்தது. எவ்வளவு சீக்கிரம் பணம் சேர்க்க முடியுமோ சேர்த்துக்கொண்டு, பின் வாழ்நாள் முழுக்கப் பத்திரமாக அதைப் பதுக்கிவைப்பதிலும் அதே நேரத்தில் சமுதாயத்தில் தமது அந்தஸ்தை நிலைநாட்டிக் கொள்வதிலும்தான் தமது சக்தியைச் செலவழித்துக் கொண்டிருந்தார்கள். செல்வத்தைக் குவித்துக்கொள்ள எவ்வித அறிவார்ந்த ஈடுபாடும் அவசியமாக இருக்கவில்லையென்பதால் அவர்களுக்குப் புத்தக வாசிப்பிலோ சதுரங்கத்திலோ ஆர்வம் இருக்கவில்லை. அறிவுத்தகுதிக்குப் பிரதான இடமளித்து வந்த ஆட்டமன் காலத்துச் சூழலுக்கு நேரெதிராக மாறிவிட்ட காலம் இது. மிக எளிய பின்புலத்திலிருந்து வரும் ஒருவன் கூட தனது கல்வித் தகுதியால் படிப்படியாக முன்னேறி, செல்வந்தனாகி, பாஷாவாகி விட முடியும். மக்களாட்சி மலர்ந்த ஆரம்ப வருடங்களிலேயே சூஃபி *Tekkes* மூடப்பட்டு, சமய இலக்கியங்கள் உதறித்தள்ளப்பட்டு, எழுத்து வடிவச் சீர்திருத்தம் நடைமுறைப்படுத்தப்பட்டு, ஐரோப்பிய கலாச்சாரத்தை நோக்கி வலிய நகர்ந்ததும் நாட்டு மக்களுக்குக் கல்வியின் வழியே முன்னேறுவதென்பது சாத்தியப் படாமற்போய்விட்டது.

இப்புதுப்பணக்காரர்களுக்கு (ஒரு வழியாக ஞானம் பிறந்து) அரசாங்கத்தைப் பார்த்துப் பயப்படத் தொடங்கியபோது, இந்தக் கோழைத்தனமான குடும்பங்களுக்குத் தம்மை முன்னெடுத்துச் செல்ல ஒரேயொரு வழிதான் இருந்தது. அது தமது இயல்புக்கு மாறாகத் தம்மை ஐரோப்பியர்களாகக் காட்டிக்கொள்வது. அவர்கள் ஐரோப்பாவிற்குச் சென்றார்கள். துணிமணிகள், பெட்டி படுக்கைகள் வாங்கினார்கள். புது சாதனங்கள் எது வந்திருந்தாலும் (ஜூஸரிலிருந்து எலெக்ட்ரிக் ஷேவர் வரை எதுவாக இருந்தாலும்) வாங்கிக் கொண்டுவந்து எல்லோருக்கும் காட்டினார்கள். சில நேரங்களில் ஒரு பழைய இஸ்தான்புல் குடும்பம் திடீரென வியாபாரத்தில் பெரும் வெற்றிபெற்று பணக்காரர்களாகிவிடும் (என் பெரியப்பாவின் நெருங்கிய நண்பர் நாளிதழ் ஒன்றில் செய்தியாளராக இருந்து, பத்திராதிபதியாக உயர்ந்தார்). ஆனால் அவர்களுக்கு யதார்த்த நிலை புரிந்திருந்தது:

அவர்கள் எந்தச் சட்டத்தையும் மீறாமல், எந்தவொரு அதிகாரியையும் பகைத்துக்கொள்ளாமல், அவர்களுக்கு அரசாங்கத்தைக் கண்டு பயப்படுவதற்கு எந்த அவசியமும் இருக்காவிட்டாலும்கூட,

எல்லாவற்றையும் விற்றுவிட்டு லண்டனில் இருக்கும் ஏதோவொரு அனாமதேயமான அடுக்ககத்திற்குக் குடிபெயர்ந்து விடுவது சாதாரணமாக நடந்துவந்தது. அவர்கள் அந்தக் குடியிருப்பின் சன்னல் வழியாகப் பக்கத்து வீட்டுச் சுவரை வெறித்துக்கொண்டோ லவலேசமும் புரியாத ஆங்கிலத் தொலைக்காட்சியைப் பார்த்துக்கொண்டோ பொழுதைக் கழித்தாலும் பாஸ்ஃபரஸ்ஸை நோக்கியபடியிருக்கும் ஓர் இஸ்தான்புல் குடியிருப்பில் ஒரு நிச்சயமற்ற வாழ்க்கையை வாழ்வதை விட, இங்கே புரியாத தேசத்தில், அந்நியமான சௌகரியச் சூழலில் வாழ நேர்வது எவ்வளவோ தேவலாம் என்றுதான் அவர்கள் நினைத்தனர். பலநேரங்களில் அவர்களது மேலை நாட்டம் 'அன்னா கரீனினா' விளைவுகளையும் ஏற்படுத்தின: பணக்காரக் குடும்பத்தில் அவர்கள் குழந்தைகளுக்கு ஆங்கிலம் சொல்லித்தர அயல்நாட்டு மாதுவை நியமிப்பார்கள். அந்த வீட்டுத்தலைவன் அந்தப் பெண்ணோடு ஓடிவிடுவான்.

ஆட்டமன் அரசிற்கென்று வாரிசுபெற்ற உயர்குடியாட்சி இருந்ததில்லை. மக்களாட்சி மலர்ந்த பிறகு செல்வந்தர்கள் அதற்கு உரிமைபெற்ற வாரிசுகளாகத் தம்மைக் காட்டிக்கொள்ளக் கடினமாக உழைத்தார்கள். எண்பதுகளில் அவர்களுக்கு ஆட்டமன் கலாச்சாரத்தின் எஞ்சியிருக்கும் மிச்சங்களின் மீது திடீர் ஆர்வம் பிறந்தது. மரத்தாலான யாலிகள் தீக்கிரையாவது அடிக்கடி நிகழ்ந்துகொண்டிருந்த சமயம் அது. சாம்பல்களிலிருந்து 'பழங்கலைப் பொருட்க'ளைத் தீவிரமாகத் தேடி எடுத்துக்கொண்டிருந்தார்கள். நாங்களும் ஒரு காலத்தில் செல்வந்தர்களாக இருந்தவர்களென்பதால், இன்னமும் செல்வந்தர்களாகவே பார்க்கப்படுபவர்களென்பதால், இந்தத் திடீர் பணக்காரர்கள் எப்படிச் சொத்து குவித்தார்கள் என்று வம்பு பேசுவதில் பெரும் ஆர்வம் கொண்டவர்களாகவே இருந்தோம் (இதில் என் அபிமான கதை முதல் உலகப் போர் நடந்துகொண்டிருக்கும் போது ஒரு படகு நிறைய சர்க்கரையை நிரப்பிக்கொண்டு வந்தவனைப் பற்றியது. ஒரே நாளில் பெரும்பணக்காரனாகிவிட்ட அவன் இறக்கும்வரை வேறு பொருளீட்ட வேண்டிய அவசியமில்லாமல் இருந்தானாம்). இந்தக் கதைகளில் இருக்கின்ற கவர்ச்சியின் காரணமாகவோ அல்லது அதன் திகைப்பூட்டும் சோகச் சுவை காரணமாகவோ வந்ததைப் போலவே மந்திரமாக மறைந்து போய்விடும் அவர்களின் செல்வச் சேகரிப்பின் நிச்சயமின்மை காரணமாகவோ புதுப்பணக்காரர்கள் யாரைப் பார்த்தாலும் – அவர்கள் எங்களுடைய தூரத்துச் சொந்தமாக, குடும்ப நண்பராக, என் அம்மா, அப்பாவுக்குத் தெரிந்தவர்களாக, நிஷாந்தஷி பகுதியைச் சேர்ந்தவர்களாக, அல்லது 'இதைக் கேட்டீர்களா?' பகுதியில் இடம்பெற்ற ஆன்மாவற்ற, கலாச்சாரமற்ற செல்வர்களாகவோ இருப்பார்கள் – அவர்களுக்கு வாய்த்திருக்கும் வெற்றான வாழ்க்கையைத் துருவிப் பார்க்க வேண்டுமென்ற அடங்காத வேட்கை எனக்குள் கிளம்பும்.

என் அப்பாவின் பால்ய நண்பர் ஒருவர் இருந்தார். அழகிய, இனிய தோற்றம் கொண்ட மனிதர். (ஆட்டமன் சாம்ராஜ்யத்தின் இறுதி வருடங்களில் அமைச்சராக இருந்த) அவர் அப்பா நிறைய சொத்து சேர்த்து வைத்துவிட்டுப் போயிருந்தார். எந்தளவுக்கு அவர் வசம் சொத்து

இருந்ததென்பதை மற்றவர்கள் பேசுவதை வைத்துத் தெரிந்துகொள்ளலாம் – அவையெல்லாம் பாராட்டா இகழ்ச்சியா என்று ஒருபோதும் எனக்குத் தெரிந்ததில்லை – “வாழ்க்கையில் ஒரே ஒரு நாளைக்குக்கூட அவர் வேலை பார்க்க வேண்டியிருக்காத அளவுக்குச் சொத்து,” என்பார்கள். பேப்பர் படித்துக்கொண்டு, அவரது நிஷாந்தஷி அடுக்ககக் குடியிருப்பிலிருந்து தெருவை வேடிக்கை பார்த்துக்கொண்டிருப்பதைத் தவிர அவர் வேறு எந்த வேலையும் செய்து பார்த்ததில்லை. பிற்பகலில் மிக நிதானமாக நெடுநேரத்திற்குச் சவரம் செய்துகொண்டு, மீசையைச் சீப்பால் திரும்பத்திரும்ப சீவிப் பார்த்துக்கொண்டு, பாரீஸிலோ மிலனிலோ தைத்த உன்னதமான ஆடைகளை அணிந்துகொண்டு, அவருக்குத் தினமும் செய்ய வேண்டியிருந்த ஒரேயொரு வேலையைக் கவனிக்கச் செல்வார்: ஹில்டன் ஹோட்டலின் லாபியிலோ பாஸ்ட்ரி ஷாப்பிலோ அமர்ந்து ஒரேயொரு தேநீரை இரண்டு மணிநேரம் அருந்துவார். ஒருநாள் அப்பாவிடம் ஒரு மகத்தான ரகசியத்தைப் பகிர்ந்துகொள்வதைப் போல, புருவங்களை உயர்த்தி, ஓர் ஆழ்ந்த ஆன்மீக வேதனையில் அவதியுறும் முகபாவத்தோடு, “இந்த நகரத்திலேயே இந்த ஒரு இடத்தில்தான் ஐரோப்பாவில் இருப்பதைப் போன்ற உணர்வு ஏற்படுகிறது,” என்றார்.

இவரைப் போலவே அம்மாவுக்கும் ஒரு சிநேகிதி இருந்தார். மிகவும் பணக்கார, மிகவும் குண்டான ஒரு பெண்மணி. பார்ப்பதற்குக் குரங்கைப் போலவே இருப்பதாலோ என்னவோ தானே முந்திக்கொண்டு எல்லோரையும் பார்த்தவுடனேயே, “ஹௌ ஆர் யு மங்க்கி?” என்று வரவேற்பார். நானும் என் அண்ணனும் இந்த ‘ஹௌ ஆர் யு மங்க்கி’யை அந்தப் பெண்மணியைப் போலவே மிமிக்ரி செய்து காட்டுவோம். அவர் வாழ்க்கையின் பெரும்பகுதியைத் தன்னைத் திருமணம் செய்துகொள்ள முன் வந்தவர்களையெல்லாம் ‘நளினமானவர்களாக, நாகரிகமானவர்களாக இல்லை, ஐரோப்பியர்களைப் போன்ற நடத்தை இல்லை’ என்றெல்லாம் நிராகரித்துக்கொண்டே வந்து, ஐம்பது வயதானதும் தன்னைப் போன்ற ஓர் உன்னதமான பெண்ணுக்கேற்றாற்போல நல்ல வசதியான, அழகான ஆண் ஒருவன்கூட கிடைக்கவில்லையே என்ற விரக்தியில் ‘நல்ல குடும்பத்தில் பிறந்த, நல்ல பேர் எடுத்த, மிக நாகரிகமான முப்பது வயது போலீஸ்காரர்’ ஒருவரைத் திருமணம் செய்துகொண்டார். இவர்கள் மணவாழ்க்கை ஏனோ அற்பாயுசில் முடிந்துவிட, அதன்பின் தன் மீதி வாழ்நாள் முழுவதும் அவரது வர்க்கத்தைச் சேர்ந்த பெண்களிடம் அவர்களுக்குச் சமமான அந்தஸ்தில் உள்ள பணக்காரப் பையனையே கல்யாணம் செய்துகொள்ள வேண்டுமென்று அறிவுரை வழங்கிக்கொண்டிருந்தார்.

கடைசி ஆட்டமன் தலைமுறையைச் சேர்ந்த, மேலைமயமான செல்வந்தர்களுக்கு, தமக்குக் கிடைத்திருக்கும் பூர்வீகச் செல்வங்களை இஸ்தான்புல்லில் அப்போது பூதாகரமாக வளர்ந்துகொண்டிருந்த வணிக, தொழில் முயற்சிகளில் முதலீடு செய்வதில் பெரும் தயக்கம் இருந்தது. இந்தப் பழைய பெரிய தனக் குடும்பத்து வாரிசுகளுக்குக் கள்ளத்தனம் செய்தும் ஏமாற்றியும் பெரும்புள்ளிகளாகியிருக்கும் இந்த ‘அற்ப வணிகர்’களோடு சரிசமமாக உட்காருவதை நினைத்துப் பார்க்கவே முடியாதிருந்தது. அதுவும் இந்த வீணர்கள் பரம்பரைச்

செல்வந்தர்களோடு 'உண்மையான, விசுவாசமான நட்பை'யும் சமூக அந்தஸ்தையும் எதிர்பார்ப்பதற்கு என்ன தகுதி இருக்கிறது என்று அவர்களுக்குள் அரற்றி வந்தனர். அவர்களோடு ஒன்றாக உட்கார்ந்து தேநீர் கூட அருந்தமாட்டார்கள். இந்த அப்பாவித்தனமான பழைய ஆட்டமன் குடும்பங்கள் தமது சொத்துரிமைகளைப் பாதுகாக்கவும் வாடகைப் பணங்கள் வசூலிக்கவும் நியமித்திருந்த வழக்கறிஞர்களிடம் ஏமாந்து பாதி சொத்தை இழந்துகொண்டிருந்தது தனிக்கதை. அருகி வரும் இந்த வர்க்கத்தினரை அவர்களது மாளிகையிலோ பாஸ்ஃபரஸ் *யாலியிலோ* சென்று சந்திக்கும்போது அவர்கள் சக மனிதர்களை விட அவர்களுடைய நாய், பூனைகளிடம் அதிகமான அக்கறையோடு இருப்பது புலப்படும். அவர்களில் சிலர் என் மீது விசேஷ கவனிப்பை அளிக்கும்போது அது என்னை வெகுவாக வசீகரிக்கும். ஐந்து, பத்து வருடங்கள் கழித்து பழங்கலைப் பொருட்கள் விற்கும் ரஃபி போர்டகல்லின் கடையில் இந்த வாழ்ந்து கெட்டவர்களைச் சுற்றிக் குழுமியிருந்த அறைக்கலன்கள் – சாய் மேஜைகள், திவான்கள், ராஜமுத்து பதித்த மேசைகள், தைல ஓவியங்கள், சட்டகமிடப்பட்ட எழுத்தோவியங்கள், பழைய துப்பாக்கிகள், முப்பாட்டனார் காலத்திலிருந்து வழிவழியாக வந்த வரலாற்று வாள்கள், பட்டயங்கள், மாபெரும் கடிகாரங்கள் – விற்பனைக்குக் காட்சிப்படுத்தப்பட்டிருப்பதைப் பார்க்கும்போது அவர்கள் இருந்த இருப்பை எண்ணி மனம் நெகிழும். இவர்கள் எல்லோரிடமும் சில பொழுதுபோக்குகள், சில அசாதாரணக் குணாம்சங்கள் காணப்படும். வெளியுலகினரோடு இவர்களால் ஒன்று கலந்திட முடியாமல் இருப்பதற்குப் பெரும்பாலும் இவைதான் காரணமாகவும் இருக்கும். என் அப்பாவிடம் மெலிந்து, நலிந்து காணப்பட்ட ஒரு பெரியவர் ஏதோ சம்போகச் சித்திரங்களைக் காட்டுவதைப்போலச் சுற்றுமுற்றும் பார்த்துவிட்டு, திருட்டுத்தனமாகப் தன்னிடம் இருக்கும் கடிகாரங்கள், ஆயுதங்கள் சேகரிப்பை ரகசியமாகக் காட்டியது என் ஞாபகத்தில் இருக்கிறது. படகு இல்லத்திற்கு ஒருமுறை நாங்கள் சென்றபோது ஒரு வயதான மாமி, அங்கிருந்த ஒரு சிறிய, அபாயகரமாகச் சரிந்திருந்த சுவரைச் சுற்றிக்கொண்டு செல்லும்படி எங்களை எச்சரித்தபோதுதான் எங்களுக்கு ஒரு ஞாபகம் பளிச்சிட்டது: ஐந்து வருடங்களுக்கு முன் அவர் வீட்டிற்கு நாங்கள் சென்றிருந்தபோது இதே வார்த்தைகளைத்தான் அப்போதும் சொன்னார். இன்னொரு பாட்டியின் வீட்டுக்குப் போயிருந்தபோது பரமரகசியம் பேசுவதுபோல் எங்கள் காதருகே மொத்த சம்பாஷணையின் போதும் கிசுகிசுத்துக் கொண்டிருந்தார்: வீட்டு வேலைக்காரிகளுக்கு அவருடைய பெருமதி கொண்ட ரகசியங்கள் தெரிந்துவிடக் கூடாதாம். மூன்றாமவர் என் அப்பாவழி பாட்டியின் பூர்வீகம் என்ன என்று நாகரிகமின்றிக் கேட்டு என் அம்மாவை வெறுப்பேற்றினார். என் பெரியப்பாக்களில் ஒருவர், அவர் வீட்டுக்கு யார் வந்தாலும் தனது பாரியான உடம்போடு வீடு முழுக்க அருங்காட்சியகத்தைச் சுற்றிக் காட்டுவது போலக் காண்பிப்பார்: அதன் பின் ஏழு வருடத்திற்கு முன்பு நடந்த ஊழல் மோசடிகள், பேரழிவுகளைப் பற்றி – அவை ஏதோ இன்றைய *Hürriyet* நாளிதழில் வெளிவந்திருக்கும் செய்திகள் போலவும் நகரமே இச்செய்திகளைப் படித்துத் திடுக்கிட்டுப் போயிருப்பதைப்

போலவும் – விஸ்தாரமாக விவாதிப்பார். இந்த எரிச்சலூட்டும் சடங்குமுறைகளைச் சகித்துக்கொண்டு, அம்மாவுக்குப் பிடிக்காத எதையாவது செய்கிறோமாவென்று அவரை ஓரக்கண்ணால் பார்த்தபடியே இந்த மேட்டுக் குடியாளர்கள் பேசுவதை உற்றுக் கவனிக்கும்போது இவர்கள் எங்களுடைய சொந்தங்களாக இருந்தபோதிலும் எங்களை முக்கியமானவர்களாகக் கருதவில்லை என்பது புரியத் தொடங்கும். உடனே அவர்கள் *யாலி*யிலிருந்து கிளம்பி எங்கள் வீட்டுக்குப் போய் விடவேண்டுமென்று தோன்றத் தொடங்கும். அப்பாவின் பெயரைத் தப்பாகச் சொல்வார்கள், அல்லது தாத்தா கிராமத்தில் விவசாயம் பார்த்துக்கொண்டிருந்தவர்தானே என்று கேட்பார்கள். தம்மை உச்சாணிக் கொம்பில் வைத்துக்கொண்டிருக்கும் செல்வர்களுக்கே உரித்தான வகையில் அற்பமான விஷயங்களுக்குக் கூட (தூள் சர்க்கரைக்குப் பதில் சர்க்கரைக் கட்டிகளை எடுத்துவந்த சமையற்காரியிடம், அவருக்குப் பிடிக்காத நிறத்தில் காலுறை அணிந்திருக்கும் வேலைக்காரியிடம், தமது பாஸ்ஃபரஸ் வீட்டு சுற்றுச்சுவருக்கு மிக அருகில் ஓட்டிவந்த வேகப் படகுக்காரனிடம் . . .) மிகையான எரிச்சல் படும்போது எங்களிடையே இருக்கும் சமூக வேறுபாடு புரியும். இவ்வளவு பகட்டாரவாரங்கள், அலட்டல்கள் இருந்தாலும் அவர்களுடைய பிள்ளைகளும் பேரன்களும் நான் நட்பாக இருக்க வேண்டிய என் வயதொத்த பையன்களும் வெளியுலகில் சமாளிக்க முடியாதளவிற்குப் பிரச்சனைக்குரியவர்களாகவே இருந்தார்கள். காபி இல்லங்களில் மீனவர்களோடு சண்டையிடுவார்கள், புறநகரில் உள்ள பிரெஞ்சு பள்ளியில் பாதிரிமார்களை அடிப்பார்கள் அல்லது (ஏதாவது ஸ்விட்ஸர்லாந்து காப்பகத்தில் அடைக்கப்படாதிருக்கும் பட்சத்தில்) தற்கொலை செய்துகொள்வார்கள்.

இந்தக் குடும்பங்கள் எல்லாமே ஏதாவது அற்பமான, எளிதில் தீர்க்க முடியாத சொத்து சர்ச்சைகளில் சிக்கி வழக்காடிக் கொண்டிருந்தன. எங்கள் குடும்பத்தில்கூட இதைப் போன்ற பூசல்கள் இருந்தன. என்னதான் நீதிமன்றத்தில் வழக்கு நடந்துகொண்டிருந்தாலும் எல்லோரும் அவர்களுக்குச் சொந்தமான மாபெரும் மாளிகைகளிலேயேதான் வருடக்கணக்காக ஒன்றாக வசித்துவருவார்கள், குடும்ப விருந்துகளில் ஒன்றாகக் கலந்துகொள்வார்கள் (என் அப்பா, சித்தி, சித்தப்பாக்களைப் போல). ஒரு சிலரிடம் வெறுப்புணர்வு ஆதிக்கம் செலுத்த வருடக்கணக்காக ஒருவருக்கொருவர் பேசாமல் இருப்பார்கள். ஒரே *யாலி*யில் வசித்தாலும் ஒருவர் முகத்தில் மற்றவர் விழிக்கக் கூடாதென்று அந்த அற்புதமான நெடிதுயர்ந்த விதானங்களை நாசப்படுத்தி, அழகான விஸ்தாரமான கூடங்கள் அறைகளுக்கு நடுவே தற்காலிகச் சுவர் எழுப்பிக்கொள்வார்கள். இந்தச் சுவர்கள் மிகவும் மெலிதாக இருப்பதால் சுவருக்கு அப்பால் இருக்கும் உறவினரின் இருமல்களும் காலடியோசைகளும் இவர்களின் வெறுப்பை அதிகரித்தபடியே இருக்கும். *யாலி*யைப் பாதியாகப் பிரித்துக்கொள்வதில் ("நீ அந்தப்புரத்தை எடுத்துக்கொள், நான் இணைப்பகத்தை எடுத்துக் கொள்கிறேன்") அடங்கியிருக்கும் தாத்பரியம் தனக்குச் சௌகரியமாக அமைகிறதோ இல்லையோ எதிராளிக்கு அவன் பங்கு அசௌகரியமாக இருக்க வேண்டும் என்பதுதான். தனது பங்காளியின் பகுதியிலிருந்து

தோட்டத்திற்குச் செல்ல வழி இருக்கக்கூடாதென்பதற்காகவே சட்டத்தின் உதவியோடு பாகப்பிரிவினை செய்வதைக் கூட கேள்விப்பட்டிருக்கிறேன்.

இவர்களுக்கு அடுத்த தலைமுறையிலும் இதே போன்ற பங்குத்தகராறுகள் முளைப்பதைப் பார்க்கும்போது இஸ்தான்புல் செல்வர்களுக்குக் குருதிச் சண்டைக்கென விசேஷத் திறமை மரபணுக்களில் கலந்திருக்கிறதோவென்று தோன்றுகிறது. மக்களாட்சி மலர்ந்த ஆரம்ப வருடங்களில் என் தாத்தா அபரிமிதமாக பொருளீட்டிக்கொண்டிருந்தபோது நிஷாந்தஷியில் நாங்கள் வசித்து வந்த டெஷ்விகியே அவென்யூவிற்குப் பக்கத்தில் ஒரு பணக்காரக் குடும்பம் குடிபெயர்ந்தது. அப்துல்ஹமீதின் பாஷாக்கள் ஒருவரிடமிருந்து அந்த விஸ்தாரமான மனையை அவர்கள் வாங்கியிருந்தார்கள். அக்குடும்பத்தின் இரண்டு மகன்களும் அந்நிலத்தை சரிசமமாகப் பங்கு போட்டுக்கொண்டனர். மூத்த சகோதரர் நகராட்சி விதிகளுக்குட்பட்டு நடைபாதையிலிருந்து நன்றாகவே உள்ளடங்கி தனது அடுக்குமாடிக் கட்டடத்தைக் கட்டிக்கொண்டார். சில வருடங்கள் கழித்து அடுத்த சகோதரர் தன்னுடைய நிலத்தில் நடைபாதைக்கு மூன்று மீட்டர்கள் நெருக்கமாக (அதுவும் நகராட்சி விதிகளுக்கு உட்பட்டுதான்) தனது வீட்டைக் கட்டிக்கொண்டார். அவரது நோக்கம், அண்ணனுடைய வீடு பார்வைக்குத் தெரியக் கூடாது என்பது. உடனே மூத்த சகோதரர் தனது வீட்டையொட்டி, ஐந்துமாடி உயரத்திற்கு ஒரு வெற்றுச் சுவரை எழுப்பிக்கொண்டார். நிஷாந்தஷி வாசிகள் அனைவருக்கும் இப்படி ஒரு சுவரைக் கட்டிக்கொள்வதால் எந்தப் பலனும் இருக்காது என்று தெரியும்; ஒரே ஒரு பலனைத் தவிர: தம்பியின் வீட்டுச் சன்னல் வழியாக எந்தவொரு காட்சியும் தெரியக் கூடாது.

இதைப் போன்ற பூசல்கள் கிராமங்களிலிருந்து இஸ்தான்புல்லுக்குக் குடிபெயர்ந்த குடும்பங்களில் காணப்படுவதேயில்லை. அதிலும் சுமாரான வசதி படைத்த குடும்பங்களில் பங்காளிகளிடையே பரஸ்பர ஒற்றுமை இருக்கும். அறுபதுகளுக்குப் பிறகு நகரத்தின் மக்கள்தொகை திடீரென அதிகரிக்கத் தொடங்கி, நிலத்தின் மதிப்பு வானளவுக்கு உயர்ந்தது. இஸ்தான்புல்லில் பல தலைமுறைகளாக வாழ்ந்து, நிலபுலன்களைச் சேர்த்து வைத்திருந்தவர்களுக்குப் பேரதிருஷ்டம் வாய்த்தது. ‘பழைய இஸ்தான்புல் சொத்து’ வைத்திருந்த குடும்பங்களில் அவசர அவசரமாக பாகப் பிரிவினைகளும் அதைத் தொடர்ந்து பங்குத் தகராறுகளும் தலையெடுக்கத் தொடங்கின. பகிர்கூய் பகுதிக்கு அடுத்த வறண்ட மேட்டுப் பகுதியை நோக்கி நகரம் விரிவடைந்து கொண்டிருந்ததால் அங்கு பரந்து விரிந்திருந்த நிலப்பரப்பைச் சொந்தமாக வைத்திருந்த சகோதரர்கள் இரண்டு பேருக்குப் பேரதிருஷ்டம் வாய்த்தது. அதனால் தானோ என்னவோ அந்த இளைய சகோதரன் 60களின் ஆரம்பத்தில் ஒருநாள் துப்பாக்கியை எடுத்துக்கொண்டு அவருடைய அண்ணன் இருந்த இடத்திற்குச் சென்று சுட்டுக் கொன்றுவிட்டார். ஆனால் அந்த நேரத்தில் செய்தித்தாள்கள் இதனை எப்படியெல்லாம் திரித்து செய்தி வெளியிட்டனவென்று என் நினைவில் இருக்கிறது அண்ணனுக்குத் தம்பியின் மனைவியோடு தொடர்பு இருந்தது, அதனால்தான் இந்தக் கொலை நடந்துள்ளது என்றெல்லாம் புலனாய்வுச் செய்திகள் பரவின. இவையெல்லாம் நடந்துகொண்டிருந்த

போது அந்தக் கொலையாளியின் மகன் ஷிஷ்லி டெராக்கியில் என் வகுப்பில்தான் படித்துக்கொண்டிருந்தான். அதனால் இந்தக் கொலை பற்றிய செய்திகளை ஆர்வத்துடன் வாசித்துக்கொண்டிருந்தேன். பல நாட்களுக்கு இது முதற்பக்கச் செய்தியாக வந்துகொண்டிருந்தது. பேராசையும் காமமும் இக்கொலைக்குப் பின்னணியாக இருந்ததென்று நகரமக்கள் பெரும் ஆர்வத்தோடு அலசிப் பேசிக்கொண்டிருந்தார்கள். என் வகுப்புத் தோழனுக்குப் பச்சை நிறக் கண்கள். வெள்ளை வெளேரென்று இருப்பான். தலைமுடி செந்நிறமாக இருக்கும். வழக்கமான பவேரியத் தோலாடை லேடர்ஹோசனை அணிந்துகொண்டு, கையில் ஒரு கைக்குட்டையோடு வருவான். நாள்முழுக்க மௌனமாக அழுதுகொண்டிருப்பான். இது நடந்து நாற்பது வருடங்கள் ஆகிவிட்டன. அந்தப் பகுதியில் இப்போது 2,50,000 பேர் வசிக்கிறார்கள். அந்த இடத்தைக் கடந்து செல்லும் போதும், லேடர்ஹோசன் அணிந்த என் வகுப்புத் தோழனின் குடும்பப் பெயர் பொறித்திருக்கும் அப்பகுதியின் பெயர்ப்பலகையைப் பார்க்கும் போதும், அந்தக் குடும்பத்தின் பெயரை யாராவது சொல்லக் கேட்கும் போதும், (இஸ்தான்புல் என்பது என்ன? ஒரு பெரிய கிராமம்தானே!) அந்தச் செங்கூந்தல் பையனின் அழுது வீங்கிய பச்சைக் கண்களும் அவன் அமைதியான கண்ணீரும் ஞாபகத்தில் ததும்பும்

(கருங்கடலையொட்டிய) கப்பல் கட்டுமானக் குடும்பங்கள் பிரசித்தி பெற்றவை. இவர்களுக்குக் குடும்பப் பூசல்களை நீதிமன்றங்களுக்குக் கொண்டு செல்வதில் உடன்பாடு கிடையாது. ஆயுதங்கள்தான் ஒரே தீர்வு என்ற நிச்சயத்தில் இருப்பவர்கள். இவர்கள் தமது தொழிலைச் சிறிய மரப் படகுகளில் தொடங்குவார்கள். அரசாங்கத்தின் ஒப்பந்தத்தைப் பெறுவதற்காகத் தங்களுக்குள் போட்டியிடுவார்கள். போட்டி என்றால் மேலைநாடுகளில் இருப்பதைப் போன்ற வெளிப்படையான, சுதந்திரப் போட்டி அல்ல. ரௌடிகளை அனுப்பி எதிராளிகளைப் போட்டியிலிருந்து விலகச் சொல்லி மிரட்டுவார்கள். அல்லது கூலிக் கொலையாளிகளை அனுப்பி ஒருவரையொருவர் கொல்வார்கள். கொலை செய்வதில் சலிப்பேற்பட்டால் இடைக்காலங்களில் அரசர்கள் செய்ததைப் போல எதிரியின் மகனுக்குத் தமது மகளைக் கட்டிவைப்பார்கள். திருமணம் கொண்டு வருகின்ற அமைதி நெடுநாளைக்கும் நீடிக்காது. மறுபடியும் ஒருவரையொருவர் சுட்டுக்கொள்வார்கள். இப்போது இரண்டு குடும்பங்களுக்கும் சொந்தமாகியிருக்கும் அந்தப் பெண் கடும் வேதனையில் அல்லலுறுவாள். அதன்பிறகு சிலர் விசைப்படகு, சிறிய சரக்குக்கப்பல் கட்டுவது எனப் பதவி உயர்த்திக்கொள்வார்கள். ஜனாதிபதியின் மகனுக்குத் தமது மகளை மணம் செய்து கொடுப்பார்கள். அதற்குப் பிறகு அவர்கள் 'இதைக் கேட்டீர்களா?' பகுதியில் இடம்பெறத் தொடங்கி, என் அம்மாவும் குல் – பெரி அவர்களின் 'ராஜ உபசார விருந்து, ஷாம்பெய்ன் வெள்ளமாக ஓடிய பார்ட்டிகள்' பற்றி ஆர்வத்தோடு படிக்கத் தொடங்குவார்.

என் பெற்றோர்களும் சித்தப்பாக்களும் பாட்டியும் அடிக்கடி கலந்துகொண்ட இந்த வகையான விருந்து, திருமண, நடன நிகழ்ச்சிகளில் எப்போதுமே புகைப்படக்காரர்கள் ஏராளமாக இருப்பார்கள்: என் உறவினர்கள் அவர்கள் இடம்பெற்ற புகைப்படங்களை வீட்டுக்குக்

கொண்டுவந்து உணவு மேஜையின் மீது சிலநாட்களுக்கு எல்லோரும் பார்க்கும்படி வைப்பார்கள். அந்தப் புகைப்படங்களில் எங்கள் வீட்டிற்கு வந்திருந்த சிலர் இருப்பார்கள். செய்தித்தாள்களில் பார்த்த சில பிரபலங்களும் தொழில் நடத்துவதில் உதவிபுரிந்த சில அரசியல்வாதிகளும்கூட தெரிவார்கள். இதைப் போன்ற விருந்துகளில் அதிகம் கலந்துகொள்ளும் தன் சகோதரியோடு அம்மா தொலைபேசியில் கிளர்ச்சியோடு பேசும்போது அவை எப்படி இருந்திருக்குமென்று என்னால் ஊகிக்க முடியும். 1990களிலிருந்து பெரிய வீட்டுத் திருமணங்கள் பத்திரிகை, தொலைக்காட்சி காமிராக்கள், நாட்டின் புகழ்பெற்ற மாடல்கள் கலந்துகொள்ளும் ஆடம்பர நிகழ்வுகளாக மாறிப்போயின. பெரும் செலவில் விளம்பரப்படுத்தப்பட்டு நகரமெங்கும் காணப்பட்டன. ஒரு தலைமுறைக்கு முன்பு இவை இப்படி இருந்ததில்லை. இந்தப் பகட்டாரவார திருமணங்களை வீண் ஜம்பமென்று சொல்ல முடியாது. எல்லாவற்றிலும் தலையிட்டு, கஷ்டப்பட்டு சேர்த்த சொத்தைப் பறிமுதல் செய்கின்ற அரசாங்கத்தைப் பற்றிய அச்சங்கள், கவலைகளை ஒரு சாயந்தர வேளையில் ஒருவரோடொருவர் பகிர்ந்துகொள்ள நாட்டின் பெரும் செல்வந்தர்கள் இதை ஒரு வாய்ப்பாகப் பயன்படுத்திக்கொண்டார்கள். இதைப் போன்ற திருமணங்களிலும் விருந்துகளிலும் சிறுவனாகக் கலந்துகொண்டபோது என்னதான் எனக்குள் குழப்பம் இருந்தாலும் இந்த மகத்தான பெரியவர்களோடு ஒன்றாக நிகழ்ச்சிகளில் இடம்பெறுவது குறித்து பெருமிதமும் இருந்தது. நாள் முழுக்கச் செலவழித்து அலங்காரம் செய்துகொண்டு இந்த விருந்துகளில் கலந்துகொள்ள வீட்டை விட்டுக் கிளம்பும்போது என் அம்மாவின் கண்களிலும் இதே பெருமிதம் தெரியும். இந்த நிகழ்ச்சிகளில் கலந்துகொள்வதை ஒரு குதூகலப் பொழுதுபோக்காக யாரும் நினைப்பதில்லை; நகரின் பெருஞ்செல்வந்தர்களோடு ஒரு மாலைநேரத்தைப் பகிர்ந்துகொள்ளும் திருப்தி; நாங்களும் அவர்கள் வர்க்கத்தைச் சேர்ந்தவர்கள்தாம் என்ற ஆறுதல்.

வரவேற்பு மண்டபம் ஒளிவெள்ளத்தில் பிரம்மாண்டமாக இருக்கும். கோடைக்காலத்தில் விருந்து தோட்டங்களில் நடக்கும். மரங்களுக்கும் பூச்செடிகளுக்கும் இடையே அழகாக அமைக்கப்பட்டிருக்கும் மேசைகள், கூடாரங்கள், மலர்ப்படுக்கைகளின் ஊடே பரிசாரகர்களும் சேவகர்களும் உலவ, அங்கு குழுமியிருக்கும் பெருஞ்செல்வந்தர்கள்கூட இத்தகைய குழுமத்தில் கலந்திருப்பதிலும் நாடெங்கும் அறியப்பட்ட பிரபலஸ்தர்களோடு ஒன்றாக அமர்ந்து பேசுவதிலும் புளகாங்கிதம் அடைந்திருப்பதைக் கவனிப்பேன். அம்மாவைப் போலவே நானும் கூட்டத்தில் 'பிரபல' முகங்களைத் தேடுவேன். அப்படியானவர்கள் உள்ளே நுழையும் போதே ஒரு சலசலப்பு எழும். அங்கிருப்பவர்களில் பெரும்பாலோர் கடும் உழைப்பாலோ புத்தி சாதுர்யத்தாலோ பொருள் குவித்திருந்தவர்களல்லர். குருட்டு அதிருஷ்டம் அல்லது குறுக்குவழியில் மோசடி. உயர்ந்த நிலையை அடைந்துவிட்டபின் அவர்களது நிழலான கடந்தகாலத்தைப் பெருமுயற்சி செய்து மறைக்கப்பார்ப்பார்கள். அவர்களே ஒரு கட்டத்தில் மறந்தும் போவார்கள். எவ்வளவுதான் செலவழித்தாலும் போதியளவுக்குப் பணம் எஞ்சியிருக்கும் என்ற நம்பிக்கை அவர்கள் செய்கைகள் அனைத்திலும் தெரியும். அவர்கள் தம்மை இளைப்பாற்றிக் கொள்வதற்காக அங்கு வந்திருப்பவர்கள்; அதற்குத் தமக்கு முழுத் தகுதி இருப்பதாக நம்புகிறவர்கள். அவர்களையொத்த மற்றவர்களோடு கலந்திருக்கும் போது உலகின் மிக உன்னதமானவர்கள் தாம்தான் என்ற உறுதியில் இருப்பவர்கள்.

இந்தக் கூட்டத்திற்கிடையே மெதுவாக ஊடாடிச் செல்கையில் எங்கிருந்தோ வரும் ஒரு வினோதமான காற்று என்னை அலைக்கழித்துக் கடந்துபோகும். சட்டென்று அங்கே அந்நியமாக இருப்பதை உணர்வேன். எங்களால் நினைத்துக்கூடப் பார்க்க முடியாத அதீத அலங்காரங்களுடன் இருக்கும் ஒரு மகத்தான அறைக்கலனோ அல்லது ஆடம்பர சாதனமோ (மின்சாரத்தில் இயங்கும் வெட்டுக் கத்தி, போல) என் கண்ணில் பட்டால் என் மனம் சுருங்கும். நாட்டில் நடந்த ஏதோவொரு பேரழிவைப் பயன்படுத்தி 'எரிகிற வீட்டில் பிடுங்கி'யும், கொள்ளையடித்தும் சொத்து சேர்த்தவர்கள் என்று யார்யாரைப் பற்றியெல்லாம் என் பெற்றோர் வீட்டுக்குள் பேசிக்கொண்டிருந்தார்களோ அவர்களோடு இவ்விருந்துகளில் அந்நியோன்னியமாகச் சிரித்துப் பேசிக்கொண்டிருப்பதைப் பார்த்து மேலும் நிலைகுலைந்து போவேன். அவர்களுடன் கூட்டுறவில் உண்மையிலேயே மகிழ்ந்துபோயிருக்கும் என் அம்மாவும் அந்தக் கூட்டத்தைச் சேர்ந்த இளம்பெண் எவளுடனாவது அரட்டை அடித்துக்கொண்டிருக்கும் என் அப்பாவும் இந்த மனிதர்களைப் பற்றி என்பெற்றோர்கள் வீட்டில் பேசிய படுமோசமான வம்புச் செய்திகள் எதையும் மறந்துவிடவில்லை என்பதையும் அவற்றை இந்த ஒரு இரவுக்காக மட்டும் ஒதுக்கி வைத்திருக்கிறார்களென்பதையும் பின்புதான் அறிந்துகொண்டேன். ஆனால் இந்தக் குணாம்சம் செல்வந்தர்கள் அனைவருக்கும் பொதுவானதுதானே? செல்வந்தர்களாக இருப்பதற்கு இப்படியெல்லாம் இருக்க வேண்டும் போலிருக்கிறது என்று நினைத்துக்கொள்வேன். விருந்துக்கு வந்திருக்கும் இந்தப் பணக்காரர்கள் ஏதோ அதிமுக்கியப் பிரச்சனை ஒன்றைப்

பற்றிப் பேசுவதைப் போல அவர்கள் கடைசியாகப் பயணம் செய்த விமானத்தில் வழங்கப்பட்ட உணவு எவ்வளவு மோசமாக இருந்தது என்று விஸ்தாரமாகப் புகார் சொல்லிக்கொண்டிருப்பார்கள் – ஏதோ இதற்கு முன் அவர்கள் சென்ற விமானப் பயணங்களில் வழங்கிய உணவுகளெல்லாம் அந்தளவுக்குத் தரமற்றதாக இல்லாமல் இருந்ததைப் போல. பின், அவர்கள் பணத்தை எப்படி ஸ்விஸ் வங்கிக் கணக்குகளில் செலுத்தினார்கள், (அப்பா அதனைக் கடத்துதல் என்பார்), அதற்கான வழி வகைகள் என்னென்ன என்பது குறித்து அலசுவார்கள். தொலை தேசம் ஒன்றில், யாராலும் தீண்ட முடியாத ஒரு பாதுகாப்பில் பணத்தை 'புதைத்து' வைத்திருப்பதால் அவர்களிடம் இருக்கும் அந்தத் தன்னம்பிக்கை எனக்குப் பொறாமையை உண்டாக்கும்.

நான் நினைத்திருந்த அளவுக்கு எங்களுக்கிடையே அந்தஸ்தில் வேறுபாடு இல்லை என்பதை என் அப்பா உட்குறிப்பாகச் சொன்ன ஒரு பதில் எனக்கு உணர்த்தியது. அப்போது எனக்கு இருபது வயதிருக்கும். அப்பாவோடு நீளமாக வாதிட்டுக்கொண்டிருந்தேன். இந்த ஆன்மாவற்ற, மூளையற்ற, பணக்காரர்களின் அபத்தங்கள், எந்தளவுக்கு அவர்கள் 'மேலைநாட்டுக்காரனாக' இருக்கிறார்கள் என்று காட்டிக்கொள்ள அவர்கள் புரிகின்ற பாசாங்கு சேட்டைகள், அவர்கள் கைவசம் வைத்திருக்கும் அற்புதமான கலைப்பொருட்களைச் சாதாரண மக்களும் வந்து பார்க்கும்படியாக ஒரு பொதுவான அருங்காட்சியகத்தை உருவாக்காமல், அவர்கள் வீட்டுக்குள்ளே பூட்டி வைத்துக்கொண்டு எப்படி ஒரு கோழைத்தனமான, உள்ளீடற்ற வாழ்க்கையை நடத்திக்கொண்டிருக்கிறார்கள் என்றெல்லாம் வெகுநேரத்திற்குப் பேசிக்கொண்டிருந்தேன். குறிப்பாக எங்கள் குடும்ப நண்பர்களை, என் பெற்றோர்களின் பால்ய நண்பர்களை, என் நண்பர்களின் பெற்றோர்களை உதாரணமாகச் சொல்லிக் கொண்டிருந்தபோது, அப்பா பேச்சில் குறுக்கிட்டார். ஒருவேளை அவருக்கு நான் ஒரு சிடுமூஞ்சியாக மாறிக்கொண்டிருக்கிறேனோ என்ற பயம் ஏற்பட்டிருக்கலாம். அல்லது வெறுமனே எச்சரிக்கக்கூட விரும்பியிருக்கலாம். நான் அப்போது குறிப்பிட்ட அந்தப் பெண்மணி 'உண்மையில்' ஒரு மிக நல்ல குணமுடைய, பண்பான (மிக அழகான) பெண் என்றார். அந்தப் பெண்ணோடு நான் எப்போதாவது நெருங்கிப் பழகியிருந்தால் அவர் சொல்வதை என்னால் புரிந்துகொள்ள முடியும் என்றார்.

22

பாஸ்ஃபரஸ்ஸைக் கடந்துசெல்லும் கப்பல்கள், பெரும் தீ விபத்துகள், குடிபெயர்தல், சில பேரழிவுகள் . . .

என் அப்பாவும் சித்தப்பாக்களும் வியாபாரத்தில் தொடர்ந்து சந்தித்து வந்த நஷ்டங்கள், என் பெற்றோர்களின் வாக்கு வாதங்கள், பாட்டியின் தலைமையின் கீழ் இயங்கிவந்த எங்களுடைய பரந்து விரிந்த கூட்டுக்குடும்பத்தின் பல்வேறு கிளைகளுக்கிடையில் கனன்று கொண்டிருந்த பூசல்கள்– இந்த உலகம் எவ்வளவோ விஷயங்களை (ஓவியம், செக்ஸ், நட்பு, தூக்கம், காதல், உணவு, விளையாட்டு, வேடிக்கை) எனக்கு வழங்கிக்கொண்டிருந்த போதிலும் சந்தோஷத்தை அனுபவிப்பதற்கான வாய்ப்புகள் எனக்கு எல்லையற்று கிடைத்து வந்தபோதிலும் ஒரு புத்தம் புது இன்ப அனுபவத்தை எதிர்கொள்ளாமல் எனக்கு ஒருநாளும் கழியாத போதிலும் வாழ்க்கையில் திடீரென்று, எதிர்பாரா நேரத்தில் எல்லா அளவுகளிலும் முக்கியத்துவம் வாய்ந்த விஷயங்களில் சரசரவென்று தீப்பற்றிப் பேரழிவுகள் ஏற்படும் சந்தர்ப்பங்கள் வாழ்க்கையில் ஏராளமாக எதிர்கொள்ள நேர்ந்துகொண்டே இருக்குமென்பதற்கு என்னைத் தயார்படுத்தி வந்தவையாக இருந்தன. மேற்சொன்னதைப் போன்ற பேரழிவுகள் வானொலியில் ஒலிபரப்பாகும் ‘கடலோர வானிலை எச்சரிக்கை’யில் பாஸ்ஃபரஸ்ஸின் முகத்துவாரத்தில் ‘மிதந்து வரும் கண்ணி வெடிகள்’ குறித்தும் அவை இருக்கும் இடம்பற்றிய தகவல்களும் குறிப்பிடப்படுவதை எனக்கு நினைவுபடுத்தும்.

எந்த நேரத்திலும் சற்றும் எதிர்பார்க்க முடியாத ஏதோ ஒரு விஷயத்தைப் பற்றி என் பெற்றோர்களுக்கிடையில் சண்டை ஆரம்பிக்கும்; அல்லது மாடி வீட்டில் இருக்கும் எங்கள் உறவினர் சொத்துத் தகராறு ஒன்றைக் கிளப்புவார்; இல்லாவிட்டால் என் அண்ணனுக்குத் திடீரென்று கோபம் வெடித்து எப்போதும் நான் மறந்துவிடாதபடி ஒரு பாடத்தை

எனக்குக் கற்பிக்க வேண்டுமென முடிவெடுப்பான். அப்புறம், வீட்டுக்குள் நுழைந்த அப்பா போகிற போக்கில் எங்கள் வீட்டை இப்போதுதான் விற்றுவிட்டு வந்திருப்பதாகச் சொல்லிவிட்டுப் போய்விடுவார்; அல்லது அவர் மீது தடையுத்தரவு போட்டிருப்பதாகத் தெரிவிப்பார்; அல்லது வீட்டை நாங்கள் உடனே காலி செய்ய வேண்டியிருக்கும் என்பார்; அதுவுமில்லாவிட்டால் அவர் எங்கேயோ தூரதேசத்திற்குச் சென்றுவரப் போவதாகச் சொல்லிவிட்டு மாயமாகி விடுவார்.

அப்போதெல்லாம் நாங்கள் அடிக்கடி வீட்டை மாற்றுவோம். ஒவ்வொரு முறையும் வீட்டில் பதற்றம் அதிகரித்துக்கொண்டே இருக்கும். அப்போதைய வழக்கத்தின்படி ஒவ்வொரு பாத்திரத்தையும் தட்டையும் பழைய செய்தித்தாளில் சுற்றிவைப்பதில் அம்மா கவனமாக இருக்க யாரும் எங்களைக் கண்டுகொள்ளமாட்டார்கள். நானும் என் அண்ணனும் இஷ்டத்திற்கு ஆட்டம்போடுவோம். எங்கள் வாழ்வின் ஒரே நிரந்தர அம்சங்களாக நாங்கள் நம்பத் தொடங்கிவிட்டிருந்த அலமாரிகளையும் அடுக்குகளையும் மேசைகளையும் வேலையாட்கள் வண்டியில் ஏற்றிக்கொண்டு, இவ்வளவு நாட்களாக எங்கள் சொந்த வீடாக நினைத்து வந்திருந்த இடத்தை ஒரு வெற்றிடமாக்கி விட்டுச் செல்கையில் துயரம் எங்கள் மீது கவியும். ஒரே ஆறுதலாக, வெகுநாட்களுக்கு முன் தொலைத்திருந்த பென்சில், கோலிக்குண்டு, உயிருக்குயிராக நேசித்திருந்த பொம்மை என்று அரிய பொக்கிஷம் ஏதாவதொன்று நகர்த்தப்பட்ட மேஜைக்கடியிலிருந்து வெளிப்படும். புதிய வீடுகள் நிஷாந்தஷியில் உள்ள எங்கள் பாமுக் அபார்ட்மென்ட்ஸைப் போலக் கதகதப்பாகவோ சௌகரியமாகவோ இருக்காது. ஆனால் சிஹாங்கீரிலும் பெஷிக்டாஷிலும் இருந்த வீடுகளிலிருந்து பாஸ்ஃபரஸ்ஸின் காட்சி மிக அழகாகத் தெரியும். அதனால் பெரிதாக நானொன்றும் கஷ்டப்படவில்லை. காலம் செல்லச் செல்ல, எங்கள் சொத்துக்கள் குறைந்துகொண்டே வந்ததைப் பற்றிய கவலைகூட எனக்கு இல்லாமல் ஆகிவிட்டது.

இந்தச் சின்னச்சின்னப் பேரிடர்கள் என்னைக் குலைவிப்பதிலிருந்து காத்துக்கொள்ளப் பற்பல உபாயங்களை வகுத்துவைத்திருந்தேன். சில மூட நம்பிக்கைகளைக் கட்டாயமாகக் கடைப்பிடித்தேன் (நடைபாதை விரிசல்கள் மீது காலை வைக்காதிருத்தல், சில குறிப்பிட்ட கதவுகளை முழுசாகத் திறக்காதிருத்தல் போல). அல்லது ஓர் அவசர சாகசத்தில் ஈடுபடுவேன் (அந்த இன்னொரு ஓரானைச் சந்திப்பது, எனது இரண்டாவது உலகத்திற்கு நழுவிச் செல்வது, ஓவியம் வரைவது அல்லது என் அண்ணனை வலுக்கட்டாயமாகச் சண்டைக்கு இழுத்து அடிவாங்கிக்கொள்வது). இல்லாவிட்டால் பாஸ்ஃபரஸ்ஸைக் கடந்துபோகும் கப்பல்களை எண்ணுவது இதில் முக்கியமானது.

உண்மையில் கொஞ்சநாட்களாகவே பாஸ்ஃபரஸ்ஸில் வந்து சென்றுகொண்டிருக்கும் கப்பல்களை எண்ணிக்கொண்டிருந்தேன். ருமானிய டேங்கர்கள், சோவியத் போர்க்கப்பல்கள், டிராப்ஸானிலிருந்து வரும் மீன்பிடிப் படகுகள், பல்கேரிய பயணிக் கப்பல்கள், கருங்கடலை நோக்கிச் செல்லும் துருக்கிய கடலூர்திகள், சோவியத் வானிலை ஆய்வூர்திகள்,

அழகான இத்தாலிய சுற்றுலாக் கப்பல்கள், கரியேற்றிச் செல்லும் சரக்குக் கப்பல்கள், சிறிய வேவுக்கலங்கள், வர்ணாவில் பதிவுசெய்யப்பட்ட துருவேறிய, பெயின்ட் அடிக்கப்படாத, நிராகரிக்கப்பட்ட சரக்குக்கப்பல்கள், தாய்நாட்டுக் கொடிகளோடு இருட்டில் அசைந்தாடிச் செல்லும் பழங்காலக் கப்பல்கள் எல்லாவற்றையும் எண்ணிக்கொண்டிருப்பேன். அதற்காக எல்லாவற்றையும் எண்ணுவேன் என்று சொல்ல முடியாது. என் அப்பாவைப் போலவே நானும் பாஸ்ஃபரஸ்ஸில் குறுக்கும் நெடுக்குமாக சென்றுகொண்டிருக்கும் மோட்டார் லாஞ்சுகளைப் பொருட்படுத்துவதே கிடையாது. வேலைக்குச் செல்பவர்களும் வணிகர்களும் பெண்களும் மூட்டை முடிச்சுகளோடு செல்கின்ற இவற்றையும் இஸ்தான்புல்லின் ஒரு முனையிலிருந்து மறுமுனைக்குச் சிந்தனை வசப்பட்டு சோகமே உருவாக புகைத்துக்கொண்டும் தேநீர் அருந்திக்கொண்டும் வருகிற பயணிகளை ஏற்றிச்செல்லும் நகரப் படகுகளையும் கணக்கில் கொள்ளமாட்டேன். எங்கள் வீட்டு அறைக்கலன்கள் போல என் தினசரி வாழ்க்கையில் நிரந்தரமாகிப் போன அம்சங்கள் அவை.

இவை எனக்குள் எழுப்பும் பதற்றத்தையும் பரபரப்பையும் கொந்தளிப்பையும் கண்டுகொள்ளாமல் தன்பாட்டுக்குச் செல்லும் இந்த நீர்க்கலங்களைச் சிறுவனாக இருக்கும் காலத்திலிருந்தே எண்ணிக்கொண்டு வந்திருக்கிறேன். அவற்றை எண்ணுவதன் மூலம் என் வாழ்க்கைக்கு ஓர் ஒழுங்குமுறை கிடைப்பதாக உணர்ந்தேன். அதீத கோபமோ சோகமோ என்னைப் பீடிக்கும் வேளைகளில், என்னிடமிருந்தும் என் பள்ளியிலிருந்தும் என் வாழ்விலிருந்தும் என்னைத் துண்டித்துக்கொண்டு நகரவீதிகளில் அலையும் காலங்களில் கப்பல்களை எண்ணுவதை முற்றிலுமாக நிறுத்திவிடுவேன். அதைப் போன்ற நேரங்களில்தான் பேரழிவுகளை,

இஸ்தான்புல்

பெரும் தீ விபத்துகளை, எனது மற்றொரு வாழ்க்கையை, மற்றோர் ஓரானை எதிர்பார்த்து எனக்குள் ஏக்கம் எழும்.

இந்தக் கப்பல் எண்ணும் பழக்கம் எனக்கு எப்படி ஏற்பட்டது என்று விளக்கினால் இதை உங்களால் புரிந்துகொள்ள முடியும். அறுபதுகளின் ஆரம்பத்தில் என் பெற்றோர்களும் என் அண்ணனும் நானும் கொண்ட எங்கள் குடும்பம் சிஹாங்கரில் பாஸ்ஃபரஸ்ஸை நோக்கியிருந்த எங்கள் தாத்தாவின் அடுக்குமாடிக் கட்டடத்தின் ஒரு சிறிய அபார்ட்மெண்ட்டில் இருந்தது. பதினோரு வயதாகியிருந்த நான் அப்போது தொடக்கப்பள்ளியின் கடைசி வருடத்தில் இருந்தேன். மாதத்தில் ஒருமுறை அலாரம் டைம்பீஸை எடுத்து (அதில் ஒரு மணியின் படம் இருக்கும்) விடிவதற்குச் சில மணிநேரத்துக்கு முன்பாக அலாரம் வைத்துக்கொண்டு, இரவின் கடைசி மணிநேரங்களில் விழித்துக்கொள்வேன். படுக்கச் செல்லுமுன் கணப்பு அணைக்கப்பட்டுவிடும். எனக்கு அதனை ஏற்றத் தெரியாது. குளிர்கால ராத்திரியில் விறைத்துப் போகாதிருப்பதற்காக அதிகம் பயன்பாட்டில் இல்லாத வேலையாளின் அறைக்கு எனது துருக்கியப் பாடப்புத்தகங்களை எடுத்துச்சென்று, அன்றைய தினம் பள்ளியில் மனப்பாடமாக ஒப்பிக்க வேண்டிய செய்யுளை மனனம் செய்யத் தொடங்குவேன்.

‘ஓ கொடியே, வானில் அலைபாயும் எங்கள்
மகத்தான கொடியே’

ஏதாவது பிரார்த்தனையையோ செய்யுளையோ மனப்பாடம் செய்ய வேண்டியிருப்பவர்களுக்கு வார்த்தைகளை ஞாபகத்தில் பதிக்க வேண்டியிருந்தால் கண்ணெதிரே தெரிகின்ற விஷயங்களில் கவனத்தை செலுத்தக் கூடாது என்பது தெரியவரும். வார்த்தைகள் தம்மைப் படியச் செய்து கொண்டதும் மனம் விடுதலையுற்று ஞாபகத்தூண்டல்களுக்கு உதவக்கூடிய பிம்பங்களைத் தேடிக்கொள்கிறது. எண்ணங்களிலிருந்து கண்கள் முற்றிலுமாகத் துண்டித்துக்கொண்டு உலகை அதற்கே உரித்தான வியப்போடு கவனிக்கத் தொடங்குகின்றன. சில்லிட்ட குளிர்கால இரவுகளில் போர்வைக்குள் நடுங்கியபடி செய்யுளை மனனம் செய்துகொண்டே ஒரு கனவைப் போல இருட்டில் ஜொலித்துக்கொண்டிருக்கும் பாஸ்ஃபரஸ்ஸை சன்னல் வழியே வெறித்துக்கொண்டிருப்பேன்.

அங்கிருந்து பார்க்கும்போது பக்கத்திலிருந்த நான்கு அடுக்கு, ஐந்து அடுக்குக் கட்டடங்களுக்கிடையில் பாஸ்ஃபரஸ் தெரியும். இந்த இடைவெளிக்கு அடியில் புகைப் போக்கிகளைக் கூரையில் துருத்திக்கொண்டு தெரிந்த அந்தச் சிதிலமான மரவீடுகள் எல்லாம் அடுத்த பத்தாண்டுகளில் எரிந்து சாம்பலாகிவிட்டன. சிஹாங்கிர் மசூதியின் தூபிகள் அந்த இருட்டிலும் தெரியும். படகுகள் ஓடத் தொடங்கியிருக்காது. ஸர்ச்லைட்டோ, விளக்கு வெளிச்சமோ ஊடுருவ முடியாதபடி அடர் இருட்டில் கடல் விரிந்திருக்கும். ஆசியக் கரையில் ஹேதர் பாஷாவின் பழைய கிரேன்களும் மௌனமாக நகர்ந்து செல்லும் சரக்குக் கப்பலின் விளக்குப்புள்ளிகளும் தெரியும். சோகையான நிலா வெளிச்சத்திலோ ஒற்றை மோட்டார் படகின் விளக்கொளியிலோ சிலநேரங்களில் பிரமாண்டமான, துருவேறிய, கடற்சிப்பிகள் பீடித்திருக்கும்

போர்க்கப்பல்களும் துடுப்புப் படகில் தனியாகச் செல்லும் மீனவனும் வெள்ளைப் பிசாசு போல நின்றிருக்கும் கிஸ் குலேஸி கோபுரத்தின் உருவரையும் கண்ணுக்குப் புலப்படும். கடலின் பெரும்பகுதி இருளில் அமிழ்ந்திருக்க, சூரியோதயத்திற்கு முன்பாகவே ஆசியக் கரையில் இருக்கும் அடுக்ககக் கட்டடங்களும் சைப்ரஸ் மரங்களடர்ந்த கல்லறைத் தோட்டங்களும் வெளிச்சமடையத் தொடங்கிவிடும். ஆனால் கும்மிருட்டில் ஆழ்ந்திருக்கும் பாஸ்ஃபரஸ் மட்டும் இப்படியே எப்போதும் இருந்து விடலாகாதாவென்று எனக்குத் தோன்றும்.

இருட்டில் செய்யுளை மனப்பாடப்படுத்திக்கொண்டே, வினோதமான ஞாபக விளையாட்டுகள், உத்திகளைக் கொண்டு அதை ஒப்பிப்பதற்கு திட்டமிட்டுக்கொண்டே, என் கண்கள் பாஸ்ஃபரஸ் நீரோட்டத்தில் மிக மெதுவாக நகர்ந்துகொண்டிருக்கும் ஏதோவொன்றின் மீது – அது அசாதாரணமாகத் தோற்றமளிக்கும் கப்பலாகவோ விடியலுக்கு முன் புறப்பட்டு விட்ட மீன்பிடிப் படகாகவோ இருக்கும் – நிலைத்திருக்கும். இவற்றின் மீது என் கவனம் குவியாவிட்டாலும் என் கண்கள் அவற்றின் வழக்கமான பணிகளிலிருந்து விலகாது. எதிரில் கடந்து செல்பவற்றை ஒரு கணம் கவனிக்கும்; பின் சற்று நேரம் கழித்துப் பிரக்ஞையில் உறைத்து, ஆம், அது ஒரு சரக்குக் கப்பல் என்று ஒப்புதல் அளிக்கும். ஆம், இது விளக்கில்லாமல் செல்கின்ற மீன்பிடி படகுதான் என்று எனக்குள் சொல்லிக்கொள்வேன். ஆம், இது ஒரு விசைப்படகு; ஆசியாவிலிருந்து ஐரோப்பாவிற்கு இன்றைய தினத்தின் முதல் பயணிகளை ஏற்றிச்

செல்கிறது; ஆம், இது ஏதோ ஒரு சோவியத் துறைமுகத்திலிருந்து வருகிற பழங்காலத்து போர் வேவுக்கலம் . . .

இதைப் போன்றதொரு இருள் விலகாத விடியற்காலை நேரத்தில், வழக்கம்போல போர்த்திய கம்பளிக்குள் நடுங்கிக்கொண்டு செய்யுளை மனப்பாடம் செய்துகொண்டிருந்தபோதுதான் அதைக் கண்டேன். அதன்பிறகு ஒருபோதும் பார்க்கக் கிடைக்காத, என்னைத் திகைப்பில் உறையவைத்த ஒரு காட்சி அது. அப்போது நான் எப்படிக் குளிரில் உறைந்து, கையில் இருக்கும் புத்தகத்தில் கவனமற்று உட்கார்ந்திருந்தேன் என்பதுகூட இப்போதும் ஞாபகத்தில் இருக்கிறது. கும்மிருட்டில் மூழ்கியிருந்த கடற்பரப்பிலிருந்து உருவமற்ற உருவமாக ஒரு மிகப் பிரம்மாண்டமான ஏதோவொன்று மெதுவாக எழும்பியது. உயர உயர அளவில் பெரிதாகிக் கொண்டே வந்து, நான் எங்கிருந்து பார்த்துக்கொண்டிருந்தேனோ அந்த மேட்டுப் பகுதியை நோக்கித் திரும்பியது. என் துர்க்கனவுகளில் வரும் பூதாகரமான, அருவருப்பான பெருங்கடல் விலங்கைப் போல நெடிதுயர்ந்து நெருங்கி வந்துகொண்டிருந்த அது – ஒரு சோவியத் நீர்மூழ்கிக் கப்பல்! அதன் இன்ஜின்கள் கீழ்ஸ்தாயியில் முனகிக்கொண்டிருந்தன. மிகவும் மௌனமாக, மிகவும் சோம்பேறித்தனமாக நகர்ந்து வந்தாலும் கனத்த பெருமூச்சு போல இருட்டில் பரவிய அதன் அடங்கிய உறுமலில், அதன் மிக வலுவான ஆழ்ந்த ஒலி இயக்கத்தில் சன்னல் கண்ணாடிகளும் மரக்கதவுகளும் அறைக்கலன்களும் கிடுகிடுத்துத் துடிக்கத் தொடங்கின. அடுப்பிற்குப் பக்கத்தில் மாட்டியிருந்த கிடுக்கி, இருட்டு சமையலறையில் அடுக்கியிருந்த பாத்திரங்கள், வாணலிகள், அம்மாவும் அப்பாவும் அண்ணனும் தூங்கிக் கொண்டிருந்த படுக்கையறை சன்னல்கள் எல்லாமே நடுங்கின. எங்கள் கட்டடத்திலிருந்து கடலுக்குச் சரிந்து செல்லும் உருளைக் கற்பாதை கூட அதிர்ந்துகொண்டிருப்பது தெரிந்தது. வீட்டெதிரே இருந்த குப்பைத் தொட்டிகள் எழுப்பிய கடகடத்த சப்தம் ஏதோ மெலிதான நிலநடுக்கம் போலிருந்தது. பனிப் போர் தொடங்கிய காலத்திலிருந்தே இஸ்தான்புல் வாசிகள், ராட்சத ரஷிய போர்க்கப்பல்கள் நள்ளிரவுக்குப் பின் இருட்டுப் போர்வையில் பாஸ்ஃபரஸ்ஸைக் கடந்துசென்றுகொண்டிருக்கின்றன என்று சொல்லிக்கொண்டிருந்தது உண்மைதான் என்று அப்போது புலப்பட்டது.

ஒரு கணம் திகிலடைந்தேன். ஏதாவது செய்ய வேண்டுமென்று தோன்றியது. ஊர் முழுக்கத் தூங்கிக்கொண்டிருக்கும்போது நான் மட்டும் இந்த சோவியத் கப்பல் ஏதோ ஒரு பயங்கரச் செயலைச் செய்வதற்காக எங்கேயோ சென்று கொண்டிருப்பதைப் பார்த்துவிட்டேன். உடனே துள்ளியெழுந்து, இஸ்தான்புல்லை எச்சரிக்க வேண்டும், மொத்த உலகத்தையும் எச்சரிக்க வேண்டும். நான் படித்த பத்திரிகை கதைகளில் குழந்தை நாயகர்கள் இப்படித்தான் துணிச்சலான சாகசங்கள் செய்வார்கள் – வெள்ளங்களிலிருந்தும் தீவிபத்துகளிலிருந்தும் படைபெயடுத்துவரும் ராணுவங்களிடமிருந்தும் நகர மக்களைத் தூக்கத்திலிருந்து எழுப்பி காப்பாற்றுவதைப் படித்திருக்கிறேன். ஆனால் இந்தக் கதகதப்பான படுக்கையை விட்டு என்னால் எழுந்திருக்கும் துணிவு எனக்கு வரவில்லை.

பதற்றம் என்னை ஆட்கொள்ள, அவசர அவசரமாக ஓர் இடைக்கால நடவடிக்கையை மேற்கொண்டேன். இது பிற்பாடு ஒரு பழக்கமாகக் கூட எனக்கு ஆகிப்போனது: என் முழுக் கவனத்தையும் கூர்மையாகச் செலுத்தி அந்த சோவியத் கப்பலை மனதில் பதிய வைத்துக்கொண்டேன். நான் சொல்வதன் அர்த்தம் விளங்குகிறதா? பாஸ்ஃபரஸ்ஸை ஒட்டிய குன்றுகளின் மேல் ஒளிந்துகொண்டு அமெரிக்க ஒற்றர்கள் கடந்து செல்லும் ஒவ்வொரு கம்யூனிஸ்ட் கப்பலையும் புகைப்படம் எடுத்துக் கொண்டிருப்பதாக ஒரு வதந்தி எங்கள் ஊரில் உலவுவதுண்டு (இது மற்றுமொரு இஸ்தான்புல் கற்பனையாகக் கூட இருக்கலாம்; அல்லது பனிப்போர் தினங்களை வைத்துப் பார்க்கும்போது இதில் கொஞ்சம் உண்மைகூட இருக்கலாம்). இந்தக் கப்பலில் காணப்பட்ட எல்லா முக்கிய அம்சங்களையும் மனதிற்குள் வரிசைப்படுத்திக்கொண்டேன். புதிதாகச் சேகரித்த இக்கப்பல் குறித்த தரவுகளை, ஏற்கனவே இருக்கும் மற்ற கப்பல்களின் விபரங்களோடும் பாஸ்ஃபரஸ்ஸின் நீரோட்டங்களின் போக்குகளோடும் உலகம் திரும்புகின்ற வேகத்தோடும் ஒப்பாய்வு செய்துகொண்டேன். அந்தக் கப்பலையும் சேர்த்து எண்ணிக்கொண்டதன் மூலம் அந்தப் பிரம்மாண்ட ராட்சதனையும் சாமானியவையோடு சமமாக்கிக் கொண்டேன். சோவியத் கப்பல்களை மட்டுமல்லாமல், ‘முக்கியத்துவம் வாய்ந்த’ எல்லாக் கப்பல்களையும் எண்ணிக்கொள்வதன் மூலம் உலகத்தைப் பற்றிய எனது படத்தையும், அதில் எனக்கென்றிருக்கும் இடத்தையும் மறு உறுதி செய்துகொண்டேன். ஆகவே எங்களுக்குப் பள்ளியில் கற்றுக்கொடுத்தது உண்மைதான்; பாஸ்ஃபரஸ்தான் அனைத்திற்கும் மூலம்; புவிசார் அரசியல் உலகிற்கு அதுதான் இதயம்; அதனால்தான் உலகின் எல்லா நாடுகளும் அவற்றின் ராணுவங்களும் குறிப்பாக ரஷியர்கள் நமது அழகிய பாஸ்ஃபரஸ்ஸைத் தமது உடமையாக்கிக்கொள்ளத் துடிக்கிறார்கள்.

குழந்தைப் பருவத்திலிருந்தே, இன்றுவரை பாஸ்ஃபரஸ்ஸை நோக்கி மேட்டுப் பகுதிகளில் கட்டப்பட்ட வீடுகளில்தான் வசித்துவந்திருக்கிறேன். சன்னலுக்கு வெளியே தூரத்திலோ அடுக்ககங்களுக்கும் மசூதிகளின் கவிகைகளுக்கும் இடையிலோ பாஸ்ஃபரஸ் தெரிந்தே வந்திருக்கிறது. இஸ்தான்புல் வாசிகளுக்கு பாஸ்ஃபரஸ் தொலைதூரத்திலிருந்தாவது தமது சாளரங்கள் வழியே தெரிந்தாக வேண்டும். அது அவர்களுக்கு ஓர் ஆன்மீகக் கௌரவம் சார்ந்த விஷயம். இந்த இஸ்தான்புல் கட்டடங்களின் சன்னல்கள் மசூதிகளின் ‘மிஹ்ராபு’கள் போல, கிறித்துவ தேவாலயங்களின் பலிபீடங்கள் போல, ஸினகாக்குகளின் *tevans* போல கடலையே நோக்கியிருப்பதற்கும் பாஸ்ஃபரஸ்ஸை நோக்கியிருக்கும் அமர்வறைகளின் எல்லா நாற்காலிகளும் சோபாக்களும் உணவு மேசைகளும் கடலை நோக்கியே அமைக்கப்பட்டிருப்பதற்கும் இதுதான் காரணம். பாஸ்ஃபரஸ் காட்சிக்காக இவர்கள் எப்படியெல்லாம் சாளரங்களை அமைத்திருக்கிறார்கள் என்பதை மார்மராவிலிருந்து கப்பலில் வரும்போதே பேராசை பிடித்த சன்னல்கள் ஒன்றின் பார்வையை மற்றது மறைத்தபடியும் துருத்திக்கொண்டும், கட்டடமெங்கும் சன்னல் கண்களாகவும் மண்டியிருப்பதைப் பார்த்துத் தெரிந்துகொள்ளலாம்.

பாஸ்ஃபரஸ்ஸைக் கடந்துசெல்லும் கப்பல்களை எண்ணுவது ஒரு வினோதமான பழக்கமாக இருக்கலாம் ஆனால் மற்றவர்களுடன் இதைப் பற்றிப் பேசியபோதுதான் வயது வித்தியாசமின்றி பெரும்பாலான இஸ்தான்புல் வாசிகளிடம் இந்தப் பழக்கம் இருக்கிறது என்பது தெரிந்தது. அவர்கள் வாழ்க்கையில் எந்தவிதமான பாதிப்பை அந்தக் கப்பல்கள் ஏற்படுத்தினாலும் ஏற்படுத்தாமற் போனாலும் பிறகு நடக்கக்கூடிய பேரழிவுகள், மரணங்கள் போன்ற துர்நிகழ்வுகளைப் பற்றிப் பேசும்போது அவற்றுடன் தம்மைத் தொடர்புபடுத்திக்கொள்ளவாவது ஒவ்வொருநாளும் சன்னல்களுக்கருகே நின்று, போய்வருகின்ற கப்பல்களை எண்ணிக் கொண்டிருப்பது இவர்களின் வழக்கமாக இருக்கிறது. எனது வாலிப வயத்தில் பெஷிக்டாஷிற்கு வீடுமாற்றிக் கொண்டு சென்றோம். அங்கே செரன்ஸிபே பகுதியில் பாஸ்ஃபரஸ்ஸை நோக்கிக் கட்டப்பட்டிருந்த ஒரு வீட்டில் குடியிருந்தோம். அங்கு எங்களுடைய தூரத்து உறவினர் ஒருவரும் குடியிருந்தார். அவர் நாள் முழுக்கச் சன்னலுக்குப் பக்கத்தில் உட்கார்ந்து கடந்து போகும் ஒவ்வொரு கப்பல் விவரத்தையும் ஒரு நோட்டில் குறித்துக்கொண்டிருப்பதைப் பார்த்தால் அது அவருக்கென்று நியமிக்கப்பட்ட ஒரு வேலை என்பது போலவே நமக்குத் தோன்றும். என்னோடு லீஸே பள்ளியில் உடன் படித்த வகுப்புத் தோழன் ஒருவன் இதேபோலக் கப்பல்களைக் கணக்கெடுப்பான். அவனைப் பொறுத்தவரை, பழசாக, துருப்பிடித்து, சரியாகப் பழுது பார்க்கப்படாமல், எந்த நாட்டிலிருந்து வருகிறதென்று அடையாளமில்லாமல் வருகிற, சந்தேகத்திற்கிடமான கப்பல்கள் எல்லாமே ஏதோ சில குறிப்பிட்ட நாடுகளுக்கு – அந்த

நாடுகளின் பெயர்களையெல்லாம் அவன் சொல்வான் – சோவியத் ஆயுதங்களைக் கடத்திச் செல்கின்றன என்பான். இல்லாவிட்டால் உலக மார்க்கெட்டில் குழப்பம் விளைவிப்பதற்காக அவை பெட்ரோல் கடத்திச் செல்கின்றன என்பான்.

தொலைக்காட்சியின் வருகைக்கு முந்தைய நாட்களில் இது ஒரு நல்ல, இனிமையான பொழுதுபோக்காக இருந்தது. பலருக்கும் இருப்பதைப் போலவே என்னிடமும் இருந்த இந்தக் கப்பல் எண்ணும் பழக்கம் ஆதாரமாக அச்சத்தின் காரணமாக வளர்ந்த ஒன்று. இந்நகரத்தில் இருக்கும் பலரையும் பீடித்திருக்கும் நோய் அது. மத்திய கிழக்கின் செல்வங்கள் அனைத்தும் தமது நாட்டின் நகரங்களிலிருந்து வெளியேறி விட்டதையும் ரஷியர்களிடம் மேற்கு நாடுகளிடமும் ஆட்டமன் சாம்ராஜ்யம் தோல்வியுற்று இஸ்தான்புல் எனும் மகத்தான நகரம் வறுமையிலும் துயரத்திலும் பாடழிவுகளிலும் வீழ்ந்ததையும் கண்ணுற்ற பிறகு இஸ்தான்புல் வாசிகள் அகவயப்பட்ட, தேசியவாத மக்களாக மாறிவிட்டனர் என்றுதான் சொல்ல வேண்டும். அதனால் புதிதாகக் காணும் எதன் மீதும் அவர்களுக்குச் சந்தேகம் எழத் தொடங்கிவிட்டது. குறிப்பாக (அவர்களே பெரும் நாட்டம் கொண்டிருந்தாலும்) அயல்நாட்டு விஷயங்களின் மீது, அவற்றின் கவர்ச்சியை மீறி ஆதாரமாக ஒரு ஐயப்பாடு அவர்களுக்கு ஊசலாடிக்கொண்டே இருக்கிறது. கடந்த நூற்றைம்பது வருடங்களாக இஸ்தான்புல்வாசிகளான நாங்கள் புதிய தோல்விகளையும் புதிய பாடழிவுகளையும் கொண்டு வரப்போகின்ற கோரமான விபத்துகளை பீதியுடன் எதிர்பார்த்தபடியே வாழ்ந்துவந்திருக்கிறோம். இந்தத் திகிலுணர்வையும் துயரத்தையும் வெல்வதற்காகவே பாஸ்ஃபரஸ்ஸை வைத்த கண் வாங்காமல் அளவாய்ந்து கொண்டிருப்பது அவசியமான கடமைபோல எமக்கு இன்றுவரை இருந்துவருகிறது.

இந்த நகரம் பேராவலோடும் நடுக்கத்தோடும் எதிர்பார்த்துக் காத்திருக்கும் பேரழிவுகள் என்றால் அவை பாஸ்ஃபரஸ்ஸில் நிகழக்கூடிய கப்பல் விபத்துகளாகத்தான் இருக்கும். இத்தகைய விபத்துகள் நகரத்தை ஒருங்கிணைந்து ஒரு பெரிய கிராமம் போல உணரவைத்து விடுகின்றன. இந்தப் பேரழிவுகள் தினசரி வாழ்க்கை நியதிகளை குலைத்துப் போட்டுவிடுவதாலும் 'எங்களைப் போன்றவர்களை' அவை பாதிப்பதில்லை என்பதாலும் நான் ரகசியமாக (குற்றவுணர்வோடும் கூட) அவற்றை விரும்பிவந்தேன்.

அப்போது எனக்கு எட்டுவயது. அந்தப் பயங்கர சத்தத்திலிருந்தும் நட்சத்திரங்கள் கொட்டியிருந்த இரவைக் கிழித்தபடி பீறிட்ட தீக்கங்குகளிலிருந்தும் பெட்ரோல் ஏற்றி வந்த இரண்டு கப்பல்கள் பாஸ்ஃபரஸ்ஸில் நேருக்கு நேராக மோதிக் கொண்டன என்பது தெரிந்தது. ஒரு பயங்கரமான வெடிப்பு, பின் சீறிக் கிளம்பும் தீநாக்குகள்! எனக்குப் பயத்தைவிட த்ரில்லிங்காகத்தான் இருந்தது. கப்பலிலிருந்து கிளம்பிய தீ, கரையில் வரிசையாக இருந்த பெட்ரோல் நிலையங்களுக்கும் பரவி, மொத்த நகரமும் தீக்கிரையாகி விடும் அபாயத்தில் இருக்கிறதென்று அதற்குப் பிறகு வந்த தொலைபேசி அழைப்பின் மூலமாகத்தான் தெரியவந்தது. அந்தக் காலகட்டத்தில் நிகழ்ந்து வந்த எல்லாத் தீ விபத்துகளிலும்

ஒரு முன் தீர்மானிக்கப்பட்ட ஒழுங்குமுறை இருந்தது. முதலில் சில தீநாக்குகளும் கொஞ்சம் புகைச் சுருள்களும் தெரியும். பிறகு வதந்திகள் சுற்றுக்குக் கிளம்பும். பெரும்பாலும் பொய்களாகத்தான் இருக்கும். அம்மாக்களும் அத்தைகளும் வேண்டாம் போகாதே என்று சொல்லச் சொல்லக் கேட்காமல் அடக்க முடியாத ஆவலோடு நெருப்பை நேராகப் பார்ப்பதற்காக வெளியே போகவேண்டுமென்று அடம் பிடிப்போம்.

அன்றிரவு சித்தப்பாதான் எங்களை எழுப்பி, காருக்குள் அடைத்து பாஸ்ஃபரஸ்ஸிற்குப் பின்னால் குன்றுகளின் வழியாகத் தராபியாவுக்குக் கூட்டிச் சென்றார். (இன்னும் கட்டிக்கொண்டிருந்த) பெரிய ஓட்டலின் முன்பு சாலை அடைக்கப்பட்டிருந்தது; அது அந்த நெருப்பின் அளவுக்கு என்னைக் கஷ்டப்படுத்துவதாகவும் களிப்பூட்டுவதாகவும் இருந்தது. பின்னர் என் வகுப்புத் தோழன் ஒருவன், அந்தத் தடுப்பையெல்லாம் தாண்டி தீவிபத்து நடந்த இடத்திற்கு அருகில் வரை போய்ப் பார்த்ததாகப் பீற்றிக் கொண்டபோது – அவன் அப்பா அடையாள அட்டையை போலீசிடம் காட்டி "நிருபர்!" என்று தாண்டிச்சென்று விட்டாராம் – எனக்குப் பொறாமையாக இருந்தது. அது 1960ஆம் ஆண்டு. விடியலுக்குச் சற்றுமுன்பிருந்த இலையுதிர் கால இரவில் பாஸ்ஃபரஸ் பற்றி எரிவதைப் பார்க்கப் பல்வேறு இரவு உடைகளில் ஆர்வமாக, ஏன் சந்தோஷமாகக் கூட, ஏராளமானோர் கூடியிருந்தார்கள். அவசரமாகப் பொத்தானிட்ட காற்சட்டைகளும் செருப்புகளும் அணிவிக்கப்பட்ட குழந்தைகளை இடுப்பில் தூக்கி வைத்துக்கொண்டு கையில் பைகளோடு நிறைய பெண்களும் இருந்தார்கள். அதன் பிறகு நான் போய்ப் பார்த்த பெரும் தீவிபத்துகளில் *யாலி*கள் சாம்பலாகிச் சரிந்திருக்கின்றன. கப்பல்களில் பற்றி எரியும் தீ கடலையே ஆவியாக்கி விடுவதைப் போல. கொழுந்து விட்டெரிந்திருக்கிறது, அப்போதெல்லாம் வேடிக்கை பார்க்கக் கூடியிருக்கும் கூட்டத்திற்கு நடுவே பேப்பர் அல்வா, *ஸிமிட்ஸ்*, பாட்டில் தண்ணீர், பட்டாணிக் கடலை, மாமிச வடை, ஸர்பத் விற்பவர்கள் எங்கிருந்தோ பிரசன்னமாகிச் சுறுசுறுப்பாக விற்றுக்கொண்டிருப்பதைப் பார்த்த ஞாபகம் இருக்கிறது.

அடுத்தநாள் செய்தித்தாள்களில் அந்தக் கப்பல்களின் பெயர்களும் மற்ற விவரங்களும் வெளியாகியிருந்தன. சோவியத் துறைமுகமான த்வாப்ஸியிலிருந்து யுகோஸ்லாவியாவுக்குப் பத்து டன் எரிஎண்ணெயை ஏற்றிச்சென்று கொண்டிருந்த பீட்டர் ஜோரானிச் என்ற அந்தக் கப்பல் தவறான நீர்த்தடத்தில் சென்று, சரியான நீர்ப்பாதையில் சோவியத் யூனியனுக்குச் சென்றுகொண்டிருந்த வேர்ல்ட் ஹார்மனி என்ற கிரேக்க டாங்கர் கப்பல் மீது மோதியிருக்கிறது. மோதியவுடன் யுகோஸ்லாவிய கப்பலிலிருந்து கசிந்த எரிபொருள் பயங்கரச் சத்தத்தோடு வெடித்தது இஸ்தான்புல் முழுக்கக் கேட்டிருக்கிறது. மாலுமிகளும் இதரப் பணியாளர்களும் இந்தக் கப்பல்களிலிருந்து உடனே இறங்கி தப்பித்துவிட்டார்களோ அல்லது இறந்துவிட்டார்களோ தெரியவில்லை. விபத்திற்குப் பிறகு கப்பல்களைக் கட்டுப்படுத்த ஒருவரும் இல்லாததால், இரண்டு கப்பல்களும் பாஸ்ஃபரஸ்ஸின் கடுமையான நீர்ச்சூழல்களிலும் நீரோட்டங்களிலும் சிக்கி, தன்னிச்சையாக பாஸ்ஃபரஸ்ஸில்

அங்குமிங்குமாக சுழன்று சுழன்று அலைந்துகொண்டிருந்தன. கரையோர கன்லிகா, எமிர்கானிலும் யெனிகாயிலும் இருந்த *யாலிகள்*, சுபுக்லு பெட்ரோலியக் கிடங்கு, பேகோஸ் கடற்கரையிலிருந்த மரவீடுகள் என எல்லாவற்றையும் அக்கப்பல்கள் தீப்பற்ற வைத்து விடுமோவென்று எல்லோருக்கும் குலை நடுங்கிக்கொண்டிருந்தது. பூலோகச் சொர்க்கம் என்று மெல்லிங் ஒருமுறையும் 'பாஸ்ஃபரஸ் நாகரிகம்' என்று ஏ.எஸ். ஹிசாரும் வர்ணித்த அந்த ஜலசந்தி தீப்பற்றி, கரும்புகையால் மூச்சுத் திணறிக்கொண்டிருந்தது.

கப்பல்கள் கரையை நெருங்கும் போதெல்லாம், *யாலிகளிலிருந்தும்* மரவீடுகளிலிருந்தும் மக்கள் பீதியோடு வெளியே ஓடிவந்தார்கள். ஒரு கையில் மூட்டை முடிச்சுகளையும் மறுகையில் குழந்தைகளையும் பிடித்துக்கொண்டு முடிந்தவரை வேகமாகக் கரையை விட்டு ஓடினார்கள். ஆசியப் பகுதியிலிருந்து ஐரோப்பியப் பகுதிக்கு நகர்ந்து வந்த யுகோஸ்லாவியக் கப்பல், இஸ்டின்யேவில் நங்கூரமிட்டிருந்த 'டார்ஸஸ்' என்ற துருக்கிய பயணிகள் கப்பல் மீது மோதி, அந்தக் கப்பலும் பற்றி எரியத் தொடங்கியது. எரியும் கப்பல்கள் பேகோஸ் கரையைத் தாண்டிச் செல்ல, கூட்டம் கூட்டமாக மக்கள் பெட்டி படுக்கைகளோடு, இரவு உடைகளின் மேல் அவசரமாக அணிந்த மழைக்கோட்டுகள் சகிதம் மேட்டுப் பகுதியை நோக்கி ஓடிக்கொண்டிருந்தனர். கடல் பிரகாசமான மஞ்சள் ஜ்வாலைகளால் ஒளிர்ந்துகொண்டிருந்தது. கப்பலிலிருந்து உருகிய இரும்புத் துண்டுகள், கொடிக்கம்பங்கள், புகைப் போக்கிகள், தளப்பாலங்கள் கழன்று விழுந்தன. வானம் தனக்குள்ளிருந்து ஜொலிப்பதைப் போல செந்நிறத்தை விரவியிருந்தது. அவ்வப்போது கப்பல்களிலிருந்து எரியும்

இரும்புத்தகடுகள் வெடித்து எறியப்பட்டு நீரில் மிதந்தன. கரையிலிருந்தும், மேட்டுப்பகுதிகளிலிருந்தும் கூச்சல்களும் கதறல்களும் குழந்தைகள் அழுகையும் கேட்டுக்கொண்டே இருந்தன.

சைப்ரஸ் பைன் சோலைகளும் மல்பெரி மரங்கள் நிழல் கவிந்த தோட்டங்களும் தேன்மலர்களும் ஜூடாஸ் மஞ்சரிகளும் நிறைந்த பூஞ்சோலைகளும் நிறைந்திருக்கும் பாஸ்ஃபரஸ் – கோடைக்கால இரவுகளில் நிலவொளியில் பட்டுத்துணி போல் தகதகக்கும் பாஸ்ஃபரஸ் – சங்கீதம் காற்றில் எதிரொலிக்க படகுக்கூட்டங்களுக்கிடையே மெதுவாகத் துடுப்பு வலித்தபடி செல்லும் அந்த இளைஞனின் துடுப்புகளின் நுனிகளில் வெள்ளி மணிகளைக் காட்டும் பாஸ்ஃபரஸ் இப்போது கரும் புகையில் புதைந்திருந்தது. இரவு உடைகளில் மக்கள் அழுதுகொண்டும் அடுத்தவர்களைப் பற்றிக்கொண்டு, செக்கர்வானத்தின் கீழ் கம்பீரமாக நின்றிருக்கும் மகத்தான *மரயாலி*களை விட்டுத் தப்பி ஓடிக்கொண்டிருக்கும் ஸ்தலமாகி விட்டிருந்தது அந்த பாஸ்ஃபரஸ்.

நான் மட்டும் கப்பல்களை எண்ணிக்கொண்டு இருந்திருந்தால் இந்தப் பெரும்விபத்து தவிர்க்கப்பட்டிருக்கும் என்று பிறகு எனக்குத் தோன்றியது. இந்நகரத்தில் நிகழ்கின்ற எல்லா விபத்துகளுக்கும் நானேதான் காரணம் என்று எனக்குத் தோன்றும். அதனாலேயே அவற்றிலிருந்து விலகி ஓடாமல், அருகில் சென்று நேரடியாகப் பார்த்தே தீர வேண்டுமென்ற ஒரு கட்டாயம் ஏற்பட்டுவிடும். பின்னர், இஸ்தான்புல்வாசிகள் பலரைப் போலவும் எனக்கும் விபத்துகள் நடக்கக் கூடாதா என்று எதிர்பார்ப்பு தோன்றத் தொடங்கியது. இந்த ஆசை அடுத்து விபத்து நிகழும்போது குற்றவுணர்வாக மாறும்.

ஆட்டமன் கலாச்சாரத்தின் இடிபாடுகளுக்கிடையே படுவேகமாக மேலைமயமாகிக் கொண்டிருக்கும் ஒரு தேசத்தில் வாழ நேர்ந்திருப்பதன் ஆழமான பொருளை உணர்த்துகின்ற நூல்களை எழுதியிருக்கும் தம்பினார்கூட, அறியாமையாலும் விரக்தியாலும் மக்கள் எப்படி கடந்தகாலத்தின் அனைத்துத்தொடர்புகளிலிருந்தும் தம்மைத் துண்டித்துக் கொள்கிறார்கள் என்பதையும் ஒரு புராதன மர மாளிகை தீக்கிரையாகிச் சரிவதைச் சந்தோஷத்தோடு வேடிக்கை பார்ப்பதையும் அவரது *'Five Cities'* என்ற நூலில் இஸ்தான்புல்லைப் பற்றிய பகுதியில் சித்தரிக்கிறார். அதில் கோத்தியெவைப் போலவே தன்னை நீரோவோடு ஒப்பிட்டும் கொள்கிறார். அதற்குச் சில பக்கங்களுக்கு முன்பு தம்பினார் எழுதுவது இதைவிட துக்ககரமானது: 'என் கண்ணெதிரே பார்க்கின்ற மகத்தான 'மாஸ்டர் பீஸ்'கள் எல்லாமே ஒன்றன் பின் ஒன்றாக, நீரிலிட்ட உப்புக்கல் போல உருகிக் கரைந்துகொண்டிருக்கின்றன. மிச்சமிருப்பது வெறும் சாம்பலும் மண்மேடும்தான்.'

இந்த வரிகளை தம்பினார் 1950களில் எழுதினார். சோவியத் போர்க்கப்பலைப் பார்த்தபோது நாங்கள் வசித்துக்கொண்டிருந்த தெருவில்தான் அவர் அப்போது குடியிருந்திருக்கிறார். இங்கிருந்துதான் இளவரசி சாபிஹாவின் கடல்மாளிகையும் ஆட்டமன் சட்டமன்றமாக ஒரு காலத்தில் செயல்பட்டு, பின், அவர் பயிற்றுநராகப் பணியாற்றிய

நுண்கலை பயிலகமாக இருந்த ஒரு பிரம்மாண்ட மரக்கட்டடமும் தீக்கிரையானதைக் கண்ணுற்றிருக்கிறார். இந்தக் கட்டடம் ஒருமணி நேரம் கொழுந்துவிட்டு எரிந்திருக்கிறது. 'தீநாக்குகள் வானோக்கிப் பாய, புகைச் சுருள்கள் முடிச்சுமுடிச்சாக உயர, தீர்ப்பு தினம் வந்துவிட்டதைப் போலவே தோன்றியது' என்று எழுதுகிறார். இந்தளவுக்கு ஒரு ராட்சதத் தீ விபத்தை மிக அரிதாகவே பார்க்க நேரும் என்ற பரவச உணர்வு கூட அவரது எழுத்தின் ஆழத்தில் தெரிகிறது. அதனோடு சேர்ந்து, இரண்டாம் மஹமூத்தின் ஆட்சியின் விலைமதிப்பற்ற பொக்கிஷங்களும் அந்த மிக அழகான கட்டடத்தோடு அழிந்த துக்கமும் கலந்திருப்பதை உணர முடிகிறது. (கட்டட வடிவமைப்பாளர் செதாத் ஹக்கி எல்தெம்மின் சுவடிகள், ஆட்டமன் நினைவுச் சின்னங்களின் விரிவான வரைபடங்கள் கூட அவ்றோடு சேர்ந்து எரிந்து போய் விட்டதாகக் கருதப்பட்டது). இவற்றைப் பற்றிச் சொல்லி வரும்போது மற்றொரு சுவையான விஷயத்தையும் சொல்கிறார். ஆட்டமன் பாஷாக்களுக்கே கூட இதைப்போலப் புராதனக் கட்டடங்கள் எரிந்து சரிவதைப் பார்ப்பதில் ஆர்வம் இருந்ததாம். யாராவது 'தீ!' என்று கூக்குரலிட்டாலே, உடனே குதிரை பூட்டிய ரதங்களில் பாய்ந்தேறி விபத்தை வேடிக்கை பார்க்க விரைவார்களாம். தம்பினார் அதன்பிறகு எழுதுவது அதைவிடச் சுவாரஸ்யமானது:

'விபத்தைக்காண விரையும் அவசரத்திலும் குளிருக்குப் பாதுகாப்பாகக் கம்பளி, போர்வை – சற்றுத் தூரத்திற்குச் செல்ல வேண்டியிருந்தால் – அடுப்பு, காபி தயாரிக்கப் பாத்திரங்கள், பலகாரங்கள் சகிதம் எடுத்துக்கொண்டுதான் ஆட்டமன் பாஷாக்கள் சென்றிருக்கிறார்கள்.'

இஸ்தான்புல் தீ விபத்துகளை வேடிக்கை பார்க்க ஓடியவர்கள் வெறும் பாஷாக்களும் கள்வர்களும் திருடர்களும் குழந்தைகளும் மட்டுமல்ல; சுற்றுலா வந்திருக்கும் மேலைநாட்டு பயண எழுத்தாளர்களுக்குக்

கூட இவை சுவாரஸ்யமான கண்காட்சியாக இருந்தன. தியோஃபைல் கோத்தியெவும் அவர்களில் ஒருவர். 1852ஆம் வருடத்தில் மட்டும் ஐந்து மாபெரும் தீவிபத்துகளைக் கண்ணுற்றிருக்கிறார்; அவை எல்லாவற்றையுமே குதூகலத்தோடு வர்ணித்தும் இருக்கிறார். (முதல் தீவிபத்து பற்றிய செய்தி அவரை வந்தடைந்தபோது, பேயோலு கல்லறைத் தோட்டத்தில் அமர்ந்து அவர் கவிதை எழுதிக்கொண்டிருந்திருக்கிறார்). அவருக்கு இரவில் நிகழும் தீவிபத்துகள்தான் பிடித்தமானவையாம். அவைதான் காண்பதற்குக் கவர்ச்சிகரமாகத் தெரியும் என்கிறார். கோல்டன் ஹார்ன் பகுதியிலிருந்த ஒரு பெயின்ட் தொழிற்சாலையில் ஏற்பட்ட தீ விபத்தில் எழுந்த பலவர்ண தீக்கொழுந்துகள் பார்ப்பதற்கு 'அற்புதமான காட்சியாக' இருந்ததாகக் குறிப்பிடுகிறார். அவருடைய கலைக்கண்கள் அத்தீவிபத்தின் எல்லா விவரங்களையும் நுட்மாகப் பதிவுசெய்கின்றன. கடலில் நிறுத்தப்பட்டிருக்கும் கப்பல்களில் தீ ஜ்வாலையும் நிழல்களும் நடனமாடுகின்றன. தொழிற்சாலையின் தூண்கள் மளமளவென்று முறிந்து விழுகின்றன. அலையலையாக வேடிக்கை பார்க்க மக்கள் வெள்ளம் குவிகிறது, பக்கத்திலிருக்கும் மரவீடுகளுக்கும் நெருப்பு பரவிக் கொழுந்து விட்டெரிகிறது. இரண்டு நாட்கள் கழித்து அந்த இடத்திற்குச் சென்று பார்வையிடுகிறார். இன்னமும் நெருப்பு கனன்றுகொண்டிருக்கும் அப்பகுதியில் நூற்றுக்கணக்கான குடும்பங்கள் வேறிடம் தேடிச் செல்லாமல் அங்கேயே கூடாரம் அமைத்துத் தங்கியிருப்பதைக் காண்கிறார். நெருப்பிலிருந்து எதையெதையெல்லாம் பிடுங்கிக்கொண்டு வரமுடிந்ததோ அந்தத் தரை விரிப்புகள், மெத்தைகள், தலையணைகள், பாத்திரங்களை வைத்துக் குடும்பம் நடத்துவதையும் நடந்தவையெல்லாம் 'தலைவிதி' என்று ஏற்றுக்கொள்வதையும் பார்த்து இது மற்றுமொரு வினோதமான துருக்கிய – முஸ்லிம் குணாம்சம் என்ற முடிவுக்கு வருகிறார்.

ஐந்நூறு வருட ஆட்டமன் அரசாட்சி காலத்தில் தீ விபத்துகள் ஏராளமாகவும் அடிக்கடியும் நிகழ்ந்திருந்தாலும் குறிப்பாக பத்தொன்பதாம் நூற்றாண்டில்தான் மக்கள் அவற்றை எதிர்கொள்ள தம்மைத் தயாராக்கிக்கொள்ள ஆரம்பித்தனர். இஸ்தான்புல்லின் குறுகலான தெருக்களில் மரவீடுகளில் வசித்து வந்தவர்களுக்குத் தீவிபத்தென்பது தடுக்கக்கூடியவொன்று என்று தோன்றியதில்லை. நிச்சயமாக ஒரு நாள் நடந்தே தீரக்கூடிய தலைவிதி என்றும் அவற்றை அனுபவித்துத் தீர்ப்பதைத் தவிர வேறு வழியில்லையென்றும் நம்பினார்கள். ஆட்டமன் சாம்ராஜ்யம் வீழ்ந்திருக்காவிட்டாலும் இருபதாம் நூற்றாண்டின் ஆரம்ப வருடங்களில் நகரின் ஆயிரக்கணக்கான வீடுகளையும் குடியிருப்புப் பகுதிகள் சிலவற்றை முற்றிலும் தீக்கிரையாக்கி அழித்து, ஆயிரக்கணக்கானவர்களை வீடற்றவர்களாக, கதியற்றவர்களாக, உடமையற்றவர்களாக ஆக்கிய தொடர் தீ விபத்துகள் இந்நகரின் சக்தியை உறிஞ்சியெடுத்து, கடந்தகாலப் பெருமைகளை ஞாபகத்திலிருந்து அகற்றித்தானிருக்கும்.

1950களிலும் 60களிலும் நகரில் மிச்சமிருந்த கடைசி *யாலி*களும் மாளிகைகளும் இற்றுப்போன மரவீடுகளும் எரிந்து சரிவதைக் காண்பதில் எங்களுக்கிருந்த கிளர்ச்சியை ஆட்டமன் பாஷாக்களின் கேளிக்கையுணர்வோடு ஒப்பிட முடியாது. ஓர் ஆன்மீக வேதனையில்

வேர்கொண்டிருந்த சுவாரஸ்யவுணர்வுதான் எங்களிடமிருந்து. ஆட்டமன் பாஷாக்கள் தீவிபத்துகளை ஒரு பிரம்மாண்டமான கண்காட்சியைப் போலத்தான் கண்டுகளித்துக்கொண்டிருந்தார்கள். எங்களிடம் இருந்தது இயலாமையும் குற்றவுணர்வும் பொறாமையும். ஒரு மகத்தான கலாச்சாரத்தின், மகத்தான நாகரிகத்தின் கடைசி எச்சங்களும் அழிந்து போவதைக் காணுகின்ற சாட்சியாக இருக்க நேர்கின்ற இயலாமை; இஸ்தான்புல்லை ஒரு மேற்கத்திய நகரத்தின் நீர்த்துப் போன, வறிய, இரண்டாம் தர நகலெடுப்பாக மாற்றும் முயற்சியில் எங்களிடமிருந்த வெறியை நினைத்து குற்றவுணர்வு; இம்மகத்தான கலாச்சாரத்திற்கும் நாகரிகத்திற்கும் உரிமை கொண்டாட தகுதியற்றுப் போயிருக்கும் எங்களுக்கு அச்சரித்திரத்தின் மீது உண்டாகும் பொறாமை.

என் பிள்ளைப் பருவத்திலும் வாலிபப் பருவத்திலும் எப்போதெல்லாம் பாஸ்ஃபரஸ் கரையிலிருக்கும் *யாலிகள்* தீப்பிடிக்கின்றனவோ அப்போதெல்லாம் ஒரு பெரிய கூட்டம் உடனே சேர்ந்துவிடுவதைக் கண்டிருக்கிறேன். அருகில் சென்று பார்க்க விரும்புகிறவர்கள் துடுப்புப்

படகிலும் விசைப்படகுகளிலும் ஏறிச்சென்று எரிகிற வீட்டைக் கடலிலிருந்தபடி வேடிக்கை பார்ப்பார்கள். நானும் என் நண்பர்களும் உடனடியாகத் தொலைபேசியில் கூப்பிட்டுக்கொள்வோம், கார்களில் பாய்ந்து எமிர்கானுக்கு விரைவோம்; நடைபாதையில் காரை நிறுத்திவிட்டு (அப்போதைய ஃபேஷனாக இருந்த) டேப்ரெகார்டரை இயக்கி *Creedence Clearwater Revival* கேட்போம். தேநீர், பீர், ரொட்டியுடன் பாலாடைக் கட்டியைப் பக்கத்துத் தேநீரகத்தில் ஆர்டர் செய்து சாப்பிட்டபடியே ஆசிய கரைப்பகுதியிலிருந்து மர்மமாக வானுக்கு எம்பிக்குதிக்கும் தீஜ்வாலைகளை வேடிக்கை பார்ப்போம்.

பழைய நாட்களில் இந்தப் புராதன மரவீடுகள் பற்றி எரியும்போது, அவற்றின் உத்தரங்களில் அடிக்கப்பட்டிருந்த ஆணிகள் எப்படி நெருப்பில் செம்பிழம்பாக வானில் சிதறி பாஸ்ஃபரஸ்ஸைக் கடந்து ஐரோப்பிய கரையிலிருக்கும் மற்ற மரவீடுகள் மீது விழுந்து தீப்பற்ற வைத்துக்கொண்டிருந்தனவென்று பேசிக்கொண்டிருப்போம். இந்தப் பேச்சின் இடையே எங்களது சமீப கால காதல் ஈர்ப்புகள், அரசியல் வதந்திகள், கால்பந்து செய்திகள், எங்கள் பெற்றோர்களின் முட்டாள்தனமான செய்கைகள் என்று மற்ற கதைகளையும் சேர்த்துக்கொண்டு சுவாரஸ்யமாக அரட்டை அடிப்போம். அதைவிட முக்கியமாக, அந்த எரியும் வீட்டை ஒரு கரிய எண்ணெய் கப்பல் தாண்டிச் செல்வதைக்கூட யாரும் கவனிக்கவோ எண்ணிக்கையில் கூட்டிக்கொள்ளவோ மாட்டோம். அதற்கு எந்த அவசியமும் இல்லையல்லவா? விபத்துதான் ஏற்கனவே நடந்துவிட்டதே! நெருப்பு உச்சத்தில் இருக்கும்போது, சேதம் எந்தளவுக்கு இருக்கும் என்று தெளிவாகத் தெரிந்ததும் எல்லோரும் மௌனமாகி விடுவோம்; எனக்கு அங்கிருக்கும் ஒவ்வொருவரும் தமக்குச் சீக்கிரத்தில் நிகழக் காத்திருக்கும் ஏதோ ஓர் அசம்பாவிதத்தைக் கற்பனை செய்துகொண்டிருப்பதாகத் தோன்றும்.

ஒரு புதிய அசம்பாவிதம் நிகழக்கூடும் என்ற அச்சம், அதுவும் இஸ்தான்புல்லில் வசிக்கும் ஒருவனுக்கு இருக்குமென்றால், அந்தப் பேரிடர், பாஸ்ஃபரஸ்ஸிலிருந்துதான் வரும் என்று அவன் அறிந்திருப்பான்: படுக்கையில் படுத்திருக்கும்போது எனக்கு அப்படித்தான் தோன்றும். விடியற்காலையில் ஒரு கப்பலின் கொம்பொலி என் தூக்கத்தில் குறுக்கிடும். இரண்டாவது ஹாரன் ஒலி கேட்டால் – அது பெரும்பாலும் நீண்டதாக, வலுவாக அடிக்கப்படுவதாக, சுற்றியிருக்கும் குன்றுகளில் எதிரொலிப்பதாக இருக்கும் – எதிரே கடற்காலில் மூடுபனி கவிந்திருக்கிறதென்று ஊகிக்க முடியும். பனிமூட்டமான இரவுகளில் பாஸ்ஃபரஸ் மார்மராவோடு கலக்கும் இடத்திலிருக்கும் அஹிர்காபி கலங்கரை விளக்கத்திலிருந்து வரும் வாட்டமான எச்சரிக்கையொலி சீரான இடைவெளியில் கேட்கும். அப்போது தூக்கமும் விழிப்புமாக ஊசலாடிக் கொண்டிருக்கையில் என் மனதிற்குள் ஒரு மாபெரும் கப்பல் அந்த அபாயகரமான கடல்நீரோட்டத்தில் சிக்கித் தடுமாறி வருவதான ஒரு பிம்பம் ததும்பும்.

இந்தக் கப்பல் எந்த நாட்டிற்குரியதாகப் பதிவுசெய்யப்பட்டிருக்கிறது? எவ்வளவு பெரிது இது? இது கொண்டு செல்லும் சரக்கு என்ன?

கப்பற்தளத்தில் மாலுமியோடு சேர்த்து எத்தனை பேர் இருக்கின்றனர்? ஏன் அவர்கள் அவ்வளவு கவலையுற்றிருக்கிறார்கள்? ஏதாவது நீரோட்டத்தில் சிக்கிக்கொண்டுவிட்டார்களா? அல்லது பனிமூட்டத்திலிருந்து ஏதாவது கரிய நிழலுருவம் அவர்களை நோக்கி வருவதைப் பார்த்திருக்கிறார்களா? கப்பல் வழித்தடத்திலிருந்து விலகிவிட்டார்களா? அப்படியானால் அவர்கள் ஒலியெழுப்புவது அருகிலுள்ள கப்பல்களை எச்சரிப்பதற்காகத்தானா? இஸ்தான்புல் வாசிகள் தூக்கத்தில் படுக்கையில் புரண்டுகொண்டிருக்கையில் அந்தக் கப்பலில் இருப்பவர்களுக்காக அவர்களிடம் எழுகின்ற இரக்கம், பாஸ்ஃபரஸ்ஸில் ஏதோ அசம்பாவிதம் நடப்பதான ஒரு பயங்கரக் கொடுங்கனவை உருவாக்கும் பேரிடர் குறித்த அச்சத்தோடு ஒன்று கலந்துவிடுகிறது. பெருமழை தினங்களில் என் அம்மா, "இந்த மழையில் கடலுக்குச் செல்பவர்களை இறைவன் காப்பாற்றட்டும்!" என்பார். நள்ளிரவில் தூக்கத்திலிருந்து விழித்துக் கொள்பவர்களுக்கு மிகச்சிறந்த மருந்து என்பது அவர்களைப் பாதிக்காமல் எங்கோ தொலைவில் நிகழ்கிற பேரிடர்தான். இஸ்தான்புல்லில் நள்ளிரவில் எழுந்துகொள்பவர்களில் பெரும்பாலோர் கப்பல்களின் கொம்பொலிகளை எண்ணுவதன் மூலமாகவே தூக்கத்தில் அமிழ்கிறார்கள். ஒருவேளை அவர்களின் கனவுகளில், மூடுபனிக்கிடையே ஒரு பேராபத்தை நோக்கிச் செல்கின்ற கப்பல் ஒன்றில் அவர்கள் இருப்பதைப் போலத் தோன்றக் கூடும்.

அவர்கள் கனவு என்னவாக இருந்தபோதிலும் மறுநாள் காலை விழித்தெழும்போது இரவில் கேட்ட கப்பல்களின் ஞாபகம் ஒன்றுகூட அவர்களிடம் மிச்சமிருக்காது – அந்த துர்க்கனவுகளோடு அதுவும் அவர்களிடமிருந்து விலகிச் சென்றுவிட்டிருக்கும். சிறுவர்களும் விடலை வயதினரும் மட்டுமே இவற்றை நினைவில் கொண்டிருப்பார்கள். ஒரு சாதாரணத் தினத்தில் மதியநேரம் ஏதோ உணவகத்தில் வரிசையில் நின்றிருக்கும் போதோ உணவருந்திக் கொண்டிருக்கும் போதோ அத்தகையவர் ஒருவர் சொல்வது காதில் விழும்:

"நேற்றிரவு கப்பல் ஹாரன் சத்தத்தில் கனவிலிருந்து விழித்து விட்டேன்!"

அப்போதுதான் பாஸ்ஃபரஸ் குன்றுகளில் வசிக்கும் இலட்சக்கணக்கானவர்களுக்கும் இதே கனவு பனிமூட்ட இரவுகளில் தொல்லைப்படுத்தி வருகிறதென்பது எனக்குத் தெரியவரும்.

கடற்கரையோரம் வசிக்கும் எங்களை அச்சத்தில் பீடிக்க வைக்கும் மற்றொரு ஞாபகமும் உண்டு. அதுவும் ஒரு விபத்துதான். அந்த மாபெரும் எண்ணெய்க் கப்பல் விபத்தைப் போல மனதைவிட்டகலாத மற்றொரு பயங்கரம். 1963ஆம் வருடம் செப்டம்பர் 4ஆம் தேதி சனிக்கிழமை விடியற்காலை நான்குமணி. பத்து மீட்டரைத் தாண்டி எதுவும் புலப்படாத அடர்ந்த பனிமூட்டம். கியூபாவிற்கு ஆயுதங்களைக் கொண்டு சென்று கொண்டிருந்த 5500 டன் எடையுள்ள ஒரு சோவியத் போர்க்கப்பல் பால்டிலிமானின் இருட்டுக்குள் 10 மீட்டர்கள் உட்சென்று கரையிலிருந்த இரு மர யாலிகள் மீது மோதி மூன்று பேரை நசுக்கிக் கொன்றது.

"பயங்கரமான சத்தத்தில் அலறியடித்துக்கொண்டு எழுந்தோம். முதலில் எங்கள் *யாலி*யின் மீது இடிதான் விழுந்திருக்கிறது என்று நினைத்தோம். கட்டடமே இரண்டாகப் பிளந்துவிட்டிருந்தது. நாங்கள் உயிர் பிழைத்ததே அதிருஷ்டம்தான். எங்கள் வீடு மூன்றாவது தளத்தில் இருந்தது. சமாளித்துக்கொண்டு எழுந்து முகப்பறைக்குச் சென்றோம். அங்கே சுவரை இடித்துக்கொண்டு ஒரு பிரமாண்டமான கப்பலின் மூக்கு அறையில் பாதி தூரத்திற்கு உள்ளே துருத்திக்கொண்டு நின்றிருந்தது."

செய்தித்தாள்கள் தப்பிப் பிழைத்தவர்களின் கதைகளை அவர்கள் வீட்டுக் கூடம்வரை வந்துநிற்கும் கப்பலின் புகைப்படங்களோடு வெளியிட்டன: ஒரு புகைப்படத்தில் அந்த வீட்டின் சுவரில் அவர்களின் தாத்தாவான பாஷாவின் புகைப்படம் மாட்டியிருந்தது. பக்கத்திலிருந்த மேசையில் திராட்சைப் பழங்கள் நிரப்பிய கோப்பை. கூடத்தில் பாதி இடிந்துவிட்டதால் தரைவிரிப்பு, திரைச்சீலை போலக் காற்றில் தொங்கிக் கொண்டிருந்தது. அந்த உருக்குலைந்த கூடத்து அறையின் அழகான சுவர்ப் பிறைகள், மேசைகள், சட்டகமிட்ட எழுத்தோவியங்கள், கவிழ்ந்திருந்த சாய்விருக்கைக்கிடையில் கப்பலின் முற்பகுதி இந்தப் புகைப் படங்களில் என்னைப் பெரிதும் கலவரப்படுத்தியது அந்த அறையிலிருந்த பொருட்கள்தான். ஒரு முழு கப்பலே உள்ளே இடித்துக்கொண்டு வந்து உருக்குலைய வைத்திருந்த அந்த அறையின் நாற்காலிகளும் நிலையடுக்குகளும் திரைச்சீலைகளும் மேசைகளும் சோபாக்களும் எங்கள் வீட்டு முகப்பறையில் இருப்பவை போலவே இருந்தன. இவை நடந்து நாற்பதாண்டுகள் ஆகிவிட்டன. இவ்விபத்து பற்றி வெளிவந்த செய்திகளை இப்போது படிக்கின்றேன்: திருமணம் நிச்சயமாகியிருந்த ஓர் அழகான லீஸே மாணவி இவ்விபத்தில் கொல்லப்படுவதற்கு முன்தினம் அக்கம் பக்கத்தாரிடம் சந்தோஷமாகப் பேசிக்கொண்டிருந்த விஷயங்கள் வெளியாகியிருக்கின்றன. அவற்றைச் செய்தியாளரிடம் சொல்கின்ற அவளது பக்கத்துவீட்டு வாலிபன் இடுபாடுகளுக்கிடையில் அவ்வள் உடலைக் கண்டு அழுகின்ற படத்தைக் கூட வெளியிட்டிருக்கிறார்கள். இது நடந்து பல நாட்களுக்கு இஸ்தான்புல்லில் வேறெதைப் பற்றியும் பேசாமல் இந்தக் கோரச் சம்பவத்தைப் பற்றியே அரற்றிக் கொண்டிருந்தது ஞாபகத்தில் இருக்கிறது.

அந்நாட்களில் நகரின் மக்கள்தொகை வெறும் பத்து இலட்சமாகத்தான் இருந்தது. பாஸ்ஃபரஸ் விபத்துகளைப் பற்றிய, வதந்திகள் பரவப்பரவ, அவற்றைப் பற்றிப் பேசப்படும் எங்கள் கதைகளும் ஊதிப் பெருகிக் கொண்டிருந்தன. இஸ்தான்புல் நகரைப் பற்றி அந்தக்காலத்து பாஸ்ஃபரஸ் விபத்துகள் பற்றி நான் எழுதுகிறேன் என்று யாரிடம் சொன்னாலும், அவர்கள் குரலில் ஓர் ஏக்கம் கவிவதைக் கவனித்திருக்கிறேன். அவர்களது சந்தோஷமான ஞாபகங்களை நினைவுகூர்வதைப் போலக் கண்ணீர் கூட துளிர்த்துவிடும். சிலர் அவர்களுடைய அபிமான சம்பவங்களை எழுதச் சொல்லிக் கேட்டிருக்கிறார்கள்.

அத்தகையதொரு கோரிக்கையை நிறைவேற்றுவதற்காகவே இச்சம்பத்தை நான் சொல்ல வேண்டும். 1966ஆம் வருடம் ஜூலை மாதத்தில்

ஒருநாள் துருக்கிய – ஜெர்மன் நாட்டுத் தோழமை சங்கத்தைச் சேர்ந்த உறுப்பினர்களை ஏற்றி வந்த ஒரு விசைப்படகு, யெனிகூயிலிருந்து பேகோஸிற்கு ஓட்டை உடைசல் கழிவுப் பொருட்களைச் சுமந்து வந்த மற்றொரு கப்பலோடு மோதியது. மூன்று பேர் பாஸ்ஃபரஸ்ஸில் மூழ்கி இறந்துபோயினர்.

என் நெருங்கிய நண்பர் ஒருவர் மற்றொரு சம்பவத்தை மறக்காமல் குறிப்பிடச் சொல்லியிருந்தார் அவரது *யாலியின்* உப்பரிகையில் ஒரு நாளிரவு வழக்கம்போல கப்பல்களை எண்ணிக்கொண்டு நின்றிருந்தபோது அவர் கண்ணெதிரிலேயே ஒரு மீன் பிடி படகு *ploiesti* என்ற ருமானிய எண்ணெய்க் கப்பலோடு மோதி இரண்டு துண்டுகளாகப் பிளந்திருக்கிறது.

சமீப காலத்திய விபத்துகளென்றால் இதைக் குறிப்பிட்டாக வேண்டும். நகரத்தின் ஆசியப்பகுதியிலிருந்த முக்கியமான ரயில் நிலையமான ஹேதர் பாஷாவுக்கெதிரே ஒரு ருமானிய டேங்கர் கப்பலும் *(Indepente)* கிரேக்கக் கப்பல் ஒன்றும் *(Euryali)* நேருக்கு நேராக மோதிக்கொண்டன. கசிந்த பெட்ரோல் தீப்பற்றிக்கொள்ள, அந்த டேங்கர் கப்பல் முழுக்க நிரப்பிவைத்திருந்த எரிபொருள் வெடித்து எங்கள் எல்லோரையும் தூக்கத்திலிருந்து எழுப்பியது. இச்சம்பவத்தை நிச்சயம் எழுதுகிறேன் என்று வாக்களித்திருந்தேன். எப்படி என்னால் எழுதாமல் இருந்திருக்க முடியும்? விபத்து நடந்த இடத்திலிருந்து பல கிலோ மீட்டர்கள் தள்ளி நாங்கள் இருந்த போதிலும் எங்கள் பகுதியிலிருந்த ஜன்னல்களில் பாதி அந்த அதிர்ச்சியில் நொறுங்கி, தெருவில் முட்டியளவுக்குக் கண்ணாடித் துண்டுகள் குவிந்திருந்தன.

அப்புறம் இன்னொன்று. அந்தக் கப்பல் முழுக்க இருந்தவை செம்மறியாடுகள். 1991ஆம் வரும் நவம்பர் 15ஆம் தேதி, *Rabunion* என்ற லெபனான் நாட்டுக் கப்பல் ருமேனியாவிலிருந்து இருபதாயிரத்திற்கும் அதிகமான செம்மறியாடுகளை ஏற்றிக்கொண்டு வந்தது. நியூ ஆர்லீன்ஸிலிருந்து ரஷியாவுக்குக் கோதுமை ஏற்றி வந்த, பிலிப்பைன்ஸில் பதிவுசெய்யப்பட்டிருந்த *Madonna Lili* என்ற சரக்குக் கப்பலோடு அது மோதி கடலில் மூழ்கிய போது அப்பரிதாபகரமான செம்மறியாடுகளில் ஏறக்குறைய அனைத்தும் ஜலசமாதி ஆகின. கப்பல் மூழ்கும்போது சில ஆடுகள் மட்டும் நீரில் குதித்துக் கரைக்கு நீந்திச்சென்று தப்பித்தனவாம். கரையிலிருந்த தேநீர் கடையில் பேப்பர் படித்துக்கொண்டு, காபி அருந்திக்கொண்டிருந்தவர்கள் அவற்றை நீரிலிருந்து தூக்கி எடுத்துக் காப்பாற்றியிருக்கிறார்கள். ஆனால் மீதமிருந்த, அதிருஷ்டமற்ற இருபதாயிரம் ஆடுகளும் காப்பாற்ற யாருமின்றிக் கடலாழத்திற்கு மூழ்கிப் போயிருக்கின்றன. இந்த விபத்து (பாஸ்ஃபரஸ்ஸின் இரண்டாவது பாலமான) ஃபதீஹ் பாலத்திற்கு அடியில் நிகழ்ந்தது. இந்த இடத்தில் இன்னொன்றை நான் குறிப்பிட வேண்டும். எங்கள் இஸ்தான்புல்வாசிகள் வழக்கமாகத் தற்கொலை செய்துகொள்ளத் தேர்ந்தெடுக்கும் பாலம் இதுவல்ல; அது முதலாவது பாலம். இந்தப் புத்தகத்தை எழுதும்போது நான் சிறுவயதில் வாசித்த செய்தித்தாள்களை ஆவணக்காப்பகங்களில் கணிசமான நேரத்தைச் செலவழித்து மீண்டும் படித்தேன். ஏறக்குறைய

நான் பிறந்த காலகட்டத்தில் வந்த நாளிதழ்கள் பலவற்றில் பாஸ்ஃபரஸ் பாலத்திலிருந்து குதித்து தற்கொலை செய்துகொள்வதை விட பிரபலமாக இருந்த வேறொரு தற்கொலை முறையைப் பற்றி பல கட்டுரைகளைப் பார்க்க முடிந்தது. உதாரணத்திற்கு:

> ரூமெலிஹிஸாரி வழியாக வந்த கார் ஒன்று கடலுக்குள் விழுந்தது. நேற்று முழுக்க (24 மே, 1952) நடைபெற்ற தேடலில் காரையோ அவற்றில் பயணம் செய்தவர்களையோ மீட்க இயலவில்லை. கார் கடலை நோக்கிப் பாய்ந்த நேரத்தில் வண்டி ஓட்டுநர் கார் கதவைத் திறந்து உதவிக்குக் கத்தியதாகத் தெரிகிறது. ஆனால் எந்தக் காரணத்தாலோ அவர் கதவை மீண்டும் சாத்திக் கொண்டதாகத் தகவல்கள் தெரிவிக்கின்றன. நீரோட்டத்தின் வேகத்தில் கார் கரையோரத்திலிருந்து விலகி ஆழத்திற்குச் சென்று மூழ்கிவிட்டிருக்குமெனத் தெரிகிறது.

நாற்பத்தைந்து வருடங்கள் கழித்து 3, நவம்பர் 1997ஆம் தேதிய நாளிதழ்களில் மற்றொரு செய்தி:

> திருமணம் ஒன்றில் கலந்துகொண்டு விட்டு தெல்லிபாபாவில் வழிபாடு நடத்த ஒன்பது பேரோடு சென்றுகொண்டிருந்த கார் கட்டுப்பாட்டை இழந்து தாராபியாவில் கடலுக்குள் விழுந்தது. இந்த விபத்தில் இரண்டு குழந்தைகளுக்குத் தாயான ஒருவர் பலியானார்.

இவ்வளவு வருடங்களில் பாஸ்ஃபரஸ்ஸிற்குள் எத்தனையோ கார்கள் ‘பாய்ந்திருக்கின்றன’. ஆனாலும் எல்லாவற்றின் முடிவுகளும் ஒன்று போலவே இருக்கின்றன. காரில் பயணித்தவர்கள் எல்லோரும் கடலாழத்திற்குப் புதைந்துவிட்டிருப்பார்கள், ஒருவரைக்கூட மீட்டெடுத்திருக்க முடியாது. இவ்விபத்துகளைப் பற்றிக் கேள்விப்பட்டதுமில்லாமல் சிலவற்றை என் கண்ணாலேயே பார்த்துமிருக்கிறேன்! எத்தனை விதமான பயணிகள் காரோடு சேர்ந்து மூழ்கியிருக்கிறார்கள்! அலறும் குழந்தைகள், சண்டையிட்டுக்கொண்டிருந்த காதலர்கள், குடிகாரக் கும்பல், வீட்டுக்கு அவசரமாக விரைந்த கணவன், இருட்டில் கண் தெரியாத கிழவர், தூக்கக்கலக்கத்தில் காரை நிறுத்தி நண்பர்களோடு கடற்கரை தேநீரகத்தில் தேநீர் அருந்திவிட்டு காரை எடுக்கும்போது ரிவர்ஸ் கியருக்குப் பதில் முதல் கியரில் கிளப்பிவிட்ட ஓட்டுநர், தன் அழகான செயலாளரோடு பயணித்த வயதான கருவூலகத்தார், பாஸ்ஃபரஸ்ஸைக் கடந்து செல்லும் கப்பல்களை எண்ணிக்கொண்டிருந்த போலீஸ்காரர், அனுமதி பெறாமல் தன் குடும்பத்தினரை அவரது தொழிற்சாலை காரில் ஏற்றிச்சென்ற கத்துக்குட்டி டிரைவர், எங்களுக்குத் தூரத்துச் சொந்தமான நைலான் காலுறை தயாரிப்பாளர், ஒரேமாதிரியாக மழைக்கோட்டுகள் அணிந்திருந்த அப்பாவும் மகனும் ஒரு பிரபலமான பேயோலூ கொள்ளைக்காரனும் அவன் காதலியும் பாஸ்ஃபரஸ் பாலத்தை முதன்முதலாகப் பார்க்கின்ற கோன்யாவைச் சேர்ந்த ஒரு குடும்பத்தார் – கார்கள் கடலில் வீழும்போது அவை கற்களைப் போல உடனே மூழ்கிப் போவதில்லை; சற்று நேரத்திற்கு அவை நீரின் மேற்பரப்பில் அமர்ந்திருப்பதைப் போலத் தத்தளிக்கின்றன. அப்போது பகல் வெளிச்சமோ அல்லது அருகாமையிலுள்ள மேஹேன் உணவகத்திலிருந்து வரும் வெளிச்சமோ பாஸ்ஃபரஸ் கரையிலிருந்து பார்ப்பவர்கள் கண்களுக்கு, மூழ்கும் வாகனத்திற்குள்ளயிருப்பவர்களின்

கலவர முகங்களைத் தெளிவாகவே காட்டும். சில கணங்கள் கழித்து கார் மெதுவாக அந்த ஆழமான, இருட்டான, படுவேக நீரோட்டங்கள் நிறைந்த கடலுக்குள் மூழ்கிக்கொண்டிருக்கும்.

வாசகர்களுக்கு ஒன்றை நான் நினைவுபடுத்த வேண்டும். கார் மூழ்கத் தொடங்கியதும் அதன் கதவுகளைத் திறப்பது நீரின் அழுத்தத்தால் சாத்தியமற்றுப் போய்விடும். ஒரு கட்டத்தில் அசாதாரணமான எண்ணிக்கையில் கார்கள் பாஸ்ஃபரஸ்ஸில் விழுந்துகொண்டிருந்தபோது ஒரு சமயோசித செய்தியாளர் தனது வாசகர்களுக்குப் புத்திசாலித்தனமான அறிவுரை ஒன்றை வெளியிட்டார்: அந்தத் தப்பிப்பிழைத்தலுக்கான கையேடு அழகான விளக்கப்படங்களைக்கூட கொண்டிருந்தது.

பாஸ்ஃபரஸ்ஸில் கார் விழுந்துவிட்டால் அதிலிருந்து தப்பிப்பது எப்படி?

1. கலவரப்படாதீர்கள், கார் சன்னல்களை மூடிவிட்டு, கார் முழுக்கத் தண்ணீர் நிரம்பும் வரை காத்திருங்கள். கதவுகளைப் பூட்டிவிடாதீர்கள். பயணிகள் அனைவரும் அசையாமல் உட்கார்ந்திருக்க வேண்டும்.
2. கார் பாஸ்ஃபரஸ்ஸில் நன்றாக மூழ்கிவிட்டதும் ஹேண்ட் பிரேக்கைப் போடவும்.
3. காருக்குள் ஏறக்குறைய தண்ணீர் முழுவதும் நிரம்பியதும் காரின் மேற்கூரைக்கும் நீர்ப்பரப்புக்கும் இடையில் கடைசியாக மூச்சை நன்றாக இழுத்துக்கொண்டு, கதவைத் திறந்து பதற்றப்படாமல் காரிலிருந்து வெளியேறிவிடுங்கள்.

நான்காவதாக ஒரு பாயிண்ட்டை சேர்க்க வேண்டுமென்று எனக்கு ஆவலாக உள்ளது. வெளியே நீந்தி வரும்போது உங்கள் மழைக் கோட்டு ஹேண்ட் பிரேக்கில் சிக்கிக்கொள்ளாமல் பார்த்துக்கொள்ளுங்கள். உங்களுக்கு நீச்சல் தெரிந்திருந்து, கரையை அடைந்துவிட்டால், இவ்வளவு துயரத்திற்கு மத்தியிலும் பாஸ்ஃபரஸ் மிக அழகாகவும் மிக உயிர்ப்போடும்தான் இருக்கிறது என்பதைக் கண்டுகொள்வீர்கள்.

23

இஸ்தான்புல்லில் நேர்வால்: பேயோலு உலா

நான் பிறந்ததிலிருந்து வசித்து வரும் இந்த இடத்தின் மலைக்குன்றுகளை மெல்லிங் தனது ஓவியங்களில் வரைந்திருப்பதைப் பார்க்கையில், அப்போது ஓரிரு கட்டடங்கள்தான் இருந்திருக்குமென்று தெரிகிறது. மெல்லிங்கின் நிலக்காட்சிகளில் ஓவியத்தின் விளிம்புகளில் தீட்டப்பட்டிருக்கும் மலைகளைப் பார்த்துவிட்டு இப்போது யில்திஸ், மச்கா, டெஷ்விகியே பகுதியிலிருக்கும் மலைகளில் அக்காலத்திய போப்ளார்களும் பிளேன் மரங்களும் சோலைவனங்களும் துடைத்தழிக்கப்பட்டிருப்பதை மெல்லிங் காலத்திய இஸ்தான்புல்வாசிகள் பார்த்தால் ரத்தக் கண்ணீர் வடிப்பார்கள் என்று நினைக்கிறேன். இன்றைய தோட்டங்களையும் இடிந்து விழும் மதிற்சுவர்களையும் நுழைவாயில்களையும், எரிந்து தீய்ந்திருக்கும் மாளிகைகளையும் பார்க்கையில் எனக்கு உண்டாகும் வேதனையைப் போலத்தான் அவர்களது சொர்க்க பூமி இன்று க்ஷீணித்துப் போயிருப்பதைப் பார்க்கையிலும் அவர்களுக்கும் இருக்கும்.

ஓரான் பாமுக்

நாங்கள் வளர்ந்து ஆளாகிய, எங்கள் வாழ்வின் மையப்புள்ளியாக இருந்த, எங்கள் செய்கைகள் அனைத்திற்கும் ஆரம்பப் புள்ளியாக இருந்த இடம், நாங்கள் பிறப்பதற்கு நூறுஆண்டுகளுக்கு முன்னால் இருந்ததில்லை என்பதைக் கண்டுகொள்வதென்பது பிசாசு ஒன்று தன் வாழ்க்கையைத் திரும்பிப் பார்த்து, காலத்தின் முகத்தைக் கண்டு நடுங்குவதற்கு ஒப்பாக இருந்தது.

ஜெரார்ட் தெ நெர்வாலின் *Voyage en orient*ட்டின் இஸ்தான்புல் பகுதியில் சில இடங்களைப் படிக்கையில் எனக்கும் இதைப் போன்ற உணர்வு ஏற்பட்டிருக்கிறது. இந்த பிரெஞ்சு கவிஞர் 1843இல் இஸ்தான்புல்லுக்கு வந்தார். மெல்லிங் அவரது ஓவியங்களை வரைந்த காலத்திற்கு அரை நூற்றாண்டு கழித்து. நெர்வால் தனது நூலில் கலாதாவில் அப்போது இருந்த மெவ்லெவி துறவியர் மடத்திலிருந்து (ஐம்பதாண்டுகள் கழித்து இது டியூனல் என்று பெயர் மாற்றம் செய்யப்பட்டது) இன்று டாக்ஸிம் என்று அழைக்கப்படுகிற இடம் வரை தினசரி நடந்து சென்றதை நினைவு கூர்கிறார். இதே வழியில்தான் 105 வருடங்கள் கழித்து என் அம்மாவின் விரலைப் பிடித்து நடந்துசென்றிருக்கிறேன். இந்த இடத்தை பேயோலு என இன்று அறிவோம்; 1843இல் இதன் பிரதான மார்க்கம் *Grande Rue de Pera* என்றழைக்கப்பட்டது (தேசம் குடியரசாக ஆனபின்பு இஸ்டிக்லால் என்று பெயர் மாற்றம் செய்யப்பட்டது). இன்று எப்படி இருக்கிறதோ அதேபோலத் தான் அன்றும் இருந்ததென்று தெரிகிறது. மடத்திலிருந்து செல்லும் நிழல்வழிச் சாலை பாரீஸை நினைவூட்டுவதாக நெர்வால் எழுதுகிறார்: நவீன மோஸ்தர் உடைகள், சலவையகங்கள், நகைக் கடைகள், ஜொலிக்கும் கடை விளம்பரங்கள், இனிப்பகங்கள், ஆங்கில பிரெஞ்சு ஓட்டல்கள், கஃபேக்கள், தூதரகங்கள், (இப்போது பிரெஞ்சு கலாச்சார மையம் உள்ள) பிரெஞ்சு மருத்துவமனை என்று அவர் குறிப்பிடும் இடத்திற்கு அப்பால் நகரம் ஓர் அதிர்ச்சியூட்டும் குழப்பமூட்டும் முடிவுக்கு வந்துவிடுவதாக

எழுதுகிறார். (எனக்கு இது பீதியூட்டுவதாக உள்ளது). என் வாழ்க்கையின் மையமாக, நகரின் இப்பகுதியில் உள்ள மிகப்பெரிய சதுக்கமாக இருக்கின்ற டாக்ஸிம் சதுக்கத்தைச் சுற்றித்தான் இதுவரை என் வாழ்விடங்கள் இருந்து வந்திருக்கின்றன. இந்தச் சதுக்கத்தை நெர்வால் ஒரு விஸ்தாரமான வெட்டவெளி என்றும் சரக்கேற்றிச் செல்லும் குதிரை வண்டிகளும் மாமிச பட்சணங்கள், தர்பூசணிப் பழங்கள், மீன்கள் விற்பவர்களும் ஒன்றுகூடும் இடம் என்றும் வர்ணிக்கிறார். அதற்கப்பாலுள்ள வயல்களில் அங்குமிங்கும் சிதறிக் கிடக்கும் கல்லறைகளைப் பற்றிப் பேசுகிறார்: நூறு வருடங்கள் கழித்துப் பார்க்கையில் அந்தக் கல்லறைகள் இருந்த சுவடே இல்லை. ஆனால் நெர்வாலின் ஒரேயொரு வாக்கியம் எப்போதும் என் மனதை விட்டு விலகுவதில்லை. அது, பழைய அடுக்ககக் கட்டடங்கள் இருக்கின்ற விஸ்தாரமான பகுதி என்றே நான் கருதி வந்த 'வெட்டவெளி'யைப் பற்றிச் சொல்வது; 'இந்த இடம் பைன் மரங்களும் பாக்கு மரங்களும் நிழல் பரப்பியிருக்கும் பரந்தகன்றதொரு வெட்டவெளி!'

இஸ்தான்புல்லுக்கு நெர்வால் வந்தபோது அவருக்கு வயது முப்பத்தைந்து. அதற்கு இரண்டு வருடங்களுக்கு முன்புதான் அவர் தீவிர மனத்திரிபு நிலைக்கு ஆளாகி மீண்டிருந்தார். இச்சிக்கல் மீண்டும் அதிகரித்ததன் விளைவுதான் பன்னிரெண்டு வருடங்கள் கழித்து அவர் தூக்கிலிட்டு தற்கொலை செய்துகொண்டது. இடைப்பட்ட வருடங்களில் அவர் பல மனநல காப்பகங்களில் தங்கவைக்கப்பட்டிருக்கிறார். அவர் இங்கு வருவதற்கு ஆறுமாதங்களுக்கு முன்புதான் இவர் பெரிதும் காதலித்த, ஆனால் பதிலுக்கு இவரைக் காதலிக்காத நடிகை ஜென்னி கோலன் இறந்திருந்தார். எகிப்தில் உள்ள அலெக்ஸாண்டிரியா, கெய்ரோவிலிருந்து அவரை ரோட்ஸ், இஸ்மிர், இஸ்தான்புல் நகரங்களுக்குக் கொண்டு சென்ற அவரது *Voyage en orient*–இல் இந்த சோகங்களும் ஷாதோப்ரியான், லாமர்தைன், ஹியூகோ போன்றோரை ஒரு மகத்தான பிரெஞ்சு மரமாக மாற்றிக்கொண்டிருந்த அந்நிய ஓரியண்டன் கனவுகளின் தாக்கங்களும் இடம்பெற்றிருந்தன. அவருக்கு முந்தியிருந்த எழுத்தாளர்களைப் போலவே இவரும் கீழை உலகை விவரிக்க விரும்பினார். நெர்வால் பிரெஞ்சு இலக்கியக் கலாச்சாரத்தில் துயரச்சுவையோடு அடையாளப்படுத்தப்பட்டிருந்ததால், அவர் தனது துயரத்தை இஸ்தான்புல்லில் கண்டடைந்ததாகவே அனுமானிக்கலாம்.

1843இல் நெர்வால் இஸ்தான்புல்லுக்கு வந்தபோது தனது சுயத்துயரத்தின் மீது கவனம் செலுத்தாமல், அதனை மறக்கச் செய்யும் விஷயங்களின் மீது திருப்பினார். அவருடைய தந்தைக்கு எழுதிய கடிதத்தில் இரண்டு வருடங்களுக்கு முன் அவரைத் தாக்கிய மனத்திரிபு மீண்டும் நிச்சயமாக ஏற்படாது என்றும் 'அது ஓர் ஒற்றை விபத்து' என்று மற்றவர்களுக்குப் புரிந்துவிடுமென்றும் எழுதியிருந்தார். மேலும் அவரது மன, உடல்நலம் இஸ்தான்புல்லில் சிறப்பாகிவிடுமென்று நம்பிக்கை தெரிவித்திருந்தார். அந்த காலகட்டத்திய இஸ்தான்புல் இன்னும் தோல்விகளாலும் ஏழ்மையாலும் மேலைநாடுகளால் பலவீனமானதென்று ஒதுக்கிவைத்த அவமானத்தாலும் அரிக்கப்படாமலிருந்திருக்கிறதென்றும் தனது துயரமுகத்தை அவருக்குக் காட்டியிருக்கவில்லையென்றும் நம்மால் அனுமானிக்க முடிகிறது. அது

சந்தித்த மகத்தான தோல்விகளுக்குப் பிறகே இஸ்தான்புல்லின் மீது சோகம் கவிழத் தொடங்கியது என்பதை நாம் மறக்கக் கூடாது. தனது பயணநூலில் அங்கொன்றும் இங்கொன்றுமாகக் கீழையுலகில்தான் காண நேர்ந்த துயரக் கூறுகளைக் குறிப்பிடுகிறார். உதாரணத்திற்கு நைல்நதிக் கரையோரத்தில் அவர் உணர்ந்த மனநிலையை அவரது மிகப் பிரசித்தி பெற்ற கவிதையான 'துயரத்தின் கருப்புச் சூரியன்'–இல் காண்கிறோம். ஆனால் 1843இல் மிகவும் செல்வச் செழிப்போடு, புதுமை வனப்பிலிருந்த இஸ்தான்புல் பகுதிகளில் அவர் செய்தி சேகரிப்புக்கு அவசரமாகக் கடந்துசெல்லும் நிருபராகவே இருந்திருக்கிறார்.

அவர் இந்நகரத்திற்கு வந்தது ரம்ஜான் மாதத்தில். இது அவரது பார்வையில் திருவிழா சமயத்தில் வெனிஸ் நகருக்குச் சென்றதைப் போலிருந்ததாம். (உண்மையில் ரம்ஜானையே அவர் 'உண்ணாநோன்பு' என்றும் 'திருவிழா' என்றும் வர்ணிக்கிறார்). ரம்ஜான் மாலை நேரங்களில் நெர்வால் காரகூஸ் நிழலாட்ட அரங்கிலும் தீபங்கள் ஏற்றிய வீதிவழிக் காட்சிகளைக் கண்டு களிப்பதிலும் தேநீரகங்களில் கதைசொல்லிகளிடம் கதை கேட்பதிலும் பொழுதைக் கழித்தார். அவர் வர்ணனைகள் பல மேலைநாட்டு சுற்றுப்பயணிகளைக் கவர்ந்து அவரைப் பின்பற்றவைத்திருக்கின்றன. வறுமையும் மேலைத் தாக்கமும் சூழ்ந்த தொழில்நுட்ப மனப்பான்மை கொண்ட நவீன இஸ்தான்புல்லில் இவற்றைக் காண முடியாவிட்டாலும் 'பழங்கால ரம்ஜான் இரவுகள்' பற்றி ஏராளமாக எழுதிய பற்பல இஸ்தான்புல் எழுத்தாளர்களிடம் இவை பெரும் தாக்கத்தை ஏற்படுத்தியிருக்கின்றன. என் பால்யகாலத்து உண்ணாநோன்பு தினங்களில் நெர்வாலின் எழுத்துக்களைப் பெரும் கனவுகள் கொப்பளிக்க வாசித்திருக்கிறேன். இந்த இலக்கியத்தின் அடிநாதமாக இருக்கும் ஒரு பிம்பம் நெர்வாலும் அவரின் பாதிப்பில் எழுத வந்த மற்ற பயண எழுத்தாளர்களும் வர்ணிக்கின்ற ஒரு மகத்தான, திணைப்புறம்பான இஸ்தான்புல்லின் அயலகத்தோற்றம் மட்டுமே. இஸ்தான்புல்லுக்கு வெறும் மூன்று நாட்கள் மட்டும் வந்து, முக்கியமான 'சுற்றுலாத்தலங்களை' மட்டும் பார்த்துவிட்டு உடனே ஒரு பயணநூல் எழுதி விடுகிற ஆங்கில எழுத்தாளர்களைக் கிண்டல் செய்கின்ற இவர் சுழன்றலைந்து கொண்டிருக்கும் துறவிகளையும் அரண்மனையிலிருந்து வெளியே வரும் சுல்தானைத் தூரத்திலிருந்து பார்த்த காட்சியையும் (எதிரே சுல்தான் கடக்கும்போது தன்னை ஒரே ஒருமுறை ஏறெடுத்துப் பார்த்தார் என்று நெகிழ்வாகக் குறிப்பிடுகிறார்), கல்லறைத் தோட்டங்களில் நெடுநேரம் சுற்றி வந்ததையும் துருக்கிய உடைகள், வழக்கங்கள், சடங்குகளையும் நுட்பமாக அவதானித்துப் பதிவிடுகிறார்.

அவரது *Awrelia, or Life and Dreams* எனும் நூல் வாசிப்போரின் முதுகுத்தண்டை சில்லிட வைப்பது. அவர் இந்நூலை தாந்தேவின் 'புது வாழ்வு'டன் ஒப்பிட்டுச் சொல்கிறார். ஆந்த்ரே பிரெட்டன், பால் எலூவர்ட், அந்தோனின் ஆர்தௌத் போன்ற சர்ரியலிஸ்ட்டுகள் இந்நூலைப் பெரிதும் சிலாகிக்கின்றனர். இப்புத்தகத்தில் நெர்வால் தனது அந்தரங்க விஷயங்களை வெளிப்படையாகப் பேசுகிறார். தான் மனமாரக் காதலித்த பெண் நிராகரித்துவிட்டுச் சென்றதும் வாழ்க்கையில் எல்லாப் பிடிப்புகளும்

அற்றுப்போய் ஒருவித 'ஆபாசமான கவனக்கலைப்பில்' மனம் திளைத்துக் கொண்டிருந்ததைச் சொல்கிறார். உலகெங்கும் அலைந்து வெவ்வேறு நாடுகளின் வினோதப் பழக்கங்களையும் ஆடை அலங்காரங்களையும் பார்ப்பது அவருக்கு ஆறுதல் அளிப்பதாக இருந்திருக்கிறது. நெர்வாலுக்கு இந்த நாட்டின் வழக்கங்கள், கண்ணோட்டம், கீழைத்தேயப் பெண்கள் குறித்துத் தான் எழுதும் கருத்துக்கள் ரம்ஜான் காலத்து மாலைநேரங்கள்

பற்றிய பதிவுகளைப் போல, நயமற்றதாகவும் மலினமாகவும் தரமற்று உள்ளதென்பது தெரிந்திருக்கிறது. *Voyage en orient*–இல் கூட தனது விவரிப்பு தொய்வடைவதாக அவர் உணரும்போது, பல எழுத்தாளர்கள் செய்வதைப் போல, வேகத்தைக் கூட்டுவதற்காகத் தனது சொந்தக் கற்பனைகளை விஸ்தாரமாக நீட்டி முழக்கிச் சொல்ல ஆரம்பித்து விடுகிறார். (நகரின் பருவ நிலைகள் பற்றித் தனது இஸ்தான்புல் நூலில் சக துயர எழுத்தாளர்களான யாஹியா கெமாலுடனும் ஏ.எஸ். ஹிஸாருடனும் எழுதிய தம்பினார், நெர்வாலின் இத்தகைய சுவாரஸ்யக் கதைகளில் எவ்வெவையெல்லாம் அவரது கற்பனைகள், எவையெல்லாம் உண்மையிலேயே ஆட்டமன் கதைகள் என்று விரிவாக ஆய்வு செய்து கண்டுபிடித்திருப்பதாக எழுதுகிறார்) தம்பினாரின் ஆராய்ச்சி நெர்வாலின் ஆழமான கற்பனைத் திறனைத்தான் காட்டுகிறதே தவிர, இஸ்தான்புல்லைக் குறைவாகவே சித்தரிக்கிறது. இலேசான ஷெஹெரஸாத் தன்மையிலான கதையாடல் அது. சொல்லப்போனால் எந்தவொரு அத்தியாயத்திலாவது தொய்வான கட்டம் ஏற்படுமானால் நெர்வால் உடனே வாசகர்களிடம் 'இந்த இஸ்தான்புல் நகரம் 1001 இரவுகள் தன்மை கொண்டது' என்று இடைமறித்துச் சொல்வது வழக்கம். 'பலரும் ஏற்கனவே வர்ணித்துவிட்ட அரண்மனை, மசூதிகள், ஹமாம்களைப் பற்றி' தானும் விவரிக்கத் தேவையில்லையென்று அவருக்குத் தோன்றும்போது இப்படிச் சொல்வார். இதையே ஏறக்குறைய ஒரு நூற்றாண்டுக்காலம் கழித்து யாஹியா கெமால், தம்பினார் போன்ற எழுத்தாளர்களும் எதிரொலித்திருக்கிறார்கள். அவர்களுக்குப் பின் வந்த மேலைநாட்டுப் பயணிகளும் இவ்வாக்கியத்தை அபரிமிதமாகப் பயன்படுத்தி தேய்வழக்காக மாற்றிவிட்டனர்: 'உலகின் மிக அழகான சூழ்புலக்காட்சிகளைத் தன்னகத்தே கொண்டிருக்கும் இஸ்தான்புல் உண்மையில் ஒரு நாடக அரங்கைப் போன்றது. அதன் வறுமை சூழ்ந்த, சில நேரங்களில் அருவருப்பான கழிசடைகள் மண்டிய நகர்ப்பகுதிகளை ஒதுக்கவிட்டு, பிரதானமான இடங்களை மட்டும் காட்டுகின்ற, மேடை நிகழ்வைப்போல இஸ்தான்புல்லை நாம் பார்க்க வேண்டும்.' இதற்கு எண்பது வருடங்கள் கழித்து யாஹியா கெமாலும் தம்பினாரும் இதை அடியொற்றி உருவாக்கிவைத்த இஸ்தான்புல் குறித்த ஒரு பொதுப்படையான பிம்பம் – நகரத்தின் பேரழகுக் காட்சிகளைச் சொல்லும்போது, விளிம்பில் ஏழ்மையையும் கலந்து வைப்பது – இஸ்தான்புல் வாசிகள் அனைவருக்கும் தடங்கலின்றி ஸ்வீகரித்துக்கொண்ட அபிப்பிராயமாகி விட்டது. இதை எழுதுகையில் அவர்கள் மனதில் நெர்வால்தான் இருந்திருக்க வேண்டும். இருவருமே நெர்வாலைப் பெரிதும் மதித்தவர்கள். இவ்விரு மகத்தான எழுத்தாளர்களும் அறிந்துகொண்டதை விவாதித்ததை, கண்டடைந்ததை நாம் புரிந்துகொள்வதற்கும் அவருக்குப் பின் வந்த அடுத்த தலைமுறை இஸ்தான்புல் எழுத்தாளர்கள் எப்படி இவர்கள் கண்டடைந்ததை எளிமைப்படுத்தி, பிரபலமாக்கினார்கள் என்பதை அறிந்துகொள்ளவும் எவ்வாறு அவர்கள் கருத்தாக்கங்கள் நகரத்தின் அழகைச் சொல்வதை விட, அதன் வீழ்ச்சியால் நேர்ந்திருக்கும் துயரத்தை வெளிப்படுத்துகின்றன என்பதைப் புரிந்துகொள்வதற்கும் நெர்வாலுக்குப் பிறகு இஸ்தான்புல்லுக்கு வந்த இன்னொரு எழுத்தாளரின் படைப்புகளை நாம் பார்த்தாக வேண்டும்.

24

நகரின் ஏழ்மைப் பகுதிகளில் கோத்தியெவின் துயர உலாக்கள்

எழுத்தாளரும் செய்தியாளரும் கவிஞரும் மொழிபெயர்ப்பாளரும், நாவலாசிரியருமான தியோஃபைல் கோத்தியெ, நெர்வாலின் லீஸே பள்ளி நண்பர். இருவரும் இளமைப்பருவத்தை ஒன்றாகக் கழித்தவர்கள். இருவரும் ஹியூகோவின் கற்பனாவாதத்தை ரசித்தவர்கள். பாரீஸில் கொஞ்ச காலத்திற்கு அருகருகே வசித்தவர்கள். அவர்களிடையே ஒரு போதும் பிணக்கு ஏற்பட்டதில்லை. நெர்வால் தற்கொலை செய்துகொள்வதற்குச் சில நாட்களுக்கு முன் கோத்தியெவைச் சென்று சந்தித்திருக்கிறார். தெருவிளக்குக் கம்பத்தில் தூக்கிலிட்டு தற்கொலை செய்துகொண்ட தன் நண்பரைப் பற்றி உருக்கமான அஞ்சலி ஒன்றை கோத்தியெ எழுதினார்.

இதற்கு இரண்டு வருடங்களுக்கு முன் 1852இல் (அதாவது நெர்வால் வந்துசென்றதற்கு ஒன்பது ஆண்டுகள் கழித்து, நான் பிறப்பதற்குச் சரியாக நூறு ஆண்டுகள் முன்பு) நிகழ்ந்த சில சம்பவங்கள் – ரஷ்யா இங்கிலாந்திற்கு எதிராகச் சென்றதும் பிரான்ஸ் ஆட்டமன் சாம்ராஜ்யத்தை நெருங்கியதும் கிரைமியப் போரின் காரணமாக பிரெஞ்சு வாசகர்களுக்குக் கீழைத்தேய பயணங்கள் மீது ஆர்வம் மீண்டும் உண்டானதும் ஒன்றுக்கொன்று தொடர்புகொண்ட சங்கிலித் தன்மை கொண்டவை. இரண்டாம் முறையாகக் கீழைத் தேசங்களுக்குப் பயணம் மேற்கொள்ள நெர்வால் கனவு கண்டிருந்தாலும் கோத்தியெவிற்குத்தான் அது வாய்த்தது. மத்தியதரைக்கடலில் அதிவிரைவு நீராவிப்படகுகள் வந்துவிட்டதால் பாரீஸிலிருந்து இஸ்தான்புல்லுக்கு அவர் பதினோரு நாட்களிலேயே வந்து சேர்ந்தார். கோத்தியெ எழுபது நாட்கள் தங்கியிருந்தார். தனது பயண அனுபவங்களை அவர் முதன்மைச் செய்தியாளராக இருந்த ஒரு நாளிதழில் முதலில் வெளியிட்டார். பின்பு அவை கான்ஸ்டான்டிநோப்பிள் என்ற தலைப்பில் புத்தகமாக வெளிவந்தது. பெரிதும் பிரபலமடைந்த இப்பெரு நூல் பின்னர்

பலமொழிகளில் மொழிபெயர்க்கப்பட்டது. (முப்பது வருடங்கள் கழித்து மிலனில் வெளியிடப்பட்ட எட்மொந்தோ தெ அமிசியின் (*Constantino poli*யைப் போல) பத்தொன்பதாம் நூற்றாண்டில் இஸ்தான்புல்லைப் பற்றி எழுதப்பட்ட பிற நூல்களுக்கு முன்னுதாரணமாக இது அமைந்தது.

நெர்வாலோடு ஒப்பிடும்போது கோத்தியெவின் எழுத்தில் கனமும் ஒழுங்கும் சரளமும் அதிகம். செய்திப் பத்திரிகையில் முதன்மை பங்களிப்பாளராக இருந்ததால் விமரிசனம், கலைத் திறனாய்வு, தொடர்கதைகள் என அவர் தினசரி எழுத வேண்டியிருந்தது (ஒவ்வொரு நாளிரவும் ஒரு புதிய கதையைக் கண்டுபிடிக்க வேண்டியிருப்பதால் தானும் ஷெஹெரஸாதைப் போல ஆகிவிட்டதாக ஒருமுறை சொல்லியிருந்தார்). ஆனால் ஒரு நாளிதழுக்குத் தினமும் பக்கங்களை நிரப்பித்தர வேண்டிய திறமையும் வேகமும் அவரிடம் இருந்தது. (இதற்காக அவரை ஃபிளாபெர்ட் விமரிசித்திருக்கிறார்). அவர் புத்தகத்தில் சுல்தான்களைப் பற்றியும் அந்தப்புரங்களைப் பற்றியும் கல்லறைகளைப் பற்றியும் இடம்பெறும் தேய்வழக்குகளை ஒதுக்கி விட்டுப் பார்த்தால் அது ஒரு மிக நல்ல பயண நூல்தான். இந்நூல் யாஹியா கெமால், தம்பினார் ஆகியோரின் எழுத்துக்களில் பிரதிபலித்ததற்கும், இந்நகரத்தைப் பற்றி ஒரு பிம்பத்தை அவர்கள் உருவாக்க உதவியதற்கும் காரணம் தேர்ந்த செய்தியாளராகிய கோத்தியெ (அவர் நண்பர் 'சிறகுகள்' என்று வர்ணித்திருந்த) நகரின் வறிய,

ஒதுக்குப்புறப் பிரதேசங்களில் குறுக்கும் நெடுக்குமாகப் பயணித்து அவற்றின் இருண்ட, கழிசடைகள் மண்டிய தெருக்களை இஸ்தான்புல்லின் இதரப் பேரழகுக் காட்சிகளுக்கிணையான முக்கியத்துவம் வாய்ந்தவைகளாக மேலை வாசகர்களுக்குக் காட்டியதுதான்

சைதெரா தீவைத் (இது கிதிராவின் அயோனியத் தீவு) தாண்டிச் செல்கையில், அங்கு ஒரு தூக்கு மரத்தில் எண்ணெய்த் துணியால் சுற்றப்பட்ட ஓர் இறந்த உடல் தொங்கிக்கொண்டிருந்ததைப் பார்த்ததாக அவரிடம் நெர்வால் சொன்னதை கோத்தியெ நினைவுகூர்கிறார். (இந்த பிம்பம் இந்நண்பர்கள் இருவருக்கும் மிகப் பிடித்தமானவொன்றாக இருந்திருக்கிறது. சூசனையான ஒன்றாக இருந்தாலும் பின்னர் இது பௌதலேரின் 'சைதெராவுக்குப் பயணம்' என்ற கவிதையில் பொருத்தமாகக் கையாளப்பட்டது). இஸ்தான்புல்லுக்கு வந்து சேர்ந்ததும் நகரை சகஜமாகச் சுற்றிப்பார்ப்பதற்காக கோத்தியெ அவர் நண்பர் நெர்வாலைப் போலவே முஸ்லிம் உடைகளை அணிந்துகொண்டார். நெர்வாலைப் போலவே அவரும் ரம்ஜான் காலத்தில்தான் வந்து

சேர்ந்தார். அவரைப் போலவே ரம்ஜான் இரவுகளின் திருவிழாக் கொண்டாட்டங்களை மிகைப்படுத்தியே எழுதுகிறார். அதேபோல ருஃபாய் துறவிகளின் மாயத்தன்மை கொண்ட சடங்குகளைப் பார்ப்பதற்காக உஸ்குதாருக்குச் செல்கிறார். கல்லறைத்தோட்டங்களில் அலைகிறார். (அங்கு சிறுவர்கள் சமாதிகளுக்கிடையே ஓடிப்பிடித்து விளையாடுவதைக் காண்கிறார்). காரகூஸ் நிழலாட்ட அரங்கிற்குச் செல்கிறார், கடைகளுக்குச் செல்கிறார், நகரின் நெரிசல் மிக்க அங்காடித் தெருக்களில் அலைகிறார், வழிப்போக்கர்களை ஆர்வத்தோடு கூர்ந்து கவனிக்கிறார். மீண்டும் நெர்வாலைப் போலவே – சுல்தான் அப்துல்மெஸித் வெள்ளிக்கிழமை

தொழுகைக்காகச் செல்லும் காட்சியை வேடிக்கை பார்க்கிறார். பெரும்பாலான மேலைநாட்டு பயணிகளைப் போலவே முஸ்லிம் பெண்களைப் பற்றி – அவர்களுடைய மூடிய கதவுகளுக்குள் வாழும் வாழ்க்கை, தொடர்புகொள்ள முடியாதளவுக்குத் தம்மைச் சுற்றி வேலிகள் அமைத்துக்கொண்டிருப்பது, அவர்களின் மர்மத் தன்மை என்று நிறைய கதை விடுகிறார். (இஸ்தான்புல்வாசிகளிடம் அவர்களுடைய மனைவி சௌக்கியமாக இருக்கிறார்களா என்று மட்டும் கேட்டு விடாதீர்களென்று தன் வாசகர்களுக்கு அறிவுறுத்துகிறார்!) இவ்வளவையும் சொல்லிவிட்டு நகரின் தெரு முழுக்கப் பெண்கள் நடந்துசெல்வதையும் அவற்றில் சிலர் தனியாகச் செல்வதையும் எழுதுகிறார். தோப்காபி அரண்மனையையும் மசூதிகளையும் களியாட்டச் சதுக்கமான ஹிப்போடிரோமையும் நெர்வால் சுற்றுலா ஸ்தலங்கள் என்று குறிப்பிட்டிருந்த மற்ற இடங்களையும் விஸ்தாரமாக வர்ணித்து எழுதுகிறார். (இந்த இடங்கள் எல்லாமே மேலைநாட்டுச் சுற்றுலாவாசிகளுக்குப் பார்த்தே தீரவேண்டிய இடங்கள் என்று ஸ்தாபிக்கப்பட்டிருப்பதால் இவ்விஷயத்தில் நெர்வாலின் சிபாரிசை நாம் மிகையாகக் கொள்ளக் கூடாது). அவ்வப்போது வெளிப்படுகிற ஆணவத்தையும் மனதிற்குத் தோன்றியபடி பொதுமைப்படுத்திச் சொல்கிற கருத்துக்களையும் வினோத நிகழ்வுகளுக்கு அதீத முக்கியத்துவம் கொடுத்து எழுதுவதையும் வைத்துப் பார்க்கும்போது கூட அவரது கூர்மையான எள்ளல், ஓவியனுக்குண்டான நுட்பமான பார்வையை நம்மால் ரசிக்கவே முடிகிறது.

பத்தொன்பதாம் வயதில் ஹியூகோவின் *Orientalis* கவிதைகளைப் படிக்கும் வரையிலும் தியோஃபைல் கோத்தியெ ஓர் ஓவியராகத்தான் கனவு கண்டுகொண்டிருந்தார். அவரது காலத்தில் கலைவிமரிசகராக பெரிதும் மதிக்கப்பட்டவராகவே அவர் இருந்தார். இஸ்தான்புல்லின் நிலக்காட்சிகளை வர்ணிப்பதற்கு இதற்கு முன் இஸ்தான்புல்லை குறிப்பிட்ட சொற்களைத் தவிர்த்து நுண்ணாய்வுப் பதங்களையே பயன்படுத்தினார். கலாதா மெவ்லேவி விடுதியின் உச்சியிலிருந்து (இக்குறிப்பிட்ட இடத்திலிருந்து பார்த்ததைத்தான் ஒன்பது வருடங்களுக்கு முன் நெர்வாலும் எழுதியிருக்கிறார். என் அம்மாவோடு பேயோலுவுக்கு ஷாப்பிங் செல்லும்போது எங்கள் நடை இந்த இடத்தோடுதான் முடிவடையும். மச்கா–ட்யூனல் ட்ராம்வே என்று முன்பு அழைக்கப்பட்ட இடத்திற்கு இன்றைய பெயர் ட்யூனல் சதுக்கம்) இஸ்தான்புல்லின் நிழல்வடிவத்தையும் கோல்டன்ஹார்னையும் பார்த்து இப்படி வர்ணிக்கிறார். “இங்கிருந்து பார்க்கையில் எல்லாமே அசாதாரண அழகோடு தெரிகின்றன. எதுவுமே நிஜமில்லை என்பது போலத் தோன்றுகிறது.” பின் அவர் பள்ளி வாயில் தூபிகளையும் கவிகை மாடங்களையும் ஹாஜியா ஸோஃபியாவையும் பெயாஸித் மசூதியையும் சுலைமானியே மசூதியையும், சுல்தான் அஹமத் மசூதியையும் மேகங்களையும் கோல்டன் ஹார்னின் நீர்ப்பரப்பையும் சைப்ரஸ் மரங்கள் அடர்ந்த சராய்புர்னு தோட்டங்களையும் அவற்றிற்குப் பின்னால் ‘மனிதனால் ஒருபோதும் உருவாக்கிட முடியாத மென்நீல நிறத்தில்’ விரிந்திருக்கும் வானத்தையும் அதில் விளையாடும் ஒளிப் பிரமைகளையும் தான் வரைந்த ஓவியத்தைத் தானே ரசிக்கின்ற ஒரு கலைஞனைப் போல, அதே நேரத்தில அனுபவம் வாய்ந்த ஓர் எழுத்தாளனின்

தன்னம்பிக்கையோடு எழுதிச் செல்கிறார். இவர் வர்ணிக்கும் காட்சிகளைக் கண்டிராத வாசகனுக்கும் அவர் சொல்லில் ஊறியிருக்கும் பரவசம் பற்றிக்கொள்ளும். 'விண்ணொளியில் ஜாலவித்தை' நடத்தும் இஸ்தான்புல் நிலப்பரப்பு ஏற்படுத்தும் மாற்றங்களை நுட்பமாக அவதானித்தவரான இஸ்தான்புல்லின் தம்பினார், தனது சொற்தேர்வையும் நுண்ணோக்குப் பார்வையையும் கோத்தியெவிடமிருந்துதான் வரித்துக்கொண்டார். இரண்டாம் உலகப்போரின் போது தம்பினார் எழுதிய ஒரு கட்டுரையில் ஸ்டெந்தால், பால்ஸாக், ஜோலா போன்ற எழுத்தாளர்களின் ஓவிய பாணியிலமைந்த சித்தரிப்பு நடையைச் சிலாகித்துவிட்டு, (கோத்தியெவே அடிப்படையில் ஓர் ஓவியர் என்பதையும் குறிப்பிடுகிறார்) தன்னுடைய வட்டத்தில் உள்ள எழுத்தாளர்கள் தம்மைச் சுற்றியுள்ள விஷயங்களைப் பார்க்கவோ வர்ணிக்கவோ விருப்பமற்றிருப்பதை விமரிசிக்கிறார்.

கோத்தியெவிற்குக் கருத்துக்களை எப்படி வார்த்தைகளாக்குவது, உருவரைகளால் தூண்டப்பட்ட உணர்வுகளை, வெளிச்சச் சிதறல்களை எப்படிக் கவர்ச்சிகரமான விதத்தில் வெளிப்படுத்துவது என்று தெரிந்திருந்தது. நகரின் 'சிறகு'களில் அவர் நடந்து சென்ற அனுபவங்களை

எழுதும்போது உன்னதத்தின் உச்சத்தை எட்டுகிறார். புறநகர் எல்லைவரை செல்லும் நகரின் மதிற்சுவரையொட்டிச் செல்வதற்குமுன், அவருக்கு முன்னோடியான நண்பர்கள் தெரிவித்திருந்த கருத்துக்களை மனதில் கொண்டு, நகரின் மகத்தான சுற்றுலாத் தலங்கள், நாடக மேடையைப் போலப் பிரகாசமான விளக்குகளால் ஒளியூட்டப்பட வேண்டும் என்று எழுதினார். அப்போதுதான் அவற்றின் மகத்துவம் தெளிவாகப் புலப்படும்; ஆனால் அவை நாடக மேடையைப் போலத் தொலைவிலிருந்து மட்டுமே பார்க்கத் தகுந்தவை; கிட்டத்தில் சென்று பார்த்தால் அவற்றின் கவர்ச்சி கலைந்துவிடும் என்றார்: காட்சிகளுக்குத் தூரப்பார்வை ஒரு கம்பீரத்தைச் சீதனமாக அளித்துவிடுகிறது. அவற்றின் சோம்பிய, குறுகலான, அழுக்கான, மேட்டுத் தெருக்களை, ஒழுங்கற்ற முடிச்சுகளாகக் குவிந்திருக்கும் அவற்றின் வீடுகளை, மரங்களை 'சூரியனின் ஒளிப்பிரமை மழுங்கடித்து அபாரமான கலை உருக்களாக' மாற்றி விடுகிறது.

ஆனால் கோத்தியெவிற்கும் துயரார்ந்த அழகை அழுக்கிற்கும் ஒழுங்கின்மைக்கும் இடையில் காண்கின்ற கண் இருந்தது. கிரேக்க, ரோமானிய பாடழிவுகளையும் அழிபட்ட நாகரிகங்களின் எச்சங்களையும்

இஸ்தான்புல்

பற்றிய கற்பனாவாத இலக்கியங்கள் அளிக்கின்ற உணர்ச்சிக் கொந்தளிப்பையும் – அவர் அதைக் கிண்டல் செய்தாலும் – அதன் பிரமிப்பையும் தனது எழுத்திலும் உண்டாக்கச் செய்தார். ஓவியனாக வேண்டுமென்ற கனவில் தனது இளம் பருவத்தைக் கழித்த கோத்தியெ, அப்போது டோயென்னே முட்டுச்சந்திலும்,செயின்ட் தாமஸ் து லூவர் தேவாலயத்தின் அருகிலும் உள்ள காலியான வீடுகள் நிலவொளியில் கவர்ச்சிகரமாகத் தோற்றமளித்ததாக எழுதியிருக்கிறார்.

(இப்போது பேயோலு என்றழைக்கப்படும் இடத்திலிருந்த) ஓட்டலிலிருந்து கலாதா வழியாக கோல்டன் ஹார்ன் கடற்கரைக்கு வந்து, பின் கலாதா பாலத்தைக் கடந்து, (1853இல் கட்டப்பட்ட இப்பாலத்தை அவர் 'படகுகளாலான பாலம்' என்றார்) கோத்தியெவும் அவருடைய பிரெஞ்சு வழிகாட்டியும் உன்காபானிக்கும் வடமேற்குப் பகுதிக்கும் செல்கின்றனர்; அங்குதான் 'திருக்கு மறுக்கான துருக்கிய சந்துகள்' குழப்பமாக ஒன்றோடொன்று பின்னிக்கிடப்பதைப் பார்த்ததாகச் சொல்கிறார். அவற்றைத் தாண்டிச் சென்றதும் வந்த ஒதுக்கமான பகுதி வெறிச்சோடியிருந்ததாகவும் நாய்கள் குலைத்தபடி அவர்களைப் பின்தொடர்ந்து வந்ததாவும் எழுதுகிறார். பெயின்ட் அடித்திராத, கருமையேறிய, சிதிலமுற்ற மரவீடுகளையும் உடைந்த தெருக்குழாய்களையும் புறக்கணிக்கப்பட்ட *türbes* களையும் அவற்றின் சரிந்து விழுந்த கூரைகளையும் அவர்களின் நடைச்சுற்றின் போது கண்ணில்பட்ட இதர விஷயங்களையும் பற்றி அவர் எழுதியிருப்பவற்றை வாசிக்கையில், நான் அதிர்ந்துபோகிறேன். இவை எழுதப்பட்டு நூறு வருடங்கள் கழித்து என் அப்பாவோடு காரில் இந்த இடங்களைக் கடந்து சென்றபோது, கோத்தியெ எழுதியவற்றிலிருந்து சற்றும் மாறாமல் இருப்பதைப் பார்க்க முடிகிறது. ஒரேயொரு மாற்றமாக உருளைக்கல் பதித்த பாதைகள் மட்டும். இதற்குக் காரணம் என்னைப் போலவே, இவையெல்லாம்

அழகானவையென்றும் சிதிலமடைந்த மரவீடுகளும் கற்சுவர்களும் வெறிச்சோடிய வீதிகளும் சைப்ரஸ் மரங்களும் இன்றி, எந்தவொரு கல்லறைத் தோட்டமும் முழுமையுறுவதில்லையென்று கோத்தியெவும் நினைத்திருக்கிறார். மனிதரால் கைவிடப்பட்டு, இன்னும் மேலைமயமாகி விட்டிருக்காத இவ்விடங்களில் (சில வருடங்கள் கழித்து இவற்றை நெருப்பு ஆக்ரஷித்து, கான்கிரீட் மலைகள் இங்கு வளர்ந்து விட்டன) நான் சுற்றியலையத் தொடங்கியதும் எனக்கும் அவரைப் போலவே பெரும் அயர்ச்சி ஆட்கொண்டது; ஆனாலும் 'ஒவ்வொரு தெருவையும் ஒவ்வொரு பகுதியையும்' என் பாதங்களால் அளந்தறியும் இச்சை மட்டும் அடங்கவில்லை. தொழுகைக்கான அழைப்பு 'மௌனத்திலும் தனிமையிலும் இடிந்து நொறுங்கிக் கொண்டிருக்கும் ஊமையும் குருடும், செவிடுமான வீடுகளை நோக்கித்தான் கூவப்படுகிறது' என்று பின்னர் எனக்குத் தோன்றியதைப் போலவே அவருக்கும் தோன்றியிருக்கிறது. மக்களும் ஜந்துக்களும் சிதறிச்செல்வதை – ஒரு கிழவியும் ஒரு பல்லியும் பாறைகளிடையே மறைவது, இரண்டு மூன்று சிறுவர்கள் உடைந்த தெருக்குழாயின் வட்டிலில் கற்களை எறிவது – பார்க்கையில் அவருக்கு இரண்டு வருடங்களுக்கு முன் ஃபிளாபர்ட்டுடன் இந்நகருக்கு வந்த த்யு கேம்ப்பின் நீர்வண்ண ஓவியம் நினைவுக்கு வருகிறது. நகரின் இப்பகுதியில் உள்ள உணவகங்களிலும் சிறுகடைகளிலும் உண்பதற்கு அதிகம் எதுவும் கிடைப்பதில்லை என்பதை அறிகிறார். தெருக்களுக்கு வண்ணங்களை அளிக்கும் மல்பெர்ரி மரங்களிலிருந்து பழங்களைப் பறித்து உண்கிறார். எவ்வளவுதான் கான்கிரீட் பரப்புகள் வந்துவிட்டாலும் மல்பெர்ரி மரங்கள் இன்னமும் இங்கு இருந்துவருகின்றன. நகரத்தின் கிரேக்கர்கள் அதிகம் வாழும் ஸமத்யா, பாலத் ஆகிய பகுதிகளின் கிராமச் சூழல் கோத்தியெவிற்குப் பெரிதும் இசைவானதாக இருந்திருக்கிறது. பாலத் பகுதியில் இருந்த வீடுகளின் முன்பகுதிகள் முழுக்க விரிசல் கண்டும் தெருக்கள் சேறும் சகதியுமாகவும் இருந்தனவாம். ஆனால் ஃபீனெர் என்ற கிரேக்கப் பகுதி ஒழுங்காக இருந்திருக்கிறது. எப்போதெல்லாம் பைஸான்டைன் மதிற்சுவர் ஒன்றின் மிச்சங்களையோ பிரமாண்டமான தண்ணீர் குழாய்களின் பகுதிகளையோ பார்க்கிறாரோ அப்போதெல்லாம் செங்கல்லும் கருங்கல்லும் எவ்வளவு காலத்திற்கு நீடித்திருக்கிறது என்பதை வியப்போடு கவனிக்கிறார். அதனோடு கூடவே மரப்பொருட்களின் நிலையாமையையும் நினைவூட்டுகிறார்.

கோத்தியெவின் எழுத்துக்களில் மிகவும் நெகிழ்ச்சிகரமான தருணங்கள் அவர் இந்த ஒதுக்கமான, கைவிடப்பட்ட பகுதிகளில் குறுக்காக வெட்டிச் செல்கின்ற பைஸான்டைன் பாடழிவுகளைக் கண்ணுறும் பதிவுகளில்தான் காணக்கிடைக்கின்றன. பைஸான்டைன் மதிற்சுவரின் தடிமன், இவ்வளவு காலம் கழித்தும் மண்மேடாகிப் போகாமல் சிதிலமாகவாவது நீடித்து நிற்கும் வலிமை, காலத்தின் அலைக்கழிப்பில் உண்டான விரிசல்கள், சரிவுகள், ஒரு கோபுரத்தின் அடிமுதல் நுனிவரை பிளந்திருக்கும் வெடிப்பு (சிறுவயதில் இது என்னையும் பயமுறுத்தியிருக்கிறது), அதன் அடியில் மேடாகக் குவிந்திருக்கும் துண்டங்கள் (கோத்தியெவின் காலத்திற்கும் எங்களுக்கும் இடையில் 1894இல் நிகழ்ந்த மிகப்பெரிய பூகம்பத்தில் நகரின்

மதிற்சுவர்கள் பலத்த சேதமுற்றன) கோத்தியெவின் எழுத்தில் வலுவாகப் பதிவாகின்றன. இந்த வெடிப்புகளில் வளர்ந்திருக்கும் புற்கள், கோபுரங்களின் உச்சிகளை அகன்ற பச்சை இலைகளால் போர்த்தி மிருதுவாக்கியிருக்கும் அத்திமரங்கள், இப்பிரதேசத்தின் மந்தத் தன்மை, அந்த வட்டாரமெங்கும் பரவியிருக்கும் சூன்யம், அங்கொன்றும் இங்கொன்றுமாகத் தட்டுப்படும் இற்றுப்போன வீடுகள் . . . "ஜீவனற்ற இக்கொத்தளங்களுக்குப் பின்னால் உயிருள்ள நகரம் ஒன்று இருக்கிறது என்று நம்புவதே கடினமாக உள்ளது!" என்று எழுதுகிறார் கோத்தியெ. "ஒரு புறத்தில் பாடழிவுகளும் மறுபுறத்தில் கல்லறைகளுமாக மூன்று மைல் தூரத்திற்குச் செல்லும் இச்சாலையைப் போல ஈரமற்ற எளிமையையும் துயரத்தையும் சுமந்திருக்கும் வேறோர் இடம் இந்தப் பூமியில் இருக்குமென்று தோன்றவில்லை."

     இஸ்தான்புல்லின் *ஹுசுன்*னை மெய்ப்பிக்கும் இக்கூற்றுகளிலிருந்து நான் அடைகின்ற மகிழ்ச்சி யாது? என் வாழ்நாள் முழுவதையும் கழித்து வருகின்ற ஒரு நகரத்தில் நான் உணர்கின்ற துயரத்தை வாசகர்களுக்குச் சொல்வதற்கு எதற்காக நான் இவ்வளவு சக்தியை செலவழித்துக் கொண்டிருக்கிறேன்?

கடந்த நூற்றைம்பது வருடங்களில் *(1850–2000)* *ஹுசுன்* இஸ்தான்புல் நகரத்தை ஆதிக்கம் செலுத்தி வந்ததுமில்லாமல் அதன் சுற்றுப்புறங்களுக்கும் பரவிவிட்டது என்பதை ஐயமின்றிச் சொல்ல முடியும். நான் விளக்க முயன்றுகொண்டிருந்தது என்னவென்றால், எங்கள் *ஹுசுன்*னின் வேர்கள் ஐரோப்பியத் தனமானவை என்பதுதான்: இக்கருத்து முதலில் (அவர் நண்பர் நெர்வாலின் பாதிப்பில் கோத்தியெவினால்) ஆராயப்பட்டு, வெளிப்படுத்தப்பட்டு, பிரெஞ்சு மொழியில் கவிதைப் படுத்தப்பட்டது. ஆகவே நானும் எங்களுடைய துயர எழுத்தாளர்கள் நால்வரும் எதற்காக கோத்தியெவும் இதர மேலைநாட்டவரும் இஸ்தான்புல்லைப் பற்றி என்ன சொல்கிறார்கள் என்பதைப் பற்றி எதற்காக இந்தளவுக்கு அக்கறை எடுத்துக்கொள்கிறோம்?

25

மேற்கத்தியரின் பார்வையில்

நம்மைப் பற்றி அயல்நாட்டவர்களும் அந்நியர்களும் என்ன நினைக்கிறார்கள் என்பதைப் பற்றி நாமெல்லோருமே ஓரளவுக்குக் கவலைப்படுகிறோம். ஆனால் இக்கவலை நமக்கு வலியையும், யதார்த்தத்துடனான நமது உறவைக் குழப்பவும் செய்து, யதார்த்தத்தை விட முக்கியம் வாய்ந்ததாக ஆகிவிடும்போது, அது பிரச்சனையாகி விடுகிறது. பெரும்பாலான இஸ்தான்புல்வாசிகளைப் போலவும் என் நகரம் மேலைநாட்டவரின் பார்வையில் எப்படி இருக்கிறது என்று அறிந்துகொள்வது என்னை சலனப்படுத்துவதாகத்தான் உள்ளது. மற்றெல்லா இஸ்தான்புல் எழுத்தாளர்களைப் போலவும் ஒரு கண்ணை மேற்கை நோக்கியே வைத்துக்கொண்டிருக்கும் நான் சில நேரங்களில் குழப்பத்தில் அவதிப்படுகிறேன்.

இஸ்தான்புல்வாசிகள் தம்மை அடையாளம் கண்டுகொள்ளும்படியான ஒரு நகரத்தின் பிம்பத்தையும் இலக்கியத்தையும் அகமெத் ஹம்தி தம்பினாரும் யாஹியா கெமாலும் தேடிக்கொண்டிருந்தபோது அவர்கள் நெர்வால், கோத்தியெ ஆகியோரின் பயணக்குறிப்புகளைத்தான் கவனமாக அலசிப்பார்த்தனர். தம்பினாரின் *Five Cities* நூலில் உள்ள இஸ்தான்புல்லைப் பற்றிய பகுதி இருபதாம் நூற்றாண்டு நகரத்தைப் பற்றி இஸ்தான்புல்லைச் சேர்ந்த ஓர் எழுத்தாளர் எழுதியதிலேயே மிக முக்கியப் பதிவு என்று சொல்ல வேண்டும். அதனை நெர்வாலுடனும் கோத்தியெவுடனும் அவர் நிகழ்த்தும் விவாதம் என்றும் சொல்லலாம். சில நேரங்களில் இவ்விவாதம் சண்டையிடும் அளவுக்குக் கீழிறங்கி வந்த ஒரு கட்டத்தில் தம்பினார், இஸ்தான்புல்லிற்கு வருகை புரிந்திருந்த பிரெஞ்சு எழுத்தாளரும் அரசியல்வாதியுமான லாமெர்டைனைப் பற்றிக் குறிப்பிடுகிறார். அப்துல்மெஸிட்டைப் பற்றி ஆதியோட ந்தமாக அவர் விவரிக்கும் சித்தரிப்பைப் பற்றிச் சொல்லிவிட்டு, லாமெர்டைன் தனது *History of Turkey* (என் தாத்தாவின் நூலகத்தில் எட்டு பாகங்கள் கொண்ட அழகான பதிப்பைப்

பார்த்திருக்கிறேன்) அப்துல்மெஸிட்டின் பொருளாதார ஆதரவில்தான் வெளியிட்டிருப்பார் என்ற அவரது ஐயத்தையும் வெளிப்படுத்துகிறார். இவற்றைச் சொல்லும்போது அப்துல்மெஸிட்டைப் பற்றி நெர்வாலும் கோத்தியெவும் அவ்வளவு விஸ்தாரமாக எழுதாததற்குக் காரணம் அவர்கள் இருவரும் பத்திரிகைக்காரர்கள் என்கிறார். அவர்களுடைய வாசகர்கள் ஏற்கனவே அவரைப் பற்றி 'ஒரு தீர்மானத்திற்கு' வந்துவிட்டிருப்பவர்கள்; அவர்கள் எதைக் கேட்க வேண்டுமென்று விரும்புகிறார்களோ அதைத்தான் பயண எழுத்தாளர்கள் எழுதித் தீர வேண்டும் என்கிறார். கோத்தியெவுடன் வந்திருந்த ஓர் இத்தாலியப் பெண்ணின் மீது சுல்தான் அதீத அக்கறை காட்டினார் என்று கோத்தியெ எழுதுவது உள்நோக்கம் கொண்டது என்கிறார் தம்பினார் (பல மேலைநாட்டுப் பயணிகளும் இதைப்போல நிறைய எழுதியிருக்கிறார்கள்). ஆனால் கோத்தியெவையும் முற்றிலுமாக நிராகரிக்க முடியாது. ஏனென்றால் 'அந்தப்புரங்கள் நிறையவே அக்காலத்தில் இருந்தன என்பது உண்மைதானே' என்கிறார்.

மேலைநாட்டவரின் இத்தகைய எழுத்துக்களை வாசிக்கும் இஸ்தான்புல் இலக்கிய வாசகர்களுக்குச் சஞ்சலம் உண்டாவது இயல்பானதே. தேசமே மேலைமயமாக ஆவதற்கு முயன்றுகொண்டிருக்கையில் மேலை எழுத்தாளர்கள் என்ன எழுதுகிறார்களோ அதுவும் முக்கியத்துவம் பெற்று விடுகிறது. ஆனால் மேலை எழுத்தாளர் எவராவது மிகையாக எழுதும் போது, அந்த எழுத்தாளரைக் கொண்டாடும் ஓர் இஸ்தான்புல்வாசிக்கு, அவன் சார்ந்த கலாச்சாரத்தை ஓர் அயல் நாட்டவர் இகழ்வாகச் சொல்வதைக் கண்டு இதயம் நொறுங்கித்தான் போகிறது. ஆனால் 'மிகையாக'ச் சொல்லப்படுவது எதுவென்பதை எப்போதும் அறுதியிட்டும் சொல்லிவிட முடிவதில்லை. 'மிகையாக' நடந்துகொள்வதைத் தன் இயல்பிலேயே கொண்டிருக்கும் ஒரு நகரத்திற்கு வந்திருக்கும் ஓர் அந்நியர் எந்தவொரு விஷயத்தையாவது உன்னிப்பாகக் கவனித்தாரென்றால் அது பெரும்பாலும் யதார்த்தத்தை விட மிகையாக வீங்கிப்பருத்திருப்பதாகவே புலப்படும் அபாயம் இருக்கிறது. அந்நகரத்தின் இயல்பாகவே அது அங்கீகரிக்கப்பட்டும் விடுகிறது.

மேலைமயமாக்க முயற்சிகளும் அதனோடு சேர்ந்து எழத்தொடங்கி விட்ட துருக்கிய தேசியவாதமும் இந்த மேலை நாட்டவரின் அபிப்பிராயங்களை வரவேற்ற அளவுக்கு எதிர்க்கவும் செய்கின்ற சூழலை நாட்டில் ஏற்படுத்தியிருந்தன. பதினெட்டாம் நூற்றாண்டின் மத்தியிலிருந்து பத்தொன்பதாம் நூற்றாண்டு முடியும்வரை இஸ்தான்புல்லில் காலெடுத்து வைத்த பெரும்பாலான மேலைநாட்டுப் பயணிகளின் ஆர்வத்தைத் தூண்டிய விஷயங்கள் என்று சில இருந்தன; அந்தப்புரங்கள், அடிமை அங்காடி (மார்க் ட்வைன் அவரது *The Innocents Abroad*இல் விற்பனைக்கு வந்துள்ள சர்கேஷிய, ஜார்ஜியப் பெண்களின் எண்ணிக்கை, அவர்களுக்கான விலை விவரங்கள் முக்கியமான அமெரிக்க நாளிதழ்களின் வணிகச் செய்திகள் பக்கங்களில் விளம்பரமாக வருவதைப் போல கற்பனை செய்கிறார்), தெருவில் அலையும் பிச்சைக்காரர்கள், 'ஹமால்'கள் என்று அழைக்கப்படும் சுமைதூக்கிகள் சுமந்து செல்லும் நினைத்துப் பார்க்கவே முடியாதளவுக்கான பாரங்கள், (இந்தச் சுமைதூக்கிகள்

பல மீட்டர்கள் உயரத்திற்கு அடுக்கப்பட்ட தகரப் பெட்டிகளை முதுகில் சுமந்துகொண்டு கலாதா பாலத்தைக் கடந்து செல்கையில் அவர்களை ஐரோப்பியச் சுற்றுலாவாசிகள் புகைப்படம் எடுப்பதைப் பார்த்திருக்கிறேன். எங்களுக்கெல்லாம் அப்போது அவமானமாக இருக்கும். ஆனால் ஹில்மி ஷாஹேங்க் போன்ற இஸ்தான்புல் புகைப்படக்காரர்கள் அவர்களையே மையமாக வைத்து புகைப்படங்கள் எடுத்தபோது எங்களில் ஒருவருக்கும் ஆட்சேபம் ஏற்படவில்லை), துறவியர் மடங்கள் (நெர்வாலிடம் அவருடைய நண்பராகிவிட்ட ஒரு சுல்தான் 'இந்த ருஃபாய் துறவிகள் உடம்பில் கம்பிகளைக் குத்திச் செருகிக்கொண்டு அலைவார்கள், அவர்கள் மடத்துக்குப் போய்ப் பார்ப்பதெல்லாம் நேர விரயம்' என்றாராம்). வீட்டுக்குள் பூட்டிவைக்கப்பட்ட பெண்கள் என மேலை நாகரிகத்தில் ஆழ்ந்திருக்கும் இஸ்தான்புல்வாசிகளே கூட இவற்றையெல்லாம் அருவருப்பாகப் பார்த்தனர். ஆனால் இவற்றையே ஒரு மேலை எழுத்தாளர் இலேசாகக் கிண்டல் செய்து எழுதிவிட்டால் கூட அவர்களது தாய்நாட்டு கௌவரம் சீண்டப்பட்டு மனது ஒடிந்துவிடும்.

ஆனால் இந்த மேலைமயமான அறிவு ஜீவிகளுக்குப் புகழ்பெற்ற மேற்கத்திய எழுத்தாளர்களும் பதிப்பாளர்களும் தம்மை 'மேற்கத்தியர்கள் போலவே' இருப்பதாகப் பாராட்ட வேண்டுமென்ற ஏக்கம் நிறையவே உண்டு. மாறாக பீர் லோடி போன்ற எழுத்தாளர்கள் இஸ்தான்புல்லையும் துருக்கியர்களையும் மிகவும் நேசிப்பதற்கான காரணமாக வேறொன்றைக் குறிப்பிடுகிறார்கள்: அவர்களுடைய கீழைக் கலாச்சாரத் தனித்தன்மையையும் மேலைமயத்திற்கு ஆட்பட்டுவிடாமல் எதிர்த்து நிற்பதையுமே துருக்கியர்களின் பாராட்டுதற்குரிய குணாம்சமாக இந்த எழுத்தாளர்கள் சொன்னதும் பீர் லோடி துருக்கியர்கள் தமது

மரபுகளை மறந்து வருவதைக் குறித்து விமரிசித்ததும் இங்கு பெரும் அதிருப்தியை உண்டாக்கின. பீர் லோடியை வாசிப்பவர்கள்கூட குறைந்து போயினர். ஆனாலும் விசித்திரமாக அவரைப் படிக்கும் ஒரு சிலர்கூட இந்த மேலைநாட்டமுள்ள சிறுபான்மையினராகவே இருந்தனர். ஆனால் தேசம் ஏதாவது சர்வதேச சச்சரவில் சிக்கித் தவிக்கும்போது மட்டும் இந்த மேலைமயமான இலக்கிய மேட்டுக்குடிகள் பீர் லோடியின் 'துருக்கிய நேச' எழுத்துக்களின் செண்டிமெண்ட்டோடு ராசியாகிவிடுவார்கள்.

ஆந்த்ரே ழீத் 1914இல் துருக்கியில் மேற்கொண்ட பயணத்தின் பதிவுகள் எதிலும் இந்த 'துருக்கிய நேச' அருமருந்தைச் செருகி வைக்கவில்லை. மாறாக, அவர் துருக்கியர்களை வெறுப்பதாகச் சொல்லும்போது, அதனை அப்போது ஒரு புதிய மோஸ்தராக விளங்கிய பெருமிதம் பொங்கும் தேசியவாதத் தன்மையோடு கூறுவதாக இல்லாமல் ஓர் இன துவேஷ அவதூறாகத்தான் சொன்னார்: துருக்கியர்கள் அணியும் உடை அசிங்கமாக இருக்கிறது. ஆனால் இந்த இனத்தவருக்கு இதைவிட அழகாக அணிவதற்குத் தகுதி இல்லை. அவர் மேற்கொண்ட பயணங்கள் மேலை நாகரிகம், குறிப்பாக பிரெஞ்சு நாகரிகமே மற்றெல்லாவற்றையும் விட உயர்ந்ததென்று உணர்த்தியதாக எழுதுகிறார். அவரது *Marche Turque* முதலில் வெளியானபோது முன்னணி துருக்கிய கவிஞரான யாஹியா கெமால் அதில் குறிப்பிட்டிருந்த அவதூறுகளால் பெரிதும் புண்பட்டிருந்தாலும் இன்றைய எழுத்தாளர்களைப் போல அவற்றை உடனடியாக மறுத்து எதிர்வினையாற்றாமல், மற்ற துருக்கிய அறிவுஜீவிகளோடு சேர்ந்து உட்கார்ந்து அவர்கள் காயத்தை ஒரு குற்றமுற்ற காயத்தைப் போல ஒளித்து வைத்துத் தனியாக மனம் வெதும்பிக்கொண்டிருந்தார். அவர்கள் உள்மனதில் ழீதின் குற்றச்சாட்டில் உண்மை இருக்குமோ என்று தோன்றியிருக்கக் கூடும். ழீதின் புத்தகம் வெளிவந்து ஒரு வருடம் கழித்து, துருக்கியின் மகத்தான மேலை நேசரான அடாதுர்க், மேலைப் பாணியில் இல்லாத எல்லா உடைகளுக்கும் தடை விதித்து உடைப்புரட்சியை ஏற்படுத்தினார்.

மேலைநாட்டு விமரிசகர்கள் என் நகரத்தை இழிவாகப் பேசும்போது பெரும்பாலும் அவர்களோடு நான் உடன்படுவதாகவே உணர்வேன். இஸ்தான்புல்லின் அழகு, அதன் விநோதங்கள், வியப்பூட்டும் தனித்துவம் பற்றியெல்லாம் கருணையோடு சிலாகிக்கும் பீர்லோடியின் எழுத்தைவிட அவர்களின் நிர்தாட்சண்யமிக்க நேர்மை எனக்குப் பிடித்திருக்கிறது. பெரும்பாலான மேலைப் பயணிகள் இந்நகரத்தை அதன் அழகுக்காகவும் இதன் மக்களை அவர்களின் இனிமைக்காவும் புகழ்வார்கள். ஆனால் அப்புகழ்ச்சி துல்லியமாக இருப்பதில்லை. மேம்போக்கான அபிப்பிராயங்களாகவே அவை இருக்கும். பத்தொன்பதாம் நூற்றாண்டின் மத்தியில் இஸ்தான்புல்லைப் பற்றிய ஓர் அமோகமான தோற்றத்தை ஆங்கில, பிரெஞ்சு இலக்கியங்கள் ஏற்படுத்தின. துறவியர் மடங்கள், மாபெரும் தீ விபத்துகள், அலங்காரமிக்க கல்லறைகள், அரண்மனை, அந்தப்புரம், பிச்சைக்காரர்கள், தெருவில் அலையும் நாய்கள் கூட்டம், மதுவிலக்கு, பெண்களை ஒதுக்கி மறைத்து வைத்திருப்பது, நகரத்தின் மீது கவிந்திருக்கும் ஒரு மர்மத்தன்மை, பாஸ்ஃபரஸ் சுற்றுலா, நகரின் அழகான தூரக்காட்சி – இவையனைத்தும் இந்நகருக்கு ஒரு மாயக் கவர்ச்சியை

அளித்திருக்கின்றன. இந்நகருக்கு வருகை தரும் எழுத்தாளர்கள் ஒவ்வொரு முறையும் ஒரே இடங்களில் தங்கி, ஒரே இடங்களுக்குச் சென்று, ஒரே வழிகாட்டிகளை அமர்த்தி, அவர்கள் பிரமையைக் குலைத்துவிடும் எதனையும் பார்க்காமலேயே ஒவ்வொரு முறையும் தமது பயணங்களை முடித்துக்கொண்டு சென்றிருக்கிறார்கள். புதிய தலைமுறை பயணிகளுக்கு ஆட்டமன் சாம்ராஜ்ஜியம் தகர்ந்துகொண்டிருக்கும் நிதரிசனம் மெதுவாக புலப்படத் தொடங்கியதும் ஆட்டமன் ராணுவத்தின் வெற்றி ரகசியம், அரசின் மறைமுக செயல்திட்டங்கள் பற்றியெல்லாம் வியப்புறுவதை நிறுத்திக்கொண்டு, இஸ்தான்புல்லை ஓர் அச்சுறுத்துகின்ற, எளிதில் ஊடுருவிட முடியாத கோட்டையாகப் பார்க்காமல், வினோதமும் வியப்பும் அளிக்கக்கூடிய ஒரு சுற்றுலாக் கவர்ச்சியாக அணுகத் தொடங்கினர். அவர்களுக்கும் ஆழமாகச் சென்று பார்ப்பதில் ஆர்வம் இருக்கவில்லை. அவர்களின் முன்னோர்களைப் போலவே ஒரே மாதிரியான விஷயங்களையும் இஸ்தான்புல்லிற்குப் பயணம் மேற்கொண்டதே ஓர் அரிய சாதனை என்பதைப் போலவும் எழுதி முடித்துக்கொண்டார்கள்.

ரயில்களும் நீராவிப் படகுகளும் இஸ்தான்புல்லை மேற்குலகிற்கு அருகில் கொண்டு சென்றுவிட்டதால், நகரின் தெருக்களில் மேலைநாட்டவர்களின் நடமாட்டம் திடீரென்று அதிகரித்துவிட்டது. இவ்வளவு மோசமானதொரு இடத்திற்கு எதற்காக இவர்களெல்லாம் வருகிறார்கள் என்று உள்ளூர்வாசிகள் சிலருக்குப் பெரும் வியப்பு. இந்தப் பயணிகளின் பாவனைகளில் அறியாமையும் கற்பனை ஊகங்கள் பேச்சிலும் நினைப்பிலுமாக வெளிப்பட்டது. அதனால்தான் ஆந்த்ரே ழீத் போன்ற மிகவும் 'பண்பட்ட' எழுத்தாளர்கள் கூட கலாச்சார வேறுபாடுகளையும் உள்ளூர் மரபுகள், சடங்குகளின் அர்த்தங்களையும் அவற்றினிடையே

இஸ்தான்புல்

பொதிந்திருக்கும் சமுதாய கட்டமைப்புகளையும் தெரிந்துகொள்ளும் முனைப்பின்றி மேம்போக்கான, தன்னிச்சையான அபிப்பிராயங்களை முற்றாய்ந்த முடிவுகளாக எழுதிவைத்தனர். மூீதைப் பொறுத்தவரை, ஒரு சுற்றுலாப் பயணியாக அவருக்கு இந்நகரம் சுவாரஸ்யத்தையும் கவர்ச்சியையும், கொண்டாட்டங்களையும் அளிப்பதாக இருக்க வேண்டும். நகரத்தைப் பற்றிச் சுவையாகச் சொல்வதற்கு எதுவும் இல்லாததால் இருவரும் இவரைப் போன்ற மற்ற எழுத்தாளர்களும் இந்நகரை சலிப்பூட்டுகிற, அசுவாரஸ்யமான ஸ்தலமாகச் சித்தரிக்க முற்பட்டனர். அவர்களுடைய ராணுவ, பொருளாதார ஆதிக்க மனப்பான்மையை மறைத்துக்கொள்ளும் நாசூக்கு கூட இந்த மேலை அறிவுஜீவிகளின் பேச்சில் தென்படவில்லை. அவர்களைப் பொறுத்தவரை உலக மனித இனத்திற்கு மேற்குலகம்தான் வழிகாட்டி. அவர்கள் நிர்ணயித்திருக்கும் தரத்தைத்தான் மற்றவர்கள் எட்ட வேண்டும்.

இந்த எழுத்தாளர்கள் இஸ்தான்புல்லுக்கு வந்த போது அடாதுர்க் யுகத்தின் மேலைமயமாக்க சீர்திருத்தங்களால் இஸ்தான்புல்லின் பழங்கவர்ச்சி மறைந்துவிட்டிருந்தது; சுல்தான்கள் ஒழிக்கப்பட்டு, அந்தப்புரங்களும் துறவியர் மடங்களும் மூடப்பட்டு, மரவீடுகளும் இதர சுற்றுலா ஸ்தலங்களும் இடித்துத் தள்ளப்பட்டு, ஆட்டமன் சாம்ராஜ்யத்தை துருக்கிய குடியரசு இடம்பெயர்த்திருந்தது. முக்கியமான வெளிநாட்டவர் எவரும் இஸ்தான்புல்லுக்கு வருகைபுரிந்து நீண்டகாலமாகி விட்டதால், உள்ளூர் நிருபர்கள் ஹில்டன் ஹோட்டலுக்கு எந்த வெளிநாட்டுக்காரராவது வந்தால் அவரைப் பேட்டி கண்டு வெளியிட்டார்கள். அச்சமயத்தில்தான் ரஷிய – அமெரிக்கக் கவிஞர் ஜோசப் பிராட்ஸ்கி வந்திருந்தார். *நியூயார்க்கர்* இதழில் *'Flight From Byzantium'* என்றொரு நெடுங்கவிதையும் எழுதினார். அதற்கு முன்பு அவர் எழுதிய ஐஸ்லாந்து பயணநூலை ஆடென் கடுமையாக விமரிசித்திருந்ததாலோ என்னவோ அவர் இஸ்தான்புல்லுக்கு (விமானத்தில்) வந்ததற்கான காரணங்களை நீளமாகப் பட்டியலிட்ட படி இக்கவிதையைத் தொடங்கியிருந்தார் அச்சமயத்தில் நான் நகரத்திலிருந்து வெகுதூரம் விலகி வசித்து வந்ததால் அதைப்பற்றி நல்ல விஷயங்களை மட்டுமே வாசிக்க விரும்பினேன். அதனால் அவரது கிண்டல் என்னைப் பெரிதும் புண்படச் செய்வதாக இருந்தது. ஆனால், "இந்நகரத்தில் இருக்கும் எல்லாமே வழக்கொழிந்து போனவையாக உள்ளன! பழையவையோ புராதனமானவையோ தொன்மையானவையோ பழம்பாணியிலானவையோ அல்ல – வழக்கொழிந்தவை!" என்று பிராட்ஸ்கி எழுதியதைப் படித்தபோது மகிழ்ந்தேன். அவர் சொல்வது உண்மைதான். சாம்ராஜ்யம் வீழ்ந்ததும் புதிய குடியரசு தனது அடையாளத்தை எப்படி நிறுவிக்கொள்வது என்ற நிச்சயமின்மையால் ஒரு நவதுருக்கியத்துவத்தை உருவாக்கியது. அதாவது உலகின் பிற பகுதியிலிருந்த துண்டித்துக்கொண்டு ஓர் அணிசேரா நாடாகத் தன்னை மாற்றிக்கொள்வது இதனால் பேரரசு காலத்தின் பன்மொழி, பன்மைக் கலாச்சார இஸ்தான்புல் கருப்பு வெள்ளையில் மாறுபாடுகளற்ற, சமச்சீரான, ஒருமொழி நகரமாக மாறிப்போனது.

சிறுவனாக நான் கண்டிருந்த பன்மைக்கலாச்சார இஸ்தான்புல் நான் வாலிப வயதை எட்டியபோது காணாமற்போயிருந்தது. 1852இல் அன்றைய மற்ற பயணிகளைப் போலவே கோத்தியெவும் இஸ்தான்புல் நகர வீதிகளில் ஒலிக்கும் பல தேசத்து மொழிகளைக் குறிப்பிட்டு வியந்திருப்பார்: துருக்கிய, கிரேக்க, ஆர்மீனிய, இத்தாலிய, பிரெஞ்சு, ஆங்கில மொழிகளோடு மத்திய கால ஸ்பானிய, யூதர்களின் லாடினோ கூட இஸ்தான்புல்லில் கேட்கக் கிடைத்தது' என்கிறார்.

'இஸ்தான்புல் எனும் இந்த 'பேபல் கோபுர'த்து மக்கள் பல மொழிகளைச் சரளமாகப் பேசுவதைக் கேட்கையில் எனது தாய்மொழியைத் தவிர வேறெந்த மொழியையும் கற்றுக்கொள்ளாமல் இருப்பதற்காக வெட்கப்படுகிறேன்.'

குடியரசு நிறுவப்பட்டவுடன் துருக்கியமாதல் ஆவேசத்துடன் தலையெடுத்தது. சிறுபான்மையினர் மீது அரசாங்கம் பலவிதத் தடைகளை விதித்தது. இந்நடவடிக்கைகளைச் சிலர் 'நகரம் வெற்றி கொள்ளப்பட்டதன் கடைசிக் கட்டம்' என்றும் மற்றும் சிலர் 'இன சுத்திகரிப்பு' என்றும் அப்போது வர்ணித்தனர். இந்நடவடிக்கைகளால் பெரும்பாலான மொழிகள் இஸ்தான்புல்லிலிருந்து மறைந்தன. இந்தக் கலாச்சார சுத்திகரிப்பு நடவடிக்கைகளைச் சிறுவனாக இருந்தபோது கண்ணெதிரே பார்த்திருக்கிறேன். தெருவில் யாராவது சத்தமாக கிரேக்க மொழியிலோ ஆர்மீனிய மொழியிலோ பேசினால் (இச்சமயத்தில் குர்துகள் தமது மொழியில் பகிரங்கமாகப் பேசிக் கேட்டதில்லை) "துருக்கி மொழியில் பேசுங்கள் குடிமக்களே!" என்று தெருவில் உள்ளவர்களில் யாராவது ஒருவர் சத்தமான குரலில் அவர்களை அடக்குவார்கள். 'துருக்கி மொழியில் பேசுங்கள் குடிமக்களே' என்ற வாசகம் அப்போது பிரசித்தமானது. எல்லா இடங்களிலும் இவ்வாசகம் சுவரொட்டிகளில் காணப்படும்.

சற்றும் நம்ப முடியாத மேலைநாட்டு பயண எழுத்தாளர்கள் மீது நான் கொண்டிருப்பது வெறுப்பு என்றோ அங்கீகரிப்புக்கான ஏக்கம் என்றோ வகைப்படுத்திவிட முடியாது. பொது இடங்களில் இஸ்தான்புல் நகரவாசிகளின் நாகரிகமற்ற நடத்தை பற்றி உள்ளூர் செய்தியாளர்கள் எழுதிய கட்டுரைகள், இதுசம்மந்தமான அரசாங்க தஸ்தாவேஜுகளைத் தவிர, இருபதாம் நூற்றாண்டின் தொடக்கம் வரை தமது நகரத்தைப் பற்றி இஸ்தான்புல்வாசிகள் எதுவுமே எழுதியதில்லை எனலாம். ஓர் உயிருள்ள நகரத்தைப் பற்றி, அதன் தெருக்களைப் பற்றி, அதன் வாசனைகள், அதன் தினசரி வாழ்வின் பல்வேறு வகைமைகள் பற்றி எழுதிவைத்த எழுத்துக்கள் மட்டும்தான் பேச முடியும். ஆனால் பல நூற்றாண்டுகளாக இவற்றைப் பற்றி மேற்கத்திய எழுத்தாளர்கள் எழுதியவை மட்டுமே இருக்கின்றன. 1850களில் இஸ்தான்புல்லின் தெருக்களும் மக்கள் எப்படி உடையணிந்து கொண்டிருந்தார்களென்றும் நாம் தெரிந்துகொள்ள வேண்டுமென்றால் நாம் து கேம்ப்பின் புகைப்படங்களையும் மேலை கலைஞர்களின் செதுக்கோவியங்களையும்தான் பார்த்துத் தெரிந்துகொள்ள வேண்டும். நான் பிறந்ததிலிருந்து பார்த்து வருகின்ற இந்த நகரத்தின் வீதிகளில், நிழற்சாலைகளில், சதுக்கங்களில் நான் பிறப்பதற்கு நூறு,

இருநூறு நானூறு வருடங்களுக்கு முன்னால் என்ன நடந்துகொண்டிருந்தது என்று தெரிந்துகொள்ள, இன்றைய சதுக்கங்களில் எவ்வெவை அப்போது காலியிடங்களாக இருந்ததென்றும் இன்று காலியிடங்களாக உள்ள எந்தெந்த இடங்கள் அப்போது விளைநிலங்களாக இருந்ததென்றும் தெரிந்துகொள்ள, ஆட்டமன் ஆவணக்காப்பகங்களின் இருட்டு மூலைகளில் பல வருடங்களைச் செலவழிப்பதைத் தவிர எனக்கிருக்கும் ஒரே வழி இந்த மேலைநாட்டு எழுத்தாளர்கள் எழுதிவைத்திருப்பதைப் படித்துத் தெரிந்துகொள்வது மட்டும்தான்.

வால்டர் பெஞ்சமின் தனது *The Returmn of the Flaneur*–இல் ஃபிரான்ஸ் ஹெஸலின் *Berlin Walks* நூலை அறிமுகப்படுத்திவிட்டுச் சொல்கிறார்: “நகரங்களைக் களமாக வர்ணித்து எழுதப்பட்டவை அனைத்தையும் அவற்றை எழுதியவர்களின் பிறப்பிடத்தை அடிப்படையாக வைத்து இரண்டு குழுக்களாகப் பிரித்தோமென்றால், தனது பிறந்த ஊரைப் பற்றி எழுதியிருப்பவர்கள் மிகவும் சிறுபான்மையினராகத்தான் இருப்பார்கள்.” பெஞ்சமின் சொல்வது என்னவென்றால் வெளியிலிருந்து ஒரு நகரத்திற்கு வந்து பார்ப்பதென்பது திணைப்புறம்பான அனுபவமாகவும் பார்ப்பதெல்லாம் சித்திர அழகோடும் இருக்கும்; ஆனால் ஒரு சொந்த ஊர்க்காரனுக்கு இந்த இணைப்பு எப்போதும் ஞாபகங்களால் மட்டுமே நெய்யப்பட்டதாயிருக்கும்.

நான் வர்ணிப்பதெல்லாமே கடைசியில் இஸ்தான்புல்லுக்கே உரித்தானதென்று சொல்ல முடியாததாயிருக்கலாம். மொத்த உலகமும் மேலை மயமாக்கிக் கொண்டு வருகையில் இது தவிர்க்க முடியாததுதான்.

அதனால்தான் மேலைநாட்டவரின் வர்ணிப்புகளை அவை வேறு எவருடைய அயலகக் கனவுகளோவென்று தள்ளிநின்று வாசிக்காமல், எனது சொந்த ஞாபகக் குறிப்புகளாகவே கருதி நெஞ்சுக்கருகில் வைத்துப் படிப்பதுண்டு. சில விவரிப்புகளை வாசிக்கும்போது சந்தோஷமாக இருக்கும். அதனை நானும் கவனித்திருக்கிறேன். ஆனால் இதுவரை குறிப்பிட்டதில்லையே என்று எண்ணும்போது, என் ஊரைச் சேர்ந்த வேறுயாரும் கூட எழுதவில்லையே என்று தோன்றும். சிறுபிள்ளையாக இருந்ததிலிருந்து கலாதா பாலத்தின் மீது செல்லும்போது வாகனங்களின் பாரத்தில் அது மெலிதாக ஊஞ்சலாடுவதைக் கவனித்திருந்தாலும் நட் ஹாம்ஸன் குறிப்பிடும்போதுதான் எழுத்தில் அதை ரசித்தேன். அதேபோலக் கல்லறைத் தோட்டங்களில் நெருக்கமாக நின்றிருக்கும் சைப்ரஸ் மரங்கள் உண்டாக்கும் இருண்மையை ஹான்ஸ் கிரிஸ்டியன் ஆண்டர்ஸனின் வர்ணிப்பில் மீண்டும் அனுபவித்துணர்ந்தேன். இஸ்தான்புல்லை அந்நியர் ஒருவரின் பார்வையில் பார்ப்பது எப்போதுமே எனக்கு மகிழ்ச்சியளிக்கிறது. அது தேசியவாதம் என்ற குறுகிய கண்ணோட்டத்திலிருந்தும் ஒப்புரவுக்கான கட்டாயங்களிலிருந்தும் என்னை விடுவிப்பதாயிருக்கிறது. அவர்களின் வர்ணிப்புகள் சிலநேரங்களில் துல்லியமாக அமைந்துவிடும் (அதனால் எனக்கு சங்கடமாகக்கூட இருக்கும்). அந்தப்புரங்கள், ஆட்டமன் உடைகள், ஆட்டமன் சடங்குகள் போன்றவற்றை அவர்கள் பழுதின்றி விவரிக்கும் போது அவை எனது சொந்த அனுபவத்திலிருந்து தூர விலகி இருக்கும்;

அவர்கள் எனது நகரத்தைப் பற்றிப் பேசவில்லை, வேறு யாருடைய ஊரைப் பற்றியோ சொல்கிறார்களென்று நினைத்துக்கொள்வேன். மேலைமயமாக்கம், எனக்கும் இதர லட்சக்கணக்கான இஸ்தான்புல்வாசிகளுக்கும் எங்களது கடந்த காலத்தையே அயலகத்திற்குரியதைப் போலப் பார்க்கவும் ரசிக்கவும் செய்துவிடுகிறது.

நகரத்தைப் பல்வேறு கோணங்களிலிருந்து பார்த்து, அதனுடனான என் உயிர்த் தொடர்பைப் பராமரித்துக்கொள்வதற்காகச் சிலநேரங்களில் என்னை நானே ஏமாற்றிக்கொள்வதுண்டு. வெளியில் செல்லாமல், அந்த மற்றொரு வீட்டில் பொறுமையாகக் காத்துக்கொண்டிருக்கும் அந்த மற்றொரு ஓரானைக் கூட கவனிக்காமல் என் நகரத்தைப் பற்றியே யோசனையில் ஆழ்ந்திருக்கும்போது, இந்த இடம் என் மூளையைக் கல்லாக்கி விடுமென்று தோஂறும். இந்தத் தனிமை என் பார்வையின் வேட்கையைக் கொன்றுவிடுமென்று கவலையாக இருக்கும். பிறகு எனக்கு நானே சமாதானப்படுத்திக்கொள்வேன்: மேலைநாட்டவரின் பயண நூல்களை வாசித்து வாசித்து, இந்நகரத்தை ஒரு வெளிநாட்டவன் பார்ப்பதைப் போலவே நானும் பார்க்கிறேன் என்று சொல்லிக்கொள்வேன். எப்போதும் மாறாமல் இருக்கும் சில பிரதான சாலைகள், குறுக்குத் தெருக்கள், எப்படியோ இன்னும் நின்றுகொண்டிருக்கும் மரவீடுகள், தெரு வணிகர்கள், வெற்றான வெளிகள், *ஹுசுன்* பற்றியெல்லாம் படிக்கும்போது, இந்த மேலைநாட்டு அந்நியர்கள் என் சொந்த ஞாபகங்களைத்தான் எழுதியிருக்கிறார்கள் என்று என்னை நம்பவைத்துக்கொள்ள முயல்வேன்.

மேலைநாட்டவர்கள் இஸ்தான்புல் மீது அவர்களது கீழைத்தேயம் பற்றிய பிரமைகளையும் கற்பனைகளையும் பொருத்தி வைத்து என்னதான் எழுதினாலும் இறுதியில் அவை எதுவும் இஸ்தான்புல்லை இழிவுபடுத்துவதாக இல்லாதிருப்பதற்குக் காரணம், எமது தேசம் ஒருபோதும் மேலைநாடுகளின் காலனியாக இல்லாதிருந்ததே. எனவே கோத்தியெ துருக்கியர்களைப் பற்றிக் குறிப்பிடுகையில் தீவிபத்து போன்ற பேரழிவுகள் நிகழும்போது கூட இவர்கள் அழுவதேயில்லை (பிரெஞ்சுகாரர்கள் நிறைய அழுவார்கள் !), துயரங்களைக் கௌரவமாக எதிர்கொள்கிறார்கள் எனும்போது மட்டும் அவரோடு நான் முரண்படவேண்டியிருக்கிறது. அவர் இழிவாக எதுவும் சொல்லிவிடவில்லைதான். ஆனால் கோத்தியெவை வாசிக்கும் ஒரு பிரெஞ்சு வாசகனுக்கு, அப்படியென்றால் இஸ்தான்புல்வாசிகளால் ஏன் அவர்களது *ஹுசுன்* வலையிலிருந்து மீண்டெழுந்து வரமுடிவதில்லையெனக் குழப்பமாக இருக்கும்.

இஸ்தான்புல்லைப் பற்றி எழுதிய மேலைநாட்டவர்களை வாசிக்கும்போது எனக்குண்டாகும் துயரம், அவர்கள் எழுதியதற்குப்பின் நிகழ்ந்தவைகளை நினைத்துப் பார்க்கும் போதுதான் ஏற்படுகிறது. இவர்கள் – இவர்களில் சிலர் அபாரமான எழுத்தாளர்கள் – குறிப்பிட்ட, மிகையாகச் சித்தரித்திருந்த பல விஷயங்கள், இவர்களால் எழுதப்பட்டு அச்சாகி வந்த சில வருடங்களுக்குள்ளாகவே இஸ்தான்புல்லிலிருந்து மறைந்து போய்விட்டன. இந்த மேலைநாட்டவர் எவ்வெவையெல்லாம் இஸ்தான்புல்லிற்கு அழகையும் தனித்துவத்தையும் அளித்து, மேலை நகரங்களிலிருந்து வேறுபடுத்திக் காட்டுகின்றனவென்று எழுதினார்களோ அவற்றையெல்லாம் இந்நாட்டின் 'மேலைப்பண்பு' கொண்டிருப்பவர்கள் என்று நம்பப்படும் சீர்திருத்தவாதிகள் ஒவ்வொன்றாகத் துடைத்தழித்து இஸ்தான்புல்லை 'சுத்தமாக்கி' வைத்தார்கள்.

அவற்றில் சில:

பத்தொன்பதாம் நூற்றாண்டு வரை மேலை நாட்டவருக்குப் பெரும் ஆர்வத்தையளித்து வந்தவர்கள் சுல்தான்களின் மெய்க்காப்பாளர்களான 'ஜானிஸரி'கள். அவர்கள் முதல் வேலையாகக் கலைக்கப்பட்டனர். மற்றோர் ஆர்வமையமான 'அடிமைகள் அங்காடி', அவற்றைப் பற்றி மேலைநாட்டவர் எழுதத் தொடங்கியவுடனேயே ஒழிக்கப்பட்டது. கையில் குறடுகளை வைத்து வீசிக்கொண்டு அலைந்துகொண்டிருந்த ருஃபாய் துறவிகளும் மெவ்லெவி துறவியர் மடங்களும் குடியரசு மலர்ந்தவுடனேயே காணாமற்போயின(ர்). ஆந்த்ரே ழீத் இழிவாக எழுதியதைப் பார்த்தவுடனேயே அதற்கு முன் பல மேலைநாட்டு ஓவியர்களால் எண்ணற்ற ஓவியங்களில் இடம்பெற்றிருந்த ஆட்டமன் பாணியிலான உடைகள் தடைசெய்யப்பட்டன. அந்தப்புரம் என்ற விஷயம் மூடப்பட்டது. ஃபிளாபெர்ட் தன் நண்பருக்கு எழுதிய கடிதத்தில் அவரது பெயரை அழகான எழுத்தோவியமாக இஸ்தான்புல்லில் எழுதிக்கொள்ளப் போவதாக எழுதி எழுபத்தைந்தாண்டுகள் கழித்து துருக்கியில் எழுத்துச் சீர்திருத்தம் அமலாக்கப்பட்டு அராபிக்கிலிருந்து லத்தீன் வரிவடிவத்திற்கு மாற்றப்பட்டது; அதனோடு துருக்கிக்கென்றிருந்த தனித்துவமான

புறப்பண்புநயமும் மறைந்து போயிற்று. இவையெல்லாவற்றையும் விட இஸ்தான்புல்வாசிகளைப் பெரிதும் பாதித்த இழப்பென்பது நகரின் நந்தவனங்களிலிருந்து கல்லறைகளையும் சமாதிகளையும் அப்புறப்படுத்தியதுதான். அங்கிருந்த சைப்ரஸ்கள் வெட்டி வீழ்த்தப்பட்டன. அச்சுறுத்தும்படியாக உயர்ந்த மதிற்சுவர்கள் அங்கே எழுப்பட்டன. பழைய அமெரிக்கக்காரர்களைப் போல இருப்பதாக பிராட்ஸ்கி குறிப்பிட்ட 'ஹமால்' வண்டிகள், அயல்நாட்டவரால் பாராட்டப்பட்டவுடனேயே மறைந்துபோயின.

நகரத்தின் ஒரேயொரு தனிச்சிறப்பு மட்டும் மேலைப் பார்வையின் உக்கிரத்திற்கு அடிபணிந்த மறையாமல் இன்னும் நீடித்திருக்கிறது: அவை தெருக்களில் இன்னமும் அலைந்துகொண்டிருக்கும் நாய்கள். மேலை ராணுவ ஒழுக்கக் கட்டுப்பாடுகளுக்கு ஒத்துவராததால் ஜானிஸரிகளை இரண்டாம் மஹமத் கலைத்துவிட்டு, அடுத்து தனது

கவனத்தை தெருநாய்களின் பக்கம் திருப்பினார். இம்முயற்சியில் மட்டும் அவரால் வெற்றியடைய முடியவில்லை. அரசியலமைப்பு ராஜ்ஜியத்திலும் மற்றொரு ‘சுத்திகரிப்பு’ முயற்சி நடைபெற்றது. தெருநாய்கள் பிடிக்கப்பட்டு ஸிவ்ரியாதாவில் கொண்டுவிடப்பட்டன. இந்த வேலையை ஜிப்ஸிகளைக் கொண்டு அரசு நிறைவேற்றியது. ஆனால் சில நாட்களிலேயே இந்த நாய்கள் தமது சொந்த ஊருக்கு எப்படியோ வழிதேடிக் கொண்டு வந்து சேர்ந்துவிட்டன. பிரெஞ்சுக்காரர்களுக்கு இந்த நாய்கள் கூட்டம், அவற்றைப் பிடித்து ஸிவ்ரியாதாவில் விட்டு வருவது எல்லாமே அதிசய கண்கொள்ளக் காட்சியாக இருந்தன. சில வருடங்கள் கழித்து சார்த்தர் கூட இதைப் பற்றி நகைச்சுவையாக அவரது நாவல் *The Age of Reason* இல் எழுதினார்.

மாக்ஸ் ஃபிரஷ்டர்மன் என்ற ஓவியர் இந்த நாய்களின் தனித்துவ அழகைத் தனது ஓவியங்களில் தொடர்ந்து தீட்டிவந்திருக்கிறார். இருபதாம் நூற்றாண்டின் தொடக்கத்தில் அவர் தீட்டிய இஸ்தான்புல் காட்சி ஓவியங்களில் துறவிகள், கல்லறைத் தோட்டங்கள், மசூதிகளை எவ்வளவு கவனமாக அவர் இடம்பெறச் செய்தாரோ அந்தளவுக்குத் தெரு நாய்களுக்கும் தனது ஓவியங்களில் இடமளித்து வந்தார்.

Les chiens des rues.
Le déjeuner.
Souvenir de
Photogr. Abdullah.

26

இடிபாடுகளின் *ஹுசுன்*: நகரின் வறிய பகுதிகளில் தம்பினாரும் யாஹியா கெமாலும்

தம்பினாரும் யாஹியா கெமாலும் இஸ்தான்புல்லின் வறிய பகுதிகளில் ஒன்றாக நீண்டநேரம் உலவுவது வழக்கம். இரண்டாம் உலகப் போரின் சமயத்தில் இதை நினைவு கூர்ந்த தம்பினார் 'கோச்சாமுஸ்தஃபா – பாஷாவிலிருந்து நகரின் எல்லைச் சுவர்கள் வரை பரந்து விரிந்திருக்கும். இந்தப் பாவப்பட்ட தரித்திரப் பிரதேசத்தில் உலவச் சென்று நான் கற்றுக்கொண்டது ஏராளம்' என்கிறார். 1853ஆம் வருட வாக்கில் இந்நகரத்தின் மீது கவிந்த சோகத்தை இப்பகுதியில்தான் கோத்தியெ உணர்ந்திருக்கிறார். 'ஆர்மிஸ்டைஸ்' என்றழைக்கப்படும் முதலாம் உலகப் போர் நிறுத்த வருடங்களில்தான் தம்பினாரும் யாஹியா கெமாலும் அவர்களுடைய நகர உலாவைத் தொடங்கினர். அதாவது அவர்கள் பெரிதும் மதித்த நெர்வாலும் கோத்தியெவும் வந்து சென்றதற்கு எழுபது வருடங்கள் கழித்து ஆட்டமன் சாம்ராஜ்யம் பால்கன் பகுதியிலும் மத்திய கிழக்கிலும் தனது பிரதேசங்களை மெதுவாக இழந்து கொண்டிருந்த காலகட்டம் அது. பேரரசாக விளங்கிய ஆட்டமன் சாம்ராஜ்யம் சிறுகச்சிறுகத் தேய்ந்து முற்றாக காணாமற்போனது விரைவிலேயே நிகழ்ந்தது. இஸ்தான்புல்லைச் செழிப்படையச் செய்துகொண்டிருந்த வருமானங்கள் நின்று போயின. முதல் உலகப் போர் பலிகொண்ட எண்ணிக்கை ஆயிரங்களிலிருந்து பல்லாயிரங்களாக உயர்ந்தது. புதிய பால்கன் குடியரசு நாடுகளில் மேற்கொள்ளப்பட்ட இனச்சுத்திகரிப்பின் விளைவாக முஸ்லிம் அகதிகளின் வருகை கூடிக்கொண்டே வந்தது. அகதிகள் எண்ணிக்கை கூடினாலும் நகரத்தின் மக்கள்தொகையும் அதன் செல்வங்களும் குறைந்துகொண்டே வந்தன. அதே நேரத்தில் ஐரோப்பாவும் மேற்குலகும் அபாரமான தொழில் நுட்ப முன்னேற்றங்களால்

அசுரவளர்ச்சி காண ஆரம்பித்தன. இஸ்தான்புல்லின் ஏழ்மை மென்மேலும் அதிகரிக்க, உலகில் அதற்கென்றிருந்த முக்கியத்துவம் கைவிட்டுப் போகத் தொடங்கியது. வேலையின்மை பெரும் பாரமாக அழுத்த, இஸ்தான்புல் உலகின் பார்வையில் ஒதுக்கமான இடமாகிப்போனது. சிறுவனாக இருந்தபோது ஒரு மகத்தான உலகத் தலைநகர் என்றழைக்கப்பட்ட ஒரு நகரத்தில் வாழ்வதாகவே எனக்குத் தோன்றாமல், ஒரு வறிய நாட்டுப்புற நகரத்தில் இருப்பதைப் போலத்தான் உணர்ந்திருக்கிறேன்.

'நகரின் ஏழ்மைப் பகுதிகளினூடாக ஓர் உலா'வை தம்பினார் எழுதியபோது அதில் அவரது சமீபத்தைய அனுபவங்களையும் அவரது முந்தைய உலாக்களையும் பற்றி மட்டும் வர்ணிக்கவில்லை. இஸ்தான்புல்லின்

ஏழைகளையும் கவனிப்பாரற்ற ஒதுக்கமான இடங்களையும் பரிச்சயப்படுத்திக்கொள்வதற்காக அவர் அங்கு செல்லவில்லை. ஒரு வறிய நாட்டில், உலகின் பார்வையில் ஒரு பொருட்டாகத் தெரியாத ஒரு நகரத்தில் வாழ்ந்துவருகிறோம் என்ற யதார்த்தத்தைக் கௌரவப்படுத்திக் கொண்டு, தன்னை அதற்கு ஒப்புக்கொடுப்பதற்காகவே இப்பகுதிகளில் அவர் பயணித்து வந்திருக்கிறார். இந்த தரித்திரப் பகுதிகளையும் ஒரு நிலப் பகுதியாக மதித்து ஆராய்வதென்பது இஸ்தான்புல்லும் துருக்கியும் கூட உண்மையில் தரித்திரப்பகுதிகள்தான் என்ற உண்மையைப் பறை சாற்றுவதுதான். சிறுவயதிலேயே நான் அறிந்திருந்த எரிந்து கருகிய தெருக்களையும் இடிபாடுகளையும் சிதிலமான சுவர்களையும் தம்பினார் விஸ்தாரமாக வர்ணிக்கிறார். இப்பகுதிகளில் நடந்து செல்கையில் ('அந்தப்புரத்திலிருந்து எழும் கிளுகிளுப்பான குரல்களைப் போல' என்று தம்பினார் குறிப்பிடுகிறார்.) இன்னும் சேதப்படுத்தப்படாமல் முழுசாக நின்றுகொண்டிருக்கும் அப்துல்ஹமித் காலத்திய 'பெரிய மரமாளிகை'யிலிருந்து பெண்களின் குரல்களைக் கேட்டதாக எழுதுகிறார். ஆனால் அவர் தனக்குத்தானே விதித்துக்கொண்டிருக்கும் அரசியல் – கலாச்சாரத் தரக்கட்டுப்பாட்டிற்குட்பட்டு, அவை பண்டைய கால ஆட்டமன் கிளுகிளுப்புகளல்ல என்று விளக்குகிறார். புதிதாக உருவாகியிருக்கும் குடிசைத் தொழில்களான 'கையுறை, நெசவுத் தொழிற்சாலைகளில் வேலை செய்யும் ஏழைப்பெண்களின் குரல்கள்' என்கிறார். ஒவ்வொரு பக்கத்திலும் தம்பினார் பயன்படுத்தும் சொற்றொடர் ஒன்று உண்டு. 'நாமெல்லோரும் சிறுவயதிலிருந்தே அறிந்திருப்பதைப் போல . . .' என்ற வாக்கியம்தான் அது. ரஸிம் தனது பத்தியில் குறிப்பிட்டிருந்த ஒரு பகுதியைப் பற்றி வர்ணிக்கும்போது, 'கம்பிப்பந்தலில் படர்ந்த திராட்சைக் கொடிகளின் நிழலில் அமைந்திருக்கும் தெருக்குழாய், கொடியில் காய்கின்ற துணிகள், பூனைகள், நாய்கள், கொசுக்கூட்டம், அப்புறம் கல்லறைகள்.' நெர்வால் கோத்தியெ ஆகியோரின் பிரமிப்பூட்டும் பதிவுகளில் இந்த வறிய பகுதிகளின் துயரத்தை தம்பினார் உணர்ந்திருக்கிறார், இடிபாடுகள், சோகையான குடியிருப்புப் பகுதிகள், நகரின் எல்லைச் சுவர்கள் ஆகியவற்றைக் கொண்டு ஒரு தனித்துவமான *ஹூசுன்* ஐ உருவாக்குகிறார். அதன் வழியே ஒரு நிலப்பகுதி உருவெடுக்கிறது. ஒரு நவீன, வேலைக்குச் செல்லும் பெண் ஒருத்தியின் தினசரி வாழ்க்கை அதிலே சித்தரிக்கப்படுகிறது.

இதை அவர் தெரிந்தேதான் உருவாக்கினாரா என்று நமக்குத் தெரியாது. ஆனால் இந்த எரிந்து தீய்ந்த பகுதிகள், பட்டறைகள், கிடங்குகள், சிதிலமுற்ற மரமாளிகைகள் சூழ்ந்த 'புறக்கணிக்கப்பட்ட' இப்பகுதிக்கென ஒரு விசேஷமான அழகும் முக்கியத்துவமும் இருக்கிறது என்பதை மட்டும் அவர் அறிந்தே இருந்தார். ஏனென்றால் அதே கட்டுரையில், 'இந்த அழிபாடுகள் மண்டிய பகுதியின் சாகசங்களை ஒரு குறியீடாகவே நான் காண்கிறேன். காலமும் வரலாற்றின் அதிர்ச்சிகளும் மட்டுமே ஓர் இடத்திற்கு இப்படியொரு முகத்தைக் கொடுக்க முடியும். இப்படியொரு காட்சியை நம்முன்னே உருவாக்குவதற்கு எத்தனையெத்தனை வெற்றிகள், எத்தனையெத்தனை தோல்விகள், எத்தனையெத்தனை சோதனைகளை இந்த மக்கள் தாங்கியிருக்க வேண்டும்?'

இப்போது வாசகர்கள் மனதில் ஏற்கனவே புகுந்துவிட்டிருக்கக்கூடிய கேள்விக்குப் பதில் அளிப்போம்: ஆட்டமன் சாம்ராஜ்யம் அழிந்ததும் ஐரோப்பியர்களின் பார்வையில் இஸ்தான்புல் தாழ்ச்சியுற்றதும் மகத்தான துயரங்கள் எல்லாவற்றையும் *ஹூசுன்* தட்டியெழுப்புவதும் அவர்களைப் பெரிதும் பாதித்திருக்குமென்றால், அவர்களது நெர்வாலிய வேதனையை

எதற்காகத் 'தூய கவிதைகளாக' உருவாக்காமல் போனார்கள்? அது அவர்களுக்கு மிகப் பொருத்தமான வெளிப்பாடகவும் திகழ்ந்திருக்கும். நெர்வாலின் *Aurelia* வில், அவருடைய காதலியை இழந்து, அவரது

மனத்துயரம் கருமையுற்று வாட்டியபோது, தனக்கு வாழ்க்கையில் எதுவுமே மிச்சமிருக்கவில்லை என்று அவர் அறிவித்துவிட்டு 'ஆபாச அலைக்கழிப்புகளுக்கு'த் தன்னை உட்படுத்திக்கொண்டதை நம்மால் புரிந்துகொள்ள முடிகிறது. நெர்வால் தனது சோகத்தை மறப்பதற்காகவே இஸ்தான்புல்லுக்கு வந்தார். (ஆனால் கோத்தியெவைப் பொறுத்தவரை, இந்தத்துயரம் அவரது பதிவுகளுக்குள் புகுந்துவிட தன்னையறியாமல் அனுமதித்துவிட்டார்.) இருபதாம் நூற்றாண்டின் மகத்தான துருக்கிய நாவலாசிரியரான தம்பினாரும் மகத்தான துருக்கிய கவிஞரான யாஹியா கெமாலும் நகரின் தரித்திரப் பகுதிகளில் ஒன்றாகச் சுற்றியலைந்தபோது, அவர்களுடைய இழப்புகளையும் அவர்களது துயரங்களையும் வேறெப்போதையும் விட துல்லியமாகவே உணர்ந்திருப்பார்கள். ஏன்?

அவர்களுக்கு ஓர் அரசியல் நோக்கம் இருந்தது: ஒரு புதிய துருக்கியதேசத்தை, ஒரு புதிய துருக்கிய தேசியவாதத்தை அந்த இடிபாடுகளினிடையே தேடியெடுத்துக்கொண்டிருந்தார்கள். ஆட்டமன் சாம்ராஜ்யம் வேண்டுமானால் வீழ்ந்திருக்கலாம். ஆனால் துருக்கிய மக்கள் தமது வீரத்தால், சாகசங்களால் இத்தோல்வியிலும் மகத்தானவர்களாக புகழடைந்திருக்கிறார்கள் என்று பிரகடனம் செய்தனர். (துருக்கிய அரசாங்கத்தைப் போலவே, போரில் சமமாகப் பங்கெடுத்துப் போராடிய கிரேக்கர்களையும் ஆர்மினியர்களையும் யூதர்களையும் குர்துகளையும் இதர சிறுபான்மையினரையும் சௌகரியமாக இவ்விருவரும் மறந்து விடுகிறார்கள்.) துயரத்தில் மூழ்கியிருந்தாலும் இந்தத் துருக்கிய பஞ்சைப்பராரிகள் கௌரவமாக உயர்ந்து நிற்கிறார்கள் என்று தம்பினாரும் யாஹியா கெமாலும் சித்தரிக்க விரும்புகிறார்கள். துருக்கிய அரசின் கொள்கைப்பரப்பாளர்களைப் போலச் தேசியவாதத்தை இவர்கள் நேசமற்ற

குரலில், கூச்சமற்ற அதிகாரத்தொனியில் எழுதுவதில்லை என்பதுதான் வித்தியாசம். அவர்களது தேசபக்தியைக் கட்டளைத் தொனியும் அதிகாரத் தொனியுமற்ற கவித்துவ நடையில் வெளிப்படுத்தினார்கள். யாஹியா கெமால் பாரீஸில் பிரெஞ்சு கவிதைகளைப் பத்து வருடங்கள் பயின்றவர். ஒரு மேலை நாட்டவன் போலவே சிந்திப்பதாகக் கூறிக்கொள்பவர். ஒரு மேலைத் தன்மையிலான பிம்பம் இருந்தால்தான் தேசியவாதம் என்பது அழகாகத் தோற்றமளிக்கும் என்ற ஏக்கம் அவருக்கு உண்டு.

முதல் உலகப்போரில் ஆட்டமன் பேரரசு தோல்வியுற்று, நேசநாடுகளின் ராணுவம் இஸ்தான்புல்லை ஆக்கிரமித்ததும் பிரெஞ்சு, ஆங்கிலேயே போர்க்கப்பல்கள் பாஸ்ஃபரஸ்ஸில் தோல்மாபாஷே அரண்மனைக்கெதிரே நின்றிருந்த சமயத்தில் அரங்கேற்றப்பட்டுக் கொண்டிருந்த எந்த அரசியல் திட்டங்களிலும் துருக்கிய அடையாளம் என்பது முன்னிறுத்தப்படவில்லை. அனடோலியாவில் போர் உக்கிரமாக நடந்துகொண்டிருந்தபோது போர்களையும் அரசியலையும் வெறுத்த யாஹியா கெமால் அங்காராவிலிருந்து விலகியே இருந்தார். இஸ்தான்புல்லில் ஏறக்குறைய தலைமறைவாக இருந்தாரென்றே சொல்ல வேண்டும். அங்கிருந்த நேரத்தை, பண்டைய துருக்கிய வெற்றிகளைக் குறித்து கவிதைகள் புனைவதிலும் 'துருக்கிய இஸ்தான்புல்' என்றொரு கருத்தாக்கத்தை, பிம்பத்தை உருவாக்குவதிலும் செலவழித்துக் கொண்டிருந்தார். இந்தவிதமான அவரது அரசியல் செயற்பாடுகளில் இருந்த இலக்கிய அம்சம் என்று, அவர் மரபுக் கவிதை வடிவத்தைப் பயன்படுத்தியதையும் *aruz* என்ற சீராலமைந்த கவிதைகளில் துருக்கிய

இஸ்தான்புல்

பேச்சு வழக்கில், துருக்கியர் என்றோர் இனம் பல்வேறு மகத்தான வெற்றிகளைச் சரித்திரத்தில் கண்டிருக்கிறது, மகத்தான இலக்கியங்களைப் படைத்திருக்கிறது என்று பாடல்கள் இயற்றியதையும் மட்டுமே சொல்ல முடியும். இஸ்தான்புல்லைத் துருக்கியர்களின் மகத்தான கலைப்படைப்பு என்று அவர் முன்வைத்ததில் இரண்டு நோக்கங்கள் இருந்தன. முதலாம் உலகப்போர் முடிந்தபிறகு, 'ஆர்மிஸ்டைஸ்' வருடங்களில் இஸ்தான்புல் மேற்கு நாடுகளின் காலனியாக ஆக்கப்படுமென்றால், அப்போது அந்தக் காலனியாக்கர்களிடம் இந்த இஸ்தான்புல் என்பது வெறும் ஹாஜியா ஸோஃபியாவிற்காகவும் இதர தேவாலயங்களுக்காகவும் மட்டும் புகழ்பெற்றிருந்த இடம் அல்லவென்பதை உணர்த்தியாக வேண்டிய கட்டாயம் இருந்தது: அவர்களுக்கு இந்நகரத்திற்கென்று ஒரு 'துருக்கிய' அடையாளம் இருப்பது தெரிய வேண்டும். சுதந்திரப்போர் முடிந்து குடியரசு நிறுவப்பட்டபின் யாஹியா கெமால் வலியுறுத்தி வந்த 'இஸ்தான்புல்லின் துருக்கியத் தன்மை' என்ற வாதம் ஒரு புதிய தேசத்தை உருவாக்கும் முயற்சிக்குப் பேருதவியாக இருந்தது. இவ்விரண்டு எழுத்தாளர்களும் துருக்கிமயமாதலுக்கு ஆதரவாக எழுதிய நீளநீளமான கட்டுரைகள் எதிலும் இஸ்தான்புல்லின் பலமொழி, பல மதக் கலாச்சார மரபைக் குறிப்பிடாமல் கவனமாகத் தவிர்த்திருக்கின்றனர்.

பல வருடங்கள் கழித்து தம்பினார் தனது 'ஆர்மிஸ்டைஸ் வருடங்களில் நமது பழங்காப்பியங்களை மறுவாசிப்பு செய்த கதை' என்ற கட்டுரையில் இதனை நினைவுகூர்கிறார். 'இஸ்தான்புல்லின் மதிற்சுவர்களில்' என்ற கட்டுரையில் யாஹியா கெமால் அவரும் அவருடைய மாணவர்களும் தோப்காபி நிலையத்தில் ட்ராம் வண்டியேறி, மார்மராவிலிருந்து கோல்டன் ஹார்ன் வரை மதிற்சுவரின் ஓரமாகவே நடந்துசென்றதையும் அதன் கோபுரங்களும் புழைவாய்களும் கண்ணுக்கெட்டிய தூரம் வரை பரந்து விரிந்திருந்ததையும் சரிந்து கிடக்கும் மதிற்சுவர் மேடுகளின் மீது அவர்கள் அமர்ந்து ஓய்வெடுத்ததையும் எழுதுகிறார். இஸ்தான்புல் முழுக்க முழுக்க ஒரு துருக்கிய நகரம்தான் என்பதை நிரூபிப்பதற்காக, மேலைநாட்டு சுற்றுலாப் பயணிகளும் எழுத்தாளர்களும் இந்நகரில் வியந்து பாராட்டும் கட்டட வரிசைகளையோ மசூதிகளையோ தேவாலயங்களையோ தவறியும் ஓர் இடத்தில்கூட குறிப்பிடாமல் செல்கிறார்கள். ஹாஜியா ஸோஃபியாவும் இஸ்தான்புல்லின் பாரம்பரிய கட்டிடங்களும் அகவுலகத் தன்மை கொண்டிருப்பதாக லாமர்டைனிலிருந்து லெ கார்பூஸியெ வரை ஒவ்வொரு மேலைப்பார்வையாளரும் கூறியிருக்கையில், அவற்றைத் துருக்கிய இஸ்தான்புல்லாக மாற்ற நினைப்பவர்களுக்குத் தேசிய அடையாளமாக எப்படிக் காட்டுவதற்கு மனம் வரும்? யாஹியா கெமால், தம்பினார் போன்ற தேசியவாத இஸ்தான்புல் வாசிகள் தோற்றுப்போய், அனைத்தையும் இழந்து வறுமையின் கோரப்பிடியில் சிக்கியிருக்கும் முஸ்லீம் மக்களின் மேல்தான் தமது கவனத்தைச் செலுத்தினார்கள். அனைத்தையும் இழந்திருந்தாலும் இவர்கள் தமது அடையாளத்தை இழந்துவிடவில்லை என்று பிரகடனப்படுத்துவதில்தான் இவ்விரண்டு எழுத்தாளர்களுக்கும் ஆர்வம் இருந்தது. தோல்வியையும் இழப்பையும் சோகமான அழகில் காண்பதில்தான் இக்கலைஞர்களுக்குத் திருப்தி

இருந்தது. அதனால்தான் கோத்தியெ சென்ற வழியிலேயே இவர்களும் நகரத்தின் அழகான காட்சிகளை, அடிமட்ட மக்களிடமும் அழிபாடுகளில் சரிந்திருக்கும் இறந்தகால எச்சங்களிடமும் தேடிக்கொண்டிருந்தனர். அவரது தேசியவாதம் போதாதென்று, இந்த ஏழ்மைப்பகுதிகளை வர்ணிக்கக் 'கண்ணைக்கவரும்', 'கிராமிய நிலக்காட்சி' போன்ற பதங்களையும் பயன்படுத்தி, 'இவை இன்னும் மரபிலிருந்து வழுவாமல், மேற்குலகினால் இன்னும் தீண்டப்படாமல், இன்னும் சேதப்படாமல் தப்பிப் பிழைத்திருக்கும் இடங்கள்' என்றும் 'இம்மக்கள் சிதைக்கப்பட்டிருக்கிறார்கள், வறியவர்களாக்கப்பட்டிருக்கிறார்கள், சீரழிந்திருக்கிறார்கள் – ஆனால் அவர்களுக்கேயுரித்தான வாழ்க்கை முறையையும் நெறியையும் கௌரவத்தோடு பாதுகாத்து வருபவர்களாக இருக்கிறார்கள்' என்றும் எழுதுகிறார்.

இவ்வாறாகத்தான் இஸ்தான்புல்லில் வாழ்ந்த ஒரு கவிஞரும் ஓர் உரைநடையாசிரியருமான இரு நண்பர்கள், பாரீஸிலிருந்து வந்த ஓர் கவிஞரும் ஒரு உரைநடையாசிரியருமான இரு நண்பர்களின் எழுத்துக்களால் கவரப்பட்டு, ஆட்டமன் சாம்ராஜ்ய வீழ்ச்சியிலிருந்து தொடங்கி, ஆரம்பகாலக் குடியரசு வருடங்களின் தேசியவாதம், அதன் அழிபாடுகள், மேலைமயமாக்கத் திட்டங்கள், அதன் கவிதை, அதன் நிலப்பரப்புகள் இவற்றைக்கொண்டு ஒரு கதையைப் பின்னத் தொடங்கினர். இக்குழப்பமான கதையிலிருந்து கிடைக்கும் ஒரு பிம்பத்தில் இஸ்தான்புல் வாசிகள் தம்மைக் காணலாம், அவர்களின் குறிக்கோளாக இருக்கும்

ஒரு கனவைத் தரிசிக்கலாம். எல்லைச் சுவருக்கப்பால் விரிந்திருக்கும் பாழான, தனித்து ஒதுக்கப்பட்ட, கைவிடப்பட்ட பகுதியிலிருந்து எழுகின்ற கனவென்றும், 'அழிபாடுகளின் துயரம்' என்றும் இதனை நாம் கூறலாம். (தம்பினாரைப் போல) ஒரு வெளிமனிதரின் பார்வையில் இக்காட்சிகளைப் பார்க்கும்போது 'கண்கவர் காட்சி'களாகக் கூடத் தெரியலாம். கண்கவர் நிலக்காட்சியின் அழகாக முதலில் பார்த்தபின்பு, ஒரு நூற்றாண்டு காலமாகத் தோல்விகளும் ஏழ்மையும் இஸ்தான்புல்லின் மக்களுக்குக் கொண்டு வந்து சேர்த்திருக்கும் விசனத்தையும் அடுத்து வருகின்ற துயரம் வெளிப்படுத்தலாம்.

27

ஒதுக்கமான, கண்கவர் நகர்ப்பகுதிகள்

ஜான் ரஸ்கின் தனது *The Seven Lamps of Architecture* நூலின் 'ஞாபகம்' என்று தலைப்பிட்ட அத்தியாயத்தின் பெரும்பாலான பக்கங்களின் 'கண்கவர்' பொலிவு என்றால் என்ன என்பதைப் பற்றியே எழுதியிருப்பார். அவர் குறிப்பாக

சுட்டுவது கட்டடக்கலையின் ஒரு குறிப்பிட்ட விதமான அழகைப் பற்றி. கவனத்தோடு திட்டமிடப்பட்டு செவ்வியற்தன்மையோடு இருப்பவற்றிற்கு எதிராகத் தன்னியல்பான மாற்றங்களை அடைந்து நிற்பவற்றை இந்த வகைமையில் சேர்க்கிறார். எனவே அவர் கட்டடக் காட்சிவெளியை (ஒரு சித்திரத்தைப் போல) 'கண்கவர்ந்த'வென்று வர்ணித்தால் அது அக்கட்டடங்களை உருவாக்கிய படைப்பாளிகள் சற்றும் ஊகித்திராத வகையில் காலப்போக்கில் அழகான ஒருவிதத்தில் மாற்றமடைந்திருப்பதை வர்ணிக்கிறார் என்று பொருள். ரஸ்கினைப் பொறுத்தவரை கண்கவர் பொலிவு என்பது கட்டடங்கள் சில நூறாண்டுகள் நின்றிருந்த பிற்பாடு, அக்கட்டடத்தில் பின்னியிருக்கும் படர்கொடிகளிலிருந்தும் செடிகளிலிருந்தும் சுற்றி விரிந்திருக்கும் பசும்புற்தரையிலிருந்தும் தூரத்துப் பாறைகளிலிருந்தும் வானத்து முகில்களிலிருந்தும் பொங்கும் கடலிலிருந்து எழும்பி வருவது. எனவே ஒரு புத்தம் புதிய கட்டடத்தில் கண்கவர் அம்சம் என்று எதுவுமில்லை. சரித்திரம் அதன் மீது காலம் செதுக்கிய அழகை வழங்கி, தற்செயலான ஒரு புதிய கண்ணோட்டத்தை அளித்தபிறகுதான் அது கண்கவர் பொலிவுடையதாகிறது.

சுலைமானியே மசூதியில் அழகானதென்று நான் பார்ப்பவை அதன் வடிவ வரையறைகளில், அதன் கவிகைக்கு அடியில் இருக்கும் அழகிய வெளிகளில், அதன் பக்கவாட்டு மாடங்களின் திறப்புகளில், அதன் சுவர்களுக்கும் வெற்றிடங்களுக்கும் இடையிலிருக்கும் விகிதங்களில், பக்கத்துணை கோபுரங்களும் அவற்றின் விதானங்களும் பிரதானக் கட்டடத்துடன் கொண்டிருக்கும் ஒத்திசைவில் அதன் வெண்நிறத்தில், கவிமை மாடத்து வெண்மையின் தூய்மையில் இருக்கிறது. ஆனால் இவையெதுவும் கண்கவர் பொலிவார்ந்தவையென்று சொல்ல முடியாது. கட்டப்பட்டு நானூறு வருடங்களானதற்குப் பிறகும் கூட, சுலைமானியே மசூதியை முதலில் கட்டி முடித்தபோது எப்படி இருந்ததோ அப்படியே இன்றும் நின்றிருப்பதை என்னால் பார்க்க முடிகிறது. அதைக் கட்டியவர்கள் அதைத்தான் எதிர்பார்த்தும் இருக்கிறார்கள். இஸ்தான்புல்லின் கட்டட வரிசையில் தனியொரு அம்சமாக ஆதிக்கம் செலுத்தி முன்னிறுத்தும் படியாக எந்தவொரு வரலாற்றுச் சின்னமும் இல்லை. அதன் கம்பீரம் சுலைமானியேவில் மட்டும் இல்லை. ஹாஜியா ஸோஃபியா, பெயாஸித், யாவுஸ் சுல்தான் செலிம் எனப் பற்பல மசூதிகளும், சுல்தான்களின் மனைவிகளும் புதல்வர்களும் கட்டிய சிறிய மசூதிகளும் கம்பீரமான பழைய கட்டடங்களும் இஸ்தான்புல் நகரின் மையத்தில் அவற்றைக் கட்டியவர்கள் எப்படித் திறந்துவைத்தார்களோ அதே துல்லியமான அழகோடு இன்றும் நிலைத்திருக்கின்றன. இந்தக் கட்டடங்களைத் தூரத்தில் ஒரு தெருவின் கட்டடங்களுக்கிடையிலிருந்தோ குறுக்குச்சந்து ஒன்றின் அத்திமரக் கிளைகளினூடாகவோ அல்லது கடலிலிருந்து பிரதிபலிக்கும் ஒளி அவற்றின் சுவர்களில் விளையாடித் ததும்பும்போதோ மட்டுமே, அவற்றின் அழகு கண்கவர் பொலிவோடு உள்ளதென்று நம்மால் ரசிக்க முடியும்.

ஆனாலும் இஸ்தான்புல்லின் வறிய பகுதிகளில் அழகு என்பது இடிந்து விழும் நகர எல்லைச் சுவர்களிலும் புல்வெளிகளிலும் படர்

கொடிகளிலும், களைச் செடிகளிலும் கோபுரங்களிலும் ரூமெலிஹிஸாரி, அனதோலுஹிஸாரி கோட்டைச் சுவர்களிலும் பீறிட்டு வளர்ந்திருக்கும் மரங்களிலும்தான் அமைந்திருக்கிறது. உடைந்திருக்கும் ஒரு தெருக்குழாய், சிதிலமாகிக் கிடக்கும் ஒரு பழைய மாளிகை, சிதைந்திருக்கும் நூறு வருடப்பழமையான எரிவாயுக் குழாய்கள், பழைய மசூதி ஒன்றின் இடிந்த சுவர், மரவீடு ஒன்றின் பழமையில் கருமையேறிய சுவர்களின் நிழலோடு ஒன்றியிருக்கும் படர்கொடிகள், பிளேன் மரங்கள் ஆகியவற்றில் பொதிந்திருக்கும் அழகு தற்செயலான அழகு. ஆனால் என் சிறுவயதில் நகரின் பின்தங்கிய தெருக்களுக்குச் செல்லும்போது இப்போது மறைந்துவிட்ட, அந்தச் சோகமயமான அழிபாடுகள் ஏதோ ஓவியன் வரைந்துவைத்த கண்காட்சி ஓவிய வரிசை போல நூற்றுக்கணக்கில் நீள்வதைப் பார்க்கையில், ஒரு கட்டத்தில் இவை ஏதோ திட்டத்தோடுதான் விட்டுவைக்கப்பட்டிருப்பதாகத் தோன்றும். ஆனால் நகரத்தின் ஆன்மாவை அதன் அழிபாடுகளில் தேடுவதற்கும் இந்த அழிபாடுகள் நகரத்தின் மூலச்சாறு என்று சொல்வதற்கும் வரலாற்று விபத்துகள் சிதறியிருக்கும் திருக்குமறுக்கான நீண்ட பாதையில் நாம் சென்றாக வேண்டும்.

இஸ்தான்புல்லின் ஒதுக்குப்புற வீதிகளையும் அவற்றின் இடுபாடுகளில் பின்னிப் பிணைந்திருக்கும் படர் கொடிகளையும் மரங்களையும் அவற்றின் தன்னியல்பான அழகையும் ரசிப்பதற்கு முதலில் நீங்கள் ஓர் 'அந்நியனாக' இருக்க வேண்டும். இடிந்து விழுந்துகொண்டிருக்கும் சுவர்கள், கேட்பாரற்று புறக்கணிக்கப்பட்டிருக்கும் Tekke எனப்படும் மரத்தாலான துறவியர் மடங்கள், நீர் வரத்து எப்போதோ நின்றுபோன, உடைந்த தண்ணீர் குழாய்கள், கடந்த எண்பது வருடங்களாக வேலை எதுவும் நடந்திராத பட்டறை, சிதிலமான கட்டடம், தேசியவாத அரசு ஆட்சிக்கு வந்ததும் அமல்படுத்திய 'சுத்திகரிப்பு' நடவடிக்கைகளால் இடம்பெயர்ந்துவிட்ட கிரேக்கர்கள், ஆர்மீனியர்கள், யூதர்களின் கைவிடப்பட்ட வீடுகளின்

இஸ்தான்புல்

வரிசை, புவியீர்ப்புக்குச் சவாலாக ஒரு பக்கமாகச் சாய்ந்திருக்கும் வீடு, கார்ட்டூனிஸ்ட்டுகள் வரைய விரும்புவதைப் போல ஒன்றன் மீது ஒன்று சாய்ந்தபடியிருக்கும் இருவீடுகள், ஆற்றொழுக்காக நீளும் கவிகைகள், மொட்டைமாடிகள், சன்னல் சட்டங்கள் கோணலாகத் துருத்திக் கொண்டிருக்கும் வீடுகளின் வரிசை – இவற்றில் எதுவும் அங்கே வசித்துக் கொண்டிருப்பவர்களுக்கு அழகாகத் தெரியாது. அவர்கள் வசிப்பிடத்தை அரசாங்கம் கழிசடையாகப் புறக்கணித்து வைத்திருப்பதாக, உதவியற்ற, நம்பிக்கையற்ற நிலையில் வைத்திருப்பதாகத்தான் புலம்புவார்கள். இந்த ஏழ்மையையும் சரித்திர அழுகல்களையும் தன்னியல்பான அழகென்றும் அழிபாடுகளைக் கண்கவர் காட்சிகளென்றும் ரசிப்பவர்கள் எல்லாரும் வெளியிலிருந்து வந்தவர்களாகத்தான் இருக்கிறார்கள். (இதேபோலத்தான் ரோமானிய அழிபாடுகளை வடஐரோப்பியர்கள் ரசித்து ரசித்து வரைந்து கொண்டிருக்க, ரோமானியர்கள் அவற்றைக் கண்டுகொள்ளாமல் இருந்திருக்கின்றனர்.) யாஹியா கெமாலும் தம்பினாரும் இஸ்தான்புல்லின் 'கறைபடியாத, தீண்டமுடியாத' ஒதுக்கமான தெருக்களில் வசிக்கும் ஏழை மக்கள் இன்னும் பழைய மரபுகளைக் கடைப்பிடித்து வருவதைக்கண்டு மகிழ்ந்தும் இந்தத் 'தூய்மை'யான கலாச்சாரமும் இந்த அழிபாடுகளின் கண்கவர் அழகுகளும் மேலையமாக்கத்தினால் மறைந்துவிடுமோவென்று கவலைப்பட்டுக்கொண்டும் தமது அழகான கற்பனைக் கதைகளில் மூதாதையர்களும் நமது தந்தைமார்களும் நமக்களித்துச் சென்றிருக்கும் பண்பாண்மைகளைக் கௌரவப்படுத்தி எழுதிவந்த யாஹியா கெமால், அவர் மட்டும் பெராவில்தான் வசித்து வந்தார். இந்த இடம் அவரது கூற்றுப்படியே 'தொழுகைக்கு அழைப்புக்குரல் கேட்காத ஒரு பிரதேசம்' தம்பினார் இதைவிட சௌகரியமான இடத்தில் – பேயோலுவில் – வசித்துவந்தார். நகரத்திற்கு வெளியிலிருந்து வருபவர்கள் அதன் அயற்தன்மையிலும் கண்கவர் காட்சிகளிலும் மட்டும்தான் ஆர்வம் காட்டுவார்கள் என்று வால்டர் பெஞ்சமின் கூறியதைத்தான் இந்த இடத்தில் நாம் நினைவுகொள்ள வேண்டும். இவ்விரு தேசியவாத எழுத்தாளர்களுக்கும் தாங்கள் அந்நியர்களாக இருக்கும் பிரதேசங்களின்

'அழகு' மட்டும்தான் கண்ணில் தெரிகிறது. ஜப்பானிய நாவலாசிரியர் டானிஸாகியைப் பற்றிய ஒரு கதைதான் இப்போது நினைவுக்குவருகிறது. இவர் தனது கதைகளில் புராதன மரபார்ந்த ஜப்பானிய வீடுகளை அபாரமாக வர்ணித்து, மெச்சிப்புகழ்ந்து எழுதுவார். இவ்வீடுகளின் ஒவ்வோர் அம்சத்தையும் நுட்பமாக விவரித்து அவற்றின் அருமை பெருமைகளை விஸ்தாரமாக விவரிப்பார். ஆனால் அவரே தன் மனைவியிடம் இந்த மாதிரியான வீடுகளில் 'மேற்கத்திய பாணி வசதிகள்' இல்லாததால் தன்னால் வசிக்க முடியாது என்றாராம்.

இஸ்தான்புல்லின் மகத்தான பண்பு அதன் குடிமக்களால் மேற்கத்தைய கண்களாலும் கிழக்கத்தைய கண்களாலும் நகரத்தைப் பார்க்க முடிகிற திறமை. இஸ்தான்புல் ஊடகங்களில் முதலில் வெளிவந்த உள்ளூர் சரித்திரங்கள் எல்லாமே ரிச்சர் பர்டனும் நெர்வாலும் பெரிதும் ரசித்த மிகைக் கூற்றுகள். பிரெஞ்சுக்காரர்கள் இவற்றை *Bizarreries* என்பார்கள். கோச்சு, நகரத்தின் சரித்திரத்தை 'வினோத விசித்திரங்களால்' மட்டுமே எழுதியதில், படிப்பவர்களுக்கு அது ஏதோ தூரதேசத்தில், அந்நிய நாகரிகம் ஒன்றைப் பற்றி அவர் சொல்வதைப் போலிருந்தது. இஸ்தான்புல் அதன் மிகத்தாழ்வான ஸ்திதியில் இருந்த காலமான என் இளமைப்பருவத்தில்கூட அதன் குடிமக்கள் பாதிநேரம் அந்நியர்களைப் போலவே உணர்ந்து வந்தார்கள். அவர்கள் நகரத்தை எப்படிப் பார்க்கிறார்கள் என்பதன் அடிப்படையில் இஸ்தான்புல் பெரிதும் கீழைத்தன்மை கொண்டதாகவோ மேலைத்தன்மை கொண்டதாகவோ அவர்களுக்குத் தோன்றி வந்தது. அதனால் விளைந்த அசௌகரிய உணர்வு இந்த இடத்திற்குத் தாம் உரித்தானவர்கள் இல்லையென்றே கவலைப்படவும் வைத்தது.

யாஹியா கெமாலும் தம்பினாரும் நகரின் ஒரு பகுதியில் (மேலைமயமான 'பெரா'வில்) வசித்துக்கொண்டு, நகரின் மற்றொரு பகுதியின் (வறிய பகுதிகள்) அழகான, தேசியவாத, துயரார்ந்த, கண்கவர் காட்சிகளைக் கொண்டு, வருங்கால தலைமுறைக்கு 'பழைய இஸ்தான்புல்' பிம்பத்தை உருவாக்கிக்கொண்டிருந்தனர். இந்தக் கனவுப்பிரதேசம் 1930, 40களில் பழமைவாத இதழ்களிலும் செய்தித்தாள்களிலும் மேலைநாட்டு ஓவியர்களின் அபத்தமான பாசாங்குச் சித்திரங்களோடு வெளிவந்தது. இந்த அநாமதேய சித்திர வரிசை யாரால் உண்மையில் வரையப்பட்டது, இந்தச் சித்திரங்களில் இடம்பெற்றுள்ள பகுதிகள் எவை, எந்த நூற்றாண்டைச் சேர்ந்தவை என்ற எந்தத் தகவலும் இல்லாமல் அச்சிடப்பட்டு வந்தன. இந்தச் சித்திரங்கள் ஒரு மேலைநாட்டவனின் கண்ணோட்டத்தில் வரையப்பட்டனவை என்பது கூட பெரும்பாலான செய்தித்தாள் வாசகர்களுக்குத் தெரிந்திருக்கவில்லை. இந்தச் சித்திரங்கள் நகரின் வறிய பகுதிகளைச் சேர்ந்த உள்ளூர் சித்திரக்காரர்கள் அவர்கள் வசிக்கும் தெருக்களைக் கருப்பு வெள்ளையில் வரைந்த கோட்டோவியங்கள். இவ்வரிசையில் ஹோஜா அலி ரிஸாவின் கோட்டோவியங்கள் தூய்மையானவையாக, உண்மையானவையாக எனக்கு மிகவும் பிடித்தமானவையாக இருந்தன. இவை மிகவும் பிரபலமாகவும் இருந்தன.

பத்தொன்பதாம் நூற்றாண்டின் இறுதியிலிருந்து, இருபதாம் நூற்றாண்டின் தொடக்கம் வரை, சுற்றுலாப் பயணிகள் இஸ்தான்புல்லின் மகத்தான கட்டடங்களையும் கடலிலும் மசூதிகளிலும் விண்ணொளி நிகழ்த்தும் ஜாலங்களையும் ரசித்துக்கொண்டிருக்கையில், ஓவியர் ஹோஜா அலி, ரிஸா நகரின் வறிய வீதிகளை வரைந்துகொண்டிருந்தார். இக்காலகட்டத்தில் மேலைமயமாக்க நடவடிக்கைகள் பாதியில் கைவிடப்பட்டிருந்தன. இந்தக் கண்ணோட்டம் ஆரா கியூலரின் புகைப்படங்களிலும் தொடர்ந்து காணப்பட்டு வந்தது. ஆரா கியூலரின் புகைப்படங்களில் இஸ்தான்புல்லின் மரபான வாழ்க்கை எவ்வித பாதிப்புமின்றி நகர்ந்துகொண்டிருக்கிறது.

பழமை, புதுமையுடன் கலந்து அழிவுகளையும் ஏழ்மையையும் எளிமையான சங்கீதமாக இசைத்துப்பாடுகின்றது. புகைப்படங்களில் மனிதர்கள் மட்டுமின்றி அவர்கள் சார்ந்திருக்கும் இடங்களும் துயரார்ந்து தெரிகின்றன. குறிப்பாக 1950, 60களில் சாம்ராஜ்ய நகரத்தின் அபாரமான கடைசி எச்சங்கள் – ஆட்டமன் மேற்கத்தையரின் வங்கிகள், ஹான்ஸ், அரசுக்கட்டடங்கள் – அனைத்தும் கியூலரைச் சுற்றிலும் நொறுங்கி வீழ்ந்து கொண்டிருக்கையில், அந்த அழிபாடுகளில் இருக்கும் கவிதையை அவரால் படம்பிடிக்க முடிந்திருக்கிறது. அவரது *Vanished Istanbul* – இல், நான் சிறுவனாக இருந்தபோது அறிந்திருந்த பேயோலுவின் ட்ராம் தடங்கள், உருளைக்கற்களாலான நடைவழிகள், கடை விளம்பரங்கள், அதன் சோர்ந்த, கவலைகளால் அலுத்துப்போன கருப்பு வெள்ளை *ஹுசுன்*, என எல்லாமே அவற்றிற்கேயுரிய பொலிவோடு புகைப்படங்களாகியிருந்தன.

இந்தக் கருப்பு வெள்ளையில, நொடித்துப்போன, யாரும் கேட்பாரற்ற இடங்களின் புகைப்படங்கள் ரம்ஜான் சமயத்தில் ஏராளமாக வெளியாகும். ‘இங்கிருக்கும் மக்கள் ஏழைகளாக இருந்தாலும் கௌரவமானவர்கள்; இனப்பெருமை மிகுந்த மானஸ்தர்கள்’ என்ற விளக்க வர்ணிப்பும் இடம்பெறும். இச்செய்தித்தாள்களில் இஸ்தான்புல் சரித்திரம் குறித்த பத்திகளில் பழைய செதுக்கோவியங்கள், கோட்டோவியங்களை ஒவ்வொரு வருடமும் புதிதாக, கரடுமுரடாகப் போலிசெய்து வெளியிடுவார்கள். இந்த உபஓவியங்களின் விற்பன்னர் ரெஷாத் எக்ரெம் கோச்சு. அவரது

Istanbul Encyclopedia விலும் அவர் எழுதும் பிரபலமான நாளிதழ் பத்திகளிலும் இப்படங்களை இணைத்து வெளியிடுவார். இவை அசலான செதுக்கோவியப் பிரதிகள் அல்ல; அவற்றை நயமற்ற வகையில், மோசமாக போலிசெய்து வெளியிடுவதில் அவருக்கு ஒரு சௌகரியம் இருந்தது: ஒரு நுட்பமான செதுக்கோவியத்திலிருந்து ஒரு குறிப்பிட்ட அம்சத்தை மட்டும் தெளிவாக, பெரிதுபடுத்தி அச்சிடுவது பெரும் செலவு பிடிக்கிற வேலை மட்டுமல்லாது சிரமமும்கூட. இந்தச் செதுக்கோவியங்களில் பலதும் மேலை ஓவியர்களின் நீர்வண்ண ஓவியங்களின் போலியாக்கங்கள்தாம். ஆனால் இந்தக் கருப்பு வெள்ளை செதுக்கோவியங்களை ஆதாரமாக வைத்து பிரபலமான ஓவியர்கள் வரையும் போது அவற்றில் அவர்கள் கையொப்பம் இடுவதில்லை (இச்சித்திரங்கள் பெரும்பாலும் அழுக்குபழுப்பு நிறத்தில் உள்ள மட்டமான காகிதத்தில்தான் அச்சாகும்.) எனவே மூலஓவியர், பிரதியெடுத்தவர், இருவர் பெயரும் அச்சித்திரங்களில் காணக் கிடைக்காது 'பழைய செதுக்கோவியம் ஒன்றிலிருந்து எடுக்கப்பட்டது' என்ற ஒற்றைவரி மட்டும் இருக்கும். 'பழைய இஸ்தான்புல்' என்ற கற்பனைவாதத்தில் ஏழ்மை என்பது மரபார்ந்த அடையாளங்களைப் போற்றிப்பாதுகாப்பதால் கௌரவிக்கப்பட வேண்டியதாகக் கருதப்பட்டது. இந்தக் கருத்தாக்கம் அரைவேக்காட்டு மேலைநேசர்களிடமும் வெறிபிடித்த தேசியவாதிகளிடமும் நாளிதழ் வாசிக்கும் பூர்ஷ்வாக்களிடமும் பெரும் செல்வாக்குப் பெற்றிருந்தது. இவர்களில் யாருக்கும் நகர்சார்ந்த வாழ்க்கையின் கடினமான யதார்த்த நிலை தெரியாது. தெரிந்து கொள்வதில்

ஆர்வமும் கிடையாது. பழைய இஸ்தான்புல் குறித்த கனவு, இஸ்தான்புல்லின் வறிய பகுதிகளை மட்டுமன்றி அதன் வரலாற்றுச் சின்னங்கள் தவிர்த்த இதரப் பகுதிகளையும் வரையறுக்கத் தொடங்கியபோது, இலக்கியம் உதயமாகி அதன் நுட்பங்களை நிரப்பியது.

மெதுவாக மேலைமயமாக்கிக் கொண்டிருந்த இப்பகுதி ஏழைகளின் துருக்கிய, முஸ்லீம் பக்கத்தை இவர்கள் அடிக்கோடிட்டுக் காட்ட விரும்பியபோது, ஆசாரமான எழுத்தாளர்கள் ஆட்டமன் காலத்தைப் பொற்காலமாகச் சித்தரிக்கத்தொடங்கினார்கள். அந்தக் காலகட்டத்தில் பாஷாவின் அதிகாரத்தை, தீர்ப்பை ஒருவரும் எதிர்த்து கேள்விகேட்க மாட்டார்கள்; நண்பர்களும் குடும்பங்களும் ஒருவருக்கொருவர் சடங்குகளாலும் மரபார்ந்த விழுமியங்களாலும் உறவுகளை மேம்படுத்திக் கொண்டிருந்தனர்; (இந்த மரபார்ந்த விழுமியங்கள் என்பவை பணிவு, அடக்கம், போதுமென்ற திருப்தி போன்றவை). ஆட்டமன் கலாச்சாரத்தின் சில அம்சங்கள் – அந்தப்புரம், பலதாரமணம், மக்களை அடிப்பதற்கான பாஷாவின் உரிமை, வைப்பாட்டிகள் – மேலைநாட்டு மத்தியமர்களுக்கு உடன்படாதவைகளாக இருக்கலாம். ஆனால் ஸாமிஹா எய்வெர்தி போன்ற வலதுசாரி எழுத்தாளர்களால் இவற்றிற்குச் சமாதானங்கள் கூறப்பட்டன. பாஷாக்களும் புதல்வர்களும் மிகவும் நவீன மனப்பான்மை கொண்டவர்கள் என்று நிரூபிக்க அவர்கள் பிரயத்தனப்பட்டனர். அகமத் குட்ஸி டெசெரின் மிகப் பிரபலமான நாடகம் *Street Corner* புறநகர் பகுதியில் உள்ள ஓர் ஏழ்மைப் பகுதியில் ஒரு காபி அருந்தகத்தில் நடப்பதாக அமைக்கப்பட்டது (ருஸ்தம்பாஷாவைப் போல) காரகூஸ் நிழலாட்டத்தைப் போல, நகரின் எல்லா மகத்தான பாத்திரங்களும் ஒன்றாக வந்து நம்மைப் பரவசப்படுத்துவார்கள். நகரத்தின் கசப்பூட்டும் யதார்த்தங்களிலிருந்து நம் கவனத்தைத் திருப்பி, விரிந்த கைகளால் நம்மை வரவேற்பார்கள். ஆனால் இதைவிடப் பல படிகள் மேலே சென்று எழுதக்கூடிய நாவலாசிரியரும் சிறுகதை எழுத்தாளருமான ஓரான் கெமால், நகரின் பின்தங்கிய சிபாலி பகுதியில் (அங்கு அவர் மனைவி புகையிலை தொழிற்சாலையில் பணியாற்றி வந்தபோது) சிலகாலம் தங்கியிருந்தவர். இந்தக் களத்தை அடிப்படையாக வைத்து அவர் எழுதும் கதைகளில் வாழ்க்கைப் போராட்டம் கடுமையாக இருக்கும். பிழைப்பிற்காக உயிர் நண்பர்களே அடித்துக்கொள்வார்கள். 'ஊர்ளு – கில்லர் குடும்பம்' என்ற அவரது வானொலி நாடகத்தை அப்போது ஒவ்வொரு நாளும் மாலைநேரங்களில் ஆசையாகக் கேட்பேன். ஏழ்மைச் சூழலை அழகானதொரு சித்திரமாக அதில் காட்டுவார். இந்நாடகத்தில் வரும் குடும்பம் எங்களைப் போலவே மிகப் பெரியதும் மிகவும் நவீனமானதாவும் இருந்தது (ஆனால் எங்களுடையதைப் போலில்லாமல் இது மிகவும் 'சந்தோஷமான' குடும்பம்) மிகக்குறைந்த வருமானத்தில் குடும்பத்தைச் சமாளித்துக்கொண்டு, வீட்டு வேலைக்கும் ஒரு கருப்பு அம்மாவை அமர்த்தியிருப்பார்கள்.

அந்தக் கண்கவர் பொலிவிலும் அழிபாடுகளின் துயரத்திலும் ஆழ்ந்திருக்கும் பழைய இஸ்தான்புல் நேசர்கள், அதன் மேற்பரப்பிற்கடியில் புதைந்திருக்கும் துர்சக்திகளை ஆராயாமல் தவிர்த்துவிடுகிறார்கள்.

என்னதான் இருந்தாலும் இது ஒரு தேசியவாத இலக்கியம். குடும்பத்தோடு ரசிப்பதற்கானது. எனவே எனது பத்து வயதில் விரும்பிப் படித்த கெமாலுதீன் தாச்சுவின் கதைகளில் வரும் நல்லிதயம் கொண்ட ஏழை அனாதைகளிலிருந்து அறியப்பட்ட நீதி என்னவென்றால், ஒருவன் எவ்வளவுதான் ஏழ்மையான சூழலில் வாழ்ந்துவந்தாலும் கடுமையான

உழைப்பாலும் ஒழுக்கத்தாலும் (நினைவில் கொள்ள வேண்டிய விஷயம் என்னவென்றால் இவர் வசித்த பகுதி தேசியவாத, அறநெறி விழுமியங்களுக்கு ஆதார ஊற்றாக அமைந்திருந்த பகுதி), ஒருநாள் நற்கதியடையலாம். இந்த நற்செய்தியை அவர் பரப்பிக்கொண்டிருந்த எழுபதுகளில்தான் நகரம் மென்மேலும் ஏழ்மையாகிக் கொண்டேயிருந்தது.

கண்கவர் பொலிவென்பது தன்னியல்பாக நிகழக்கூடியதென்பதால் அதனை ஒரு போதும் பாதுகாக்க இயலாது என்கிறார் ரஸ்கின். ஒரு காட்சியை அழகாக்குவதென்பது கட்டடக் கலைஞரின் உட்கோளல்ல, காலப்போக்கில் அதில் உண்டாகும் சிதைவுதான். அதனால்தான் இஸ்தான்புல்வாசிகள் பழைய மரவீடுகளைப் பழுது நீக்குவதில்லை. நாட்பட்டு மக்கி, கடுமையேறிய மரத்தின் மீது பிரகாசமான நிறத்தில் வர்ணம் தீட்டினால், பதினெட்டாம் நூற்றாண்டில் நகரம் செல்வச் செழிப்பில் மகோன்னதமாக இருந்த காலத்தில் இருந்ததைப் போல அக்கட்டடமும் புத்தம்புதிதாகிவிடும். ஆனால் கடந்த காலத்தோடு தொடர்புற்றிருக்கும் அவற்றின் கண்ணி அறுந்துவிடும். கடந்த ஒரு நூற்றாண்டாகத் தமது நகரத்தைப் பற்றி இஸ்தான்புல்வாசிகள் சுமந்து வந்திருக்கும் பிம்பம் என்பது ஏழ்மைக்கும் தோல்விக்கும் சிதைவுக்கும் பிறந்த குழந்தை என்பதாகத்தான். பதினைந்து வயதில் நான் ஓவியங்கள் வரைந்துகொண்டிருந்தபோது, குறிப்பாக அந்த கைவிடப்பட்ட வறியவர்களின் தெருக்களைத் தீட்டிக்கொண்டிருந்தபோது எங்கள் துயரம் எங்களை எங்கே கொண்டு சென்றுகொண்டிருக்கிறது என்று பெரிதும் உலைவுற்றிருக்கிறேன்.

28

இஸ்தான்புல்லை வரைதல்

எனக்குப் பதினைந்து வயதானபோது என் நகரத்தின் நிலக்காட்சிகளை வரையத் தொடங்கினேன். ஏறக்குறைய பித்துப்பிடித்ததைப் போல வரைந்துகொண்டிருந்ததற்கு என் நகரத்தின் மீதான காதல் என்றெல்லாம் சொல்லிவிட முடியாது. 'ஸ்டில் – லைஃப்' வரைவு பற்றியோ உருவப்பட வரைவு குறித்தோ எனக்கு எதுவும் தெரியாது. அவற்றைக் கற்றுக்கொள்ளவும் அப்போது விருப்பம் இருக்கவில்லை. அதனால் எனக்கிருந்த ஒரே வழி, என் சன்னலிலிருந்து பார்க்கும் காட்சியை அல்லது தெருவில் செல்லும்போது கண்ணில் படுவதை வரைவது மட்டும்தான்.

இரண்டு வழிகளில் இஸ்தான்புல்லை வரைந்தேன்:

1. பாஸ்ஃபரஸ் காட்சிகளை வரையும்போது நகரத்தை நட்டநடுவே வெட்டிக்கொண்டு கடல் உள்ளே நுழைய, பின்னணியில் வானவரிக்கோடு விரிந்திருக்கும். பொதுவாக இந்தக் காட்சிகளை வரைவதற்கான பாதிப்பு இருநூறு வருடங்களாக 'மயங்க வைக்கும்' நிலக்காட்சிகளை ஓவியங்களாக வழங்கிக்கொண்டிருந்த மேலைநாட்டு பயணிகளிடமிருந்தே கிடைத்தது என்பேன். சிஹாங்கிரில் இருந்த எங்கள் அடுக்கக வீட்டிலிருந்து பார்த்தால் எதிரே கட்டடங்களுக்கிடையில் கிஸ்குலேசி, ஃபன்டக்லி, உஸ்க்யுதாரின் பின்னணியில் பரந்து விரிந்திருக்கும் பாஸ்ஃபரஸ் எனது பல ஓவியங்களில் இடம்பெற்றது. அதன் பின்னர் பெஷ்கிடாஷ் செரென்சிபேவிற்கு வீட்டை மாற்றியதும் பாஸ்ஃபரஸ்ஸின் முகத்துவாரம், சராய்பர்னு, டோப்காபி அரண்மனை, பழைய நகரத்தின் நிழலுருவம் என அங்கிருந்து தெரிந்த பாஸ்ஃபரஸ்ஸின் அயர வைக்கும் கோணங்களை வீட்டை விட்டு வெளியில் செல்லாமலேயே வரைந்துகொண்டிருந்தேன். பிரசித்தி பெற்ற 'இஸ்தான்புல் காட்சி'யை வரைந்துகொண்டிருக்கிறேன் என்ற பெருமிதம் எனக்குள் நிரம்பியிருக்கும். நான் வரைந்ததைப் பார்த்து எல்லோருமே அழகாக இருப்பதாகச் சொன்னபோது, ஏன்

அது அழகாகத் தோன்றுகிறது என்று கேட்கத் தயங்கினேன். ஓவியத்தை வரைந்து முடித்ததும் என்னைச் சுற்றி இருப்பவர்களிடம் பல்லாயிரம் முறை கேட்ட கேள்வியை – “இது அழகாக இருக்கிறதா ?” – என்னிடமும் கேட்டுக்கொள்வேன். ‘அழகாக வரைந்திருக்கிறேனோ ?’ என்ற கேள்விக்கு, நான் வரைய எடுத்துக்கொண்டுள்ள கருப்பொருளே “ஆம்” என்ற பதிலை உத்திரவாதமாக வாங்கித் தந்துவிடும்.

இந்த ஓவியங்கள் தம்மைத்தாமே வரைந்துகொள்வதைப் போலத்தான் வரையும்போது எனக்குத்தோன்றும். எனக்கு முன்னால் இக்காட்சிகளை வரைந்த மேலை ஓவியர்களுக்கு நிகராக நானும் வரைய வேண்டுமென்ற லட்சியமெல்லாம் எனக்கு இருந்ததில்லை. அவர்களில் குறிப்பாக எவரொருவரையும் வேண்டுமென்றே போலி செய்யாவிட்டாலும் அவர்களின் பாதிப்பு என் தூரிகைத் தீற்றல்களில் தெரிந்தது. பாஸ்ஃபரஸ்ஸின் அலைகளை வரையும்போது, அவை டியூஃபியின் பாணியில் ஒரு சிறுவன் வரைந்ததைப் போல வரைந்து கொண்டிருந்தேன். மாட்டிஸ்ஸின் பாணியில் மேகங்கள் இருந்தன. என்னால் நுணுக்கமாக வரைய முடியாத இடங்களை ‘இம்ப்ரஷனிஸ்ட்’டுகளைப் போலப் புள்ளிப்புள்ளிகளாக வைத்து நிரப்பிவிடுவேன். அஞ்சலட்டைகளிலிருந்தும் காலண்டர்களிலிருந்தும் சிலநேரங்களில் காட்சிகளைப் படியெடுத்தேன். பிரெஞ்சு ஓவியர்கள் முதன்முதலாக அறிமுகப்படுத்திய ‘இம்ப்ரஷனிஸ’ நுட்பங்களை நாற்பது, நாற்பத்தைந்து வருடங்கள் கழித்தே உள்வாங்கிக்கொண்டு, இஸ்தான்புல்லின் மகத்தான காட்சிகளை வரைந்த துருக்கிய இம்ப்ரஷனிஸ்ட்டுகளின் ஓவியங்களோடு ஒப்பிடும்போது நான் வரைந்தவை அப்படியொன்றும் மோசமாகத் தெரியவில்லை.

அழகாக இருக்கிறதென்று எல்லோரும் ஒப்புக்கொள்ளும்படி வரைவதாலும் அழகாகத்தான் வரைகிறேன் என்பதை எனக்கும்

மற்றவர்களுக்கும் நிரூபித்தாக வேண்டிய கட்டாயம் இல்லாததாலும் ஓவியம் வரைதல் எனக்கு மனஅழுத்தம் தராமல் இலகுவாக இருந்தது. அந்த மகத்தான, ஆழமான இச்சை என்னை ஆக்கிரமித்ததும் எனது வர்ணங்கள், தூரிகைகள், கேன்வாஸ்கள் என ஓவிய சாதனங்களை வேகவேகமாகச் சேகரித்துக்கொண்டு வரைய விரையும்போது, பெரும்பாலும் என்ன வரையப்போகிறேன் என்று திட்டமே இருக்காது. ஆனால் எனக்கு ஓவியம் வரைவது என்பதுதான் முக்கியமே தவிர, எதை வரைவது என்பதல்ல. எனக்கேற்படும் குதூகலத்தில், என் வீட்டு சன்னல்கள் எதிலிருந்தாவது காணக்கிடைக்கும் எந்தவொரு 'அஞ்சலட்டை காட்சி'யும் எனக்குப் போதுமானதாக இருக்கும். ஒரே காட்சியை, ஒரே விதத்தில் அதற்குமுன் நூறுமுறை வரைந்திருந்தாலும் கூட சலிப்பேற்படவில்லை. இதில் உள்ள ஆதாரமான அம்சம், ஓவியத்தின் நுட்பங்களுக்குள் ஆழ்ந்து, அந்த உலகத்திற்குள் நழுவிச் சென்றுவிடுவதுதான். பாஸ்ஃபரஸ்ஸைக் கடந்து செல்லும் கப்பலைக் காட்சிக் கோணத்திற்குப் பொருத்தமான இடத்தில் ஓவியத்தில் பொருத்துவது (மெல்லிங்கின் காலத்திலிருந்தே பாஸ்ஃபரஸ்ஸை வரைந்த எல்லா ஓவியர்களுக்கும் பிரதானமான கவலை என்பது இதுதான்), அதற்குப் பின்னால் நிழலுருவமாக நின்றிருக்கும் மசூதியின் நுட்ப விவரங்களை உள்வாங்கிக்கொண்டு பிரதிபலிப்பது, சைப்ரஸ்களையும் படகுகளையும் துல்லியமாக வரைவது, கவிகை மாடங்களையும் சராய்பர்னுவில் உள்ள கலங்கரை விளக்கத்தையும் கடற்கரையில் மீன்பிடித்துக்கொண்டிருப்பவர்களையும் அதீதமான சிரத்தையோடு உருவாக்குவது என இவற்றை வரைகின்றபோதே, வரையும் விஷயங்களோடு நானும் ஒன்று கலந்து விடுவதைப் போலவும் அவற்றோடு ஒன்றாக அலைவதைப்போலவும் என்னை உணரவைத்ததுதான் இந்த ஓவியம் வரைதல் எனக்களித்த சுகானுபவம்.

கேன்வாஸில் இருக்கும் காட்சிக்குள் என்னை நுழைந்துகொள்ள அனுமதிக்கும் ஓவிய அனுபவம் என் கற்பனையான இரண்டாம் உலகத்திற்குள் தப்பிச்செல்வதற்கு ஒரு புதிய உபாயத்தை வழங்கியது. ஓவியத்தை வரைந்து முடித்ததும் அந்த உலகத்தின் மிக 'அழகான' பகுதிக்குள் நான் ஊடுருவிச் சென்றபின், ஒரு வினோதமான பேரின்பம் என்னை ஆக்கிரமிக்கும்: எனக்கு முன் ஜொலித்துக்கொண்டிருக்கும் உலகு பரிபூர்ண நிஜம் போலவே இருக்கும். எல்லோருக்கும் தெரிந்த, எல்லோருக்கும் விருப்பமான ஒரு பாஸ்ஃபரஸ் காட்சியை வரைந்திருக்கிறேன் என்பது மறந்துபோகும்: என் கற்பனையின் அற்புத அம்சம் அது. ஓர் ஓவியத்தை வரைந்து முடித்ததும் நான் அடையும் மகிழ்ச்சி அலாதியானது. உடனே அதைத் தொட்டுப்பார்க்க வேண்டும் போலிருக்கும். அதிலிருந்து சிலவற்றை எடுத்து மார்போடு அணைத்துக்கொள்ள வேண்டும் போலிருக்கும். அதை வாய்க்கு எடுத்துச்சென்று, கடித்து, சாப்பிட்டுவிட வேண்டும் போலிருக்கும். இந்தக் கற்பனையில் ஏதாவது குறுக்கிட்டுவிட்டால், என்னால் ஓவியத்தில் முழுசாக மூழ்கிவிடமுடியாமல் ஏதாவது மனத்தடை நெருடினால், (அடிக்கடி நிகழ்வதைப்போல) எனது முதல் உலகம் எனது குழந்தைத்தனமான விளையாட்டில் தலையிட்டுக் கெடுத்தால், எனக்கு உடனே சுயமைதுனம் செய்ய வேண்டும் போலிருக்கும்.

முதல் வகையிலான ஓவியம், கவிஞர் ஷில்லர் 'சூதுவாதற்ற கவிதை' என்று குறிப்பிட்டதைப் போன்றது எனலாம். நான் வரையத்தேர்ந்தெடுத்த பொருள், எனது பாணியை விடவும் நான் பாவிக்கும் வரைநுட்பத்தை விடவும் எனக்கு முக்கியமானது: எல்லாவற்றையும் விட, எனது கலை என்பது எனக்குள் உறைந்திருக்கும் ஏதோவொன்றின் உடனடி வெளிப்பாடு என்று நம்ப விரும்பினேன்.

2. நாளாக ஆக, இந்த ஓவியங்கள் சித்தரித்த குழந்தைத்தனமான, குதூகலமான, வண்ணமையான, அநாயசமான உலகம் மிகவும்

பத்தாம்பசலித்தனமாகத் தோன்றத் தொடங்கி, எனது உற்சாகம் வடிய ஆரம்பித்தது. என் அபிமான குழந்தைப் பருவ விளையாட்டு பொம்மைகள் எனது குழந்தை பருவத்தில் பாட்டியின் படுக்கை விரிப்பில் வரிசையாக நிறுத்திவைத்து விளையாடி வந்த என் அபிமான பொம்மைகளான குட்டிக் கார்கள், கௌபாய் துப்பாக்கிகள், அப்பா ஃபிரான்சிலிருந்து வாங்கிவந்த ரயில் பொம்மை போல இந்தப் பிரகாசமான, கள்ளங்கபடமற்ற ஓவியங்களும் எனது தினசரி வாழ்க்கையின் சலிப்பிலிருந்து என்னைக் காப்பாற்ற முடியாமற்போயின. எனவே நகரத்தின் பிரசித்தி பெற்ற காட்சிகளிலிருந்து விலகி, அமைதியான குறுக்குச் சந்துகள், மறந்துபோன சதுக்கங்கள், உருளைக் கற்கள் பாவிய நடைவழிகள் (இவை மேட்டுப் பகுதியிலிருந்து பாஸ்பரஸ்ஸிற்குச் சரிய, பின்னணியில் கடலும் கஸ்குலேஸி, ஆசியப்பகுதி கடற்கரை ஆகியன தெரியும்), கவிகை மாடத்தோடு கூடிய மரவீடுகள் என வரையத் தொடங்கினேன். இவற்றில் சில கருப்பு வெள்ளையில் வரையப்பட்டவை. மற்றவற்றை கேன்வாஸ் அல்லது கார்ட்போர்டில் தைல ஓவியங்களாக வரைந்திருந்தேன். மிகக்குறைவான வர்ணங்களைப் பயன்படுத்தி, பெரும்பாலும் வெள்ளை நிறமே பிரதானமாக இடம்பெற்றிருக்குமாறு தீட்டப்பட்ட இந்த ஓவியங்கள் இரு வேறு பாதிப்புகளில் உருவானவையாக இருந்தன. செய்தித்தாள்களிலும் பத்திரிகைகளிலும் அக்காலத்தில் வெளிவந்து கொண்டிருந்த கருப்பு

வெள்ளை சித்திரங்களினாலும் அவற்றில் சித்தரிக்கப்பட்ட நகரத்தின் ஏழ்மைப்பகுதிகளில் தென்படும் மௌனமான துயரத்தாலும் நான் பெரிதும் கவரப்பட்டிருந்தேன். அதனால் அப்போதுதான் நான் கற்றுக்கொண்டிருந்த ஓவியக் கண்ணோட்டம், பார்வைக் கோணங்கள் பற்றிய தொழில்நுட்ப விதிகளைப் பயன்படுத்தி சிறிய மசூதிகள், சிதிலமான சுவர்கள், மூலையில் சற்றே பார்வைக்குப் புலப்படும் பைஸான்டைன் வளைவு, கவிகை மாடங்கள் கொண்ட மரவீடுகளைப் பிரதானமாக வரைந்துவிட்டு எளிமையான சிறு வீடுகள் கொண்ட வரிசையைத் தூரத்தில் சென்று மறைவதைப் போல வரைவேன். இரண்டாவது பாதிப்பு உத்ரில்லோவிடமிருந்து. அவரது ஓவியங்கள், வாழ்க்கையைப் பற்றி ஒரு நாவலில் படித்திருந்தேன். உத்ரில்லோவின் பாணியில் ஓர் ஓவியத்தை வரைய விரும்பியபோது, பேயோலு, தர்லபாஷி, சிஹாங்கிர் போன்ற இடங்களில் மசூதிகளோ ஸ்தூபிகளோ அதிகம் இல்லாத ஒரு பின்தங்கிய தெருவைத் தேர்ந்தெடுத்தேன். வரைவதற்கான இச்சை அதிகரிக்கும்போது, நகரவீதிகளில் அலைகையில் நான் எடுத்த புகைப்படங்களின் நகல்களை வைத்துக்கொண்டு வெகுநேரம் நுட்பமாக அணுகி யோசிப்பேன். பின் அந்த பேயோலு காட்சியை – இஸ்தான்புல்லில் அது மிகவும் அரிது – வரையும் போது, அவற்றில் எல்லா அடுக்ககங்களின் சன்னல்களிலும் உத்ரில்லோ வரைவதைப் போலவே ஷட்டர்களை வரைவேன். வரைந்து முடித்தவுடன் இதற்கு முன் இளம்வயதில் உணர்ந்ததைப் போலவே ஒரு பேரின்ப உணர்வு என்னை ஆட்கொள்ளும். நான் வரைந்த காட்சி எனது சொந்தப் படைப்பு போலவும் உண்மையானது போலவும் உணர்வேன். ஆனால் நான் வரைந்த காட்சியோடு என்னை அடையாளப் படுத்திக்கொண்டாலும்கூட ஒருவித விலகல் உணர்வு பிறகு என்னைத் தாக்கும். எனது இறுதி லட்சியத்தை அடைய – என்னைப் பின்னுக்குத் தள்ளிக்கொள்ள – என் ஓவியங்களை வைத்துக்கொண்டு இந்த உலகத்தோடு அப்பாவித் தனமாக அடையாளப்படுத்திக் கொள்ள இது போதாது என்று உறைக்கும். ஆன்மீக ரீதியாக, பெரும் சூட்சமத்தோடு, ஒரு பெரும் பாய்ச்சலை நான் நிகழ்த்தியாக வேண்டும். ஒரு காலத்தில் பாரீஸில் இதைப் போலவே ஓவியங்கள் தீட்டியிருந்த உட்ரில்லோ என்பவரின் போலி நிழலாகத்தான் இந்த ஓவியங்களின் மூலம் இப்போது ஆகியிருக்கிறேன் என்ற நிதரிசனம் எழும். உண்மையில் இதை நான் நம்பிவிடவில்லைதான்: நான் எனது பாஸ்ஃபரஸ் ஓவியங்களை வரைந்துகொண்டிருக்கும்போதுகூட, நான் ஒன்றும் ஓவிய உலகத்திற்குள் நுழைந்துவிட்டதாக முழுதும் நம்பிவிடவில்லை. நான் உட்ரில்லோவாக மாறிவிட்டேன் என்பதைக்கூட ஐம்பது சதவீதம்தான் நம்பினேன். குறிப்பாக, என்னால் விளங்கிக்கொள்ள முடியாத ஒரு பாதுகாப்பின்மையால் நான் அவதிப்படும் போதோ நான் வரைந்து முடித்திருந்த ஓவியத்தின் மதிப்பு குறித்து சந்தேகம் வரும்போதோ மற்றவர்கள் அதனை அழகானதென்றோ அர்த்தமிக்கதென்றோ சொல்வார்களா என்று கவலைப்படும் போதோ இந்தப் புதிய விளையாட்டு எனக்கு மிகவும் பலன் அளிப்பதாக இருந்தது. மாறாக, ஓவியக்காட்சி மிகவும் உண்மையானதாக அமைந்துவிட்டால், எனது திசைமானி குறுகிவிட்டதாக உணர்ந்தேன். ஓர் ஓவியத்தை வரைந்து முடிக்கும் தருவாயில் ஒரு மாபெரும் மகிழ்ச்சி அலை என்னை மூழ்கடித்து,

என் சமநிலையை இழப்பேன். உடனே ஒருவித வெறுமையும் குழப்பமும் அதன் பின்னாலேயே வந்து என்னை அமிழ்த்தும். இந்த வினோத விரக்தியுணர்வு வடிந்ததும் ஓய்வெடுக்கச் செல்வேன். இந்த விசித்திர மனநிலை மாற்றம், பிற்காலத்தில் என் வாழ்வில் செக்ஸ் அறிமுகமானதும் இதே வரிசையில் என்னை ஆட்கொள்வதை உணர்ந்திருக்கிறேன்.

நான் எடுத்த புகைப்படம் ஒன்றிலிருந்து அவசர அவசரமாக வரைந்த, இன்னும் ஈரம் காய்ந்திராத அந்த ஓவியத்தைச் சுவரின் என் விழிமட்ட உயரத்தில் மாட்டுவேன். அது வேறு யாரோ வரைந்த ஓவியம் என்பதைப் போலக் கூர்ந்து அவதானிப்பேன். பிடித்திருந்தால், ஏழ்மையில் ஊறிய இத்தெருக்களின் துயரத்தை அற்புதமாக ஓவியத்தில் கைப்பற்றிவிட்டேன் என்று ஒரு சந்தோஷ மேகமும் பாதுகாப்புணர்வும் என் மீது கவியும். ஆனால் – அடிக்கடி நேர்வதைப் போல – என் ஓவியம் குறைபாடுள்ளதாகத் தெரிந்தால், வெவ்வேறு கோணங்களிலிருந்து அதனை ஆராய்வேன், தள்ளி நின்று பின் அருகில் வந்து உற்றுக் கவனிப்பேன்; சில நேரங்களில் தூரிகையால் திருத்தங்கள் செய்வேன். பின் இறுதியில் கஷ்டத்தோடு சரணாகதியடைந்து இனியொன்றும் செய்ய முடியாதென்று ஏற்றுக்கொள்வேன். நான் உட்ரில்லோ அல்லவென்று அதற்குள் எனக்கு உறுதியாகிவிட்டிருக்கும். என் ஓவியத்தில் அவரது அம்சம் இருப்பதாக எண்ணிக்கொண்டிருந்த நம்பிக்கையும் தகர்ந்துவிட்டிருக்கும். பிந்தைய வருடங்களில் செக்ஸ் முடிந்தபிறகு எனக்கேற்படும் விரக்தியைப் போல அப்போதும் உண்டாகும். நான் வரைந்த காட்சியில் குறை இல்லை, என் ஓவியத்தில்தான் என்ற ஞானத்தால் ஏற்பட்ட விரக்தி, நான் உத்ரில்லோ

அல்ல. உத்ரில்லோவைப் போல ஓவியம் தீட்ட முயன்ற வேறொருவன், அவ்வளவுதான்.

நீரில் பரவும் சாயம் போல எனக்குள் அதிரிக்கும் அந்தத் துயரத்தை என்னால் உதற இயலுவதில்லை. என்னை வேறு யாரோவாக அனுமானித்துக்கொண்டுதான் என்னால் வரைய முடிகிறது என்ற பாதி உண்மை, ஓரளவுக்கு அவமானத்தையும் கொடுத்தது. நான் ஒரு பாணியைப் போலி செய்திருக்கிறேன். (அந்தச் சொல்லைப் பயன்படுத்தாமலேயே) ஒரு கலைஞரை அவருக்கே உரித்தான ஒரு பார்வையை, அவர் வரையும் விதத்தைப் போலி செய்திருக்கிறேன். ஆனால் இதில் ஒரு பலன் ஏற்படாமல் இல்லை. எந்த விதத்திலோ நான் வேறு யாராகவோ ஆக முடிகிறதென்றால், எனக்கும் கூட ஏதோ ஒரு 'சுயமான' பாணியும் அடையாளமும் இருந்தாகத்தானே வேண்டும்? இப்படி ஒரு எண்ணம் தோன்றியதும் எனக்கு மெலிதாக ஒரு பெருமிதம் ஏற்படும். எனது பிந்தைய வருடங்களில் என்னைப் பெரிதும் நச்சரித்த விஷயம், எனக்கு முதன்முதலாகத் தோன்றிய இந்த நிதரிசனம்தான்: சுய மறுதலிப்பு. ஒரு மேலைநாட்டவர் இதனை *Paradox*, முரண்பாடு என்று கூறலாம். மற்றவர்களைப் பார்த்து போலி செய்வதன் மூலம்தான் நமது சுய அடையாளத்தை அடைய முடியும் என்பதுதான் இதன் விளக்கம். இன்னொரு ஓவியனின் பாதிப்பில் இயங்கியது குறித்து நான் அதிகம் சஞ்சலப்படவில்லை. நான் இன்னும் ஒரு சிறுவன்தான், ஓவியம் வரைதல் எனக்கு ஒரு விளையாட்டாகத்தான் இருக்கிறது என்று சொல்லிக்கொள்ளும் அளவுக்கு முதிர்ச்சியும் எனக்கு இருந்தது. நான் வரைந்த, நான் புகைப்படம் எடுத்த எனது நகரமான இஸ்தான்புல், எந்தவொரு ஓவியனும் என்னிடம் உண்டாக்கிய தாக்கத்தை விடவும் கூடுதலாக என்னிடம் ஏற்படுத்தியிருக்கிறது என்பதுதான் இதில் எனக்கு ஆறுதலைக் கொடுத்த இன்னொரு விஷயம்.

எனது பிரதான தப்புதல் உபாயமாக ஓவியம் வரைதல் இருந்த நாட்களில் கதவைத் தட்டிவிட்டு அப்பா உள்ளே வருவார். ஒரு படைப்பை உருவாக்கும் கிளர்ச்சியில் நான் இருப்பதைப் பார்த்தாரென்றால், என் முகத்தை மரியாதையோடு பார்ப்பார். சிறுபிள்ளையாக இருந்தபோது என் ஆணுறுப்பைக் கையில் பிடித்து நான் விளையாடிக்கொண்டிருக்கையில் உள்ளே நுழைந்தபோது என்னைப் பார்த்த அதே பார்வை. உண்மையான பெருமிதத்துடன், "சௌக்கியமா உத்ரில்லோ?" என்பார். அதில் பொதிந்திருக்கும் நகைச்சுவை, 'நான் இன்னும் குழந்தைதான், மற்றவர்களைக் காப்பியடிப்பதில் தவறில்லை' என்று எனக்கு நினைவூட்டும். எனக்குப் பதினாறு வயதாகும்போது ஓவியத்தில் எனக்கு இருந்த தீவிர ஈடுபாட்டைக் கண்ட அம்மா, சிஹாங்கிரில் எங்களுக்கு இருந்த மற்றொரு அடுக்கக குடியிருப்பை நான் ஓவியம் வரைய பயன்படுத்திக்கொள்ள அனுமதித்தார். நாங்கள் முன்பு வசித்திருந்த இடம் அது. இப்போது அம்மாவும் பாட்டியும் அதில் பழைய தட்டுமுட்டு சாமான்களைப் போட்டு வைத்திருந்தார்கள். அது எனது ஸ்டூடியோவாக மாறியது. வார இறுதிகளிலும், சில மத்தியான வேளைகளிலும் ராபர்ட் அகாடெமியை விட்டு வந்து இந்தக் காலியான

குடியிருப்புக்கு வருவேன். கணப்பை ஏற்றிச் சூடுபடுத்திக் கொண்டு நான் எடுத்த ஒன்றிரண்டு புகைப்படங்களைத் தேர்ந்தெடுப்பேன். ஓவியம் வரைய ஊக்கம் பெற்றதும் ஒன்றிரண்டு மிகப்பெரிய ஓவியங்களைத் தீட்டி முடித்துவிட்டு, களைப்போடும் விளங்க முடியாத ஒரு துயர உணர்வோடும் வீட்டுக்குத் திரும்புவேன்.

29

ஓவியமும் குடும்ப சந்தோஷமும்

அம்மா என்னை ஸ்டூடியோவாகப் பயன்படுத்திக் கொள்ள அனுமதித்த சிஹாங்கிர் குடியிருப்புக்குள் நுழைந்தவுடனேயே எனக்குக் குளிரில் மூச்சுமுட்டும். கணப்பைப் பற்றவைப்பதுதான் முதல் வேலை. (இந்தக் குடியிருப்பில் நாங்கள் குடியிருந்தபோது பதினோரு வயதுப் பையனாக இருந்த நான் கணப்பைப் பற்றவைக்க எப்போது வாய்ப்பு கிடைக்குமென்று துடித்துக்கொண்டிருப்பேன். ஆங்கிலத்தில *Pyromaniac* என்பார்களே, அதைப்போல எரியூட்டுப் பிரியன். ஆனால் இந்தக் கொளுத்தும் ஆர்வம் திடீரென்று சொல்லிக்கொள்ளாமல் என்னை விட்டுப் போய்விட்டது). உயரமான உத்தரங்கள் கொண்ட இடம் அது. போதிய அளவுக்குச் சூடேறும்வரை, ஓவிய வர்ணங்களின் கறைகள் நிறைந்த எனது மேலங்கியை அணிந்துகொண்டு காத்திருப்பேன். இதைப் பார்த்தாலே நான் பல காலமாக ஓவியம் தீட்டி வருபவன் என்று காட்டிவிடுமளவுக்குக் கதம்பமாக வர்ணக்குழம்புகள் ஈஷிக்கொண்டிருக்கும். ஆனாலும் இங்கே ஓவியம் வரைவது ஒருவிதத்தில் சோர்வளிக்கும் அனுபவமாக இருந்தது. உடனடியாக யாரிடமும் காட்டமுடியாத ஓவியத்திற்குள் நான் தப்பியோடிக்கொண்டிருந்தேன். வரைந்து முடித்து ஒன்றிரண்டு நாட்களாகியும் கூட யார் கண்ணிலும் படாத ஓவியங்களாக அவை இருந்தன. இந்தக் குடியிருப்பை நான் ஒரு காலரியாக மாற்றியிருந்தேன். எல்லாச் சுவர்களிலும் என் ஓவியங்கள் தொங்கிக்கொண்டிருந்தன. யாரும் என் அம்மாவோ அப்பாவோ கூட இங்கே வந்து என் ஓவியங்களைப் பார்த்ததில்லை, ரசித்ததில்லை. இந்த வீட்டில்தான் நானொரு உண்மையைத் தெரிந்துகொண்டேன். என் ஓவியங்கள் பிறரால் பார்த்து ரசிக்கப்படுவது எனக்கு எவ்வளவு முக்கியமோ அதற்கிணையாக, ஓவியம் வரைந்து முடிக்கப்பட்டபின் அதை மதிப்பிடுபவர்களும் கூட, ஓவியத்தை நான் வரையும்போது பக்கத்தில் இருந்து நான் வரைவதைப் பார்த்துக்கொண்டிருக்க வேண்டும் என்பதும் முக்கியம். அநாதையான ஒரு தனிவீட்டில்,

சுற்றிலும் சில்லிட்டிருக்கும் மேஜை, நாற்காலிகள், புழுதியும் பாசியும் மண்டிய இதர அறைக்கலன்களும் சூழ்ந்திருக்க இஸ்தான்புல்லின் காட்சிகளை வரைவது என்னையும் கடும் சோர்வுக்குள்ளாக்கியது.

என் பதினாறு வயதிலிருந்து பதினேழு வயது வரையிலான காலகட்டத்தில் வீட்டில் நான் வரைந்த 'ஆனந்தக் குடும்ப' ஓவியங்களை யாராவது மீட்டுத் தந்தால் (அவை எப்படியோ தொலைந்துவிட்டன) அவருக்குப் பெரும் வெகுமதி அளிப்பேன். தல்ஸ்தோய் பாணியிலான

சொற்றொடரைப் பயன்படுத்த வேண்டுமென்றால் 'மகிழ்ச்சியான குடும்பத்தை' வரைந்த ஓவியங்கள் அவை. முன் பக்கத்தில் உள்ள புகைப்படம் எனக்கு ஏழு வயதாக இருக்கும்போது ஒரு தொழில்முறை புகைப்படக்கலைஞர் எங்கள் வீட்டுக்கு வந்து எடுத்தது. இந்தப் படத்தில் இருப்பதைப் போல, ஒரு 'சந்தோஷமான குடும்ப'த்திற்கான 'போஸ்'ஐ என்னால் கொடுக்கவே முடிந்ததில்லை. அதனால்தான் இந்த ஓவியங்கள் எனக்கு முக்கியமானவையாக இருக்கின்றன. ஒரு கட்டத்தில் எனது வழக்கமான இஸ்தான்புல் காட்சிகளையும் அதன் வறிய தெருக்களையும் வரைவதை நிறுத்திவிட்டு 'எங்களை' வரையத் தொடங்கினேன். என் பெற்றோர்கள் அவர்களது தினசரி வேலைகளை கவனித்துக்கொண்டு, வீட்டுக்குள் வளைய வந்துகொண்டிருக்கையில் எங்கள் குடும்ப ஓவியங்களை வரைந்துகொண்டிருந்தேன். அந்தக் காலகட்டத்தில் என் பெற்றோர்களிடையே பூசல்கள் சற்று குறைந்திருந்தன. ஒருவரையொருவர் சீண்டிக்கொள்ளாமல், இயல்பாக இருந்தார்கள். சில நேரங்களில் வானொலியோ டேப்ரிகார்டரோ பாடிக்கொண்டிருக்கும் வேலைக்காரப் பெண்மணி இரவு உணவு தயாரித்துக்கொண்டிருப்பாள். அல்லது நாங்கள் ஏதாவது சுற்றுலாவிற்கோ சிறு பயணத்திற்கோ தயாராகிக்கொண்டிருப்போம் – இவற்றையெல்லாம் திடீரென்று உண்டாகும் மனவெழுச்சியில் ஓவியங்களாக வரைந்துகொண்டிருந்தேன்.

அப்பா எப்போதும் போலக் கூடத்தில் சோபாவில் காலை நீட்டிக்கொண்டு அமர்ந்திருப்பார்: வீட்டில் இருக்கும்போது இங்குதான் பெரும்பான்மையான நேரத்தை, செய்தித்தாள்கள், இதழ்கள், புத்தகங்கள் (அவரது இளமைக்காலத்தில் ஆர்வமாக வாசித்த இலக்கிய நாவல்கள் அல்ல, இப்போது அவரது ஆர்வம் பிரிட்ஜ் விளையாட்டு சம்பந்தப்பட்ட புத்தகங்களாகத்தான் இருந்தது) படித்துக்கொண்டோ அல்லது கூரையை வெறித்துக்கொண்டோ செலவழித்துக் கொண்டிருப்பார். நல்ல மனநிலையில் இருந்தால் பிராம்ஸ்ஸின் முதலாம் சிம்ஃபனி போல ஏதாவது வாத்திய இசையை டேப்பில் போட்டுவிட்டு, மானசீகமான ஒரு வாத்திய கோஷ்டிக்கு இசைநடத்துனராக ஆவேசமாகக் கைகளை உயர்த்தி, ஆட்டி, சங்கீதத்தை வழிநடத்திக் கொண்டிருப்பார். அவரது பாவனைகளெல்லாம் பார்க்கக் கோபமாக, பொறுமையிழந்து, உக்கிரமாகத் தெரியும். பக்கத்தில் சாய்வு நாற்காலியில் செய்தித்தாளை வாசித்துக்கொண்டோ துணி பின்னிக் கொண்டோ இருக்கும் அம்மா நிமிர்ந்து அப்பாவின் சேட்டைகளைப் புன்னகையோடு, காதலும் பாசமுமாக, பார்த்துக்கொண்டிருப்பார்.

இதைப் போன்ற தருணங்கள் எவ்வித முன்னேற்பாடும் இன்றி, கவனத்தைக் கவரக்கூடிய நுட்பங்கள் இல்லாமல் வருபவை. வீட்டு உறுப்பினர்களிடையே எவ்விதப் பேச்சுவார்த்தையும் குறிப்பாக நிகழாது. அதனால்தான் இவை என் கவனத்தைக் கவர்வதாய் இருந்தன. இத்தகைய தருணங்கள் அரிதாக நிகழும்போது, "நான் வரையப் போகிறேன்," என்று பாதி நகைச்சுவையும் பாதி அவமானமும் கலந்த குரலில், ஏதோ எனக்குள் வந்திறங்கியிருக்கும் ஜின் ஒன்றிடம் சொல்வதைப் போல கிசுகிசுத்துவிட்டு என் அறைக்குச் சென்று ஓவிய சாதனங்களை – தைலக் குழம்புகள், அப்பா இங்கிலாந்திலிருந்து வாங்கி வந்த 120 கிடார் பேஸ்டல்கள்,

ஒவ்வொரு வருடமும் என் பிறந்தநாளுக்கு என் அத்தை பரிசளிக்கும் ஷோலர் பலவர்ண தாட்கள் – சேகரித்துக்கொள்வேன். கூடத்திற்குத் திரும்பிவந்து, அப்பாவின் சாய்வு மேஜையை அவர்கள் இருவரையும் பார்ப்பதற்கு வாகான கோணத்தில் வைத்துக்கொண்டு குடும்பப் படத்தை வரையத்தொடங்குவேன்.

நான் இந்த ஏற்பாடுகளையெல்லாம் செய்துகொண்டிருக்கும்போது, அம்மாவோ அப்பாவோ எதுவுமே பேசமாட்டார்கள். திடீரென்று, அடக்க முடியாமல் பீறிட்டு வந்த என் மனஎழுச்சிக்கு அவர்கள் இயல்பாக இணங்கிச் செல்வதைப் பார்க்கும் போது கடவுள் எனக்காகக் காலத்தைச் சற்று நேரத்திற்கு நிறுத்திவைத்திருப்பதைப் போலத்தோன்றும். (பொதுவாக கடவுள் ஆர்வம் இல்லாவிட்டாலும், முக்கியமான தருணங்களில் அவர் என் உதவிக்கு வருவதாகவே இப்போதும் நினைக்கிறேன்). அல்லது, ஒருவேளை என் அப்பாவும் அம்மாவும் பேசாமல் இருப்பதால்கூட அவர்கள் மகிழ்ச்சியாக இருப்பதாகத் தெரிகிறார்களோ என்னவோ. குடும்பம் என்பது நேசிக்கப்பட வேண்டுமென்ற ஆசைக்காகவும் அமைதியாக, தணிவாக, பத்திரமாக இருக்க வேண்டுமென்பதற்காகவும் தமக்குள்ளிருக்கும் ஜின்களையும் பிசாசுகளையும் தினமும் சற்றுநேரம் ஆற்றுப்படுத்திவிட்டு, சந்தோஷமாக இருப்பதாகக் காட்டிக்கொள்ளும் மனிதர்களைக் கொண்டது என்பது என் அபிப்பிராயம். அவர்கள் அடிக்கடி இதுபோல ஏன் காட்டிக்கொள்கிறார்களென்றால், இதைவிடச் சிறப்பாக எதையும் செய்து காட்டத் தெரியவில்லையென்பதால்தான். கடைசியில் அவர்களின் பாசாங்கை அவர்களே நம்பவும் தொடங்கிவிடுகிறார்கள். இதைப்போன்ற சந்தோஷத் தோரணையைச் சற்றுநேரத்திற்கு நீட்டித்து வைத்திருந்த பின்னும் உள்ளிருக்கும் ஜின்களையும் பிசாசுகளையும் தூங்கவைக்க முடியாதபோது, என் அப்பாவின் கண்கள் புத்தகத்திலிருந்து விலகி, இலக்கின்றி அலைபாயத் தொடங்க, சற்று தூரத்தில் அம்மா தணிவுற்ற சரணாகதியில் தனது துணிப்பின்னலைத் தொடர்வதைக் கண்டதும் அவரது பார்வை சன்னலுக்கு வெளியே நகர்ந்து, பாஸ்பரஸ்ஸின் அழகை பிரக்ஞையில் ஏற்றிக்கொள்ளாமல் வெறிக்கத் தொடங்கும். அம்மாவும் அப்பாவும் சற்றுநேரம் கழித்து அசைவேயின்றி சாய்ந்துபடுத்தபடி, ஒரு வார்த்தையும் பேசாமல் உறைந்திருக்கும்போது அவர்கள் ஏதோ ஒரு பகிர்ந்துகொள்ளப்பட்ட வேதனையில் இருப்பதுபோலத் தோன்றும். எழுபதுகளில், நாங்களும் நாட்டில் உள்ள எல்லோரைப் போலவும் தொலைக்காட்சிப் பெட்டி வாங்கினோம். அது வீட்டுக்கு வந்தவுடன் என் பெற்றோர்கள் அதன் பொழுதுபோக்கு நிகழ்ச்சிகளில் பேதைத்தனமாகச் சரணடைந்து போயினர். மந்திரம் பொதிந்த மௌனங்கள் இல்லாமற்போயின. அவர்களை வரைகின்ற ஆசையும் என்னை விட்டுச்சென்றது. ஏனென்றால் என்னை நேசிக்கும் மனிதர்கள் தமது பிசாசுகளை அடக்கிக்கொண்டிருக்கும் போதும், என்னால் சுதந்திரமாக விளையாட முடியும் போதும்தான் எனக்கு வரைவதற்குத் தோதான மகிழ்ச்சி மனநிலை ஏற்பட்டது.

அவர்கள் புகைப்படத்திற்கு ‘போஸ்’ கொடுப்பதைப் போல, சற்றும் அசையாமல் இருக்கும்போதுகூட என் பெற்றோர்கள் அவர்களுக்குள்

ஏதோ பேசிக்கொள்வார்கள். செய்தித்தாளில் வந்திருக்கும் எதைப் பற்றியாவது குறிப்பிடுவார்கள், ஒரு நீண்ட மௌனத்திற்குப் பின் மற்றவர் அதனை அலசத் தொடங்குவார் அல்லது எதுவுமே சொல்லமாட்டார். சில நேரங்களில் நானும் அம்மாவும் பேசிக்கொண்டிருப்போம். எங்கள் உரையாடலில் ஆர்வமே காட்டாமல் சோபாவில் படுத்திருந்த அப்பா சட்டென்று எழுந்து ஏதாவது குறுக்கிட்டுச் சொல்வார். எங்களில் யாராவது ஒருவர் எங்கள் பெஷிக்டாஷ் ஸெரெஸ்ஸெபே அபார்ட்மென்ட் சன்னலுக்கு வெளியே பாஸ்ஃபரஸ்ஸில் அச்சுறுத்தும் படியான சோவியத் கப்பல் ஒன்று வந்துகொண்டிருப்பதைப் பார்த்தாலோ அல்லது அது வசந்தகாலமாக இருந்து, ஆப்பிரிக்காவிலிருந்து வடக்கே வலசை செல்லும் நாரைகள் வானில் பறந்து செல்வதைப் பார்த்தாலோ அந்த நீண்ட மௌனம் கலைந்து “நாரைகள்!” என்பது போன்ற வியப்புக்குரல் யாரிடமிருந்தாவது எழும். நாங்கள் ஒவ்வொருவரும் எமது சின்னஞ் சிறு உலகங்களில் மூழ்குகையில் எங்கள் கூடத்தில் கவிகிற இந்த மௌனங்களை நேசித்தாலும் அவர்களின் நிலையற்ற மௌனத்தையும் மகிழ்ச்சியையும் மதித்தேன். எனது ஓவியத்தை வரைந்து முடித்ததும்தான் என் பெற்றோர்களை வரைந்ததில் நான் செய்திருக்கும் தவறுகள், விடுதல்கள் என்னுடைய ஓவியக் கண்ணுக்குப் புலப்படும். கண்ணாடி அணிந்த அம்மாவின் முகத்தில் தெரியும் பாதி சந்தோஷத்தை, பாதி நம்பிக்கையைக் கவனிப்பேன். துணி பின்னும் ஊசியிலிருந்து தொங்கும் நூல் இழைகள் அவர் மடியில் சரிந்து, பின் அங்கிருந்து அவர் பாதத்தின் மேல் விழுந்து, நூற்கண்டு இருக்கும் பிளாஸ்டிக் பைக்குள் நுழைவதைப் பார்ப்பேன். அப்பாவுடன் பேசிக்கொண்டிருந்தபோது தன்னிச்சையாக ஆடிக்கொண்டிருந்த, செருப்பணிந்த அம்மாவின் பாதங்கள், அவர் இப்போது சிந்தனையில் ஆழ்ந்திருக்கையில் அசைவற்றிருப்பதை கவனத்துடன் உற்றுப் பார்க்கும்போது இனம்புரியாத நடுக்கம் ஒன்று என் உடம்பைக் கடந்து செல்லும்: மனிதர்களின் கைகளிலும் கால்களிலும் விரல்களிலும் ஏதோ விசேஷமாக இருக்கின்றது எனத்தோன்றும். அம்மா புத்தம் புது டெஸ்ஸி, *‘கோகினோஸ்’* மலர்களைத் தினமும் பொருத்தி வைக்கின்ற பூச்சாடிகளைப் போலிருக்கும் தலைகள் கூட சுவாரஸ்யமற்று, உயிரில்லாமல் தெரியும். ஒரு சந்தோஷமான குடும்பத்தைப் போன்ற தோற்றத்தை நாங்கள் ஏற்படுத்திவிட்டாலும் எனது அவநம்பிக்கையைச் சற்றே நான் ஒதுக்கிவைத்தாலும், நாங்கள் மூவரும் அவரவருக்கான மூலையில் அமர்ந்திருக்கும்போது என் பாட்டி அவரது அருங்காட்சியக அறையில் அடைத்துவைத்திருக்கும் அறைக்கலன்களிலிருந்து மூன்றை எடுத்து எங்கள் கூடத்தில் போட்டுவைத்திருப்பதைப் போலத்தான் எங்களைப் பார்க்கும்போது எனக்குத் தோன்றும்.

இந்தப் பகிர்ந்த மௌனத் தருணங்களை நான் வெகுவாக ரசித்தேன். இவை நாங்கள் விசேஷமான நாட்களில் விளையாடும் ‘மதகுரு ஓடிவிட்டார்’ விளையாட்டைப் போல, புத்தாண்டு தினத்தில் விளையாட்டும் ‘லோட்டோ’ போல அரிதாக, மதிப்புமிக்கதாக இருந்தது. ஓவியர் பொனார் தனது வீட்டின் உட்புறங்களை வரைய உபயோகித்த அதே பாணியில், தரைவிரிப்புகளையும் திரைச் சீலைகளையும் தனது

துரிதமான தூரிகை வீச்சில் புள்ளிகளிலேயே சுருக்கங்களாகவும் வளைவுகளாகவும் தீட்டுவதைக் கற்பனை செய்துகொண்டே எனது ஓவியத்தை வரையும்போது வெளியே வானம் கருப்பதையும் அப்பாவுக்குப் பக்கத்தில் முக்காலி விளக்கின் வெளிச்சம் அதிகரித்திருப்பதையும் உணர்வேன். மாலை மயங்கி, பாஸ்ஃபரஸ்ஸும் வானமும் அவற்றின் ஆழ்ந்த ஊதா நிறத்தை வரித்துக்கொண்டு, விளக்கின் வெளிச்சம் ஆரஞ்சு நிறமாகிப் போகும்போது, சன்னல் கண்ணாடிகளின் ஊடாக பாஸ்ஃபரஸ்ஸோ படகுகளோ பெஷிக்டாஷிலிருந்து உஸ்க்யுதார் செல்லும் கப்பல்களோ கப்பல்களின் புகை போக்கிகளிலிருந்து வெளிப்படும் புகையோ தெரியாமல், வீட்டுக்குள்ளிருக்கும் எங்களின் பிம்பங்கள் அக்கண்ணாடிகளில் பிரதிபலித்துக்கொண்டிருக்கும்.

மாலை நேரங்களில் தெருக்களில் நடந்துபோகும் போதும், சன்னல்களின் வழியே பார்க்கும்போதும், தெரு விளக்குகளின் ஆரஞ்சுப் பிரமையில் மற்றவர்களின் வீட்டுக்குள் தெரிவதை வேடிக்கை பார்ப்பது எனக்கு இன்னும் பிடித்தமானதாக இருக்கிறது. சில நேரங்களில் ஏதோ ஒரு பெண் மேஜையில் தன் தலையெழுத்தைப் படித்துக்கொண்டு உட்கார்ந்திருப்பாள்; அவள் உட்கார்ந்திருக்கும் தோரணை, என் அப்பா வீட்டுக்குத் திரும்பாத குளிர்கால இரவுகளில் அம்மா சிகரெட் பிடித்தபடி, தனியாக ‘பேஷன்ஸ்’ சீட்டாட்டம் ஆடிக்கொண்டு உட்கார்ந்திருக்கும் அதே தோரணையில் இருக்கும். சில நேரங்களில் அடுக்ககங்களின் தரைப்பகுதியில் ஒரு சாதாரணக் குடும்பம் இரவு உணவு சாப்பிட்டுக் கொண்டிருப்பது தெரியும். எங்கள் வீட்டைப் போலவே அதே ஆரஞ்சு விளக்கு வெளிச்சத்தில் எல்லோரும் ஒரே நேரத்தில் பேசிக்கொண்டு சாப்பிட்டுக்கொண்டிருப்பதைப் பார்க்கையில், நான் அவர்கள் சந்தோஷமாக இருப்பதாக அப்பாவித்தனமாக நினைத்துக்கொள்வேன். சன்னல் வழியே தெரியும் மகிழ்ச்சிகரமான குடும்பக்காட்சிகள்தான் எங்கள் நகரத்தைப் பற்றி எங்களுக்குச் சொல்லும் படங்களாக இருந்தன. ஆனால் குறிப்பாக பத்தொன்பதாம் நூற்றாண்டில், இஸ்தான்புல் வீடுகளில் அயல்நாட்டவர்களை வீட்டுக்குள் வர அனுமதிக்கமாட்டார்கள். வெளியே வரவேற்பறையில்தான் அமர்த்திவைக்கப்படுவார்கள். அங்கிருந்து பார்ப்பவர்களுக்கு, ஓர் இஸ்தான்புல் குடும்பத்தைப் பற்றி எதுவும் புரிந்துகொள்ள முடியாது.

30

பாஸ்ஃபரஸ் கப்பல்களிலிருந்து எழும் புகை

பத்தொன்பதாம் நூற்றாண்டின் மத்தியில் நீராவிக் கப்பல்களின் வருகை கடற்பயணத்தில் பெரும் புரட்சியை ஏற்படுத்தின. ஐரோப்பாவின் பெரிய நகரங்கள் திடீரென நெருங்கி வந்துவிட்டதால், இஸ்தான்புல்லுக்குச் சற்றுநேரத்தில் வந்துவிட முடிந்தது. நாளிதழ்களில் பணிபுரிபவர்கள் உள்ளூர் செய்தியாளர்களிடமிருந்து உடனே செய்திகளைப் பெற்று இஸ்தான்புல்லைப் பற்றிய புதிய செய்திகளை அறிவித்தார்கள். நீராவிக்கப்பல்கள் அறிமுகமானவுடனேயே நகரத்திற்கு ஒரு

புதிய தோற்றம் கிடைத்துவிட்டது. ஷிர்கெதி ஹேரியே என்ற பெயரில் படகுக் கம்பெனி ஒன்றைத் தொடங்கினார்கள். இதன் பெயர் ஷெஹிர் ஹட்லாரி என்று பின்பு மாற்றப்பட்டது. உடனே பாஸ்ஃபரஸ் கரையிலிருந்த எல்லாக் கிராமங்களிலும் நிறுத்தங்கள் அமைக்கப்பட்டு, ஜலசந்தியில் படகுகள் விரைய, இஸ்தான்புல்லுக்கு ஓர் ஐரோப்பிய களை வந்துவிட்டது. (நீராவி என்பதற்கான பிரெஞ்சு சொல்லான *Vapeur*, துருக்கிக்கு

Vapur என்று வந்து, கப்பலைக் குறிக்கும் சொல்லாகிவிட்டது). நீராவிப் படகுகள் தம்மோடு கொண்டு வந்துவிட்டு *meydans* என்ற விரைவு நீர்த்தடங்கள் பாஸ்ஃபரஸ், கோல்டன்ஹார்ன் நிறுத்தங்களைச் சுற்றி வேகமாக வளர்ந்து நகரத்தின் பிரதான பகுதிகளில் ஒன்றாகிவிட்டன. (நீராவிப்படகுகள் வரும்வரை இந்தக் கிராமங்களை இணைப்பதற்குச் சாலைகள்கூட இருந்ததில்லை.)

நீராவிப் படகுகள் பயணிகளை ஏற்றிக்கொண்டு பாஸ்ஃபரஸ்ஸில் பரபரப்பாகப் போய்வந்துகொண்டிருக்க, இஸ்தான்புல்வாசிகளுக்கு இவையும் கிஸ்குலேஸி, ஹாஜியா ஸோஃபியா, ரூமெலிஹிஸாரி, கலாதா பாலம் போல நகரின் ஓர் அம்சமாகி, விரைவிலேயே தினசரி வாழ்வில் நீக்கமறக் கலந்துவிட்ட ஒரு சமுதாயச் சின்னமாகவே

முக்கியத்துவம் பெற்றுவிட்டன. வெனிஸ் நகர மோட்டார் படகுகளான 'வேப்பரெட்டோ'க்களோடு மக்கள் நெருங்கிய பிரியம் வைத்திருப்பதைப் போல இஸ்தான்புல்வாசிகளும் 'நகர ஊர்தி' படகுகள் ஒவ்வொன்றின் உருவம், வடிவம், மாடல்களையும் நுட்பமாகக் கவனித்து, தூரத்திலிருந்தே கண்டுபிடித்து அவற்றின் பெயர்களைச் சொல்லித் தமது படகுப்புலமையைக் காட்டிக்கொண்டார்கள். இப்படகுகள், கப்பல்களைப் பற்றி படங்களோடு புத்தகங்களும் வந்தன. இஸ்தான்புல்லில் எல்லா நாவிதர்களும் தமது முடிதிருத்தகங்களில் ஒரு நீராவிப் படகின் படத்தையாவது மாட்டி வைத்திருப்பதாக கோத்தியெ எழுதினார். என் அப்பா சிறுவயதில் எல்லா நீராவிப் படகுகளையும் தூரத்தில் நிழலுருவாகப் பார்த்தே அடையாளம் கண்டுபிடித்துச் சொல்லிவிடுவாராம். இப்பழக்கம் வயதான பிறகும் தொடர்ந்தது. ஏதாவது பெயர் நினைவுக்கு வராவிட்டால், அடுத்த கணமே மனப்பாடச் செய்யுள் போல "53 இன்ஷிரா, 67 கேலண்டர், 47 டார்ஸ் – இ – நெவின், 59 கேமர் . . ." என்று என்னிடம் ஒப்பிப்பார்.

பாஸ்ஃபரஸ் ஓரமாக காரில் செல்லும் போதோ போக்குவரத்து மோசமாக இருக்கும் நேரங்களில் வெளியில் செல்லாமல் எங்கள் பெஷிக்டாஷ் வீட்டுக் கூடத்திலோ அவரோடு பேசிக்கொண்டிருக்கும் போது, ஒரே மாதிரி தெரிகிற இந்தப் படகுகளை எப்படி அடையாளம் கண்டுகொள்கிறீர்கள் என்று கேட்பேன். ஒவ்வொன்றுக்கும் உள்ள தனித்தன்மைகளாக, 'இதற்கு நடுவில் மேடாக இருக்கும், அதற்கு புகை போக்கி உயரமாக இருக்கும், இன்னொன்றிற்கு முன்பாகம் கோணலாக, அல்லது பின் பக்கம் தடிமனாக, இல்லாவிட்டால் நீரோட்டத்தைக் கடந்து வரும்போது ஒரு பக்கமாகச் சாய்ந்து வரும்' என்றெல்லாம் அவர் சொன்னாலும் என்னால் எவ்வளவு உற்றுக் கவனித்த போதும்

அடையாளம் கண்டு சொல்ல முடிந்ததில்லை. ஆனால் நானும் மூன்றே மூன்று படகுகளை மட்டும் அடையாளம் கண்டுவைத்திருந்தேன். அவற்றில் இரண்டு இங்கிலாந்தில் கட்டப்பட்டவை, மற்றது நான் பிறந்த வருடமான 1952இல் இத்தாலியில் டரன்டோவில் கட்டப்பட்டது. மூன்றுமே தோட்டங்களின் பெயர் கொண்டவை. அவற்றின் வடிவங்களையும் புகைப்போக்கிகளின் அகலங்களையும் நன்றாகக் கவனித்து மனதில் பதிந்துகொண்ட பின் *ஃபெனெர் பாச்சேவையும் டோல்மாபாச்சேவையும்* என் அபிமான *பாஷாபாச்சேவி*லிருந்து வித்தியாசம் கண்டுபிடிக்கக் கற்றுக்கொண்டேன். *பாஷாபாச்சேவை* என் அதிருஷ்டச்சின்னம் என்று நினைப்பதுண்டு. ஏதோ யோசனையில் மூழ்கியபடி நகரைச் சுற்றி வரும்போது, இப்படகை தூரத்தில் பார்த்துவிட்டாலும் கூட எனக்குச் சட்டென்று ஓர் உத்வேகம், புத்துணர்வு ஏற்படும்: இன்று வரை.

இந்த நீராவிப் படகுகள் நகரின் வானப்பின்னணிக்கு வழங்கிய மகத்தான கொடை அவற்றின் புகைப்போக்கிகளிலிருந்து எழும் புகை. எனக்கு இப்படகுகளின் நிலை, எந்த நாட்டின் தயாரிப்பு பாஸ்ஃபரஸ் நீரோட்ட அலைவு, காற்றின் திசை என்ற அடிப்படையில் அவற்றிலிருந்து கிளம்பும் கரிக்கருப்பு புகை மேகங்களை வரைவது பிடித்தமானதாக இருந்தது. புகைப்போக்கிகளிலிருந்து வெளிவரும் புகையை எனது மென்தூரிகையால் வரைவதற்கு முன் அந்த ஓவியம் முழுவதுமாக

முடிக்கப்பட்டிருக்க வேண்டும், பாதியாவது உலர்ந்திருக்க வேண்டும். ஓவியத்தின் அடியில் வலது மூலையில் நான் இடுகின்ற கையெழுத்தைப் போல, குறிப்பிட்டதொரு புகைப்போக்கியிலிருந்து வருகின்ற புகை, அந்தப் படகின் விசேஷச் சின்னம் என்று எனக்குத் தோன்றும். கலாதா பாலத்தருகே நிலைகொண்டிருக்கும் படகுகளின் எல்லாக் குழல்களிலிருந்தும் அடர்ந்த புகைமுடிச்சுகள் எழும்பி மேகமாகத் திரளும்போது எனது உலகம் ஒரு கருப்பு முகத்திரையால் மூடப்படுவது போலத் தோன்றும். படகுகள் கிளம்பிச் சென்று வெகுநேரம் கழித்தும்கூட இந்தப் புகை மேகங்கள் சுருண்டு சுருண்டு மிதந்தபடி மெதுவாகக் கீழிறங்கிக் கொண்டிருக்கும்போது அவற்றின் அடியில் நடந்து செல்வது எனக்குப் பிடிக்கும். காற்று வீச்சு சரியாக இருந்தால் லட்சக்கணக்கான கருப்புத் துகள்கள் ஒட்டடை போல முகத்தில் படியும். கூடவே பழுக்கக் காய்ச்சும் உலோக நெடியும் பரவும்.

வழக்கமாக ஓவியம் ஒன்றை வரைந்து முடித்து, அதில் படகுகளின் புகைப்போக்கிகளிலிருந்து எழும் புகைப்படலத்தைச் சரியான அளவில் ஓவியத்தில் கடைசியாகச் சேர்த்த பின்பு (சில நேரங்களில் அதிகப்படியான புகையைச் சேர்த்து ஓவியத்தைக் கெடுத்துவிடுவேன்), நான் ஏற்கனவே பார்த்து ரசித்திருந்த பல்வேறு வகையான புகைப் பரவல்களை, புகைச் சுருட்டல்களை, புகைத் தேய்வுகளை இந்த ஓவியத்தில் சேர்க்கலாமாவென்று யோசித்து, பின்னர் இப்பிம்பங்களை வருங்காலப் பயன்பாட்டிற்கென ஒதுக்கிவைத்துவிடுவேன். கேன்வாஸில் தூரிகையின் இறுதித் தீற்றலுக்குப் பிறகு முழுமையுற்று என்னெதிரிலிருக்கும் ஓவியம் நான் உத்தேசித்திராத, அதற்கேயுரித்தான ஒரு மெய்ம்மையைப் புனைந்துகொண்டிருக்கும். நான் எதை என் கண்ணால் பார்த்து வரைய நினைத்திருந்தேனோ உண்மையில் நான் பார்த்த புகை எந்த வடிவத்தில் இருந்ததோ அதை ஓவியம் வரைந்து முடித்ததும் முற்றிலும் மறந்துவிட்டிருப்பேன்.

மிகவும் பூரணமான புகைத்தண்டு என்பது இளங்காற்றலையின் போதுதான் எழும் என்பது என் கண்டுபிடிப்பு. முதலில் நாற்பத்தைந்து டிகிரி சாய்மானக் கோணத்தில் எழுகின்ற புகை, அதன் வடிவத்தை மாற்றிக்கொள்ளாமலேயே கப்பலுக்கு இணையாக, அத்தோணியின் தடத்தை யாரோ வானத்தில் அழகான கோடாக வரைந்து வைத்திருப்பதைப் போல, அதனைப் பின்பற்றி நீண்டு செல்லும் நிலையில் நின்றிருக்கும் படகிலிருந்து, காற்று வீசாத தினத்தில் எழுகின்ற மெல்லிய, கரிக்கருப்புப் புகைத் தண்டு, குடிசை ஒன்றின் புகைப்போக்கியிலிருந்து மேலெழும் புகையை எனக்கு நினைவூட்டும். படகும் காற்றும் இலேசாகத் திசைமாறினாலும் புகைக்குழலிலிருந்து எழும் புகை பாஸ்ஃபரஸ்ஸின் மேல் சுழித்துப் பாய்ந்து அராபிய எழுத்துரு போல வானத்தில் வரையும். ஆனால் பாஸ்ஃபரஸ்ஸில் நகரப்படகு ஒன்று இருப்பதைப் போல ஓவியம் வரையும் போதெல்லாம், அக்காட்சியின் துயரத்தை, வெளிப்படுத்தத் தன்னியல்பாக உருவாகும் இக்குதூகலமான புகைவடிவத்தை வரைவது எனக்கு அவசியமாக இருந்தது. இப்புகை வடிவங்களை நான் எந்தளவுக்கு ரசித்தேனோ அந்தளவுக்கு அவை என்னைச் சலனப்படுத்தியும் இருக்கின்றன. காற்று வீசா தினங்களில் புகைப்போக்கியிலிருந்து திடமாக வெளிக்கிளம்பும் கரும்புகை அந்தரத்தில் அசையாமல் மிதந்தபடி, கடந்து சென்ற படகின் வெற்றிடத்தைத்

துயரத்தால் அடிக்கோடிட்டு காட்டியபடி ஒரு கரையிலிருந்து மறுகரை வரை படர்ந்திருக்கும். டர்னரின் ஓவியத்தில் இருப்பதைப் போல அடர்ந்த கரும்புகை அடிவானத்தில் பரவி, அதன் பின்னிருக்கும் கருமேகங்களோடு ஒன்று கலந்திடும் காட்சியைப் பார்ப்பதில் எனக்குப் பேரானந்தம். ஆனால் படகுப்புகைகளை வரைந்து ஓவியத்தை முடிக்கும்போது, என்னுள்ளில் நிறைந்திருப்பவை இந்நகரின் படகுகளிலிருந்து வெவ்வேறு திண்மைகளில் எழுகின்ற புகைப் பரவல்கள் அல்ல; மோனே, ஸிஸ்லி, பிஸ்ஸாரோவின் ஓவியங்களில் நான் கண்டிருந்த – மோனேவின் *Gare Saint - Lazare* வில் இருக்கும் புகையைப் போல, டியூஃபியின் வித்தியாசமான உலகில் வரும் சந்தோஷ ஐஸ்க்ரீம் விள்ளலான மேகங்களைப் போல – அந்நியப்புகைகள் – தான் மனதில் இருக்கும், அவைதான் என் ஓவியத்திற்கு இடம்பெயரும்.

A Sentimental Education நாவலின் ஆரம்ப வரிகளில் ஃபிளாபெர்ட், உருமாறும் புகையைப் பற்றி அழகாக வர்ணிக்கிறார். அவரை நான் நேசிப்பதற்கு இதுவும் ஒரு காரணம் (வேறு சில காரணங்களும் இருக்கின்றன). புகையைப் புகழ்ந்து பாடிய நமது பாசுரத்தை இங்கே நிறுத்திக்கொள்வோம். இந்தப் பத்தியை அடுத்ததாக நான் இசைக்கப்போகும் இன்னிசைக்குக் கொண்டுசெல்லும் பாலமாகப் பயன்படுத்திக்கொள்கிறேன். இது மரபான ஆட்டமன் சங்கீதத்தில் *ara taksim* என்றழைக்கப்படுகிறது. *Taksim* என்ற சொல்லுக்குப் பிரித்தல், சேகரித்தல், நீர்க்காலிடுதல் என்ற பொருள்கள் உண்டு. அதனால்தான் வணிகர்களும் கல்லறைகளும் நிறைந்திருந்ததாக நெர்வால் பிரமிப்புடன் குறிப்பிடும் இம்மாபெரும் திடல் (இங்குக் குடிநீர் பகிர்ந்தளிப்பு நிலையமும் இருந்தது) இஸ்தான்புல் வாசிகளால் 'டாக்ஸிம்' சதுக்கம் என்றழைக்கப்படுகிறது. இந்த இடத்திற்கு அருகில்தான் இதுவரை என் வாழ்க்கையையும் கழித்து வந்திருக்கிறேன். ஆனால் ஃபிளாபெர்ட்டும் நெர்வாலும் இந்தத் திடலைக் கடந்து சென்றபோது இந்தப் பெயர் சூட்டப்பட்டிருக்கவில்லை.

31

இஸ்தான்புல்லில் ஃப்ளாபெர்ட்: கிழக்கும் மேற்கும் ஸிஃபிலிஸ்ஸும்

இஸ்தான்புல்லுக்கு நெர்வால் வந்ததற்கு ஏழு வருடங்கள் கழித்து, அக்டோபர் 1850இல் குஸ்தாவ் ஃப்ளாபெர்ட், அவருடைய நண்பரும் எழுத்தாளரும் தத்துவவியலாளருமான மாக்ஸின் து காம்டனும் பெய்ரூட் நகரில் அவருக்குத் தொற்றிக்கொண்ட ஸிஃபிலிஸ் நோயுடனும் இங்கு வந்து சேர்ந்தார். அவர் ஏதென்ஸிலிருந்து லூயி பூய்யேவிற்கு எழுதிய கடிதத்தில் 'இஸ்தான்புல்லில் ஒருவர் குறைந்தது ஆறு மாதமாவது தங்கியிருக்க வேண்டும்' என்று எழுதியிருந்தாலும் இங்கு ஏறக்குறைய ஐந்து வாரங்கள் மட்டுமே தங்கியிருந்தார். ஃப்ளாபெர்ட் கடிதத்தில் எழுதியிருப்பதை நாம் உண்மையென்று எடுத்துக்கொள்ளக் கூடாது. ஏனென்றால் சொந்த ஊரின் ஏக்கம் அவருக்கு அதிகமாகவே இருந்திருக்கிறது. 'கான்ஸ்டான்டிநோப்பிள்'

லிருந்து அவர் எழுதிய கடிதங்களையும் அவை எழுதப்பட்ட தேதிகளையும் வைத்துப் பார்த்தால், அவர் பயணத்தைத் தொடங்கிய நாள் முதலே ரூவானில் உள்ள அவர் வீட்டையும் வாசிப்பறையையும் அவர் கிளம்பும் போது வெகுவாக அழுது கரைந்த அவருடைய அருமை அம்மாவையும் நினைத்து ஏங்கிக்கொண்டே இருந்திருக்கிறாரென்று மிகத் தெளிவாகத் தெரிகிறது. எவ்வளவு சீக்கிரம் முடியுமோ அவ்வளவு சீக்கிரம் வீடு திரும்பிவிட வேண்டுமென்பதுதான் அவரது ஆழமான ஆசை என எழுதியிருக்கிறார்.

நெர்வாலின் பயணவரிசைப்படியே ஃபிளாபெர்ட்டும் இஸ்தான்புல்லுக்கு கெய்ரோ, ஜெருசலேம், லெபனான் வழியாக வந்தார். நெர்வாலைப் போலவே அவருக்கும் கடுப்பும் அச்சமும் உண்டாக்குகிற அசிங்கங்களையும் கீழை உலகின் மறைமெய்ம்மை என்று வியந்தோதப்படுபவற்றையும் கண்டு விரைவிலேயே வெறுத்துப்போனார். அவர் கற்பனை செய்துகொண்டு வந்தவை போல நிஜத்தில் இல்லை. யதார்த்தம் அவரது கனவுகளைவிட அதிகமும் 'ஓரியண்டலாக' இருந்ததால் இஸ்தான்புல் மீதான ஆர்வத்தை இழந்தார். (முதலில் இங்கு அவர் மூன்று மாதங்கள் தங்கியிருக்கத் திட்டமிட்டிருந்தார்). உண்மையில் அவர் தேடிவந்த 'கீழை நகர'மாக இஸ்தான்புல் இல்லை. லூயி பூய்யேவுக்கு எழுதிய இன்னொரு கடிதத்தில் பைரன் பிரபு மேற்கு அனடோலியா வழியாகப் பயணம் செய்ததை நினைவுகூர்ந்தார். பைரனின் ஆர்வத்தைத் தூண்டிய கிழக்குலகம் 'துருக்கிய ஓரியண்ட், வளைந்த வாளின், அல்பேனிய உடைகளின், நீலக்கடலை நோக்கியிருக்கும் கம்பியிட்ட சன்னலின் ஓரியண்ட்.' ஆனால் ஃபிளாபெர்ட்டுக்குப் பிடித்த கிழக்குலகம் 'பெதூவினின் வெயிலும், பாலையும் ஆப்பிரிக்காவின் செந்நிற ஆழ்நிலங்களும் முதலைகளும் ஒட்டகங்களும் ஒட்டகச் சிவிங்கிகளும்.'

அந்த இருபத்தொன்பது வயது எழுத்தாளர், கீழை உலகப்பயணத்தில் தனக்கு மிகவும் பிடித்தமான நாடு என்று குறிப்பிட்டது எகிப்தை மட்டும்தான். அவருடைய அம்மாவுக்கும் பூய்யேவுக்கும் எழுதிய

கடிதங்களில் அவரது கவனமெல்லாம் எதிர்காலத்தையும் அவர் எழுத நினைக்கும் புத்தகங்களையும் பற்றித்தான் என்றார் (அவர் கற்பனை செய்து வைத்திருந்த நாவல் *Harel Bey*வில் ஒரு நாகரிகமிக்க மேலைநாட்டவனும் ஒரு காட்டு மிராண்டித் தனமான கீழை நாட்டவனும் தோற்றத்தில் ஒரேமாதிரியாக இருக்கின்றார்கள்; பின்பு தத்தம் இடங்களை மாற்றிக் கொள்கிறார்கள்). அவர் தன் அம்மாவுக்கு எழுதிய கடிதம் ஒன்றில் 'ஃபிளாபர்ட் தொன்மம்' என்று பிற்காலத்தில் அழைக்கப்படப் போகிற ஒரு கொள்கைக்கான கூறுகள் – கலையைத் தவிர வேறு எதனையும் தீவிரமாக எடுத்துக்கொள்ளாமை; திருமணம், வியாபாரம் செய்து பொருளீட்டல் போன்ற பூர்ஷ்வா வாழ்க்கை முறையே தனக்குத் திருப்தியளிப்பதாகச் சொல்வது – தென்படுகின்றன. நான் பிறப்பதற்கு நூறு ஆண்டுகளுக்கு முன்னால், நான் வசித்த தெருக்களில் சுற்றியலைந்துகொண்டிருந்த அவருக்குச் சில தீர்மானங்கள் ஏற்பட்டிருக்கின்றன. நவீன இலக்கியத்தின் அடிப்படையான அறநெறிக் கோட்பாடுகளில் ஒன்றாக மதிக்கப்படும் அவற்றை எழுத்திலும் பதிவுசெய்கிறார்: 'எனக்கு இந்த உலகத்தைப் பற்றியோ எதிர்காலத்தைப் பற்றியோ, மக்கள் என்ன சொல்வார்கள் என்பதைப் பற்றியோ எந்த நிறுவனத்தைப் பற்றியோ கடந்த காலங்களில் இரவு தூங்காமல் ஏக்கத்தோடு கனவு கண்டுகொண்டிருந்த இலக்கிய அங்கீகாரத்தைப் பற்றியோ கூட அக்கறை இல்லை. நான் இப்படித்தான் இருப்பேன். இதுதான் என் குணம்.' (ஃபிளாபெர்ட் தன் அம்மாவுக்கு எழுதிய கடிதம், 15 டிசம்பர், 1850, இஸ்தான்புல்).

இந்த ஊருக்கு வந்தபோது அவர்கள் செய்ததையெல்லாம் அவர்கள் அம்மாவிடம் சொல்லும்போது இந்த மேலை நாட்டுப் பயணிகளுக்கு ஏன் வார்த்தைகள் சிக்கிக்கொள்கின்றன? நெர்வால், ஃபிளாபெர்ட், தெ அமிசிஸ் என்று பல பேரிடம் இதை நான் பார்த்திருக்கிறேன். இஸ்தான்புல் ஓவியங்களை வரையும்போது என்னை உத்ரில்லோவுடன் அடையாளப்படுத்திக்கொள்ள முயன்றபோது எனக்குள்ளும் இது

நிகழ்ந்திருக்கிறது. அவர்களுடைய ஆளுமையில் கவரப்பட்டு, அவர்களோடு விவாதிக்க நேர்கிறபோது எனது அடையாளத்தை நானே சிறுகச்சிறுக உருவாக்கிக்கொண்டதற்கு மற்றொரு காரணம் இஸ்தான்புல்லைச் சேர்ந்த எழுத்தாளர்களில் வெகுசிலரே தமது ஊரைப் பற்றிக் கவனம் செலுத்தினார்கள் என்பதுதான்.

போலி மனசாட்சி, கற்பனை அல்லது பழம்பாணி கோட்பாடுகள் என்று எப்படிவேண்டுமானாலும் சொல்லிக்கொண்டாலும் சரி, நம் ஒவ்வொருவரின் மண்டைக்குள்ளேயும் நமது வாழ்க்கையில் நாம் செய்த காரியங்களுக்கான காரணங்கள், படித்தால் பாதியே புரியக்கூடிய கிறுக்கல்களாக, பாதி ரகசிய ஒப்புதல்களாக ஒரு மூலபாடம் இருக்கிறது. இஸ்தான்புல்லில் உள்ள எங்கள் ஒவ்வொருவருக்கும் இந்த மூலபாடத்தில் பெரும்பகுதி மேலைநாட்டவர்கள் எங்களைப் பற்றிச் சொன்னதாகத்தான் இருந்துவருகிறது. என்னைப் போல இந்தக் கலாச்சாரத்தில் ஒரு காலையும் அந்தக் கலாச்சாரத்தில் இன்னொரு காலையும் வைத்துக்கொண்டிருக்கும் இஸ்தான்புல் வாசிகளுக்கு 'மேலைநாட்டுப் பயணி' என்பவர் பெரும்பாலும் நிஜத்தில் உள்ள மனிதராக இருப்பதில்லை. அவர் எனது சொந்தப் படைப்பாக, என் கற்பனையாக, ஏன் எனது சொந்த பிரதிபலிப்பாகக்கூட இருக்கலாம். எனது மூலபாடத்தைப் போலவே நானும் மரபை மட்டுமே சார்ந்திருக்க முடியவில்லையென்பதால், அதற்கிணையான இன்னொரு பாராட்டுப் பத்திரத்தை – அது எழுத்தோ ஓவியமோ திரைப்படமோ – வழங்குகின்ற அந்த அந்நியருக்கு நான் நன்றியுடையவனாக இருக்கிறேன். எனவே எப்போதெல்லாம் மேலைக்கண்கள் இல்லாதிருப்பதை உணர்கிறேனோ அப்போது நான் எனக்கேயுரிய மேலைநாட்டவனாக மாறிப்போகிறேன்.

இஸ்தான்புல்லைப் பற்றி எழுதிய, வரைந்த, படம் பிடித்த எந்த மேலைநாட்டவரின் நாடுகளின் காலனியாகவும் இஸ்தான்புல்

இஸ்தான்புல்

எக்காலத்திலும் இருந்ததில்லை. அதனால்தான் இந்த மேலைப் பயணிகள் எமது கடந்த காலத்தைப் பற்றியும் வரலாற்றைப் பற்றியும் அவர்களது மாயப்புனைவுகளைக் கட்டமைப்பதைக் கண்டு நான் அதிகம் அலட்டிக்கொண்டதில்லை. உண்மையில் அவர்களது அச்சங்களும் கனவுகளும் – எங்களுடையவை அவர்களுக்கு வினோதமாக இருப்பதைப் போலவே – எனக்குப் போலித்தனமாகப் பட்டிருக்கின்றன. கேளிக்கைக்காகவோ அல்லது என் நகரை அவர்களின் கண்கள் வழியாகப் பார்ப்பதற்காகவோ அல்லாமல், அவர்கள் முழுமையாக உருவாக்கி வைத்திருக்கின்ற உலகிற்குள் நுழைந்து பார்ப்பதற்காகவே அவர்களை நான் பின்தொடர்கிறேன். குறிப்பாகப் பத்தொன்பதாம் நூற்றாண்டின் மேலைநாட்டுப் பயணிகளை வாசிக்கும்போது – ஒருவேளை எனக்குப் பரிச்சயமானவற்றை அவர்கள் எழுதியதால் – 'எனது' நகரம் என்று நான் சொல்வது உண்மையில் என்னுடையதல்லவென்று என்னால் எளிதாக உணர்ந்துகொள்ள முடிகிறது. நான் இவ்வரிகளை எழுதுகின்ற இடங்களிலிருந்து – கலாதாவிலிருந்து சிஹாங்கிர் வரை – வெவ்வேறு கோணங்களில் இந்நகரக் காட்சிகளைக் கூர்ந்து கவனிக்கும்போது, எனக்கு முன்னால் இந்நகரை வார்த்தைகளாலும் பிம்பங்களாலும் பார்த்த மேனாட்டவர் சொல்பவை உண்மைதான் எனத் தோன்றுகிறது. இதுபோன்ற தருணங்களில் என் ஊரைப் பற்றிய எனது சொந்த நிச்சயமின்மைகளையும் அதில் எனக்கிருக்கும் அற்பமான இடத்தைப் பற்றிய நிதரிசனத்தையும் நான் எதிர்கொண்டாக வேண்டும். அந்த மேனாட்டுப் பயணியோடு நானும் ஒன்றாகி விட்டதைப்போல, வாழ்க்கைச் சுழலுக்குள் அவனோடு சேர்ந்து குதித்து மூழ்குவதைப் போல, வாழ்வை எண்ணி, எடைபோட்டு, தரம் பிரித்து, சீர்தூக்கிப் பார்ப்பதைப் போலத் தோன்றும் போது, அதனோடு அவர்களின் கனவுகளைக் கையகப்படுத்திக்கொண்டு மேற்கத்திய பார்வையின் பொருளாகவும் கருத்தாகவும் ஆகிவிடுவதைப் போலவும் அவ்வப்போது எனக்குத்தோன்றும். எனக்குள்ளிருந்து, சில நேரங்களில் என்னிலிருந்து விலகி, என் நகரத்தில் முன்னும் பின்னுமாய் அலையும்போது, வழுக்கிச் செல்லும் முரண்பாடான எண்ணங்களின் மனவோட்டத்தில் இத்தெருக்களில் நான் அலைவதைப் போலவும் இவ்விடத்திற்கு நான் சொந்தமற்றுப் போய்விட்டதைப் போலவும் அதே நேரத்தில் நான் அன்னியனுமல்லவென்றும் கதம்பமாகத் தோன்றும். கடந்த நூற்றைம்பது வருடங்களாக இஸ்தான்புல்லின் குடிமக்கள் இவ்வாறாகத்தான் உணர்ந்து வந்திருக்கிறார்கள்.

ஃபிளாபெர்ட்டின் ஆணுறுப்பைப் பற்றிய ஒரு கதையோடு இதனை விளக்குவதற்கு வாசகர்கள் அனுமதிக்க வேண்டும். அவர் இஸ்தான்புல்லுக்கு வந்ததிலிருந்தே அந்த இடத்தில் அவருக்குச் சற்று பிரச்சனை இருந்திருக்கிறது. வந்த இரண்டாவது நாளிலேயே லூயி பூய்யேவுக்கு அவர் எழுதிய கடிதத்தில் பெய்ரூட்டில் இருந்தபோது அவருக்கு ஸிஃபிலிஸ் நோய் தொற்றிக்கொண்டு, ஆணுறுப்பில் ஏழு கிரந்திப் புண்கள் தோன்றியதாகவும் அவை இப்போது ஒன்றாகச் சேர்ந்து ஒரே பெரிய புண்ணாக ஆகியிருப்பதாகவும் எழுதுகிறார். "ஒவ்வொரு நாளும் காலையிலும் மாலையிலும் எனது குறிக்கு மருந்து போட்டுவிடுகிறேன்!" முதலில் இந்த நோயை ஒரு மரோனைட் பெண்ணிடமிருந்து பெற்றிருக்கலாம்

என்று நினைப்பதாக எழுதுகிறார். "அல்லது அந்தச் சின்ன துருக்கியப் பெண்ணாக இருக்கக்கூடும். அவள் துருக்கியப் பெண்ணா, அல்லது கிறித்துவப் பெண்ணா?" என்று அதையும் கிண்டல் தொனியிலேயே கேட்பவர், தொடர்ந்து எழுதுகிறார்: *"Probleme!* சிந்திக்க வேண்டிய ஒரு விஷயம்! *Revue des Deux Mondes* யோசித்துப் பார்க்காத 'கிழக்குலக பிரச்சனை' இது!" இதே காலகட்டத்தில் அவருடைய அம்மாவுக்கு எழுதிய கடிதத்தில் தான் திருமணமே செய்துகொள்ளப் போவதில்லை என்று எழுதுகிறார். ஆனால் அவருக்கு வந்திருந்த நோயின் காரணமாக அப்படி எழுதியதாகத் தெரியவில்லை.

ஸிஃபிலிஸ்ஸின் தாக்கத்தினால் அவருக்குத் திடீரென்று தலைமுடி கொட்டிவிட்டபோதும் கூட (வீட்டுக்குத் திரும்பியபோது அவருடைய அம்மாவுக்கே அவரை அடையாளம் தெரியவில்லையாம்) இஸ்தான்புல்லில் விபச்சார விடுதிகளுக்குச் செல்வதை மட்டும் அவர் நிறுத்தவில்லை. ஒருமுறை மேலைநாட்டவர்களை வழக்கமாக ஒரே இடங்களுக்குக் கூட்டிச் செல்லும் 'டிராகோமன்'களில் (வழிகாட்டியும் மொழிபெயர்ப்பாளனும் அவனே) ஒருவன் ஃபிளாபெர்ட்டுக்கு கலாதாவில் உள்ள ஓர் இடத்தைக் காட்டியிருக்கிறான். ஃபிளாபெர்ட்டின் கூற்றுப்படி அந்த இடம் 'கண்றாவியாக'வும் பெண்கள் 'மிக அசிங்கமாக'வும் இருந்தார்களாம். அவர் அங்கிருந்து உடனே கிளம்ப முயன்றபோது விடுதித் தலைவியான 'மேடம்' அவரைச் சமாதானப்படுத்தும் முயற்சியாகத் தன் மகளையே கூட்டிப் போகச் சொன்னாளாம். அந்தப் பெண்ணுக்குப் பதினாறு – பதினேழு வயதிருக்கலாம். ஃபிளாபெர்ட்டுக்கு அவளைப் பார்த்ததுமே மிகவும் பிடித்துவிட்டிருக்கிறது. ஆனால் அந்தப் பெண் அவரோடு போக மறுத்திருக்கிறாள். அந்த விடுதியில் உள்ளவர்கள் அவளைக் கட்டாயப்படுத்தி அனுப்பிவைத்திருக்கிறார்கள் (வாசகர்கள் இந்த சமாதானப் படலத்தைக் கற்பனைசெய்து பார்க்க வேண்டும்.) அவர்கள் இருவரும் தனியாக இருந்தபோது, அந்தப் பெண் இத்தாலிய மொழியில் ஃபிளாபெர்ட்டிடம், அவருக்கு நோய் எதுவும் இல்லை

இஸ்தான்புல்

என்று நிரூபிப்பதற்காக முதலில் அவரது ஆணுறுப்பை எடுத்துக்காட்டச் சொல்லியிருக்கிறாள். இனி நடந்தவை ஃபிளாபெர்ட்டின் வரிகளில்: "என் ஆணுறுப்பின் அடிப்பாகத்தில் புண்ணின் காரணமாக காய்ப்பேறியிருந்தது. அவள் பார்த்துவிடுவாளோ என்ற பயத்தில், மேன்மை தங்கிய பிரபுவைப் போல என்னைக் காட்டிக்கொள்ள வேண்டியிருந்தது. கட்டிலிலிருந்து கோபத்தோடு கீழே குதித்தேன். அவள் என்னை அவமானப்படுத்துவதாகக் கூச்சலிட்டேன். இப்படிப்பட்டதொரு அவமானம் ஒரு ஜென்டில்மேனுக்கு நேர்ந்தால் என்ன செய்வானோ அதன்படியே கோபித்துக்கொண்டு வெளியே வந்துவிட்டேன். . ."

அவர் தனது பயணத்தைத் தொடங்கும் தறுவாயில் கெய்ரோ மருத்துவமனை ஒன்றில் மருத்துவர் ஒருவர், அங்கு வருகை புரிந்திருக்கும் மேனாட்டு மருத்துவ நிபுணர்களிடம் காட்டுவதற்காக அவரது நோயாளிகளை வரிசையாக நிற்கவைத்து ஒரேயொரு கையசைப்பில் அத்தனை பேருடைய உடைகளையும் அவிழ்த்துக் காட்ட வைத்தாராம். ஃபிளாபெர்ட் அங்கிருந்தவர்கள் அனைவரையும் டோப்காபி அரண்மனை முற்றத்திலிருந்த குள்ளன் ஒருவனின் உயரம், தோரணை, ஆடை விபரங்களை நுட்பமாக வர்ணிப்பதைப் போலவே – உன்னிப்பாகக் கவனித்துத் தனது குறிப்பேட்டில் மற்றொரு கிழக்குலக விசித்திரத்தை, மற்றொரு கிழக்குலக அசிங்கமான கலாச்சாரத்தைக் கண்டிருப்பதாகத் திருப்தியுடன் எழுதுகிறார். அவர் வநதது கிழக்குலகின் அழகையும் மறக்க முடியாத காட்சிகளையும் பார்ப்பதற்காக வென்றாலும் அதன் நோய்களையும் வினோதமான மருத்துவ முறைகளையும் அவர் தீவிரமாக ஆராய்ந்து எழுதியிருக்கிறார். இருந்தபோதிலும் அவரது சொந்தப்புண்களையும் நெறி பிறழ்ந்த நடத்தைகளையும் வெளிக்காட்டிக்கொள்ள விரும்பியதில்லை. எட்வர்ட் செயித் தனது அபாரமான நூலான *Orientalism* – இல், நெர்வாலையும் ஃபிளாபெர்டையும் அலசும்போது அந்த கெய்ரோ மருத்துவமனை சம்பவத்தைப் பற்றி விரிவாக எழுதுகிறார். ஆனால் உச்சக்கட்டம் நிகழ்ந்த இஸ்தான்புல் விபச்சார விடுதியைப் பற்றிக் குறிப்பிடுவதில்லை. அவர் எழுதியிருந்தால் பல இஸ்தான்புல் வாசகர்கள் அவர் எழுதியதை ஆதாரமாகக் காட்டி தேசியவாத உணர்வுகளை நியாயப்படுத்தியிருக்கக்கூடும்; அல்லது மேலைநாடுகள்தான் நமது கீழை நாடுகளைக் கெடுத்துவைத்திருக்கின்றன. இல்லாவிட்டால் கிழக்குலகம் ஒரு சொர்க்க பூமியாக இருந்திருக்கும் என்று பிரச்சாரம் செய்திருப்பார்கள். இஸ்தான்புல் எப்போதும் மேலைநாடுகளின் காலனியாக இருந்ததில்லை என்பதால் செயித்திற்கு இஸ்தான்புல்லை அவரது விவாதத்தில் இழுக்க வேண்டாம் என்று தோன்றியிருக்கலாம். ஆனாலும் தேசியவாத துருக்கியர்கள் இந்நோய் அமெரிக்காவிலிருந்து உலகம் முழுக்கப் பரவியிருப்பதாகப் பின்னர் சொல்லிக்கொண்டிருந்தார்கள். பத்தொன்பதாம் நூற்றாண்டின் மேலைநாட்டுப் பயணிகள், ஸிஃபிலிஸ் பிரெஞ்சுகாரார்களால்தான் உலகெங்கும் பரவியது என்று உணர்த்தும்படியாக இந்நோயை 'ஃபிரென்ஜி' என்று குறிப்பிட்டார்கள். இஸ்தான்புல்லுக்கு ஃபிளாபெர்ட் வந்து சென்றதற்கு ஐம்பது வருடங்கள் கழித்து முதல் துருக்கிய அகராதியை வெளியிட்ட அல்பேனியரான ஷெம்ஸெத்தின் சமி

'ஃபிரென்ஜி நம்நாட்டுக்கு ஐரோப்பாவிலிருந்து வந்தது' என்று எளிதாக அறிவித்து விட்டுச் செல்கிறார். ஆனால் ஃபிளாபெர்ட் தனது Dictionary of Accepted Ideas நூலில் தனக்கு இந்த நோய் எப்படி முதலில் தாக்கியது என்று விளக்கும் போது – இன்னொரு கிழக்கு மேற்கு கிண்டலுக்கு ஆட்படாமல் – 'அது அநேகமாக எல்லோரையும்தான் தாக்குகிறது' என்று பிரச்சனைக்கு முற்றுப்புள்ளி வைக்கிறார்.

அவருக்கு விசித்திரமான, அச்சுறுத்தும் அசிங்கமான, தலைசுற்ற வைக்கக் கூடியளவுக்கு விந்தையான விஷயங்களின் மீது இருக்கும் ஆர்வத்தைத் தயக்கமின்றி ஒப்புக்கொள்கிறார் போல 'இடுகாட்டு விலை மாந்தர்' பற்றி விரிவாக எழுதுகிறார். இவர்கள் படைவீரர்களுக்கு இரவு நேரங்களில் இடுகாடுகளில் 'சேவை' செய்பவர்கள். இடுகாடுகளில் அவர் கண்ட காலியான நாரைகளின் கூடுகள், கருங்கடலிலிருந்து வீசும் உறையவைக்கும் சைபீரியக் குளிர்காற்று, நகரில் திரளாகக் கூடும் மக்கள் கூட்டம் என அனைத்தும் அவர் எழுத்துக்களில் இடம்பெறுகின்றன. மற்ற பயணிகளைப் போலவே இஸ்தான்புல் இடுகாடுகள் அவரையும் கவர்ந்திருக்கின்றன: நகரெங்கும் சிதறியிருக்கும் புதைகுழிக் கற்கள், நகரின் மெதுவாக மறைந்துவரும் இறந்தோர் நினைவுகளைப் போலவே வருடங்களாக, ஆக மண்ணில் புதைந்து தடயமற்று கரைவதைப் பற்றி ஃபிளாபெர்ட்தான் முதன்முதலில் எழுதினார்.

32

அண்ணனோடு நான் போட்ட சண்டைகள்

என் ஆறிலிருந்து பத்து வயதுவரை என் அண்ணனோடு ஓயாமல் சண்டையிட்டுக் கொண்டிருந்தேன். நாளாக ஆக, அவன் என்னை அடிக்கும் அடிகள் மென்மேலும் வன்மையாகிக் கொண்டிருந்தன. எங்களிடையே வெறும் பதினெட்டு மாதங்கள்தான் வித்தியாசம் இருந்தாலும் அவன் என்னை விட உயரமாகவும் பலசாலியாகவும் இருந்தான். சாதாரணமான, ஆரோக்கியமான இரண்டு சகோதரர்கள் சண்டையிட்டுக் கொள்வது இயல்பாகவே கருதப்பட்டதால் (இப்போதும் அப்படித்தான் கருதப்படுகிறது), யாரும் சண்டையைத் தடுத்து எங்களைப் பிரித்துவிட முயலவில்லை. எனக்குக் கிடைக்கும் அடிகளுக்குக் காரணம் நான் பலவீனமாகவும் அவனுக்கு நிகராக இல்லாததாலும்தான் என்று நினைத்தேன். ஆரம்பத்தில் என் அண்ணன் என்னைக் கோபப்படுத்தினாலோ, அவமானப்படுத்தினாலோ கடைசியில் நான்தான் தோற்றுப்போவேன் என்று தெரிந்திருந்த போதிலும் நான்தான் முதலில் அவனை அடிப்பேன். ஆனால் வன்முறையைக் கொள்கையளவில் எதிர்ப்பவன்தான் நான். எங்கள் சண்டை உடைந்த சன்னல் கண்ணாடிகளோடும் எனக்கு வீக்கங்களும் ரத்தமுமாக விழுப்புண்களோடும் முடிந்த பிறகு, அம்மா வந்து எங்களைத் திட்டத் தொடங்குவார். அவரது கவலை நாங்கள் ஒருவருக்கொருவர் அடித்துக்கொண்டதற்காக இருக்காது, எங்கள் பிரச்சனைகளை அமைதியாகப் பேசித்தீர்த்துக் கொள்ளாமல் வீட்டுச்சாமான்களை உடைக்கிறோம் என்பதுதான். எங்களது போர்க்கூச்சல் அக்கம் பக்கத்தாருக்குப் பெரும் இடைஞ்சலாக இருக்கிறதென்று அவர்கள் வந்து புகார் சொல்வதும் பெரும் தலைவலியாக இருக்கிறது என்பார்.

இவையெல்லாம் நடந்து பல வருடங்கள் கழித்து இப்போது என் அம்மாவிடமும் என் அண்ணனிடமும் இச்சண்டைகளைப் பற்றிக் கேட்டால் அவர்களுக்கு

எதுவுமே நினைவில் இல்லை. வழக்கம் போல எல்லாமே என் கற்பனை கண்டுபிடிப்புகள் என்றார்கள். எதையோ எழுத வேண்டுமென்பதற்காக ஒரு சுவாரஸ்யமான, உணர்ச்சிபூர்வமான கடந்தகாலத்தைக் கற்பனை செய்துகொண்டு இருக்கிறேன் என்றும் எனக்கு எப்போதுமே நிஜவாழ்க்கையை விட கற்பனையில் சஞ்சாரிப்பதுதான் வழக்கமென்றும் அவர்கள் திடமாகக் கூறும்போது அவர்கள் சொல்வது சரிதானோ என்று தோன்றுகிறது. ஆகவே இந்தப் பக்கங்களைப் படிக்கும் வாசகர்கள், அவ்வப்போது மிகைபடச் சொல்வது என் வழக்கம் என்பதை நினைவில் கொள்ள வேண்டும். ஆனால் ஓவியனுக்கு வரைபொருளின் உண்மை முக்கியமல்ல, அதன் வடிவம்தான் முக்கியமானது. நாவலாசிரியனுக்கு சம்பவப் போக்கு முக்கியமல்ல, அவற்றின் வரிசைதான் முக்கியம். ஒரு ஞாபகப்பதிவாளனுக்கு நடந்தவற்றின் உண்மை விபரங்கள் முக்கியமல்ல, அதன் ஒழுங்கமைதிதான் முக்கியம்.

எனவே நான் என்னை விவரிக்கும்போது எப்படி இஸ்தான்புல்லை விவரித்தேன் என்றும் இஸ்தான்புல்லை விவரிக்கும்போது எப்படி என்னை விவரித்தேன் என்றும் அறிந்திருக்கும் வாசகர்கள், இப்போது இந்தக் குழந்தைத்தனமான இரக்கமற்ற சண்டைகளை வர்ணிக்கும்போது, வேறு ஏதோ ஒன்றிற்காகக் களம் அமைக்கிறேன் என்பதை அனுமானித்திருப்பார்கள். குழந்தைகளுக்குத் தம்மை வன்முறை மூலம் வெளிப்படுத்திக்கொள்வதில் 'இயல்பான' நாட்டம் இருக்கும் அல்லவா? பையன்கள் அப்படித்தான் இருப்பார்கள் என்று சொல்லப்படுவது உலகவழக்கு, எங்களுக்காகவே உருவாக்கிக்கொண்ட விளையாட்டுகள் நிறைய இருந்தன. சாதாரண விளையாட்டுகள்தான், எங்களுக்காகப்

பிரத்தியேகமாக உருவாக்கிக் கொண்ட விதிமுறைகளோடு, இருட்டும் நிழலும் கப்பிய எங்கள் வீட்டில் கண்ணாமூச்சி, கைக்குட்டை விளையாட்டு, பாம்பு, கடற் தலைவன், ஹாப்ஸ்காட்ச், அட்மிரல் மூழ்கி விட்டார், ஊர் பேரைக் கண்டுபிடி, நைன்ஸ்டோன், ஸ்கோர், செக்கர்ஸ், சதுரங்கம், டேபிள் – டென்னிஸ் (சிறுவர்களுக்காகச் செய்த மேசையில் ஆடுவது) போன்றவை நாங்கள் ஆடிய ஆட்டங்களில் சில. அம்மா வீட்டில் இல்லாவிட்டால், செய்தித்தாளை பந்தாகச் சுருட்டி வீடு முழுக்கக் கால்பந்து ஆடுவோம். வியர்வை வழிய வெறியோடு ஆடும் இந்த விளையாட்டு பெரும்பாலும் சண்டையில் முடியும்.

வருடம் முழுக்க 'கோலி விளையாட்டுப் போட்டி'களில் கழியும். பெரியவர்களின் கால்பந்து உலகத்தில் பின்பற்றப்படும் எல்லா உத்திகளும் எங்கள் ஆட்டத்திலும் இருக்கும். பெரிய பெரிய வீரர்களெல்லாம் எங்கள் விளையாட்டில் ஆடுவார்கள். ஆளுக்குப் பதினைந்து கோலிகளைப் பிரித்துக்கொண்டு ஆடும் 'பேக்காமன்' ஆட்டம்தான். பெரியவர்கள் ஆட்டத்தில் பார்த்த தடுப்பாட்டம், தாக்குதல் உத்திகளோடு ஆடு கையில் இந்த ஆட்டங்களில் வெறியேறிவிடும். தரைவிரிப்பில் எங்கள் 'பேக்காமன்' வீரர்களை (கோலிகளை) மைதானத்தில் வீரர்களை நிறுத்தும் அதே இடங்களில் நிறுத்துவோம். பல நூற்றுக்கணக்கான சண்டைகளுக்குப் பிறகு நாங்கள் வரையறுத்துக்கொண்ட எங்களுக்கே உரித்தான பிரத்தியேக விதிகளின்படி ஆட்டம் தொடங்கும். எங்களுக்காக மரத்தச்சர் கோல்போஸ்ட்டுகள் செய்து தந்திருந்தார். கோலிகளுக்குச் சிலநேரங்களில் புகழ்பெற்ற ஆட்டக்காரர்களின் பெயர்கள் சூட்டப்படும். வீட்டில் பூனை வளர்ப்பவர்களுக்கு ஒரே மாதிரியாகத் தெரிந்தாலும் ஒவ்வொரு பூனைக்குட்டியின் கோடுகளை வைத்து அடையாளம் தெரிவதைப் போல எங்களுக்குக் கோலிகளை ஒரே பார்வையில் அடையாளம் கண்டுகொள்வோம். அன்றைக்குப் பிரபலமாக இருந்த விளையாட்டு வர்ணணையாளர் ஹலித் கிவான்ஷின் குரலில், கற்பனை ரசிகர் கூட்டத்திற்கு வர்ணிப்போம். கோல் விழுந்துவிட்டால், உண்மையான போட்டிகளில் ரசிகர்கள் கத்துவதைப் போலவே "கோஓஓஓ. . .ல்!" என்று கத்துவோம். கோல் விழுந்ததற்குப் பிறகு கூட்டத்தில் ஏற்படும் சலசலப்பைக்கூட அப்படியே போலி செய்வது எங்கள் விசேஷத் திறமையாக இருந்தது. கூடவே ஃபுட்பால் ஃபெடரேஷன் உறுப்பினர்கள், விளையாட்டு வீரர்கள், ரசிகர்களின் அபிப்பிராயங்கள், வல்லுநர் கருத்துக்களையும் சேர்த்துக்கொள்வோம் (ரெஃப்ரிகளை மட்டும் சேர்க்க மாட்டோம்); இறுதியில் இது விளையாட்டு என்பது மறந்துபோய் கடுமையாகச் சண்டை மூண்டுவிடும். பெரும்பாலான நேரங்களில் அடிதாங்காமல் தோற்றுப்போவது நானாகத்தான் இருக்கும்.

மோசமான தோல்விகள், வரம்பு மீறிய ஏமாற்றல்கள், கிண்டல்கள் இந்த ஆரம்ப காலச் சண்டைகளைத் தூண்டியனவாக இருந்தன. ஆனால் எல்லாவற்றிக்கும் அடிப்படை எங்களிடையே நிலவி வந்த போட்டியுணர்வு. இந்தச் சண்டைகள் யார் பக்கம் நியாயம் என்பதை நிறுவுவதற்காகப் போடப்பட்டவையாக இருக்காது; இருவரில் யார் வலிமையானவன், திறமையானவன், யாருக்கு நிறைய விஷயங்கள் தெரிந்திருக்கிறது, யார்

இருவரில் புத்திசாலி என்பவற்றை முடிவு செய்வதற்காகத்தான். விளையாட்டு விதிகள் குறித்துத்தான் நிறைய பிரச்சனை ஏற்படும். இச்சண்டைகளால் விதிகளையும் மறைமுகமாக உலகத்தின் விதிகளையும் முழுக்கக் கற்றுக் கொள்ளவும் கணநேரத்தில் எங்கள் சமயோசிதத்தை, சுறுசுறுப்பை, மதி நுட்பத்தை வெளிப்படுத்தவும் கற்றுக்கொண்டோம். எங்களிடையே இருந்த இந்தப் போட்டியுணர்வை சித்தப்பா மேலும் தூண்டிவிட்டார். குறுக்கெழுத்துப் புதிர்கள், கணக்குகளை அவர் வீட்டுக்குப் போகும் போது எங்களுக்குப் போட்டியாக வைப்பார். இந்தப் போட்டிகளில் எங்களுக்குப் பரிசளிக்கப்பட்ட *Encyclopedia of Discoveries and Inventions* போன்ற நூல்களும் ஆட்டமன் துருக்கியர்களின் மிகைப்படுத்தப்பட்ட வெற்றிகளைப் பறைசாற்றும் எங்கள் பாடப் புத்தகங்களும் எங்களிடம் உண்டாக்கிய கலாச்சாரத் தாக்கத்தின் விளைவுதான். எங்கள் அடுக்ககத்தின் வெவ்வேறு தளங்களுக்குத் தாவிக்கொண்டிருக்கும்போது வெவ்வேறு கால்பந்தாட்ட அணியின் பெயரைச் சூட்டிக்கொள்வதிலும் இருந்தது.

இதற்கு என் அம்மாவும் ஒருவிதத்தில் காரணம். அவரது தினசரி நியமங்களை எளிதாக்கிக்கொள்ள எங்களுக்கு எல்லாவற்றையும் ஒரு போட்டியாக்கிவிடுவார். "யார் முதலில் பைஜாமாவைப் போட்டுக் கொண்டு படுக்கையில் படுக்கிறார்களோ அவர்களுக்கு ஒரு முத்தம்," என்பார். "இந்தப் பனிக்காலம் முழுவதும் யாருக்கு ஜலதோஷம் பிடிக்காமல் இருக்கிறதோ அவர்களுக்கு ஒரு பரிசு வாங்கித் தருவேன்." "யார் சட்டை மேல் சாப்பாட்டைச் சிந்திக்கொள்ளாமல் சாப்பிடுகிறார்களோ அவர்கள்தான் எனக்கு ரொம்பச் செல்லம்." இந்த அம்மாத் தனமான சவால்கள் அவருடைய இரண்டு புதல்வர்களையும் 'ஒழுங்காக', அமைதியானவர்களாக, ஒத்துழைக்கக் கூடியவர்களாக வளர்ப்பதற்கான உபாயங்கள்.

என் அண்ணனோடு நான் போட்ட வியர்த்தமான சண்டைகளுக்குப் பின்னால், எப்போதும் எந்த நிலையிலும் எப்பேர்ப்பட்ட

எதிரிகளுக்கெதிரிலும் ஜெயித்துக் கொண்டேயிருக்கிற என் நாயகர்களின் பிடிவாதமான போராட்டக்குணம் இருந்தது. வகுப்பில் மற்ற மடையர்களைப் போல நாம் கிடையாது என்பதைக் காட்டிக்கொள்ள கையைத் தூக்குவதைப் போல, நானும் என் சகோதரனும் எங்கள் இதயத்தின் இருட்டு மூலையில் ஒளித்துவைத்திருக்கும் அச்சத்தை உதறித் தள்ளுவதற்காகச் சக்தியனைத்தையும் செலவிட்டு ஒருவரோடொருவர் சண்டையிடுவோம். இதயத்தில் ஒளிந்திருக்கும் அச்சம் இஸ்தான்புல்லின் அவமானகரமான தலைவிதியை அதன் குடிமக்களும் பகிர்ந்துகொள்ள வேண்டியிருக்கும் துயரத்தாலும் தனிமையாலும் ஜனித்த ஒன்று. இஸ்தான்புல்வாசிகள் சற்றுப் பெரியவர்களானதும் அவர்களுடைய தலைவிதிகளும் நகரத்தின் தலைவிதியோடு ஒன்றிணைந்திருப்பதை உணர்கிறார்கள். துயரத்தின் சுமை அவர்களின் வாழ்க்கைக்கு ஒருவித திருப்தியை, ஏறக்குறைய சந்தோஷத்தைப் போலவே தோற்றமளிக்கிற ஓர் ஆழ்ந்த உணர்வை ஸ்திரமாக அவர்கள் மனதில் ஏற்படுத்திவிடுகிறது. இது நடந்தேறும் வரை அவர்கள் தமது தலைவிதிக்கெதிராக வெறிகொண்டு போராடிக்கொண்டுதான் இருப்பார்கள்.

என் அண்ணன் எப்போதுமே என்னைவிட நன்றாகப் படிப்பவனாக இருந்தான். எல்லோருடைய முகவரிகள், பெயர்கள், தொலைபேசி எண்கள், கணக்கு ஃபார்முலாக்கள் எல்லாவற்றையும் ஒரு ரகசிய இன்னிசையைப் போலத் தன் மண்டைக்குள் பொதித்துவைத்திருப்பான் (நாங்கள் வெளியே சென்றால், நான் கடை சன்னல்களை, வானத்தை, என் கவனத்தைக் கவரும் விஷயங்களை வேடிக்கை பார்த்தபடி செல்வேன்; அவன் தெருக்களின் எண்களை, அடுக்ககங்களின் பெயர்களை கவனித்தபடி வருவான்); அவனுக்குக் கால்பந்தாட்ட விதிமுறைகள், போட்டி முடிவுகள், நாடுகளின் தலைநகரங்கள், விளையாட்டு புள்ளி விபரங்களை ஒப்பிக்கப் பிடிக்கும். நாற்பது வருடங்கள் கழித்து, இப்போதும் வகுப்பில் இவனுக்குப் போட்டியாக இருந்தவர்கள் இவனை விட குறைவாக மதிப்பெண்கள் பெற்ற விவரத்தை, தரவரிசைப் பட்டியலில் இவனுக்குக் கீழே வந்தவர்கள் விவரத்தை ஒன்றுவிடாமல் சொல்வான். ஓவியத்தில் எனக்கு ஆர்வம் வந்ததற்குக் காரணம் பென்சில்களோடும் பேப்பர்களோடும் தனியாகக் காலத்தைக் கழிப்பதற்கான ஆசையிலிருந்து வந்ததென்றாலும் முக்கியமான காரணமாக என் அண்ணனுக்கு இதில் சுத்தமாக ஆர்வம் இல்லாததைத்தான் சொல்ல வேண்டும்.

மணிக்கணக்காக ஓவியம் வரைந்த பின்பும் நான் தேடிய சந்தோஷம் எனக்குக் கிடைக்கவில்லையென்றால், கனத்த திரைச்சீலைகளிடப்பட்ட என் வீட்டின் இருண்மை என் ஆன்மாவிற்குள் ஊடுருவி, மற்ற இஸ்தான்புல்வாசிகளைப் போல வெற்றிக்கு ஏதாவது குறுக்குவழி இருக்குமாவென்று ஏங்கத்தொடங்குவேன். அதற்கு இருக்கும் ஒரே வாய்ப்பாக என் அண்ணனை, அந்த நேரத்தில் எங்களுக்கு எதில் ஆர்வம் இருக்கிறதோ அந்த விளையாட்டில், – கோலி விளையாட்டு, சதுரங்கம் – போட்டிக்குக் கூப்பிடுவேன்.

அவன் புத்தகத்திலிருந்து தலையை நிமிர்த்தி, “வாங்கின அடி போதாதா?” என்பான். அவன் குறிப்பிடுவது அதற்குமுன் அவனோடு

விளையாடி நான் தோற்றிருந்த ஆட்டங்களைப் பற்றித்தான்; அவற்றிற்குப் பிறகு நடந்த சண்டையைப் பற்றியல்ல. "தோற்றுப்போன மல்யுத்தக்காரன் திரும்பத்திரும்ப சண்டை வலித்துக்கொண்டேதான் இருப்பான்," என்றும் சொல்வான். "எனக்கு இன்னும் ஒரு மணிநேர வேலை இருக்கிறது. அப்புறம் விளையாடலாம்," என்று புத்தகத்தில் ஆழ்ந்துவிடுவான்.

அவனது மேஜை சுத்தமாக, ஒழுங்காக அடுக்கப்பட்டிருக்க என் மேஜை எப்போதுமே சமீபத்தில் பூகம்பம் ஏற்பட்ட இடம்போலத்தான் இருக்கும்.

எங்களின் ஆரம்பகாலச் சண்டைகள் உலகத்தையே வெற்றிகொள்ள உதவியதென்றால், பிற்காலச் சண்டைகள் கொடியவையாக இருந்தன. அடிக்கடி வீட்டை விட்டுக் காணாமற் போய்விடுகிற ஒரு தகப்பனின் வெற்றிடத்தை நிரப்ப வேண்டிய இடத்தில் இருக்கும் ஒரு தாயின் கவலையுற்ற கவனிப்பிலும் தொடர்ந்த கண்டிப்பிலும் வளர்க்கப்பட்ட சகோதரர்கள் நாங்கள். அம்மாவுக்கு அந்த வெற்றிடத்தைத்தான் நிரப்பாமற்போனால் இந்த ஊரின் துயரம் எங்கள் வீட்டுக்குள்ளும் ஊடுருவி வந்துவிடுமென்ற பயம் இருந்தது. ஆனால் இப்போது நாங்கள்

இருவரும் வளர்ந்த இளைஞர்களாகிவிட்டதால், இருவருக்கும் உரித்தான சமஸ்தானங்களை நிறுவிக்கொள்ள வேண்டிய அவசியம் ஏற்பட்டுவிட்டது. பலவிதமான விதிகளும் கட்டுப்பாடுகளும் வருடக்கணக்கில் அலசி ஆராய்ந்து அமல்படுத்தப்பட்டன. வீட்டில் அமைதி நிலவுவதற்காக, – அலமாரியில் எந்தப் பகுதி யாருக்குச் சொந்தமானது, எந்தப் புத்தம் யாருக்கானது, காரில் செல்லும்போது அப்பாவின் பக்கத்தில் யார், எவ்வளவு நேரத்திற்கு உட்காருவது, படுக்கும்போது படுக்கையறைக் கதவை யார் மூட வேண்டும், சமையலறை விளக்குகளை யார் அணைக்க வேண்டும், History Magazine இதழ் வந்தால் முதலில் யார் படிக்க வேண்டும் – பலவித உடன்படிக்கைகள் அமலில் இருந்தபோதிலும் சர்ச்சைகள் திடீரெனக் கிளம்பும். வாக்குவாதம், அவமதிப்புகள், குத்தல்கள், அச்சுறுத்தல்கள் என தட்ப வெப்பம் மாறும். "அது என்னுடையது, தொடாதே", "ஜாக்கிரதை, அப்புறம் கஷ்டப்படுவாய்," என ஒரேயொரு மதிமிஞ்சிய மிரட்டல் போதும், உடனே ஒரு கைகலப்பு, ஒரு கை முறுக்கல், ஒரு குத்து, ஒரு உதை என வன்முறை வெடிக்கும். என்னைக் காத்துக்கொள்ள மரஹாங்கர், கிடுக்கி, துடைப்பம் என எது கைக்குக் கிடைக்கிறதோ எடுத்துக்கொள்வேன்.

சிறுவயதில் உண்மையான கால்பந்துப் போட்டியைப் போல ஏதாவது ஒரு விளையாட்டுப் போட்டியை நேரில் பார்த்துவிட்டால், வீட்டில் அதே விளையாட்டைக் கோலிக்குண்டுகளை வைத்துக்கொண்டு ஆடுவோம். விளையாடும் போது யாருடைய கௌரவத்திற்கும் மரியாதைக்கும் குந்தகம் ஏற்பட்டுவிட்டால் அதற்குத் தீர்வு காண்பதற்காக உடனே சண்டை ஆரம்பித்துவிடும். இருந்த போதிலும், எங்களுடைய முதன்மையான அக்கறை விளையாட்டின் மீதுதான் இருந்தது. ஆனால் இப்போது வளர்ந்துவிட்ட பிறகு விளையாட்டு பின்னுக்குச் சென்று கௌரவமும் மரியாதையும் எங்கள் சொந்த வாழ்க்கையை நேரடியாகப் பாதிப்பனவாக மாறிவிட்டன. ஒருவருடைய பலவீனங்கள் என்னென்னவென்று மற்றவருக்குத் தெரியும் என்பதால், அதிகமாக வலிக்கும் இடங்களைத் தேர்ந்தெடுத்து அடித்துக் கொள்வோம். எல்லாவற்றையும்விட, எங்கள் சண்டைகள் வெறும் கோப வெளிப்பாடுகளாக இருந்தவை மாறி, இரக்கமின்றி திட்டமிடப்பட்ட வன்முறைத் தாக்குதல்களாகிவிட்டன.

ஒருநாள் அவனை எப்படியோ காயம் ஏற்படும்படி அடித்துவிட்டேன். "இன்றிரவு அப்பாவும் அம்மாவும் சினிமாவுக்குப் போனபிறகு, உன்னை அடித்துக் கூழாக்கப்போகிறேன், பார்த்துக்கொண்டேயிரு," என்றான். இரவு உணவின் போது என் பெற்றோர்களிடம் போக வேண்டாமென்று கெஞ்சினேன். அவனுடைய மிரட்டல்களைச் சொல்லியும் கூட அவர்கள் கவலைப்படாமல், இரு தரப்பிடமும் சமாதானம் செய்துவிட்ட அமைதிப்படையைப் போல, ஒரு குருட்டு நம்பிக்கையோடு என்னைத் தனியாக விட்டுவிட்டுக் கிளம்பிச் சென்றுவிட்டனர்.

வீட்டில் சில சமயம் தனியாக இருக்கும்போது சண்டை வந்து உக்கிரமாக, வியர்வை வழிய துவந்த யுத்தம் புரிந்துகொண்டிருப்போம்; அப்போது திடீரென அழைப்பு மணி ஒலிக்கும். கணவனும் மனைவியும் சண்டையிட்டுக் கொண்டிருக்கும்போது பக்கத்து வீட்டார் வந்துவிட்டால், சண்டையைச் சட்டென்று நிறுத்திவிட்டு அசடு வழிவதைப் போல,

நாங்களும் உடனே சண்டையை நிறுத்திவிட்டு, அந்த அழையா விருந்தாளியைக் கதவைத்திறந்து மரியாதையாக வரவேற்போம். “ப்ளீஸ், உள்ளே வாருங்கள் சார்,” “ப்ளீஸ், உட்காருங்கள்” என்றெல்லாம் மலர்ந்த முகத்தோடு முகமன் கூறிவிட்டு, நானும் அவனும் ஒருவரையொருவர் ரகசியமாகப் பார்த்து கண்ணடித்துக்கொண்டு சிரிப்போம். அம்மா வெளியில் சென்றிருப்பதாகவும் கொஞ்சநேரத்தில் வந்துவிடுவார் என்றும் சொல்வோம். அவர்கள் சென்ற பிறகு, சண்டையைப் பாதியில் நிறுத்திய கணவன் மனைவியைப் போலல்லாமல் இதற்கு முன் எதுவுமே நடக்காததுபோல எங்கள் வேலையைக் கவனிக்கத் தொடங்குவோம். சிலநேரங்களில் அவன் என்னைக் கடுமையாக அடித்திருப்பான். வலி சற்று இருந்தாலும் அதைக் கற்பனையில் மிகைப்படுத்திக்கொண்டு தரையில் குப்புறப்படுத்துக்கொண்டு, நான் இறந்துவிட்டதைப் போலவும் எனக்கு ஈமச்சடங்கு நடப்பதைப் போலவும் கற்பனை செய்தபடி தேம்பித் தேம்பி அழுதுகொண்டிருப்பேன். களைப்பில் அப்படியே தூங்கிவிடுவேன். என்னைவிட என் சகோதரன் மனிதத் தன்மையும் கருணையும் மிக்கவன். வீட்டுப்பாடங்களைப் பாதியில் நிறுத்திவிட்டு என்னை வந்து எழுப்புவான். உடையை மாற்றிக்கொண்டு படுக்கப் போகச் சொல்வான். அவன் மீண்டும் படிக்கச் செல்ல, நான் உடையை மாற்றாமல், படுக்கயறை விளக்கை ஏற்றாமல், இருட்டில் என் கட்டிலில் படுத்துக்கொண்டு என் சுய பச்சாதாபப் புலம்பலில் நேரத்தைக் கடத்துவேன்.

எனக்குத் தேவையென்று ஏங்கிக்கொண்டிருந்த, பின்னர் அது என்னில் நிறைந்துவிட்டதாக அறிவித்துக்கொண்ட ‘மனத்துயர நிலை’ நான் கற்றுக்கொள்ள வேண்டிய பௌதிக, வேதியியற் விதிகள், கணித ஃபார்முலாக்கள், மனப்பாடம் செய்ய வேண்டிய *Karlowitz Treaty* பாடங்களின் கட்டாயங்களிலிருந்து சற்று அவகாச இடைவெளியை எனக்களிப்பதாக இருந்தது. அடி வாங்குவதும் அவமானப்படுத்துவதும் எனக்கு விடுதலையுணர்வை அளிப்பதாக இருந்தது. சில நேரங்களில் அடி வாங்குவதற்காகவே அவனைச் சீண்டுவேன். அதைத் தெரிந்து கொண்டிருப்பதால்தான் அவன் “வாங்கின அடி போதாதா?” எனக்கேட்டது அவன் அதைத் தெரிந்துகொண்டுவிட்டான் என்பதாலேயே, அவன் என்னைவிட புத்திசாலியாக, பலமானவனாக இருப்பதாலேயே, அவனோடு முழு பலத்துடன் சண்டைபோடவும் அடிவாங்கிக்கொள்ளவும் நான் விரும்புவேன்.

ஒவ்வொருமுறை அடிவாங்கிய பின்பும் தனியாகப் படுத்துக்கொண்டு, நான் திறமையற்றவனாக, குற்றமுள்ளவனாக, சோம்பேறியாக இருப்பதற்காக என்னை நானே திட்டிக்கொண்டிருக்கும்போது இருண்ட உணர்வு ஒன்று என்னை ஆட்கொள்ளும். எனக்குள்ளிருந்து ஒரு குரல், “என்ன விஷயம்?” என்று கேட்கும். “நான் மோசமானவன்,” என்பேன். அந்தக் கணத்தில், இந்தப் பதில் எனக்குத் தலையைச் சுற்றவைக்கும் படியான ஒரு சுதந்திரத்தைக் கொடுக்கும். ஒரு புதிய பிரகாசமான உலகம் எதிரில் தோன்றும். என்னால் எவ்வளவு முடியுமோ அந்தளவுக்கு நான் கெட்டவனாக இருக்க முடிந்தால் நான் விரும்பும் போதெல்லாம் என்னால் ஓவியம் வரைய முடியும், பள்ளியில் தந்த வீட்டுப்பாடங்களை

மறந்துவிடலாம். உடையை மாற்றிக்கொள்ளாமலேயே தூங்கலாம். அதே சமயத்தில் நான் அடைந்த தோல்வியினால், கை கால்களில் பட்டிருக்கும் காயங்களினால், கிழிந்த உதடுகளினால், ரத்தம் ஒழுகும் நாசிகளினால் ஒரு வினோதமான சுகத்தை அடைந்திருக்கிறேன். அடிவாங்கிச் சிவந்திருக்கும் என் உடம்பு, நான் சண்டையிட லாயக்கற்றவன், தோல்வியடையவும் இழிவுபடுத்தப்படுவதற்கும் அடக்கி ஒடுக்கப்படுவதற்கும்தான் தகுதியானவன் என்பதற்குச் சாட்சியாக இருக்கிறது. ஒருவேளை இதைப்போன்ற எண்ணங்கள் ஓடிக்கொண்டிருக்கும்போதுதானோ என்னவோ கோடைக்காலக் காற்றைப் போல அந்தப் பிரகாசமான பகற்கனவுகள் என் தலைக்குள் சீறிவருகின்றன. ஒருநாள் நானும் ஏதோவொரு மகத்தான விஷயத்தைச் செய்வேன் என்றொரு செய்தி அதிலிருந்து எனக்குப் பரவசத்தைப் பரப்பியபடி கடத்தப்படுகிறது. இந்தக் கனவுகள், இவற்றை எழுப்பிய வன்மையையும் அகௌரவத்தையும் பொய்யாக்கிவிடும் வலிமையைப் பெற்றிருக்கின்றன. நான் அனுபவித்த எல்லா வலிகளையும் தாங்கிக்கொண்டு என்னெதிரே ஜொலித்துக்கொண்டிருந்த எனது இரண்டாம் உலகம் என் கற்பனைகள் எல்லாவற்றையும் துடிப்பானவைகளாகவும் உயிர்ப்புள்ளவைகளாகவும் மாற்றி ஒரு சந்தோஷமான புதிய வாழ்க்கைக்கு நம்பிக்கையளிக்கிறது. என் நகரத்தின் துயரம் – *ஹுசுன்* – எனக்குள் இறங்குவதை உணரும்போது, இதைப்போன்ற தருணங்களில் வரைவது வேறெப்போதும் வரைவதை விட எனக்கு மகிழ்ச்சியளிப்பதாக இருக்கிறது என்பதை யதேச்சையாகக் கண்டுபிடித்தேன். உலகத்தை மறந்து, என் துயரத்தோடு விளையாடிக்கொண்டிருக்கும்போது அதன் இருண்மை மங்கித்தேயத் தொடங்கிவிடும் என்பதையும் அப்போது அறிந்துகொண்டேன்.

33

வெளிநாட்டுப் பள்ளிக்கூடத்தில் ஒரு வெளிநாட்டவன்

ஆரம்பப் பள்ளியில் ஒரு வருடம் ஆங்கிலம் படித்ததையும் சேர்த்துக் கணக்கிட்டால் ராபர்ட் அகாடெமியில் நான் நான்கு வருடங்கள் கழித்திருக்கிறேன். இந்தக் காலகட்டத்தில்தான் எனது பிள்ளைப்பருவம் முடிவுக்கு வந்தது. உலகம் என்பது நான் நினைத்திருந்ததைவிட பெரும் குழப்பமான, அணுகமுடியாத, வேதனையளிக்கும்படி எல்லையற்று விரிந்திருக்கும் இடமாக உள்ளதை அப்போதுதான் கண்டுகொண்டேன். எனது பிள்ளைப் பருவம் முழுவதையும் ஓர் அந்நியோன்னியமான குடும்பத்தில், ஒரே தெருவில், ஒரே நகர்ப் பகுதியில் கழித்தேன். அப்போது அதுதான் உலகத்தின் மையம் என்பதுதான் என் முற்றான முடிவாக இருந்தது. லீஸே பள்ளியில் நான் சேரும்வரை, எனக்குச் சொந்தமான, நான் வசிக்கும் இப்புவிப்பகுதிதான் உலகின் மற்ற இடங்களுக்கு வழிகாட்டியாக இருக்கிறது என்று நம்பி வந்த என் கற்பனையை நான் கற்ற கல்விப் பாடங்கள் தகர்த்திருக்கவில்லை. லீஸேவில் சேர்ந்த பிறகுதான் நான் வசிப்பது உலகத்தின் மையத்தில் அல்லவென்பதை அறிந்துகொண்டேன். அதைவிட அதிகமான வலியைக் கொடுத்த நிதரிசனம், நான் வசிக்கும் இந்த இடம் உலகத்திற்கு வழிகாட்டும் கலங்கரை விளக்கமல்லவென்பது. உலகத்தில் எனது இடம் எவ்வளவு நொய்மையானது என்பதையும் அதே நேரத்தில் இவ்வுலகின் விஸ்தாரத்தையும் அறிந்துகொண்டபோது மேலும் அதிகத் தனிமையாகவும் பலவீனமாகவும் உணர்ந்தேன். இக்கல்லூரியை ஸ்தாபித்த அமெரிக்க மதச்சார்பற்ற பிராட்டெஸ்டன்ட்டுகள் கட்டிய நூலகக் கட்டடத்தின் தாழ்வான உத்தரங்களோடிருந்த திருக்குமறுக்கான பாதைகளில் என்னை நானே தொலைத்துக்கொள்ளும்படி அலைந்துகொண்டிருப்பது அப்போது பிடித்தமானதாக இருந்தது.

முக்கியமாக என் சகோதரன் இங்கு இல்லாதது ஒரு காரணம். எனக்குப் பதினாறு வயதாகும் போது அவன் யேல் பல்கலைகழகத்தில் படிப்பதற்காக அமெரிக்கா சென்றுவிட்டான். ஒருநாள் விடாமல் நாங்கள் சண்டையிட்டுக்கொண்டிருந்தாலும் அணுக்கமான தோழர்களாக இருந்தோம். சுற்றியுள்ள உலகத்தை அலசுவோம், தரம் பிரிப்போம், மதிப்பிடுவோம், தீர்ப்பிடுவோம், என் அம்மாவுடனும் அப்பாவுடனும் எனக்கிருந்ததைவிட அவனுடனான எனது பந்தம் வலுவானது. எனது கற்பனைகளைத் தூண்டிவிட்டு, என் சோம்பலை மேம்படுத்தி வந்த, ஒருபோதும் முடியாத எங்கள் சண்டைகளும் சீண்டல்களும் அடி உதைகளும் அண்ணனோடு போய்விட்டதால் எனக்குப் புகார் சொல்ல எதுவுமில்லாமறபோனது. குறிப்பான மனதில் துயரம் கவியும்போது அவன் என்னோடு இல்லாமலிருப்பது பெரும் ஏக்கத்தை உண்டாக்கியது.

எனக்குள்ளிருந்த மையஸ்தானம் ஏதோஒன்று நொறுங்கிப் போனதைப் போலிருந்தது. இந்த மையஸ்தானம் எங்கே இருந்ததென்பதை என் அறிவால் கண்டறிய முடியவில்லை. எனது பள்ளிப் பாடங்கள், வீட்டுப் பாடங்களில் என்னால் முழுமனதோடு ஈடுபடமுடியாமற் போனதற்கு இதுதான் காரணமென்று தோன்றியது. முன்பெல்லாம் அதிகம் சிரமப்படாமலேயே வகுப்பில் முதலாவதாக வந்துகொண்டிருந்த எனக்கு இப்போது முடியாமற் போயிருப்பது என் இதயத்தை உடைப்பதாக இருந்தது. எதற்காகவும் அதீதமாகச் சுணக்கம் கொள்ளவோ அதீதமாகச் சந்தோஷம் அடையவோ எனக்குத் திறனிழந்து போய்விட்டதைப் போல உணர்ந்தேன். பிள்ளைப் பருவத்தில் நான் சந்தோஷமாக இருப்பதாக நினைத்துக்கொண்டால் உடனே வாழ்க்கை வெல்வெட்டைப் போல மென்மையானதாக மாறி, தேவதைக் கதைகளைப் போலச் சிறகடிக்கத் தொடங்கிவிடும். எனக்குப் பதிமூன்று, பதினான்கு வயதாக இருக்கையில் இந்தப் புனைவு நொறுங்கிப் போனது. அவ்வப்போது இந்த நொறுங்கிய சிதறல்களில் ஏதாவது ஒரு துண்டைப் பிரித்தெடுத்து அதன் மீது என் நம்பிக்கை முழுவதையும் செலுத்துவேன். பின்னர் அதில் என்னை முழுமையாக அர்ப்பணித்துக்கொள்ள முயல்வேன்; ஆனால் ஒவ்வொரு வருடத்தின் துவக்கத்திலும் இம்முறை வகுப்பில் முதலாவதாக வர வேண்டும் என உறுதியெடுத்துக்கொண்டு அது நிறைவேறாமல் குலைவதைப் போல அம்முயற்சியிலிருந்து விலகிச் செல்வதை உணர்வேன். சில நேரங்களில் உலகம் என்னிலிருந்து வெகுதொலைவில் சென்றுவிட்டிருப்பதைப் போலத் தோன்றும். என் சருமத்திலும் என் உள்ளத்திலும் பொதிந்திருக்கும் என் உணர்கொம்புகள் இந்த உணர்வை மிகத்துல்லியமாக பதிவுசெய்து எனக்கு உணர்த்தும்.

இந்தக் குழப்பங்களுக்கு இடையில் எப்போதும் முடியாதவையாகத் தொடர்பவை பாலியற்கற்பனைகளாகத்தான் இருக்கும். எனது இரண்டாம் உலகத்திற்குப் புகலிடம் தேடிச் செல்ல அவ்வப்போது என்னை விரட்டுவதும் இக்கற்பனைகள்தாம். செக்ஸ் என்பது இன்னொருவரோடு பகிர்ந்து கொள்ளக்கூடிய எண்ணம் அல்லவென்று நான் அறிந்திருந்தேன். அது உங்களால் உருவாக்கிக்கொள்ளக் கூடிய ஒரு கனவு. எழுத்துக்கூட்டி படிக்கக் கற்றுக்கொண்டபின் எப்படி என் தலைக்குள்ளிருந்த இயந்திரம்

ஒவ்வோர் எழுத்தையும் எனக்காக உரக்க உச்சரித்து சொல்லிக்கொடுத்ததோ அதைப்போல இன்னொரு புதிய இயந்திரம் பாலியற் கனவுகளை உருவாக்கி அளித்துக்கொண்டிருந்தது. நான் பார்த்த, என் மனதில் பதிந்திருக்கிற எந்தப் பிம்பத்திலிருந்தும் மிகத்துல்லியமான டெக்னிக்கலர் காட்சிகளை உருவாக்கி எழுச்சிகொள்ள வைத்துக்கொண்டிருந்தது. இந்த இயந்திரத்திற்கு எதுவும் புனிதமானதாக இல்லை. செய்தித்தாள்களில், பத்திரிகைகளில் நான் பார்த்திருந்த எல்லாப் படங்களையும் அது பயன்படுத்திக்கொண்டது. தேவைப்படும் விவரங்களைச் சேர்த்து செக்ஸுவல் புனைவுகளாக மாற்றி என் மேல் செலுத்தத் தொடங்கியதும் நான் எனது அறைக்குள் புகுந்து தாழிட்டுக்கொள்வேன்.

பின்னர் குற்றவுணர்வின் சகதியில் புரண்டுகொண்டிருக்கையில் நடுநிலைப்பள்ளி தினங்களில் இரண்டு வகுப்புத் தோழர்களோடு பேசிக்கொண்டிருந்தது நினைவுக்கு வரும். ஒருவன் மிகவும் குண்டாக இருப்பான். மற்றவனுக்குத் திக்குவாய். திக்குவாயன் வார்த்தைகளுக்குத் திணறியபடியே என்னிடம் கேட்டான்; "நீ எப்போதாவது செய்திருக்கிறாயா?" ஆம், நடுநிலைப்பள்ளி நாட்களிலேயே நான் அதில் ஈடுபட்டிருந்தாலும் வெட்கமும் அவமானமும் என் வாயை அடைக்க, ஆம் என்றோ இல்லை என்றோ சொல்ல முடியாதபடிக்கு மழுப்பலாக எதையோ முணுமுணுத்தேன். ஒரு புத்திசாலியான, அமைதியான, கடுமையாக உழைக்கக்கூடிய ஒருவன் இவ்வளவு கீழ்த்தரமான செய்கையைச் செய்வானா என்று அதிர்ச்சியில் முகம் சிவக்க "அடப்பாவி! ஒரு போதும் அதைச் செய்யவே செய்யாதே!" என்று திக்குவாயன் கத்தினான். "சுயமைதுனம் என்பது ஒரு பயங்கரமான பழக்கம். ஒருமுறை ஆரம்பித்துவிட்டால் எப்போதும் நிறுத்தவே முடியாது." இந்தச் சமயத்தில் அந்தக் குண்டு நண்பன் என்னை வேதனையும் சோகமுமாகப் பார்த்த பார்வை நினைவுக்கு வருகிறது. பின்னர் அவனும் என்னைச் சுயமைதுனம் செய்வதை விட்டுவிடும்படி கிசுகிசுத்தான் (அதற்கு எங்கள் சங்கேத மொழியில் 'முப்பத்தொன்று' என்று பெயர்.) அவனுக்கும் இந்தப் பழக்கம் ஒரு போதையைப் போல ஆட்டுவித்துக் கொண்டிருக்கிறது என்றான். அது அவனுக்களிக்கப்பட்ட சாபம் என்று நம்புவதாகவும் அதனால்தான் அவன் இவ்வளவு குண்டாக இருப்பதாகவும் கடவுளின் கோபத்திற்கு இரையான முகபாவத்தை வரவழைத்துக்கொண்டு சொன்னான்.

இந்த வருடங்களில் மற்றொரு பழக்கத்திற்காகவும் என் நினைவுகளில் இதே போன்ற குற்றணர்வு கலந்திருந்தது. கட்டடக்கலையியல் படிப்பதற்காக நான் தொழில்நுட்ப பல்கலைக்கழகத்திற்குச் சென்றபோதும் இது கூடவே வந்தது. ஆனால் வகுப்புகளுக்கு மட்டம் போடுவது என்ற இந்தப் பழக்கம் புதிதானதொன்றும் அல்ல. ஆரம்பப்பள்ளி காலத்திலிருந்தே வகுப்புக்குச் செல்லாமல் ஏமாற்றி வந்திருக்கிறேன்.

வகுப்புக்குச் செல்லாமல் ஏமாற்றுவதற்குப் பல காரணங்கள் எனக்கு இருக்கும். 'போர்' அடித்தால் போகமாட்டேன். அல்லது கொடுக்கப்பட்ட ஏதோவொரு வேலையை நான் செய்யாதிருப்பதைப் போலக் கற்பனை செய்துகொண்டு (அதுபோன்ற குறை ஒன்று

இருந்திருக்கவே இருக்காது) பள்ளிக்குச் செல்லாமல் இருந்துவிடுவேன். அல்லது அன்று பள்ளியில் செய்ய வேண்டிய வேலை நிறைய இருந்தால் போகமாட்டேன். இந்தக் காரணங்கள் பள்ளியோடு தான் சம்பந்தப்பட்டிருக்க வேண்டுமென்பதில்லை; என் பெற்றோர்களுக்கிடையே ஏதோ வாக்குவாதம் நிகழ்ந்திருக்கலாம் அல்லது வெறும் சோம்பேறித்தனமோ பொறுப்பின்மையோ கூட காரணமாக இருக்கலாம். மனப்பாடமாகச் செய்யுள் ஒப்பிக்க வேண்டியிருந்தது, சக மாணவன் அன்று என்னை அடிக்கப் போவதாக மிரட்டியிருந்தது என வேறு சில சாக்குபோக்குகள்கூட இருக்கும். இவற்றைத் தவிர லீஸே பள்ளியிலும் பல்கலைக்கழகத்திலும் எனக்குத் திடீர்திடீரென்று ஆழ்ந்த சலிப்பும் மனத்துயரமும் இருத்தலியலான விரக்தியும் ஏற்பட்டுவிடும். வீட்டுக்குச் செல்லம் என்பதாலேயே பள்ளிக்குப் போகாமல் ஏமாற்ற வாய்ப்புகள் இருந்தன. சிலநேரங்களில் என் அண்ணன் மட்டும் பள்ளிக்குப் போய்விடுவான். எனது அறையில், தனிமையில், நான் செய்கின்ற காரியங்கள் பள்ளியில் செய்வதைவிட மேலானதாக எனக்குத் தோன்றும். மேலும் என் சகோதரன் அளவிற்குக் கெட்டிக்கார மாணவனாக என்னால் இருக்க முடியாது என்ற யதார்த்தத்தையும் உணர்ந்திருந்தேன். ஆனால் அதைவிட ஆழமான ஏதோ ஒன்றும் என் மனத்துயரத்தைப் போன்றதோர் ஆதாரத்திலிருந்து வந்தது.

என் அப்பாவுக்கு அவரது தந்தை வழி சொத்துகள் அனைத்தும் கரைந்து போவதற்குச் சற்றுமுன்பாக ஜெனீவாவில் ஒரு வேலை கிடைத்தது. எங்களைப் பாட்டி வீட்டில் விட்டுவிட்டு அவரும் அம்மாவும் அந்த வருடத்தின் குளிர்காலத்தில் ஜெனீவாவுக்குப் பயணமானார்கள். பாட்டி எதற்கும் கண்டிக்கமாட்டார். நான் சந்தோஷமாகப் பள்ளிக்கு மட்டம் போட்டுக்கொண்டிருந்தேன். அப்போது எனக்கு எட்டு வயது. ஒவ்வொரு நாளும் காலையில் எங்களைப் பள்ளிக்குக் கூட்டிச் செல்ல இஸ்மாயில் எஃபெண்டி மணியடிப்பார்; என் சகோதரன் புத்தகப் பையை எடுத்துக்கொண்டு கிளம்ப, நான் எதையோ முனகிக்கொண்டே காலம் தாழ்த்துவேன். புத்தகப் பையை இன்னும் அடுக்கவில்லை என்பேன், எதையோ மறந்துவிட்டது இப்போதுதான் நினைவுக்கு வந்தது என்பேன், (பாட்டி எனக்கு ஒரு லிரா தருவார்களா?) இந்த நேரத்தில் திடீரென எனக்கு வயிறு வலிக்கும், என் ஷூக்கள் ஈரமாக இருக்கம், என் சட்டையை மாற்ற வேண்டியிருக்கும். என் அண்ணனுக்கு என் திட்டங்கள் அனைத்தும் அத்துபடி என்பதால், அவனுக்கும் தாமதமாகிவிடக் கூடாதென்பதற்காக, “நாம் போகலாம் இஸ்மாயில். ஓரானை நீங்கள் திரும்ப வந்து கூட்டிச் செல்லுங்கள்,” என்று கிளம்பிவிடுவான்.

எங்கள் பள்ளி, வீட்டிலிருந்து நான்கு நிமிட நடை தூரத்தில் இருப்பது. இஸ்மாயில் எஃபெண்டி என் சகோதரனைப் பள்ளியில் விட்டுவிட்டு என்னைக் கூட்டிச் செல்வதற்காகத் திரும்ப வரும்போது, வகுப்புகள் தொடங்கும் நேரமாகிவிட்டிருக்கும். நான் அப்போதும் அதையும் இதையும் தேடிக்கொண்டிருப்பேன், தொலைந்துபோன ஏதோவொன்றிற்காக யாரையோ குற்றம் சொல்லிச் சிணுங்குவேன். என் வயிறு கடுமையாக வலிப்பதால் இஸ்மாயில் எஃபெண்டி

அழைப்பு மணி அடித்தது காதில் விழாததைப் போல நடிப்பேன். இதற்குள், இந்த எல்லாப் பொய்களின், சூழ்ச்சிகளின் விளைவாகவும் காலை உணவு முடிந்ததும் என்பாட்டி கட்டாயப்படுத்தி குடிக்க வைக்கும் படுசூடான பாலின் விளைவாகவும் – அந்தக் கொதிக்கும் பாலின் வாசனை இன்னும் என் நாசியில் தங்கியிருக்கிறது – எனக்கு நிஜமாகவே வயிறு கொஞ்சம் வலிக்கத் தொடங்கும். சற்று நேரம் கழித்து இளகிய மனம்கொண்ட பாட்டி இணங்கிவிடுவார்.

"சரி போகட்டும் இஸ்மாயில், ஏற்கனவே மிகவும் தாமதமாகிவிட்டது. இதற்குள் மணி அடித்து விட்டிருப்பார்கள். இவன் இன்றைக்கு வீட்டிலேயே இருக்கட்டும்." பாட்டி என் பக்கம் திரும்பி புருவத்தை உயர்த்தி, "இதைக் கேட்டுக்கொள், நாளைக்குக் கண்டிப்பாக நீ பள்ளிக்குப் போகிறாய், புரிகிறதா? இல்லாவிட்டால், போலீஸைக் கூப்பிட்டு விடுவேன். உன் பெற்றோர்களுக்கு எழுதி விடுவேன்."

வருடங்கள் கழித்து லீஸே பள்ளியில் படிக்கும்போது யாரும் என்னைக் கண்காணிக்க இல்லாததால் பள்ளிக்கு மட்டம் போடுவது சுலபமான விஷயமாக இருந்தது. நகர வீதிகளில் அலையும்போது எடுத்துவைக்கும் ஒவ்வோரடியும் என் குற்றவுணர்வை ஆற்றுப்படுத்துவது போலிருந்தது. அதனால் இந்த இலக்கற்ற திரிதல் அனுபவத்தை நன்கு ரசிக்கவும் முற்றிலும் இலக்கற்ற, சோம்பேறியான, முட்டாள் ஒருவனின் கண்களுக்கு மட்டுமே படக்கூடிய விஷயங்களைக் கவனிக்கவும் முடிந்தது: அங்கே பெண் அணிந்திருக்கும் மகா அகலமான, கூராக மடிந்த தொப்பி, இவ்வளவு நாள் இந்த இடத்தைக் கடந்து சென்றிருந்த

போதிலும் நான் இதுவரை கவனித்திராத இந்தப் பிச்சைக்காரனின் தீயில் வெந்த முகம், கடைகளுக்குள் பேப்பர் படித்துக்கொண்டிருக்கும் நாவிதர்களும் உதவியாளர்களும் அந்த அடுக்ககத்தின் சுவரில் உள்ள மார்மலேட் விளம்பரத்தில் இருக்கும் பெண், டாக்ஸிம் சதுக்கத்தில் வைக்கப்பட்டிருக்கும் கடிகாரம் (இந்தக் கடிகாரம் பன்றி வடிவ சேமிப்பு உண்டியல் போல இருப்பதை, இப்போது கடிகாரத்தை ஆட்கள் பழுது பார்த்துக்கொண்டிருப்பதால்தான் கவனிக்கிறேன்). காலியான ஹாம்பர்கர் கடைகள், சிஹாங்கிரின் குறுக்குத் தெருக்களில் பூட்டு ரிப்பேர்காரர்கள், பழையசாமான் கடைகள், மரத்தச்சர்கள், பலசரக்கு கடைகள், ஸ்டாம்பு விற்பவர்கள், இசைத்தட்டு கடைகள், பழைய புத்தகக் கடைகள், அச்சு

தயாரிப்பவர்கள், யூக்செக்கால்தரம்மின் தட்டச்சு இயந்திரக் கடைகள் – எல்லாமே நான் குழந்தையாக இருந்தபோது பார்த்ததைப் போலவே இப்போதும் அதே போல, அழகாக, கவர்ச்சிகரமாகத் தெரிந்தன. தெருக்களில் *ஸிமிட்டுகள்,* சிப்பிக் கருவாடு, பிலாஃப் செஸ்நட்டுகள், மாமிச உருண்டைகள், மீன்ரொட்டி, மாவுருண்டைகள், *எய்ரன்* (ஒரு யோகர்ட் பானம்), *ஷெர்பத்* கடைகள் நிறைந்திருக்க, அந்த நேரத்திற்கு எது என்னைக் கவருகின்றதோ வாங்கிக்கொள்வேன். கையில் சோடா பாட்டிலோடு தெரு முனையில் நின்றுகொண்டு சிறுவர்கள் கால்பந்து ஆடுவதைப் பார்ப்பேன் (அவர்களும் என்னைப் போலவே பள்ளிக்கு மட்டம் போட்டிருக்கிறார்களா, அல்லது பள்ளிக்கே செல்வதில்லையா?) நான் இதற்கு முன் பார்த்தேயிராத ஒரு சந்துக்குள் நடந்து சென்று மகத்தான சந்தோஷ அனுபவம் பெறுவேன். அவ்வப்போது என் கண்கள் கைக்கடிகாரத்துக்குச் செல்லும். பள்ளியில் இந்நேரம் என்ன நடந்து கொண்டிருக்குமென்று யோசிப்பேன். என் குற்றவுணர்வு மனத்துயரை அதிகரிக்கும்.

எனது லீஸே வருடங்களில் பெபெக், ஆர்டகூய், ரூமெலிஹிஸாரியை ஒட்டிய மேட்டுப் பகுதிகளின் சின்னச்சின்ன சந்துகளில் அலைந்திருக்கிறேன். ரூமெலிஹிஸாரி, எமிர்கான், இஸ்தின்யே படகுத்துறைகள் அந்தக் காலத்தில் செயலாக இருந்தன. மீனவர்களின் காபி இல்லங்கள் துடுப்புப் படகுத் துறைகளைச் சுற்றி நிறைய இருக்கும். இந்த எல்லா இடங்களுக்கும் படகுகளில் சென்றிருக்கிறேன். படகுப் பயணங்கள் அளிக்கும் ஆனந்த அனுபவங்கள் தனித்துவமானவை. பாஸ்ஃபரஸ் கரையோர கிராமங்களில் காணக்கிடைக்கும் காட்சிகள் அலாதியானவை – சன்னலில் சாய்ந்து கிழவிகள் தூங்கிக்கொண்டிருப்பார்கள். பூனைகள் சந்தோஷமாகக் குறுக்கும் நெடுக்குமாக ஓடிக்கொண்டிருக்கும். அந்த ஒடுக்கமான தெருக்களில் இப்போதும்கூட பழங்காலக் கிரேக்க வீடுகளைக் காணலாம். பகல் நேரங்களில் இவ்வீடுகளின் கதவுகள் மூடப்பட்டிருக்காது.

இந்தக் குற்றங்களைப் புரிந்த பின் மனது அமைதியிழந்து விடும். நேர்ப்பாதையில் செல்வதற்கு உறுதி பூணுவேன். நேர்ப்பாதை என்பது ஒழுங்கான மாணவனாக இருப்பது, நிறைய வரைவது, அமெரிக்காவுக்குச் சென்று ஓவியக்கலை பயில்வது, நல்லெண்ணத்தோடு செயல்பட்டாலும் மாணவர்கள் மத்தியில் கேலிச் சித்திரங்களாகிவிட்ட என் அமெரிக்க ஆசிரியர்களை இனி வெறுப்பேற்றாமல் இருப்பது, என்னை மிகவும் எரிச்சல்படுத்துகிற சோம்பேறித்தனமான, எப்போது தண்டனை தரலாம் என்று காத்திருக்கிற எங்கள் துருக்கிய ஆசிரியர்களைக் கோபப்படுத்தாமல் இருப்பது. கொஞ்ச நாட்களிலேயே எனது குற்றவுணர்வு என்னை ஒரு சிரத்தை மிக்க கருத்தியலாளராக்கிவி ் ! து அந்த வருடங்களில் என் வாழ்வில் பங்குபெற்றிருந்த வளர்ந்தவர்களிடையே அதிகமாகக் காணப்பட்ட பாவங்கள் நேர்மையின்மையும் உண்மையின்மையும். என்னால் மன்னிக்க முடியாத பாவங்கள் இவையாகத்தான் இருந்தன. மற்றவர் உடல்நலனைக் குறித்து விசாரிப்பதிலிருந்து, மாணவர்களாகிய எங்களை மிரட்டுவது, அவர்களது பொருட்கள் வாங்கும் பழக்கத்திலிருந்து அரசியல் வெளிப்பாடுகள் வரை, அவர்கள் வாழ்க்கையின் எல்லாப்

பரிமாணங்களிலும் ‘இரட்டை – வேடத் தன்மை’ பளிச்சென்று தெரிந்தது. இதை அவர்கள் ‘வாழ்க்கை அனுபவம்’ என்ற பெயரிட்டு அழைத்து, இந்தத் திறமைதான் என்னிடம் இல்லையென்று குறைபட்டுக் கொண்டிருந்தார்கள். ஒரு குறிப்பிட்ட வயதைக் கடந்ததும் பாசாங்குத் தன்மையையும் வெளிப்படையாகக் காட்டிக்கொள்ளாத வஞ்சகத் திறனையும் ஒவ்வொருவரும் வளர்த்துக்கொண்டு, வெளிப் பார்வைக்கு அப்பாவியாகப் பொய்யகம் காட்ட வேண்டும். இன்னொன்றையும் நான் தெளிவுபடுத்தி விடுகிறேன். நானும் நிறைய குறும்புச்சேட்டைகள் செய்திருக்கிறேன். ஆளுக்குத் தகுந்தாற்போல பேசியிருக்கிறேன். பொய்மூட்டையை அவிழ்த்து விட்டிருக்கிறேன். ஆனால் அதற்குப் பிறகு கடுமையான குற்றவுணர்வும் குழப்பமும் குட்டு வெளியாகிவிடுமோ வென்ற பயமும் என்னை ஆட்டுவிக்கும். இனி என்னால் சமநிலைகுலையாமல், ‘நார்மலாக’ இருக்கவே முடியாதோவென்ற சந்தேகம் எழும். இதனால் என் பொய்களுக்கும் பாசாங்குகளுக்கும் ஒரு நிச்சயமான பலன் கிடைத்துவிடும். இனி ஒருபோதும் பொய் சொல்லக் கூடாது, போலிவேடம் காட்டக் கூடாது என்று உறுதியெடுத்துக் கொள்வேன். இதற்குக் காரணம் என் மனசாட்சி உறுத்துவதோ அல்லது பொய்சொல்வதும் இரட்டை வேடம் அணிவதும் ஒன்றேதான் என்று நான் நினைப்பதோ அல்ல; என் மீறுகைகளைத் தொடர்ந்து என்னை அலைக்கழிக்கும் மனக்குழப்பங்கள் என்னை அயர்ச்சியடையவைப்பதால்தான்.

இந்த வேதனைத் தாக்குதல்கள் நான் ஏதாவது பொய்யாக நடந்துகொண்டால் உடனே மின்னதிர்ச்சி போல என்னைத் தாக்கும். அதன் பிறகும் நான் எதிர்பாரா நேரங்களில் தாக்கும்: நண்பனோடு சிரித்துப் பேசிக்கொண்டிருக்கும் போது, பேயோலுவில் திரையரங்கின்

வரிசையில் தனியாக நின்றிருக்கும் போது, அப்போதுதான் பழக்கமான ஓர் அழகிய பெண்ணின் கையைப் பிடித்துக்கொண்டிருக்கும்போது, கண்காணிப்பு காமிரா போல ஏதோ ஒரு மாயமான கண் ஒன்று எங்கிருந்தோ உருவாகி வந்து என்னெதிரே காற்றில் மிதக்கும். நான் செய்கின்ற அனைத்தையும் (அந்தப் பெண்ணுக்காக நான் செலவழித்து டிக்கெட் எடுப்பது, அந்த அழகான பெண்ணின் கையை ஏந்திக்கொண்டு எதையோ சொல்வதற்கு வார்த்தைகளைத் தேடுவது), என் வாயிலிருந்து உச்சரிக்கப்படுகிற உப்புச்சப்பற்ற விஷயங்களை, முட்டாள்தனமான பொய்களை (*"From Russia with Love* படத்திற்கு, நடு வரிசையில் ஒரு டிக்கெட்", "இதுதான் முதன்முறையாக விருந்துக்காக நீ வெளியில் வருவதா?") இரக்கமின்றி நுணுகி ஆராயும். நான் எனது திரைப்படத்தின் இயக்குநராகவும் நடிகராகவும் ஒரே நேரத்தில் இருப்பேன். காட்சியின் மத்தியிலும் அதே நேரத்தில் தள்ளி நின்று கிண்டல் செய்யும் தூரத்திலும் இருப்பேன். என்னை நானே கையும் களவுமாகப் பிடித்துக்கொண்ட பிறகு, எதுவும் நடக்காதது போலச் சாதாரணமாக முதல் ஒரு சில வினாடிகளுக்கு இருப்பேன். அதன் பின் ஓர் ஆழமான குழப்பமான வேதனைக்குள் மூழ்குவேன் – அவமானமும் அச்சமும் நடுக்கமும் ஆக்கிரமிக்கும். என்னை ஏதோ ஒரு வெளிகிரகத்தைச் சேர்ந்த உயிரி என்று முத்திரை குத்திவிடுவார்களோ என்று பயமாக இருக்கும். ஒரு காகிதத் துண்டைப் போல என் ஆன்மாவை யாரோ மடித்து, மடித்து, மேலும் மடித்துக்கொண்டே செல்வதைப் போல, எனது விரக்தி அதிகரிக்கும்போது என் உடம்பிற்குள் உள்ள பாகங்கள் அலைக்கழிக்கப்படுவதைப் போல உணர்வேன்.

இப்படி நிகழும்போது, உடனே என் அறைக்குச்சென்று கதவை அடைத்துக்கொள்வதைவிட தீர்வு எதுவும் இருப்பதில்லை. மல்லாந்து படுத்தபடி, எனது போலி நடத்தையை, எனது பகட்டுப் பசப்பல்களை திரும்பத்திரும்ப மனதுக்குள் ஓட்டிப் பார்த்துக்கொண்டிருப்பேன். பேப்பர், பேனாவை எடுத்து எதையாவது எழுதினாலோ வரைந்தாலோதான் இந்தக் கண்ணிப் பிடியிலிருந்து என்னால் வெளியேற முடியும்; எனக்குப் பிடித்தமான எதையாவது எழுதினாலோ வரைந்தாலோதான் என்னால் 'இயல்பு' நிலைக்குத் திரும்ப முடியும்.

சில நேரங்களில் நான் எதுவும் தவறாக செய்யாதபோதும்கூட, நான் ஒரு போலி என்று எனக்குத் தோன்றும். கடை ஒன்றின் சன்னலிலோ அல்லது பேயோலுவில் திடீரென எங்கெங்கும் முளைத்துவிட்டிருந்த ஹாம்பர்கர், ஸான்ட்விச் கடைகளுக்குள் ஏதோ ஒரு மூலையிலோ கண்ணாடியில் என் பிம்பத்தைப் பார்க்கும்போது அது மிக மிக உண்மையானதாகவும் பார்க்கச் சகிக்காததாகவும் தெரியும். இத்தகைய தருணங்கள் மிகக் கொடூரமானவை. உடனே செத்துப்போக வேண்டும் போல இருக்கும். ஆனால் தொடர்ந்து ஸான்ட்விச்சைக் கொடும்பசியோடு வெறித்தனமாகக் கடித்துச் சாப்பிட்டுக்கொண்டிருப்பேன். கோயா வரைந்த ஓர் ஓவியத்தில் தனது மகனையே கடித்துச் சாப்பிடும் அரக்கன் போலக் கண்ணாடி பிம்பத்தில் தெரிவேன். இந்தப் பிரதிபலிப்பு நான் புரிந்த குற்றங்கள், பாவங்களுக்கான பரிசு; நான் ஒரு கேவலமான ஐந்து

என்பதற்கான நிரூபணம். இதைப்போன்ற மிகப்பெரிய சட்டமிட்ட கண்ணாடிகள் பேயோலுவின் சந்துகளில் உரிமம் பெறாத விபச்சார விடுதிகளின் வரவேற்பறைகளில் தொங்கிக்கொண்டிருக்கும் என்று கேள்விப்பட்டிருக்கிறேன். அது மட்டும் என் மனக்குலைவுக்குக் காரணமல்ல. என்னைச் சுற்றி இருக்கும் அனைத்தும் – தலைக்கு மேல் வெற்றாகத் தொங்கிக்கொண்டிருக்கும் குண்டு பல்பு, புகை படிந்த சுவர்கள், நான் உட்கார்ந்திருக்கும் முகப்பறை, உணவகத்தின் சகிக்க முடியாத வர்ணங்கள் – எல்லாமே கவனிப்பாரற்று, அசிங்கமாக, அருவருப்பளிப்பதாக இருந்தன. எனக்குச் சந்தோஷமோ காதலோ வெற்றியோ எதுவும் வாய்க்காது என்று தோன்றும். நான் ஒரு சலிப்பான, எவ்வகையிலும் சிறப்பற்ற, நெடிய வாழ்க்கையை வாழ்ந்து முடிக்கத்தான் சபிக்கப்பட்டிருக்கிறேன் – ஏற்கனவே ஒரு பெரும் கால கட்டம் அதில நான் உழன்று கொண்டிருக்கும் போதே கண் முன்னால் இறந்துகொண்டிருக்கிறது.

ஐரோப்பாவிலும் அமெரிக்காவிலும் உள்ள சந்தோஷமான மக்கள் நான் பார்த்த ஹாலிவுட் படங்களில் வருவதைப் போலவே அழகாகவும் அர்த்தபூர்வமாகவும் வாழ்க்கையை நடத்த முடியும். ஆனால் உலகின் மற்ற இடங்களில் உள்ள என்னைப் போன்றவர்கள் அழுக்கான, இடிந்த, அழகற்ற, வண்ண மடிக்காத, சிதிலமான, மலிவான இடங்களில்தான் வாழ்ந்தாக வேண்டும். முக்கியமற்ற, இரண்டாம் தரமான, சீந்துவாரற்ற வாழ்க்கைதான் எங்களுக்கு உரித்தானது. வெளியுலகில் உள்ள ஒருவரும் மதிக்கிறார்போல ஒரு காரியமும் செய்யக் கூடாது. இதுதான் எங்களுக்கான விதியென்று மெதுவாக, வேதனையோடு என்னைத் தயார்படுத்திக்கொண்டிருந்தேன். ஏனென்றால் இஸ்தான்புல்லின் மிகப்பெரிய செல்வந்தர்கள்தான் மேலைநாட்டவர் போல வாழ முடியும். ஆனால் அதற்கான விலை என்பது சகிக்கமுடியாத செயற்கையான, மனிதத் தன்மைற்ற வெற்று படாடோப வாழ்க்கை. இதனாலேயே என் ஊரின் எளிய குறுக்குச்சந்துகளில் இருக்கும் துயரத்தை நேசிக்கத் தொடங்கினேன். எனது வெள்ளி, சனி மாலை நேரங்களை இப்பகுதி மக்கள் மத்தியில் அலைந்தபடி கழிப்பேன். பின்னர் சினிமாவுக்குச் செல்வேன்.

எனது பிரத்தியேக உலகத்தில், யாரோடும் பகிர்ந்துகொள்ளாத புத்தகங்களைப் படித்துக்கொண்டு, வரைந்துகொண்டு, ஒதுக்குப்புற சந்துகளைப் பரிச்சயப்படுத்திக் கொண்டு வாழ்ந்து கொண்டிருந்தபோது சில துர்நண்பர்களையும் சேர்த்துக்கொண்டிருந்தேன். அந்தப் பையன்களின் அப்பாக்கள் டெக்ஸ்டைல்ஸ், சுரங்கம் எனப் பல்வேறு தொழிலதிபர்களாக இருந்தார்கள். இந்த நண்பர்கள் ராபர்ட் அகாடெமிக்கு அவர்கள் வீட்டு மெர்சிடிஸ் கார்களில் வந்து செல்வார்கள். பெபெக், ஷிஷ்லி பகுதிகளில் செல்லும்போது வழியில் அழகான பெண் யாரையாவது கண்டால் காரை வேகம் குறைத்து அந்தப் பெண்ணிடம் காரில் வருமாறு அழைப்பார்கள். அந்தப் பெண்ணும் வந்துவிட்டால் (அவர்கள் பாஷையில் 'அள்ளிக்கொள்வது') உடனே செக்ஸ் சாகச கனவுகளில் மிதக்கத் தொடங்கிவிடுவார்கள். அவர்கள் எல்லோரும் என்னை விடப் பெரியவர்கள், ஆனால் மூளையற்ற மடையர்கள். வார இறுதி நாட்களில் மச்கா, ஹார்பியே, நிஷாந்தஷி, டாக்ஸிம் பகுதிகளில் உல்லாசப் படகுச்சவாரி

சென்று, அழகழகான பெண்களை கார்களில் ‘அள்ளிக்கொண்டு’ செல்வார்கள். ஒவ்வொரு பனிக்காலத்திலும் வெளிநாட்டுத் தனியார் லீஸே பள்ளி மாணவிகளோடு உலுதாஹ்வில் பனிச்சறுக்கு ஆடச் செல்வார்கள்; கோடை வந்ததும் ஸுவாடியே, எரென்கூய் பகுதிகளில் விடுமுறையைக் கழிக்க வந்திருக்கும் இப்பெண்களைத் தேடிக்கொண்டு செல்வார்கள். சில நேரங்களில் அவர்களோடு இந்த வேட்டைக்கு நானும் போவேன். நாங்களெல்லாம் பயப்படத் தேவையில்லாத ‘அப்பிராணி’ சிறுவர்கள் என்பதைச் சில பெண்கள் எப்படி ஒரே பார்வையில் கண்டுபிடித்துவிட்டு, காரில் ஏறிக்கொள்கிறார்களென்று எனக்கு அதிர்ச்சியாக இருக்கும். முன்பின் அறிமுகமில்லாதவர்களுடைய சொகுசுக்காரில் ஏறிக்கொள்வது என்னவோ உலகத்திலேயே மிகச் சாதாரணமான விஷயம் என்பதுபோல ஒருமுறை நான் இருந்த காரில் இரண்டு பெண்கள் ஏறிக்கொண்டார்கள். அவர்களோடு சாதாரணமாகப் பேச்சுக் கொடுத்துக்கொண்டு வந்தேன். வழியில் ஒரு கிளப்பில் நிறுத்தி லெமனேடும் கோக்கும் அருந்திவிட்டு அவரவர் வழியே பிரிந்து சென்றோம். நான் வசித்த நிஷாந்தஷி பகுதியிலேயே இருந்த இப்பையன்களோடு வழக்கமாக போக்கர் ஆடுவேன். இவர்களைத் தவிர வேறு சில நண்பர்களும் இருந்தார்கள். அவர்களோடு எப்போதாவது சதுரங்கம், டேபிள் டென்னிஸ் ஆடுவேன், ஓவியம் கலை பற்றி விவாதிப்பேன். ஆனால் நான் இவ்விரு குழுவையும் அறிமுகப்படுத்தி வைக்கவேயில்லை. ஒன்றாகச் சந்திக்க விட்டதுமில்லை.

இந்த நண்பர்கள் ஒவ்வொருவரிடமும் நான் வெவ்வேறு மனிதனாக, அவர்களின் அலைவரிசையில் அமைந்த நகைச்சுவை உணர்வோடும் கருத்தோடும் அறக்கோட்பாடுகளோடும் இருந்தேன். ஆனால் ஒருபோதும் பச்சோந்தியாக இருக்க முயலவில்லை: மிகவும் கெட்டிக்காரத்தனமாக, தயவுதாட்சண்யமற்று உருவாக்கிய திட்டமெல்லாம் எதுவுமில்லை. பெரும்பாலான சமயங்களில் இந்த அடையாளங்கள் தானாகவே வெளிவந்து, அந்தந்த நண்பர்களோடு பேசும்போதும் அவர்கள் பேச்சில் சுவாரஸ்யமடைவதும் இணையாகக் கலந்து பழகுவதும் இயல்பாக நடந்தது. நல்லவர்களோடு இருக்கும்போது நல்லவனாகவும் கெட்டவர்களோடு கெட்டவனாகவும் வினோதமானவர்களோடு வினோதமாகவும் சுலபமாக மாறிவிடும் எனது இயல்பு என் நண்பர்களுக்கும் இணக்கமாகவும் திருப்தியளிப்பதாகவுமே இருந்தது. எனக்கு இருபது வயதாகும் சமயத்தில் என்னிடமிருந்த முசுடுத்தன்மை முற்றிலுமாக விலகிவிட்டது. ஏதாவது என்னைக் கவர்ந்ததென்றால், எனது ஒரு பகுதி அதனை முற்றாகத் தழுவிக்கொள்ளும்.

ஆனால் எல்லோரையும் எல்லாவற்றையும் கிண்டல் செய்யும் பழக்கம் மட்டும் போகவில்லை. ராபர்ட் அகாடெமியில் என் வகுப்புத் தோழர்கள் ஆசிரியர் சொல்வதைக் கேட்பதைவிட நான் கிசுகிசுப்பாகச் சொல்லும் சுவாரஸ்யமான ஜோக்குகளை ஆர்வமாகக் கேட்டுக்கொண்டிருந்தது நான் ஒரு நல்ல கதை சொல்லி என்பதை நிரூபித்து மகிழ்ச்சியளித்தது. என் ஜோக்குகள் பெரும்பாலும் எங்களைப் போரடிக்கும் துருக்கிய ஆசிரியர்களைப் பற்றியனவாகத்தான் இருந்தன. அவர்களில் சிலருக்கு இதைப்போன்ற அமெரிக்கப் பள்ளியில் பணியாற்றுவது அசௌகரியமாக

இருந்தது. மாணவர்களிடையே இருக்கும் 'ஒற்றர்கள்' அவர்களைப் பற்றி அமெரிக்கர்களிடம் 'கோள்' சொல்லிவிடுவார்கள் என்று எந்நேரமும் பயந்தபடியே இருந்தார்கள். மற்ற துருக்கிய ஆசிரியர்கள் எப்போதும் நீளமாகத் தேசியவாதப் பேருரைகள் நிகழ்த்திக்கொண்டிருப்பார்கள். அமெரிக்க ஆசிரியர்களோடு ஒப்பிடும்போது இவர்கள் உணர்ச்சியற்று, சோர்வாக, வயதானவர்களாக, விரக்தியோடு காணப்பட்டார்கள். இந்தத் துருக்கிய ஆசிரியர்களுக்கு எங்கள் மீது மட்டுமல்ல, தங்கள் மீதும் தமது வாழ்க்கையின் மீதுமே வெறுப்பு மண்டியிருந்ததாக நாங்கள் நினைத்தோம். நட்போடு சகஜமாக எங்களுடன் பழகிக்கொண்டிருந்த அமெரிக்கர்களைப் போலில்லாமல் இவர்களுடைய முதல் கட்டளையே, பாடப் புத்தகங்களை அப்படியே மனப்பாடம் செய்யச் சொல்வதாகத்தான் இருந்தது. இல்லாவிட்டால் கடுமையாகத் தண்டிப்பார்கள். இந்த அதிகாரப் பயங்கரவாதத்திற்காக அவர்களை நாங்கள் அடியோடு வெறுத்தோம்.

அமெரிக்க ஆசிரியர்களில் பெரும்பாலோர் இளைஞர்கள். துருக்கிய மாணவர்களுக்குப் பாடம் சொல்லித்தரும் ஆர்வத்தில் எங்களை அவர்கள் மிகவும் அப்பாவிகளாகவும் ஒன்றும் அறியாத குழந்தைகளாகவும் நினைத்து கற்றுத்தருவார்கள். மேலை நாகரிகத்தைக் கர்ம சிரத்தையாக நீட்டி முழக்கி அவர்கள் விரிவுரைக்கும் போது எங்களுக்குச் சிரிப்பும் வரும், சலிப்பாகவும் இருக்கும். அவர்களில் பெரும்பாலோர் மூன்றாம் உலக ஏழைநாட்டின் ஏழைக் குழந்தைகளுக்கு அறிவுத்துலக்கம் செய்ய வேண்டுமென்ற கொள்கையோடு வந்தவர்கள். 1940களில் பிறந்த அவர்களில் பெரும்பாலோர் இடதுசாரிகள். பிரெக்ட்டிலிருந்து படித்துக்காட்டுவார்கள்; ஷேக்ஸ்பியரை மார்க்ஸிய கண்ணோட்டத்தில் அலசுவார்கள். இலக்கியப் பாடம் நடத்தும்போதுகூட, எல்லாத் துன்பங்களுக்கும் அடிப்படைக்காரணம் நல்ல மனிதர்களால் உருவாக்கப்பட்ட சமுதாயம் தவறான வழியைத் தேர்ந்தெடுத்துச் செல்வதுதான் என்று நிரூபிக்க முயல்வார்கள். சமுதாயத்தின்

முன்பு தலைகுனிய மறுத்த ஒரு நல்ல மனிதனுக்கு நேர்ந்த கதியைப் பற்றி விளக்கும்போது அமெரிக்க ஆசிரியர் ஒருவர் அடிக்கடி *'You are pushed'* என்ற மரபுத் தொடரைப் பயன்படுத்தி வந்தார். வகுப்பிலிருந்து சில குறும்புக்கார மாணவர்கள், *"Yes sir, you are pushed"* என்று கூடவே சொல்லிக்கொண்டு வர, வகுப்பு மொத்தமும் சிரித்துக்கொண்டிருந்தது. *'Pushed'* என்ற சொல்லைப் போலவே உச்சரிக்கப்படும் துருக்கியமொழிச் சொல்லுக்குத் 'தலைசுற்றல்' என்றொரு பொருள் இருப்பதை அறியாத அந்த அமெரிக்கர் அப்பாவியாக விழித்துக்கொண்டிருந்தார். அவரை நாங்கள் புண்படுத்தவில்லையென்றாலும் எங்களிடையே பொதுவாக விரவியிருந்த அமெரிக்க எதிர்ப்புணர்வு இதைப்போன்ற சந்தர்ப்பங்களில் முகத்திரையை விலக்கிக்கொண்டு வெளியே வந்துவிடும். எங்களுடைய அமெரிக்க எதிர்ப்பு கொள்கைகூட, நாட்டில் பொதுவாக நிலவிவந்த தேசியவாத, இடதுசாரி மனப்பான்மையின் விளைவாக உண்டான அந்தக் காலகட்டத்தின் மோஸ்தராகத்தான் இருந்தது. இது எங்கள் பள்ளியின் புத்திசாலியான, அனடோலிய ஸ்காலர்ஷிப் மாணவர்களுக்குக் கவலையளித்துக்கொண்டிருந்தது. அவர்கள் மிகக் கடினமான பரீட்சைகளெல்லாம் எழுதி இந்த உயர்தரப் பள்ளிக்குத் தேர்வாகி வந்திருப்பவர்கள். பெரும்பாலும் ஏழ்மையான குடும்பங்களிலிருந்து வந்த கடினமாக உழைக்கக்கூடிய கெட்டிக்காரப் பையன்கள். பிறந்ததிலிருந்தே அமெரிக்கக் கலாச்சாரம், சுதந்திரப் பூமியின் கவர்ச்சிக் கனவுகளோடு வளர்ந்தவர்கள். இந்தப் பள்ளியை முடித்துவிட்டு நேராக அமெரிக்கப் பல்கலைக்கழகம் ஏதாவொன்றில் அனுமதி கிடைத்து, ஸ்டேட்ஸிலேயே செட்டிலாகிவிடுவதுதான் லட்சியம். அவர்களுக்கும் அப்போதைய வியட்நாம் போரைக் குறித்து மனசாட்சி உறுத்தும். அவ்வப்போது அமெரிக்கர்கள் மீது கோபம் வெடிப்பதைக் கவனித்திருக்கிறேன். ஆனால் இஸ்தான்புல் பூர்ஷ்வாக்களான என்னையொத்த பணக்காரப் பையன்களுக்கு இவற்றில் எதைப் பற்றியும் கவலை இருந்ததில்லை. அவர்களைப் பொறுத்தவரை ராபர்ட் அகாடெமியில் படித்து முடித்துவிட்டால் உடனே நாட்டின் பெரிய கம்பெனிகளில், அல்லது பன்னாட்டு நிறுவனம் ஒன்றின் துருக்கிய ஏஜென்ஸியில் பெரிய வேலை கிடைப்பதற்கு வாய்ப்பு அதிகம் என்பதுதான்.

நான் என்னவாகப் போகிறேன் என்று நிச்சயமில்லாமல்தான் இருந்தேன். ஆனால் யாராவது கேட்டால் இஸ்தான்புல்லியேயே தங்கி கட்டடக்கலை படிக்கப் போவதாகச் சொல்வேன். அதுகூட நான் திட்டமிட்டிருந்த குறிக்கோள் அல்ல. இது குறித்து என் குடும்பத்தார் சில வருடங்களுக்கு முன்பே ஒத்த கருத்தை எட்டி முடிவெடுத்திருந்தார்கள். என் தாத்தா, அப்பா, சித்தப்பாவைப் போல நானும் புத்திசாலியாக இருந்ததால் இஸ்தான்புல் டெக்னிகல் யூனிவர்சிடியில் பொறியியல் படிக்கத்தான் அவர்கள் வற்புறுத்தியிருக்க வேண்டும்; ஆனால் எனக்கு வரைவதில் மிகுந்த ஆர்வம் இருப்பதால் கட்டடக்கலை படிப்பை அதே பல்கலைக்கழகத்தில் படிப்பதுதான் எனக்குப் பொருத்தமான படிப்பாக இருக்கும் என்று முடிவெடுத்திருந்தார்கள். இந்த எளிய தர்க்கத்தை வைத்து எனது எதிர்காலத்தை முதலில் தீர்மானித்தது யாரென்று ஞாபகத்தில் இல்லை. ஆனால் ராபர்ட் அகாடெமியை விட்டு வெளியே வரும்போது

நானே எனது முடிவை எடுத்துவிட்டேன். ஆனால் ஒரே ஒருமுறை கூட இந்நகரத்தை விட்டு வெளியே செல்ல வேண்டுமென்ற நினைப்பு எனக்கு வந்ததில்லை. நான் வசிக்கும் இடத்தின் மீது நான் கொண்டிருக்கும் அதீதமான காதல் என்றெல்லாம் சொல்ல முடியாது. என்னை, என் ஆளுமையை உருவாக்கிய வீடுகளையும் பழக்கவழக்கங்களையும் விட்டுச் செல்வதற்குப் பெருத்த தயக்கம். மேலும் புதிதாக எதையும் முயன்று பார்க்க விரும்பாத சோம்பேறித்தனம். எனக்கென்று தனியாக இருக்கும் அந்தரங்க இடத்தில் அமர்ந்துகொண்டு எனது கற்பனை உலகில் சஞ்சரித்துக்கொண்டிருக்க முடியுமென்றால், அடுத்த நூறு வருடங்களுக்கு ஒரே மாதிரியாக உடுத்திக்கொண்டு, ஒரே வகையான உணவுகளை சாப்பிட்டுக்கொண்டிருந்தாலும் எனக்குச் சலிப்பு என்பதே ஏற்படாது என்பதை அப்போதே அறிந்திருந்தேன்.

அச்சமயத்தில் அப்பா துருக்கியின் முன்னணி புரோபேன் நிறுவனமான எய்காஸில் தலைமைப் பொறுப்பில் இருந்தார். சில நேரங்களில் அவருக்கு அம்பார்லியில் கட்டப்பட்டுவந்த சில டெப்போக்கள், எரிவாயு நிரப்பகங்களை ஆய்வுசெய்ய வேண்டிய பியூக்செக்மிஸிக்குச் செல்ல வேண்டியிருக்கும். ஞாயிற்றுக்கிழமைகளில் என்னையும் காரில் (அது 1966ஆம் வருட ஜெர்மன் ஃபோர்டு கார் – டானஸ்) ஏற்றிக்கொண்டு பாஸ்ஃபரஸ்ஸிற்கோ எதையாவது வாங்குவதற்கோ அல்லது பாட்டியை

சந்திப்பதற்கோ கிளம்பிவிடுவார். காரைக் கிளப்பியவுடனேயே ரேடியோவை போட்டுவிடுவார். இந்த ஞாயிறு காலை சுற்றுலாக்களில்தான் நானும் அப்பாவும் வாழ்வின் அர்த்தத்தைப் பற்றி, என் எதிர்காலத்திட்டம் பற்றியெல்லாம் பேசுவோம்.

1960களிலும் 70களின் ஆரம்பத்திலும் இஸ்தான்புல்லின் பிரதான சாலைகள் வெறிச்சிட்டிருக்கும். நான் அதற்குமுன் பார்த்திராத நகரப்

பகுதிகளில் ஒருமுறை சென்றுகொண்டிருந்தபோதுதான் பின்னணியில் மேற்கத்திய மெல்லிசை ஒலித்துக்கொண்டிருக்க, (பீட்டில்ஸ், ஸில்வி வார்டன், டாம் ஜோன்ஸ் இத்தியாதி) ஒரு மனிதன் செய்யக்கூடிய மிகச்சிறந்த விஷயம் அவன் மனதிற்குப் பிடித்தாற்போல வாழ்வதுதான் என்பதை எனக்குச் சொல்லிப் புரியவைத்தார். பணம் என்பது குறிக்கோளாக இருக்கவே கூடாது; மகிழ்ச்சி என்பது பணத்தை சேர்ப்பதில்தானென்றால் அதற்கு ஒரு முடிவே இருக்காது என்றார். ஒருமுறை பாரீஸுக்கு சொல்லிக் கொள்ளாமல் கிளம்பிச் சென்றதைப் பற்றிச் சொன்னார். ஓட்டலில் அறை எடுத்துக்கொண்டு கவிதைகள் எழுதியிருக்கிறார், வாலெரியின் கவிதைகளைத் துருக்கிய மொழியில் மொழிபெயர்த்திருக்கிறார். பல வருடங்கள் கழித்து அமெரிக்காவுக்குச் சென்றபோது இவர் எழுதிய எல்லாக் கவிதைகள், மொழிபெயர்ப்புகளையும் வைத்திருந்த சூட்கேஸ் திருடப்பட்டுவிட்டது என்று சாதாரணமாகச் சொன்னார். கார் சங்கீதம் உயர்ந்து, தெருக்களின் மேடுபள்ளங்களுக்கிணையாக லயமாகிக்கொண்டு வர, அந்தத் துடிப்புகளுக்கேற்றபடி தனது கதைகளை ஈடுகட்டிய படி வந்தார். அவர் சொன்ன கதைகள் அனைத்தையும் முன்பே கேட்டிருக்கிறேன்: 1950களில் ழீன் – பால் சார்த்தரை பாரீஸ் நகரத் தெருக்களில் பலமுறை பார்த்தது, நிஷாந்தஷியில் எப்படி பாமுக் அபார்ட்மென்ட்ஸ் கட்டப்பட்டது, அவர் தொடங்கிய முதல் வியாபாரம் எப்படித் தோல்வியடைந்தது – ஏற்கனவே கேட்டிருந்தாலும் என்னால் ஒருபோதும் மறக்க முடியாத கதைகள். அழகான காட்சிகள் கண்ணில் பட்டாலோ அல்லது நடைபாதையில் அழகான பெண் யாராவது செல்வதைப் பார்த்தாலோ பேச்சை நிறுத்தி ரசித்து விட்டுத் தொடர்வார். அவரது மென்மையான, உறுத்தாத அறிவுரைகளைக் கேட்டபடியே சன்னலுக்கு வெளியே விரையும் சாம்பல் நிற பனிக்காலத்துக் காட்சிகளை வெறித்துக்கொண்டு வருவேன். கார்கள் கலாதா பாலத்தைக் கடந்துசெல்வதையும் ஒடுக்கமான பகுதிகளில் இன்னும் மிச்சமிருக்கும் மரவீடுகளையும் குறுகலான தெருக்களையும் கால்பந்துப் போட்டியைக் காணச் செல்லும் கூட்டத்தையும் பாஸ்ஃபரஸ்ஸில் கரிமூட்டைகளைச் சுமந்தபடி செல்லும் மெல்லிய புகைக்குழல்கள் கொண்ட இழுவைப் படகையும் பார்த்தபடியே அப்பாவின் குரல் என்னிடம் ஒருவர் தனது உள்ளுணர்வையும் ஆழ்ந்த ஈடுபாட்டையும் தொடர்ந்து செல்வது எவ்வளவு முக்கியமானது என்று சொல்லிக்கொண்டு வருவதைக் கேட்டுக்கொண்டிருப்பேன். வாழ்க்கை உண்மையில் மிகக் குறுகியது; ஒரு மனிதனுக்குத் தன் வாழ்வில் என்ன செய்ய வேண்டுமென்று தெரிந்திருக்குமென்றால் மிகவும் உத்தமம்; அதிலும் ஒருவன் தன் வாழ்நாளை எழுதுவதிலும் வரைவதிலும் ஓவியம் தீட்டுவதிலும் கழித்திருந்தானென்றால் அவன் வாழ்க்கை அர்த்தபூர்வமானதாக, செறிவானதாக இருந்திருக்கிறது என நம்பலாம். அவரது சொற்கள் என்னுள் இறங்க, இறங்க, அவை என் கண்ணில் தெரியும் காட்சிகளோடு ஒன்று கலந்துகொண்டேயிருக்கும். சற்றுநேரத்தில் அந்த சங்கீதமும், சன்னல் வழியே விரையும் காட்சிகளும், அப்பாவின் குரலும் ("இங்கே வண்டியைத் திருப்பிக்கொள்ளலாமா?" என்று கேட்பார்), உருளைக்கற்கள் பதித்த குறுகலான தெருக்களும் ஒன்றாகப் பிணைந்துகொள்ளும். ஆதாரமான இந்தக் கேள்விகளுக்கு

நம்மால் ஒருபோதும் விடைகளைக் கண்டுபிடிக்க முடியாது என்ற போதிலும் இந்தக் கேள்விகளைக் கேட்டுக்கொண்டிருப்பது நல்லது என்று எனக்குத் தோன்றும். உண்மையான மகிழ்ச்சியும் அர்த்தங்களும் நம்மால் ஒருபோதும் கண்டறிய முடியாத, கண்டறிந்துகொள்ள விரும்பாத இடங்களில்தான் நிலைகொண்டிருக்கின்றன. ஆனால் – விடைகளைத் தேடிச் சென்று கொண்டிருக்கிறோமோ அல்லது இன்பத்திலும் கிளர்ச்சியிலும் ஆழ்ந்திருக்கிறோமோ – தேடல் என்பது அடைதலுக்குச் சற்றும் குறைவில்லாத முக்கியத்துவம் கொண்டது; கேள்விகள் என்பவை காரின், வீட்டின், படகின் சன்னல்களிலிருந்து பார்க்கும் காட்சிகளின் அளவுக்கு முக்கியமானவை. காலம் செல்லச் செல்ல, வாழ்க்கையும் – இசை, கலை, கதைகளைப் போல – உயரும் தாழும் இறுதியில் முடிந்தும் போகும். ஆனால் வருடங்கள் கழித்தும்கூட, அந்த வாழ்க்கைகள், கனவுகளிலிருந்து பறித்தெடுத்த ஞாபகங்கள் போல நம் கண்ணெதிரே மிதந்து செல்லும் நகரத்தின் காட்சிகளோடு சேர்ந்து நம்முடன்தான் இப்போதும் இருந்துவருகின்றன.

34

சந்தோஷமற்று இருப்பதென்பது தன்னையும் தன் நகரத்தையும் வெறுத்துக்கொண்டிருப்பது

சிலநேரங்களில் நாம் வாழ்ந்து வரும் நகரம் அந்நியமான நகரம் போலத் தோன்றும். சொந்தவீடு போலத் தெரிந்த தெருக்கள் திடீரென நிறம் மாறிவிடும். என்னை இடித்துத் தள்ளிக்கொண்டு கடந்து செல்லும் இந்த மர்மமான மக்கள்திரளைப் பார்க்கும்போது, அவர்கள் எல்லோரும் இதே இடத்தில் நூற்றுக்கணக்கான வருடங்களாக இருந்து வருகிறார்களென்று திடீரென்று நினைத்துக்கொள்வேன். சேறு மண்டிய பூங்காக்களும் வெறிச்சோடியிருக்கும் வெற்றிடங்களும், மின் கம்பங்களும் அவற்றில் பொருத்தியிருக்கும் பலவித விளம்பரத் தட்டிகளும் கான்கிரீட்டிலான கோர உருக்களுமாக இருக்கும் இந்நகரம், என் ஆன்மாவைப் போலவே, வெறுமையான, மிக மிக வெறுமையானதொரு இடமாகப் படுவேகமாக மாறி வருகிறது. குறுக்குச் சந்துகளின் குப்பைக் கூளங்கள், திறந்து கிடக்கும் குப்பைத்தொட்டிகளின் துர்நாற்றம், மேடுகள், பள்ளங்கள், நடைபாதையில் இருக்கும் துவாரங்கள், இப்படியான சீர்குலைவுகள், குழப்பங்கள், நடக்கும்போது இடித்துத் தள்ளிக்கொண்டு செல்லும் மனிதர்கள் என்று வினோதமான நகரமாகியிருக்கும் இதன் இழிநிலைக்கு நானும் ஒரு காரணம் என்பதைப் போல, இந்நகரில் நான் வசித்துவருகிறேன் என்பதற்காகவே என்னைத் தண்டித்து வருகிறதோ என்று எண்ணுகிறேன். இதன துயரம் எனக்குள் ஊடுருவி, என்னிலிருந்து அதற்கு ஊடுருவிச் செல்கையில், என்னால் செய்ய முடிவது ஒன்றுமில்லையென்று நினைக்கத் தொடங்குவேன்: இந்நகரத்தைப் போலவே, நானும் உயிருள்ள பிணம், மூச்சுவிடும் பிரேதம், எனது அழுக்குகளையும் எனது தோல்விகளையும் எனக்குத் தொடர்ந்து நினைவூட்டியபடி தெருக்களிலும் நடைபாதைகளிலும் அலைந்து திரிய

விதிக்கப்பட்டிருக்கும் ஓர் இழிஞன். வெறுப்பூட்டுகிற இப்புதிய கான்கிரீட் கட்டடங்களுக்கு இடையே (இவை ஒவ்வொன்றுமே என் ஆன்மாவை கசக்கிப் பிழிகின்றன) பட்டுத்துண்டு போல ஜொலித்துக்கொண்டிருக்கும் பாஸ்ஃபரஸ்ஸின் ஒரு துண்டுத் தோற்றம் தெரிவதை உற்றுப் பார்த்துக்கொண்டிருக்கும் போதுகூட நம்பிக்கை என்னை விட்டு இழக்கிறது. துயரத்தின் மிக இருண்ட, கொன்று தீர்க்கக்கூடிய, அசலான வகை கண்ணுக்குத் தெரியாத தூரத்திலுள்ள தெருக்களிலிருந்து ஊர்ந்து வருகிறது. அதன் வாசனையை என்னால் உணர முடிகிறது – இலையுதிர் காலத்தின் மாலைநேரங்களில் கடற்பாசியின் மணத்தை வைத்தும் கடலின் தோற்றத்தை வைத்தும் தெற்கிலிருந்து காற்று மழையைக் கொண்டுவரப் போவதை அனுபவசாலியான இஸ்தான்புல்வாசி ஒருவன் சொல்லிவிடுவதைப் போல. அந்தப் புயல் மழையிலிருந்து, அந்தப் பூகம்பத்திலிருந்து, அந்த மரணத்திலிருந்து தப்பியோடி வீட்டுக்குள் தஞ்சமடைய ஓடுகின்ற ஒருவனைப் போல, நானும் எனது நான்கு சுவர்களுக்குள் வந்து அடைந்துகொள்ள ஏங்குகிறேன்.

வசந்த கால பிற்பகல்கள் எனக்குப் பிடித்தமானவையல்ல. சூரியன் திடீரென்று முழுவலிமையுடன் வெளிப்போந்து, வறுமை, சீர்குலைவுகள், தோல்விச்சின்னங்கள் அனைத்தையும் இரக்கமின்றி வெளிச்சம் காட்டும். டாக்ஸிம்மிலிருந்து ஹார்பியே, ஷிஷ்லி வழியாக மெசிடியெக்கூய் வரை செல்லும் ஹலாஸ்கார்ஸி நெடுஞ்சாலை எனக்குச் சற்றும் பிடிக்காதவொன்று. இந்தப் பகுதியில் தனது இளம்பருவத்தைக் கழித்திருந்த என் அம்மா, ஒருகாலத்தில் இந்நகரச் சாலை நெடுகிலும் வரிசையிட்டிருந்த மல்பெர்ரி மரங்களைப் பற்றி ஏக்கத்தோடு நினைவுகூர்வார். அவை இருந்த இடங்களில் இப்போது அறுபதுகளிலும் எழுபதுகளிலும் 'இன்டர்நேஷனல் ஸ்டை'லில் கட்டப்பட்ட அடுக்ககக் கட்டடங்கள், பிரம்மாண்டமான சன்னல்கள், அசிங்கமான மொசைக் டைல்ஸ் பதித்த சுவர்களோடு நின்றிருக்கின்றன. ஷிஷ்லி (பங்கால்டி), நிஷாந்தஷி (டோபாசி), டாக்ஸிம் (தலீம்ஹானே) பகுதிகளில் உள்ள சில தெருக்களில் காலெடுத்து வைத்தவுடனேயே அங்கிருந்து ஓடிவிட வேண்டும் போல இருக்கும். பசுமை என்பதே கிஞ்சித்தும் காணப்படாத, எந்த இண்டு இடுக்கிலும் பாஸ்ஃபரஸ்ஸின் ஒரு சின்னத் துண்டுகூட காணக்கிடைக்காத இடங்கள் இவை. குடும்பத் தகராறுகளில் தமக்குச் சொந்தமான கையகல நிலங்களைக்கூட வந்த விலைக்கு விற்றுவிட்டு, அவற்றைவிடக் குறுகலான பலமாடிக் கட்டடங்களைக் கிறுக்குத்தனமான சிக்கனத்தில் கட்டப்பட்டிருப்பதைப் பார்க்கச் சகிக்காது. காற்றில்லாத, இந்த வாட்டமுற்ற வீதிகளில் நடந்துசெல்லும் தினங்களில், வீட்டுச் சன்னல்களிலிருந்து எட்டிப் பார்த்துக்கொண்டிருக்கும் எல்லா மாமிகளும் மீசை வைத்த மாமாக்களும் என்னை வெறுப்போடு பார்ப்பதாகத் தோன்றும். மேலும் என்னை வெறுப்பதற்கு அவர்களுக்கு எல்லா உரிமையும் இருப்பதாக நினைத்துக்கொள்வேன். எனக்குச் சற்றும் பிடிக்காத வேறு சில இடங்களாக இவற்றைச் சொல்வேன்: நிஷாந்தஷிக்கும் ஷிஷ்லிக்கும் இடையில் உள்ள துணிக்கடைகள் நிறைந்த சந்துகள், கலாதாவுக்கும் டெபிபாஷிக்கும் இடையில் விளக்குகள், சரவிளக்குகள் விற்கும் கடைகள் நிறைந்த

முட்டுச்சந்துகள், டாக்ஸிம் தலிம் ஹானேவைச் சுற்றி மோட்டார் உதிரி பாகங்கள் விற்கும் கடைப் பகுதி (என் அப்பா தன் சகோதரர்களுடன் வியாபார சாகசங்களில் பிதிரார்ஜித சொத்தை சந்தோஷமாகக் கரைத்துக்கொண்டிருந்த நாட்களில் இதைப் போன்ற 'ஆட்டோ ஸ்பேர் பார்ட்ஸ்' கடை ஒன்றையும் ஆரம்பித்தனர். கடையில் ஒன்றும் வியாபாரம் நடக்காததால் அப்பாவும் சித்தப்பாக்களும் அதைப் பற்றிக் கவலைப்படாமல் கடையில் பணியாற்றும் வேலைக்காரப் பையன்களிடம் குறும்புச் சேட்டைகள் செய்து சிரித்துக்கொண்டிருந்தார்களாம். 'துருக்கியின் முதல் டின்னில் அடைக்கப்பட்ட தக்காளி ஜுஸ்' என்று மிளகுத்தூள் கரைசலைக் கொடுத்து அவர்களைத் திணறடித்து விளையாடிக் கொண்டிருந்திருக்கிறார்கள்). அதேபோல சுலைமானியே பகுதியில் உள்ள பாத்திரத் தயாரிப்பு பட்டறைகள் – நாள் முழுக்கச் சுத்தியல் அடிகளும் நசுக்கல் இயந்திரச் சத்தங்களுமாக நாராசமான இடம். இந்தத் தெருக்களில் போக்குவரத்தை அடைத்துக்கொண்டு நிற்கும் டாக்ஸிகளும் குட்டி லாரிகளும் அதற்கிணையாக என்னை வெறுப்பேற்றுபவை. இவற்றைக் காணும்போது இந்நகரத்தின் மீது எனக்குள் உருவாகும் வெறுப்பு என் மீதும் திரும்பும். இச்சுயவெறுப்பு இந்நகரின் சீமான்கள் தமது பெயர்கள், வர்த்தக நிறுவனங்கள், தொழில்கள், அவற்றின் வெற்றிகளைப் பறைசாற்றி விளம்பரப்படுத்தியிருக்கும் மாபெரும் விளம்பர எழுத்து விளக்குகளைப் பார்க்கையில் மேலும் அதிகரிக்கும். இந்தப் பேராசிரியர்கள், மருத்துவர்கள், அறுவை சிகிச்சை நிபுணர்கள், அங்கீகரிக்கப்பட்ட நிதி ஆலோசகர்கள், வழக்கறிஞர்கள், டோனர் கடைகள், பலசரக்கு மளிகைக் கடைகள், கருங்கடல் மீன் அங்காடிகள்; இந்த வங்கிகள், காப்பீட்டு முகவர்கள், துணி சோப்பு விளம்பரங்கள், நாளிதழ் விளம்பரங்கள், திரைப்படங்கள், ஜீன்ஸ் கடைகள், மென்பான விளம்பரப் போஸ்டர்கள். கால்பந்தாட்ட டிக்கெட் விற்கும் கடைகள், லாட்டரி டிக்கெட்டுகள், சுத்திகரிக்கப்பட்ட குடிநீர் விளம்பரங்கள்; புரோபேன் எரிவாயுக்கு அங்கீகரிக்கப்பட்ட சில்லறை விற்பனையாளர்கள் என்று தமது பெயர்களைச் சரவிளக்குத் தோரணங்களில் பெருமையாகப் பறைசாற்றும் விளம்பரங்கள் – இவையெல்லாமே இந்நகரமும் என்னைப் போலவே குழப்பத்திலும் மகிழ்ச்சியற்றும் இருக்கிறதென்பதை எனக்குப் புலப்படுத்துகின்றன; இந்த இரைச்சலும் விளம்பர விளக்குப் பிரகாசங்களும் என்னை அடித்து வீழ்த்துவதற்கு முன் எனது சிறிய அறையின் இருட்டு மூலைக்குத் திரும்பி வந்து ஒடுங்கிக்கொள்ள வேண்டுமென்று அறிவுறுத்துகின்றன.

AKBANKMORNINGDÖNERSHOPFABRICGURANTEEDRINKITHEREDAILYSOAPSIDEALTIMEFORJEWELSNURIBAYARLAWYERPAYINSTALLMENTS

எனவே கடைசியில், என்னை அச்சுறுத்தும் கூட்டத்திலிருந்தும் முடிவற்ற குழப்பங்களிலிருந்தும் நகரின் எல்லா அசிங்கங்களையும் பட்டவர்த்தனமாக வெளிக்காட்டும் உச்சிநேர சூரியனிலிருந்தும் தப்பி ஓடுவேன்; ஆனால் நான் ஏற்கனவே சோர்வுற்று கசந்திருந்ததால் என் தலைக்குள்ளிருக்கும் வாசிப்பு இயந்திரம் ஒவ்வொரு தெருவிலும் நான் பார்த்திருந்த ஒவ்வொரு விளம்பரங்களையும் ஞாபகத்திற்குக் கொண்டுவந்து ஏதோ ஒரு துருக்கிய ஒப்பாரிப் பாடலைப் போல ஓட்டிக்காட்டும்.

SPRINGSALESELAMIBUFFETPUBLICTELEPHONESTARBEYO-GLUNOTARYPUBLICIPIYALEMACARONIANANKARAMARKETSHOW-HAIRDRESSERHEALTHAPTRADIOANDTRANSISTORS

விளம்பரப்பலகைகள், சுவரொட்டிகள், கடை விளம்பரங்கள், பத்திரிகைகள், வணிக நிறுவனங்களில் உள்ள பிரெஞ்சு, ஆங்கிலச் சொற்களைச் கூட்டிப்பார்க்க வேண்டும். இந்நகரம் மேற்கு நோக்கி நகர்ந்துவருவதுதான், என்றாலும் அது பேசுகின்ற அளவுக்கு வேகமாக மாறுவதில்லை. அதே நேரத்தில் மசூதிகளும் அதன் பள்ளிவாசல் தூபிகளும் அதன் தொழுகை அழைப்புகளும் அதன் வரலாறும் முன்வைக்கின்ற மரபுகளையும் இந்நகரம் மதித்து கடைபிடிப்பதில்லை. அரைவேக்காட்டுத்தனமும் பாசாங்கும் களங்கங்களுமாகத்தான் எல்லாமே இருக்கின்றன.

RAZORSPLEASEPROCEEDATLUNCHTIMEPHILIPSLICENSEE-DOCTORDEPOTFOLDTHECARPETSPORCELAINFAHIR-ATTORNEYATLAW

இந்தக் கலப்பட, அறிவு நரகத்திலிருந்து தப்பிச் செல்வதற்காக, இந்நகரம் 'பதற்றமின்றி அமைதியாக'வும், 'முழுமையான அழகோடும்' இருந்த ஒரு பொற்காலத்தைக் கற்பனை செய்துகொள்கிறேன். மெல்லிங்கின் நெர்வால், கோத்தியெ, தெ அமிஸிஸ் போன்ற மேனாட்டு பயணிகளின் இஸ்தான்புல். ஆனால் என் தர்க்க அறிவு நிதானப்படும்போது, நான் இந்நகரத்தை நேசிப்பது அதன் தூய்மைக்காக அல்ல, நம்மைப் புலம்பவைக்கும் அதன் தூய்மையற்ற தன்மைக்காகத்தானென்பது எனக்குப் புலப்படும் எனக்குள்ளிருக்கும் அதே தன்முனைப்பாளன், எனது குறைபாடுகளையும் மன்னித்து, நகரின் மீது கவிந்திருக்கும் ஹுசுனைப் பற்றியும் என்னை எச்சரிப்பான். அதன் தந்திமொழி என் தலைக்குள் தொடர்ந்து தட்டச்சு செய்துகொண்டிருக்கும்.

STREETYOURMONEYYOURFUTUREINSURANCESUNBUF-FETRINGTHEBELLNOVAWATCHESARTINSPAREPARTSVOGUE-BALIVIZONSTOCKINGS

இந்நகரத்தோடு நான் முழுச் சொந்தமாக ஒருபோதும் இருக்கவில்லை, ஒரு வேளை எல்லாச் சிக்கலுக்கும் அதுவே காரணமாக இருந்திருக்கலாம். என் பாட்டியின் வீட்டில், ஒரு விடுமுறை விருந்துக்குப் பிறகு என் குடும்பத்தோடு அமர்ந்து பீரும் மதுவும் அருந்தும் போதும் என் பணக்கார – எதிர்கால ப்ளேபாய் – நண்பர்களோடு, அவர்களுடைய அப்பாக்களின் கார்களில் குளிர்காலத்தில் இந்நகரில் சுற்றிக்கொண்டிருக்கும்போதும் இப்போது ஒரு வசந்தகால பிற்பகலில் தெருக்களில் நடந்துகொண்டிருக்கும்போது நான் உணர்வதைப் போலவேதான் அப்போதும் உணர்ந்திருக்கிறேன். நான் எதற்கும் பயனற்றவன், எந்த இடத்திற்கும் சொந்தமற்றவன், இந்த மனிதர்கள் எல்லோரிடமிருந்தும் தூர விலகி ஒரு மூலைக்குச் சென்று ஒளிந்துகொள்ள வேண்டும் என்ற எண்ணம் தவிப்பாக என்னுள் எழும். இது ஏறக்குறைய ஒரு மிருகத்தின் உள்ளுணர்வைப் போல. என்னை அரவணைத்து வைத்திருக்கும் இச்சமூகத்தை விட்டு, ஓடிச்சென்று விடவேண்டுமென்ற இச்சை; கடவுளைப்போல எனது எல்லாவற்றையும்

பார்க்கிற, எல்லாவற்றையும் மன்னிக்கிற பார்வை உண்டாக்கும் குற்றவுணர்விலிருந்து தப்பியோடும் உந்துதல்.

லீஸே பள்ளியில் சேர்ந்தபோது என்னிடமிருந்த தனிமை நெடுநாளைக்கு நீடிக்காது என்று தோன்றியது. அதுதான் என் விதியாக இருக்கப்போகிறது என்பதை அறியுமளவுக்கு அப்போதுதான் முதிர்ச்சியடைந்திருக்கவில்லை. திரைப்படத்திற்குச் செல்லும்போது நல்ல நண்பன் ஒருவன் கூட வருவான், இடைவேளையில் நான் தனியாக நின்றுகொண்டிருக்க வேண்டியிருக்காது என்று கனவுகண்டேன். ஒருநாள் அறிவார்ந்த, பண்பட்ட மனிதர்களைச் சந்திப்பேன், அவர்களோடு நான் படித்த புத்தகங்களை, நான் வரைந்த ஓவியங்களைப் பற்றி உரையாடுவேன். ஒரேயொரு கணம்கூட போலித்தனமானவனாக உணரமாட்டேன் என்றெல்லாம் கனாக்கண்டேன். செக்ஸ்கூட தனிமையில் ஒற்றைச் செயற்பாடு என்ற நிலை மாறி, எனது விலக்கப்பட்ட சுகங்களை ஓர் அழகான காதலியுடன் ஒருநாள் பகிர்ந்துகொள்வேன். இத்தகைய கனவுகளை அடைவதற்கான வயது இருந்தாலும்கூட, ஏக்கத்தாலும் அவமானத்தாலும் அச்சத்தாலும் நான் முடக்கப்பட்டிருந்தேன்.

அந்நாட்களில் விசனம் என்பது ஒருவனின் வீட்டிலிருந்து, ஒருவனின் குடும்பத்திலிருந்து அந்நியமாகி இருப்பது என்பதாகத்தான் அர்த்தப்படுத்தப்பட்டு வந்தது. அந்நியர்கள் உங்களை 'அண்ணா'வென்று அழைக்கிற மொத்த நகரமும் ஒரே கால்பந்தாட்டப் போட்டியைப் பார்த்துக்கொண்டிருப்பதைப்போல எல்லோரும் அவர்களை 'நாம்' என்று அழைத்துக்கொள்கிற இந்த மகத்தான சமுதாயத்திலிருந்து என்னை நானே துண்டித்துக்கொண்டிருந்தேன். இந்த நிலை வாழ்நாள் முழுக்க தொடர்ந்துவிடுமோ என்ற பயத்தில் மற்றவர்களோடு அன்போடு கலந்து பழக முடிவெடுத்தேன். எனது பின் – பதின்ம வயதுகளில் மிக கலகலப்பான இளைஞனாக மாறிவிட்டேன். சுலபமாக ஜோக்குகள் சொல்லிக்கொண்டு, எல்லோருக்கும் நண்பனாக, எதைப் பற்றியும் அலட்டிக் கொள்ளாத, விசேஷகுணங்களற்ற சாதாரணனாக இடைவிடாமல் ஜோக்கடித்தேன், சுவையான கதைகள் சொன்னேன், ஆசிரியரைப் போலவே நடித்துக்காட்டி வகுப்பில் எல்லோரையும் சிரிக்க வைத்தேன், எனது சேட்டைகள் வீட்டிலும்கூட பிரபலமடைந்தன. சில்மிஷங்கள் மிகையாகிப் போகும்போது உடனே சாதுர்யமான கனவானாகி, இழிச்செயல்களைக்கூட இடக்கரடக்கராக உருமாற்றிச் சொல்கின்ற திறமையும் வந்துவிட்டிருந்தது. எல்லாம் முடிந்து வீட்டுக்குத் திரும்பி அறைக்குள் தாழிட்டுக் கொண்டதும் உலகத்தின் வஞ்சகத்திலிருந்தும் எனது பாசாங்குகளிலிருந்தும் தப்பித்துக்கொள்ள எனக்குத் தெரிந்த ஒரே வழியாகச் சுயமைதுனம் செய்யத் தொடங்குவேன்.

நட்பைப் பேணுவதற்கான சின்னஞ்சிறிய நியமங்கள்கூட எனக்கு ஏன் கடினமாகி விடுகின்றன? சாதாரண விஷயங்களைச் செய்துமுடிக்கக்கூட நான் எதற்காகப் பல்லைக் கடித்துக்கொண்டு, முக்கி முனகி செய்ய வேண்டியிருக்கிறது? அதற்குப் பிறகு எதற்காக என்னை நானே வெறுத்துக்கொள்ள வேண்டியிருக்கிறது? எதற்காக நண்பர்களோடு

பழகும்போது நான் ஏதோ நியமிக்கப்பட்ட பாத்திரத்தில் நடிப்பது போலவே தோன்றுகிறது? அபூர்வமாகச் சிலநேரங்களில் இந்த நடிப்பை மனமார ஏற்றுக்கொண்டு முழுசக்தியையும் செலவிட்டு நடிக்கிறேன் என்பதையே மறந்து நடிப்பேன். கொஞ்சநேரத்திற்கு இது சந்தோஷமாகவே இருக்கும். எல்லோரையும் போலவே சூழலுக்கு இயைந்திருப்பேன். பின் திடீரென்று எங்கிருந்தென்று தெரியாமல் ஒரு துயரக் காற்று வலுவாக வீசி என்னை வீழ்த்தும். உடனே ஒருமூலைக்குச் சென்று சுருண்டுகொள்ள வேண்டும் போல, வீட்டுக்கு, என் அறைக்கு, எனக்கே எனக்கான அந்த அறையின் இருட்டுக்கு ஓடிச்சென்றுவிட வேண்டும் போல இருக்கும். என் கேலிப் பார்வையை உள்நோக்கித் திருப்பிக்கொள்ள, அது என் அம்மாவையும் என் அப்பாவையும், என் சகோதரனையும் என் உறவுக்கார கூட்டத்தையும் – அவர்களை என் குடும்பத்தார் என்று சொல்லிக்கொள்ள இப்போதெல்லாம் கடினமாக உள்ளது – என் பள்ளி நண்பர்களையும் இதர நண்பர்களையும் மொத்த நகரத்தையும் அது சுட்டிக்காட்டுவதாக மாறிவிடுகிறது.

இதைப்போன்ற துர்ப்பாக்கிய நிலைக்கு என்னை அமுத்தியிருப்பது வேறு எதுவுமல்ல, இஸ்தான்புல் நகரமேதான் என்று உணர்ந்தேன். வெறும் பாஸ்ஃபரஸ்ஸும், கப்பல்களும் பரிச்சயமாகிவிட்ட இரவு நேரங்களும் விளக்குகளும் மக்கள் கூட்டமும் மட்டுமல்ல, இதன் மக்களை ஒன்றாகக் கட்டிப் பிணைத்திருக்கும் வேறு ஏதோவொன்று. அதனோடுதான் நான் இசைவின்றிப் போக நேர்கிறது. இந்த இஸ்தான்புல் என்ற தனி உலகத்தில் எல்லாமே 'நாம்', 'நம்முடைய' தான்; எல்லோரும் எல்லோரையும்

தெரிந்துவைத்திருப்பார்கள்; ஒவ்வொருவருடைய நற்குணங்களும் தரமும் எல்லோருக்கும் தெரிந்திருக்கும்; எல்லோரும் பொதுவானதொரு அடையாளத்தையே கொண்டிருப்பார்கள்; பணிவு, மரபு, நம்முன்னோர்கள், நமது வரலாறு, நமது கதையாடல்கள் எல்லாவற்றையும் ஒரே மாதிரியாக மதித்திருப்பார்கள். இவை எதிலும் என்னை 'நானாக' பொருத்திக்கொள்ள முடியாது. எங்கெல்லாம் நான் ஒரு பார்வையாளனாக இல்லாமல் நிகழ்த்துவோனாக இருக்கிறேனோ அங்கெல்லாம் என்னால் இயல்பாக இருக்க முடிவதில்லை. உதாரணமாக ஏதாவது பிறந்தநாள் விழாவுக்குச் சென்றால், முதலில் அந்த இடம் முழுக்கப் புன்னகையோடு சுற்றி வருவேன், "என்ன சௌக்கியமா?" என்று எல்லோருடைய முதுகிலும் தட்டி குசலம் விசாரிப்பேன், பின்பு, ஒரு கனவைப்போல, என்னை நானே வெளியிலிருந்து கவனிக்கத் தொடங்குவேன். இந்தப் பாசாங்கு அசடனான என்னைக் கண்டு நானே அவமானத்தில் சுருங்கிவிடுவேன்.

வீட்டுக்குச் சென்று, என் அறையின் தனிமையில் என் வஞ்சகத்தைப் பற்றி யோசித்துப் பார்க்கும்போது ("எதற்காக இப்போதெல்லாம் அறைக்குள் சென்று மூடிக்கொள்கிறாய்?" என்று அம்மா கேட்கத் தொடங்கி விட்டார்), இந்தக் குறைபாடு, இந்த ஏமாற்றுக் கலை என்னிடம் மட்டும் இருக்கின்ற ஒன்றல்ல, இந்த உறவு முறைகளை உருவாக்கி வைத்திருக்கும் இந்தச் சமுதாயத்தின் ஆன்மாவில் பிரதானமாக உறைந்திருக்கிறது என்பது புரியும். "நாம்" என்று பன்மையில் தன்னை விளித்துக்கொள்ளும் சமூகம் இது. இந்நகரத்தை வெளியிலிருந்து பார்க்கத் தீர்மானித்திருக்கும் ஒரு கிறுக்கனால்தால் இந்த இயல்பை இந்நகரத்தின் 'இனக்கொள்கை' என்று அங்கீகரிக்க முடியும்.

ஆனால் இவையெல்லாம் வெகுகாலத்திற்கு முன் பதின்பருவத்தில் இருந்த இளைஞன் ஒருவனின் குழப்பமான சிந்தனைகளுக்கு உருவம் கொடுத்து ஒரு சுவையான கதையாக்கித் தரும் ஐம்பது வயதான எழுத்தாளன் ஒருவனது வார்த்தைகள். எனவே இது தொடர்கிறது: எனது பதினாறு வயதிலிருந்து பதினெட்டு வயதுவரை நான் வெறுத்து வந்தது என்னை மட்டுமல்ல, என் குடும்பத்தை, என் நண்பர்களை, அவர்களது கலாச்சாரத்தை, எங்களைச் சுற்றி என்ன நடந்துகொண்டிருக்கிறது என்பதை விளக்குவதற்காக வெளியிடப்படும் அதிகாரபூர்வ, அதிகாரபூர்வமற்ற அறிக்கைகளை, நாளிதழ் தலைப்புச் செய்திகளை. இவை மட்டுமன்றி, எம்மை நாங்களே ஒருபோதும் புரிந்துகொள்ளாமல், வித்தியாசமாகக் காட்டிக்கொள்ளும் செய்கைகளையும் வெகுவாக வெறுத்து வந்தேன். என் மண்டைக்குள் தெருப் பெயர்களிலிருந்து விளம்பரப் பலகைகள் வரை கண்ணில்பட்ட எழுத்துக்கள் முட்டிமோதிக் கொண்டிருக்கும். நான் ஓவியம் வரையவும், புத்தகங்களில் படித்தறிந்த பிரெஞ்சு ஓவியர்களைப் போல வாழவும் விரும்பினேன், ஆனால் அப்படியானதொரு உலகத்தை இஸ்தான்புல்லில் உருவாக்கும் வலிமை என்னிடம் இல்லை; அத்தகையதொரு ஸ்திதிக்கு இஸ்தான்புல்லும் தன்னைத் தகுதியாக்கிக் கொண்டிருக்கவில்லை. துருக்கிய இம்ப்ரஷனிஸ்ட்டுகளின் மோசமான ஓவியங்கள்கூட– அவற்றின் மசூதிக் காட்சிகள், பாஸ்ஃபரஸ், மரவீடுகள், பனி படர்ந்த வீதிகள் – என்னைக் கவர்ந்தன, ஓவியங்களாக அல்ல,

இஸ்தான்புல்லின் சாயலுக்காக. ஓர் ஓவியம் இஸ்தான்புல்லைப் போலவே இருந்தால் அது நல்ல ஓவியமாக இல்லை; நல்ல ஓவியமாக இருந்தால் அது எனக்குப் பொருத்தமான இஸ்தான்புல்லைப் போல இருக்கவில்லை. இந்நகரத்தை ஓர் ஓவியத்தைப் போலவோ ஒரு நிலப்பரப்பைப் போலவோ பார்ப்பதை நிறுத்த வேண்டும் என்று ஒருவேளை இது உணர்த்துகிறதோ என்னவோ.

பதினாறு வயதிலிருந்து பதினெட்டு வயதுவரை, எனது ஒரு பகுதி ஒரு புரட்சிக்கார மேனாட்டவன் போல, இந்நகரம் முழுக்கவும் மேலைமயமாகிவிட வேண்டுமென விழைந்தது. நானும் அதேபோல மாறிவிட வேண்டுமென நினைத்திருந்தேன். ஆனால் மற்றொரு பகுதி, எனது உள்ளுணர்வில், பழக்கவழக்கங்களில், எனது ஞாபகங்களில் கலந்திருக்கும் இஸ்தான்புல்லுக்காக ஏங்கியது. சிறுவனாக இருந்தபோது இவ்விரு ஆசைகளையும் என்னால் தனித்தனியாக வைத்திருக்க முடிந்தது (குழந்தைக்கு ஒரே நேரத்தில் ஒரு நாடோடியாகவும் ஒரு விஞ்ஞானியாகவும் ஆவதற்குக் கனவுகாண்பதில் எந்தச் சிக்கலும் இருப்பதில்லை). நாளாக ஆக, இந்தத் திறமை மழுங்கி, இந்நகரம் தலைகுனிந்து சரணாகதியாகியிருக்கும் (அதே நேரத்தில் அதில் பெருமையும் பட்டுக்கொள்ளும்) துயரம் என் தலைக்குள் ஊடுருவத் தொடங்கியது.

இதன் ஆதார மூலம் ஏழ்மையோ அல்லது ஹுசுன்னின் முதுகொடிக்கும் பாரமோ அல்லவென்றுதான் தோன்றுகிறது. செத்துக்கொண்டிருக்கும் விலங்கைப் போல அவ்வப்போது ஒரு மூலைக்குச்

இஸ்தான்புல்

சென்று சுருண்டுகொள்ள விரும்புவது கூட, உள்ளிருந்து கிளம்பிவரும் ஒரு வேதனையைப் பாதுகாத்து வளர்த்துக்கொள்வதற்காகத்தான். இத்தகைய இடும்பையை எனக்கு உண்டாக்கும் அளவுக்கு என்ன இழப்பு எனக்கு நேர்ந்திருக்கிறது?

35

முதற் காதல்

இது ஒரு வாழ்க்கைக் குறிப்பு என்பதால் அவள் பெயரை நான் சொல்லாமல் மறைத்தாக வேண்டும். திவான் கவிஞர்களின் பாணியில் அவளைச் சங்கேத மொழியில் அழைத்தேனென்றால், இதற்குப் பின்வரும் இக்கதையைப் போலவே அதுவும் தவறாகப் பொருள் கொள்ளப்படலாம். அவள் பெயருக்குப் பாரசீக மொழியில் கருப்பு ரோஜா என்று அர்த்தம். ஆனால் அவள் சந்தோஷமாகக் கடலில் குதித்து நீச்சலாடும் கடற்கரைப் பகுதியைச் சேர்ந்தவர்களுக்கோ அவளுடைய பிரெஞ்சு லீஸே பள்ளித் தோழிகளுக்கோ இது தெரியாது என்பதை மட்டும் என்னால் நிச்சயமாகச் சொல்ல முடியும். அவளது நீண்ட பளபளப்பான கூந்தல் கருப்பு அல்ல, தவிட்டு நிறம். அவளது பழுப்புநிற விழிகள் சற்றுக் கருமை கலந்தே இருக்கும். எனது அறிவுப்புலமையைக் காட்டிக் கொள்வதைப் போல அவள் பெயரின் பொருளைச் சொன்னபோது, அவள் திடீரெனத் தீவிரமான முகபாவத்துக்கு மாறும்போது செய்வதைப் போலவே புருவங்களை உயர்த்தி, உதடுகளைப் பிதுக்கினாள். அவள் பெயருக்கான அர்த்தம் அவளுக்குத் தெரியும் என்றாள். அது அவளுடைய அல்பேனியப் பாட்டியின் பெயர் என்றாள்.

அவளுடைய அம்மாவைப் பற்றி என் அம்மா சொல்லும்போது (என் அம்மா எப்போதுமே 'அந்தப் பொம்பளை' என்றுதான் அவரைக் குறிப்பிடுவார்) அவருக்கு மிக இளம் வயதிலேயே திருமணம் ஆகிவிட்டிருக்க வேண்டும் என்பார். என் சகோதரனுக்கு ஐந்து வயதாகவும் எனக்கு மூன்று வயதாகவும் இருந்தபோது குளிர்காலக் காலை நேரங்களில் நிஷாந்தஷியில் மச்கா பூங்காவிற்கு எங்களைக் கூட்டிச் செல்லும்போது அந்தக் குழந்தையைப் பெரிய தள்ளுவண்டி ஒன்றில் தூங்க வைத்துக்கொண்டிருந்த அவளே 'ரொம்பச் சின்னப் பெண்ணாகத்தான் இருந்தாள்' என்று சொல்வார்.

அந்த அல்பேனியப் பாட்டி பாஷா ஒருவரின் அந்தப்புரத்திலிருந்து வந்தவர் என்று ஒருமுறை அம்மா ஜாடைமாடையாகக் குறிப்பிட்டார். போர் நிறுத்த 'ஆர்மிஸ்டைஸ்' வருடங்களில் ஏதோ மிகப் பெரிய தவறு செய்துவிட்டதாலோ அல்லது அடாதுர்க்கை எதிர்த்ததாலோ அந்தப் பாஷா பதவி நீக்கம் செய்யப்பட்டதாகச் சொன்னார்.

எங்களைச் சுற்றி எரிந்து வீழ்ந்துகொண்டிருந்த ஆட்டமன் மாளிகைகளைப் பற்றியும் அவற்றில் ஒருகாலத்தில் வசித்திருந்த குடும்பங்களைப் பற்றியும் அப்போது எனக்குச் சற்றும் ஆர்வம் இல்லாததால், அவர் சொன்ன விஷயங்களை மறந்துவிட்டேன். இதற்கிடையில் அப்பா ஒருமுறை அந்த கருப்பு ரோஜாவின் தந்தையைப் பற்றி என்னிடம் சொன்னார். அரசாங்க வட்டாரத்தில் செல்வாக்கோடு இருந்த ஒரு சிலரின் உதவியோடு அவர் சில அமெரிக்க, டச்சு கம்பெனிகளுக்கு ஏஜெண்டாகி, குறுகிய காலத்திலேயே பெரும் செல்வம் சேர்த்துவிட்டதாகச் சொன்னார். ஆனால் இதைச் சொல்லும்போது அப்பாவின் குரலில் எந்தவித வெறுப்புத் தொனியும் தென்படவில்லை.

பூங்காவில் நிகழ்ந்த அச்சந்திப்புகளுக்கு எட்டு வருடங்கள் கழித்து நாங்கள் பேராமோலு மஹால் என்ற இடத்தில் ஒரு வீடு வாங்கினோம். இந்த இடம் நகரத்திற்குக் கிழக்கே அமைந்திருந்த ஒரு கோடை வாசஸ்தலம். 1960, 70களில் புதுப்பணக்காரர்களிடையே இங்கு வந்து தங்கும் பழக்கம் பிரபலமாக இருந்தது. அங்குதான் அவள் சைக்கிள் ஓட்டிச் செல்வதை அத்தனை வருடங்கள் கழித்து மீண்டும் பார்த்தேன். அச்சிற்றூர் அதிக ஜனநடமாட்டமில்லாமல் இருந்த காலம் அது. அமைதியான சூழ்நிலையின் காரணமாகவே விடுமுறையைக் கழிக்க உசிதமான இடமாகவே செல்வாக்கோடு இருந்தது. அங்கு இருந்தபோது கடலில் குளிக்கச் செல்வேன், மீன்பிடிப் படகுகளில் நானும் ஏறிச் செல்வேன், மேக்கெரல் மீன் பிடிப்பேன், கால்பந்து ஆடுவேன். எனக்குப் பதினாறு வயதானதும் கோடைக்கால மாலை நேரங்களில் பெண்களோடு நடனமாடியிருக்கிறேன். பின்னர் எனது லீஸே பள்ளிப் படிப்பை நிறைவு செய்துவிட்டு, கட்டடக்கலைப் படிப்பில் சேர்ந்த பிறகு, என் வீட்டின் தரைத்தளத்தில் ஓவியம் வரைவதிலும் வாசிப்பதிலும் பொழுதைக் கழிக்கத் தொடங்கினேன். இப்படிப் பாடப் புத்தகங்கள் அல்லாமல் வேறு புத்தகங்களைப் படிப்பவர்களை 'அறிவு ஜீவி' என்று என்னுடைய பணக்கார நண்பர்கள் அழைப்பார்கள். அவர்களைப் பொறுத்தவரை இப்படிப்பட்டவர்கள் 'சந்தேகத்திற்குரிய' ஆசாமிகள், புதிரானவர்கள், ஏகப்பட்ட சிக்கல்களை தங்களுக்குள் பொதித்துவைத்திருப்பவர்கள். இந்தக் கடைசி அவதூறை அவர்கள் கண்டமேனிக்குப் பயன்படுத்துவார்கள். அதற்கு உள்ளர்த்தம் உங்களுக்கு உளச்சிக்கல்கள் இருக்கிறது என்பதாகவோ பணத்தைப் பற்றிக் கவலையென்பதாகவோ இருக்கும். 'அறிவுஜீவி' என்று அவர்கள் அழைப்பது எனக்குக் கவலையாக இருந்ததால் நானொன்றும் 'சோப்ளாங்கி தளுக்குவித்தைக்காரன்' அல்லவென்று அவர்களிடம் நிரூபித்துக்கொள்வதற்காக, நான் புத்தகங்கள் (உல்ஃப், ஃபிராய்ட், சார்தர், மன், ஃபாக்னர்) படிப்பது 'பொழுது போவதற்காக' மட்டுமே

என்பேன். உடனே அவர்கள், “அப்படியென்றால் ஏன் புத்தகங்களில் அடிக்கோடிடுகிறாய்?” என்பார்கள்.

எனது இந்த அபகீர்த்திதான் கருப்புரோஜாவின் கவனத்தை என்பால் திருப்பியது. அது நிகழ்ந்தது ஒரு கோடை பருவத்தின் இறுதியில். அந்தக் கோடைக்காலம் முழுவதும் அதற்கு முந்தைய கோடைக்காலங்கள் அனைத்திலும் நான் என் நண்பர்களோடுதான் செலவழித்து வந்தேன். நாங்கள் ஒருவரையொருவர் கவனிக்கவே இல்லை. நானும் நண்பர்களும் ஒரு பெரிய சந்தோஷக் கும்பலாக அர்த்த ராத்திரியில் டிஸ்கோ கிளப்புகளுக்குச் சென்றபோதும் யாருடைய மெர்சிடிஸ், மஸ்டாங், பி.எம்.டபுள்யுக்களையோ எடுத்துக்கொண்டு (அங்கிருந்து அரைமணி நேர தூரத்தில் இருந்த ஆசியன் சிடியின் பார்க் அவென்யூவுக்கு) ரேஸிங் சென்ற போதும் (சில சமயம் விபத்துகளும் நடந்ததுண்டு), விசைப் படகுகளை எடுத்துக்கொண்டு ஒதுக்குப்புறமான மேட்டுப்பகுதி எதற்காவது சென்று காலி சோடா, ஒயின் பாட்டில்களை வரிசையாக நிறுத்தி அவர்கள் அப்பாக்களின் கொக்கு சுடும் துப்பாக்கிகளில் சுட்டு, கூடவந்த பெண்களைப் பயமுறுத்திக்கொண்டிருந்த போதும் (“ஸ்ஸ்! சத்தம் போடாதீர்கள்!”), பாப் டைலன், பீட்டில்ஸ் கேட்டபடி போக்கர், மொனாபலி சீட்டாட்டமாடும் போதும், கருப்பு ரோஜாவும் நானும் ஒருவருக்கொருவர் ஆர்வம் காட்டியிருக்கவேயில்லை.

கோடை முடிவுக்கு வரும் நேரத்தில் இந்தச் சந்தடி மிக்க இளம்கூட்டம் மெதுவாகக் கலைந்தது. ஒவ்வொரு செப்டம்பரிலும் தவறாமல் வருகிற ‘லோடோஸ்’ புயல் அப்போதும் வந்து ஒன்றிரண்டு துடுப்புப் படகுகளையும் நாவாய்களையும் விசைப்படகுகளையும் உடைத்து நொறுக்கிவிட்டுச் சென்றது. மழை விடாமல் பெய்துகொண்டிருக்க, என் ஓவியத் திறமையை நானே சீரியஸாக எடுத்துக்கொண்டு, வீட்டின் தரைத்தள அறையை எனது ‘ஸ்டூடியோ’ என்று பெயரிட்டுக் கொண்டு ஓவியங்கள் வரைந்து கொண்டிருந்தேன். அந்த ஓவிய அறைக்குப் பதினேழு வயதான கருப்பு ரோஜா வரத் தொடங்கினாள். என் நண்பர்கள் எல்லோருமே அங்கு வருவது வழக்கம்தான். அவர்களும் ஓவிய சாதனங்களை நோண்டுவார்கள், ஓவியத்தாளில் எதையாவது வரைந்து, கிறுக்கிப் பார்ப்பார்கள், எனது புத்தக அடுக்கை வழக்கமான சந்தேகத்துடன் நோட்டமிடுவார்கள்; எனவே அவள் எனது அறைக்கு வந்தது ஒன்றும் அசாதாரண விஷயமல்ல. துருக்கியில் வாழும் பணக்காரர்களோ ஏழைகளோ ஆணோ பெண்ணோ எல்லோரையும்போல அவளுக்கும் பொழுதைக் கடத்த பேச்சுத்துணை வேண்டும்தானே.

ஆரம்பத்தில் வழக்கமான விடுமுறைக் கால அரட்டைப் பேச்சுதான் எங்களிடையே இருந்தது – யார், யாரைக் காதலிக்கிறார்கள்; யாருக்கு யார் மீது பொறாமை – ஆனால் அந்தப் பருவத்தில் அத்தகைய பேச்சுகளில் என் கவனம் அதிகமாகத் திரும்பவில்லை. என் கைகளில் பெயின்ட் இருப்பதால் சில நேரங்களில் அவள் தேநீர் தயாரிப்பதில் உதவியிருக்கிறாள். பெயின்ட் ட்யூபைத் திறந்து கொடுத்திருக்கிறாள். அப்புறம் அறை மூலைக்குச் சென்று காலணிகளை உதறிவிட்டு சோபாவில் கையைத்

தலையணையாக மடித்து வைத்துக்கொண்டு ஒருக்களித்து சாய்ந்து கொள்வாள். ஒருநாள் அவளிடம் சொல்லாமலேயே அவளை ஓவியமாக வரைந்தேன். அவளுக்கு அது மிகவும் சந்தோஷத்தைக் கொடுக்க, அடுத்த முறை அவள் வந்தபோதும் வரைந்தேன். ஒருமுறை அவளிடம் வரையப் போவதாகச் சொன்னபோது, காமிரா முன் நின்று அனுபவமில்லாத புதுமுக நடிகையைப் போல "எப்படி உட்கார வேண்டும்?", "கைகளை எப்படி வைத்துக்கொள்ளட்டும்?" "காலை?" என்றெல்லாம் கேட்டாள்.

அவளது மெல்லிய, நீண்ட நாசியைச் சரியாக வரைய வேண்டுமென்பதற்காக நீண்டநேரம் உற்றுப் பார்க்கும்போது, அவளது சின்ன இதழ்களில் முறுவலின் சாயல் ஒன்று நெளியும். அவளுக்கு அகன்ற நெற்றி. உயரமான பெண். வெயிலில் பழுப்பேறிய நீண்ட கால்கள். ஆனால் என்னைப் பார்க்க வரும்போது அவள் பாட்டி வாங்கிக் கொடுத்த கணுக்கால் வரை மூடிய, இறுக்கமான நீளப் பாவாடையைத்தான் அணிந்து வருவாள். அவளது சிறிய, நேரான பாதங்கள் மட்டும்தான் வெளியில் தெரியும். வரையும்போது அவளது சிறிய மார்பகங்களின் வடிவ விளிம்பு வரையையும் நீளமான கழுத்தின் அசாதாரணமான வெண்நிறத்தையும் கூர்ந்து அவதானிக்கும்போது, வெட்கப் படலம் ஒன்று அவள் முகத்தில் வெட்டிச்செல்லும்.

ஆரம்பத்தில் நிறைய பேசிக்கொண்டிருந்தோம். பெரும்பாலும் அவள்தான் பேசுவாள். அவள் விழிகளிலும் இதழ்களிலும் கவிந்திருக்கும் இறுக்கத்தைச் சுட்டிக்காட்டி, "ஏன் எப்போதும் சோகமாக இருக்கிறாய்?" என்று ஒருமுறை கேட்டுவிட்டபோது, நான் சற்றும் எதிர்பார்த்திராத வகையில் வெளிப்படையாக அவள் பெற்றோர்களின் சண்டையைப் பற்றி, அவள் தம்பிகள் நான்கு பேரும் விடாமல் சண்டை போடுவதைப் பற்றி, அவள் அப்பா வீட்டில் உள்ள அனைவருக்கும் கொடுக்கும் தண்டனைகளைப் பற்றி – வீட்டுக்காவல், விசைப் படகுச் சவாரிக்குத் தடை, அடி உதைகள் – நெடுநேரம் பேசினாள். அவள் அப்பாவுக்கு இருக்கும் பெண்கள் தொடர்பினால் அம்மா எவ்வளவு சோகமாக இருக்கிறார் என்று சொன்னாள். எங்கள் இருவரின் அம்மாக்களும் கிளப்பில் ஒன்றாக பிரிட்ஜ் விளையாடுபவர்கள் என்பதால் என் அப்பாவைப் பற்றியும் அவளுக்குத் தெரிந்திருந்தது. இவையெல்லாவற்றையும் நேராக என் கண்ணுக்குள் பார்த்தபடி சொல்லிக்கொண்டிருந்தாள்.

மெதுவாக மௌனத்தில் மூழ்கினோம். அதற்குப் பிறகு வரும்போதெல்லாம் வழக்கமான இடத்துக்குச் செல்வாள், அல்லது (பொனார் ஓவிய பாதிப்பில்) வரைவதற்கு 'போஸ்' கொடுப்பாள், இல்லாவிட்டால் பக்கத்தில் இருந்த புத்தகம் ஒன்றைப் பிரித்து அந்த சோபாவில் படிப்பதுபோல சாய்ந்துகொள்வாள். அதன்பின் அவளை வரைகிறேனோ இல்லையோ எங்களிடையே ஓர் ஒழுங்கு முறை ஏற்பட்டுவிட்டது: கதவைத் தட்டுவாள், அதிகம் பேசாமல் உள்ளே வருவாள், மூலையில் உள்ள சோபாவில் புத்தகம் படிப்பது போல 'போஸ்' கொடுத்தபடி சாய்ந்துகொள்வாள். அவ்வப்போது ஓரக்கண்ணால் நான் வரைவதைப் பார்த்துக்கொள்வாள். ஒவ்வொரு நாளும் காலையில் வரையத் தொடங்கிய சற்று நேரத்திலேயே அவள் எப்போது வருவாள் என்று

எதிர்பார்க்கத் தொடங்கிவிடுவேன். அவள் எப்போதுமே அதிகநேரம் காத்திருக்க வைக்கவில்லையென்பது ஞாபகத்தில் இருக்கிறது. வரும்போது அதே வெட்கப் புன்னகையை இதழ்களில் அணிந்தபடி, தயக்கத்தோடு அதே இடத்திற்கு வந்து, அதேபோலச் சாய்ந்துகொள்வாள்.

எங்களிடையே அரிதாக நிகழ்ந்த உரையாடல்கள் எல்லாமே எதிர்காலம் குறித்தனவாகத்தான் இருந்தன. அவள் அபிப்பிராயத்தில் நான் மிகத் திறமை வாய்ந்த, கடுமையாக உழைக்கக் கூடிய ஓவியன். உலகப்புகழ்பெற்ற ஓவியனாக ஒருநாள் ஆகிவிடுவேன் – அவள் சொன்னது புகழ்பெற்ற துருக்கிய ஓவியன் என்றா? – எனது ஓவியக் கண்காட்சி பாரீஸில் வெகு விமரிசையாகக் கொண்டாடப்படும். அங்கு அவள் வந்து எல்லோரிடமும் அவள் என்னுடைய 'பால்யகால சிநேகிதி' என்று பெருமையாகச் சொல்லிக்கொள்வாள்.

ஒருநாள் மாலை வானம் தெளிவாக இருந்தது. தீபகற்பத்தின் மறுகரையில் மழை பெய்ததற்குப் பின் அழகான வானவில் தோன்றியிருந்ததைப் பார்த்தோம். அதைப் பார்த்தவுடன் ஏற்பட்ட மனஎழுச்சியில் முதன்முறையாக நானும் அவளும் எனது இருட்டான ஸ்டூடியோவிலிருந்து கிளம்பி வெளியே ஒன்றாகச் சென்றோம். உணவகங்கள் நிறைந்திருந்த தெருக்களில் வெகு நேரத்திற்குச் சுற்றிக்கொண்டிருந்தாலும் எதுவும் பேசிக்கொண்டதாக நினைவில்லை. இருவருக்குமே தெரிந்தவர்கள் யாராவது பார்த்துவிடுவார்களோவென்று கவலையாக இருந்தது. எங்களுடைய அம்மாக்கள் வழக்கமாக வருகின்ற இடங்களில்தான் சுற்றிக்கொண்டிருந்தோம். நாங்கள் வெளியே வந்து நடக்கத் தொடங்கியதும் அந்த வானவில்லும் மறைந்துவிட்டிருந்தது. எல்லாமும் சேர்ந்து எங்களது 'கன்னி உலா' மாபெரும் தோல்வியில் முடிந்து வயிற்றில் பதற்றம்தான் கனமாக மிச்சமாகியிருந்தது. இந்த நடையின் போதுதான் அவளுடைய கழுத்து எவ்வளவு நீளமாக இருக்கிறது என்பதையும் எவ்வளவு அழகாக நடக்கிறாள் என்பதையும் கவனித்தேன்.

விடுமுறையின் கடைசி சனிக்கிழமை மாலை மீண்டும் ஒன்றாக வெளியில் செல்வதாக முடிவெடுத்தோம். உணவகத்தில் கூட இருந்த முக்கியமில்லாத, எங்களைச் சுவாரஸ்யமாக நோட்டம் விட்டுக்கொண்டிருந்த நண்பர்களிடம் சொல்லிக்கொள்ளாமல் கிளம்பினோம். நான் அப்பாவின் காரை எடுத்துவந்திருந்தேன். டென்ஷனாக இருந்தேன். அவள் மேக் – அப் அணிந்து, மிகக்குட்டையான பாவாடையில் வந்தாள். காரிலிருந்து இறங்கிய பின்பும்கூட அவளது இனிய பர்ஃபியூம் மணம் சற்றுநேரத்திற்குத் தங்கியிருந்தது. நாங்கள் திட்டமிட்டிருந்த இடத்தை அடைவதற்கு முன்பாகவே, இதற்கு முன் எங்கள் முதல் நடையைத் தோல்விக்குள்ளாக்கியிருந்த அப்பிசாசு இப்போதும் எங்களிடம் குறுக்கிடப் போகிறதென்ற உள்ளுணர்வு சொன்னது. அந்தப் பாதி நிறைந்த, சந்தடியான டிஸ்கோதேவிற்குள் அடியெடுத்து வைக்கும்போதே அந்தப் பிசாசை உணர்ந்தேன். எனது ஸ்டூடியோவில் ஏதுவும் பேசாமல் நாங்கள் செலவழித்த மௌனத் தருணங்களை இங்கு மீட்டெடுக்க முடியாதென்பது உடனே தெரிந்துபோயிற்று.

இருந்தும் அங்கு ஒலித்த மெதுவான இசைக்கு நடனமாடினோம். மற்றவர்களைப் பார்த்துக் கற்றுக்கொண்டபடி அவளைக் கைகளால் வளைத்துக்கொண்டேன். முன்தீர்மானமின்றி, அவளை நெருக்கமாக இழுத்துக்கொண்ட போது அவள் கூந்தலில் வாதுமைப் பருப்பு வாசம் வீசியது. சாப்பிடும்போது அவள் உதடுகளின் சின்னச் சின்ன அசைவுகளை ரசித்தேன். கவலைப்படும்போது அவள் முகம் அணிலைப் போல இருந்தது.

கிளம்பும் போது காரில் மௌனத்தை உடைத்தேன். “இப்போது வரைய வேண்டும் போலிருக்கிறது. உனக்கு ‘மூட்’ இருக்கிறதா?” அதிக ஆர்வமின்றி ஒப்புக்கொண்டாள். ஆனால் வீட்டுக்கு வந்து இருவரும் கையோடு கை கோர்த்தபடி ஸ்டூடியோவை நெருங்கும்போது உள்ளே விளக்குகள் எரிந்துகொண்டிருப்பதைப் பார்த்து – யாராவது உள்ளே இருக்கிறார்களோ! – மனதை மாற்றிக்கொண்டு வர மறுத்துவிட்டாள்.

அடுத்த மூன்று நாட்களும் பிற்பகல் நேரங்களில் வந்தாள். எதுவும் பேசாமல் சோபாவில் காலை நீட்டி ஒருக்களித்துப் படுத்துக்கொள்வாள்; என் ஓவியங்களை வெறிப்பாள்; புத்தகத்தைப் புரட்டுவாள்; வெளியே தெரியும் கடலில் புரளும் அலைகளில் பார்வையை நிலைத்தபடி அசையாமல் சாய்ந்திருப்பாள். பின் வந்ததைப் போலவே சலனமின்றி கிளம்பிச் சென்றுவிடுவாள்.

விடுமுறை முடிந்து அக்டோபரில் அவளைச் சந்திக்க வேண்டுமென்ற நினைப்பே எனக்கு வரவில்லை. நான் ஆர்வத்தோடு படித்துக்கொண்டிருந்த புத்தகங்களும் வரைந்துகொண்டிருந்த ஓவியங்களும் என் புரட்சிக்கார இடதுசாரி நண்பர்களும் பல்கலைக்கழகத்தின் நடைவழிகளில் ஒருவரையொருவர் கொன்றுகொண்டிருந்த மார்க்ஸிஸ்டுகளும் தேசியவாதிகளும் போலீசாரும் எனது கோடை விடுமுறை அனுபவங்களை நினைத்து (பணக்கார நண்பர்கள், மேட்டுக்குடி உணவகங்கள், அவற்றின் தடை அரணிட்ட வாசல்கள், அவற்றில் நின்றிருக்கும் காவல்காரர்கள்) என்னை அவமானமடையச் செய்து வந்தனர்.

ஆனால் நவம்பரின் ஒரு மாலைநேரத்தில், அறைக் கணப்பு ஏற்றப்பட்டிருந்தபோது, திடீரென்று ஏற்பட்ட உந்துதலில் அவள் வீட்டுக்கு போன் செய்தேன். அவள் அம்மாதான் எடுத்தார். எதுவும் பேசாமல் வைத்துவிட்டேன். அடுத்த நாள் முழுக்க எதற்காக அப்படியொரு முட்டாள்தனமான காரியத்தைச் செய்தேன் என்று என்னை நானே நொந்துகொண்டிருந்தேன். நான் காதலில் வீழ்ந்திருக்கிறேன் என்பதை உணர்ந்திருக்கவில்லை. ஒவ்வொரு முறை காதலில் விழும்போதும் திரும்பத் திரும்பக் கற்றுக்கொள்ள வேண்டியிருந்தது என்னவென்பதை அப்போது நான் அறிந்திருக்கவில்லை. ‘நான் காதல் பிசாசினால் பீடிக்கப்பட்டிருக்கிறேன்’ என்பதுதான் அது.

ஒரு வாரம் கழித்து, இன்னொரு கடுங்குளிர் இரவில், மீண்டும் தொலைபேசினேன். இம்முறை அவளே எடுத்தாள். ஏற்கனவே தயார் செய்யப்பட்டு, மனதின் மற்ற பகுதிகளுக்குத் தெரியாமல் ஒரு மூலையில் இருந்த வார்த்தைகளில், ஒத்திகை செய்யப்பட்ட சரளத்தோடு பேசினேன்: கோடை விடுமுறையின் இறுதியில் ஆரம்பித்த ஓவியம் அவளுக்கு

ஞாபகம் இருக்கிறதா? சரி, இப்போது அதனை நிறைவுசெய்ய வேண்டும். ஒரு பிற்பகல் நேரத்தில் வந்து அவளால் முடித்துக்கொடுக்க முடியுமா?

“அதே உடைகளை அணிந்திருக்க வேண்டுமா?” என்று கேட்டாள். அதை நான் யோசித்திருக்கவில்லை. “ஆம், அதே உடைகளை அணிந்து வா,” என்றேன்.

அடுத்த புதன்கிழமை அவளை அழைத்துவர *Dame de Sion* பள்ளியின் வாசலில் நின்றிருந்தேன். ஒரு காலத்தில் என் அம்மாவும் இங்கு மாணவியாக இருந்திருக்கிறார். நுழைவாசலருகே அம்மாக்களும் அப்பாக்களும் சமையலர்களும் வேலையாட்களும் கும்பலாகக் காத்திருக்க, அவர்களிடமிருந்து விலகி பக்கவாட்டில் மரங்களுக்குப் பின்னால் மறைவாக நின்றிருக்கும் இளைஞர்களோடு ஒருவனாக நின்றுகொண்டேன். பிரெஞ்சு கத்தோலிக்கப் பள்ளிச் சீருடையில் – கருநீல பாவாடையும் வெள்ளைச் சட்டையும் – நூற்றுக்கணக்கான பெண்கள் அலை அலையாக வெளியே வரத் தொடங்கினர். அந்தக் கூட்டத்திலிருந்து அவள் வெளிப்பட்டபோது முன்பை விட சுருங்கிவிட்டிருப்பதைப் போலத் தெரிந்தாள். முடியை பின்னால் இறுக்கிக் கட்டி, ஒரு கையில் பள்ளிப் புத்தகங்களையும் மற்றதில் ஓவியத்திற்கு அணிய வேண்டிய உடைகள் இருந்த பிளாஸ்டிக் பையையும் வைத்திருந்தாள்.

அவளை வழக்கம்போல என் வீட்டுக்கு அழைத்துப் போகப் போகிறேன். அம்மா அவளுக்கு கேக்கும் தேநீரும் தரப்போகிறாள் என்று நினைத்திருந்தவளுக்கு, சிஹாங்கிரில் உள்ள எங்களது இன்னொரு வீட்டுக்குத்தான் செல்கிறோம் என்று தெரிந்ததும் கவலைப்படத் தொடங்கினாள். இந்த அபார்ட்மென்ட்டில் அம்மா பழைய தட்டுமுட்டுச் சாமான்களைப் போட்டுவைத்திருந்தார். நான் வரைவதற்கு அதனை ஸ்டூடியோவாகப் பயன்படுத்திக்கொள்ள அனுமதித்திருக்கிறார் என்று சொன்னேன். உள்ளே வந்ததும் கணப்பை ஏற்றிவிட்டு, விடுமுறை இல்லத்தில் இருந்ததைப் போலவே ஒரு சோபாவை இழுத்துப் போட்டதும் நான் உண்மையிலேயே வரைவதற்காகத்தான் கூட்டி வந்திருக்கிறேன் என்று அறிந்து நிதானமுற்றாள். கொண்டுவந்திருந்த நீளமான கோடை வஸ்திரத்தை அணிந்துகொண்டு சோபாவில் சாய்ந்துகொண்டாள்.

இவ்வாறாகக் காதல் என்று தன்னை வெளிப்படையாக அறிவித்துக் கொள்ளாமலேயே, பத்தொன்பது வயதான ஓவியன் ஒருவனுக்கும் அவனை விட சற்று இளையவளான ஒரு ‘மாடலுக்கும்’ இடையே உறவு ஒன்று வளரத் தொடங்கி எங்களால் புரிந்துகொள்ள முடியாத ஒரு வினோதமான சங்கீதத்தின் ஸ்வரத்திற்கு இசைவாக நடனமாட ஆரம்பித்தது. முதலில் இந்த சிஹாங்கிர் ஸ்டூடியோவுக்கு இரண்டு வாரங்களுக்கு ஒருமுறை வந்துகொண்டிருந்தாள், பின் வாரத்திற்கு ஒருமுறை வந்தாள். இதே தோரணையில் (சோபாவில் சாய்ந்திருக்கும் இளம் பெண்) வேறு பல ஓவியங்களையும் வரையத் தொடங்கினேன். இப்போதெல்லாம் கோடை விடுமுறையின் கடைசி தினங்களைப் போலல்லாமல் வெகு அரிதாகவே எங்களுக்குள் பேச்சு இருந்தது. என் நிஜ வாழ்க்கை கட்டடக்கலை படிப்பாலும் புத்தக வாசிப்பாலும் ஓவியனாக விழையும்

எனது திட்டங்களாலும் நிறைந்திருந்தது. இந்த இரண்டாம் உலகத்தின் தூய்மைக்குள் குறுக்கிட்டு நாசம் செய்துவிடுவோமென்ற பயத்தில் எனது தினசரி பிரச்சனைகளை இந்தச் சோகமான அழகிய 'மாடலோடு' பேசாதிருந்தேன். அவளுக்குப் புரியாது என்று நினைத்திருக்கவில்லை– எனது இரண்டு உலகங்களையும் தனித்தனியாகப் பிரித்துவைத்திருக்க விரும்பியதுதான் காரணம். என்னுடைய கோடைக்கால நண்பர்களும் லீஸே பள்ளித் தோழர்களும் அவர்கள் அப்பாக்களின் தொழிற்சாலைகளைப் பொறுப்பேற்றுக்கொள்வதில் முனைப்பாக இருக்க, அவர்களைச் சந்திப்பதை நிறுத்திவிட்டிருந்தேன். ஆனால் வாரத்திற்கொருமுறை கருப்புரோஜாவைப் பார்ப்பது எனக்கு அளவற்ற பரவசத்தை அளிக்கிறது என்ற நிதரிசனமான உண்மையை என்னிடமிருந்து ஒளித்துக்கொள்ள முடியவில்லை.

மழைநாட்களில் இந்த சிஹாங்கிர் வீட்டில் என் சித்தியின் விருந்தாளியாகத் தங்கியிருக்கும்போது கேட்டதைப் போலவே, உருளைக்கற்கள் பாவிய அக்குறுந் தெருவில் கிறீச்சிடும் லாரிகள், அமெரிக்க கார்களின் விதவிதமான சுருதிபேதங்கள் இப்போதும் காதில் விழும். வரையும்போது எங்களிடையே நிலவும் நீண்டதான, ஆனால் இனிமையான மௌனங்களில் சிற்சில சமயங்களில் எங்கள் பார்வைகள் நேருக்கு நேராகப் பூட்டிக்கொள்ளும். அவள் ஏறக்குறைய சிறுமிதான். இதைப் போல ஓவியத்திற்கு மாடலாக 'போஸ்' தருவதில் சிறுபிள்ளைத்தனமான கிளர்ச்சி அவளுக்கு இருந்தது. நேருக்கு நேராகப் பார்க்கும்போது அவளிடம் மிக இனிமையான மென்முறுவல் ஒன்று தோன்றும். உடனே போஸ் கொடுப்பது கெட்டுவிடுமோவென்ற பயத்தில் உதடுகளைப் பழைய நிலைக்குக் கொண்டுவந்து விடுவாள். அந்தக் கரும்பழுப்புக் கண்கள் என்னை அதே மௌனத்தோடு வெறிக்கத் தொடங்கிவிடும். இந்த நீண்ட, வினோதமான மௌனங்கள் முடியும் தறுவாயில், அவள் முகத்தை நான் உற்றுப் பார்த்துக்கொண்டிருப்பதையும் என் முகபாவத்தையும் கவனித்து, அவள் முகம் என்னிடம் உண்டாக்கியிருக்கும் பாதிப்பைப் புரிந்துகொண்டதற்கு அடையாளமாக இதழ்களின் ஓரத்தில் நெளிவு ஒன்று தோன்றும். அதனை புன்னகையாக அவள் வளர்த்துக்கொள்ளாவிட்டாலும்கூட, எனது இடைவிடாத உறுத்தப் பார்வை அவளை மகிழ்வூட்டியிருப்பதை அவள் முகம் காட்டிக்கொடுக்கும். இதைப் போன்ற ஒரு பாதி – சந்தோஷ, பாதி– விசனப் புன்னகை அவளிடமிருந்து ஒருமுறை வெளிப்பட்டபோது, என்னாலும் புன்னகைக்காமல் இருக்க முடியவில்லை. (எனது தூரிகை இலக்கின்றி கேன்வாஸின் மேல் காற்றில் மிதந்துகொண்டிருக்க), என்னுடைய அழகான மாடல், அவள் எதற்காகப் புன்னகைத்தாள் என்பதைச் சொல்லிவிடும் தவிப்பில் மௌனத்தை உடைத்தாள்:

"நீ என்னை இப்படிப் பார்ப்பது எனக்குப் பிடித்திருக்கிறது."

இந்த வாசகம் அவள் எதற்காப் புன்னகைத்தாள் என்பதை மட்டும் சொல்லவில்லை, இந்தப் புழுதி மண்டிய சிஹாங்கிர் வீட்டுக்கு வாரத்திற்கொருமுறை ஏன் வந்துகொண்டிருக்கிறாள் என்பதையும் உணர்த்துவதாக இருந்தது. சிலவாரங்கள் கழித்து அவள் இதழ்களில் அதே புன்னகை உருவாவதைக் கண்டபோது, தூரிகையைக் கீழே வைத்துவிட்டு

அவளிடம் சென்றேன். பக்கத்தில் அமர்ந்து, நான் பல வாரங்களாகக் கனவு கண்டு கொண்டிருந்ததை நிறைவேற்றிக் கொள்வதற்காக, தைரியத்தை வரவழைத்துக்கொண்டு அந்த அழகிய முகத்தருகே குனிந்து முத்தமிட்டேன்.

வானம் கருத்திருந்ததால் இருண்டிருந்த அந்த அறை எங்கள் சாகசங்களுக்கு இசைவுடன் அனுமதிக்க, தாமதமாக உருப்பெற்றிருந்த இந்தப் புயல் எங்களைப் புரட்டியெடுத்து, எந்தத் தடையுமில்லாமல் உயரே தூக்கிச் சென்றது. நாங்கள் படுத்திருந்த சோபாவிலிருந்து பாஸ்ஃபரஸ்ஸின் கரிய நீர்ப்பரப்பில் கள்ளத்தனமாக அலைந்துகொண்டிருக்கும் படகுகளின் பாவொளிக்கற்றைகளையும் அடுக்ககங்களின் சுவர் விளிம்புகளையும் பார்க்க முடிந்தது.

அதற்பிறகு தொடர்ந்து சந்தித்துக்கொண்டிருந்தோம். மிக சந்தோஷமான உறவு எங்களிடையே உருவாகியிருந்தது. பிற்காலத்தில் இதைப் போன்ற சந்தர்ப்பங்களில் என்னிடமிருந்து வெளிப்பட்டுக்கொண்டிருந்த அர்த்தமற்ற அச்சுப்பிச்சு உளறல்கள், பொறாமையின் தாக்குதல்கள், பதற்றங்கள், குளறுபடிகள், அதீத உணர்ச்சிப்பிரவாகங்கள் போன்ற உந்துதல்களை இவளிடம் மட்டும் ஏன் வெளிக்காட்டாமல் அடக்கிக்கொண்டிருந்தேன்? ஏனென்றால் அவற்றை நான் உணரவில்லை. ஒருவேளை ஒருவரையொருவர் கண்ணோடு கண் பார்த்தபடி மௌனத்தில் பிணைந்திருக்க வேண்டிய எங்களின் ஓவியன் – மாடல் உறவு முறையினால் கூட இருக்கலாம். அல்லது இன்னொரு காரணம்கூட இருக்கலாம் – மனதின் ஒதுக்குப்புறமான ஒரு சின்ன மூலையில் ஒரு குழந்தைத்தனமான அவமானத்தோடு இப்படி ஒரு எண்ணத்தைப் பொதித்துவைத்திருந்தேன் – அவளை நான் திருமணம் செய்துகொள்வதாக இருந்தால், நான் ஒரு தொழிற்சாலையின் உரிமையாளராக வேண்டும், ஓவியனாக அல்ல.

மௌனமான வரைதலும் மௌனமான உறவுகொள்ளலுமாக ஒன்பது புதன்கிழமைகள் கழிந்தபிறகு, அந்தச் சந்தோஷ ஓவியனுக்கும் அவனுடைய மாடலுக்கும் இடையே மிகச் சாதாரணக் கவலை ஒன்று வந்துவிட்டது. என் அம்மாவால் அவர் மகனைக் கண்காணிக்காமல் ரொம்ப நாளைக்கு விட்டுவைக்க முடியாதென்பதால், ஒருநாள் சிஹாங்கிர் அபார்ட்மென்ட்டுக்கு வந்துவிட்டார். என் ஓவியங்களைப் பார்த்தார். பொனாரின் ஆதிக்கத்தை மீறி அந்த ஓவியங்களின் அழகான மாடலை எளிதாக அடையாளம் கண்டுகொண்டார். ஒவ்வொரு முறையும் ஓவியத்தை வரைந்து முடித்தபின், என் தவிட்டு நிறக் கூந்தற் காதலி, “இது என்னைப் போலவா இருக்கிறது?” என்று கேட்டு என் இதயத்தை நொறுக்குவாள். (‘அது முக்கியமில்லை’ என்று அந்த ஞானவான் அவளிடம் சொல்வான்). அதனால் என் அம்மா அவளை அடையாளம் கண்டுகொண்டதில் இருவருக்குமே மகிழ்ச்சியாக இருந்தது. அதே நேரத்தில் என் அம்மா என் காதலியின் அம்மாவுக்கு போன் செய்து, நாங்கள் இருவரும் மிகவும் நெருக்கமாகிவிட்டிருக்கிறோமென்று சந்தோஷமாகப் பிதற்றிவிடப் போகிறாரோவென்று எங்களுக்குக் கவலையாகவும் இருந்தது. கருப்பு ரோஜாவின் அம்மாவைப் பொறுத்தவரை, அவருடைய மகள் புதன்கிழமைகளில் பிரெஞ்ச் தூதரகத்தில் நாடகப்பயிற்சி வகுப்புக்குச் சென்று வருவதாகத்தான் நம்பிக்கொண்டிருந்தார். அப்பாவைப் பற்றிச்

சொல்ல வேண்டுமானால், வேண்டாம், அவர் பேச்சையே எடுக்க வேண்டாம்.

புதன்கிழமை சந்திப்புகளை உடனடியாக நிறுத்திவிட்டோம். கொஞ்சநாட்கள் போனதும் மற்ற தினங்களில் சந்தித்துக்கொள்ளத் தொடங்கினோம். சில நாட்கள் அவள் பள்ளியிலிருந்து சீக்கிரம் கிளம்பி வந்துவிடுவாள். சில நாட்களில் நான் காலை வகுப்புகளைத் துண்டித்துக்கொண்டு வந்துவிடுவேன். சிஹாங்கிர் அபார்ட்மெண்ட்டுக்கு அதற்குப் பிறகு பல நாட்களுக்கு எங்களால் போக முடியாமற் போனதற்கு, அம்மாவின் இடைவிடாத திடீர் சோதனைகள், ஓவியம் வரைவதற்கும் எங்களுக்கிடையே கவிழும் நீண்ட மௌனங்களை ரசிப்பதற்கும் எங்களுக்குப் போதிய நேரம் இல்லாமற்போனது, போலீசாரால் தேடப்பட்டு வந்த என் நண்பன் ஒருவனை (ஏதோ அரசியல் குற்றம் அவன் மீது சுமத்தப்பட்டிருந்தது) அந்த அபார்ட்மெண்டில் நான் ஒளித்து வைத்திருந்தது, எனப் பல காரணங்கள் இருந்தன. பதிலாக, நிஷாந்தஷி, பேயோலு, டாக்ஸிம் இன்னும் இதுபோன்று எங்களுக்குத் தெரிந்த 'எல்லோரும்' புழங்கக்கூடிய இடங்களைக் கவனமாகத் தவிர்த்துவிட்டு, இஸ்தான்புல் தெருக்களில் சுற்றினோம். ஹார்பியேவில் இருந்த டேம் த ஸியோனிலிருந்தும் டாஸ்கிஸ்லாவிலிருந்த என் பல்கலைக்கழகத்திலிருந்தும் நான்கு நிமிட தூரத்திலிருந்த டாக்ஸிம் பேருந்து நிறுத்தத்தில் சந்திப்போம். உடனே பேருந்தில் ஏறிக் கண்காணாத தூரத்திற்கு நழுவிவிடுவோம்.

அன்று முதலில் பெயாஸித் சதுக்கத்திற்குச் சென்றோம். அங்கிருந்த சினாரால்டி கஃபே தனது ஆதிகாலத் தோற்றத்தை எப்படியோ தக்கவைத்துக் கொண்டிருந்தது. எதிரிலிருந்த இஸ்தான்புல் பல்கலைக்கழகத்தின் முன்வாசலைச் சுற்றி எப்போதும் மாணவர்களின் அரசியல் தகராறுகள், அடிதடிக்கள் சகஜமாக இருந்தாலும் இந்த உணவகத்தின் ஆண் பரிசாரகர்கள் நிதானத்தை இழக்காமல் பணியாற்றிக்கொண்டிருப்பார்கள். பெயாஸித் தேசிய நூலகத்தைச் சுட்டிக்காட்டி, "துருக்கியில் இதுவரை வெளிவந்திருக்கும் எல்லாப் புத்தகங்களும் இங்கே இருக்கின்றன," என்று அவளிடம் பெருமையடித்துக்கொண்டேன். குளிர்காலத்தில் எரிவாயு, மின்அடுப்புகளைக் கணப்பாக ஏற்றிவைத்திருக்கும் ஸஹாஃப்ளார் பழைய புத்தகக் கடைகளுக்குக் கூட்டிச் சென்றேன். வெஸ்னிசெலரின் பெயின்ட் அடிக்கப்படாத மர வீடுகளையும் பைஸான்டைன் இடிபாடுகளையும் அத்தி மரங்கள் வரிசையிட்ட தெருக்களையும் அவளுக்குக் காட்டினேன். என் சித்தப்பா சிலமுறை எங்களைக் கூட்டிச்சென்ற வேஃபா போஸா கடைக்கு அவளை அழைத்துச்சென்று அதன் புகழ்பெற்ற புளித்த தானிய பானகத்தை ருசி பார்க்கச் சொன்னேன். அங்கு காட்சிக்கு வைக்கப்பட்டிருந்த அடாதுர்க் அருந்திய போஸா கோப்பையை அவளுக்குக் காட்டினேன். பெபெக்கிலும் டாக்ஸிம்மிலும் உள்ள எல்லா அதிநவீன கடைகளையும் உணவகங்களையும் பார்த்திருந்த ஒரு பணக்கார, 'ஐரோப்பியத்தனமான' நிஷாந்தஷி பெண்ணுக்கு கோல்டன் ஹார்னுக்கு அப்பால் இருக்கும் இஸ்தான்புல்லின் பஞ்சப்பராரியான, பழமை மண்டிய, சோகம் அப்பிய புறநகர் தெருக்களையும் முப்பத்தைந்து வருடங்களாக கழுவியிருக்காத ஒரு போஸா கோப்பையையும் அதிசயம் போலக் காட்டியதில் எனக்கொன்றும்

கூச்சம் இருக்கவில்லை. என்னைப் போலவே என் மனதிற்கினியவளும் கோட் பாக்கெட்டில் கையை விட்டுக்கொண்டு, இரண்டு மூன்று வருடங்களுக்கு முன் என் நகரத்தின் மூலைமுடுக்குகளையெல்லாம் நான் ஆராய்ந்து பார்த்துக்கொண்டிருந்ததைப் போலவே இப்போது கூர்ந்து கவனித்து வந்தது எனக்குப் பெரும் மகிழ்ச்சியை அளிப்பதாக இருந்தது. அவளை மேலும் நெருங்கிவிட்டிருப்பதாக உணர்ந்தேன். வயிற்றிற்குள் நான் அனுபவித்துக்கொண்டிருந்த அந்த வினோதமான வலி என்னைப் பீடித்திருக்கும் காதலுக்கான அறிகுறி என்பதை அப்போது நான் அறியத் தொடங்கியிருக்கவில்லை.

சின்ன அதிர்வுக்குக்கூட சரிந்து விழுந்துவிடும்போலத் தெரிந்த நூற்றாண்டுப் பழமையான ஸெய்ரெக், சுலைமானியேவின் மரவீடுகளைப் பார்த்தபோது என்னைப்போலவே அவளும் மனமுடைந்து போனாள். அவள் படிக்கும் பள்ளிக்கு அருகிலிருந்த 'டோல் மஷ்' நிறுத்தத்திலிருந்து ஐந்து நிமிட தூரத்திலிருந்த ஓவிய சிற்ப அருங்காட்சியகத்தின் வெறுமை அவளையும் மருட்டியது. தீனமான நகரப்பகுதிகளின் பயன்பாடற்ற தெருக்குழாய்கள், அருந்தகங்களில் வெள்ளை தாடியும் தலைக்குல்லாயுமாக அமர்ந்து தெருவை வெறித்துக்கொண்டிருந்த கிழவர்கள், கடந்து போகும் அந்நியர்கள் எல்லோரையும் ஏதோ அடிமை வாணிபம் செய்ய வந்திருப்பவர்களைப் போலவே சன்னலிலிருந்து முறைக்கும் வயதான மாமிகள், நாங்கள் யாராக இருக்கக்கூடுமென்ற ஊகத்தில் எங்களுக்குக் கேட்க வேண்டுமென்பதற்காகவே உரத்த குரலில் ('யாருப்பா இந்த ரெண்டு பேரும்?' 'அண்ணன், தங்கைகள்தான், பார்த்தால் தெரியவில்லையா?' 'பார்த்தாயா, தப்பான வழியில் திரும்பிச் செல்கிறார்கள்') பேசுகின்றவர்கள் – இவையெல்லாமே என்னிடம் எழுப்பியிருந்த அதே கூச்சத்தையும் அச்சத்தையும் அவளிடமும் எழுப்பின. மலிவான சிற்றணிகள் விற்பதற்காகவோ அல்லது வெறுமனே எங்களிடம் பேச்சு கொடுப்பதற்காகவோ ("டூரிஸ்ட், டூரிஸ்ட், உங்கள் பெயர் என்ன?") சிறுவர்கள் துரத்தினாலும் அவள் என்னைப் போலவே அதற்கெல்லாம் எரிச்சல் படமாட்டாள்; "எதற்காக இவர்கள் நம்மை வெளிநாட்டுக்காரர்கள் என்று நினைக்கிறார்கள்?" என்று கேட்கவும் மாட்டாள். இருந்தாலும் நாங்கள் 'கவர்டு பஜார்', நூருஸ்மானியே அங்காடி பக்கமெல்லாம் போகவேயில்லை. காமத் தவிப்பு தாங்க முடியாதளவுக்கு அதிகரித்தபோது – அவள் சிஹாங்கிர் அபார்ட்மென்ட்டுக்கு ஓவியம் வரைய வரவேமாட்டேன் என்று சொல்லிவிட்டாள் – எப்போதும் போல பெஷிக்டாஷ் செல்வோம். அங்குதான் ஓவிய, சிற்ப அருங்காட்சியகம் இருப்பதால் அடிக்கடி சென்றோம். (முதல் பா கில் *(53 இன்லிரா)* ஏறி பாஸ்ஃபரஸஸில் நேரம் இருக்கும் வரை, இலைகளற்ற சோலைகளையும் வாடைக் காற்றில் *யாலி*களுக்கு முன்னால் கடல் நடுங்குவதையும் வானில் மேகங்கள் காற்றில் அலைய, படுவேகத்தில் பாயும் தண்ணீர் நிறம் மாறுவதையும் பைன் மரங்களடர்ந்த தோட்டங்கள் கரையோடு சூழ்ந்திருப்பதையும் ரசித்தபடி பயணிப்போம். இப்படிக் கடற்பயணம் செல்லும்போதும் தெருக்களில் நடந்து போகும்போதும் எதற்காக எங்களால் கைகளைப் பிணைத்தபடி செல்வதற்கு முடிந்ததில்லையென்று பல வருடங்கள் கழித்து என்னையே நான் கேட்டிருக்கிறேன். பல காரணங்கள்

பதிலாகக் கிடைத்திருக்கின்றன: 1) அப்போது நாங்கள் தைரியமற்ற குழந்தைகளாகத்தான் இருவருமே இருந்திருக்கிறோம்; இஸ்தான்புல் தெருக்களில் நாங்கள் அலைந்துகொண்டிருந்தது காதலில் திளைப்பதற்காக அல்ல, அதனை மறைப்பதற்காகத்தான். 2) பொது இடங்களில் கைகளைப் பிணைத்துக்கொண்டிருக்கும் காதலர்கள் மகிழ்ச்சியாக இருப்பார்கள், அவர்கள் மகிழ்ச்சியாக இருப்பதை எல்லோரும் பார்க்க வேண்டும் என்று விரும்புவார்கள். ஆனால் நாங்கள் மகிழ்ச்சியாக இருப்பதை நான் ஒப்புக்கொண்டாலும் கூட, கை பிணைத்துக்கொண்டு திரிவது அசட்டைப் போக்குள்ளவர்கள் செயல்போல எனக்குத் தோன்றியது. 3) இதைப்போன்ற 'குதூகலத் தோரணை'யில் நகரின் வறிய, அழிபாடுகள் மண்டிய பகுதிகளில் அக்கறையற்ற கேளிக்கையுணர்வில் சுற்றுவது எங்களைச் சுற்றுலாப் பயணிகளாக மாற்றிவிடும். 4) இஸ்தான்புல்லின் வறிய நகர்ப்பகுதிகளும் இடிபாடுகளும் தீக்கிரையான மிச்சங்களும் அவற்றின் துயரச் சுமையை எங்கள் மீது ஏற்றியிருந்தன.

இந்தத் துயரம் என்மீது பெரும் பாரமாக அமர்ந்திருக்கும்போது எனக்கு உடனே சிஹாங்கிருக்கு ஓடிச்சென்று, இந்த இஸ்தான்புல் காட்சிகளுக்கு இணையாக ஏதோவோர் ஓவியத்தை வரைய வேண்டும் போலிருக்கும். அத்தகையதோர் ஓவியம் எப்படி இருக்கும் என்பதைப் பற்றி ஒன்றும் எனக்குத் தெரிந்திருக்காது. ஆனால் என் அழகான மாடல், அவளது துயரத்திற்கு வேறொரு மாறுபட்ட தீர்வை வைத்திருக்கிறாள் என்பதை அறிந்தபோது அது எனது முதல் ஏமாற்றமாக இருந்தது.

ஒருநாள் டாக்ஸிம்மில் சந்தித்தபோது, "இன்று எனக்கு மிகவும் சோர்வாக இருக்கிறது. ஹில்டன் ஹோட்டலுக்குப் போய் தேநீர் அருந்தலாமா? இந்த ஏழ்மைப் பகுதிகளுக்கு இன்றும் சென்றால் எனக்கு மேலும் மோசமாகிவிடும். மேலும் அதிக நேரமும் இல்லை."

நான் அப்போது இடதுசாரி மாணவர்கள் அணிந்திருப்பதைப் போல ஒரு ராணுவக்கோட்டை அணிந்திருந்தேன். சவரம் செய்திருக்கவில்லை. என்னை ஹில்டன் ஹோட்டலுக்குள் அனுமதித்தால்கூட, இருவரும் தேநீர் அருந்துமளவுக்கு என்னிடம் பணம் இருக்குமா? ஹோட்டலுக்குச் செல்லாமல் சற்று நேரம் இழுத்தடித்தேன். பின், சென்றோம். முகப்புக்கூடத்தில் என் அப்பாவின் பால்யகால நண்பர் அடையாளம் கண்டுகொண்டு அருகில் வந்தார். ஒவ்வொரு நாளும் பிற்பகல் நேரத்தில் ஹில்டனுக்கு வந்து, ஐரோப்பாவில் இருப்பதைப்போல பாவித்துக்கொண்டே தேநீர் அருந்திவிட்டுச் செல்வது அவர் வழக்கம். போலிப்பகட்டோடு என் சோகமான காதலியின் கையைப் பற்றிக் குலுக்கிவிட்டு, என் காதருகே வந்து என் இளம் சிநேகிதி மிக அழகாக இருப்பதாகக் கிசுகிசுத்தார். நாங்கள் இருவருமே வேறு சிந்தனையில் மூழ்கியிருந்ததால் அவரைப் பொருட்படுத்தவில்லை.

"என் அப்பா, என்னைப் பள்ளியிலிருந்து நிறுத்திவிட்டு சுவிட்ஸர்லாந்துக்கு அனுப்பப்போகிறாராம்," என் அன்புக்காதலியின் மாபெரும் விழிகளில் கண்ணீர் சேகரமாகி, ஒரு முத்து அவள் கையிலிருந்த கோப்பையில் உதிர்ந்தது.

"ஏன்?"

அவர்களுக்கு நம்மைப் பற்றித் தெரிந்துவிட்டது, என்றாள். நம்மை என்று அவர்கள் யாரைச் சொல்கிறார்கள் என்று நான் கேட்டேனா? எனக்கு முன்பு அவள் காதலித்த பையன்கள் அவளுடைய அப்பாவிடம் இவ்வளவு கோபத்தையும் பொறாமையையும் உண்டாக்கியிருந்தார்களா? எதற்காக நான் மட்டும் அவ்வளவு முக்கியமாகிவிட்டேன்? இந்தக் கேள்விகளை நான் கேட்டேனா என்று நினைவில் இல்லை. அச்சமும் சுயநலமும் என் இதயத்தை மழுங்கடித்திருந்தன. எனக்கு என்னைப் பாதுகாத்துக்கொள்வதில்தான் அதிகக் கவலை இருந்தது. அவளை இழந்துவிடுவோமோவென்று பயந்தேன் – ஒரு மகத்தான வேதனை என்னை ஆட்கொள்ளக் காத்திருப்பதின் அறிகுறிகளை அப்போது நான் உணர்ந்திருக்கவில்லை – எனக்கு அவள் சிஹாங்கிருக்கு வந்து சோபாவில் படுத்துக்கொண்டு எனக்கு 'போஸ்' தருவதற்கும் உறவுகொள்வதற்கும் வர மறுத்துக்கொண்டிருப்பதுதான் அப்போது பெரிய ஆத்திரமாக இருந்தது ஞாபகமிருக்கிறது.

"புதன்கிழமை சிஹாங்கிருக்கு நீ வந்தால் நிதானமாகப் பேசலாம். நூரிகூட போய்விட்டான். அந்த வீடு இப்போது காலியாகத்தான் இருக்கிறது," என்றேன்.

ஆனால் அடுத்தமுறை சந்தித்தபோது ஓவிய, சிற்ப அருங்காட்சியகத்திற்குத்தான் சென்றோம். இந்த இடத்திற்குச் செல்வது எங்களுக்கு ஒரு பழக்கமாகவே ஆகிவிட்டிருந்தது. அவளது பள்ளியிலிருந்தும் உடனே வந்துவிடலாம்; காலியான பார்வைக்கூடங்களில் சவுகரியமாக முத்தமிட்டுக்கொள்ளலாம். மேலும் நகரத்தின் அயர்ச்சியூட்டும் குளிரிலிருந்தும் தப்பித்துக்கொள்ள முடிந்தது. சில நாட்களிலேயே அந்த வெற்றான அருங்காட்சியகமும் அவற்றில் பெரும்பாலும் வெறுப்பூட்டக்கூடியனவாக இருந்த ஓவியங்களும் நகரத்தைவிட அதிகமான துயரத்தை எழுப்புவதாக மாறிவிட்டன. அருங்காட்சியகக் காவலர்களும் எங்களை நன்றாகப் புரிந்துகொண்டு ஒவ்வொரு அறையாக எங்களைப் பின்தொடர்ந்து கொண்டிருந்தனர். இது எங்களிடையே இருந்த இறுக்கத்தை மேலும் அதிகரித்துக் கடுப்பூட்டத் தொடங்கிவிட்டதால், அருங்காட்சியகத்தில் முத்தமிட்டுக்கொள்வதையும் நிறுத்திவிட்டோம்.

ஆனால் ஒரு நடைமுறையொழுங்கு இதனிடையே எங்களுக்கு ஏற்பட்டுவிட்டிருந்தது. அடுத்து வந்த சந்தோஷமற்ற தினங்களில் அதுவே தொடர்ந்தும் வந்தது. வயதான காவலர்கள் இரண்டுபேர் இருப்பார்கள். அவர்களிடம் எங்கள் மாணவர் அடையாள அட்டையைக் காட்டுவோம். இஸ்தான்புல்லில் உள்ள எல்லா அருங்காட்சியகக் காவலர்களைப் போலவே அவர்களும் எங்களை வெறுப்போடு, 'இந்த இடத்தில் உங்களுக்குப் பார்க்க என்ன இருக்கிறது?' என்பதைப் போல ஒரு பார்வை பார்ப்பார்கள். நாங்கள் ஒரு பொய்ச்சிரிப்பை வரவழைத்துக்கொண்டு அவர்களை நலம் விசாரிப்போம். பின் நேராக, அங்கேயிருக்கும் ஒரேயொரு சின்ன பொனார் ஓவியத்தையும் மிகச்சிறிய மாட்டிஸ்ஸையும் பார்க்கச் செல்வோம். பயபக்தியோடு அவர்கள் பெயரை உச்சரித்தபடியே

பார்த்துவிட்டு, துருக்கிய கல்வியாளர்களின் சகிக்க முடியாத ஓவியங்கள் காட்சிப்படுத்தப்பட்டிருக்கும் கூடத்திற்கு நகர்வோம். அந்த ஓவியங்கள் ஸிஸான், லிகெர், பிக்காஸோ என எந்தெந்த ஐரோப்பிய மேதைகளின் படைப்புகளிலிருந்து போலி செய்யப்பட்டிருக்கின்றனவென்று ஒவ்வொரு முறையும் விவாதிப்போம். இந்த ஓவியர்களில் பெரும்பாலோர் ராணுவப் பள்ளிகளிலிருந்து ஐரோப்பாவிற்குச் சென்று படித்துவிட்டு வந்தவர்கள். இவர்கள் மேற்கத்திய கலைஞர்களாகக் கண்ணை மூடிக்கொண்டு பின்பற்றியது அல்ல பிரச்சனை. நாங்கள் காதலிலும் குளிரிலும் விறைத்தபடி அலைந்து திரிந்த ஒரு நகரத்தின் உணர்வை, தனிப்பண்பை, ஆன்மாவை சற்றும் கைப்பற்றிக்கொள்ளாமல் மொண்ணையாக வரைந்து வைத்திருப்பதுதான் சகிக்க முடியாதது.

இருந்தாலும், டோம்மாபாச்சே மாளிகையின் பட்டத்து இளவரசனுக்காக முதலில் கட்டப்பட்ட இந்த இடத்திற்கு – அடாதுர்க் உயிர்நீத்த அறைக்குச் சில தப்படிகள் தள்ளியிருந்த இடத்தில்தான் நாங்கள் முத்மிட்டுக்கொண்டோம் என்று நினைக்கும்போதே எங்கள் சருமம் கூச்சமெடுக்கும் – நாங்கள் தவறாமல் வந்துகொண்டிருந்ததற்கு முக்கியக் காரணம், காட்சிக்கூடங்கள் காலியாக, சௌகரியமாக இருந்ததோ, இஸ்தான்புல்லின் சோர்வூட்டும் ஏழ்மைக்குப் பிறகு, புத்துணர்ச்சியூட்டும் பிற்கால ஆட்டமன் கட்டடக்கலையின் நெடிதுயர்ந்த விதானங்களோ அற்புதமான மெல்லிரும்பு உப்பரிகைகளோ சுவரில் தொங்கும் ஓவியங்களைவிட அழகான காட்சியாக அந்த மாபெரும் சன்னல்கள் வழியே தெரியும் பாஸ்ஃபரஸ்ஸோ அல்ல; அங்கிருந்த எங்களுக்குப் பிரியமான ஓர் ஓவியத்திற்காகத்தான் திரும்பத்திரும்ப வந்துகொண்டிருந்தோம்.

அது ஹலில் பாஷாவின் 'ஒருக்களித்திருக்கும் பெண்' ஓவியம். ஹில்டன் ஹோட்டல் லாபி சந்திப்புக்குப் பின் இருவரும் இந்த அருங்காட்சியகத்திற்கு ஒன்றாகச் சென்றதுதான் ஆரம்பம். அப்போது வேறு எதனையும் பார்க்காமல் நேராக இந்த ஓவியத்திடம்தான் கூட்டிச்சென்றேன். இந்த ஓவியத்தில் இருந்த பெண்ணைப் பார்த்தபோது வியப்பும் அதிர்ச்சியும் ஒருசேரத் தாக்கியது நினைவில் இருக்கிறது. அவள் செருப்பைக் கழற்றி வைத்துவிட்டு அந்த நீலநில சோபாவில், இடதுகையைத் தலையணையாக வைத்தபடி ஒருக்களித்துப் படுத்துக்கொண்டு ஓவியனை (அவள் கணவனை?) சோகமாக வெறித்துப் பார்த்துக்கொண்டிருந்தாள், என் ஓவிய மாடலைப் போலவே. இந்த வினோதமான ஒற்றுமை மட்டும் இவ்வோவியத்திற்கு என்னை இழுத்து வந்ததென்று சொல்லமாட்டேன். ஓவியக்கூடத்தின் பக்கவாட்டுத் தாழ்வாரத்தில் மாட்டப்பட்டிருந்த அவள் நாங்கள் முத்தமிட்டுக் கொண்டிருந்ததைப் பார்த்திருக்கிறாள். காவலாளியின் காலடியோசை அந்த மரப்பலகைத் தரையில் முனகிக்கொண்டே நெருங்கி வருவதைக் கேட்டதும் உடனே சுதாரித்துக்கொண்டு, அந்த ஓவியப் பெண்ணைப் பற்றித் தீவிரமாக அலசத் தொடங்கிவிடுவோம். அந்த ஓவியத்தின் எல்லா நுட்ப விவரங்களும் அதனால் அத்துப்படியாகியிருந்தன. அவற்றோடு *Encyclopedia*வில் ஹலில் பாஷாவைப் பற்றி நாங்கள் படித்திருந்ததையும் சேர்த்துக்கொண்டு எங்கள் அறிவார்ந்த அலசலை அந்தக் காவலாளிக்குக் கேட்கும்படி நடத்துவோம்.

"பொழுது சாய்ந்ததும் இந்தப் பெண்ணின் பாதம் குளிரில் விறைத்துவிட்டிருக்கும்," என்றேன்.

"ஒரு கெட்ட செய்தி சொல்ல வேண்டும்," என்றாள் என் காதலி. ஒவ்வொருமுறை இந்த ஓவியத்தின் முன்னால் நிற்கும்போதும் அவள் அந்த ஹலில் பாஷாவின் மாடலைப்போலவே எனக்குத் தெரிந்துகொண்டிருந்தாள். "என் அம்மா ஒரு கல்யாணத் தரகரை கூட்டி வந்துவிட்டார். அந்தப் பெண்மணியை நான் பார்த்துப் பேச வேண்டுமாம்."

"ஓ?"

"அபத்தமாக இருக்கிறது. அந்தப் பெண்மணி ஒரு ஆளைச் சொல்கிறாள். அவன் யாரோ ஒரு பணக்காரப் பையனாம், அமெரிக்காவில் படித்திருக்கிறானாம்." ஒரு கேலியான தொனியில் அவனது பணக்காரக் குடும்பப் பெயரைச் சொன்னாள்.

"உன் அப்பா அவர்களைவிட பத்துமடங்கு பணக்காரர் ஆயிற்றே."

"உனக்குப் புரியவில்லையா? உன்னிடமிருந்து என்னைப் பிரிக்க வேண்டுமென்பதற்காக இதையெல்லாம் செய்துகொண்டிருக்கிறார்கள்."

"அப்படியானால் நீ அந்தக் கல்யாணத் தரகுப் பெண்ணோடு கலந்தாலோசிக்கப் போகிறாய்?"

"அது முக்கியமில்லை. வீட்டில் பிரச்சனை கிளம்புவதை நான் விரும்பவில்லை."

“நாம் சிஹாங்கிருக்குப் போவோம். உன்னை வைத்து இன்னொரு ஓவியம் வரையப்போகிறேன். இன்னொரு ‘ஒருக்களித்திருக்கும் பெண்’ ஓவியம். உன்னை முத்தமிட்டு, முத்தமிட்டு, முத்தமிட வேண்டும்.”

என் காதலிக்கு நான் மோகவலையில் சிக்கித் தவிப்பது மெதுவாகப் புரிந்திருந்தது. பயப்படத் தொடங்கியிருந்தாள். பேச்சை மாற்றும் விதமாக எங்கள் இருவரையும் அரித்துக்கொண்டிருந்த சிக்கலைப் பற்றிப் பேச ஆரம்பித்தாள்: “நீ ஓவியனாக விரும்புகிறாய் என்பதால்தான் என் அப்பாவுக்குப் பிடிக்கவில்லை,” என்றாள். “ஓவியனாக இருந்தால் ஏழையாகத்தான் இருப்பாய், குடிகாரனாகிவிடுவாய். நான் உன்னுடைய நிர்வாண மாடலாகத்தான் இருக்க வேண்டிவரும் என்று பயப்படுகிறார்.”

அவள் புன்னகைக்க முயன்று தோற்றாள். மரத்தரையில் வலுவாகக் காலெடுத்து காவலர் வருவதைக் கேட்டு, அப்போது முத்தமிட்டுக் கொள்ளாமலிருந்தாலும்கூட, விலகி நின்றுகொண்டு ‘ஒருக்களித்திருக்கும் பெண்’ணைப் பற்றிப் பேசத் தொடங்கினோம். ஆனால் நான் உண்மையில் கேட்க விரும்பியது, அவருடைய பெண்ணோடு வெளியில் செல்லும் ஒவ்வொரு பையனுக்கும் (இந்த ‘வெளியில் செல்லும்‘ என்ற பதம் அப்போதுதான் துருக்கியில் பிரபலமாகத் தொடங்கியிருந்தது) என்ன மாதிரியான வாழ்க்கை வாய்க்கும், எப்போது மகளுக்குக் கல்யாணம் செய்வது என்றெல்லாம் எதற்காக உன் அப்பா கவலைப்பட்டுக் கொண்டிருக்கிறார்?’ என்பதுதான். நான் கட்டடக்கலை படித்துக்கொண்டிருக்கிறேன் என உன் அப்பாவிடம் ஞாபகப்படுத்து,’ என்றும் சொல்ல விரும்பினேன். (அவள் அப்பாவின் அச்சங்களைப் போக்க நான் திணறிக்கொண்டிருந்த சமயத்திலேயே, அப்படியெல்லாம் சமாதானம் சொன்னால் அந்தக் கணமே நான் வெறும் வார – இறுதி ஓவியனாகத்தான் ஆகப்போகிறேனென்று ஒப்புக்கொள்வதாகி விடுமென்று மனம் உணர்தியது). சிஹாங்கிருக்கு வருமாறு ஒவ்வொரு முறை கேட்கும்போதும் அவள் மறுத்து வந்தாள். இது பல வாரங்களுக்குத் தொடர்ந்தது. ஈவிரக்கமற்ற தர்க்க நியாயங்களைப் புரிந்துகொள்ளும் திறனிழந்துவிட்ட எனக்கு, “ஓவியனாக இருப்பதில் என்ன பெரிய தப்பு இருக்கிறது?” என்று கத்தத் தோன்றியது. ஆனால், பட்டத்து இளவரசனுக்காகக் கட்டப்பட்ட இந்தப் பகட்டாரவாரமான மாளிகையின் காலி அறைகளில் ‘துருக்கியின் முதல் ஓவிய, சிற்ப அருங்காட்சியக’த்தின் சோகையான ஓவியங்கள் சீந்துவாரற்று தொங்கிக்கொண்டிருப்பதை என் உணர்ச்சி மேலிட்ட மனக்குரலுக்குப் பதிலளிப்பதாக இருந்தன. அதற்குச் சில தினங்களுக்கு முன்புதான் ஹலில் பாஷாவைப் பற்றிய ஒரு புத்தகத்தைப் படித்திருந்தேன். அவர் ராணுவ வீரராக இருந்தவர். வயது ஏறிக்கொண்டேயிருந்ததே தவிர அவரது ஓவியங்கள் ஒன்றையும் அவரால் விற்க முடியவில்லை. அவரது ஓவியங்களுக்கு மாடலாக இருந்த அவருடைய மனைவியும் அவரும் வயதான காலத்தில் ராணுவக் குடியிருப்பில், சொற்பமான ‘ராணுவ உணவக’ சாப்பாட்டில் காலத்தைக் கழித்திருக்கின்றனர்.

அதற்குப் பிறகு அவளைச் சந்திக்கும்போதெல்லாம், அவளை உற்சாகப்படுத்த இளவரசர் அப்துல்மெசிட்டின் வீறார்ந்த ஓவியங்களைக் *(Geothe in the Harem, Beethoven in the Harem)* காட்டி அவளிடமிருந்து புன்னகையை வரவழைக்க முயல்வேன். பிறகு, கேட்கக் கூடாது என்று உறுதி எடுத்திருந்தும் அடக்க முடியாமல், “சிஹாங்கிருக்குப் போகலாமா?” என்பேன். இருவரும் கைகளைப் பிணைத்துக்கொண்டு மவுனத்தில் ஆழ்வோம். சமீபத்தில் பார்த்த திரைப்படத்திலிருந்து ஒரு வசனத்தை உருவியெடுத்து, “உன்னைக் கடத்திக்கொண்டுதான் போக வேண்டியிருக்குமோ?” என்பேன்.

தொலைபேசியிலும் பேச முடியாமற்போய், நாங்கள் சந்திப்பதே மிகவும் கஷ்டமாகி, பெரும் போராட்டத்திற்குப் பிறகு சில முறை சந்திக்க முடிந்தது. அப்போது ஒரு நாள் ‘ஒருக்களித்திருக்கும் பெண்’ணுக்கு முன்பாக அருங்காட்சியகத்தில் உட்கார்ந்திருந்தபோது சோகமே உருவாக இருந்த என் அழகிய மாடல், கண்ணீர் கன்னங்களில் வழிய, அவள் அப்பாவைப் பற்றிச் சொன்னாள். அவள் அப்பா அவளுடைய சகோதரர்கள் எல்லோரையும் கண்மண் தெரியாமல் அடித்துத் துவைப்பாராம், ஆனால் இவள் மீது மட்டும் ‘பைத்தியக்காரத்தனமான’ அன்பு. அதை அன்பு என்றுகூட சொல்ல முடியாது, மனநிலை பிறழ்ந்த, பொறாமை கலந்த, வெறித்தனமான பாசம். அது அவளை எப்போதுமே அச்சுறுத்திவருவதாகத்தான் இருக்கிறது. அவள் அவரை நேசித்தாள். ஆனால் இப்போது அவரைவிட என்னை அதிகமாக நேசிப்பது அவளுக்குப் புரிகிறது. காவலரின் கிறீச்சிடும் காலடியோசை படிக்கட்டுகளில் இறங்கிச் சரிவதைக் கேட்டதும் இருவரும் உணர்ச்சிப்பெருக்கெடுக்க, ஆரத்தழுவி, ஆழமாக முத்தமிட்டுக்கொள்ளத் தொடங்கினோம். இதுவரை அனுபவித்திராதளவுக்குத் தீவிரமான, நீண்ட முத்தம். இருவரும் மற்றவர் முகத்தை உடைந்துவிடக்கூடிய பீங்கான் பாத்திரத்தைப் போல உள்ளங்கைகளில் ஏற்திக்கொண்டு கண்ணோடு கண் கலந்து உறைந்து நின்றிருந்தோம்.

ஹலில் பாஷாவின் மனைவி அவளது கம்பீரமான சட்டகத்தின் நடுவிலிருந்து சோகத்துடன் எங்களைப் பார்த்துக்கொண்டிருந்தார். காவலர் கதவை நெருங்குவது கேட்டது. “என்னைக் கடத்திக்கொண்டு போ,” என்றாள் என் இனியவள்.

“சரி,”

என் பாட்டி அவ்வப்போது தருபவற்றைச் சேமித்து வைப்பதற்காக சில வருடங்களுக்கு முன் ஒரு வங்கிக் கணக்கைத் துவங்கியிருந்தேன். ரூமெலி அவென்யூவில் எங்களுக்குச் சொந்தமான கடை ஒன்றில் கால்பாகம் என் பெயரில் இருந்தது (என் பெற்றோர்களின் சண்டை ஒன்றின் விளைவாக எனக்குக் கிடைத்தது அது). இவற்றைத்தவிர என் பெயரில் ஏராளமான பங்குப்பத்திரங்கள்கூட இருந்தன – ஆனால் அவற்றைப் பற்றி, அவை எங்கே இருக்கின்றன என்றெல்லாம் தெரியாது. கிரஹாம் கிரீனின் பழைய நாவல் ஒன்றை இரண்டு வாரங்களில் மொழிபெயர்த்து முடித்தேனென்றால் என் நண்பன் நூரியின் (அவனை இப்போது போலீஸ் தேடவில்லை) பதிப்பக நண்பர் ஒருவரிடம் தருவேன்.

என் கணக்குப்படி, மொழிபெயர்ப்பின் மூலம் கிடைத்த பணத்தில் எனது சிஹாங்கிர் ஸ்டூடியோ அபார்ட்மெட்டைப்போல ஒரு சிறிய குடியிருப்பிற்கு இரண்டு மாத வாடகையைச் சமாளித்துவிடுவேன். என் அழகான மாடலோடு சந்தோஷமாகக் குடித்தனம் நடத்துவேன். அதற்குள் என் அம்மா பரிதாபப்பட்டு (கொஞ்சநாட்களாகவே நான் ஏன் கவலையோடு காணப்படுகிறேன் என்று கேட்டுக்கொண்டிருந்தார்) எங்களுக்கு சிஹாங்கிர் வீட்டைக் கொடுத்துவிடுவார்.

என் கனவுகள் எல்லாமே, வருங்காலத்தில் தீயணைப்பு வீரனாக ஆகப்போவதாகக் கனவுகாணும் ஒரு சிறுவனுடையதைவிட சற்றுக் கூடுதலான யதார்த்தத்தைக் கொண்டிருப்பது ஒரு வார அலசலுக்குப்பின் புரிய, டாக்ஸிம்மில் சந்திப்பதென்று முடிவெடுத்தோம். அவள் வரவில்லை. பேசிக்கொண்டபடி சந்திக்க வராதது அதுதான் முதல்முறை. ஒன்றரை மணிநேரம் காத்திருந்தேன். யாரையானாலும் யாரையாவது பார்த்துப் பேசாவிட்டால் பைத்தியம் பிடித்துவிடும் போலப் பதற்றமாகி, இவ்வளவு நாட்களாகச் சந்திக்காமலிருந்த என் ராபர்ட் அகாதமி நண்பர்களை அழைத்தேன். நான் காதலிலும் வேதனையிலும் சிக்கியிருப்பதையும், யாரும் உதவிக்குக் கிடைக்காத நிலையிலும் இருப்பதைக் கண்டு, அகமகிழ்ந்து பேயோலு 'மெய்ஹேன்' ஒன்றில் மதுவருந்த கூப்பிட்டுச் சென்று, எனக்கு ஞானஸ்நானம் செய்வித்தார்கள்: அவள் அப்பாவின் சம்மதமில்லாமல் அவளை நான் கல்யாணம் செய்துகொள்ளாவிட்டாலும்கூட, அவளோடு ஒரே வீட்டில் வெறுமனே குடித்தனம் நடத்துவதாக இருந்தாலும்கூட, என்னை ஜெயிலில் தள்ளுவது மட்டும் நிச்சயம் நடக்கும் என்றார்கள். நான் மென்மேலும் அபத்தமாக உளறத் தொடங்கியதும் படிப்பைப் பாதியில் துண்டித்துவிட்டு எப்படி என்னால் ஓவியனாக முடியும், எப்படி வேலைக்குச் சென்று அவளைக் காப்பாற்ற முடியும் என்று கேட்டார்கள் – அவர்கள் அப்படிக் கேட்டது என்னைப் புண்படுத்தவில்லை – இறுதியாக நட்பின் அடையாளமாக எனக்கு ஒரு அபார்ட்மென்ட்டின் சாவியைக் கொடுத்து என் 'ஒருக்களித்திருக்கும் பெண்'ணோடு எப்போது வேண்டுமானாலும் நான் பொழுதைக் கழித்துக்கொள்ளலாம் என்றனர்.

Dame de Sion பள்ளியின் நெரிசலான வாசல்களுக்கு வெளியே தூரத்தில் ஒரு மூலையில் இரண்டு நாட்கள் ஒளிந்திருந்து காத்திருந்த பின் என்னுடைய லீஸே பள்ளிக் காதலியைக் கடத்திக்கொண்டு வரமுடிந்தது. அந்த அபார்ட்மென்ட்டுக்கு என்னோடு வந்தால் யாரும் இடையூறு செய்ய மாட்டார்கள் என்று சொல்லி ஒருவழியாக அவளை மசியவைத்தேன். (அதற்கு முன் அங்கு நான் சென்று அந்த இடத்தை ஒரு மாதிரியாக சுத்தம் செய்துவைத்திருந்தேன்.) அந்த 'பிரம்மச்சாரி குடியிருப்'பை என் ராபர்ட் அகாதமி நண்பன் மட்டுமல்லாமல் அவனுடைய அப்பாவும் சில சுவாரஸ்யமான சாகசங்களுக்குப் பயன்படுத்தி வருகிறாரென்று பிறகுதான் தெரிந்தது. அது ஒரு மகா மட்டமான இடம். அங்கு என் அழகு கருப்பு ரோஜா ஒருபோதும் ஓவியம் வரைய மாடலாக 'போஸ்' தரமாட்டாளென்று பார்த்தவுடனேயே புரிந்துவிட்டது. இனிமையாகப் பொழுதைக் கழிப்பதற்குக்கூட தகுதியான இடமாக அது இல்லை. அந்த இடத்தில் இருந்த கட்டில் மகா விஸ்தாரமாக இருந்தது. அந்தக்

கட்டிலைத்தவிர அந்த அறையில் ஒரு வங்கிக் காலண்டரும் ஒரு புத்தக அலமாரியும் மட்டுமே இருந்தன. அதற்குள் இரண்டு ஜானிவாக்கர் பாட்டில்களுக்கிடையே 'பிரிட்டானிகா கலைக்களஞ்சிய'த்தின் ஐம்பத்தியிரண்டு தொகுதிகளும் அடுக்கப்பட்டிருந்தன. அம்மாபெரும் படுக்கையில் சோகமும் கோபமுமாக மூன்றுமுறை உறவுகொண்டோம். நான் நினைத்திருந்ததைவிட அவள் என்னை அதிகமாக நேசிக்கிறாள் என்பதைப் பார்த்தபோதும் உறவுகொள்ளும்போது அவள் எப்படி நடுங்கிக்கொண்டிருந்தாள் என்பதைப் பார்த்தபோதும் எவ்வளவு சீக்கிரம் எவ்வளவு சுலபமாக அவள் அழுகையில் உடைந்துபோகிறாள் என்பதைப் பார்த்தபோதும் என் வயிற்றிற்குள்ளிருந்த வேதனை பன்மடங்கு அதிகரித்தது. அந்த வேதனையை வெளிக்காட்டாதிருக்க முயல்கையில் முன்பைவிட அதிகமான இயலாமை என் நெஞ்சை அறுத்தது. ஏனென்றால் ஒவ்வொரு முறை நாங்கள் சந்தித்தபோதும் அவளுடைய அப்பா பிப்ரவரி மாத விடுமுறையின்போது அவளை ஸ்விட்சர்லாந்துக்குப் பனிச்சறுக்கு விளையாட அழைத்துச் செல்லும் சாக்கில் கூட்டிச்சென்று, அங்கு பணக்கார அராபியர்களும் கிறுக்குப் பிடித்த அமெரிக்கர்களும் நிறைந்த ஒரு 'ஃபேன்ஸி' பள்ளியில் சேர்க்கத் திட்டமிட்டிருப்பதாகச் சொல்லியிருக்கிறாள். அவள் குரலில் தென்படும் கலவரம் அவளை நம்பச் சொல்லும். ஒரு துருக்கி திரைப்படத்தில் வரும் முரடன் ஒருவனின் குரலில் 'அவளை கடத்திக்கொண்டு போகப்போவதாக' மிமிக்ரி செய்து காட்டுவேன். என் அழகுக்காதலியின் முகம் அழுகையிலிருந்து சிரிப்புக்கு மாறும்போது, நான் சொல்வதை எனக்கே நம்ப வேண்டும் போலிருக்கும்.

பிப்ரவரியின் ஆரம்பத்தில், பள்ளி விடுமுறை தொடங்குவதற்கு முன் நிகழ்ந்த எங்கள் கடைசி சந்திப்பில், மனதின் இறுக்கத்தைத் தளர்த்திக்கொள்ளவும் எதிர்நோக்கியிருக்கும் அபாயங்களைச் சற்று மறந்திருக்கவும் என்னுடைய ராபர்ட் அகாதெமி நண்பர்களைச் சென்று பார்ப்பது என்றும், அப்படியே எங்களுக்கு அந்த அபார்ட்மெண்ட்டைப் பயன்படுத்திக்கொள்ள தந்ததற்காக என் நண்பனுக்கு நன்றி சொல்வது என்றும் கிளம்பிச்சென்றோம். வேறு சில வகுப்புத் தோழர்களும் அங்கு இருந்தார்கள். அவர்கள் எல்லோரும் அப்போதுதான் என் காதலியை முதன்முதலாகப் பார்க்கிறார்கள். எல்லோரும் என் உடம்பில் அங்கங்கே ரகசியமாகக் குத்தி நிமிண்டிக்கொண்டிருந்தார்கள். என்னுடைய வெவ்வேறு நட்பு வட்டங்களை இதுவரை ஒன்று கலந்துவிடாமல் இருந்தது எவ்வளவு நல்லதாய்ப் போயிற்று என அப்போது புரிந்தது. என் கருப்பு ரோஜாவும் என் கல்லூரி நண்பர்களும் சந்திக்க நேர்ந்த முதல் கணத்திலிருந்தே அனைத்தும் தப்பாக நடக்கத்தொடங்கின. அவளோடு நட்பு ஏற்படுத்திக் கொள்வதற்காக அவர்கள் என்னை மெலிதாகக் கிண்டல் செய்து பேசியபோது அவள் அதை ரசிக்கவில்லை. பிறகு நாகரிகம் நிமித்தமாக அவர்களுடைய நகைச்சுவைகளில் ஒப்புக்குக் கலந்துகொண்டபோது சூழல் அபத்தமாக மாறியது. அவர்கள் அவளுடைய அம்மா, அப்பா, அவர்கள் என்ன செய்கிறார்கள், எங்கே இருக்கிறார்கள், அவர்களுக்குச் சொந்தமாக என்னென்னவெல்லாம் இருக்கிறது என்றெல்லாம் துருவித் துருவிக் கேட்டபோது பேச்சை அவள் பாதியிலேயே வெட்டிவிட்டு

வெறுப்போடு தலையைத் திருப்பி அந்த பெபெக் உணவகத்திலிருந்து பாஸ்ஃபரஸ்ஸை வேடிக்கை பார்க்கத் தொடங்கினாள். கால்பந்தாட்டம், சில நுகர்சாதனங்கள் பற்றிப் பேச்சு வந்தபோது சில வார்த்தைகள் கலந்துகொண்டாள். அந்தச் சந்திப்பில் அவள் சற்றேனும் மலர்ந்து காணப்பட்டது அங்கிருந்து கிளம்பி பாஸ்ஃபரஸ்ஸின் குறுகலான பகுதியான 'ஆஷியன்' அருகே வந்தபோது எதிர்க்கரையில் மற்றொரு மரக்கட்டடம் தீப்பற்றி எரிந்துகொண்டிருந்ததைப் பார்த்தபோதுதான்.

அது கந்தில்லியிலிருந்த மிக அழகான பாஸ்ஃபரஸ் *யாலி*களில் ஒன்று. நாங்கள் இருந்த இடத்திலிருந்து கொஞ்ச தூரத்திலேயே இருந்தது. காரிலிருந்து இறங்கினோம். பழமையான அந்த அற்புத மர மாளிகை கொழுந்துவிட்டெரிவதை என் நண்பர்கள் மிகச் சந்தோஷமாக ரசித்துக்கொண்டிருப்பதைக் கண்டு சகிக்க முடியாமல் என் கைகளை இறுக்கமாகப் பற்றிக்கொண்டு என்னோடு ஒட்டிக்கொண்டாள். ஆட்டமன் சாம்ராஜ்ஜியத்தின் கடைசியாக எஞ்சியிருக்கும் மாளிகைகளில் ஒன்று எரிவதைக் கிட்டத்திலிருந்து பார்க்க வேண்டுமென்று அவர்களிடம் சொல்லிவிட்டு, அந்தக் கார்களையும் கூட்டத்தையும் விட்டு விலகி, ரூமெலிஹிஸாரியின் மறுமுனை வரை நடந்து வந்துவிட்டோம். லீஸே பள்ளியில் படிக்கும் காலத்தில் வகுப்பை வெட்டிவிட்டுப் படகில் மறுகரைக்குச் சென்று அங்கிருக்கும் தெருக்களில் அலைந்துகொண்டிருந்த கதையை அவளிடம் சொன்னேன்.

நாங்கள் நின்றிருந்த இடத்தின் எதிரே சிறிய கல்லறை ஒன்று இருந்தது. அந்த நடுங்கவைக்கும் குளிர் இரவின் இருட்டில் பாஸ்ஃபரஸ்ஸின் மிக வலுவான நீரோட்டங்களின் அதிர்வு எங்கள் எலும்புகளைக் குலுக்க, என் காதலி கிசுகிசுப்பான குரலில், "ஐ லவ் யூ வெரிமச்," என்றாள். அவளுக்காக நான் எதையும் செய்வேன் என்றேன். என் பலம் அனைத்தையும் கொண்டு அவளை இறுக்கி அணைத்துக்கொண்டேன். முத்தமிட்டுக்கொண்டோம். கண்களைத் திறக்கும் போதெல்லாம், மறுகரை நெருப்பின் ஆரஞ்சுத் தழல் அவள் மென்மையான கன்னங்களில் பரவியிருந்தது.

திரும்பும்போது காரின் பின்னிருக்கையில் எதுவும் பேசாமல், கைகளை இறுக்கமாகப் பிணைத்துக்கொண்டிருந்தோம். அவள் வீட்டுக்கு எதிரில் நின்றதும் ஒரு குழந்தையைப் போலத் துள்ளிக்கொண்டு கதவை நோக்கி ஓடினாள். அவளைக் கடைசியாகப் பார்த்தது அப்போதுதான். அடுத்தமுறை சந்திக்க வரவில்லை.

மூன்று வாரங்கள் கழித்து, பள்ளி விடுமுறை முடிந்ததும் பள்ளி விடும் நேரத்தில் *Dame de Sion* வாசலுக்கு எதிரே தூரத்தில் நின்றுகொண்டு வெளியே வரும் பெண்களில் என் கருப்பு ரோஜாவைத் தேடிக்கொண்டிருந்தேன். பத்து நாட்கள் கழித்து என் நம்பிக்கை தகர்ந்தது. இருந்தாலும் ஒவ்வொரு நாளும் பிற்பகலில் என் கால்கள் அந்த லீஸே பள்ளியின் வாசலுக்கு என்னைக் கொண்டு சேர்த்துக்கொண்டிருந்தன. மாணவிகள் அனைவரும் வெளியே வந்து வாசல் வெறுமையாகும் வரை நின்றிருப்பேன். ஒருநாள் அவளுக்கு மிகப் பிரியமான, மூத்த சகோதரன் அந்தக் கூட்டத்திலிருந்து வெளிப்பட்டு என்னிடம் வந்து அவனுடைய

தங்கை ஸ்விட்சர்லாந்திலிருந்து அவளது பிரியங்களை என்னிடம் சொல்லச் சொன்னதாக ஒரு கடித உறையைக் கொடுத்தான். ஒரு சிற்றுண்டியகத்தில் அமர்ந்து அக்கடிதத்தை உடைத்து, ஒரு சிகரெட்டைப் புகைத்தபடியே படித்தேன். புதிய பள்ளிக்கூடம் அவளுக்கு மிகவும் பிடித்திருப்பதாகவும் என்னையும் இஸ்தான்புல்லையும் அவளால் மறக்க முடியவில்லையென்றும் எழுதியிருந்தாள்.

அவளுக்கு நீளமாக ஒன்பது கடிதங்கள் எழுதினேன். அவற்றில் ஏழு கடிதங்களை உறையிலிட்டு, ஐந்தை மட்டும் தபாலில் சேர்த்தேன். பதில் வரவேயில்லை.

36

கோல்டன் ஹார்னில் சென்ற கப்பற் பயணம்

1972ஆம் வருடம் பிப்ரவரி மாதம் எனது இரண்டாம் வருட கட்டடக்கலை வகுப்புகளுக்குச் செல்வது கணிசமாகக் குறைந்துபோயிற்று. என் அழகிய மாடலை இழந்ததும் அதன்பிறகு துயரத்தனிமைக்குள் நான் சுருங்கிக் கொண்டதும்தான் அதற்குக் காரணமா? சில சமயங்களில் எங்கள் பெஷிக்டாஷ் வீட்டை விட்டு வெளியே வராமல் நாள் முழுக்கப் படித்துக்கொண்டிருப்பேன். சில சமயங்களில் தடிமனாக ஏதாவதொரு புத்தகத்தை *(The Possessed, War and Peace, Buddenbrooks)* எடுத்துக்கொண்டு வகுப்பு நேரத்தில் படிப்பேன். கருப்புரோஜாவை இழந்த பிறகு ஓவியம் வரைவதிலிருந்த என் ஆர்வம் மங்கத்தொடங்கியது. கேன்வாஸிலோ காகிதத்திலோ வரையும்போதும் தூரிகையில் தீட்டும்போதும் சிறுவனாக இருந்தபோதிருந்த அந்த விளையாட்டுணர்வை, வெற்றியுணர்வை இப்போது என்னால் உணர முடியவில்லை. ஓவியம் வரைதல் என்பது ஒரு குழந்தைத்தனமான வேடிக்கையாகத் தொடங்கி, இப்போது மர்மமான வகையில் அந்தப் பரவசத்தை இழக்கத் தொடங்கியிருந்தேன். வேறு எது வந்து அதன் இடத்தை நிரப்பப்போகிறது என்று எனக்குப் புரியாமல், மனஉளைவின் கனத்த புகைமூட்டம் என்னை விழுங்கியது. ஓவியம் வரையாமல் வாழ்வதும் மற்றவர்கள் 'வாழ்க்கை' என்று கூறும் நிஜ உலகத்திலிருந்து தப்பிக்க வழியின்றி இருப்பதும் என்னைச் சிறைக்குள் அடைத்திருப்பதைப்போல ஆக்கியிருந்தது. விரக்தி என்னை மூழ்கடிக்கும்போது (அபரிமிதமாக புகை பிடித்துக்கொண்டிருந்ததால்) மூச்சு விடுவது சிரமமாகத் தொடங்கியது. உப்புச்சப்பற்ற ஒரு சாதாரண வாழ்க்கையில் மூச்சுத் திணறுவதென்பது நீரில் மூழ்கிக் கொண்டிருப்பதைப்போலத் தோன்றியது. என்னை

நானே வலிக்கும்படி துன்புறுத்திக்கொள்ள வேண்டும்போல, இந்த வகுப்பை, கல்லூரியை விட்டு வெளியே எங்காவது ஓட வேண்டும் போல ஒரு வெறி ஆக்கிரமிக்கும்.

ஆனாலும் அவ்வப்போது என் ஸ்டூடியோவுக்குச் சென்று கொண்டிருந்தேன். வாதுமை வாசம் வீசும் என் மாடலை மறக்க என்னாலியன்றபடி முயல்வேன், இல்லாவிட்டால் அதற்கு நேர்மாறாக அவளை மனதில் நிறுத்தி இன்னோர் ஓவியத்தை வரையத் தொடங்குவேன். ஆனால் ஏதோவொன்று அதில் குறைந்திருக்கும். ஒரு குழந்தைக்கு மட்டுமே சாத்தியமாகக்கூடிய சந்தோஷத்தை ஓவியத்தால் இப்போதும் எனக்குத் தரமுடியுமென்ற பிரமையில் ஆழ்ந்திருந்ததுதான் எனது முக்கியத் தவறு. நான் இன்னும் குழந்தையல்ல. ஓவியத்தைப் பாதி வரைந்து கொண்டிருக்கும்போது அது எப்படி உருவாகி வருகிறதென்று தெரிந்து, சரியில்லையென்று பாதியிலேயே நிறுத்திவிடுவேன். சிறுவனாக இருந்தபோது சிக்கலை எனக்களித்துவந்த சந்தோஷத்தை இனி ஒவ்வொருமுறை புதிய ஓவியமென்றை வரையும் போதும் இவ்வளவு சிரமப்பட்டுத்தான் இழுத்து வரவேண்டியிருக்குமென்றால், அதனை ஆரம்பிப்பதற்கு முன்பே நிறுத்திக்கொள்ளத்தான் வேண்டுமென்று இத்தகைய தடுமாற்றங்களால் எனக்குத் தோன்றத் தொடங்கியது. இப்படியொரு விதத்தில் ஓவியத்தை வரைய வேண்டியிருக்குமென்று நான் நினைத்திருந்ததேயில்லை. ஒருவேளை இவ்வளவு காலமும் ஓவியம் வரையும் போதெல்லாம் மகிழ்ச்சியாக உணர்ந்து வந்ததால், இப்போது வரையத் தொடங்கும்போதே இவ்வளவு வேதனையை எதிர்கொள்ள

வேண்டியிருப்பதை என்னால் புரிந்துகொள்ள முடியவில்லை. இந்த வலி என் கலையை வளர்க்குமாவென்று சந்தேகமாக இருந்தது.

எனது அகநிசப்தம் என்னுடைய மற்ற ஆர்வங்களுக்கும் பரவுவதைக் கண்டு அச்சம் மேலிட்டது. கட்டடக்கலை என்பது ஒரு ‘கலை’ என்று பல வருடங்களாக நம்பி வந்திருந்த எனக்கு அது ஓவியத்தைவிடக் கூடுதலாக எதையும் வழங்கக்கூடியதாக இல்லையென்று அறிந்துகொண்டேன். சிறுவயதில் இத்துறையின்மீது விசேஷ ஆர்வம் எதுவும் எனக்கு இருந்ததில்லை. சக்கரைக்கட்டிகளையும் மரப்பாளங்களையும் வைத்து வீடு கட்டி விளையாடியதோடு சரி. தொழில்நுட்ப பல்கலைக்கழகத்திலிருந்த பெரும்பாலான ஆசிரியர்கள் மனதளவில் வெறும் பொறியாளர்களாக, எந்த விதத்திலும் ஆர்வமெழுப்பாதவர்களாக இருந்தார்கள். கட்டடக்கலை பயிற்றுவிப்பதில் படைப்புணர்வையோ அதில் பரவசத்தையோ தூண்டவியலாதவர்களாக, அதில் விளையாட்டுணர்வைக் கொண்டுவரத தெரியாதவர்களாக இருக்கும் அவர்களிடம் பாடம் கேட்பது நேரவிரயமாகவும் உண்மையில் நான் செய்ய வேண்டிய காரியங்களிலிருந்தும் நான் வாழ வேண்டிய ‘உண்மையான’ வாழ்க்கையிலிருந்தும் திசைதிருப்பும் காரியமாகவும் எனக்குப் பட்டது. இதைப்போன்ற எண்ணங்கள் வந்ததும் என்னைச் சுற்றியுள்ள அனைத்தும் (என் காதில் விழும் விரிவுரைகள், எப்போது ஒலிக்குமென்று காத்திருக்கும் மணி, வகுப்பறைக்குள் செருக்குடன் நடைபோடும் பேராசிரியர்கள், வகுப்புகளுக்கிடையே சிரித்துக் கொண்டும், புகைப்பிடித்துக்கொண்டும் இருக்கும் மாணவர்கள்) நிறமிழந்து மங்கி பிசாசுருக்களாக மாறும். திசைகளற்ற, போலித்தனமான இந்த வேதனை உலகத்திற்குள் சிக்கியிருக்கும் எனக்கு வெறும் சுயநிந்தனையும் மூச்சடைப்பும் மட்டும்தான் வாய்க்குமென்று தெரிந்தது. அடிக்கடி என் கனவுகளில் வருவதைப்போல எனக்கு நிர்ணயிக்கப்பட்ட காலம் நழுவிச் செல்வதாகவும் அடைய வேண்டிய இலக்கு விலகிச் செல்வதாகவும் உணர்வேன். இந்தத் துர்க்கனவை விரட்டுவதற்காக வகுப்பு நடந்துகொண்டிருக்கும்போதே நோட்டுப்புத்தகங்களில் எதையாவது எழுதுவேன், வரைவேன். பேராசிரியர்களையும் எனக்கு முதுகைக் காட்டியபடி முன்னால் அமர்ந்திருக்கும் கர்மசிரத்தையான மாணவர்களையும் வரைவேன். வகுப்பில் நடக்கும் விஷயங்களைப் பகடி செய்து எழுதுவேன். ஒவ்வொரு ஆசிரியரும் அடிக்கடி பிரயோகப்படுத்தும் சொற்களைக் கதம்பமாக்கி உரை தயாரிப்பேன். எதுகைமோனையில் நையாண்டிப் பாட்டெழுதுவேன். எனது நக்கல்களுக்கு வகுப்பில் ரசிகர் கூட்டம் உண்டாகி, அடுத்து என்ன எழுதி, வரைந்து காட்டப்போகிறேனென்று ஆர்வத்துடன் காத்திருந்தனர். ஒவ்வொரு நாளும் டாஷ்கிஷ்லாவில் இருக்கும் எங்கள் கட்டடக்கலையியல் வளாகத்திற்குள் நுழையும்போதே என் காலம் வீணாகக் கழிந்துகொண்டிருக்கிறது என்ற எண்ணமும் வாழ்க்கை அர்த்தமிழந்து நழுவிச் சென்று கொண்டிருக்கிறது என்ற பயமும் வலுவாகத் தாக்கத் தொடங்கும். நாள் முழுக்க இங்குதான் கழிக்க வேண்டுமென்ற குறிக்கோளுடன் தினமும் வந்தாலும் நுழைந்த ஒரு மணி நேரத்தில் அங்கிருந்து உயிரைக் காப்பாற்றிக்கொள்ளத் தப்பியோடுகிறவன்போல பிய்த்துக் கொண்டு ஓடி வந்துவிடுவேன். (அப்படி வரும்போது நடைபாதை

பாளங்களின் விரிசல்களின் மேல் கால் பதிப்பதுகூட உறைக்காது). தப்பி வெளியே வந்ததும் இஸ்தான்புல் தெருக்களில் சுதந்திரமாக அலையத் தொடங்குவேன்.

குழந்தையாக இருந்தபோது நானும் அம்மாவும் வீட்டுக்கு *dolmus* வண்டியில் டாக்ஸிமுக்கும் டெபெபாஷிக்கும் இடையில் உள்ள குறுகலான தெருக்களில்தான் செல்வோம். ஆர்மீனியர்களால் திறமையாக நிர்மானிக்கப்பட்ட, 'பேரா' என்றழைக்கப்படும் பகுதி இப்போதும் உருக்குலையாமல்தான் இருந்துவருகிறது. இந்தப் பகுதிகளில்தான் நான் சுற்றிக்கொண்டிருப்பேன். சில சமயங்களில் கட்டடக்கலைத் துறையிலிருந்து நேராக டாக்ஸிமுக்கு ஏதாவது ஒரு பேருந்தைப் பிடித்து வந்துவிடுவேன். கால்போன போக்கில் காஸிம்பாஷாவின் சந்துகளில், முதன்முறை பார்த்தபோது திரைப்படத்திற்காகப் போடப்பட்ட அரங்கைப்போலத் தெரிந்த பாலட்டில், புதிதாகக் குடியேறியுள்ளவர்களாலும் சமீபத்தைய வறுமையாலும் அடையாளம் தெரியாமல் மாறிவிட்டிருக்கும் பழைய கிரேக்க, யூத குடியிருப்புப் பகுதிகளில், உஸ்குதாரின் பளிச்சென்று பிரகாசிக்கும் (1980கள் வரை மரவீடுகள் நிறைந்திருந்த தெருக்களில்) கோசாமுஸ்தஃபா பாஷாவின் பேயச்சமூட்டும் புராதனத் தெருக்களில் அவசரக் கோலத்தில் கட்டப்பட்ட அசிங்கமான கான்கிரீட் அடுக்ககங்களின் மத்தியில், எப்போதும் என்னைப் பரவசப்படுத்தும் ஃபதீஹ் மசூதியின் அழகிய முற்றத்தில், குர்துலாஷ், ஃபெரிகூய் பகுதிகளில் சுற்றிக் கொண்டிருப்பேன். வறுமை அதிகரிக்க, பழமையும் பல மடங்கு கூடி, அங்கிருக்கும் நடுத்தர வர்க்கத்தினர் எல்லோரும் கடந்த ஆயிரம் வருடங்களாக அரசாங்கம் கட்டளையிடுகின்ற மொழிக்கும் இனத்திற்கும் மதத்திற்கும் தங்களை மாற்றிக்கொண்டு அந்த இடத்திலேயே வாழ்ந்து வருவதுபோலத் தெரியும். (உண்மையில் ஐம்பது வருடங்களாகத்தான்

அங்கே வசித்து வருகிறவர்கள் அவர்கள்). சிஹாங்கிரிலும் தர்லாபாஷியிலும் நிஷாந்தஷியிலும் இருப்பதைப்போலவே இங்கும் தாழ்வான பகுதிகள் வறியவர்கள் பகுதிகளாக இருந்தன. இலக்கின்றி நான் அலைந்து கொண்டிருந்த இடங்கள் இவைதாம். முதலில் எனக்கு இருந்த நோக்கமே, நோக்கம் இன்றி இருப்பதும் ஒவ்வொருவரும் வேலையையும் மேஜையையும் அலுவலகம் ஒன்றையும் வைத்திருக்கும் உலகத்திலிருந்து தப்பிச் செல்வதும் மட்டுமே. என் நகரத்தைத் தெருத்தெருவாக மூலை முடுக்கெல்லாம் விடாமல் அலசி ஆராய்ந்து அலைந்துகொண்டிருக்கையில் எனக்குள்ளிருந்த கருந்துயரத்தையும் அங்கெல்லாம் ஊற்றினேன். இப்போதுகூட, இதே தெருக்களின் வழியாகச் செல்லநேர்கையில் தெருவோரத்தில் உடைந்து விழுந்திருக்கும் ஒரு தெருக்குழாயோ பைஸான்டைன் சர்ச்சுக்குச் பொருத்தமான சிதிலமுற்றிருக்கும் ஒரு சுவரோ, குறுக்குச் சந்து ஒன்றின் முடிவிலிருக்கும் மசூதிக்கும் அசிங்கமான மோசமான டைல்ஸ் பதித்த அழுக்கான அடுக்ககம் ஒன்றிற்கும் இடையில் அற்புதமாக மின்னிக் கொண்டிருக்கும் கோல்டன் ஹார்னின் நீர்ப்பரப்போ கண்ணில் பட்டால், அந்தக் காட்சிகளை, அதே கோணத்திலிருந்து பல வருடங்களுக்கு முன் முதன்முதலாகப் பார்த்தபோது எந்தளவுக்கு மனமுடைந்து அலைந்து கொண்டிருந்தேனென்றும் இப்போது அதே இடங்கள் எவ்வளவு புதிதாகத் தெரிகின்றனவென்றும் நினைவுக்கு வரும். தப்பு என் ஞாபகத்தில் இல்லை. அந்தக் காட்சிகள் துயருற்றுத் தெரிந்ததென்றால் அதற்குக் காரணம் நான் துயருற்றிருந்ததுதான். நான் ஊற்றிவிட்டு வந்திருந்த என் ஆன்மா இன்னும் அங்கேயே உறைந்திருக்கிறது.

ஒரு நகரத்தின் எல்லா இடங்களிலும் நமது உண்மையான, ஆழமான உணர்வுகளை ஊன்றி வைத்திருக்கும்படியாக அங்கு நீண்டகாலம் வசித்திருந்தோமென்றால் – இழந்த காதலைப் பாடல் ஒன்று ஞாபகப்படுத்தி விடுவதைப்போல–குறிப்பிட்ட தெருக்களும் காட்சிகளும்

பசுமைச் சாலைகளும் அதே போன்ற உணர்வை நமக்கு மீட்டெடுத்துத் தரும். வாதுமை மணம் வீசும் என் காதலியை இழந்திருந்த நாட்களில் இப்பகுதிகளிலும் ஒடுங்கிய தெருக்களிலும் மேட்டுப் பகுதிகளிலும் அலைந்து திரிந்தபோது இஸ்தான்புல் அவ்வளவு துயரார்ந்த நகரமாக எனக்குத் தெரிந்தது அதனால்தான்.

அந்த இழப்பு என்னைப் பீடித்திருந்த பொழுதுகளில், எங்கு நோக்கினும் எனது விசனம் பிரதிபலிப்பதாக இருக்கும் – முழுநிலவு ஒரு கடிகாரத்தின் முகமாக மாறும், பார்க்கும் எல்லாமே வேறேதோ சின்னமாக உருமாறி, பின் கனவில் வரும். மார்ச் 1972இல் ஒருநாள் (முன்பு என் கருப்பு ரோஜாவுடன் சென்றதைப் போலவே) ஒரு *dolmus* வண்டியில் ஏறினேன். அப்போதெல்லாம் நாம் விரும்பும் இடத்தில் இறங்கிக்கொள்ளலாம். அன்று காலதா பாலத்தில் இறங்கிக்கொண்டேன். சாம்பலும் ஊதாவுமாக இருந்த வானம் மேகங்களால் சூல்கொண்டு தாழ்வாக இறங்கி, எந்த நேரத்திலும் பனிப்பெழிவு ஆரம்பித்துவிடும் போலிருந்தது. பாலத்தின் நடைவழிகள் வெறிச்சோடியிருந்தன. பாலத்தின் கோல்டன் ஹார்ன் பக்கத்திலிருந்து இறங்கும் மரப்படிக்கட்டுகளில் கீழே அலைதாங்கிக்கு இறங்கினேன்.

ஒரு சிறிய நகரப் படகு கிளம்பத் தயாராக இருந்தது. கேப்டன், இயந்திர இயக்குநர், கப்பல் சேவகர் அனைவரும் மேடையில் ஒரு மாபெரும் கப்பலின் குழுவினர்போல நின்றுகொண்டு அங்கங்கே கலைந்து நின்று புகைத்துக்கொண்டும் தேநீர் அருந்திக்கொண்டும் பேசிக்கொண்டுமிருந்த பயணிகளை இன்முகத்தோடு கப்பலில் ஏறும்படி அழைத்துக்கொண்டிருந்தனர். கப்பலில் ஏறியதும் உள்ளேயிருந்த புதிய சூழலுக்கு உடனே என்னைத் தகவமைத்துக்கொண்டது வியப்பாக இருந்தது. சக பயணிகளைப் பார்த்துப் புன்னகைத்தேன். அழுக்குக் கோட்டும் துணித் தொப்பியும் கழுத்துத் துண்டும் நாடா பையுமாகச் சோர்வோடு அமர்ந்திருந்த அவர்கள் எல்லோருமே எனக்குப் பழக்கமான சகாக்கள் போலவும், அவர்களோடு பல காலமாக, இதே படகில், கோல்டன் ஹார்னில் பயணம் செய்து வருவதைப் போலவும் ஓர் உணர்வு ஏற்பட்டது. படகு மெதுவாகப் புறப்பட்டதும் ஒரு பரிச்சயவுணர்வும் நகரின் மையத்தில் அமர்ந்திருப்பதான ஒரு சொந்தம் கொண்டாடும் மனநிலையும் என்னில் நிரம்பியிருந்தது. இன்னோர் எண்ணமும் மிக வலுவாக என்னை ஆக்கிரமித்துக்கொள்ளத் தொடங்கியது: மேலே காலதா பாலத்தில் வங்கி விளம்பரங்களும் தள்ளுவண்டிகளின் உச்சிகளுமாக, வேறோர் உலகம் இயங்கிக் கொண்டிருப்பது இங்கிருந்து தெரிந்தது. நகரின் பிரதான வீதிகளில் இப்போது நேரம் மதியம். காலம், மார்ச் 1972. ஆனால் இங்கே கீழிருக்கும் உலகில் நாங்கள் வேறொரு பழமையான, பரந்து விரிந்த, செறிவான காலத்தில் இருக்கின்றோம். கோல்டன் ஹார்னுக்கு அந்த மரப்படிகளில் இறங்கி வரும்போதுதான் இந்த உணர்ச்சியை முதலில் உணர்ந்தேன். முப்பது வருடங்கள் பின்னோக்கிச் சென்றுவிட்டதைப் போல. உலகின் மற்ற பாகங்களிலிருந்து இஸ்தான்புல் தனிமைப்படுத்தப்பட்டு, வளமிழந்து, அதன் சொந்தத் துயரோடு ஒன்றியைந்திருந்த ஒரு காலத்திற்கு. அச்சிறு கப்பலின் மேற்தளத்தில் கிடுகிடுத்துக்கொண்டிருந்த ஜன்னல்களின் வழியே கோல்டன் ஹார்னின் படகுத்துறை மெதுவாகக் கடந்து செல்வதையும் பழைய இஸ்தான்புல்லின் மரவீடுகள் மொய்த்திருக்கும் மேட்டுப்பகுதிகளையும் அதன் சைப்ரஸ் மரங்களடர்ந்த கல்லறைகளையும் பார்த்துக்கொண்டு வந்தேன். முடிவற்ற சரங்களாகச் சிறு தொழிற்சாலைகளும் கடைகளும் புகைப் போக்கிகளும் புகையிலைக் கிடங்குகளும் சிதிலமுற்ற பைஸான்டைன் தேவாலயங்களும்

குறுகலான நெரிசலான தெருக்களுக்கு மேலே நெடிதுயர்ந்து கம்பீரமாகத் தோற்றமளிக்கும் ஆட்டமன் மசூதிகளும் குறுக்குச் சந்துகளும் பச்சை இருள் மூடிய மேடுகளும் கப்பல் கட்டுந்துறைகளும், துருப்பிடித்த கப்பல் கட்டுமானப் பகுதிகளும் ... ஜெய்ரெக்கின் சர்ச் ஆஃப் தி பேன்டோகிரேட்டர், சிபாலியின் மாபெரும் புகையிலைக் கிடங்குகள், தூரத்தில் நிழலுருவாகத் தெரியும் ஃபதீக் மசூதிகூட, இது மதிய நேரமாக இருந்தாலும் இக்கப்பலின் நடுங்கும் சன்னல்களினூடாகப் பார்க்கையில் பழைய திரைப்படங்களில் வெளிப்புறக் காட்சிகளாகக் காட்டும் இஸ்தான்புல்லைப் போல நள்ளிரவு தோற்றத்தைத் தந்துகொண்டிருந்தன.

கப்பல் இன்ஜின் என் அம்மாவின் தையல் மெஷினைப்போல சத்தமிட்டுக் கொண்டிருந்தது. படகுத் துறையை நெருங்க, அச்சத்தம் திடீரென்று மௌனமாகி, சன்னல்கள் நடுங்குவதும் அடங்கியது. கோல்டன் ஹார்ன் அலைகளற்று மோனத்தவத்தில் அசைவற்றிருக்க, வயதான மாமிகள் ஒவ்வொருவரும் தலா ஐம்பது கூடைகள், கோழிகள், சேவல்கள் சகிதம் கப்பலில் ஏறினர். பின்னால் தெரிந்த சின்னச்சின்ன தொழிற்சாலைகளும் கிடங்குகளும் அடுக்கப்பட்டிருந்த பீப்பாய்களும் பழைய கார் டயர்களும் குதிரை வண்டிகளும் நூறு வருடங்களுக்கு முன் வரையப்பட்ட அஞ்சலட்டை ஓவியம் போலக் கருப்பு வெள்ளையில் இருந்தன. கப்பல் புறப்பட்டவுடன், மீண்டும் சன்னல்கள் நடுங்கத் தொடங்கின. எதிர்க் கரையிலிருந்த கல்லறைகளை நோக்கி சென்றுகொண்டிருந்தோம். கப்பலிலிருந்து கிளம்பும் கரும்புகை, காட்சியின் மீது முகத்திரை போர்த்தி மற்றொரு துயரப்புகைப்படம் போல மாற்றியது. வானம் ஒரு

நேரத்திற்குக் கன்னங்கரேலென்று தெரிந்தாலும் திரைப்படக் காட்சியின் ஒரு மூலையில் திடீரென்று தீப்பற்றுவதுபோல, சில்லிட்ட பனிவெளிச்சம் ஒன்று எதிர்பாரா நேரத்தில் பிரசன்னமாகிக் கொண்டிருந்தது.

இஸ்தான்புல்லின் ரகசியம் என்பது இதுதானா? அதன் மகத்தான வரலாற்றிற்கும் நிலவிவரும் ஏழ்மைக்கும் பிரம்மாண்டமாக எழுந்திருக்கும் நினைவுச்சின்னங்களுக்கும் செம்மாந்த நிலப்பரப்புக்கும் அடியில் இந்த ஏழை நகரத்தின் ஆன்மாவை ஒரு நொய்ந்த வலைப்பின்னலில் ஒளித்து வைத்திருக்கிறதோ? இங்கு ஒரு முழுச் சுற்றை நிறைவு செய்கிறோம்: இந்நகரத்தின் சாராம்சத்தைப் பற்றி எதைச் சொன்னாலும் அது எங்களின் சொந்த வாழ்வு குறித்தும் எங்களுக்கேயுரித்தான மனநிலை குறித்தும் பேசுபவையாகி விடுகிறது. எங்களைத் தவிர இந்நகரத்திற்கு மையம் என்று வேறொன்றுமில்லை.

வகுப்புக்கு மட்டம் போட்டுவிட்டு அந்த 1972ஆம் வருட மார்ச் தினத்தில் ஒரு பழைய கப்பலில் எயூப்வரை பயணம் செய்தபோது உடனிருந்த சக இஸ்தான்புல் வாசிகளோடு ஒன்றோடு ஒன்றாக என்னை உணர்ந்திருந்தது எப்படி? ஒருவேளை இந்நகரத்தின் மகத்தான ஹுசுன்னிற்குப் பக்கத்தில் எனது காதல் தோல்வியையும் வாழ்நாள்

முழுக்க என்னை உயிர்ப்போடு வைத்திருக்கும் என்று நம்பியிருந்த ஓவிய ஆர்வம் வற்றிப் போய்விட்ட சோகத்தையும் வைத்துப் பார்க்கும்போது இவையெல்லாம் பொருட்படுத்தத் தக்கவையல்லவென்று என்னை நானே சமாதானப்படுத்திக் கொள்கிறேனோ? ஆம், படுதோல்வியடைந்து, சிதிலமுற்று, துக்ககரமாகச் சமைந்திருக்கும் இஸ்தான்புல்லைப் பார்க்கும்போது என் சொந்தக் கவலைகளை மறந்துவிட முடிகிறது. ஆனால் இப்படிச் சொல்வது ஏதோ ஒரு துருக்கிய சினிமாவில் ‘வாழ்க்கையிலும் காதலிலும்‘ தோற்றுப்போகின்ற சோகக் கதாநாயகன் பேசுவது போலிருக்கிறது. என் துயரத்தை விவரிக்க இந்நகரத்தினுடையதைப் பயன்படுத்திக்கொள்ள முடியாது. என் குடும்பத்திலோ என் சுற்றத்திலோ யாரும் ஓவியனாவது, கவிஞனாவது என்றெல்லாம் தீவிரக்குறிக்கோள்களை வளர்த்துக்கொண்டிருந்ததில்லை. இந்நகரத்தின் கவிஞர்களையும் ஓவியர்களையும் பொறுத்தமட்டில், அவர்களில் பெரும்பாலோர் தமது பார்வையை மேற்கின் மீது உறுதியாக ஊன்றிக்கொண்டிருந்தவர்கள். அவர்களுடைய சொந்த நகரத்தையே அவர்களால் பார்க்க முடிந்ததில்லை. அவர்கள் நவீன காலத்திற்கும், காலதா பாலத்தின் மேலிருக்கும் வங்கி விளம்பரங்களும் ட்ராலி பஸ்களும் சூழ்ந்த உலகத்திற்கும் தம்மைச் சொந்தமாக்கிக்கொள்ள போராடிக்கொண்டிருந்தவர்கள். என்னுள் இன்னும் உயிரோடிருந்த சந்தோஷமான விளையாட்டுப் பிள்ளையின் காரணமாக இந்நகரத்திற்கு அதன் வீறார்ந்த தோற்றத்தை அளித்துவந்த துயரத்தோடு என்னை இதுவரை இசைவித்துக்கொள்ள முடிந்திருக்கவில்லை. ஒருவேளை இதிலிருந்து வெகு தூரத்திற்குத் தள்ளி நிற்கவைக்கப்பட்டவனாக நான் இருக்கக்கூடும். அதனைச் சேர்த்தணைத்துக் கொள்ளும் ஆசை இதுவரை எனக்கு ஏற்படவில்லை. அந்த உணர்வு எனக்குள் எழுவதை

உணர்ந்தால், உடனே அதற்கு எதிர்த்திசையில் ஓடி இஸ்தான்புல்லின் 'அழகு'க் காட்சிகளில் தஞ்சமடைந்து கொள்வேன்.

நமது ஆன்மீக வேதனைகளிலிருந்து நம்மைக் குணப்படுத்திட வேண்டுமென்று ஏன் ஒரு நகரத்திடம் எதிர்பார்க்கிறோம்? ஏனென்றால் நமது நகரத்தை நமது குடும்பமாகப் பார்த்து நேசிப்பதைத் தவிர்க்க முடிவதில்லை. இருந்த போதிலும் அந்நகரத்தின் எந்தப் பகுதியை நாம் வெகுவாக நேசிக்கிறோம் என்பதனையும் அதற்கான காரணங்களையும் நாம் முடிவெடுக்க வேண்டியிருக்கிறது.

கப்பல் ஹாஸ்கூயை நெருங்கும்போது, எனது சோகமான குழப்பத்தில், எனது நகரத்தோடு ஆழமாக நான் பிணைந்திருப்பதற்குக் காரணம், ஒரு வகுப்பறையில் கற்றுக்கொள்ள வேண்டியதைவிட ஆழ்ந்த ஞானத்தையும் புரிதலையும் என் நகரம் எனக்குப் பயிற்றுவித்திருக்கிறது என்றொரு எண்ணம் திரை விலக்கி பளிச்சிட்டது. கப்பலின் அதிர்ந்து உதறும் சன்னல்களின் வழியே இடிந்துபோன பழைய மரவீடுகளும் அரசாங்கத்தின் இடைவிடாத அடக்குமுறைகளாலும் அத்துமீறல்களாலும் ஏறக்குறைய காலி செய்யப்பட்டு வெறிச்சோடியிருக்கும் ஃபீனரின் பழைய கிரேக்கப் பகுதியும் தெரிந்தன. இக்கட்டிடங்களுக்கிடையே கருமேகங்களின் விளைவினால் எப்போதையும் விட அதிக மர்மத்தன்மையோடு டோப்காபி மாளிகையும் சுலைமானியே மசூதியும் இஸ்தான்புல் சிகரங்களின் நிழலுருக்களும் நகரின் மசூதிகளும் தேவாலயங்களும் தோற்றமளித்தன. இங்கே புராதனக் கற்களோடும் பழங்கால மரவீடுகளோடும் அவற்றின் அழிபாடுகளோடும் வரலாறு சமாதான உடன்படிக்கை செய்துகொண்டிருக்கிறது. அழிபாடுகள் வாழ்வைச் செறிவூட்டியிருக்கின்றன; வரலாற்றிற்குப் புதிய வாழ்க்கையைத் தந்திருக்கின்றன; படுவேகமாக என்னை விட்டு மறைந்துச் செல்லும் ஓவிய ஆர்வம் என்னை இனியும் காப்பாற்ற இருக்காது என்று தெரியும்போது, என்

நகரின் இந்தத் தரித்திரப் பிரதேசங்கள் எது நேரிடினும் எனது 'இரண்டாவது உலக'மாக இருக்கத் தயாராக உள்ளது என்ற ஒரு புதிய தைரியத்தை உணர்ந்தேன். இதைப் போன்றதொரு கவிதைக் குழப்பத்திற்காக எவ்வளவு நாட்களாக ஏங்கிக்கொண்டிருந்தேன்! என் பாட்டியின் வீட்டிலிருந்தும் பள்ளிக்கூடத்தின் சலிப்பிலிருந்தும் தப்பித்துக்கொள்வதற்காக எப்படி என் கற்பனை உலகில் தஞ்சமடைந்தேனோ அதைப் போலவே கட்டடக்கலை படிப்பில் சலிப்புற்று இஸ்தான்புல்லில் என்னை இழந்திருக்கிறேன். கடைசியில் நானும் இளைப்பாறுவதற்காக வந்து, இஸ்தான்புல்லுக்கு அழகைச் சேர்க்கும் *ஹுசுன்* – ஐ ஏற்றுக்கொள்ளவும் *ஹுசுன்* தான் இதன் தலைவிதியெனவும் ஒப்புக்கொண்டிருக்கிறேன்.

நிஜ உலகிற்குப் பெரும்பாலும் வெறும்கையோடு நான் திரும்பியதில்லை: தற்போது புழக்கத்தில் இல்லாத தொலைபேசி டோக்கனை (ரம்பப்பல் விளிம்பு கொண்டது) வீட்டுக்குப் கொண்டு வருவேன். அல்லது என்னவென்றே அடையாளம் கண்டுகொள்ள முடியாத வஸ்து ஒன்றை கண்டுபிடித்து எடுத்துக்கொண்டு நண்பர்களிடம் அதை லாடமாகவும் பாட்டில் திறப்பானாகவும் உபயோகிக்கலாம் என்று கதையளப்பேன்; ஆயிரம் வருடப் பழமையான சுவரிலிருந்து விழுந்த ஒரு செங்கல் துண்டை, அந்தக் காலத்தில் எல்லாப் பழம் பொருட்கள் கடையிலும் கிடைத்து வந்த ரஷியப் பேரரசின் வங்கி நோட்டுகளை, முப்பது வருடங்களுக்கு முன் மூடப்பட்ட கம்பெனி ஒன்றின் வில்லையை, தெருவோரக் கடையிலிருந்து எடைக்கற்களை என என் ஆர்வத்தைத் தூண்டும் எல்லாவற்றையும் சேகரித்துக்கொண்டு வருவேன். இவற்றைத் தவிர ஒவ்வொரு முறை

வெளியில் கிளம்பும்போதும் என் கால்கள் தன்னியல்பாக என்னைக் கொண்டு சேர்த்துவிடுகிற ஸஹாஃப்ளார் பழைய புத்தக அங்காடியிலிருந்து மலிவான விலையில் பழைய புத்தகங்களை அள்ளிக்கொண்டு வருவேன்... இஸ்தான்புல்லைப் பற்றிய எந்தப் புத்தகமானாலும் பத்திரிகையானாலும் – அது அச்சிட்ட எந்த விஷயமாக இருந்தாலும் நிகழ்ச்சி நிரலோ கால அட்டவணையோ முக்கியமான நிகழ்வுக்கான அனுமதிச்சீட்டோ – அவற்றை சேகரிக்கத் தொடங்கினேன். இவையனைத்தையும் என்னால் எப்போதைக்குமாக வைத்துப்பாதுகாக்க முடியாதென்று மனதின் ஒரு மூலையில் குரல் சொன்னது:

அவற்றோடு சிலநாட்கள் விளையாடிக்கொண்டிருந்துவிட்டு, பின் மறந்துபோவேன். ஒருபோதும் பணியை நிறைவுசெய்ய முடியாமற் போகும் அரும்பொருட்கள் சேகரிப்பாளர்களைப் போலவோ அல்லது கோச்சுவைப் போலத் தணியாத அறிவுத் தாகம் கொண்ட சேகரிப்பாளராகவோ என்னால் ஆக முடியாது என்று எனக்குத் தெரிந்தது. ஆனால் ஆரம்பத்தில் இவையெல்லாம் காலத்தால் அழியாத ஓர் ஓவியத்தைப் போல, அதைப் போன்ற ஓர் ஓவிய வரிசை போல, அல்லது அப்போது நான் வாசித்துக்கொண்டிருந்த தல்ஸ்தோய், தஸ்தயேவ்ஸ்கி, தாமஸ் மன் நாவல்களைப் போல மகத்தான சாதனைகளில் ஒன்றாகத் திகழப்போகிறது என்று எனக்கு நானே சொல்லிக்கொண்டிருந்தேன். நான் சேகரித்துவைத்திருக்கும் ஒவ்வொரு வினோதப் பொருளிலும் தொலைந்து போன சாம்ராஜ்ஜிய மகிமையின் கவித்துவ சோகமும் அதன் வரலாற்று எச்சமும் செறிவித்திருப்பதாக எனக்குத் தோன்றிய

காலம் ஒன்று இருந்திருக்கிறது. என் நகரத்தின் முக்கியமான ரகசியம் ஒன்றை நான் மட்டும்தான் திறந்திருக்கிறேன் என்று நம்பியிருக்கிறேன். கோல்டன் ஹார்ன் கப்பல் சன்னல்களின் வழியே பார்த்திருந்தபோது என்னை வந்தடைந்த எண்ணம் இது, இப்போது இந்நகரத்தை எனக்கு மட்டுமே சொந்தமானவொன்றாக, நான் இப்போது பார்ப்பதைப்போல வேறொருவரும் பார்த்திருக்கப் போவதில்லையென்ற நம்பிக்கையோடு, அரவணைத்துக்கொண்டிருக்கிறேன்.

இப்புதிய கவித்துவக் கண்ணோட்டத்தை வரித்துக்கொண்டதுமே இஸ்தான்புல்லுடன் தொடர்புடைய எதனையும் அனைத்தையும் தடையற்ற பாசத்தோடு துரத்தத் தொடங்கினேன். இந்த மனநிலையோடு நான் தீண்டிய ஒவ்வொன்றும் ஒவ்வொரு தகவல் துணுக்கும், ஒவ்வொரு கலைப்பொருளும் கலையம்சமிக்கதாகத் தெரிந்தன. என் உற்சாகம் வடிவதற்குமுன் இதைப் போன்றதொரு சாதாரண விஷயத்தைச் – நடுங்கும் சன்னல்களைக் கொண்டிருந்த அச்சிறிய கப்பலைப் பற்றி – சொல்லிவிடுகிறேன்.

அதன் பெயர் *கோகடாஷ்*. 1937இல் கோல்டன் ஹார்னின் ஹஸ்கூய் கப்பல் கட்டுத் துறையில் அதன் துணைக் கப்பலான *ஸாரியர்* உடன் கட்டப்பட்டது. இவற்றிற்கான 1913ஆம் வருட இன்ஜின்கள் இரண்டும் ஹியாதவ் ஹில்மி பாஷாவுக்குச் சொந்தமாக இருந்த 'நிமெத்துல்லா' என்ற சொகுசுக் கப்பலிலிருந்து எடுத்துப் பொருத்தப்பட்டவை. இந்த இன்ஜின்கள் கப்பலோடு சரியாகப் பொருந்தவில்லையென்பதால்தான் அதன் சன்னல்கள் கிடுகிடுத்துக்கொண்டிருந்தனவென்று ஊகித்துக் கொள்ளலாம். இத்தகைய விவரங்கள் என்னை ஓர் உண்மையான இஸ்தான்புல்வாசியாக உணரவைத்து, என் துயரத்திற்கு ஆழத்தை அளிக்கிறது. என்னை எயூப்பில் இறக்கிவிட்டு, தன் பயணத்தைத் தொடர்ந்த அச்சிறிய *கோகடாஷ்* மேலும் பனிரெண்டு வருடங்கள் உழைத்ததற்குப் பிறகு 1984இல் ஓய்வுபெற்றது.

எனது இலக்கற்ற நடைச் சுற்றுகளிலிருந்தும் என்னை 'தொலைத்துக்கொள்ளும்' முயற்சிகளிலிருந்தும் கொண்டுவந்திருந்த பொருட்கள் – சில பழைய புத்தகங்கள், அழைப்பு அட்டை, பழைய அஞ்சலட்டை, நகரத்தைப் பற்றிய வினோதமானதொரு தகவலைக் கொண்டிருக்கும் பொருள் – நான் மேற்கொண்ட அலைச்சல்கள் 'நிஜமானவை' என்பதற்கான அழிக்க முடியாத சான்றுகள். கனவில் கண்ட ரோஜா, விழித்தெழுந்ததும் தன் கையில் இருப்பதைக் கண்ட கோலரிட்ஜின் நாயகனைப் போலன்றி, குழந்தையாக இருந்தபோது எனக்கு வெகுவாகத் திருப்தியளித்துவந்த இரண்டாவது உலகத்தைச் சேர்ந்த பொருட்கள் அல்ல, என் ஞாபகங்களை ஊன்றியிருக்கும் நிஜஉலகத்தைச் சேர்ந்தவைதான் என்ற மனநிறைவை அளிப்பதாக இருந்தன.

கோகடாஷ் என்னை இறக்கிவிட்டிருந்த இடமான எயூப்பில் இருந்த சிக்கல் என்னவென்றால், கோல்டன் ஹார்னின் கடைசி முனையிலிருந்த இச்சிறிய கிராமம் நிஜமானவொன்றாகவே தோற்றமளிக்காததுதான். உள்முகமாகத் திரும்பிய, மர்மமான, சமயப் பற்றுள்ள, கண்கவர்

நிலக்காட்சிகளைக் கொண்ட, மறைமெய்ம்மையான ‘கிழக்குல’கத்தின் படிமமாகக் காணப்படும் இந்த இடம் யாரோ ஒருவரின் கனவைப்போல, நகரத்தின் விளிம்பில் செருகிவைத்திருக்கும் ஒருவித துருக்கிய கீழைத்தேய, முஸ்லிம் டிஸ்னி லேண்டாக இருந்தது. இதற்குக் காரணம் இது பழைய நகரத்தின் மதிற்சுவர்களுக்கு அப்பால் அமைந்திருப்பதால் பைஸான்டைன் ஆதிக்கமோ, நகரின் மற்ற பகுதிகளில் நிலவும் பல்லடுக்குக் குழப்பங்களோ தீண்டாமல் இருப்பதுதானா? இக்கிராமத்தின் நெடிய குன்றுகள் இரவு நேரத்தைச் சீக்கிரமாகவே கொண்டுவந்துவிடுகின்றனவா? அல்லது இஸ்தான்புல்லின் மகிமையிலிருந்தும் அதன் சிக்கலான உள்ளாற்றலிலிருந்தும் விலகி நிற்பதற்காகத்தான் எயுப்பில் கட்டடங்கள் வேண்டுமென்றே சின்னச் சின்னதாகக் கட்டப்படுகின்றனவா? இஸ்தான்புல்லின் தனித்துவமான கம்பீரம் அதன் புழுதியிலும் துருவேறிய கட்டடங்களிலும் புகையிலும் இடிபாடுகளிலும் விரிசல்களிலும் எச்சங்களிலும் அழிவுகளிலும் குப்பைக்கூளங்களிலும் இருப்பதால் எயுப் தனது எளிமையைச் சமயத்திலும் மறை மெய்ம்மையிலும் பின்னி வைத்திருக்கிறதா? கிழக்கைப் பற்றிய மேற்குலகின் கனவுகளுக்கு எயூப் மிக நெருக்கமாக இருப்பதற்கும் அதனை எல்லோருக்கும் பிடித்திருப்பதற்கும் காரணம் அது மையத்திலிருந்து விலகி நிற்பது; அதிகார வர்க்கத்திடமிருந்து ஒதுங்கியிருப்பது. இங்கு அரசாங்க நிறுவனங்களும் அலுவலகங்களும் இல்லாதபோதும் மேற்கிலிருந்தும் மேலைமயமாகும் இஸ்தான்புல்லிடமிருந்தும் எல்லாவித ஆதாயங்களையும் தொடர்ந்து பெற்றுக்கொண்டிருக்கும் எயுப்பின் திறமையும் இன்னொரு காரணம். இந்த இடம் மாசற்று இருப்பதாலும் கீழை உலகின் அழகான பிம்பமாக இருப்பதாலும் எவ்விதக் குறைபாடுகளும் தென்படாமல் இருப்பதாலும் பியரே லோதிக்கு எயுப் மிகவும் பிடித்துப்போய், இங்கேயே ஒரு வீட்டையும் வாங்கிக்கொண்டு குடிபெயர்ந்துவிட்டார். லோதிக்கு உவப்பாக இருந்த அம்சங்கள் எல்லாமே எனக்கு வெறுப்பூட்டுபவையாக இருக்கின்றன. கோல்டன் ஹார்னிலிருந்து பார்த்த நிலக்காட்சிகளின் அழிபாடுகளும் அதன் வரலாறும் எனக்குள் இறக்கியிருந்த இனிமையான துயரம் அனைத்தும் எயுப்பில் நுழைந்தவுடன் காற்றில் கரைந்து போயிற்று. இஸ்தான்புல்லை நான் நேசிப்பது அதன் அழிபாடுகளுக்காகவும் அதன் ஹூசுன்னிற்காகவும் ஒரு காலத்தில் திகழ்ந்து வந்து, பின் அழிந்துபோன அதன் கீர்த்திக்காகவும்தானென்று எனக்கு மெதுவாகப் புரியத் தொடங்கியது. நகரின் மற்ற பகுதிகளின் இடிபாடுகளுக்கிடையில் அலைந்து என் உற்சாகத்தை மீட்டெடுத்துக் கொள்வதற்காக எயுப்பை விட்டு அகன்றேன்.

37

அம்மாவுடன் வாக்குவாதம்: பேஷன்ஸ், எச்சரிக்கை, கலை

என் அப்பாவுக்காகக் காத்துக்கொண்டு வீட்டின் முன்னறையில் அம்மா தனியாக இருந்த இரவுகள் ஏராளம். அப்பா மாலை நேரங்களை பிரிட்ஜ் விளையாட்டு கிளப்பில் கழிப்பது வழக்கம். பின் அங்கிருந்து மற்ற இடங்களுக்குச் செல்வார். மிகத் தாமதமாக அவர் வீட்டுக்கு வரும்போது அம்மா காத்திருந்து களைப்புற்று படுக்கச் சென்றுவிடுவார். அம்மாவும் நானும் எதிரெதிரே உட்கார்ந்து இரவு உணவருந்தி முடித்ததும் (அதற்குள் அப்பா தொலைபேசியில் அழைத்துச் சொல்லிவிட்டிருப்பார்: நான் ரொம்ப பிஸியாக இருக்கிறேன், வீட்டுக்கு வர தாமதமாகும், நீங்கள் எல்லோரும் சாப்பிட்டுவிடுங்கள்) அம்மா பாலாடை நிற மேசை விரிப்பை விரித்து விளையாட்டுச் சீட்டுகளைப் பரப்பிவைத்து, எதிர்காலப் பலன்களைப் படிப்பார். ஐம்பத்தி இரண்டு சீட்டுகள் கொண்ட கட்டுகளிலிருந்து ஒவ்வொரு சீட்டையும் எடுத்து, திருப்பிப் பார்த்து, கருப்பிற்குப் பிறகு சிவப்பு வரும்படியாக மதிப்புவாரியாக அடுக்கும்போது, அவருக்கு அந்தச் சீட்டுகளின் சின்னங்களை ஆராய்வதிலோ, அந்தச் சின்னங்களை வைத்து அவருக்கான எதிர்காலத்தைக் கணிக்கும் சோதிடக்கதையை உருவாக்கிப் பார்ப்பதிலோ ஆர்வம் இருக்கவில்லையென்பது தெரியும். அது அவருக்கு வெறுமனே தனியாக விளையாடும் 'பேஷன்ஸ்' சீட்டாட்டம். அவரிடம் வந்து எதிர்காலப் பலன்களைச் சீட்டுகளிலிருந்து படித்துவிட்டீர்களா என்று நான் கேட்டால் ஒரே பதிலைத்தான் சொல்வார்:

"வருங்காலத்தைத் தெரிந்துகொள்வதற்காக இதை நான் விளையாடவில்லை என் செல்லமே. பொழுது போவதற்காக விளையாடுகிறேன். இப்போது மணி என்ன? இன்னும் ஒரு ஆட்டம் ஆடிவிட்டு தூங்கப் போய்விடுவேன்."

இதைச் சொல்லும்போது திரும்பி எங்கள் வீட்டுக்குப் புதிதாக வந்திருக்கும் கருப்பு – வெள்ளை தொலைக்காட்சிப்

பெட்டியில் ஓடிக்கொண்டிருக்கும் பழைய திரைப்படத்தை, அல்லது சென்ற வருட ரம்ஜான் பற்றி நடக்கும் விவாதத்தை (அப்போது ஒரே ஒரு சேனல்தான்; அதிலும் அரசாங்கத்தின் சார்பாகத்தான் நிகழ்ச்சிகள் இருக்கும்) ஓரக் கண்ணால் பார்த்துவிட்டு, "அதை நான் பார்க்கவில்லை, நீயும் பார்க்கப் போவதில்லையென்றால் அணைத்து விடு," என்பார்.

நான் சற்றுநேரம் அது எந்த நிகழ்ச்சியாக இருந்தாலும் பார்த்துக்கொண்டிருப்பேன். சில நேரங்களில் கால்பந்தாட்டம் ஒளிபரப்பாகும். இல்லாவிட்டால் என் குழந்தைப் பருவத்தின் கருப்பு – வெள்ளை தெருக்கள் காட்சிகளாக ஓடும். என் அறைக்குள் அடைந்து கிடக்கும் இறுக்கத்திலிருந்து எனது உள் மனத் தவிப்புகளிலிருந்து தப்பிப்பதற்காக, எனக்கு ஆர்வமற்ற நிகழ்ச்சிகளை வெறித்துக்கொண்டிருப்பேன். அம்மாவோடு பேசிக்கொண்டிருப்பேன். அம்மாவோடு அந்த நேரங்களில் பேசிக்கொண்டிருப்பது அநேகமாக தினமும் நடக்கும்.

பேச்சு சிலநேரங்களில் கடுமையான விவாதமாக மாறிவிடும். எழுந்து அறைக்குத் திரும்பி படீரென்று கதவை அறைந்து சார்த்திக்கொள்வேன். விடியும் வரை படித்துக்கொண்டிருப்பேன். குற்றவுணர்வில் படுத்துப் புரண்டுகொண்டிருப்பேன். அம்மாவோடு கோபமாக விவாதித்துவிட்டு சில நேரங்களில் வெளியே சென்றுவிடுவேன். இஸ்தான்புல்லின் எலும்பைத் தொடுகின்ற குளிர் இரவுகளில் டாக்ஸிம்மிலும் பேயோலுவிலும் இடைவிடாமல் புகைபிடித்தபடி அலைந்துகொண்டிருப்பேன். குளிர் எலும்பை நொறுக்கும்படி அதிகரித்ததும் அந்தக் கும்மிருட்டு சந்துகளிலிருந்து வெளியேறி வீட்டுக்கு வரும்போது அம்மாவும் நகரத்தில் எல்லோரும் தூங்கிவிட்டிருப்பார்கள். விடியற்காலை நான்கு மணிக்குத் தூங்கச் செல்வதும் மதியம்வரை தூங்குவதும் அப்போது ஆரம்பித்த பழக்கம்தான். இது அடுத்த இருபது வருடங்களுக்குத் தொடர்ந்தது.

அந்தத் தினங்களில் நானும் அம்மாவும் – சில சமயங்களில் வெளிப்படையாகவும் சில சமயங்களில் மறைமுகமாகவும் – விவாதித்து வந்த விஷயம் நிச்சயமில்லாமலிருக்கும் எனது எதிர்காலத்தைப் பற்றி. 1972ஆம் வருட குளிர்காலம் முழுதும் அதாவது எனது இரண்டாம் வருட கட்டடக்கலை படிப்பின் நடுவில், கல்லூரிக்குச் செல்வதை ஏறக்குறைய நிறுத்திவிட்டிருந்தேன். குறைந்தபட்ச வருகைப் பதிவிற்காக, கல்லூரியிலிருந்து நீக்கம் செய்துவிடுவதைத் தவிர்ப்பதற்காகத் தேவைப்பட்ட ஒரு சில நாட்களுக்கு மட்டும் 'டாஷ்கிஷ்லா ஆர்க்கிடெக்சர் ஃபேகல்டி'க்கு சென்று வந்தேன்.

'நான் ஆர்க்கிடெக்ட்டாக ஆகவில்லையென்றாலும்கூட, ஒரு பட்டதாரி ஆகிவிடுவேன்' என்று சில நேரங்களில் சொல்லிக்கொள்வேன். அப்பாவும் என்னுடைய சில நண்பர்களும் சொல்வதுதான் இது. இவர்கள்தான் என்னைக் கெடுப்பதாக அம்மா நினைத்தார். எங்களுக்கு நடுவே நிகழ்ந்த விவாதங்களில் அம்மாவுக்கு இவர்கள் மேலிருக்கும் எரிச்சல் புலப்படும். ஓவியம் வரைதலில் இருந்த காதலும் என்னிடம் வற்றிப்போய், ஒரு மாபெரும் சூனியம் எனக்குள் குடிபுகுந்திருப்பதை

என் ஒவ்வொரு அணுவிலும் உணர முடியும்போது நான் ஒரு கட்டடக்கலைஞனாவேன் என்று எப்படி நம்பிக்கை கொள்ள முடியும்? அது நிச்சயமாக நடக்கப் போவதில்லையென்று உள்மனதில் உணர்ந்தேன். அதே நேரத்தில் விடியும்வரை புத்தகங்களைப் படித்தபடியோ டாக்ஸிம், பேயோலு, பெஷிக்டாஷ் தெருக்களில் சுற்றியபடியோ காலத்தைக் கழித்துக்கொண்டிருக்க முடியாது என்பதையும் அறிந்திருந்தேன். சில நேரங்களில் கலவரத்துடன் சடாரென்று மேஜையிலிருந்து துள்ளியெழுந்து அம்மாவிடம் நிர்தாட்சண்யமாகச் சில விஷயங்களைச் சொல்ல முயல்வேன். எதற்காக இப்படியெல்லாம் நடந்துகொள்கிறேனென்று தெளிவாக விளங்காவிட்டாலும் இருவரும் ஒருவரையொருவர் உடன்பட வைப்பதற்காக இப்படிக் கண்ணைக் கட்டிக்கொண்டு சண்டை போட்டுக்கொண்டிருக்கிறோம் என்று மட்டும் புரிந்தது.

“நான் சின்ன வயதில் உன்னைப்போலத்தான் இருந்தேன்”, என்பார் அம்மா. என்னை வெறுப்பேற்றுவதற்காகத்தான் இப்படிச் சொல்கிறார் என்று பிற்பாடு நினைத்துக்கொண்டேன். “உன்னைப் போலவே வாழ்க்கையை எதிர்கொள்ளாமல் ஓடிக்கொண்டிருந்தேன். உன் சித்திகள் எல்லோரும் பல்கலைக்கழகத்தில் இருந்தபோது நான் மட்டும் வீட்டில் உட்கார்ந்துகொண்டு, *Illustration* பத்திரிகை படித்துக்கொண்டிருப்பேன்.” சிகரெட்டை ஆழமாக இழுத்துக்கொண்டு, அவர் வார்த்தைகள் என்னிடம் ஏதாவது விளைவை உண்டாக்குகிறதாவென்று என் முகத்தில் தேடுவார். “எனக்குத் தயக்கம், வாழ்க்கையை நினைத்து பயம்.”

இதைச் சொல்லும் போது ‘உன்னைப்போலவே’ என்பதையும் உள்ளே வைத்துத்தான் சொல்கிறார் என்று தெரியும். கோபம் எனக்குள் கொதிக்க, என்னை நிதானப்படுத்திக்கொள்வதற்காக ‘அவர் என் நன்மைக்காகத்தான் இதையெல்லாம் சொல்கிறார்’ என்ற எண்ணத்தை வலுக்கட்டாயமாக மனதில் ஓட்டிக்கொள்வேன். ஆனால் அம்மா சொல்வதெல்லாம் பரவலாக எல்லோரும் கொண்டிருக்கும் கருத்துதான். அவரும் அதைப்போலத்தான் நினைக்கிறார் என்பது என் இதயத்தை உடைப்பதாக இருக்கும். தொலைக்காட்சியிலிருந்து பார்வையை பாஸ்ஃபரஸ்ஸில் செல்லும் கப்பல்களின் விளக்குகளுக்குத் திருப்ப, இந்த சனாதன உபதேசங்கள் தலைக்குள் சுற்றிச்சுற்றி வந்து என் வெறுப்பை உலகளவுக்கு விரிக்கும்.

அம்மாவின் வாயிலிருந்து வந்த வார்த்தைகள் அல்ல இவை. அவர் எப்போதுமே வெளிப்படையாக இதையெல்லாம் சொன்னதில்லை. இஸ்தான்புல்லின் சோம்பேறி பூர்ஷ்வாக்களும் அவர்களைப் போலவே சிந்திக்கும் நாளிதழ் கட்டுரையாளர்களும் தமது திக்காரமான மருள்நோக்குப் பிரசங்கத்தின் இறுதியில் இப்படி முடிப்பார்கள்: ‘இப்படிப்பட்ட ஓர் இடத்திலிருந்து நல்லதாக எதுவுமே பிறக்காது.’

இந்நகரத்தின் மனத்திட்பத்தைப் பல்லாண்டுகளாக முடக்கி வைத்திருக்கும் துயரத்தால் விளைந்த கசப்புணர்வு இது. துயரம் என்பது இழப்புகளாலும் வறுமையாலும் உண்டாவதென்றால் நகரின் செல்வந்தர்களிடமும் அது எப்படி உறைந்திருக்கிறது? அதற்குக் காரணம், அவர்கள் செல்வந்தர்களானது தற்செயலான விபத்து என்பதினால்

இருக்கலாம். அவர்கள் போலி செய்கிற மேலை நாகரிகத்திற்கு இணையாக அற்புதமான எதனையும் அவர்களால் உருவாக்கிட முடியவில்லை என்பதும் மற்றொரு காரணமாக இருக்கலாம்.

என் அம்மாவின் விஷயத்தில், அவர் வாழ்நாள் முழுக்க பேசிவந்த இந்த எதிர்மறையான, மத்தியவர்க்க உளறலுக்கும், அவரது ஜாக்கிரதையுணர்ச்சிக்கும் அடிப்படையான காரணங்கள் சில இருந்தன. அவர்களுக்குத் திருமணமாகி, அண்ணனும் நானும் பிறந்ததற்குப் பிறகு, அப்பா இரக்கமேயின்றி அம்மாவைப் புண்படுத்தி வந்திருக்கிறார். திடீர்திடீரென்று அவர் காணாமற் போய்விடுவதையும் குடும்பம் மெதுவாக, ஆனால் நிச்சயமான வேகத்தில், பெரும் தரித்திரத்திற்குள் மூழ்கி வருவதையும் அவர் எதிர்பார்த்திருக்கவில்லை. அவற்றிற்கான எந்த அறிகுறிகளும் கல்யாணத்திற்கு முன் அம்மாவின் கண்களில் பட்டிருக்கவில்லை. இத்தகைய துரதிருஷ்டங்கள்தாம் அவர் சமூகத்தை எதிர்கொள்ள நேரிடும்போது ஓர் அதீத எச்சரிக்கைக் கவசத்தை அணிந்துகொள்ள வைக்கிறது என்று எப்போதுமே எனக்குத் தோன்றியிருக்கிறது. எமது இளம் வயதில் என்னையும் அண்ணனையும் பேயோலுவிற்கு ஷாப்பிங்கிற்கோ சினிமாவுக்கோ பூங்காவிற்கோ கூட்டிச்செல்லும்போது யாராவது ஆண்கள் அவரைக் கவனிப்பதை உணர்ந்தாரென்றால் சகலத்தையும் சுருக்கிக்கொணடு மானசீக பாதுகாப்புக் கூண்டுக்குள் புகுந்துகொள்வதைப் பார்த்திருக்கிறேன். எங்கள் குடும்பத்தினரைத் தவிர வேறு யாரிடமும் அவர் இயல்பாகப் பேசியதில்லை. தெருவில் நானும் என் சகோதரனும் எதற்காவது வாதம் செய்யத் தொடங்கினால், அவருக்குக் கோபத்தையும் சங்கடத்தையும் மீறி எங்களைப் பாதுகாக்க வேண்டுமென்ற முனைப்புதான் அவரிடமிருந்து வெளிப்படும்.

அம்மா தொடர்ந்து என்னிடம் இறைஞ்சிக் கேட்டுக்கொண்டிருக்கும் 'மற்றவர்களைப் போல இயல்பாக, சாதாரணமாக இரு' என்ற கெஞ்சலில் இந்த எச்சரிக்கையுணர்வை உணர்ந்திருக்கிறேன். இந்தக் கோரிக்கை மரபார்ந்த அறக்கோட்பாட்டை உள்ளடக்கியது – பணிவோடு இருப்பதன் முக்கியத்துவம், உனக்கு என்ன வாய்த்திருக்கிறதோ அதைக்கொண்டு திருப்தியடைவது, மொத்த கலாச்சாரத்திலும் ஆழ்ந்த பாதிப்பை ஏற்படுத்தியுள்ள ஸூஃபி மரபின் கடுநோன்பு முறைகளை வழுவுவது – ஆனால் அவர் வரித்துக்கொண்ட இந்தக் கண்ணோட்டம், ஏன் ஒருவன் திடீரென்று கல்லூரிக்குச் செல்வதை நிறுத்த வேண்டும் என்பதை அவருக்குப் புரியவைக்கக்கூடியதாக இல்லை. எனது முக்கியத்துவத்தை மிகையாகக் கற்பனை செய்துகொண்டிருக்கிறேன்; எனது அறம் சார்ந்த, அறிவுசார்ந்த இச்சைகளை மிகவும் தீவிரமாக எடுத்துக்கொண்டிருக்கிறேன்; நேர்மை, ஒழுக்கம், தளரா ஊக்கம் போன்ற நற்குணங்களை வளர்த்துக்கொண்டு எல்லோரையும் போல நான் இருக்க வேண்டும்: இதுதான் அவரது கருத்து. கலை, ஓவியம், படைப்பாற்றல் – இவையெல்லாம் ஐரோப்பியர்கள் மட்டுமே தீவிரமாக எடுத்துக்கொள்ள தகுதி படைத்தவர்கள் என்பதுதான் அம்மா சொல்லாமல் சொல்கின்ற அறிவுரை. இருபதாம் நூற்றாண்டின் பின் பாதியில் இஸ்தான்புல்லில், ஏழ்மையில் வீழ்ந்து, வலுவிழந்து, மனவுரத்தையும் ஊக்கத்தையும்

தொலைத்துவிட்டிருக்கும் ஒரு கலாச்சாரத்தில் இருக்கின்ற எனக்கு உரித்தானவையல்ல இவையெல்லாம். 'இப்படிப்பட்ட ஓர் இடத்திலிருந்து நல்லதாக எதுவுமே பிறக்காது' என்பதை எப்போதும் என் கவனத்தில் கொண்டிருந்தால், நிம்மதியான மனதோடு அமைதியாக வாழ முடியும்.

வேறு சில சமயங்களில், தனது நிலைப்பாட்டைக் கௌரவப் படுத்துவதற்காக அம்மா எதற்காக எனக்கு ஓரான் என்று பெயரிட்டதாகச் சொல்வார். மற்றெல்லா ஆட்டமன் சுல்தான்களைவிடவும் அவருக்கு சுல்தான் ஓரானைத்தான் மிகவும் பிடிக்கும். சுல்தான் ஓரான் பிரம்மாண்டமான திட்டங்கள் எதனையும் நிறைவேற்றவில்லை. தனது புகழைத் தம்பட்டம் அடித்துக்கொள்ளவில்லை. பதிலாக ஆடம்பரமற்ற எளிமையான வாழ்க்கையை அவர் வாழ்ந்தார். அதனால்தான் வரலாற்று நூல்கள் இரண்டாம் ஆட்டமன் சுல்தானான அவரைப் பெருமதிப்போடு புகழ்கின்றன. இதையெல்லாம் சொல்லும்போது அம்மாவின் முகத்தில் புன்னகை படர்ந்திருக்கும். அந்த முகபாவத்தில் தெரியும் செய்தி, இந்த உயர்ந்த குணங்களையெல்லாம் எதற்காக முக்கியமானவையென்று அவர் கருதுகிறார் என்பதை நான் புரிந்துகொள்ள வேண்டும் என்பதுதான்.

இஸ்தான்புல் வழங்கும் உருக்குலைந்த, தாழ்நிலையான, துயரார்ந்த வாழ்க்கையை ஏற்றுக்கொள்ள முடியாமலும் ஒரு சராசரியான உப்புச்சப்பற்ற வாழ்க்கையை வாழ்வதுதான் சுகம் என்று அம்மா அதை என் தலைமேல் சுமத்துவதைத் தாங்க முடியாமலும்தான் அப்பாவின் வருகைக்காக அவர் காத்திருக்கும் இரவு நேரங்களில் அவருடன் வாக்குவாதத்தில் ஈடுபட்டேன். சில நேரங்களில் 'எதற்காக மீண்டும் மீண்டும் அம்மாவோடு வாக்குவாதம் செய்துகொண்டிருக்கிறேன்?' என்று என்னை நானே கண்டித்துக்கொண்டாலும் சமாதானமடையாமல் மனம் கொந்தளித்தபடியே இருப்பது ஏனென்று புரியாது.

சீட்டுகளை வேகவேகமாக புரட்டிப்போட்டுக்கொண்டே, "சின்ன வயதில்கூட இப்படித்தான் பள்ளிக்கு மட்டம் போட்டுவிடுவாய்," என்பார். "கேட்டால் 'உடம்பு சரியில்லை' என்பாய், 'வயிறு வலிக்கிறது, காய்ச்சலாக இருக்கிறது" என்பாய். நாம் சிஹாங்கிரில் இருந்த போது இதுவே உனக்கு வழக்கமாக இருந்தது. அதனால் ஒருநாள் காலை, பள்ளிக்குக் கிளம்பும் நேரத்தில் 'எனக்கு உடம்பு சரியில்லை, பள்ளிக்குப் போகமாட்டேன்' என்று சொன்னபோது, நான் சத்தம் போட்டேன், உனக்கு ஞாபகம் இருக்கிறதா? 'உடம்பு சரியில்லாமல் இருந்தாலும் சரி, நன்றாக இருந்தாலும் சரி, நீ இப்போது கிளம்புகிறாய், நேராகப் பள்ளிக்குப் போகிறாய், வீட்டில் இருக்கக் கூடாது' என்றேன்."

கதையின் இந்தக் கட்டத்தில் எப்போதும் போல அம்மா சற்று நிறுத்துவார். நான் எரிச்சலடைந்திருக்கிறேன் என்று தெரிந்திருப்பதாலோ என்னவோ புன்னகைப்பார். பிறகு சற்று மௌனம். சிகரெட்டிலிருந்து ஆழமாகப் புகையை இழுத்துக்கொண்டு, என்னை நேராகப் பார்க்காமல், குரலில் ஒருவித ராகத்தோடு, "அதற்குப் பிறகு ஒருநாள்கூட 'உடம்பு சரியில்லை, பள்ளிக்குப் போகமாட்டேன்' என்று நீ சொன்னதில்லை," என்பார். ஆனால் அன்று எனக்குள் ஒன்று வெடித்தது:

“அப்படியென்றால் இப்போது சொல்கிறேன்,” என்றேன் முரட்டுத்தனமாக. “அந்த ‘ஆர்க்கிடெக்சர் ஃபேகல்டி’ இனி ஒருபோதும் அடியெடுத்து வைக்கமாட்டேன்.”

“அப்படியானால் என்ன செய்யப் போகிறாய்? என்னைப் போல வீட்டிலேயே உட்கார்ந்திருக்கப் போகிறாயா?”

இந்த வாக்குவாதத்தை வளர்த்துக்கொண்டே சென்று, கதவை அறைந்து மூடிவிட்டு, பேயோலுவின் இருட்டுச் சந்துகளில் வெகுநேரத்திற்கு, தனியாக, பாதி போதையில், பாதி பைத்தியமாக, சிகரெட்டை வரிசையாகப் பிடித்தபடியே சுற்றியுள்ள எல்லோரையும் எல்லாவற்றையும் வெறுத்தபடி அலைய வேண்டுமென்ற வெறி மெதுவாக உயர்ந்தது. அந்த நாட்களில் இப்படி இலக்கில்லாமல் அலைவது பல மணி நேரங்களுக்கு நீடிக்கும். சில நேரங்களில் கடை சன்னல்கள், உணவகங்கள், பாதி வெளிச்சத்தில் காபி கடைகள், பாலங்கள், திரையரங்குகளின் வாயில்கள், விளம்பரங்கள், எழுத்துக்கள், குப்பைகள், சேறு, நடைபாதையோரத்தில் தேங்கிய நீரில் வீழும் மழைத்துளிகள், நியான் விளக்குகள், கார் விளக்குகள், குப்பைத் தொட்டிகளைப் புரட்டும் தெருநாய்க்கும்பல் என வெறித்துக்கொண்டே வெகு நேரம் அலைந்த பிறகு திடீரென இன்னொரு இச்சை புறப்படும். உடனே வீட்டுக்கு விரைந்து, பார்த்தவை, மனதில் பதிந்த பிம்பங்கள் எல்லாவற்றையும் எழுத வேண்டும் என்று தோன்றும். இந்த இருண்மையுணர்வை, இந்த சோர்வுற்ற, மர்மமான குழப்பத்தைத் துல்லியமாகச் சொற்களில் மாற்றிப்பார்க்க வேண்டுமென்ற துடிப்பு ஆட்கொள்ளும். ஓவியம் வரைவதற்குக் கொஞ்ச நாட்களுக்கு முன்புவரை கூட என்னைப் பிடித்து அலைக்கழித்த அந்தச் சந்தோஷமான, தவிப்பைப் போலவே இந்தத் துடிப்பும் இருந்தது. ஆனால் இதை எப்படி பயன்படுத்திக் கொள்வது என்று நிச்சயமாகத் தெரியவில்லை.

“லிஃப்ட் சத்தமா கேட்கிறது?” அம்மா கேட்டார்.

இருவரும் பேச்சை நிறுத்திவிட்டு உற்றுக் கேட்டோம். லிஃப்ட் வருவதற்கான எந்த அறிகுறியும் இல்லை. அம்மா மீண்டும் சீட்டுகளைப் புதிய வேகத்தோடு புரட்டத் தொடங்க, அவரை வியப்புடன் பார்த்தேன். அம்மா இவ்வளவு வேகத்தோடு, லாவகமாகவும் எல்லாவற்றையும் கையாள்வதைச் சிறுவனாக ஆச்சரியத்துடன் பார்த்திருக்கிறேன். அவரது துடிப்பான செயல்வேகம் பார்ப்பதற்கு இதமாக இருக்கும். ஆனால் இப்போது மனதின் உணர்ச்சிகளைக் கொட்டிவிடாமல் இருப்பதற்காக இப்படி வேகவேகமாகக் காரியமாற்றுவதைப் பார்க்க வேதனையாக இருந்தது. அவரை இந்த நிலையில் எப்படிக் கணிப்பதென்று விளங்கவில்லை. அளவற்ற அன்புக்கும் கோபத்திற்கும் இடையில் நான் சிக்கியிருப்பதை உணர்ந்தேன்.

அப்பா அவருடைய ஆசைநாயகியை மெஸிடியிக்கூவில் சந்திக்கும் இடத்தை ஒரு நீண்ட ஆராய்ச்சிக்குப் பிறகு நான்கு மாதங்களுக்கு முன்புதான் அம்மா கண்டு பிடித்திருந்தார். வீட்டு உரிமையாளரிடமிருந்து வெகு சாமர்த்தியமாக மாற்றுச் சாவியை வாங்கிக்கொண்டு வந்து, காலியாக இருந்த அந்த அபார்ட்மென்ட்டைத் திறந்து பார்த்திருக்கிறார். அங்கு பார்த்தவற்றைப் பின்னர் என்னிடம் உணர்ச்சியற்ற குரலில் வர்ணித்துமிருக்கிறார். அப்பா வீட்டில் அணிகிற பைஜாமா அந்த இன்னொரு படுக்கையறையில் தலையணை மீது அமர்ந்திருந்ததாம். வீட்டில் படுக்கை மேஜையில் அவர் அடுக்கியிருப்பதைப் போன்றே பிரிட்ஜ் விளையாட்டுப் புத்தகங்கள் அந்த அறையிலும் அடுக்கியிருந்தாராம்.

அம்மா அவர் பார்த்ததை வெகுநாட்கள் யாரிடமும் சொல்லாமலேதான் இருந்தார். சில மாதங்கள் கழித்து, வழக்கம் போல ஒரு நாள் இரவு ‘பேஷன்ஸ்’ ஆடிக்கொண்டே, புகைபிடித்தபடி, ஓரக்கண்ணால் தொலைக்காட்சியையும் பார்த்துக்கொண்டிருந்தபோது, என் அறையிலிருந்து அவரிடம் வந்தேன். இன்னொரு வாக்குவாதத்தை நான் ஆரம்பிப்பதற்கு முன் அம்மா சற்றும் எதிர்பார்க்காத இந்தக் கதையைத் திடீரென்று போட்டு உடைத்தார். என் வேதனையைக் கண்டு பாதியிலேயே சொல்வதை நிறுத்தினார். இருந்தாலும் ஒவ்வொரு முறையும் அதைப்பற்றி நினைக்கும்போது, என் அப்பா இன்னொரு வீட்டுக்குச் சென்று வருகிறார் என்ற எண்ணம் என்னை நடுங்கவைத்துக் கொண்டிருந்தது. என்னால் ஒருபோதும் ஆற்ற முடியாத ஒரு விஷயம் அவருக்குச் சாத்தியமாகியிருப்பதைப் போல எனக்குத் தோன்றியது. அவர் தனது இரட்டையை, தனது மறுபிரதியை, கண்டு கொண்டிருக்கிறார். அந்த மற்றொரு அப்பாவின் பிரதியோடு இருப்பதற்காகத்தான் – அவர் காதலியோடு இருப்பதற்கல்ல – அந்த இன்னொரு வீட்டுக்குத் தினமும் செல்கிறார்; இந்தப் பிம்பம் என் வாழ்வில், என் ஆன்மாவிற்குள், ஏதோவொன்று குறைபட்டதாக இருக்கிறது என்பதை நினைவூட்டியது.

இன்னொரு புதிய சுற்றை ஆரம்பித்தபடியே, “நீ எப்படியும் கல்லூரிப்படிப்பை முடிக்க ஒரு வழியைத் தேடிக்கொள்ள வேண்டும்,” என்பார். “ஓவியம் வரைந்து மட்டும் உன்னால் பிழைக்க முடியாது. வேலை

என்ற ஒன்று உனக்கு இருந்தே ஆக வேண்டும். நாமும் முன்னைப்போல அவ்வளவு பணக்காரர்களாக இல்லை, இப்போது."

"அப்படியொன்றும் இல்லை," என்றேன் வெடுக்கென்று. நான் வேலைக்கே போகாமல் இருந்தாலும்கூட என் பெற்றோர்கள் என்னைக் காப்பாற்றுவார்கள் என்று வெகுநாட்களுக்கு முன்பே தெரிந்து வைத்திருந்தேன்.

"வெறுமனே ஓவியம் வரைந்துகொண்டே பிழைத்துவிடலாம் என்று சொல்கிறாயா?"

அம்மா கோபத்தோடு சிகரெட்டைச் சாம்பல் குடுவையில் நசுக்கிய விதத்திலிருந்தும அந்தக் குரலில் தென்பட்ட இணக்கமும் கேலியும் கலந்த தொனியிலிருந்தும் ஒரு முக்கியமான விஷயத்தைப் பேசிக்கொண்டிருக்கும்போதே சீட்டுக்கட்டுகளை அவர் பிரித்துப் போட்டுக்கொண்டிருக்கும் விதத்திலிருந்தும் எங்கள் விவாதம் எந்த முடிவை நோக்கிச் சென்றுகொண்டிருக்கிறது என்பதை உணர்ந்தேன்.

"இது பாரீஸ் அல்ல, இஸ்தான்புல்," என்றார் அம்மா. குரலில் இளக்காரமான மகிழ்ச்சிகூட இருந்தது. "நீ உலகத்திலேயே சிறந்த ஓவியனாக இருந்தாலும்கூட ஒருவரும் திரும்பிக்கூடப் பார்க்கமாட்டார்கள். உன் வாழ்க்கையைத் தனியாகக் கழிக்க வேண்டியிருக்கும். ஒரு நல்ல, பிரகாசமான தொழிலைத் துறந்துவிட்டு எதற்காக ஓவியத்தைத் தேர்ந்தெடுத்தாய் என்று யாருமே புரிந்துகொள்ளமாட்டார்கள். கலையையும் ஓவியத்தையும் மதிக்கின்ற செல்வச் சமூகமாக நாம் இருந்திருந்தால் பரவாயில்லை.

ஆனால் ஐரோப்பாவிலே கூட வான்காவும் காகினும் எப்படி நொடிந்து போயிருந்தார்களென்று எல்லோருக்கும் தெரியும்."

ஐம்பதுகளில் என் அப்பா பெரிதும் நேசித்திருந்த இருத்தலியல் இலக்கியங்களைப் பற்றி அவர் சொன்ன கதைகளையெல்லாம் அம்மா இன்னும் ஞாபகம் வைத்திருக்கிறார் என்று தெரிந்தது. வீட்டில் ஒரு கலைக்களஞ்சிய அகராதிகூட இருந்தது. பக்கங்கள் மஞ்சடைந்து, அட்டை கிழிந்து இருக்கும். அம்மா அதிலிருந்து பல தகவல்களை எனக்காகச் சேகரித்துவைத்திருக்கிறார் போல. அதனால் அதை வைத்தே அவரைத் தாக்கினேன்.

"ஓஹோ, உங்கள் *Petit Larousse* எல்லாக் கலைஞர்களும் கிறுக்கர்கள் என்று சொல்கிறதோ?"

"எனக்குத் தெரியவில்லையே, மகனே. ஒருவன் மிகத்திறமையானவனாகவும் கடினமாக உழைப்பவனாகவும் அதிர்ஷ்டசாலியாகவும் இருந்தால் ஐரோப்பாவில் புகழ்பெற்றுவிடலாம். ஆனால் துருக்கியில் அவனை யாரும் கண்டுகொள்ளமாட்டார்கள், கடைசியில் பைத்தியமாகி அலைவான். தயவுசெய்து தவறாக எடுத்துக்கொள்ளாதே. இதையெல்லாம் இப்போது உனக்குச் சொல்வதற்குக் காரணம், பிற்காலத்தில் நீ வருத்தப்படக் கூடாது என்பதற்காகத்தான்."

ஆனால் இப்போது எனக்கு வருத்தமாக இருந்தது. அதுவும் இவ்வளவு புண்படுத்தும் வார்த்தைகளை 'பேஷன்ஸ்' ஆடிக்கொண்டே, சீட்டைப்புரட்டி வருங்காலப் பலன்களைப் படித்துக்கொண்டே அவர் சொல்லிக்கொண்டிருந்தது வருத்தத்தோடு அவமானத்தையும் உண்டாக்குவதற்காக இருந்தது.

என்னை மேலும் புண்படுத்துவதற்காக எதையாவது சொல்வார் என்ற எதிர்பார்ப்போடு, "நான் என்ன தவறாக நடந்துகொள்வதாகச் சொல்கிறீர்கள்?" என்றேன்.

"உனக்கு மனரீதியாக ஏதோ சிக்கல் இருப்பதாக மற்றவர்கள் பேசிவிடக் கூடாது என்பதுதான் என் கவலை," என்றார் அம்மா. "அதனால்தான் நீ கல்லூரிக்குச் செல்வதில்லை என்ற தகவல் என் நண்பர்களுக்குத் தெரியாமல் பார்த்துக்கொள்கிறேன். உன்னைப் போன்ற ஒருவன் எதற்காகப் பல்கலைகழக படிப்பை உதறிவிட்டு ஓவியம் வரையப் போக வேண்டும் என்பதை அவர்களால் புரிந்துகொள்ள முடியாது. உனக்குப் புத்தி மாறாட்டமாகிவிட்டது என்று நினைப்பார்கள். உன் முதுகிற்குப் பின்னால் புறணி பேசுவார்கள்.

"அவர்களை என்னவேண்டுமானாலும் பேசிக்கொள்ளச் சொல்லுங்கள். அம்மாதிரியான மடையர்களுக்காக நான் எதையும் விட்டுக்கொடுக்க முடியாது."

"அந்த மாதிரியெல்லாம் நீ எதுவும் செய்யமாட்டாய். கடைசியில், சின்னப்பையனாக இருந்தபோது பையைத் தூக்கிக்கொண்டு பள்ளிக்குச் சென்றுவிட்டதைப் போல இப்போதும் சென்றுவிடுவாய்."

"அப்படியெல்லாம் கிடையாது. நிச்சயமாக நான் ஆர்க்கிடெக்டாக ஆகப்போவதில்லை," என்றேன்.

"இன்னும் இரண்டு வருடங்கள் மட்டும் படித்து முடித்துவிடு. கையில் பல்கலைக்கழகப் பட்டம் ஒன்றை வாங்கிக்கொண்டு, அதன்பிறகு ஆர்க்கிடெக்டாவதோ ஓவியனாவதோ முடிவு செய்துகொள்."

"முடியாது."

"நீ கட்டடக்கலை படிப்பிலிருந்து நிற்பதைப் பற்றி நூர்சிஹான் என்ன சொல்கிறாள் என்று சொல்லட்டுமா?" என்றார். அவருடைய உதவாக்கரை சிநேகிதி ஒருவர் என்னைப் பற்றிச் சொல்கிற அபிப்பிராயத்தைச் சொல்லிக் காட்டினால் நான் புண்படுவேன் என்று அம்மாவுக்குத் தெரியும். "உன் அப்பா கண்ட பெண்களோடு சுற்றிக்கொண்டிருப்பதால் அவருக்கும் எனக்கும் நடக்கிற சண்டைகளால் நீ பாதிக்கப்பட்டிருப்பதாக, குழம்பிப் போயிருப்பதாகச் சொல்கிறாள்."

"உங்களுடைய மரமண்டை மேல்தட்டு சிநேகிதிகள் என்னைப் பற்றி என்ன சொன்னாலும் எனக்கு அக்கறையில்லை," என்று கத்தினேன். அம்மா என்னைத் தூண்டிவிடுகிறார் என்று தெரிந்துகொண்டே அவர் விரித்த வலைக்குள் நுழைந்தேன். இனி நிழல் விளையாட்டு இல்லை, நேரடித் தாக்குதல்தான்.

"உன்னிடம் இருக்கும் இந்தக் கம்பீரச் செருக்கு எனக்கு மிகவும் பிடிக்கும் மகனே," என்றார் அம்மா. "வாழ்க்கையில் முக்கியமானது கௌரவம்தான், இந்த அசட்டுக் கலை அல்ல. ஐரோப்பாவில் கலைஞர்களுக்குப் பெருமையும் மதிப்பும் உண்டு. ஏனென்றால் அவர்கள் கலைஞர்களை வியாபாரியாகவோ வழிப்பறிக் கொள்கைக்காரனாகவோ பார்ப்பதில்லை. கலைஞர்கள் என்பவர்கள் விசேஷமானவர்கள் என்று அங்கே அங்கீகரிக்கிறார்கள். இதைப் போன்ற ஒரு தேசத்தில் உன் கௌரவத்தையும் காப்பாற்றிக்கொண்டு ஓர் ஓவியனாக உன்னால் காலம் தள்ள முடியுமென்று நினைக்கிறாயா? இங்கேயுள்ளவர்கள் உன்னை மதிக்க வேண்டுமென்றால், கலை என்றால் என்னவென்றே தெரியாத இவர்கள் உன் ஓவியங்களை வாங்க வேண்டுமென்றால், நீ அரசாங்கத்தையும் செல்வந்தர்களையும் அரைவேக்காட்டு பத்திரிகைகாரர்களையும் அண்டிப் பிழைத்தாக வேண்டும். உனக்கு இதெல்லாம் சரிப்படுமா?"

தலையைச் சுற்றவைக்கும் வீரியத்தோடு எனக்குள் எழுந்த வெறி என்னை என்னிடமிருந்து வெளியே தள்ளியது. வீட்டை விட்டு வெளியேறித் தெருவில் இறங்கி ஓடவேண்டும் போல என்னை ஆக்கிரமித்த இச்சையின் பிரமாண்டம் என்னையே ஆச்சரியப்படுத்தியது. உந்துதலை அடக்கிக்கொண்டு அமர்ந்திருந்தேன். இன்னும் சற்று நேரத்திற்கு இந்தச் சொற்போரை நீட்டித்து, என்னால் முடிந்தவரை எல்லாவற்றையும் நாசப்படுத்தி, என் சக்தியனைத்தையும் பிரயோகித்து அம்மாவை எதிர்த்து, புண்பட்டு, பதிலுக்குப் புண்ணாக்கி, இருவரும் தத்தமது மிகமோசமான ரூபங்களை வெளிக்காட்டிக் கொண்டுவிட்டாலும் அதன் பிறகு எப்படியும் கதவை உதைத்துத் திறந்துகொண்டு வெளியேறி, இருட்டில், இரவின் அழுக்கில், வெறிச்சோடிய சந்து பொந்துகளில் அலைந்துகொண்டுதான் இருக்கப்போகிறேன். கால்கள் அந்தக் கரடுமுரடான நடைபாதைகளில்

என்னை செலுத்திச்செல்லும். சோகையான விளக்குகளுடன் அல்லது விளக்குகளே இல்லாத விளக்குக் கம்பங்களைத் தாண்டி, உருளைக் கற்கள் பதித்த குறுகலான சந்துகளின் துயர வெளியில் நுழையும்போது, இத்தகையதொரு சோகமான, அழுக்கான, வறியதொரு பிரதேசம்தான் எனக்கென்று உரித்தாயிருப்பது என்ற ஒரு வக்கிரமான சந்தோஷம் பீடிக்கும். கோபவெறி நெருப்பாக எரிய, நாடகக் காட்சிகள் போலப் பலவித எண்ணங்களும் பிம்பங்களும் மனதில் ஓடிக் கடக்க, என்றோ ஒருநாள் நான் ஆற்றப் போகும் மகத்தான சாதனைகளைக் கனவு கண்டபடியே முடிவின்றி நடந்தபடியே இருப்பேன்.

“ஃபிளாபெர்ட்டைப் பார். அவர் அம்மாவோடு ஒரே வீட்டில் வாழ்நாள் முழுக்க வாழ்ந்து முடித்தார்,” புதிய சீட்டுகளைக் கவனமாக ஆராய்ந்தபடியே அன்பும் இரக்கமும் கலந்த தொனியில் தொடர்ந்தார்.

“ஆனால் உன் வாழ்க்கை முழுவதையும் என்னோடு ஒரே வீட்டில் கழிப்பதை ஒருபோதும் ஏற்கமாட்டேன். அது பிரான்ஸ். யாரையாவது ஒரு பெருங்கலைஞர் என்று அவர்கள் சொன்னால், ஓடும் தண்ணீர்கூட நின்றுவிடுகிறது. ஆனால் இங்கே கல்லூரியைப் பாதியில் விட்டுவந்து அம்மாவுக்குப் பக்கத்தில் உட்கார்ந்து வாழ்க்கையைக் கழிப்பவன் ஒன்று பெருங்குடிகாரனாகிறான் அல்லது பைத்தியக்கார விடுதியில் சேர்க்கப்படுகிறான்,” இதற்குப் பிறகு பேச்சு தடம் மாறுகிறது: “உனக்கென்று ஒரு வேலையை வைத்துக்கொண்டு ஓவியம் வரைந்து கொண்டிருந்தால், அதில் உனக்குக் கிடைக்கும் சந்தோஷம், முழுநேர ஓவியனாக இருப்பதைவிட அதிகமாகவே இருக்கும்.

இத்தகைய துயர, கோப, அவலத் தருணங்களில் கனவுகளை மட்டும் கைத்துணையாகக் கொண்டு, வெறிச்சோடிய தெருக்களில் ராத்திரிகளில் அலைவது எதற்காக எனக்கு மட்டும் மகிழ்ச்சியளிப்பதாக இருக்கிறது? அஞ்சலட்டைகளில் அச்சிடப்படுவதைப் போன்ற இஸ்தான்புல்லின் பிரகாசமான, பேரழகுக் காட்சிகளைச் சுற்றுலாப் பயணிகள் தேடித்தேடி ரசித்துக் கொண்டிருக்கையில் ஏன் நான் மட்டும் ஒதுக்குப்புற சந்துகளின் அரை இருட்டையும் குளிர்கால இரவுகளையும் வெளிறிய தெருவிளக்கு வெளிச்சத்தில் உருளைக் கற்கள் பாவிய பாதையில் பிசாசுகள் போல

நடமாடும் மனிதர்களையும் அவர்களின் தனிமையையும் தேர்ந்தெடுத்து ரசித்துக்கொண்டிருக்கிறேன்?

"நீ ஒரு ஆரக்கிடெக்ட்டாக ஆகாமல், அல்லது பிழைக்கக்கூடிய ஒரு வழியைத் தேடிக்கொள்ளாமல் இருந்தாயென்றால், நீயும் இங்கே பஞ்சப் பராரியாக, புத்தி பேதலித்து, பணக்காரர்களிடமும் பெரிய அதிகாரிகளிடமும் தமது ஓவியங்களை வாங்கிக் கொள்ளும்படி கெஞ்சிக் கொண்டிருக்கும் மற்ற துருக்கிய ஓவியர்களைப் போலவே ஆகிவிடுவாய், புரிகிறதா? நான் சொல்வது அத்தனையும் உனக்கு நன்றாகவே புரிகிறது, எனக்குத் தெரியும். இந்தத் தேசத்தில் ஓவியத்தை மட்டும் நம்பி ஒருத்தரும் பிழைக்க முடியாது. பரிதாபகரமான நிலைக்குத் தள்ளப்படுவாய், எல்லோரும் உன்னை இளக்காரமாகப் பார்ப்பார்கள்; குற்றவுணர்வு, கவலை, மனக்கசப்பு இவையெல்லாம் உன்னைப் பீடித்து, சாகும் வரை சித்திரவதை செய்யும். உன்னைப் போன்ற இவ்வளவு புத்திசாலியான, எல்லோராலும் நேசிக்கப்படுகிற, இன்னும் எவ்வளவோ வாழ வேண்டிய ஒருவனுக்கு இதெல்லாம் தேவையா?"

தொடர்ந்து நடந்து பெஷிக்டாஷை அடைவேன். பின் அங்கிருந்து டோல்மாபாச்சே அரண்மனைச் சுவரையொட்டியே ஸ்டேடியம் வரை, *dolmus* நிறுத்தம் வரை நடப்பேன். கனத்த பாசி அப்பிய இந்த நெடிதுயர்ந்த அரண்மனை மதிற்சுவரையொட்டி நடந்து செல்வது எனக்குப் பிடிக்கும். டோல்மா பாச்சேவை அடையும் கணம் வரை என் நெற்றியில் துடித்துக்கொண்டிருக்கும் கோபத்தின் வலிமையைத் துல்லியமாக உணர்ந்துகொண்டிருப்பேன். பின் அங்கிருந்து நீண்டொடுங்கிய முடுக்குத் தெரு ஒன்றில் நுழைந்து அடுத்த பனிரெண்டாவது நிமிடத்தில் டாக்ஸிம்மில் இருப்பேன்.

"நீ குழந்தையாக இருந்தபோது, என்னதான் உடம்பு சரியில்லை யென்றாலும் வலியெடுத்தாலும் சிரித்துக்கொண்டே இருப்பாய். எப்போதுமே சந்தோஷமாக, உற்சாகமாக இருந்த குழந்தை நீ – ஓ, எவ்வளவு இனிமையானவன் நீ! உன்னைப் பார்த்தவுடனேயே எல்லோருடைய முகத்திலும் புன்னகை வந்துவிடும். நீ மிகவும் அழகாக இருப்பதனால் மட்டுமல்ல, உனக்கு 'உம்'மென்று இருப்பது என்றாலே என்னவென்று தெரியாது. எரிச்சலாக, சலிப்பாக எப்போதுமே இருக்கமாட்டாய். எவ்வளவு கஷ்டத்திலும் எதையாவது புதிதாகக் கண்டுபிடித்து, சந்தோஷமாக மணிக்கணக்கில் தானாக விளையாடிக்கொண்டிருப்பாய். அப்படி இருந்த ஒரு பையன், ஓவியனாகி, பணத்துக்காக, பெயருக்காகக் கஷ்டப்பட்டுக் கொண்டு – நான் உன் அம்மாவாக இல்லாவிட்டாலும்கூட என்னால் தாங்க முடியாது. அதனால்தான் நான் சொல்வதைக் கேட்டு வருத்தப்படாதே என்கிறேன். உன்னைக் காயப்படுத்துவதற்காகச் சொல்லவில்லை, நான் சொல்வதை கவனமாகக் கேள்."

டாக்ஸிம்முக்குச் செல்லும் வழியில் காலதாவின் விளக்குகளை அந்த அரையிருட்டில் பார்ப்பதற்காக நிற்பேன். அங்கிருந்து பேயோலுவுக்குச் சென்று, இஸ்திக்லால் அவென்யூவின் தொடக்கத்தில் இருக்கும் புத்தகக் கடைகளில் சில நிமிடங்கள் நின்று புரட்டிப்பார்ப்பேன்.

பின்னர் அந்த மதுக்கூடங்களில் ஏதாவதொன்றில் நுழைந்து பீரும் வோட்காவும் அருந்துவேன். அங்கே நிலவும் இரைச்சலில் தொலைக்காட்சி ஊமையாகக் காட்சி மாறிக்கொண்டிருக்கும். எல்லோரையும் போல நானும் சிகரெட்டைப் பற்றவைப்பேன் (அங்கே புகழ்பெற்ற கவிஞர்கள், எழுத்தாளர்கள், கலைஞர்கள் யாராவது உட்கார்ந்திருக்கிறார்களாவென்று சுற்றுமுற்றும் பார்ப்பேன்). அங்குமிங்கும் பார்வையை அலையவிட்டுக் கொண்டிருப்பதாலும் தனியாக அமர்ந்திருப்பதாலும் எல்லாவற்றையும் விட என் முகம் குழந்தைத்தனமாக இருப்பதாலும் சுற்றிலுமுள்ள தடித்த மீசை கொண்ட ஆட்களின் கவனத்தை அதற்குள் இழுத்துவிட்டிருப்பேன். அவர்களின் முறைத்த பார்வைகளிலிருந்து எழுந்து வெளியே இரவின் இருட்டில் கலப்பேன். அவென்யூவில் சிறிது தூரம் நடந்த பின் பேயோலுவின் முடக்குத் தெருக்கள் வந்துவிடும். சுகுர்கூமா, காலதா, சிஹாங்கிர் பகுதியை அடைந்ததும் தெருவிளக்குகளின் பிரபையும் பக்கத்தில் இருந்த தொலைக்காட்சியின் வெளிச்சமும் ஈரமான நடைபாதைகளில் கண் சிமிட்டும். கழிபட்ட பொருட்கள் விற்கும் கடைக்குள் பார்க்கும்போது, எளிமையானதொரு பலசரக்குக் கடையில் குளிர்சாதனப் பெட்டியைச் சன்னல் அலங்காரமாக வைத்திருப்பதைப் பார்க்கும்போது, அந்த மருந்துக் கடையில் நான் சிறுவயதிலிருந்து பார்த்து வருகிற அதே ஆடையணி அலங்காரப் பெண் பொம்மையைப் பார்க்கும்போது, நான் எவ்வளவு சந்தோஷமாக இருக்கிறேன் என்பதை உணர்வேன். அம்மா சொன்னதைக் கேட்டு உருவாகியிருந்த பிரம்மாண்டமான, தலைசுற்ற வைக்கிற, கலப்படமற்ற உத்தமமான கோபம், பேயோலுவிலும் உஸ்க்யுதாரிலும் ஃபதீஹின் குறுக்குச் சந்துகளிலும் ஒரு மணிநேரம் அலைந்ததற்குப் பிறகு என்னை விட்டு விலகிவிட்டிருக்கும். குளிர் மென்மேலும் கடுமையாகிக்கொண்டே வர, அங்கிருந்து நான்

416 ஓரான் பாமுக்

எங்கெங்கெல்லாம் செல்கிறேனோ அங்கெல்லாம் எனது ஒளிமயமான எதிர்காலத்தின் உக்கிரமான தீப்பிழம்புகளின் வெம்மை என்னைக் கதகதப்பாக்கிக்கொண்டே வரும். உள்ளே சென்ற பீரினாலும் நெடுநேர அலைச்சலாலும் என் தலை இலேசாகிவிட்டிருக்கும். துக்ககரமான தெருக்கள் பழைய படம் ஒன்றில் போல 'மினுக்கு மினுக்'கெனத் துடிப்பதாகத் தெரியும். அந்தக் கணமே நான் அப்படியே உறைந்து போக வேண்டும், ஒளிந்துகொள்ள வேண்டுமென்று – சிறுவயதில் மிக அரிதான விதையையோ என் அபிமான கோலிக்குண்டையோ வாயில் போட்டு மணிக்கணக்காக ஒளித்துவைத்திருப்பதைப் போல – தோன்றும். அதே நேரத்தில் அந்தக் காலியான தெருக்களிலிருந்து உடனே கிளம்பி, வீட்டுக்கு வந்து, என் மேசையில் அமர்ந்து, பென்சிலையும் பேப்பரையும் வைத்து எதையாவது எழுத, வரைய வேண்டுமென்று ஆசையாக இருக்கும்.

"அதோ அந்தச் சுவரில் மாட்டியிருக்கும் ஓவியம் – அதை நெர்மினும் அலியும் திருமணப் பரிசாகக் கொடுத்தார்கள். அவர்களுக்குத் திருமணமானபோது, அவர்களுக்குப் பரிசளிப்பதற்காக இந்த ஓவியத்தை வரைந்த அதே ஓவியரிடம் வாங்குவதற்குச் சென்றோம். துருக்கியின் மிகப் பிரபலமான ஓவியர் என்று சொல்லப்பட்ட அந்த மனிதர் அவரது ஓவியங்களை வாங்குவதற்கும் ஆட்கள் வந்திருக்கிறார்களோவென்று அடைந்த புளகாங்கிதத்தையும் அந்த சந்தோஷக் களிப்பில் அசட்டுத்தனமாக அவர் அடித்த கூத்துகளையும் நீ பார்த்திருக்க வேண்டுமே! அவரிடம் ஓர் ஓவியத்தை வாங்கிக்கொண்டு கிளம்பும் போது தரையைப் பெருக்குகிற அளவுக்கு எங்களிடம் பணிந்து வணங்கினார். நெளிந்து குழைந்து எங்களை வழியனுப்பிவைத்தார். அதையெல்லாம் பார்த்திருந்தால் உனக்கு இந்தத் தேசத்தில் யாருமே ஓர் ஓவியனாகவோ கலைஞனாகவோ ஆகிவிடக் கூடாது என்று தோன்றியிருக்கும். அதனால்தான் நீ ஓவியனாவதற்காகப் படிப்பைப் பாதியில் நிறுத்திவிட்டாயென்று யாரிடமும் நான் சொல்லவில்லை. மரமண்டைகள் என்று இப்போது யாரை இகழ்ச்சியாகப் பேசினாயோ அவர்களிடம்தான் ஒருநாள் நீ உன் ஓவியங்களை விற்க வேண்டி வரும். உன் எதிர்காலத்தையே, உன் மொத்த வாழ்க்கையையே, ஓவியத்திற்காக இருட்டாக்கிக் கொண்டிருக்கிறாய், அதற்காகப் படிப்பையே பாதியில் நிறுத்திவிட்டிருக்கிறாய் என்று தெரிந்தால், பரிதாபப்பட்டு, உன் அப்பாவையும் என்னையும் சிறுமைப்படுத்துவதற்காகவேகூட, உன்னிடமிருந்து ஓர் ஓவியத்தை அவர்கள் வாங்கக்கூடும். உனக்காக வருத்தப்பட்டு கொஞ்சம் பணத்தைச் சேர்த்துக்கொடுக்கலாம். ஆனால் அவர்களுடைய பெண்களை உனக்குக் கட்டிவைக்க ஒருவரும் முன்வர மாட்டார்கள். நீ அழகழகாக வரைந்து தள்ளினாயே, அந்த இனிமையான பெண் – அவளை எதற்காக அவளுடைய அப்பா சுவிட்ஸர்லாந்துக்கு மூட்டை கட்டி அனுப்பிவிட்டார்? நம்முடையதைப் போன்ற ஒரு ஏழை நாட்டில், எண்ணற்ற பலவீனமான, தோற்றுப்போன, பெரிய படிப்பறிவற்ற ஜனங்களுக்கு மத்தியில் நீ விரும்புகிற, உனக்குத் தகுதியான, உனக்கு எந்தவொரு பங்கமும் வராத, தலை நிமிர்த்தி வாழக்கூடிய வாழ்க்கை ஒன்றை வாழ விரும்பினால் அதற்கு நீ மிகப் பெரிய பணக்காரனாக இருக்க வேண்டும். அதனால் கட்டடக்கலை படிப்பை விட்டுவிடாதே, என்னருமை மகனே. அப்படிச் செய்தால் பயங்கரமாக அவதிப்படுவாய்.

இந்த லெ கர்பூஸியரைப் பார். அவர் ஓவியனாகத்தான் விரும்பினார், ஆனால் கட்டடக்கலை படித்தார்."

பேயோலுவின் தெருக்கள், அவற்றின் இருண்ட மூலைகள், எல்லாவற்றையும் விட்டு ஓடிப்போக வேண்டும் என்ற என் இச்சை, என் குற்றவுணர்வு – இவையெல்லாமே நியான் விளக்குகள்போல என் தலைக்குள் மினுக்கிக்கொண்டிருந்தன. இன்றிரவு நானும் என் அம்மாவும் சண்டையிடப் போவதில்லையென்றும் இன்னும் சில நிமிடங்களில் கதவைத் திறப்பேன், என் நகரத்தின் ஆறுதலூட்டும் தெருக்களுக்குத் தப்பிச் செல்வேன் என்றும் பாதி இரவை அலைந்து கழித்தபின் வீட்டுக்குத் திரும்பி என் மேசையில் அமர்ந்து அதன் ரசாயனத்தைக் காகிதத்தில் சிறை பிடிப்பேன் என்றும் இப்போது எனக்குத் தெரிந்தது.

"நான் ஓவியனாக விரும்பவில்லை," என்றேன். "நான் எழுத்தாளனாகப் போகிறேன்."

பின்னுரை

பாழ்நகரில் பாமுக்குடன் ஓர் உலா

தமிழில் வெளிவரும் ஓரான் பாமுக் நூல் வரிசையில் 'இஸ்தான்புல்' மூன்றாவது. ஆறு நாவல்களுக்குப் பின் பாமுக் எழுதிய இந்நூல் புனைவு அல்ல. ஒரு காலத்தில் உலகத்தின் தலைநகரம் என்றும், பூவுலகின் மையப்புள்ளி என்றும் நம்பப்பட்ட இஸ்தான்புல் என்ற சரித்திரம் உறைந்த நகரத்தின் கதையோடு தன் பிள்ளைப்பிராயத்தையும் பிணைத்துச் சொல்லும் பாமுக்கின் அற்புத ஞாபகப்புத்தகம் இது. அவர் நாவல்களில் 'பனி'யைத்தவிர எல்லா நாவல்களும் இஸ்தான்புல்லைக் களமாகக் கொண்டவையே. பதினாறாம் நூற்றாண்டிலிருந்து தற்காலம்வரை தனது தாய்நகரத்தை அணுஅணுவாக அலசி, எழுதித்தீர்க்க முடியவில்லை பாமுக்கிற்கு. 500 வருடங்களுக்கு முன் உலகத்தின் பொறாமைப் பார்வையில் செழித்தோங்கியிருந்த இஸ்தான்புல், மெதுவாகச் சீரழிந்து, இன்று பாழடைந்த நகரமாகியிருக்கும் 'வாழ்ந்து கெட்ட' கதையை, அந்நகரம் முழுக்கக் காற்றில் தொட்டுணர முடிந்துவிடும்போல கவிந்திருக்கும் 'ஹுசுன்' என்ற தனித்துவமான துயரத்தை, இஸ்தான்புல்வாசிகளின் தோல்வியுணர்வை, விரக்தியை, இருண்மையை அவருக்கே உரித்தான கவித்துவ நடையில் வர்ணித்துச் செல்வதை வாசிக்கையில், பாமுக்கின் மேதமைக்கு ஓர் ஒற்றை உதாரணமாக இப்புத்தகத்தைச் சொல்லிவிட முடியும் என்று தோன்றுகிறது. 'இஸ்தான்புல்' வெளியான கையோடுதான் பாமுக்கிற்கு நோபல் பரிசும் வழங்கப்பட்டது என்பதும், 'கலாச்சாரங்கள் ஒன்றோடு ஒன்று கோர்த்துக்கொள்வதற்கும் மோதிக்கொள்வதற்கும் புதிய குறியீடுகளைத் தனது நகரத்தின் துயரார்ந்த ஆன்மாவிற்கான தேடலில் பாமுக் கண்டுகொள்வதாக' நோபல் விருது வாசகம் தெரிவிப்பதும் இச்சமயத்தில் நினைவுக்குவருகின்றன.

ஆனால் ஒரு வாசகனாக, மொழிபெயர்ப்பாளனாக, இந் நூலுடன் என்னை ஆழமாகப் பிணைக்கவைத்தது பாமுக்கின் இளம்பிராயத்து ஞாபக வரிசைதான். 21ஆம் நூற்றாண்டின் மகத்தான நாவலாசிரியராக உருவாகப் போகும் ஒரு சிறுவனின் கற்பனை உலகமும் மனக்கோட்டைகளும் ரசனைகளும் வயிற்கேற்ப எவ்வாறெல்லாம் மாறி வளர்ந்து வந்திருக்கின்றன என்பதை இக்கலைஞனின் வார்த்தைகளில் வாசிப்பதும்,

அவற்றை மொழிபெயர்ப்பதும் தனிப்பட்ட முறையில் என்னைப் பாமுக்கின் ஆன்மாவுடன் ஒன்றுகலக்க வைத்திடும் சுகானுபவமாக இருந்தது.

இம்மகத்தான நூலின் பெரும்பாலான பகுதிகளை பெங்களூருவை அடுத்த ஹெசரகட்டா சங்கம் ஹவுஸ் என்ற சர்வதேச எழுத்தாளர் உறைவிடத்திலும், கன்னியாகுமரியின் விவேகானந்தா கேந்திராவிலும் வைத்து எழுதிமுடித்தேன். சங்கம் ஹவுஸின் அழகான இயற்கைச் சூழலில் உறைவிடத்தின் பொறுப்பாளர் அர்ஷியா சத்தாரும், உடன் தங்கி யிருந்த பல்வேறு நாடுகளைச் சேர்ந்த எழுத்தாளர்களும் எழுதுவதற்குத் தேவையான உன்னதமான மனநிலையை உண்டாக்கித் தந்தார்கள். நூலின் இறுதி அத்தியாயங்களை விவேகானந்தா கேந்திராவின் அமைதி யான சூழலில் எழுதி நிறைவு செய்தேன். கன்னியாகுமரி என்ற அந்த அலாதியான நிலப்பரப்பு இந்நூலின் கடைசிப் பகுதிகளில் பொதிந்திருந்த பதற்றங்களை, உக்கிரமான உணர்ச்சிக் கொந்தளிப்புகளை அதேவிதமான அதிர்வுகளோடு எனது பிரதியில் பிரதிபலிக்க வைத்தது. இந்நூலின் மொழிபெயர்ப்பு சிறப்பாக வந்திருக்குமென்றால் அதற்கு முக்கியக் காரணமாக சங்கம் ஹவுஸின் அர்ஷியா சத்தாரையும் விவேகானந்தா கேந்திராவையுமே சொல்வேன். இந்த அற்புதமான வாய்ப்புகளை எனக்கு அளித்ததுமல்லாமல், இஸ்தான்புல்லைப் பற்றியும், துருக்கிய சரித்திரம், இலக்கியம் பற்றியும் அறிந்துகொள்வதற்காக *An Outline of 2000 years Turkish History by Suleyman Seydi, A Millennium of Turkish Literature by Talat. S.Halman* என்ற நூல்களை வாங்கித்தந்து மொழிபெயர்ப்பைச் செழுமையாக்கிக்கொள்ள உதவிய என் பதிப்பாளர் காலச்சுவடு கண்ணனுக்குப் பெரிதும் கடமைப்பட்டுள்ளேன்.

இஸ்தான்புல்லை நேரில் பார்த்திராத எனக்கு அந்நகரத்தை எனக்கு ஆத்மார்த்தமாக உணரவைத்தவர் என் இனிய சகோதரியும் எழுத்தாளரு மாகிய பிரசாந்தி சேகர். சமீபத்தில் இஸ்தான்புல் சென்றுவந்த அவர், இஸ்தான்புல்லின் ஹாஜியா ஸோஃபியாவுக்கு எதிரிலிருந்த நிலத்திலிருந்து ஒரு பிடியளவு மண்ணை எனக்காக எடுத்துவந்து கொடுத்தார். மகத்தான ஆட்டமன் சரித்திரம் கலந்திருந்த அக்கரிய நிற மண்ணை விரலால் ஸ்பரிசித்துக்கொண்டே இந்நூலை மொழிபெயர்த்ததை அதீதமான ரொமான்டிஸம் என்று சொல்லிவிட முடியாது. அவருக்கும் அட்டைப் படத்தை என் விருப்பத்திற்கேற்ப பலமுறை பொறுமையாக மாற்றி அழகுற வடிவமைத்துத் தந்திருக்கும் நண்பர் றஷ்மி அகமதுவிற்கும், என் வேண்டுகோளுக்கிணங்க மொழிபெயர்ப்புப் பிரதியை மேலாய்வு செய்து மேம்படுத்தியிருக்கும் அன்புச் சகோதரர் கவிஞர் சுகுமாரன் அவர்களுக்கும் பிழைத் திருத்தம் செய்துகொடுத்த பெ. முத்துசாமி மற்றும் கிருஷ்ண பிரபு அவர்களுக்கும் துருக்கிய பெயர் உச்சரிப்பில் ஆலோசனை வழங்கிய எழுத்தாளர் சாரு நிவேதிதா அவர்களுக்கும் மிக அழகாக இந்நூலை உருவாக்கித்தந்திருக்கும் காலச்சுவடு அலுவலக நண்பர்கள் கலா, மணிகண்டன், அகிலா, ஜெபா, ஷாலினி ஆகியோருக்கும் என் நெஞ்சார்ந்த வந்தனங்கள்.

ஜி. குப்புசாமி

சென்னை
10.12.2014

About the photographs

I relived much of the excitment and puzzlement of writting this book while choosing the photographs. Most were taken by Ara Güiler; during my time searching in his home - studio - archive - museum (in Beyoğlu, where he has spent most of his life) I came across many treasured but long - forgotten images (for example, the tugboat on page. 323 with its funnel lowered to pass under the Galata Bridge) as beguilingly fomiliar as they were stange to my adult eye. When I happened upon the view of the snow - covered Galata

Bridge on page 357 it was as if my own memory had been projected onto a screen; there were other moments like that, when I would be seized by a frenzy to capture and preserve this dreamscape or to write about it. Ara

Güler's vast and seemingly endless archive, while first and foremost a tribute to his art, is also a superb record of Istanbul life from 1950 to the present day and will leave anyone who knew the city during those years drunk with memories.

The list of photographs by Ara Güler is: pages 11, 14-15, 44, 47, 51, 55 (T&B), 58 (T), 59, 66 (T), 68, 69 (TR), 114, 115, 116, 118, 119, 120 (B), 122, 124, 127, 129, 131, 134, 166, 202, 203, 211, 235, 256, 263, 266 (T) 282 (B), 285, 286, 289, 285, 286, 289, 294, 295, 296, 298, 300, 318, 319, 320, 322, 323, 331, 348, 357, 363, 365, 366, 392, 393, 395, 396 (T), 398, 400, 408, 413, 416, 418.:

In the archives of Selahattin Giz (born 1912), exploring his photographic record of the streets of Beyoğlu (begun while still a student at Galatasaray Lisesi and continued during his forty two years at *Cumhuriyet*) was like gainning entry to a private world of enchantment. Perhaps this is because Giz loved the city's empty, lonely, snowy streets as much as I do: pages 43, 49, 50, 57, 58 (T), 65, 67 (B), 69 (TL), 72, 73 (B), 75, 106, 117, 132, 155, 164 165, 169 (T&B), 170, 199, 200, 243, 245, 273, 277, 279, 282 (T), 284, 287, 317, 329, 345, 355 (T), 414.

I would like to thank the Istanbul City Council for permission to include from their collection the photographs of another news photographer, Hilmi Şahenk: pages 53, 57 (T), 58 (B), 64 (T), 77, 120 (T), 168, 233, 241, 271, 321, 346, 355 (B), 391, 396 (B), 397.

The photograph of Haghia Sophia on page 260 was taken by James Robertson in 1853.

The photographs on pages 259, 262 and 267 (T) were taken by the Abdullah Brothers, who ran a photographic agency in Istanbul during the last quarter of the nineteenth century.

While researching this book, I discoverd that the postcard artist Max Fruchtermann also used some of the Abdullah Brothers' photographs:

The illustrations on pages 64 (B), 66 (B), 71, 73 (T), 264, 266 (B), 267 (B), 280, 291, and 293 are taken from Max Fruchtermann's postcards (as is the city panorama on pages, 324-327, a five postcard stone print following the fashion of the time).

The old photographs on pages 70 (T), 70 (B), 157, 161, 162, 182, 184, 253, 268 and 290 came to me second - hand and my efforts to find out who took them have not been successful.

I would like to thank the Foendation le Corbusier for the drawing by Le Corbusier on page 54.

The engraving on page 61 is by Thomas Allom, the painting on page 297 is by Hoca Ali Riza, and the painting on page 380 is by Halil Pasha, The engravings on pages 80-93 and 252 neare by Melling.

Most of the family photographs were taken by my father though one or two must have been taken by my mother or my uncle. The picture of me on the previous page was taken by Murat Kartoğlu.

As I relate in Chapter 28, the photographs of Beşiktaş and Cihangir between pages 305 and 310 were taken by me; I still the picture I took as a fifteen - year - old boy of the cobblestone alley seen from Cihiangir (page 107).